வம்ச விருட்சம்

வாழ்க்கை வேர்களை ஆய்வு செய்யும் புதினம்

கன்னடத்தில்:

எஸ்.எல்.பைரப்பா

தமிழில்:

கே.நல்லதம்பி

எழுத்து பிரசுரம்

Title: Vamsa Virutsham
Author's Name: S. L. Bhyrappa

Published by Ezutthu Prachuram
Originally published as *Vamsa Vruksha* -1961 in Kannada by Sahitya Bhandara

Ezutthu Prachuram
(An imprint of Zero Degree Publishing)
No. 55(7), R Block, 6th Avenue,
Anna Nagar,
Chennai - 600 040

Website: www.zerodegreepublishing.com
E Mail id: zerodegreepublishing@gmail.com
Phone : 89250 61999

Ezutthu Prachuram First Edition: March 2024
ISBN: 978-81-967601-0-6
TITLE NO EP: 505

Rs. **600/-**

Cover Art: Humshini
Layout: Vijayan, Creative Studio
Printed at Manipal Technologies, India

வம்ச விருட்சம்

வாழ்க்கை வேர்களை ஆய்வு செய்யும் புதினம்

தூக்கணாங்குருவிக் கூடு

வணக்கம்.

எஸ்.எல். பைரப்பா தமிழ் வாசகர்களுக்கு புதியவர் அல்ல. கன்னடத்தில் மிகச் சிறந்த எழுத்தாளர்களில் ஒருவர் என்பதை அறிந்திருப்பீர்கள். 1955-ல் எழுதத் தொடங்கியவர் 2019-வரை 26-புதினங்களையும், 6-கட்டுரைத் தொகுப்புகளையும், 1- சுயசரிதை போன்ற புதினத்தையும் எழுதியுள்ளார். அவர் முதல் புதினமான 'கத ஜன்மா மத்து இதர கதெகளு' (கடந்த பிறவி மற்றும் இதர கதைகள்) ஏழு பதிப்புகளைக் கண்டிருந்தால், 2007 வெளிவந்த 'ஆவரணா' (அவரானா- என்ற சமஸ்கிருத சொல்லில் இருந்து வந்திருக்கலாம். இதை மறைத்தல் அல்லது தடை என்று சொல்லப்படுகிறது. ஆவரணா என்று திரிபு கொண்டு தமிழில் இந்தச் சொல் பயன்படுத்தப்படுகிறது. இதற்குப் பல பொருள்கள் இருக்கின்றன. மதில், மறைவு, மூடி, வேலி, ஈட்டி, கேடகம், கோட்டை, சீலை, பரிசை போன்றவை) இங்கே கோட்டை, மதில், வேலி இப்படி ஏதாவது ஒரு பொருளில் எடுத்துக்கொள்ளலாம். இந்த நூல் 2022-வரையில் 64 பதிப்புகள் வெளிவந்திருக்கின்றன. முதல் நூலைத் தவிர மற்றவை எல்லாம் பத்துக்கும் மேலான பதிப்புகளையே கண்டிருக்கின்றன. ஒவ்வொரு பதிப்பும் ஆயிரம் பிரதிகள். இவர் நூல்கள் வெளிவந்த அடுத்த மாதமே இரண்டு, மூன்று என்று பதிப்புகள் தொடர்ந்து வெளிவரும். இது

கன்னடத்தில் அவருக்கு இருக்கும் பெரும் வாசக வட்டத்தையும், அவர் எழுத்துக்கு இருக்கும் ஈர்ப்பையும் காட்டுகிறது.

அவர் எழுத எடுத்துக் கொள்ளும் கரு சிக்கலானதாகவே இருக்கும். தூக்கணாங்குருவிக் கூடு போல. தங்கள் உள்ளுணர்வின் உந்துதலால் சிறப்பான கூடுகளை, பயிர்களின் இலை நரம்பு, நார்களைக் கொண்டு கட்டுவது போல அவர் புதினங்கள் அழகாகப் பின்னப்பட்டிருக்கும். நூலைக் கையில் எடுத்தால் சாமானியமாகக் கீழே வைக்க முடியாது. தூக்கணாங்குருவி குஞ்சு பொரித்த பிறகு, குஞ்சுகளுக்குத் தேவையான வெளிச்சம் கிடைக்க வயல்களிலிருந்து களிமண் எடுத்து வந்து கூட்டிற்குள் வைத்து மின்மினிப் பூச்சிகளைப் பிடித்துக் கொண்டு வந்து பதிய வைக்கும். அது போலவே இவர் நூலின் பல இடங்களில் ஒளி தெறிக்கும். அந்த ஒளி நம் மனதில் இருண்டு கிடக்கும் பல சிந்தனைகளைக் கிளறும் – குஞ்சுகளுக்கு வெளிச்சம் கிடைப்பது போல. இவர் கதைகளில் பல இடங்களில் வரும் உவமைகள் அதிசயமானவை. எடுத்துக் காட்டிற்கு: “பல காதம் தொலைவாகப் பறந்து பறந்து றெக்கை தோற்றுப் போய் சுருண்டு உருளும் பறவையைப்போல படுக்கை மீது உடலைக் குறுக்கிக் கொண்டு படுத்தாள்.”

“எந்த அறச் செயலுக்கும் யாராவது கொடுக்கும் காணிக்கையை, கொடுப்பவன் கஞ்சனாக இருந்து அழுது கொண்டே கொடுத்தால், மனைவி, மக்களை நிர்க்கதிக்கு ஆளாக்கிக் கொடுத்தால், அல்லது முறைகேடாக சம்பாதித்ததைக் கொடுத்தால் மட்டும் வாங்கக்கூடாது. இது அற நுட்பம்.”

இவருடைய 18 படைப்புகள் சமஸ்கிருதம், இந்தி, மராட்டி, வங்கம், தமிழ், பஞ்சாபி, மலையாளம், சங்கேதி, குஜராத்தி, தெலுங்கு மொழிகளிலும் வெளிவந்திருக்கின்றன. ‘கிருகபங்க’ (ஒரு குடும்பம் சிதைகிறது– தமிழில் எச்.வி.சுப்ரமணியம்) ‘தாட்டு’ (தாண்டு– தமிழில் சேஷ நாராயணன்) இவை இரண்டும் இந்தியாவின் 14 மொழிகளில் வெளிவந்திருக்கின்றன. ‘பர்வா’ (பருவம்– இதை பாவண்ணன் தமிழில் மொழிபெயர்த்திருக்கிறார்) இது சீனா, ருஷ்ய மொழிகளிலும் வந்திருக்கின்றன. இங்கிலிஷுக்கும் சில மொழியாக்கம் செய்யப்பட்டுள்ளன.

‘வம்ச விருட்சம்’ புதினம், தெலுங்கு, மராட்டி, இந்தி, உருது, சமஸ்கிருதம், இங்கிலிஷ் மொழிகளில் வந்துள்ளன.

'தர்மஶ்ரீ' அவருடைய மூன்றாம் புதினம், என் இளம் பருவத்தில் நான் வாசித்த அவருடைய முதல் புதினம். இந்தப் புதினம் 1961 வெளிவந்தது. நான் வாசித்தது 1964 என்று நினைவு. எனக்கு அப்போது 14 வயது. என்ன புரிந்துகொண்டிருப்பேன்!? பிறகு அவருடைய மிகச் சில புதினங்களை மட்டுமே வாசித்திருக்கிறேன். அவை ஒற்றை இலக்கில்தான் இருக்கின்றன. 1965 இல் 'வம்ச விருட்சம்' வெளிவந்த போது எனக்கு வயது பதினைந்து. நான் அதை முதலில் வாசித்தது எனது 27/28 வயதில் என்று நினைக்கிறேன். வெளிவந்து சுமார் 60 ஆண்டுகளுக்குப் பிறகு இந்தப் புதினத்தை மொழிபெயர்க்கும் நல்வினை எனதாக இருக்குமென்று நினைத்துக் கூடப் பார்த்ததில்லை.

இதை மொழிபெயர்க்க அனுமதித்த பைரப்பா அவர்களுக்கு மரியாதை கலந்த நன்றிகள். மொழிபெயர்ப்புக்கு அவரிடமிருந்து அனுமதி வாங்க எனக்கு உதவியாக இருந்த என் நண்பர் ஶ்ரீதர் பனவாசி அவர்களுக்கும் எனது நன்றிகள். இதை அச்சிற்கு முன் வாசித்துச் சில திருத்தங்கள் செய்து, சில பரிந்துரைகள் செய்த நண்பர்களான திரு பாவண்ணன், திரு சரவண மாணிக்கம், திருமதி கண்மணி அவர்களுக்கு எனது நன்றிகள் உரித்தானது.

இதை வெளியிட்ட ஸீரோ டிகிரி பதிப்பகத்து திருமதி காயத்ரி, திரு. ராம்ஜீ நரசிம்மன் அவர்களுக்கு என் மனமார்ந்த நன்றிகள்.

தமிழ் வாசகர்கள் கையில் இதை சமர்ப்பிக்கிறேன்.

கே. நல்லதம்பி
21.12.2023

படலம் : ஒன்று

1

கபிலா நதியில் ஆயிரத்துத் தொள்ளாயிரத்து இருபத்து நான்காம் ஆண்டில் பெரும் வெள்ளம் வந்திருந்த போதும் ஸ்ரீனிவாச ஷ்ரோத்ரிகள்* வீடு அரண்மனைத் தெருவில்தான் இருந்தது. (*ஷ்ரோத்ரி- சமஸ்கிருதச் சொல். வேதியர், பண்டிதர் என்று பொருள். அதற்கு இணையாக 'பண்டிதர்' என்ற சொல்லே இந்தப் புதினம் முழுதும் பயன்படுத்தப்பட்டுள்ளது). வெள்ளம் வந்த பிறகு நஞ்சனக்கூடு மக்கள் ஆற்றங்கரை மேற்பகுதியில் புதிய வரப்பில் வீட்டைக் கட்டிக்கொண்டு போனார்கள். கோயிலைச் சுற்றி இப்போதும் கூட இருக்கும் பள்ளிக்கூட வீதி, நாராயண அக்கிரகாரம், கடைத்தெருக்களுக்கு அன்றிருந்த மதிப்பு சிறிது குறைந்துவிட்டது.

முன்னோர்கள் கட்டி வைத்த வீட்டை விட்டு விட்டு, புதிதாக ஒன்றைக் கட்டிக்கொண்டு போவது அவ்வளவு எளிதல்ல. சீனிவாச பண்டிதரால் மானசீகமாக முடியாத ஒன்று. கபிலை வெறி பிடித்தவள் போல தன் விஸ்தீரணத்தைப் பெருக்கிக்கொண்டும், வேகத்தை அதிகரித்துக்கொண்டும், நகரத்தின் எல்லா மக்களையும் ஐந்து நாட்கள் நிரந்தரமாகக் கலங்கடித்திருந்தாள். மந்தகதியில் இயங்கும் இசை துரிதகதிக்குப் போய் துரிதத்திலிருந்து அதி

வேகத்தை அடைந்து முடிவில் நாத லயமும் தாள வேகமும் ஒன்றோடொன்று கலந்து விடுவதைப்போல, கபிலை அமைதியாக தான் இயங்கும் வேகத்தை மிகுந்த ஆற்றலுடன் செலுத்திப் பாய்ந்தது.

தூய வெள்ளையான கபிலையின் உடல் நிறம் இப்போது பீதியடையச் செய்யும் ரத்த வண்ணமாக இருந்தது. தன் கரையை ஒட்டிய எல்லாக் கசடுகளையும் மொத்தமாக சுத்தம் செய்துவிடும் முடிவுடன் அவள் அட்டகாசம் செய்வது போலிருந்தது. அந்த நீர்ப் பெருக்கில் இறந்த மக்கள் எவ்வளவு, இடிந்த வீடுகள் எத்தனை, நிர்க்கதியான குடும்பங்கள் என்னவாயின என்ற தெளிவான விவரங்கள் யாருக்கும் கிடையாது.

பண்டிதர் வீட்டிலும் கால் மூழ்கும் அளவிற்குத் தண்ணீர். ஊர்க்காரர்கள் எல்லோரும் தங்களுக்கு ஏற்பட்ட இழப்பால் நதியை ஏசினாலும், பண்டிதர் அப்படிச் செய்யவில்லை. 'காங்கேச யமுனேச் சைவா சிந்து காவேரி...' ஸ்லோகம் சொல்லிக்கொண்டு வீட்டு வாசற்படி அருகிலேயே முழுக்குப் போட்டார். அந்த வீட்டை விட்டுப் போகவேண்டுமென்று தன் எட்டு வயதுக் குழந்தை நஞ்சுண்டன், மனைவி பாகீரதம்மா, வீட்டு வேலையாள் இலட்சுமி மூவர் கேட்டாலும் அவர் புறப்படவில்லை. 'இத்தனை வருஷமா நம்மைக் காப்பாத்திய தாய் இப்பக் கொஞ்சம் உக்கிரமாயிட்டாங்கிறதுக்காக ஓடிப்போவதா? மாடி மேலே அடுப்புப் பத்தவச்சு சமையல் செய்யுங்க', என்று சொல்லிவிட்டார்.

வெள்ளம் இறங்கியது. இசை முடிந்த பிறகும் அமைதியாக இன்னும் நீளும் சுருதி போல நதியின் ஓட்டமும் மெல்ல சாதாரண நிலைக்குக் குறைந்தது. ஆனி ஆடியில் ஆண்டுக்கொரு முறை தீவிரகதியிலும் மற்ற காலங்களில் அமைதியாகவும்– தன் வழக்கமான இயல்புடன் நதியின் வாழ்க்கை இயங்கிக்கொண்டிருந்தது. நீர்ப் பெருக்குக்குச் சிக்கிய சுற்றி இருக்கும் இடங்களில் ஆண்டுக்கொரு முறை அளவிற்கு அதிகமாகவே அழிவும் ஏற்படும். ஆனால் இழப்பு என்பது நதிக்கு அல்லவே!

சில ஆண்டுகள் கழிந்தன. சீனிவாச பண்டிதரின் மகன் நஞ்சுண்ட பண்டிதன் பெரியவனாகி, மைசூர் கல்லூரிக்குப் போனான். தன் அப்பா அம்மாவிற்கும் பிடித்த காத்தியாயினியுடன் திருமணம் நடந்தது. ஒரு ஆண் மகவும் பிறந்தான். குழந்தைக்கு ஆறு மாதம்

இருக்கும்போது, அந்த ஆண்டு ஆனியில் கபிலையின் வெள்ளத்தில் சிக்கி இறந்து போனான். அவன் நீச்சல் தெரியாதவனல்ல. வெள்ள வேகத்து இழுப்பிற்குக் கை சோர்ந்துபோகும் பலவீனமான இளைஞனும் அல்ல. அப்பாவைப் போலவே உயரமான ஆள். ஆஜானுபாகு. ஒரு உள்ளங்கை அகலத்தை மீறிய நெற்றி. வாட்டசாட்டமான உடற்கட்டு. தூய சரும நிறம். ஆனாலும் நதியின் வலிமைக்கு முன்னே அவனால்தான் என்ன செய்ய முடியும்? பொங்கிப் பாயும் நதியில் அவன் ஒன்றும் நீந்தப் போகவில்லை. மணிகர்னிகா படித்துறையில் எச்சரிக்கையாகத்தான் குளிக்க இறங்கினான். கால் வழுக்கிவிட்டது. நீந்திக் கரையை அடையும் முயற்சிகள் எல்லாம் தோல்வியடைந்தன. கரையில் மற்றவர்கள் கத்தினார்கள். அவனும் கதறினான். ஆனால் ஒரு நிமிடத்தில் சுழிக்குச் சிக்கி மூழ்கிப் போனான். சவம் எங்கே மேலெழும்பியதென்று யாருக்கும் தெரியாது. திருமலகூடு நரசீபுரம் வரையிலும் ஆட்கள் நதியின் இரு கரைகளுக்கும் போய்த் தேடினார்கள். கிடைக்கவில்லை. அவன் ஆகுதியான நான்கைந்து நாட்களில் பிரவாகம் இறங்கியது. நதிக் கரையிலேயே அவன் ஈமச் சடங்குகள் நடந்தன.

ஆறு மாதங்கள் கழிந்தன.

2

ஒரே மகனின் அகால மரணத்தால் அம்மா அப்பாவுக்கு ஆகும் துன்பம் அதிகமா, இருபது வயதிலேயே கணவனை இழந்துவிட்ட அன்பான மனைவியின் துயரம் அதிகமா? ஒருவர் துன்பத்தை மற்றொருவர் துயரத்துடன் நிறுத்துப் பார்ப்பது சாத்தியப்படாது. மகன் மரணத்தால் பாகீரதம்மாவுக்கு ஒரே மாதத்தில் மூப்பு வந்து விட்டது. இருந்த ஒரே மகன் போனதற்காக அழ வேண்டுமா, இருக்கும் சிறுவயது மருமகளைப் பார்த்து மறுக வேண்டுமா, எதுவும் அறியாமல் சிரித்துக்கொண்டே படுத்து விளையாடும் ஒரு வயதுப் பேரனைப் பார்த்து மனம் கலங்க வேண்டுமா, அவருக்குத் தெரியவில்லை. ஓயாமல் அழுதுகொண்டிருந்தார். மகன் நினைவு மனதை அலைக்கழிக்கும் போது, போய்ப் பேரனைத் தூக்கிக்கொள்வார். அவர் கண்கள் நிரம்பி வரும். அருகில் இருக்கும் மருமகள் கேவிக் கேவி அழுவாள். அத்தை

மனதைத் திடப்படுத்திக் கொண்டு அருகே வந்து மருமகளைத் தழுவிக்கொள்வார். அருகிலேயே இருக்கும் குழந்தை இன்ப துன்பங்களை அறியாத உணர்வில் எக்களிக்கும். அத்தையையும் மருமகளையும் ஆறுதல் அடையச் செய்வது அது ஒன்றுதான். பாட்டியின் பேரனும், அம்மாவின் வயிற்றில் பிறந்த அந்தக் குழந்தையும்.

ஒரு நாள் மதியம் இரண்டு மணிக்கு தொட்டிக்கட்டு வீட்டின் மாடியில் தூளி அருகில் உட்கார்ந்திருந்தாள். குழந்தை தூளியில் தூங்கிக்கொண்டிருந்தது. அவள் மனம் நத்தையைப் போல உள்ளே சரிந்து, தன் கடந்து போன திருமண வாழ்க்கையின் இழைகளைக் கற்பனையில் மொத்தமாகக் கோர்த்துப் பார்த்துக் கொண்டிருந்தது. தனக்கு இன்னும் திருமணமாகி இரண்டு ஆண்டுகள்தான் ஆகியிருந்தன. தான் பாராட்டிய, தன்னைத் தீவிரமாகக் காதலித்த கணவன், தங்கம் போல அத்தை மாமனார், முழு நிலவைப்போல வீட்டை முழுதுமாக ஒளிர வைக்கும் குழந்தை, எந்தப் பெண்ணும் மனம் நிறைந்து இருக்கக்கூடிய குடும்பம். மாமனாரின் சாத்வீகக் குணம், வேத சாத்திரங்களில் அவருக்கு இருந்த ஆழ்ந்த புலமை, ஊர் மக்களிடம் அவர் குடும்பத்திற்குச் சிறப்பான மதிப்பைப் பெற்றுத் தந்திருந்தன. தன் கணவனின் சிரித்த முகமும், அன்பான குணமும் அவளை எப்போதும் மகிழ்ச்சியாக வைத்திருந்தன. தனக்கு வேறென்ன தேவை! அவள் எப்படிப் பெருமைப்பட்டாள்! இன்றைக்கு ஆறு மாதங்களுக்கு முன்பு ஒரு நாள் கபிலை அவள் சிரித்த குடும்பத்தை சின்னாபின்னமாக்கிவிட்டது. அன்றிலிருந்து அவள் சிந்தும் கண்ணீர், கபிலை இந்த பூமி மீது பாய்ச்சிய தண்ணீரை விடக் குறைவானதல்ல. அவள் சில சமயம் வாழ்க்கையைப் புரிந்துகொள்ள முயல்வாள். ஆனால் அவள் அறிவுக்கு எதுவும் புலப்படாது. இண்டர்மீடியட் தேர்ச்சியடைந்த பெண். வாழ்க்கையைப் பற்றி இலக்கியவாதிகள், கட்டுரையாளர்கள் எழுதியவற்றை வாசித்தவள். ஆனால் தனக்கு ஏற்பட்ட இந்தக் கொடூரமான விபத்தின் காரணத்தை யாராவது விளக்குவார்கள் என்று அவளுக்குத் தோன்றவில்லை.

யாரோ மாடிப்படிகளில் ஏறிவரும் சத்தம் கேட்டது. காத்தியாயினி திரும்பிப் பார்த்தாள். அவள் மாமனார் சீனிவாச பண்டிதர் மேலே வந்து கொண்டிருந்தார். அவள் தலையைக் குனிந்து

கொண்டு, குழந்தை தூங்கியிருந்தாலும், தொட்டிலை ஆட்டத் தொடங்கினாள். மேலே வந்து கொண்டிருந்த பண்டிதர் ஏதோ சிந்தனையில் ஆழ்ந்திருந்தார். மருமகள் பக்கம் பார்க்கவில்லை. நேராக மாடியில் இருந்த மற்றொரு அறைக்குப் போனார். அந்த அறை அவர் நூலகம். அங்கே நிறைய ஓலைச்சுவடிகள், அச்சாகி இருந்த கிரந்தங்கள், மேலும் அவர் தன் கைப்பட பிரதி எடுத்து வைத்த சில நூல்களும் இருந்தன. ஒரு மைக்கூடில், கேழ்வரகைச் சுட்டு வீட்டிலேயே தயார் செய்த எழுதும் மசி, எழுத்தாணிகள் இருந்தன. சன்னலுக்கு அருகில் ஒரு சுவரோரம் உட்கார ஒரு பெரிய புலித் தோல் விரித்து, அதன் மீது சாய்ந்துகொள்ள ஒரு திண்டும் வைக்கப்பட்டிருந்தது. எதிரில் மடித்து வைக்கக் கூடிய வியாசபீடம். சுமார் முப்பது ஆண்டுகளுக்கும் அதிகமாக அவர் இந்த அறையில் அமர்ந்து வேதம், சாத்திரம், புராணம், தர்மசாத்திரம், ஆயுர்வேத அத்யயனங்களைச் செய்து வருகிறார். மகன் இறந்த பிறகு ஈமச்சடங்குகள் முடியும் வரை அவர் அந்த அறைக்குள் போயிருக்கவில்லை. எல்லாம் முடிந்த பிறகும் ஓரிரு வாரங்களும் போகவில்லை. மனைவிக்கும் மருமகளுக்கும் ஆறுதல் சொல்லிக்கொண்டே அவர்கள் கூடவே இருந்தார். இப்போது வழக்கம் போல அவர் படிக்கும் அறைக்குப் போகிறார். அவர் மனைவி பாகீரதம்மா வீட்டிலேயே இருந்த பெண் வேலையாள் இலட்சுமியுடன் இருப்பார். சில சமயம் மருமகள் அருகில் வந்து உட்கார்ந்துகொள்வார். மகனை நினைத்துக்கொண்டு அத்தை அழுவார். கணவனின் நினைவில் காத்தியாயினி விடாமல் கண்ணீர் சிந்திக்கொண்டிருப்பாள். வீட்டு ஆள் இலட்சுமி, அவர் பாகீரதம்மா வயதை ஒத்தவர், மௌனமாகத் துயரப்பட்டுக் கொண்டிருப்பார். ஆனால் மாமனார் பண்டிதர் மட்டும் ஒரு சொட்டுக் கண்ணீர் விட்டதைக் காத்தியாயினி பார்த்ததில்லை. அவர் நெஞ்சழுத்தக்காரர் என்பதை அவள் அறிவாள். ஆனால் அவரது பொறுமையின் வலிமையும் ஆழமும் அவள் புரிதலுக்கு எட்டவில்லை.

மாலை ஐந்து மணியானாலும் குழந்தை உறங்கிக்கொண்டிருந்தது. காத்தியாயினி உட்கார்ந்த இடத்திலிருந்துகொண்டே, எப்போதும் ஈடு கட்ட முடியாத தன் இழப்பிலேயே மனதை மூழ்கடித்திருந்தாள். பின்னால் இருந்து மாமனார் அழைத்தது தொலைவிலிருந்து யாரோ அழைப்பது போலக் கேட்டது: ‘அம்மா.’

காத்தியாயினி திரும்பிப் பார்த்தாள். பண்டிதர் படிக்கட்டுக்கு அருகில் நின்றிருந்தார். தான் உட்கார்ந்திருந்த இடத்திலிருந்து அவள் எழுந்து நின்றாள். கீழே இறங்க இருந்த பண்டிதர் அப்படியே மேலே வந்து அவள் அருகில் இருந்த தூண் அருகில் அமர்ந்து கொண்டு, ‘உட்கார் தாயி’ என்றார்.

காத்தியாயினி தலைகுனிந்து ஊமையாக உட்கார்ந்தாள். அவள் மாமனாருடன் பேசுவதில்லை என்றல்ல. வீட்டு மருமகளாக இந்தக் குடும்பத்தை வந்தடைந்த பிறகு அவர்கள் இருவரும் அப்பா மகள் போலப் பாசமாக இருந்தார்கள். ஆனால், கணவன் இறந்த பிறகு அவள்தான் யாருடனும் அதிகம் பேசுவதில்லை. இப்போது பண்டிதர் கேட்டார்: “நான் சொன்னது போல பகவத்கீதை வாசிக்கிறாயாம்மா?”

அவள் எந்தப் பதிலையும் சொல்லாமல் முன்போலவே அமர்ந்திருந்தாள். இரண்டு நிமிடங்களுக்குப் பிறகு அவர் மீண்டும் கேட்டபோது சொன்னாள்: “வாசிக்க முயன்றேன். எனக்கு அது புரியவில்லை. அதில் மனம் ஈடுபடவில்லை.”

“புரிந்த அளவு போதும் என்று வாசித்துக்கொண்டிருக்கவேண்டும். மெல்லப் புரியும்.”

ஒரு நொடி அமைதியாக இருந்த காத்தியாயினி– “பகவத்கீதையில் சொல்லிய வேதாந்தம் எனக்கு மிகப் பெரிது. நம் துயரத்தைப் போக்கும் ஆற்றல் எந்த வேதாந்தத்திற்கும் கிடையாது. படித்து என்ன பலன்!”

பண்டிதர் வேதனையுடன் சிரித்துக்கொண்டே ஆறுதல் குரலில் சொன்னார்: “நம் துயரத்தை நாம்தான் அனுபவிக்க வேண்டும் என்பது உண்மை. எந்த நூலும், யாரும் நம்மிடமிருந்து எடுத்துக்கொள்ள முடியாது. ஆனால் இந்த உலகின் நடப்புகளுக்கு ஒப்பிட்டுப் பார்த்தால் நம் ஒருவர் துயரம் எம்மாத்திரம் என்பது இந்த நூல்களால் புரிய வரும். அப்போது துயரத்தைத் தாங்கிக்கொள்வது எளிதாகும். அதனால் கொஞ்சம் நாட்டத்துடன் படி...”

பண்டிதர் இப்படிச் சொல்லிக்கொண்டிருக்கும் போதே தூளியில் படுத்திருந்த குழந்தைக்கு விழிப்பு வந்தது. தூக்கம் கலைந்து அது அழத்தொடங்கியது. “குழந்தையை ஆசுவாசப்படுத்தி எடுத்து வந்து

கொடு” என்று சொல்லி அவர் கீழே இறங்கிப் போனார். அம்மாவின் மடி மீது படுத்துப் பால் குடித்துக்கொண்டே அது அமைதியானது. அதற்குப் பாலூட்டும் போது அவளுக்குக் கணவனின் நினைவு வரும். குழந்தையைத் தன் மார்போடு அணைத்துக் கொள்வாள். அப்போது மட்டும் மனம் அமைதியடையும்.

முழுதாக பால் குடித்த பிறகு குழந்தை விளையாடத் தொடங்கியது. அம்மாவின் முகத்தைத் தன் நகங்களால் பிறாண்டிக்கொண்டே சிரித்தது. ஒரு முறை வீடு முழுதும் கேட்பது போல எக்களித்தது. சிரிப்பைக் கேட்ட தாத்தா கீழேயிருந்து, ‘சீனி’ என்று அழைத்தார்.

காத்தியாயினி அவனைக் கீழே கொண்டுவந்தாள். நடுவீட்டில் நடந்துகொண்டிருந்த தாத்தா அவனை வாங்கி, தன் தோள் மீது போட்டுக்கொண்டு வீட்டுப் பின்கட்டில் இருந்த மாட்டுத் தொழுவத்திற்குப் போனார். காத்தியாயினி அடுக்களைக்குப் போனாள். அத்தை உள்ளே சமைத்துக்கொண்டிருந்தார். காத்தியாயினி உள்ளே போய் அமைதியாக நின்றாள். மருமகளைக் கவனித்த அத்தை, “குழந்தையும், நீயும் தனியாக அப்படி இருக்கக் கூடாதம்மா. சும்மா இருந்தால் மனதில் அதே கவலையாகத்தான் இருக்கும். என்னுடன், இலட்சுமியுடன் வந்து உட்கார். ஏதாவது பேசு. இல்லை என்றால் பசுவுக்கு அரிசிக்கஞ்சி வைப்பது, கன்றுக்கு கொள்ளுப்பால் குடிக்க வைப்பது, எதையாவது செய், கொஞ்சம் மறந்துபோகும். எதுக்கு நின்னுகிட்டே இருக்கே? உட்கார்” என்று சொல்லி, உலையில் கொதிக்கும் தண்ணீரில் பருப்பைப் போட்டார். குழம்புப் பாத்திரத்தை விறகு அடுப்பின் மீது வைத்து, மற்றொரு அடுப்பு மீது சோற்றுப் பானையை ஏற்றிவைத்துத் தீயைக் குறைத்து, ‘இங்கேயே இருந்து அடுப்பைப் பாத்துக்கோ. ஏதாவது பொங்கினா என்னைக் கூப்பிடு. நான் பூஜைக்கு ஏற்பாடு செய்துவிட்டு வருகிறேன். அவர் இரவு பூஜைக்கு வரும் நேரமானது’ என்று சொல்லி அங்கே இருந்து பூஜை அறைக்குப் போனார்.

3

மாலை சந்தியா நேரம் கடவுள் அர்ச்சனைகளை முடித்து விட்டு பண்டிதர் பூஜை அறையிலிருந்து வெளியே வரும் நேரம் இரவு எட்டு மணியாகி இருந்தது. நேராக வீட்டுப் பின்புறத்திற்குப்

போய் சந்திவந்தனம் செய்த தட்டில் இருந்ததை வாழைமரத்து அருகே கொட்டிவிட்டு மீண்டும் பூஜை அறைக்குப் போகும் போது காத்தியாயினி, “மைசூரிலிருந்து டாக்டர் சதாசிவராயர் வந்திருக்கிறார் வரவேற்பு அறையில் உட்கார்ந்திருக்கிறார்”, என்று சொன்னாள்.

“எவ்வளவு நேரமானது?”

“சுமார் இரண்டு மணி நேரமாகி இருக்கும். நீங்கள் அப்போதுதான் சந்திவந்தனைக்கு உட்கார்ந்தீர்கள்.”

மீண்டும் வேத மந்திரங்களை ஓதாமல், சந்திவந்தனைப் பாத்திரங்களை உள்ளே வைத்துவிட்டு, பண்டிதர் வெளியே வந்தார். டாக்டர் சதாசிவராவ் சுமார் முப்பத்தைந்து வயது சாதாரண ஆள். கண்ணுக்குக் கண்ணாடி. தலையில் ஏகமாக நரைத்த முடி. ஆடை அணிகலன்களைப் பற்றிக் கொஞ்சமும் கவனம் செலுத்தியதாகத் தெரியவில்லை. வரவேற்பறை நாற்காலியொன்றின் மீது அமர்ந்துகொண்டு அவர் சமஸ்கிருத நூல் ஒன்றைப் பார்ப்பதில் மும்முரமாக இருந்தார். பண்டிதர் வெளியே வந்து பேசியபோதுதான் புத்தகத்திலிருந்து கண்ணை எடுத்தது; “வெகு நேரமாகிவிட்டதாம். காக்க வைத்து விட்டேன் மன்னிக்க வேண்டும்.”

“தாங்கள் பெரியவர் அப்படிச் சொல்லக்கூடாது. எனக்கு மற்ற எந்த வேலையும் இல்லை. ஓய்வாகத்தான் வந்திருக்கிறேன்.”

பண்டிதர் ஒரு நாற்காலி மீது உட்கார்ந்துகொண்டு கேட்டார்: “உங்கள் நூல் எதுவரை முடிந்தது?”

“வெளிவந்துவிட்டது. லண்டனில் ஒரு நிறுவனத்தார் வெளியிட்டிருக்கிறார்கள். உங்களுக்குக் கொடுக்கலாம் என்று வந்தேன்” என்று அவர் தன் கைப்பையிலிருந்து ஒரு அச்சான இங்கிலிஷ் புத்தகத்தை எடுத்து சாஸ்த்ரிகள் கையில் வைத்தார். சுமார் நானூறு பக்கங்கள். அழகாக அச்சிடப்பட்ட நூல். ‘தொன்மையான இந்திய அரசறிவியலில் தர்மத்தின் அடிப்படை’ என்ற தலைப்பு. முகப்புப் பக்கத்தைத் திறந்தபோது கன்னடத்தில் எழுதி இருந்தது; “வணக்கத்திற்குரிய திருவாளர் ஸ்ரீனிவாச பண்டிதர் அவர்களுக்கு-பக்தியுடன், சதாசிவராவ்.”

அதைப் பார்த்து பண்டிதர் கேட்டார்: "எனக்கெதற்கு இவ்வளவு மரியாதை?"

"ஒரு வகையில் இந்த நூலுக்கு வழிகாட்டி நீங்கள். உங்களிடமிருந்து நான் இதற்குத் தேவையான பல விஷயங்களைத் தெரிந்துகொண்டேன். சந்தேகம் வந்த பல விஷயங்களுக்கு உங்களிடமிருந்து தீர்வு கண்டுகொண்டேன். அப்படித்தான் முன்னுரையிலும் எழுதி இருக்கிறேன்."

பண்டிதருக்கு இங்கிலிஷ் மொழி நன்றாகத் தெரியாது. நடைமுறைக்குத் தேவையான அளவு மட்டும் தெரியும். வங்கிக் காசோலை எழுதுவது, தபால் கடிதங்களுக்கு விலாசம் எழுதுவது போன்றவை. "நீங்கள் இவ்வளவு பெரிய நூல் எழுதி இருக்கிறீர்கள். என்னால் முழுமையாக வாசிக்க முடியாது. என் மருமகள் படிப்பாள்." பிறகு நூலை வரவேற்பறை பீரோவில் வைத்து விட்டு; "எழுந்து கைகால் அலம்பிக்கொள்ளுங்கள். சாப்பிட்டு விட்டுப் பொறுமையாகப் பேசலாம்" என்றார்.

சமையலறைக்கும் பூசையறைக்கும் நடுவில் கூடத்தில் அவர் இருவரும் சாப்பிட உட்கார்ந்தார்கள். பாகீரதம்மா பரிமாறிக்கொண்டிருந்தார். ஓரிரு வாய் உண்ட பிறகு டாக்டர் சதாசிவராயர் திடீரென்று கேட்டார்: "எங்கே நஞ்சுண்ட பண்டிதன் காணவில்லை?"

பண்டிதர் ஒரு கணம் கலங்கினாலும் அமைதியாக, "சாப்பிட்ட பிறகு சொல்கிறேன். எல்லாவற்றையும் பேசலாம்" என்றார்.

டாக்டர் ராயர், பண்டிதரின் இறந்துபோன மகனின் ஆசிரியர். அவன் பி.ஏ. படிக்கும்போது அவர் வரலாறு பாடம் எடுப்பார். அவன் வழியாகத்தான் அவருக்கு பண்டிதர் அறிமுகமாகி, அவருடைய புலமைப் பயனைப் பெறும் வாய்ப்புக் கிடைத்தது. அவர் இப்போது சொன்ன பதிலால் ராயர் மனதில் ஒரு சந்தேகம் எழுந்தது. அவர் மாலை இங்கே வந்தபோது காத்தியாயினி வந்து கதவைத் திறந்திருந்தாள். அவள் திருமணத்திற்கு அவர் வந்திருந்தார். ஓரிரு முறை இங்கே வந்திருந்த போதும் அவர் ஆர்வத்துடன் பேசி இருந்தார். அவளும் அவரிடம் கூச்சமில்லாமல் பேசுவாள். ஆனால் அந்த நாள், "உட்காருங்கள். சந்திவந்தனைக்கு இப்போதுதான் உட்கார்ந்திருக்கிறார். ஒரு மணி நேரத்தில் வந்து

விடுவார்” என்று தலை குனிந்துகொண்டே சொல்லிவிட்டு உள்ளே போயிருந்தாள். ஆறு மணி மாலையில் அவள் முகம் அவருக்கு சரியாகத் தெரிந்திருக்கவில்லை.

சாப்பாடு முடிந்ததும் அவர்கள் இருவரும் வரவேற்பறைக்கு வந்து தாம்பூலத் தட்டு முன்னால் உட்கார்ந்தார்கள். பண்டிதர், “நான் வெற்றிலை போடுவதை விட்டுவிட்டேன். நீங்கள் போடுங்கள்” என்ற பிறகு, ராயர் நான்கு இலைகளைப் போட்டுக்கொண்டு பிறகு கேட்டார்: “என்ன, நஞ்சுண்டன் ஊரில் இல்லையா?”

பண்டிதர் அமைதியான குரலில் சொன்னார்: “இல்லை. உங்கள் மாணவனை கபிலை எடுத்துக் கொண்டுவிட்டாள். போன ஆனியில் கால் தவறி விழுந்து விட்டான், மீண்டும் கரை சேரவில்லை.”

டாக்டர் ராயருக்கு அந்தப் பேச்சைக் கேட்டு அதிர்ச்சியானது. ஆனாலும் உடனே பேச்சை நம்புவது சிரமமானது. அவர் திடுக்கிட்டு இவர் முகத்தைப் பார்த்துக்கொண்டே உட்கார்ந்தார். மீண்டும் அதே அமைதியான குரலில் பண்டிதர் சொன்னார்: “உங்கள் மாணவனுக்கு இப்படி நடந்தது துயரமாக இருக்கிறது. ஆனால் எல்லாவற்றையும் சகித்துக்கொள்ள வேண்டும். வீட்டில் மருமகள், ஒரு வயது ஆண் குழந்தை இருக்கிறார்கள். அந்தக் குழந்தை பிற்காலத்தில் உங்களைப் போன்றவர்களிடமிருந்து கல்வி கற்க நீங்கள் ஆசீர்வதிக்க வேண்டும். அது இருக்கட்டும் அடுத்ததாக நீங்கள் என்ன செய்யப் போகிறீர்கள்? உங்களைப் போன்ற புலமை உள்ளவர்கள் நம் முன்னோர்கள் வாழ்க்கையைப் பற்றி எழுதித் தற்போது இருப்பவர்கள் அறியும்படி செய்ய வேண்டும். சொல்லுங்க, நீங்க இங்கே வந்து ஒன்றரை ஆண்டுகளுக்கு மேல் ஆனதுதானே?”

பண்டிதரின் ஆளுமை மீது ராயருக்கு அபார நம்பிக்கையும் மதிப்பும் இருந்தது. ஆனால் இருந்த ஒரே மகனும் இறந்துவிட்ட தருணத்திலும் தன் தனிப்பட்ட துயரத்தை விழுங்கிக் கொண்டு அவர் இவ்வளவு அமைதியாக இருக்க வல்லவர் என்று ராயர் எண்ணியிருக்கவில்லை. அப்படி ஒரு சிந்தனை அவர் மனதில் தோன்றும் தருணமும் இருக்கவில்லை. மகன் மரணத்தைப் பற்றிப் பேச்சை வளர்ப்பது அவருக்கு விருப்பமில்லை என்பதை அவர் பேச்சிலிருந்தே அறிந்துகொண்ட ராயர்: “இந்த நூல் எனக்கு மிகவும்

புகழைத் தேடித் தந்திருக்கிறது. இதைப் பாராட்டி ஐரோப்பா நாடுகளின் பல அறிஞர்கள் கடிதம் எழுதி இருக்கிறார்கள். ஆனால் இந்த ஒரு நூலால் எனக்கு நிறைவு இல்லை. 'தொன்மையான இந்திய அரசியலறிவியலில் தர்மத்தின் அடிப்படை' என்ற விஷயத்தைக் குறித்து ஆய்வு செய்து கொண்டிருந்த போது, பழமை இந்தியா முழுவதும் மக்கள் வாழ்க்கையில் அறத்தின் அடிப்படை இருந்த கூற்றை அறிந்துகொண்டேன். அதுபோலவே, இந்த நாட்டின் பண்பாட்டுப் பரம்பரை வரலாற்று அறிஞர்கள் தெரிந்துகொண்ட காலத்திலிருந்து இந்த நாள் வரை விவரிக்க வேண்டுமென்ற ஆவல் மனதில் தோன்றியது. சுமார் ஐந்து தொகுப்புகளில் வெளிவர இருக்கும் இதை இருபத்தியைந்து ஆண்டுகளில் எழுதி முடிப்பேன் என்ற நம்பிக்கை எனக்கு இருக்கிறது. இப்போது முடித்த நூலுக்குக் கிடைத்தது போலவே அந்த நூலுக்கும் உங்கள் உதவியும், ஆசீர்வாதமும் தேவை."

அவர் அந்தப் பேச்சை சொல்லும் போது காத்தியாயினி இரண்டு படுக்கைகளை ஒவ்வொன்றாக அங்கே எடுத்து வந்து அருகருகே இருவருக்கும் விரித்தாள். இரண்டு படுக்கைகள் மீதும் போர்த்திக்கொள்ளக் கம்பளிகளை வைத்து, குடிக்க தாமிரச் சொம்பில் தண்ணீரும் குவளைகளையும் வைத்து விட்டு உள்ளே போனாள். படுக்கையில் படுத்த பிறகும் இருவரும் பேசிக்கொண்டிருந்தார்கள்.

ராயர் சொன்னார்: "இந்த நாட்டு இதிகாசத்தைப் பலர் எழுதி இருக்கிறார்கள். ஆனால் அவை எல்லாம் அரசியல் இதிகாசங்கள். பண்பாட்டு இதிகாசப் பார்வையிலும் ஓரிரு நூல்கள் வந்திருக்கின்றன. ஆனால் என் பார்வை வேறு. பரதவர்ஷ பண்பாட்டில் கலை, அரச நீதி, மக்களின் தினசரி வாழ்க்கை, இவற்றுக்குப் பின்னால் தர்மமும் நிரந்தரமாக இணைந்து அவற்றைப் போஷித்திருக்கின்றன. பிராமணம், புத்தம், சமணம் போன்ற தர்மங்கள் உச்சநிலைக்கு வந்த போது பண்பாட்டு இயற்கைத் தன்மையில் மாற்றங்கள் ஏற்பட்டது அறிந்ததே. ஆனால் முஸ்லிம்களின் படையெடுப்பிற்கு முன்பு இருந்த இந்த மூன்று தர்மங்கள் மீது நடந்த தாக்கத்திற்குப் பிறகும் இந்த நாட்டின் பண்பாட்டுக் கட்டமைப்பில் அதிக மாற்றங்கள் ஏற்படாமல் இருக்கக் காரணம் என்றால்: இந்த மூன்று தர்மங்களின் உண்மையான சாரம் ஒரே தோற்றத்திலிருந்து வந்திருக்கிறது. முஸ்லிம் தர்மத்தால் மூலப் பண்பாட்டின் மீது ஏற்பட்ட விளைவு

என்ன, நவீன காலத்தில் இது எந்தத் திசையை நோக்கிச் செல்கிறது என்ற பார்வையிலிருந்தே என் நூலுக்கான ஆய்வை நடத்துகிறேன். அதற்காக பரதவர்ஷ தர்ம சாஸ்திரங்கள், தரிசனங்கள், இலக்கியம் போன்ற எல்லா ஆய்வுகளும் அவசியம். இவற்றைப் போதுமான அளவுக்குப் பயின்றும் இருக்கிறேன். பிறகு இனி சில நூல்களை உங்களுடன் சேர்ந்து வாசிக்க வேண்டும். இந்த உதவியைச் செய்ய உங்களைத் தவிர எனக்கு வேறு யாரும் கிடையாது.”

இரவு பன்னிரண்டு மணியானாலும் அவர் இருவரும் பேசிக்கொண்டே இருந்தார்கள். இப்படியான பெரும் படைப்பை இயற்றும் முறையைப் பற்றியும், அதனால் அவருக்கு ஏற்படும் இடர்ப்பாடுகளைப் பற்றியும் பண்டிதர் விசாரித்துக் கொண்டிருந்தார். ராயர் கேட்டார்: “இதுபோன்ற ஆய்வுக்குத் தேவையான நேரம் இருக்க வேண்டும். கைக்குக் கீழே ஓரிரு திறமையான உதவியாளர்கள் இருந்தால் அவன் அதிர்ஷ்டசாலி என்று சொல்லலாம். எத்தனையோ நூல்கள் நாம் இருக்கும் இடத்தில் இருப்பதில்லை. அவற்றைத் தேடி நாட்டின் இதர நூலகங்களில் சில காலம் கழிக்க வேண்டும். வரலாற்று முக்கியத்துவம் பெற்ற எல்லா இடங்களுக்கும் போய் சுயமாகப் பார்த்து ஆய்வு செய்ய வேண்டும். இவை எல்லாம் செய்யப் பணம் தேவை. வெளியான என் நூல்களைக் கூட வைத்து என் புதிய நூலைப் பற்றித் தெரிவித்து மகாராஜா கிருஷ்ணராஜ ஒடையாருக்கு ஒரு வேண்டுகோள் எழுதி அனுப்பியுள்ளேன். ‘வரும் திங்கட்கிழமை மதியம் மூன்று மணிக்கு வந்து அரசரைப் பார்க்கவும் என்று அவர் தனிச்செயலாளர் எனக்குக் கடிதம் எழுதி இருக்கிறார். மகாராஜா உதவி செய்யலாம் என்று தெரிகிறது.”

பண்டிதர் எல்லாவற்றையும் அக்கறையுடன் கேட்டுக்கொண்டார். அவர் இருவருக்கும் உறக்கம் வந்த போது இரண்டு மணிக்கு மேலாகி இருந்தது.

4

பண்டிதர் வழக்கம் போல காலை நான்கு மணிக்கு எழுந்து, வீட்டுக்குப் பின்னால் நூறு கஜத் தொலைவில் ஓடிக்கொண்டிருந்த குண்டல ஆறை நோக்கிப் போனார். கிருஷ்ண பட்ச (தேய்பிறை) நாளாக இருந்ததால் வானில் நிலா இருக்கவில்லை. சுக்கிர

கிரகம் மட்டும் ஒளிர்ந்துகொண்டிருந்தது. ஆனால், வான் நிறைய சிரிக்கும் நட்சத்திரங்கள் எல்லையற்ற கற்பனையை மனதில் தோற்றுவித்துக்கொண்டிருந்தன. அமைதியான விடிகாலையில் நட்சத்திரங்களுக்குக் கீழே நடந்து போய் காலைக் கடன்களை முடித்துக்கொண்டு அவர் மாட்டுத் தொழுவத்திற்கு வந்தார். அவர் வரவைப் பார்த்து எழுந்து நின்ற பசுக்களின் உடலை வருடி, எந்தப் பசு எவ்வளவு புல் தின்றது என்பதை ஊகித்து, அவற்றை வெளியே கட்டி அவர் உள்ளே வரும் நேரம் பாகீரதி அம்மாவும் விழித்திருந்தார். ஒரு வேட்டி, ஒரு சொம்பை கையில் பிடித்துக் கொண்டு பண்டிதர் கோவில் முன் பக்கமாக மணிகர்னிகா படித்துறைக்குப் போனார். கபிலை அமைதியாகி ஷட்ஜ (ஏழிசையில் முதலாம் இசை) சுருதியில் ஓடிக்கொண்டிருந்தாள். ஆற்றில் குளித்து, உடுத்தி இருந்த வேட்டியைத் துவைத்து, சொம்பில் தண்ணீர் நிரப்பிக்கொண்டு அவர் வீட்டிற்கு வரும் வேளையில் வழக்கம் போல காக்கைகள் கரைந்துகொண்டிருந்தன. அதற்குள் பாகீரதி அம்மா வீட்டிலேயே குளித்துவிட்டு பூஜை அறையை மெழுகிக் கோலம் போட்டு பூஜைக்கு ஏற்பாடு செய்திருந்தார்.

டாக்டர் ராயர் எழுந்த போது காலை எட்டு மணி. அவர் தினசரி எழும் நேரம்தான் அது. இரவு படுப்பதோ இரண்டு மணிக்கு. எழுந்து நாற்காலி மீது உட்கார்ந்திருந்த போது காத்தியாயினி அங்கே வந்து சொன்னாள்: "பூஜை செய்து கொண்டிருக்கிறார். கொஞ்ச நேரத்தில் ஆரத்தி முடியும். நீங்கள் குளிக்கவும், வெந்நீர் தயாராக இருக்கிறது."

குளித்த பிறகு ராயர் பூஜையறைக் கதவருகே நின்றுகொண்டார். ஆரத்தி எடுத்த பிறகு அவருக்கும் பண்டிதர் ஆரத்தி, தீர்த்தம் கொடுத்தார். ராயர் அதே நாள் மதியம் மைசூருக்குத் திரும்ப வேண்டியிருந்தது. பண்டிதர் காலைச் சிற்றுண்டி எடுத்துக் கொள்ளமாட்டார் ஆகையால் ராயருக்கு மட்டும் சிற்றுண்டி ஆனது. விருந்தாளியை வீட்டிலேயே உட்கார வைத்து விட்டு பண்டிதர் பதினொரு மணியளவில் கொஞ்சம் வெளியே போய் வந்தார். மதியம் உணவிற்குப் பிறகு ராயர் புறப்படும் முன் பண்டிதர் உள்ளே இருந்து ஒரு தாம்பூலத் தட்டை எடுத்து வந்து அவர் முன்னால் பிடித்து, "இதை ஏற்றுக்கொள்ள வேண்டும்" என்றார். அது என்னவென்று ராயர் தட்டைப் பார்த்தார். தாம்பூலம் அதன் மீது தேங்காய். அருகில் ஒரு உறை. பார்த்தவுடன்

அது பணம் என்று புரிந்துகொண்ட ராயர் ஒரு அடி பின்னால் நகர்ந்து சொன்னார்: "நீங்கள் ஆசீர்வாதம் செய்து கொடுக்கும் இந்தத் தாம்பூலத்தை நான் வேண்டாம் என்று சொல்லமாட்டேன். ஆனால் இந்த உறையில் இருப்பது என்ன என்று எனக்குப் புரிகிறது. அதைத் தொடமாட்டேன்."

பண்டிதர் மென்மையான குரலில் சொன்னார்: "பெரும் நூலைப் படைக்கப் புறப்பட்டிருக்கிறீர்கள். அதற்கு எவ்வளவு பணம் இருந்தாலும் போதாது. உண்ணவும் உடுக்கவும் போக கொஞ்சம் மிச்சமாகுமளவிற்குக் கடவுள் இந்தக் குடும்பத்திற்குக் கொடுத்திருக்கிறான். இதுபோன்ற பணிகளுக்கல்லாமல் அது வேறு எதற்கு விநியோகமாக வேண்டும்? நீங்கள் வாங்கிக் கொள்ளுங்கள்."

"ஆனாலும் நான் உங்களிடமிருந்து வேறு உதவியை எதிர் பார்க்கிறேன், இதை அல்ல."

"உதவி செய்ய நான் யார்? உங்களுக்குத் தேவையான போதெல்லாம் கண்டிப்பாக இங்கே வாருங்கள். ஆனால் இதை மட்டும் எடுத்துக்கொள்ளுங்கள். இதை நான் உங்களுக்குக் கொடுக்கவில்லை. கொடுப்பது நானும் அல்ல. இதுபோன்ற காரியங்களுக்குப் பயன்படத்தானே பணம் இருப்பது? எந்த அறச் செயலுக்கும் யாராவது கொடுக்கும் காணிக்கையை, கொடுப்பவன் கஞ்சனாக இருந்து அழுதுகொண்டே கொடுத்தால், மனைவி, மக்களை நிர்க்கதிக்கு ஆளாக்கிக் கொடுத்தால், அல்லது முறைகேடாக சம்பாதித்ததைக் கொடுத்தால் மட்டும் வாங்கக்கூடாது. இது அற நுட்பம். இந்தக் காணிக்கையை நீங்கள் வேண்டாம் என்பது அறமல்ல."

அந்த வார்த்தைகளைக் கேட்டு ராயருக்கு மிகவும் சங்கோசமானது. அவர் தாம்பூலத் தட்டை வாங்கிக்கொண்டார். புறப்படும் முன் பாகீரதி அம்மாவிடம் சொல்லிக்கொண்டு, காத்தியாயினியிடம் ஆறுதலாக இரண்டு வார்த்தைகள் கூறி மதியத்திற்குப் பிறகு ரயிலுக்குப் போனார்.

ரயில் நஞ்சனக்கூடு விட்ட பிறகு அவர் உற்சாகத்துடன் உறையைப் பிரித்துப் பார்த்தார். அவர் மனம் ஊமையானது; நூறு ரூபாய்களின் பத்துத் தாள்கள்.

ரயில் மைசூர் வந்தடையும் நேரம், அந்தப் பணத்தை எப்படி விநியோகம் செய்ய வேண்டும் என்று அவர் மனதில் முடிவு செய்தாகி இருந்தது; இருநூறு ரூபாய் கொடுத்து ஒரு நல்ல டைப்ரைட்டர் வாங்குவது. சுமார் முன்னூறு ரூபாய்க்கு, மிகவும் அவசியமான, பல்கலைக்கழக நூலகத்தில் கிடைக்காத நூல்களை வாங்குவது. மீதிப் பணத்தை அவர் அப்போதே திட்டமிட்டிருந்த படி ஆய்வுப் பயணத்திற்குப் பயன்படுத்துவது.

★★★

படலம்: இரண்டு

1

முனைவர் சதாசிவராயர் காலை ஒன்பது மணிக்கு எழுந்தவர் படுக்கையறையிலிருந்து வெளியே வந்திருக்கவில்லை. நேற்று இரவு தாம் வாசித்த நூல் ஒன்றில் அடிக்கோடிட்ட பக்கங்கள் மீது பார்வையை ஓட்டிக்கொண்டிருந்தார். எழுந்தவுடன் காலை காப்பி பருகும் பழக்கம் அவரிடம் இல்லை. காப்பியையும் சிற்றுண்டியையும் அவர் மனைவி கொண்டு வந்து கொடுக்கும் போது எடுத்துக்கொள்வார். இல்லாவிட்டால் அவராகப் போய் 'பசிக்கிறது' என்று கேட்பவர் அல்ல. தாம் படித்துக்கொண்டிருந்த நூலில் அவருக்கு ஏற்பு இல்லாத பல கருத்துகள் இருந்தன. அவற்றைத் தம் நூலில் குறிப்பிட்டு அவற்றில் இருக்கும் தவறுகளைச் சுட்டிக் காட்ட வேண்டுமென்று அவர் சிந்தித்திருந்தார். மனம் இதிகாசத்தின் இரண்டாயிரம் ஆண்டுகளுக்கு முன்பான வாழ்க்கையைச் சித்தரித்துக்கொண்டிருந்தபோது, பின்னால் இருந்து அவர் தலை மீது யாரோ குளிர்ந்த கையை வைத்தது போல இருந்தது. திரும்பிப் பார்க்கிறார். மனைவி இடது கையில் ஆமணக்கு எண்ணெய்க் கிண்ணத்தைப் பிடித்துக்கொண்டு, வலது கையில் ஒரு கையளவு எண்ணெயை அவர் தலை மீது தேய்க்க ஆரம்பித்தாள். குழம்பிய முகபாவத்துடன் அவர் கேட்டார்: "காலை எழுந்தவுடன் இதென்ன செய்கிறாய் நாகு?"

நாகலட்சுமி அவர் பேச்சுக்குப் பதில் கொடுக்காமல் சொன்னாள்: “என்ன செய்கிறேன் என்று சொல்ல வேண்டுமா? உங்களுக்குத் தெரியாதா? எந்திரிங்க, ஒரு பழைய துண்டை சுத்திக்கிட்டு உக்காருங்க. கை காலுக்கு எண்ணெய் தேய்ச்சு விடறேன்.”

“இப்போ தலையைத் தேய்ச்சது போதும். என் பேச்சுக்கு பதில் சொல். இன்னைக்கு எழுந்தவுடன் எதற்கு இப்படிச் செய்தாய்? எனக்கு எவ்வளவு வேலை இருக்கு, உனக்குத் தெரியாதா?”

நாகலட்சுமி சிரித்துக்கொண்டே சொன்னாள்: “பல புத்தகங்களைத் தலையில நிரப்பி வைச்சிருப்பீங்க. யாரோ ராஜா படையில் எவ்வளவு கிழட்டு யானைகள் இருந்தன என்பதை சுலபமா சொல்றீங்க. நேத்து உங்க பொண்டாட்டி சொன்ன ஒரு பேச்சு ஞாபகத்தில இருக்காதா? சொல்லுங்க, இரவு என்ன சொல்லியிருந்தேன்?”

ஞாபகப்படுத்திக்கொள்ள முயற்சித்தாலும் அது என்ன என்பது அவர் நினைவிற்கு வரவில்லை. இரவு மூன்று மணி வரை வாசித்து முடித்த முன்னூறு பக்கங்களின் நூலில் எழுதியிருந்த விஷயங்கள் எல்லாம் நினைவில் இருந்தன. நாகலட்சுமி குறும்புச் சிரிப்பு சிரித்து சொன்னாள்: “உங்களுக்கு நினைவு வராது. உங்களைப் போன்றவர்களுக்கு மனைவி மீது எங்கே அக்கறை இருக்கும்? போகட்டும் விடுங்க! இன்னைக்கு உங்க பிறந்த நாள். சின்னதா ஒரு எண்ணெய்க் குளியல் போட்டு ஒரு கரண்டிப் பாயசம் செய்யணும்னு நான் சொல்லி இருந்தேன். எழுந்த உடன் தலைக்கு எண்ணெய் தேய்ச்சாளேன்னு கோபிச்சுக்க வேண்டாம். எந்திரிங்க குளியலறையில ஒரு துண்டைக் கட்டிக்கிட்டு உக்காருங்க வாங்க.”

குளியலறையில் கணவன் முதுகுக்கு எண்ணெய் தேய்த்துக் கொண்டே நாகலட்சுமி சொன்னாள்: “தலை வாரிக் கொள்ளும்போதும் நீங்கள் சரியா கண்ணாடியைப் பாக்கறதில்லை. உங்க தலையைப் பாத்திருக்கீங்களா? முழுசா வெள்ளை முடியா கிடக்கு. இன்னைக்கு உங்களுக்கு முப்பத்தி நாலு வயசு. இந்த வயசிலேயே இவ்வளவு மூப்பு வரணுமா? போகட்டும் உங்க பொண்டாட்டி வயசென்ன சொல்லுங்க?”

ராயர் சிரித்துக்கொண்டே, “என்ன இருந்தாலும் முப்பத்தஞ்சை விடக் கம்மியாத்தான் இருக்கும்.”

“ஆஹா! பெரிய புத்திசாலி நீங்க! மனைவி மீதே அக்கறை இல்லாதவங்க அவ வயசு மீது அக்கறை இருக்குமா? ராஜனை விட நான் ரெண்டு மாசம் பெரியவ. அவனுக்கு இப்போ பதினைஞ்சு நாள்ல இருபத்தி நாலு நிறைவடையப் போகுது. அப்போ இப்ப என் வயசென்ன சொல்லுங்க?”

“ராஜனை விட ரெண்டு மாசம் அதிகம்.”

“என்னைவிட ராஜன் எத்தனை வருஷம் சின்னவனோ நீ அவனை விட ரெண்டு மாசம் குறைவா சின்னவள்.”

கணவன் மூக்கை தன் எண்ணெய்க் கையால் பிடித்து லகுவாக இழுத்து நாகலட்சுமி சொன்னாள்: “இதை சரியா சொல்லாட்டி நான் உங்களை சும்மா விடமாட்டேன். எண்ணெய் கொஞ்சம் நல்லா ஊறட்டும். அப்படியே உடம்பைத் தேய்ச்சுக்கிட்டு இருங்க. உங்களுக்குக் காப்பி கொடுத்துட்டு, பருப்பை வேகப்போடறேன். இன்னைக்கு நீங்க குளிச்சு சாமிக்கு நமஸ்காரம் செய்யற வரைக்கும் சாப்பிட எதுவும் கொடுக்க மாட்டேன்.”

நாகலட்சுமி அடுக்களைக்குப் போனாள். அவள் நேற்று இரவே வீட்டை மெழுகிக் கோலம் போட்டிருந்தாள். பூஜை மண்டபத்தை சுத்தம் செய்து பூஜைக்கு ஏற்பாடு செய்திருந்தாள். இப்போது விரைவாக சமைப்பது மட்டுமே மீதமிருந்தது. அப்போதே பத்து மணியாகி விட்டது. சோறு வடித்து, காய்கறி வேக வைத்து, குழம்புக்கு பருப்பைப் போட்டு அது பாதி வெந்துகொண்டிருக்கும் நேரத்தில் அவள் நான்கு வயதுக் குழந்தை, பக்கத்து வீட்டில் விளையாடப் போயிருந்த பிரித்வி வீட்டுக்கு வந்து அம்மாவிடம் கேட்டான்: “அம்மா பசிக்குது.”

“இன்னைக்கு அண்ணனுக்குப் பிறந்த நாள். (சில கன்னடக் குடும்பங்களில் அப்பாவை அண்ணன் என்று அழைக்கும் வழக்கம் உண்டு) அவர் குளிச்சிட்டு வந்த பிறகுதான் சாப்பாடு. இப்ப பசியா இருந்தா இதைச் சாப்பிடு” என்று நாகலட்சுமி அவன் சட்டைப் பையில் ஒரு பிடி அவல் நிரப்பினாள். பையன் மீண்டும் விளையாடப் போய்விட்டான். அவள் சமையலை முடித்துவிட்டு குளியலறைக்கு வந்த போது ராயர் அங்கே இருக்கவில்லை. அவர் படிக்கும் அறைக்குப் போய் பார்த்தார். தரை மீது ஒரு பழைய கோணிப் பையை விரித்து உட்கார்ந்துகொண்டு அவர் தாம் நேற்று

இரவு வாசித்த நூலிலிருந்து குறிப்பு எடுத்துக்கொண்டிருந்தார். அருகில் வந்த நாகலட்சுமி சொன்னாள்: "எந்திரீங்க, முந்நூத்தி அறுபத்தி அஞ்சு நாளும் படிக்கிறது இருந்தே இருக்கும். பிறந்த நாள் பொண்டாட்டி பிள்ளைங்களோட சந்தோஷமா இருக்கணும். குளிச்சுட்டு வந்து சாப்பிடுங்க, தேவைனா கொஞ்சம் படுங்க. இன்னைக்கு ராத்திரி வசந்தசேனை நாடகத்துக்குப் போகலாம். லட்சுமிபாய் வசந்தசேனை வேடத்தில நடிக்கிறாராம்."

"முடிஞ்சா போலாம். இன்னைக்கு நீ சொல்றது போலவே ஆகட்டும். சரி இப்ப மணி என்ன ஆச்சு?" சுவர் மீது இருந்த கடிகாரத்தைப் பார்த்து ராயர் சொன்னார்: "இப்போதே பதினொன்றரை. வா, சீக்கிரம் தண்ணி ஊத்து. மூணு மணிக்கு மகாராஜாவைப் பாக்கணும்."

"நிஜமாவா? நீங்க எங்கிட்ட சொல்லவே இல்லை. என்ன விசேஷம்?"

"சொல்லலையா? மறந்துபோயிட்டேன்னு தோணுது. டைரில எழுதி வைச்சிருந்தேன். வா, தண்ணி ஊத்து."

"டைரிலே எழுதி வச்சிருந்தா பொண்டாட்டிக்கிட்ட சொன்ன மாதிரி ஆகுமா? போகட்டும் விடுங்க. உங்க டைரியைப் படிக்க எனக்கென்ன இங்கிலிஷ் தெரியுமா? என்ன இருந்தாலும் மக்கு. கிராமத்துப் பொண்ணு. குணிகல் ராமண்ணா மகள்", என்று கணவனின் தோளைப் பிடித்துக்கொண்டு குளியலறைக்குத் தள்ளிக்கொண்டு போனாள். சுடச்சுட தண்ணி ஊற்றி அவளே தலை, முதுகு, உடம்பைத் தேய்த்துவிட்டு அப்பியங்கம் செய்து வைத்தாள். கடவுளுக்கு பூஜை செய்து, கணவனிடமிருந்து நமஸ்காரம் செய்ய வைத்து, அவருக்கும் மகனுக்கும் பிரசாதம் கொடுத்தாள். அவர்கள் மூன்று பேரும் சாப்பிட்டு முடித்த போது மதியம் ஒன்றரை மணி. சாப்பிட்ட தட்டுகளைக் கழுவி, மீதமிருந்ததை மூடி வைத்து, இளம் வெற்றிலை இருந்த தட்டை எடுத்துக்கொண்டு அவள் ராயர் படிக்கும் அறைக்கு வரும்போது அவர் ஆடை அணிந்திருந்தார். கோடையிலும் முழு சூட் அணிந்து, கறுப்பு நிற டை கட்டி, தலைக்கு முண்டாசு சுற்றிக்கொண்டு காலுக்கு பூட் போட்டுக் கட்டிக்கொண்டிருந்தார். அவர் புறப்பட்டதைப் பார்த்து நாகலட்சுமி கேட்டாள்: "இதென்ன இப்பவே புறப்பட்டுட்டீங்க? இன்னைக்காவது கூட உட்கார்ந்து

வெத்திலை போடக் கூடாதா? சீக்கிரம் மடிச்சுத் தர்றேன், பொறுங்க".

"இல்லை நாகு. இப்பவே ஒன்னே முக்கால் ஆச்சு. மூணு மணிக்கு சரியா அவர் தரிசனம் கொடுப்பார். வெத்தலை போட்டுக்கிட்டா மறுபடியும் சுத்தமா பல் துலக்காம அவர் முன்னால போகக்கூடாது", என்று அவர் புறப்பட்டு விட்டார். தன் கையில் இருந்த தட்டை மேசை மீது வைத்து, நாகலட்சுமி அவர் அருகே வந்து அவர் இரண்டு கைகளையும் பிடித்துக்கொண்டு சொன்னாள்: "என்னை நல்லாப் பாருங்க."

ராயர் அவள் முகத்தை உன்னிப்பாகப் பார்த்த பிறகு நட்பு நிறைந்த குரலில் சொன்னாள்; "போயிட்டு வாங்க. நான் இப்ப சாமி கும்பிட்டு இருக்கேன்தானே. மகாராஜா நீங்க கேக்கிற உதவியைச் செஞ்சு கொடுப்பார்."

2

முனைவர் சதாசிவராவ் பத்து வயதுப் பையனாக இருந்தபோதே அவர் அம்மா அப்போதுதான் பிறந்த ஒரு ஆண் மகவை விட்டு விட்டு இறந்து போனார். இரண்டு பிள்ளைகளையும் அவர் தாய்மாமன் குணிகல் ராமண்ணா அழைத்து வந்து வளர்த்தார். சதாசிவராயர் அப்பாவும், மனைவி இறந்த இரண்டு ஆண்டுகளில் அவர் வழியைப் பார்த்துக் கொண்டு போய்விட்டார். அப்பாவாக அவருக்கு எந்த பாத்தியதையும் இருக்கவில்லை. சதாசிவராயர் தன் தாய்மாமன் மகள் நாகலட்சுமிக்குப் பத்து வயது மூத்தவர். அதுமட்டுமல்லாமல் அவள் ஐந்து வயதுக் குழந்தையாக இருந்த போதே அவர் உயர்நிலைப் பள்ளியில் கல்வி கற்க மைசூர் அநாதை விடுதியில் சேர்ந்தார். அவர் தம்பி ராஜாவும் நாகலட்சுமியும் ஒத்த வயதுக்காரர்கள். கண்ணாமூச்சி, தட்டாங்கல், கிட்டிப்புள் போன்றவற்றை சேர்ந்தே விளையாடுவார்கள்.

ராயர் தம் இருபத்தி நான்காம் வயதில் எம்.ஏ. தேர்வடைந்து, மகாராஜா கல்லூரியில் வரலாறு விரிவுரையாளராக வேலைக்கு சேர்ந்த நாளிலிருந்து டாக்டரேட்-க்கு ஆய்வு செய்யத் தொடங்கிவிட்டார். நாகலட்சுமியை திருமணம் செய்துகொள்ள வேண்டுமென்று மருமகனை ராமண்ணா ஆரம்பத்திலேயே

கேட்டிருந்தார். அப்போதே பதினான்கு வயது நாகலட்சுமி உயரமாக உடல் பூசினாற்போல லட்சணமாக இருந்தாள். வீட்டு வேலைகளில் கெட்டிக்காரி. நல்ல குணம். ஆனால் நடுநிலைப்பள்ளி கல்வித் தேர்வை முடிக்குமளவு அவள் தலையில் எழுதவில்லை. பெண் பிள்ளை படித்து ஆவதாவது என்ன, தன் தாய் தந்தையரைப் போலவே அவளும் எண்ணியிருந்தாள். ஆரம்பத்திலிருந்தே நன்றாகப் படிப்பவராக இருந்த சதாசிவராயர் திருமணத்தைப் பற்றியோ, தனது மணமகளைப் பற்றியோ என்றும் கவலைப்பட்டவரல்ல. மாமன் சொன்ன பிறகு திருமணம் நடந்தது. மைசூரில் வீடு அமைத்துக்கொண்டார். அவர் தம்பி ராஜாவும் அண்ணியுடன் வந்து கல்வி கற்கச் சேர்ந்தான். இப்போதும் ராஜா, நாகலட்சுமிக்கும் இருக்கும் இணக்கம் கணவன் மனைவியிடம் இருக்கவில்லை. சதாசிவராயருக்கு மனைவி என்றால் அன்பு இல்லை என்றல்ல. அது இயல்பானது. மனைவியை பிரக்ஞையுடன், முயன்று அன்பு செலுத்துவது என்றால் என்ன? படிப்பு, எழுத்து, ஆய்வுகளில் அவர் மூழ்கிக்கிடந்தார். திருமணம் நடந்து ஆறு ஆண்டுகளுக்குப் பிறகு அவர் மகன் பிரித்வி பிறந்தான்.

சமீபத்தில் நான்கு ஆண்டுகளுக்கு முன்பு ராமண்ணா இறந்து விட்டார். அவர் மனைவி ஒரு ஆண்டில் கணவனைப் பின்தொடர்ந்தார். ஊரில் இருக்கும் நிலபுலன்களை நாகலட்சுமியின் தம்பியும், அவன் மனைவியும் பார்த்துக்கொள்கிறார்கள்.

ஆங்கில இலக்கியத்தில் எம்.ஏ. தேர்ச்சி பெற்று அதே கல்லூரியில் விரிவுரையாளராகப் பணியாற்றிய பிறகு ராஜா இங்கிலாந்து போய்வர ஒரு மாணவர் உதவித்தொகை கிடைத்தது. இப்போது இரண்டு ஆண்டுகளுக்கு முன் அவன் ஆக்ஸ்ஃபோர்ட்-க்குப் போன பிறகு நாகலட்சுமிக்கு வீட்டில் ஒரே சலிப்பு. இயல்பாகவே கொஞ்சம் அதிகம் பேசுபவள் அவள். புத்தகப்புழுக் கணவன், நூலகத்திற்குப் போனால் அங்கேயே தன்னைத் தானே மறந்து விடுபவர். வீட்டிற்கு வந்தாலும் படிப்பு அறையில் இரவு இரண்டு மணியையும் தாண்டி வாசித்துக்கொண்டும், எழுதிக்கொண்டும் இருப்பார். வெளிநாட்டில் இருக்கும் தம்பிக்குக் கடிதம் எழுதக்கூட அவருக்கு நேரம் இருக்காது. நாகலட்சுமி எழுதும் கடிதங்களுக்கு அவர் இங்கிலிஷில் விலாசம் மட்டும் எழுதிக்கொடுப்பார். அப்போதே ஆக்ஸ்ஃபோர்டில் படிப்பை முடித்துக்கொண்டு

அவன் தன் நாட்டை நோக்கிக் கப்பல் ஏறி இருக்கிறான். இன்றோ நாளையோ மும்பை வந்து சேரலாம்.

மதியம் ஒண்ணே முக்கால் மணிக்கு கணவன் மகாராஜாவைப் பார்க்கப் போன பிறகு நாகலட்சுமிக்கு வேறு எந்த வேலையும் இருக்கவில்லை. தினமும் அவளுக்கு அதிகமாக வேலைகள் இருக்காது. அன்று மாலை நாடகத்திற்கு அழைத்துச் செல்வதாக அவர் சொல்லியிருக்கிறார். அவளுக்கு அப்போதிலிருந்தே ஒரே கொண்டாட்டம். மகாராஜாவுடன் சந்திப்பு எத்தனை மணிக்கு நடக்கலாம்? சொல்ல முடியாது அவர் பெரிய மகாராஜா. ஓரிரு வார்த்தை பேசி அனுப்பிவிடலாம். மகாராஜா இவரை வரச்சொன்னார் என்று என்னிடம் ஒரு வார்த்தை சொல்லக்கூடாதா? இதுவரை அவர் எதைத்தான் சொல்லி இருக்கிறார்! அவராச்சு அவர் எழுத்தாச்சு. எப்போதும் அப்படித்தான்.

ஐந்து மணியாகி விட்டது. அவர் வரவில்லை. நாகலட்சுமி பக்கத்து வீட்டில் விளையாடிக்கொண்டிருந்த பிரித்வியை அழைத்து அவனுக்கு முகம் அலம்பி ஆடை அணிவித்தாள். தானும் முகம் கழுவித் தலைசீவி நல்ல சேலையை உடுத்திக்கொண்டாள். அன்று கணவனின் பிறந்தநாள் அல்லவா? அவர் பிறந்தநாள் மீது அவருக்கு அக்கறை ஆர்வம் கிடையாது. ஆனால் அவளுக்கு இல்லாமல் போகுமா என்ன? “அம்மா, அண்ணா இன்னும் வரலையே. நாடகம் இல்லையா?” என்று கேட்ட குழந்தையிடம், “வந்துடுவார், பொறு” என்று சொல்லி அவள் காத்திருந்தாள். ஆறு மணி அடித்தாலும் அவர் வரவில்லை. வாசலில் வந்து நின்றாள். பத்து நிமிடத்தில் அவருக்குப் பதிலாக ஒரு தபால்காரர் வந்து அவள் கையொப்பத்தை வாங்கிக்கொண்டு ஒரு உறையைக் கொடுத்துப் போனார். உள்ளே எழுதி இருந்தது மூன்றே வார்த்தைகளின் தந்தி. கீழே இருந்த பெயர் ராஜா என்பது அவளுக்குத் தெரிந்தது. மேலே எழுதி இருந்த, ‘செவ்வாய் மாலை வந்துசேருவேன்’ என்ற இங்கிலிஷ் எழுத்துகள் அவளுக்குப் புரிந்தாலும் தான் புரிந்துகொண்டது சரிதானா என்பதில் அவளுக்கு நம்பிக்கை இல்லை. இதை யாரிடம் கேட்பது? கடிதத்தை மட்டும் கன்னடத்தில் எழுதும் ராஜா டெலகிராம் எதற்கு இங்கிலிஷில் எழுதி இருக்கிறான்? எனக்கு இங்கிலிஷ் தெரியாது என்று அவனும் கிண்டல் செய்கிறானா? வரட்டும், அவனைச் சரியாக வையணும் என்று முடிவு செய்தாள்.

இரவு எட்டு மணிக்கு ராயர் வீட்டிற்கு வந்த போது தந்தியைப் பார்த்துச் சொன்னார்: "நாளை மாலை ராஜா வந்து விடுவான்."

"அப்படி என்றால் நான் புரிந்துகொண்டது சரிதானே?" என்றாள் நாகலட்சுமி பெருமையுடன்.

"ஆம், நீ புத்திசாலி. ராஜா வந்த பிறகு அவனை சொல்லிக் கொடுக்கச் சொல்லி இனியாவது இங்கிலிஷ் கத்துக்கோ. எனக்காவது உதவி செய்யலாம்."

"நான் கத்து உங்களுக்கு உதவியா இருக்கிறது ஒண்ணுதான் பாக்கி. என் தலைலே படிப்பு எழுதலைன்னு எனக்கு நல்லாவே தெரியும். அது போகட்டும். இன்னைக்கு நாடகம் போச்சு. நாளைக்கு ராஜா வர்றான், நாளைன்னைக்கு எல்லோருமாகச் சேர்ந்து போலாம். மகாராஜா என்ன சொன்னார் சொல்லுங்க."

"அவருக்கு என் புத்தகத்தை முதல்லயே அனுப்பி இருந்தேன். அவர் அதைப் படித்திருக்கிறார். மிகவும் பிடித்துவிட்டதாம். அடுத்த பெரிய நூலுக்கு, முடிந்த எல்லா உதவியும் செய்வதாகச் சொல்லி இருக்கிறார்."

"நீங்க இந்த விஷயத்துக்கா அவரைப் பாக்கப் போனீங்க? எங்கிட்ட சொல்லவே இல்லை."

"ஏதோ யோசனைல மறந்துபோனேன். இப்ப நேரமாச்சு. குழந்தைக்குப் பசியா இருக்கும் பாரு."

நாகலட்சுமி குழந்தையை அழைத்துக்கொண்டு சமையலறைக்குப் போனாள்.

3

தம்பியை வரவேற்க சதாசிவராயர் ரயில் நிலையத்திற்குப் போயிருந்தார். வண்டியிலிருந்து இறங்கியவுடன் அவன் அண்ணனுக்கு நமஸ்காரம் செய்தான். வீட்டிற்கு வந்தவுடன் நாகலட்சுமி சொன்னாள்: "நீ முதல்ல விட கொஞ்சம் வெள்ளையாயிட்டே. ஆனா ஆள் மெலிஞ்சு போயிட்டே."

"அங்கே சமைச்சுப் போட நீ இருக்கலையே. அங்கேயே ஒருத்தியைக் கல்யாணம் கட்டிக்கிட்டு சாப்பாட்டுக்கு வசதி

செஞ்சுக்கலாமுன்னா நீ ஒத்துக்குவையோ மாட்டேயோன்னு சும்மா இருந்துட்டேன்.”

“எல்லாத்துக்கும் என் பேச்சைக் கேக்கறவன் நீ! வா உக்காரு. எலுமிச்சை பானகம் குடி.”

ராயரைத் தேடிக்கொண்டு அவருடைய நண்பர் வந்திருந்தார். அவருடன் பேசிக்கொண்டு ராயர் அவர் படிப்பு அறையில் உட்கார்ந்திருந்தார். பிரித்வி சித்தப்பாவை மறந்து போயிருந்தான். ராஜா வரும் முன் ‘திக்கப்பா திக்கப்பா’ என்று சொல்லிக்கொண்டிருந்தவன் இப்போது உடனே அவனிடம் போகாமல் தொலைவில் நின்றிருந்தான். பிரித்வி இரண்டு வயதாக இருக்கும் போது, ராஜா இங்கிலாந்து போகும் வரை அவன்தான் குழந்தையை விளையாட வைத்துக்கொண்டிருந்தான். எந்தக் குழந்தையாக இருந்தாலும் அவனிடம் விரைவில் ஒட்டிக்கொள்வார்கள். அண்ணியைக் கேட்டான்: “நாகு சொல்லு: இந்த ரெண்டு வருஷம் எப்படிப் பொழுதைப் போக்குனே. அண்ணன் புத்தகம் இங்கிலாந்திலும் பிரபலமாகி இருக்கு. அவர் உங்கிட்ட பேசறாரா இல்லை எப்போதும் போல எழுதறதிலேயே மூழ்கிப் போறாரா?”

“அவர் குணம் என்னைக்காவது மாறியிருக்கா?” என்று அவள் அடுப்புத் தீயைக் குறைத்தாள்.

“ஆனாலும் வீட்டில் மனைவி தனியா இருக்கும்போது சில சமயம் அவளுடன் அரட்டை அடிக்காம இருக்க அவருக்கு சலிப்பா இருக்காதா?”

“அதை அவரிடமே கேளு. இப்ப நீ சொல். அங்கே என்னென்ன செஞ்சே. நிறைய நாடகம் பாத்தேன்னு கடிதாசில எழுதியிருந்தியே? எப்படி இருந்தது சொல்லு.”

ராஜாவுக்கு நாடகங்களின் மீதும் நாடகக் கலையின் மீதும் தனிப்பட்ட விருப்பம் இருந்தது. அவன் ஆக்ஸ்ஃபோர்டில் பி.ஏ. படித்தாலும் தனக்குக் கிடைத்த வாய்ப்பில் இங்கிலிஷ் நாடகம், நாட்டியம் போன்றவற்றை முடிந்த அளவு பார்த்திருந்தான். சில பிரபல நாடக நடிகர்களுடன் தனிப்பட்ட அறிமுகத்தை ஏற்படுத்திக் கொண்டிருந்தான். அவர்கள் வண்ணம் பூசும் மேம்பட்ட உபகரணங்களிலிருந்து, எந்திரங்களால் அமைக்கப்பட்ட

நாடக மேடைகளையும் பார்த்திருந்தான். அவற்றைப் பற்றிச் சொல்லத் தொடங்கினான். அவை எல்லாம் அவளுக்குப் புரியும் என்றல்ல; ஆனால் அவளிடம் யாராவது பேசிக்கொண்டிருந்தால் அது தனக்கு முழுமையாகப் புரியாவிட்டாலும் கேட்கும் ஆசை அவளுக்கு. ராஜாவும் பேச்சாளி. அதனால் அவர்கள் இருவருக்கும் ஒத்துப்போகும். நாகலட்சுமி சொன்னாள்: “இந்த ஊருக்கு எஸ்.எஸ்.எஸ் நாடகக் கம்பனி வந்திருக்கு. பதினைஞ்சு நாளா வசந்தசேனை நாடகம் நடக்குது. ஊருக்கு ஊரே போய்ப் பாத்து வருது. லட்சுமிபாய் ரொம்ப நல்லா நடிக்கறாங்களாம். நேத்து நாங்க ரெண்டு பேரும் புறப்பட்டிருந்தோம். அதுக்குள்ள உன் தந்தி வந்துச்சு. நாளைக்கு உன்னோடு சேர்ந்து போலாமுன்னு இருந்துட்டோம்.”

ராஜா சிரித்துக்கொண்டே சொன்னான்: “நாகு நீ பொய் சொல்றே. அப்போ சொன்னே ‘அவர் எங்கிட்ட சரியா பேசறதில்லை’ன்னு. நேத்து நாடகத்துக்குப் புறப்பட்டிருந்தோமுன்னு இப்ப சொல்ற.”

“இல்லப்பா. நேத்து அவர் பிறந்தநாள். நான்தான் இன்னைக்கு நாடகத்துக்குப் போலாமுன்னு வற்புறுத்தினேன். சாயந்திரம் சீக்கிரமா வர்றேன்னு சொல்லி மகாராஜாவைப் பாக்கப் போனாரு. ராத்திரி எட்டு மணிக்குத்தான் வந்தாரு. அதுக்குள்ள உன் தந்தி வந்துச்சு.”

வந்த விருந்தாளியை வழி அனுப்பி வைத்த ராயர் உள்ளே வந்தார். வந்தவுடன் என்ன பேசுவது என்று தெரியாமல் அவர் தம்பியைப் பார்த்துச் சொன்னார்: “இங்கிலாந்து வானிலை நல்லா இருக்கும். நீ முன்னைவிட நல்லா மாறியிருக்கே.”

ராஜா சிரித்துக்கொண்டே பதில் சொன்னான்: ‘ரொம்ப மெலிஞ்சு போயிட்டேன்னு இப்பத்தான் நாகு சொன்னா. முன்னைவிட நல்லா இருக்கேன்னு நீ சொல்ற. உங்க ரெண்டு பேர்ல யாரு சரி?”

“நான் சொன்னதுதான் சரி”, நாகலட்சுமி குறுக்கே புகுந்து சொன்னாள்.

“ஆம்”, ராயர் ஒத்துக்கொண்டார்.

சாப்பிடும்போது அவர் சொன்னார்: “என் புத்தகத்தைப் பாத்தியா?”

“பாத்தது மட்டுமல்ல, அதன் விமர்சனத்தையும் படித்தேன். அந்தப் புத்தகத்தை எழுதியவரின் தம்பின்னு தெரிஞ்ச பிறகு ஆக்ஸ்ஃபோர்ட் ஹிஸ்டரி புரஃபசர்கள் அறிமுகமும் எனக்கு ஆனது. அடுத்ததா பெரிய புத்தகம் எழுதணும்னு பிளான் இருக்காமா, என்ன அது?”

“உனக்கு யாரு சொன்னாங்க?”

“மாதாஸ்ரீ நாகலட்சுமி அண்ட் கம்பனி புல்லட்டின் அனுப்பியிருந்தார்.”

”ஆம், பெரிய திட்டம் இருக்கு. நஞ்சனக்கூடு சீனிவாச பண்டிதர் ஆசீர்வாதம் செய்து ஓராயிரம் ரூபாய் கொடுத்திருக்கார். நேத்து மகாராஜாவைப் பார்த்து கஷ்ட சுகத்தைச் சொன்னேன். உதவி செய்யறதா சொன்னார். யூனிவர்சிடி அதிகாரிகளுக்கு ஆறு மாசமா விண்ணப்பம் எழுதிக்கிட்டு இருக்கேன். ஒருமுறை வைஸ்சான்சலரையும் பாத்தேன். ‘நீங்க ஒரு லெக்சரர். பாடம் சொல்லிக்கொடுப்பது உங்க கூலிக்குத் தக்க வேலை. உங்க எழுத்தைக் கட்டிக்கிட்டு எங்களுக்கு ஆக வேண்டியது என்ன இருக்கு?’ என்ற அர்த்தத்தில் அவர் பேசினார். ஆய்வு என்றால் பயணம் செய்ய வேண்டும். பண உதவியோ கிடையாது. விடுமுறை கூட கொடுப்பதில்லை. மகாராஜாவால் உதவி ஆகலாம்.”

அறிஞர்களுக்கும், ஆய்வாளர்களுக்கும் மேற்கத்திய பல்கலைக்கழகங்களில் கொடுக்கும் ஊக்கத்தை நினைத்துக்கொண்டு ராஜா சொன்னான்: “இந்த நாட்டு யூனிவர்சிடிகளின் இதுபோன்ற செயல்களால் பல அறிஞர்கள் மேற்கத்திய நாடுகளுக்குப் போகிறார்கள். இப்போது நீ எழுதிய புத்தகமே போதும். ஆக்ஸ்ஃபோர்டுக்கோ, கேம்பிரிட்ஜூக்கோ உன் புதிய நூல் திட்டத்தைக் கொடுத்தால் உன் தற்போதைய புத்தகத்தின் அடிப்படையில் உனக்குத் தேவையான உதவி செய்வார்கள். இந்துஸ்தான் இதிகாசம் எழுதுபவர்களுக்கு அதிக விஷயங்களும் ஆராய்ச்சி செய்ய வசதிகளும் இங்கிலாந்தில் கிடைக்கும்.”

நாகலட்சுமி குறுக்கே புகுந்து சொன்னாள்: “இவர் இங்கிலாந்துக்குப் போனால் குடும்பத்தை மறந்து அங்கேயே இருந்துவிடுவார்”.

“நீ பயப்பட வேண்டாம். அவர்கள், இதுபோன்ற அறிஞர்கள் போனால் அவர் மனைவிக்கும் தங்க வசதி செய்து கொடுப்பார்கள்.

அது மட்டுமல்லாமல் உன்னை விட்டு விட்டுப் போய் அண்ணன் அங்கே சாப்பாட்டுக்கு என்ன செய்வார்? உன் கைக்குழம்பை விட்டு அவர் ஒரு வேளை கூட சாப்பிட மாட்டார். அதிருக்கட்டும், மோர் சோத்துக்குக் கொஞ்சம் கெட்டிக் குழம்பு ஊத்து.”

“உன் பேச்சே போதும் யாரையும் கவர்ந்திடும்” என்று சொல்லிக்கொண்டே கரண்டியைக் கையில் எடுத்தாள்.

ராயர் மனம் உலகப் புகழ்பெற்ற பிரிட்டிஷ் மியூசிய நூலகம், ஐரோப்பிய பல்கலைக்கழகங்களைப் பற்றிச் சிந்தித்தது.

4

ஒரே நாளில் பிரித்வி சித்தப்பாவுடன் மறுபடியும் ஒட்டிக் கொண்டான். மூவரும் நாடகத்திற்குப் புறப்பட்டபோது அவன் சித்தப்பாவின் கையைப்பிடித்துக்கொண்டான். ராயர் நாடகத்திற்குப் போக அதிக உற்சாகத்தைக் காட்டவில்லை என்றாலும் வேண்டாம் என்று சொல்லவில்லை. சாமராஜாபுரத்திலிருந்து சிவராம்பேட்டை வரை மூவரும் நடந்தே போனார்கள். இசை, இலக்கியம், நாடகக் குழுக்கள் மக்கள் மனதை ஈர்த்த அந்தக் காலத்தில் அறிஞர்கள், பாமரர்கள் என்ற பாகுபாடில்லாமல் எல்லோரும் நாடகங்களைப் பார்ப்பார்கள். நாடக அரங்கை நெருங்கும் வேளையில் ராஜனுக்கு அறிமுகமானவர்கள் பலர் அவனை நிறுத்திப் பேசினார்கள். ஒருவருக்கொருவர் நலம் விசாரித்துக் கொண்டார்கள். மனைவி மகனுடன் ராயர் நாடகத்திற்கு வந்திருப்பதைப் பார்த்துச் சில மூத்த பேராசிரியர்கள் அருகே வந்து, ‘பேக் டு லைஃப். கங்கிராஜுலேஷன்ஸ்’ என்றார்கள். நாற்காலி வரிசையில் ராயர், அவர் இடது பக்கம் ராஜா, வலது பக்கம் நாகலட்சுமி உட்கார்ந்தார்கள். பிரித்வி சித்தப்பாவின் மடியில் ஏறினான். ராஜாவின் அறிவு நாடகத்துறை விஷயத்தில் கற்கும் நிலையைத் தாண்டி விமர்சனக் கட்டத்தை எட்டி இருந்தது. நாடகம் பார்க்கும் மகிழ்ச்சி அவனிடம் இருக்கவில்லை. ராயருக்கோ மேதை மனம். ‘மிருச்சகடிகம்’ நாடகத்தை அவர் வெகு முன்பே இதிகாச ஆய்வுப் பார்வையில் வாசித்திருந்தார். இப்போது மீண்டும் அந்தக் கால நாகரிகம், மக்கள் வாழ்க்கை முறை, சமூக நிலை, போன்றவை அவர் மனதை நிரப்பி இருந்தன. அதிசயமான உற்சாகம் நிறைந்திருந்தது இருவரிடம் மட்டுமே:

நாகலட்சுமியிடமும், பிரித்வியிடமும். கணவனுடன் நாடகம் பார்க்க வந்திருப்பது அவள் வாழ்க்கையில் இதுதான் முதல் முறை. சிறுவயதில் அவள் குணிகல்லில் சனிமகாத்மா, தானசூர கர்ணன் போன்ற நாடகங்களைப் பார்த்திருந்தாள். அவை கிராமத்தார்களே நடத்தியவை. இந்தக் கம்பனியின் நேர்த்தியும், செயல்முறையும் அவற்றில் இருக்கவில்லை. அதுமட்டுமல்லாமல் இந்த நாடகத்தைப் பற்றி அக்கம்பக்கத்தார்களிடமிருந்து அதிகமாகக் கேட்டிருந்தாள். பிரித்வி எதிரே தெரியும் திரை மீது இருந்த ஓவியங்களைப் பற்றி சித்தாப்பாவிடம் கேட்டுக்கொண்டிருந்தான். ஆர்மோனியம், பிடில், தபலாக்காரர்கள் முதலில் ‘ராம ஜயது ஸ்ரீராம சுனாமா’ வாசித்த போது அவன் தலையை நிமிர்த்தி கழுத்தை நேராக்கிப் பார்க்கத் தொடங்கினான். நாகலட்சுமியின் தேகம் மகிழ்ச்சியில் புளகாங்கிதமடைந்தது.

முதல் பகுதியிலேயே சாருதத்தனும் விதூஷகனும் காட்சி தந்தார்கள். வசந்தசேனையைத் துரத்திக்கொண்டு வந்த அரசன்-மச்சான் ஷகாரன் சொல்லிக்கொண்டிருந்தார்:

‘அடியே வஷந்தஷேனே, நீ என் இதயத்தைக் காட்டுத்தீ போல ஷுடுகிறாய்; இரவு வேளையில் ஓய்ந்திருக்கும் என் தூக்கத்தைத் தட்டி எழுப்புகிறாய்; ஆனால் இப்போது பயத்தால் வீழ்வதைக் காணாமல் ஓடுகிறாய்; இப்போது நீ, குந்தி இராவணன் கைக்கு ஷிக்கியது போல என் கைக்கு ஷிக்கி இருக்கிறாய்... இப்போது நான் உன்னை விஷ்வாவஷுவின் தங்கை ஷுபத்திரையை ஆஞ்சனேயன் அபகரித்துப் போனது போலத் தூக்கிச் செல்கிறேன்.’

கடைசி வாக்கியத்தைக் கேட்டு பார்வையாளர்கள் எல்லாம் ‘கொல்’ என்று சிரித்தார்கள். நாகலட்சுமியும் சிரிப்பை அடக்கமுடியாமல் பக்கத்தில் இருந்த கணவன் கை மீது தன் கையை வைத்துக் கேட்டாள்: ‘பாருங்க, அவன் அரசன் மச்சானாம். எவ்வளவு மடையன், இல்லையா?’

ராயரின் இதிகாச மனம் சிந்தனையில் மூழ்கியது. இதிகாசம் எந்தக் காலத்திலும் அதிகாரத்தில் இருப்பவர்களின் சொந்த பந்தங்களுக்கு அவர்கள் முட்டாள்களாகவே இருந்தாலும் வெகுமதி, பதவி கிடைக்கும். மனைவி மற்றொரு முறை அவர் கையை அழுத்தி, “நீங்கள் நாடகத்தைப் பார்க்கவே இல்லை” என்றபோது அவர், “இல்லை, மிக நன்றாக இருக்கிறது” என்றார்.

ஷகாரம் உச்சரித்துக்கொண்டிருந்தவர்: “அவள் மாலையின் ஷுகந்தம் எனக்குக் கேட்கிறது. ஆனால் இருள் கவிழ்ந்திருப்பதால் என் பெரிய மூக்குக்கு அவள் ஆபரண ஒலி தெளிவாகத் தெரியவில்லை.”

மீண்டும் பார்வையாளர்கள் சிரிப்பில் ஆழ்ந்து போனார்கள். அதில் நாகலட்சுமியும் சேர்ந்துகொண்டாள். முனைவர் ராயர் ஆராய்ச்சி புத்திக்கு நகைச்சுவை மீண்டும் மீண்டும் வருவதில் புதுமை எதுவும் தெரியவில்லை.

நடுவில் காட்சி முடிந்த போது ராஜா அண்ணியிடம் கேட்டான்: “நன்றாக நடிக்கிறார்கள் இல்லையா?”

“ரொம்ப நல்லா இருக்கு. ஷகாரம் உச்சரிப்பவராக நடிப்பவர் யார்?”

“நாகேந்திரராயர் என்பவர். சாருதத் வேடம் சுப்பைய நாயுடு. எவ்வளவு நல்லா பாடறார் கேள்.”

மூன்றாம் காட்சியில் ஷர்மிலகன் சாருதத்தனின் வீட்டை கன்னமிடும் போது சொல்லிக்கொண்டிருந்தான்: “இந்தச் சுட்ட செங்கல்களைப் பிடுங்க வேண்டும். இங்கே ஏழு வடிவங்களின் செங்கல்கள் இருக்கின்றன: பத்மாகாரச் செங்கல், சூரியாகாரச் செங்கல், பாலசந்திராகாரச் செங்கல், கிணறு வடிவம், அகலமானது, ஸ்வஸ்திகாகாரம், பூர்ண கும்பாகாரம். நாளைய தினம் இதைப் பார்க்கும் மக்கள் என் சிற்பத் திறமையைக் கண்டு திகைக்கும் வண்ணம் நான் இவற்றைப் பிடுங்குகிறேன்.”

நாகலட்சுமிக்கு இந்தக் காட்சி அதிக சுவாரசியமாகத் தெரியவில்லை. திருட வந்தவன் இவ்வளவு மெத்தனமாக இருந்தால் எப்படி, என்று நினைந்தாள். ராயருக்கு அந்த வர்ணனைகள் உற்சாகமாகக் கண்டன. ‘அந்தக் காலச் சிற்பங்களில் இந்த எல்லா வடிவ செங்கல்களைப் பயன்படுத்துவதால் கட்டடத்திற்கு என்ன சிறப்பான லாபம் ஏற்படும்? இந்த வர்ணனைகள் சிற்ப சாஸ்த்திரத்தில் இருக்கின்றனவா? அப்படி என்றால் சிற்ப சாஸ்திரம் எழுதிய காலகட்டம் எது? இதைச் சிறப்புக் கண்ணோட்டத்துடன் ஆராய வேண்டும்’ என்று அவர் மனதில் குறித்துக்கொண்டார்.

மேடை அமைப்பு எளிமையாக இருந்தாலும் நாடகம் தாக்கம் ஏற்படுத்துவதை இங்கிலாந்தில் நாடகங்களைப் பார்த்து வந்த

ராஜா அறிந்துகொண்டான். பிரித்வி முழுமையாக உறக்கத்தில் ஆழ்ந்துவிட்டான். நாகலட்சுமியோ ஒரே வகையான ஆர்வத்துடன் நாடகம் பார்த்தாள். சாருதத்தனுக்கு மரண தண்டனை என்று கேட்டபோது அவள் கண்ணில் நீர் சுரந்தது. முடிவில் சாருதத்தன் குற்றமற்றவன் என்று தெரிந்து வசந்தசேனை, சாருதத்தன், அவன் மனைவிமார்கள் ஒன்றாக இணைவதைக் கண்டபோது, அவள் மனம் மகிழ்ச்சியால் நிரம்பி வழிந்தாலும், சாருதத்தனின் மனைவி சக்களத்தியுடன் எப்படி இருப்பாள் என்ற கவலை அவளிடம் தோன்றி மறைந்தது. ரோஹிதாட்சன் தங்க வண்டிக்காக அழுவதைப் பார்த்த போது அவள் ஒருமுறை ராஜா மடி மீது இருந்த பிரித்வியைப் பார்த்தாள்.

நாடகம் முடிந்து அவர்கள் வீட்டிற்கு வந்த போது விடிகாலை நான்கு மணியாகி இருந்தது.

இது நடந்த ஒரு வாரத்தில் ராயருக்கு பல்கலைக்கழக மேலதிகாரிகளிடமிருந்து ஒரு கடிதம் வந்தது. விரிவுரையாளராக இருந்த அவரை உதவிப் பேராசிரியராக நியமனம் செய்திருந்தது மட்டுமல்லாமல், அவர் எழுதவேண்டுமென்று முயலும் நூலுக்காக ஆண்டுக்கு ஐநூறு ரூபாய் உதவித்தொகை கொடுப்பதாகவும், பல்கலைக்கழக நூலகத்தில் அவருக்காகவே தனி அறை கொடுப்பதாகவும், ஆய்வுப் பயணங்கள் போகத் தேவையான விடுமுறைச் சலுகை கொடுப்பதாகவும் அதில் எழுதியிருந்தது.

“மகாராஜாவின் தரிசனம் பலனளித்தது” என்று ராஜா சொன்னான். தம் நன்றியைக் கூறி ராயர் மகாராஜாவின் தனிச்செயலாளருக்கு ஒரு கடிதம் எழுதி அனுப்பினார்.

★★★

படலம்: மூன்று

1

சதாசிவராயர் கடந்த ஒரு மாதமாக பயணத்தில் இருக்கிறார். அவர் இந்தியாவில் வரலாற்றுப் புகழ் பெற்ற இடங்களை எல்லாம் முன்பே பார்த்திருந்தார். இப்போது மறுபடியும் தன் நினைவுகளைப் புதுப்பித்துக்கொள்ள இந்தப் பயணத்தை மேற்கொண்டு தென்னிந்தியாவின் எல்லா இடங்களையும் பார்த்து விட்டார். கன்னியாகுமரியிலிருந்து தஞ்சாவூர், மதுரை, சிதம்பரம், மகாபலிபுரம் போன்ற இடங்களைப் பார்த்துவிட்டு ஹைதராபாதிலிருந்து எல்லோரா குகைக் கோவில்களுக்கு வந்தார். மூன்று நாட்கள் எல்லோராவின் பெரும் சாதனைகளைப் பார்த்து விட்டு தேவகிரி, ஔரங்காபாத் வழியாக இப்போது அஜந்தாவிற்கு வந்திருந்தார்.

அதிக பாரம் இல்லாத ஹோல்டால், துணிமணிகளை வைக்கும் ட்ரங்க் பெட்டி, குடிக்கத் தண்ணீர்ப் பை, தோளில் ஒரு நல்ல கேமரா, பயணப் புழுதிக்கு ஏற்றாற் போல காக்கி காலங்கி, வெயிலிலிருந்து தலையைப் பாதுகாத்துக்கொள்ள ஹேட், பயணம் நெடுக குறித்துக்கொள்ள பேனா, பென்சில், காகிதம், ஒரு இடத்தில் நின்றுகொண்டு சுற்றி இருக்கும் பகுதிகளை எல்லாம் ஒரே பார்வையில் பார்க்கக்கூடிய நல்லதொரு பைனாகுலர், இவை எல்லாம் அவர் பயண உபகரணங்களாக இருந்தன. அஜந்தா குகைக்குச் சிறிது தொலைவில் இருக்கும் பரதாபுராவின் விருந்தினர்

விடுதியில் ஒரு அறையில் தங்கிக்கொண்டு தினமும் குகைகளை ஆய்வு செய்ய வருவார். குகைகளுக்கு முதல் நாள் வந்தபோது வெளிப்பகுதியில் நின்றுகொண்டு அந்த மனித நடமாட்டமில்லாத இடத்தை ஒரு நோட்டம் விட்டார். பைனாகுலர் வழியாக மற்றொரு முறை சுற்றிலும் பார்த்துத் தன் குறிப்பில் இதுபோல எழுதிக்கொண்டார்:

“குதிரை லாட வடிவமான இந்த மலை மீது குகைகளைத் தோண்டி இருக்கிறார்கள். அதற்கு எதிரில் மற்றொரு மலை; அல்லது ஒரே மலைக்கு நடுவில் கணவாய் பிளவு ஏற்படுத்தியது போலவும் தெரிகிறது. இந்தப் பகுதியில் மனிதன் வசிக்கத் தேவையான எந்த வசதிகளும் கிடையாது. இந்தக் காட்டுக்கு நடுவில் புத்த பிட்சுக்கள் குகைக் கோவில்களை அமைத்துக் கொண்டது எதற்காக? இந்த மலைக்கல் கோவில் கட்டத் தகுந்ததாக இருப்பதுவும் ஒரு காரணம். ஆனால் அதை விடவும் ஆழமான மற்றொரு காரணம் நம் மனதில் தோன்றுகிறது. அஜந்தாவின் பிட்சுக்களுக்கு அந்தக் கோயில்கள் தவசாதனை புரியும் இடங்களாக இருந்தன. அதற்காக அவர்கள் மக்கள் வசிக்கும் இடத்திலிருந்து தொலைவான இந்த ஜன நடமாட்டம் இல்லாத மலையைத் தேர்ந்தெடுத்தார்கள்.”

மற்றொரு இடத்தில் அவர் இப்படி எழுதிக்கொண்டார்: “கி.மு.ஏழாம் நூற்றாண்டிலிருந்து ஆயிரத்து எண்ணூற்று பத்தொன்பது வரையில் இந்தக் குகைகள் இருப்பது வெளி உலகிற்குத் தெரிந்திருக்கவில்லை. இந்த மலையைச் சுற்றி இருக்கும் மக்களிடமிருந்தும் இது மறைவாக இருந்தது. நவீன காலத்தில் முதல் முறையாக மனித வரலாற்றில் இந்த வியப்பான சாதனையை வெளிச்சத்திற்குக் கொண்டுவந்த பெருமை சில பிரிட்டிஷ் ராணுவ அதிகாரிகளைச் சேரும் என்ற வாதத்தை நம்ப முடியாது. மக்களின் அரசியல் சூழ்நிலையால், அவர்கள் பின்பற்றும் தர்மமே மாறுபட்டு, குகையைச் சுற்றி இருந்த மக்களுக்கு இதில் நாட்டம் குறைந்திருக்கலாம். அதன் விளைவாக, இந்தக் கோயில்களை நல்ல நிலையில் வைத்துக்கொள்ள முடியாமல் போயிருக்கலாம். தாங்கள்தான் எல்லாவற்றையும் கண்டு பிடித்தோம் என்ற இறுமாப்பில் பிரிட்டிஷ் ஆய்வாளர்கள் எழுதுகிறார்கள். கொலம்பஸுக்கு முன்பு, அமெரிக்காவில் மக்களே இருக்கவில்லையா? அவனை விடவும் முன்பே அமெரிக்காவில் இந்து சிலைகள் இருந்தன என்பதற்கான சான்றுகள் இருக்கின்றன.

கொலம்பஸுக்கு முன்பே அமெரிக்கா உலகின் இதர பகுதி மக்களுக்குத் தெரிந்திருந்தது.”

ராயர் அஜந்தாவுக்கு வந்த மறுநாள் காலை 24-ம் எண்ணின் முழுமை பெறாத குகையில் நின்றுகொண்டு அதை ஆராய்ச்சி செய்து கொண்டிருந்தார். அதற்குள் அங்கே ஒரு வயதான தம்பதிகள் வந்தார்கள். ஆணுக்கு சுமார் அறுபதைக் கடந்த வயது. வெள்ளை நிற காலங்கி அணிந்து சட்டை போட்டிருந்தார். கையில் ஒரு குடை. கருமை நிறத்து சாதாரணமான ஆள். அவர் மனைவி ஐம்பதைக் கடந்தவர். தூய வெள்ளை சேலையுடுத்தியிருந்த தோரணையைப் பார்த்து ராயருக்கு அவர் அநேகமாக சிங்களர் என்று தோன்றியது. ராயர் அருகில் வந்து இங்கிலிஷில், “மன்னிக்கவும். நீங்கள் ஒரு ஆய்வாளர் போலத் தெரிகிறது. இந்தக் குகை எதற்கு இந்த நிலைமையில் இருக்கிறது? எந்த நுட்பமும் தெரியாத முரடர்கள் தோண்டியது போல இருக்கின்றதே?” என்று கேட்டார்.

ராயர் சொன்னார்: “இது ஒரு முழுமையடையாத குகை. அஜந்தாவின் குகைகளைத் தோண்டும் போது நாம் மூன்று கட்டங்களை ஊகிக்கலாம். முதலில் நுட்பம் தெரியாத முரடர்கள் உட்பரப்பைத் தோண்டுவார்கள். அநேகமாக அந்த வேலையைச் சுற்றி இருக்கும் வேளாண்மார்கள் வந்து இலவசமாகச் செய்தார்கள். இரண்டாம் கட்டத்தில் சிற்பியின் வழிகாட்டுதலின் பேரில் தூண்கள், சிலைகள் போன்றவற்றுக்கு திட்டம் போல பாதி வடிவத்தைக் கொடுப்பார்கள். கடைசிக் கட்டத்தில் நிபுணர்களான கலைஞர்கள் அழகான கைவேலைப்பாடுகள் செய்து முழு ஆலயத்திற்கும் இறுதி வடிவத்தைக் கொடுப்பார்கள். இவ்வளவும் நடக்கப் பல பத்தாண்டுகள் ஆகும். இந்தக் குகை முதல் கட்டத்தைத் தொடும் வேளை நாட்டின் அரசியல் நிலைமையில் ஏற்ற இறக்கங்கள் ஏற்பட்டிருக்கலாம்; அல்லது மக்களின் தார்மீக நம்பிக்கையில் மாற்றங்கள் உண்டாகி இருக்கலாம். நன்கொடைகள் நின்றிருக்கலாம். எப்படியோ இது முழுமையடையவில்லை.”

முதியவர் அதே செய்திகளைத் தம் மனைவியிடம் சொன்னார்: அவர்கள் பேசும் மொழியைக் கேட்டு, அவர்கள் சிங்களர்கள் என்பது ராயருக்கு உறுதியானது. அவர் மேலும் சில கேள்விகளைக் கேட்டு ராயரிடமிருந்து பதில் பெற்றார். பிறகு இருவருக்கும் இடையே அறிமுகமானது. முதியவர் சொன்னார்: “நாங்கள்

நேற்றிலிருந்து பார்க்கிறோம் நீங்கள் ஒரு ஆய்வாளர் என்பதை உங்கள் வேலையைப் பார்த்தே என் மகள் சொன்னாள். நாங்கள் தங்கி இருக்கும் பரதாபுரத்து விருந்தினர் விடுதியில்தான் நீங்களும் தங்கியிருக்கிறீர்கள். நீங்கள் எங்களைக் கவனிக்கவில்லை. மேற்கு சிலோனில் இருக்கும் களுத்துறை எங்கள் ஊர். என் பெயர் ஜெயரத்னே. என் மகள் வரலாற்று மாணவி. கேம்பிரிட்ஜில் பி.ஏ. முடித்துவிட்டு ஊருக்கு வந்து ஓராண்டானது. அவள் பின்னால் இருக்கும் ஒரு குகையில் நின்று குறிப்பு எடுத்துக் கொண்டிருக்கிறாள்.”

ராயர் தன்னை அறிமுகப்படுத்திக்கொண்டார். அப்போதே மதியம் பன்னிரண்டு மணியாகியிருந்ததால் அவருக்கும் ஆயாசமாக இருந்தது. ஜெயரத்னே கேட்டார்: “நீங்கள் சாப்பிட கெஸ்ட்ஹவுஸுக்குப் போகவேண்டுமா?”

“இல்லை, இங்கேயே எடுத்து வந்து கொடுப்பதாக வேலையாள் சொல்லியிருக்கிறார்.”

“எங்களுக்கும் அவர்தான் எடுத்து வந்து கொடுப்பார். இனி என்ன வந்து விடலாம். நேற்றும் இதே நேரத்துக்கு எடுத்து வந்திருந்தார். வாருங்கள், கொஞ்சம் பின்னால் போய் உட்காரலாம்.”

அவர்கள் மூவரும் 24-வது குகையிலிருந்து 13-வது குகைக்கு அருகில் வந்து கொண்டிருந்தார்கள். எதிரில் ஒரு பெண் கிடைத்தாள். சுமார் இருபத்தி ஆறு வயது இருக்கும். அவள் சிங்களர் போல சேலை உடுத்தி இருந்தாள். சாதாரணமாகத் தெரிந்த உருண்டை முகத்தின் மீது கல்வியின் களை தெரிந்தது. அம்மா அப்பாவின் நிறம். ஒளிரும் கண்கள். காதில் வைரத்தோடு அணிந்திருந்தாள். கையில் ஒரு நோட் புத்தகம், பென்சில். அவளைப் பார்த்து இவள்தான் அவர் மகளாக இருக்கலாம் என்று யோசித்துக்கொண்டிருந்த போது ஜெயரத்னே ஒருவருக்கொருவரை அறிமுகப்படுத்தினார்; “இவள்தான் எங்கள் மகள் கருணாரத்னே. பார் மகளே, நீ சொன்னதுபோல இவர் ஆய்வாளர் என்பது உண்மை. எங்களுக்கு நிறைய தகவல்களைச் சொன்னார். சதாசிவராவ் என்று பெயர்.”

ஒருவருக்கொருவர் வணக்கம் சொல்லிக்கொண்ட பிறகு கருணாரத்னே எதுவும் பேசவில்லை. ஏதோ ஞாபகம் வந்தது போல, ஒரு நிமிடம் யோசித்துப் பிறகு கேட்டாள்: “டாக்டர் சதாசிவராவ் என்பதுதானே உங்கள் பெயர்?”

“ஆம்.”

“அப்படி என்றால் ‘தொன்மையான இந்திய அரசறிவியலில் தர்மத்தின் அடிப்படை’ என்ற நூல் உங்களுடையதா? எனக்கு அந்தப் புத்தகம் இன்னும் கிடைக்கவில்லை. ஆனால் விமர்சனத்தைப் படித்திருக்கிறேன். அப்படி ஒரு நூலின் எழுத்தாளரான உங்களைப் பார்த்து எனக்கு மட்டற்ற மகிழ்ச்சியாக இருக்கிறது.”

ஜெயரத்னே சொன்னார்: “இங்கேயே எங்கேயாவது உட்காரலாம். நாங்கள் கிழவர்கள் சோர்வாக இருக்கிறது.”

அருகிலேயே இருந்த பத்தாவது குகை வாசல் நிழலில் நான்கு பேரும் உட்கார்ந்தார்கள். பிறகு கருணாரத்னே கேட்டாள்: “நீங்கள் இவற்றை எல்லாம் முன்பே பார்த்திருப்பீர்கள் என்பது என் புரிதல். ஆனாலும் இப்போது இத்தனை விவரமாக இதை ஆராய்ச்சி செய்யக் காரணம் என்ன? புதிய நூல் எழுதும் திட்டமா?”

“ஆம், சுமார் ஐந்து தொகுப்புகள் கொண்ட பெரிய நூலுக்கான திட்ட உருவரை போட்டுக்கொண்டிருக்கிறேன்.”

“விஷயம் என்ன, அதன் பார்வை என்ன என்று நான் தெரிந்து கொள்ளலாமா?”

அதற்குள் விருந்தினர் விடுதியின் வேலையாள் தென்பட்டார். அவர் தலை மீது ஒரு கூடை இருந்தது. வெயிலில் நடந்து வந்தவர் நெற்றியிலிருந்து வியர்வை சிந்தியது. அவர் அணிந்திருந்த ஆடை நனைந்திருந்தது. தலை மீதிருந்த கூடையைக் கீழே இறக்கி வைத்து, “சாகேப் நீங்கள் எல்லோரும் ஒன்றாகச் சாப்பிடுகிறீர்களா? இங்கேயே இருங்கள், பத்து நிமிடத்தில் தண்ணீர் கொண்டு வருகிறேன்”, என்று சொல்லி ஒரு பெரிய தகர டப்பாவை எடுத்துக்கொண்டு மெல்ல கீழே இருந்த கணவாய்க்கு இறங்கிப் போனார்.

2

மகாராஷ்ட்ரா வகையில் சமைத்திருந்த சாப்பாடு ருசியாக இருந்தது. கூடவே அவர்களுக்கு நன்றாகப் பசித்திருந்தது. தால், சோளரொட்டி, சோறு, தயிர் எல்லாம் இருந்தன. சாப்பிடும்போது அவர்களிடம் மேலும் அதிக அறிமுகம் வளர்ந்தது. ஜெயரத்னே மகாயான வகுப்பைச் சேர்ந்த பௌத்தர். களுத்துறையில் அவருக்குப்

பெரிய வியாபாரம் இருக்கிறது. பதினைந்து மைல் தொலைவில் கிராமம் ஒன்றில் ரப்பர், மிளகு தோட்டங்கள் இருக்கின்றன. அவர் மகன் ஊரில் தொழிலைப் பார்த்துக்கொள்கிறார். தார்மீக மனநிலை கொண்ட பௌத்தராக இருப்பதால் அவர் இந்தியாவில் இருக்கும் மகத்துவமான புத்தத் தலங்களைப் பார்க்க வந்திருக்கிறார்கள். ஆனால், மகள் நோக்கமே வேறு. "அம்மா அப்பாவுக்குத் துணையாக வந்திருப்பது உண்மை என்றாலும் எனக்கு இந்தப் பயணத்தில் சிறப்பான நோக்கம் இருக்கிறது. சிங்களப் பண்பாட்டை பௌத்த தர்மப் பின்னிலையில் ஆய்வு செய்யும் ஒரு எண்ணம் என் மனதில் இருக்கிறது. எங்கள் நாட்டில் இருக்கும் எல்லா வரலாற்றுத் தலங்களையும் நான் பார்த்திருக்கிறேன். போதுமான அளவுக்குச் செய்திகளையும் சேகரித்திருக்கிறேன். ஆனால் யார் வழிகாட்டுதலும் இல்லாமல் நான் தனியாக இந்த நூலை எழுத முடியாது. நடப்பது நடக்கட்டும் என்று நேரம் கிடைக்கும்போது முடிந்த அளவிற்குத் தகவல் சேகரிக்கிறேன்."

வேளையாள் எல்லோருக்கும் பரிமாறிக்கொண்டிருந்தார். கருணாரத்னேயின் அம்மா ரொட்டி சாப்பிடவில்லை. சோறு மட்டுமே போதுமாக இருந்தது. அவருக்கு ருசிக்கவில்லை என்பது அங்கே இருந்தவர்களுக்குப் புரிந்தது. ஆனால் அங்கே வேறு வழியில்லை. ஜெயரத்னே பல் கட்டிக்கொண்டிருந்தவர். இரண்டு ரொட்டி தின்றார். கருணாரத்னேயும் ராயரும் போதுமான அளவு சாப்பிட்டார்கள். கடைசியில் வேலையாள் எல்லோருக்கும் சோறு தயிர் பரிமாறிய பிறகு, ஜெயரத்னே, "அஜந்தாவில் ஹீனயானப் பிரிவின் குகைகள் இருக்கின்றன. மகாயானக் குகைகளும் இருக்கின்றன. நான் மகாயானத்தைச் சேர்ந்தவன் என்ற காரணத்திற்காகச் சொல்லவில்லை. ஹீனயானக் குகைகளில் புத்தர் சிலைகள் இருக்காது. ஆலயத்திற்குள் எப்படிப்பட்ட கைவேலைப்பாடுகள் செய்திருந்தாலும் அவை எஜமானன் இல்லாத வீடுகள் என்ற உணர்வை எங்கள் மனதில் தோற்றுவிக்கிறது. மகாயானப் பிரிவின் கோவில்களில் அமைதியே உருவாக நின்றிருக்கும் தர்ம சக்கர முத்திரை புத்தர் சிலை இருக்கும். கோவிலைப் பிரவேசிக்கும் எங்களுக்கும் ஒரு வகையான பாதுகாப்பும், அடைக்கல உணர்வும் உண்டாகிறது" என்றார்.

ராயர் சொன்னார்: "அது உண்மை. புத்த மத வரலாற்று வளர்ச்சியில் முதல் கட்டம் ஹீனயானம் என்பார்கள். புத்தனின்

கருத்துச் சுடர் இன்னும் ஒளிர்ந்துகொண்டிருந்த புதுக்காலம் அது. அனைத்தும் வெறுமையில் முடிந்துவிட வேண்டும் என்ற வாதத்தில் குருவை வழிபடுவது சரியான கருத்தல்ல. ஆனால் வெறும் கருத்து மனிதனின் ஆசை, அவாய்நிலைகளைத் திருப்திப்படுத்தாது. முடிவில் புத்தனையே வழிபடும் போக்கு வளர்ந்து வந்தது. இது உருவ வழிபாடுகளால் நிரம்பி இருக்கும் இந்து தர்மத்தின் தாக்கம் என்றும் சில வரலாற்று அறிஞர்கள் கூறுகிறார்கள். அது உண்மையானாலும் அது ஒன்றுதான் மகாயானப் பிரிவு தோன்றக் காரணமல்ல. வழிபாட்டுப் போக்கில் எந்த தர்மமும் இல்லை. மிகக் கட்டுப்பாடுடன் தடைச் சட்டம் போடாவிட்டால் எந்த தர்மமானாலும் ஏதாவது ஒரு கட்டத்தில் உருவ வழிபாடு வழக்கத்தை வளர்த்திக்கொள்ளும்."

அதற்குள் எல்லோரும் சாப்பிட்டு முடித்தார்கள். எல்லோரும் கை அலம்பிய பின் வேலையாள் பாக்குத்தூள், சோம்பு கொடுத்து, அவர்கள் சாப்பிட்ட தட்டு, பாத்திரங்களை அடுக்கிக் கொண்டு போகும் போது முதியவரிடம் கேட்டார்: "சாகேப், ஐந்து மணிக்கு வண்டி வந்தால் போதுமா?"

"சரி." அவர் சொன்ன பிறகு அவர் புறப்பட்டுப் போனார். மற்ற நான்கு பேரும் அங்கேயே அமர்ந்து கொஞ்சம் ஓய்வெடுத்தார்கள். கருணாரத்னேயின் அம்மா அங்கே இருந்த கல் மீது படுத்துக் கொண்டார். அப்பா சுவரில் சாய்ந்துகொண்டு காலை நீட்டினார். கருணாரத்னே ராயரிடம் கேட்டாள்: "நீங்கள் குறிப்புகளை குறித்துக்கொள்ளும் வேலை முடிந்ததா?"

"இல்லை, எதற்கு?"

"நீங்கள் குறிப்புகளை எப்படி எடுக்கிறீர்கள் என்பதை நான் தெரிந்துகொள்ள வேண்டும். முதலாம் குகையை நான் இன்னும் சரியாக ஆராய்ச்சி செய்ய வேண்டும். உங்களுக்கு நேரமிருக்கிறதா? எனக்குப் புரியாத சில தகவல்களை நீங்கள் முன்னிருந்து விவரித்தால் மிகவும் உதவியாக இருக்கும்."

"நான் இன்னும் அதன் குறிப்பை எடுக்கவில்லை. வாருங்கள், சேர்ந்தே எழுதலாம்."

"டேடி, நாங்கள் இருவரும் முதலாம் எண் குகையில் இருக்கிறோம். நீங்கள் ஓய்வெடுத்த பிறகு அங்கே வரவும்" என்று அவள்

தந்தையிடம் கூறினாள். அதற்குள் முதியவர் பாதி தூக்கத்தில் இருந்தார். அம்மா மெல்லக் குறட்டை விட ஆரம்பித்திருந்தார்.

வெளியே வெயில் சுட்டெரித்தது. தலை மீது தொப்பிய வைத்துக்கொண்டு ராயர் புறப்பட்டார். சேலை முந்தானையைத் தலை மீது இழுத்துக்கொண்டு ரத்னே அவரைப் பின்தொடர்ந்தாள். ஒளி உதவியாளரை அழைத்து முக்கியமான சிலைகள், ஓவியங்கள் மீது ஒளியை மையப்படுத்திவிடச் சொல்லி அவர்கள் இருவரும் குகைக்குள் நுழைந்தார்கள். ரத்னே சொன்னாள்: "நாம் இருவரும் இதை வெவ்வேறாக எழுத வேண்டிய தேவை இல்லை. நீங்கள் சொல்லிக்கொண்டே போங்கள். நான் எல்லாவற்றையும் எழுதிக் கொள்கிறேன். இன்று இரவே உங்களுக்கு அதன் மற்றொரு பிரதியை எடுத்துக் கொடுக்கிறேன்."

அவர்கள் இருவரும் சிறிது நேரம் அங்கேயே ஓவியங்களையும், கர்ப்பகிரகத்தில் இருந்த சிலைகளையும் பார்த்துக் கொண்டிருந்தார்கள். பிறகு ராயர் சொல்வதை ரத்னே எழுதிக்கொள்ளத் தொடங்கினாள்: "அகநாழிகையில் இருக்கும் பெரிய அளவிலான புத்தர் உருவச்சிலை தாரண சக்கர முத்திரைக் குறியில் இருக்கிறது. இடது கை சுண்டு விரல் மீது வலது கை ஆள்காட்டி விரலை வைத்துக்கொண்டு மாணாக்கர்களுக்குக் கூறும் அறிவுரையின் ஒவ்வொரு எகினத்தையும் அழுத்திச் சொல்லும் முத்திரை அது. அந்த உருவச்சிலையின் முகம் ஒளியின் வடிவமைப்பிற்குத் தக்கவாறு வெவ்வேறு உணர்ச்சிகளைப் பிரதிபலிக்கும். புத்தர் அமர்ந்திருக்கும் தர்ம சக்கரத்திற்கு அருகில் ஒளியை மையப்படுத்திப் பார்த்தால், முகம் அமைதியாகத் தெரியும். சிலையின் இடது பக்கத்திலிருந்து ஒளியைப் பாய்ச்சிப் பார்த்தால், மெல்லிய நகை புரிவது தெரியும். அதே ஒளியை வலது பக்கத்திலிருந்து ஒளிரவிட்டால் முகத்தின் மீது ஆழ்ந்த அமைதி உறைந்திருப்பதைப் போலான ஓர் உணர்வு ஏற்படும். சிற்பக்கலையின் கோண அமைப்பில் அடையக்கூடிய உச்சத்தை இந்த உருவச்சிலை பிரதிபிம்பிக்கிறது."

அந்தக் குகையின் மற்ற ஓவியங்களின் வர்ணனைகளை எல்லாம் ராயர் சொல்லிக்கொண்டே போனபோது கருணாரத்னே எழுதிக்கொண்டாள். அரசகுமாரன் ஆசிரமவாசியின் உபதேசங்களைக் கேட்கும் ஓவியம், அவன் மனைவியிடம்

உரையாடிக்கொண்டிருப்பது, பத்மபாணி, போதிசத்வா போன்ற எல்லா வர்ணனைகளையும் எழுதிக்கொண்டாள். அந்த ஓவியத்தில் காணும் தினசரி பொருட்கள், ஆபரணங்கள், தலை முடியின் வடிவம், மனித உடலின் ஆகாரம் போன்றவற்றை அடிப்படையில் ஊகிக்கக் கூடிய அந்தக் காலப் பண்பாடு, மக்கள் வாழ்க்கை விழுமியங்கள் போன்ற பல தகவல்களைக் குறித்துக் கொண்டாள்.

மாலை ஐந்து மணி சுமாருக்கு ஜெயரத்னே அந்தக் குகைக்கு வந்தார். குறித்த நேரத்திற்கு மட்டும் ஒளியைப் பாய்ச்சிவிட்டு அங்கே இருந்த ஆள் போய்விட்டார். பிறகு ராயர் தன்னிடமிருந்த டார்ச் ஒளியில் ஓவியங்களின் நுட்பமான பகுதிகளைப் பார்த்துக்கொண்டு சொல்லிக்கொண்டிருந்தார். ஜெயரத்னே உள்ளே வந்து, “இருவரும் சேர்ந்து முழுக் குகையையும் புத்தகத்தில் இறக்கி விட்டீர்கள் போலத் தெரிகிறது. போதும் வாருங்கள். வண்டி வந்து கீழே நின்றிருக்கிறது. வெளியே வண்டிக்காரர் காத்திருக்கிறார்,” என்றார்.

மாலை இருண்டுகொண்டிருந்ததால் அவர்கள் மேலும் அதிகமாகத் தெரிந்துகொள்ள முடியவில்லை. தங்கள் வேலையை அத்துடன் நிறுத்திவிட்டு அவர்கள் இருவரும் ஜெயரத்னேயுடன் வெளியே வந்தார்கள். மலையிலிருந்து கீழே இறங்கி மாலை ஒளியில் நான்கு பேரும் மாட்டுவண்டியில் உட்கார்ந்த பிறகு ஜெயரத்னே சொன்னார்: “நாம் இருபத்தி ஆறாவது குகைக்குப் போயிருக்கவில்லை. புத்தனின் மஹாபரி நிர்வாணம் அங்கே இருக்கிறது. சுமார் இருபத்தியைந்து அடி உயரப் பிரபு அங்கே தன் கடைசி நொடியை எதிர்பார்த்துக்கொண்டு படுத்திருக்கிறார். நாங்கள் இருவரும் இதுவரை அங்கேதான் இருந்தோம்.”

ராயருக்கு மிகவும் அலுப்பாக இருந்தது. வண்டிக்குள் ஒரு பக்கமாக சாய்ந்து அவர் வசதியாக உட்காரப் பார்த்தார். நான்கு பேர் இருந்த அந்த வண்டியில் அவரால் வசதியாக உட்கார இயலவில்லை. கருணாவுக்கும் அசதியாக இருந்தது. ஆனாலும் அவள் ராயர் ஆயாசத்தை அவர் முகத்தைப் பார்த்தே புரிந்துகொண்டு, தான் அப்பாவின் அருகே நகர்ந்து அவருக்கு அதிகமான இடத்தை ஒதுக்கினாள். வண்டி அவர்களை அசைத்துக்கொண்டு முன்னே சென்றது.

3

ஜெயரத்னே மறுநாள் புறப்பட இருந்தார். ஆனால் அவர் மகள் இன்னும் இரண்டு நாட்கள் அங்கே தங்கி இருக்க விரும்பினாள். முனைவர் ராயர் சொன்னது போல குறித்துக்கொண்ட அஜந்தா பற்றிய குறிப்புகள், அவளுக்கு மிகவும் பயனுள்ளனவாகக் கண்டன. அவர்கள் இருவரும் சேர்ந்து முக்கியமான எல்லாக் குகைகளின் வர்ணனைகளையும், அவற்றின் அடிப்படை மீது கட்டமைக்கப்பட்ட அந்தக் காலத்துப் பண்பாட்டு அறிகுறிகளையும் குறித்துக்கொண்டார்கள். ராயர் குகையில் நின்றுகொண்டே அவளிடம் சொன்னார். அவளும் நின்றுகொண்டே நோட்டு புத்தகத்தில் எழுதிக்கொண்டாள். அவசரமாக சுருக்கெழுத்தில் எடுத்துக்கொண்ட அந்த எழுத்துகள் மூன்று புத்தகங்களை நிரப்பின. நாளை பேருந்தில் சிங்களக் குடும்பம் ஜளகாவ் சென்று அங்கே இருந்து தில்லிக்குப் பயணிப்பதாக இருந்தது. ராயர் மீண்டும் ஔரங்காபாத் வந்து புனே வழியாக ஊருக்குத் திரும்பும் திட்டம் போட்டிருந்தார். ஊரில் ஒரு மாதம் இருந்து, மீண்டும் வட இந்தியாவின் பயணத்தை மேற்கொள்வது அவர் திட்டமாக இருந்தது.

பரதாபுரத்து விருந்தினர் விடுதி நான்கு நாட்களாக அவர்கள் சொந்த வீடு போல பழகிப்போயிருந்தது. அவர்கள் இருவர் அறைகளும் எதிரும் புதிருமாக இருந்ததால் இரவு உணவுக்குப் பிறகு ஜெயரத்னே, ராயருடன் சிறிது நேரம் பேசிக்கொண்டு உட்காருவார். பௌத்த தர்மத்தைக் குறித்து இந்த வரலாற்று அறிஞரிடமிருந்து எவ்வளவு விஷயங்களைக் கேட்டாலும் அவருக்கு நிறைவு இல்லை. மற்ற வரலாற்று அறிஞர்கள் வெறுமனே அதன் வரலாற்றை மட்டுமே அறிந்தவர்களாக இருந்தால் இவர் தர்மத்தின் கருத்துப்பிழிவுப் பார்வையில் தர்ம வரலாற்றை விவரிப்பவராக இருந்தார். நாளை ராயர் முதல் மோட்டாரைப் பிடிக்க வேண்டியவராக இருப்பதால் அவரைப் படுக்கச் சொல்லி ஜெயரத்னே தன் அறைக்குப் போனார். ராயர் படுத்தவுடன் உறக்கம் வரவில்லை. நாளை அவர் விட்டுப் போகவேண்டிய அஜந்தா அவர் மனதைத் தன் காலத்தில் பிடித்து வைத்திருந்தது. நான்கு நாட்களாக அவர் வேறொரு உலகத்துப் பிரஜையாக வாழ்ந்துகொண்டிருந்தார். நாளையிலிருந்து நவீன யுகத்துக் குடிமகனாக இருக்க வேண்டும்.

அப்போதே இரவு ஒன்பது மணியாகியிருந்தது. மக்கள் நடமாட்டம் இல்லாத அந்தப் பகுதியில் வெளியே முழுநிலா பரவி, அஜந்தாவின் உலகைப் போலவே கண்ட மயக்கம் அதைக் கனவு உலகமாக மாற்றியிருந்தது. இதுபோன்ற ஆழ்ந்த அமைதியான இடத்தைத் தேர்ந்தெடுத்தே புத்த பிட்சுக்கள், கலைஞர்கள் கல்லைக் கரைய வைத்து உயிர்கொடுத்திருக்கிறார்கள் என்று ராயர் கருதினார். தன் அறை சன்னல் வழியாகத் தெரியும் முழுநிலாவைப் பார்ப்பதற்குப் பதிலாக அவர் போய் தோட்டத்தில் உட்கார வேண்டும் என்ற எண்ணத்தில் வெளியே வந்தார். விருந்தினர் விடுதியிலிருந்து சுமார் ஐம்பது கஜம் முன்னால் நடந்து, அங்கே இருந்த ஒரு கல் மீது உட்கார்ந்தார். அந்த நாள் முழுதும் நின்று கொண்டே குகையைப் பார்வையிட்ட அலுப்பும் மறந்து போனது. மனம் கூட அந்த மயக்கத்தில் மிதந்துகொண்டிருந்தது. தான் படைக்க வேண்டும் என்றிருந்த பரதவர்ஷ வரலாறு கண் முன் தெளிவாகத் தெரிந்தது. தூய வெண்ணிலாவைப்போல ஆயிரம் ஆண்டு பண்பாட்டின் அந்த நீண்ட பரம்பரையின் கற்பனை கண்முன் வந்து போனது. எழுத்தின் ஒரு மையத்தில் நிற்கவேண்டி இருந்தது. அந்த மையப்புள்ளி அவருக்குத் தெளிவாகத் தெரிந்தது. ஆனால் அந்தப் பண்பாட்டுப் பரம்பரையின் ஆதி எது? வேதங்களைப்போல இது மானுடர்களால் படைக்கப்படாததா? அல்லது வரலாற்றறிஞர்கள் கருத்துப்படி கி.மு. இரண்டாயிரம் ஆண்டுகளிலிருந்து ஆரம்பமானதா? மூன்றாயிரம் ஆண்டுகளா? இதன் தொடக்கப் புள்ளி எது? மானுடவியல் பார்வையில் நாம் மானுடப் பண்பாட்டு வரலாற்றுக் காலத்தை அளக்க முடியுமா? ராயர் தன் எண்ண ஓட்டத்தில் முழுமையாக மூழ்கிப் போயிருந்தார்.

அதற்குள் அவர் முதுகுக்குப் பின்னால் கேட்டது: “நாளை காலை விரைவாக பேருந்துக்குப் போக வேண்டியவர் இன்னும் படுக்கப் போகவில்லையா? என்ன சிந்தனையில் இருக்கிறீர்கள்?” அது கருணாரத்னேயின் குரல். ராயர் திரும்பிப் பார்த்தார். அவள் அருகில் வந்து கேட்டாள்: “உங்கள் சிந்தனைக்குத் தடை ஏற்படவில்லைதானே?”

“இல்லை, உட்காருங்கள்.”

“உங்களிடம் சொல்லலாம் என்று வந்தேன். நாம் எடுத்துக் கொண்ட குறிப்புகள் மூன்று நோட்டு புத்தகங்களை நிரப்பி

இருக்கின்றன. அவற்றின் பிரதிகளை இங்கே எடுப்பது முடியாத காரியம். அதையே உங்களிடம் கொடுத்தால் என் எழுத்தை வாசிக்க உங்களுக்குச் சிரமமாகலாம். எனக்குச் சுருக்கெழுத்தும் கூடத் தெரியும். அதிகமான பகுதியைச் சுருக்கெழுத்தில்தான் எழுதியிருக்கிறேன். இனி சுமார் ஒரு மாதத்தில் நாங்கள் எங்கள் ஊர் போய்ச் சேருவோம். பிறகு அதை முழுமையாக டைப் செய்து உங்களுக்கு அனுப்பி வைக்கிறேன். நீங்கள் ஆதங்கப்பட வேண்டாம். சரியா?”

ஓரிரு நிமிடம் சந்தேகத்துடன் அமைதியாக இருந்து ராயர் சொன்னார்: “இதன் தேவை எனக்கு எவ்வளவு என்பது உங்களுக்குத் தெரியும். மறக்க வேண்டாம், அவ்வளவுதான்!”

“கண்டிப்பாக மறக்க மாட்டேன்.”

அவர்கள் இருவரும் அமைதியானார்கள். ராயர் மனம் முழுமையாக இன்னும் சிந்தனையிலிருந்து விடுபடவில்லை. ஐந்து நிமிடம் அமைதியாக இருந்த பிறகு ரத்னே கேட்டாள்: “ஒரு கேள்வி கேட்கிறேன். உங்களுக்கு பேசும் மூட் இருக்கிறதா?”

“கேளுங்கள்.”

“எல்லா நாட்டு வரலாற்று அறிஞர்களும் தொன்ம யுகம், நவீன யுகம், அல்லது வரலாற்றுக்கு முந்தைய யுகம், வரலாற்றுத் தொடக்க யுகம் போன்ற காலப் பிரிவுகளைச் செய்வார்கள். ஆனால் எந்த நாட்டு வரலாறும் ஒரு தெளிவான அடையாளத்தைக் காட்டி தன் மெய்வடிவத்தை மாற்றிக்கொள்வதில்லை. இந்தப் பிரிவின் விதிகள் தான்தோன்றி என்று தோன்றுகிறது இல்லையா?”

ராயர் உற்சாகமாகச் சொன்னார்: “இதற்குத் தொடர்புடைய விஷயத்தைக் குறித்து நான் யோசித்துக்கொண்டிருக்கிறேன். நீங்கள் இந்தக் கேள்வியைக் கேட்டீர்கள். வரலாறைப் பொறுத்தவரை யுகம் என்ற சொல்லுக்கு குறிப்பிட்ட வரம்பு இல்லை. ஒரு இனத்தின் இயல்பான நாகரிகம், அந்த மக்களின் மனதில் ஆழமாக நிலைத்திருக்கும் விழுமியங்களைச் சார்ந்தது. சில சமயம் அந்த விழுமியங்கள் பல நூறு, பல ஆயிரம் ஆண்டுகள் நிலைத்திருக்கலாம். அந்தக் காலகட்டத்தில் அந்த இனம் சாதிக்கும் கலை, இலக்கியம், அறம், அறிவுசார் முன்னேற்றத்தின் விவரங்களை வளர்ச்சி குறிப்பிட்டாலும், அடிப்படையில் அவற்றில் வேறுபாடுகள்

இல்லை. ஏனென்றால் அவை எல்லாம் மக்கள் வாழ்க்கையின் ஒரே விழுமியத்தின் அடிப்படை மீது விரிவடைந்த விவரங்கள் மட்டுமே. இனத்தின் அடிப்படை விழுமியங்களில் தெளிவான மாற்றம் ஏற்பட்டால் மட்டுமே புதிய யுகம் ஆரம்பமாகும். அப்போது வரலாறும் புதிய வடிவத்தைப் பெறும்.”

“அந்த யுக மாற்ற காலத்தை வரலாற்று அறிஞர்கள் அடையாளப்படுத்துவது எப்படி?”

“அதற்கு ஆழமான உள்நோக்குப் பார்வை தேவை. வெறும் அறிவுசார் மாற்றங்களை மட்டுமே அடையாளப்படுத்துபவன் வரலாற்று அறிஞனாகமாட்டான். ஒரு இனத்தின் கருத்துப்பிழிவில் நடக்கும் செயல்பாடுகளை, அதன் விழுமியங்களில் ஏற்படும் உரசல்களை இதிகாசம் மட்டுமல்ல, கலை, இலக்கியத் தத்துவ ஞானம் எல்லாம் தங்களுக்கே உரிய ஊடகங்கள் வழியாக அடையாளப்படுத்தும். அந்தப் பார்வையில் இலக்கியம், இதிகாசம் இரண்டிற்கும் இடையில் இருக்கும் வேறுபாடு அதிகமல்ல. முழு இனத்தையும் நோக்கி அந்த ஆழமான கருத்துப்பிழிவு மாற்றங்களை வர்ணிப்பது வரலாறானால், அதே சில உண்மையான அல்லது கற்பனை நபர்களின் வாழ்க்கையை மையப்படுத்தி வாழ்வின் ஆழமான சாரத்தை வெளிப்படுத்துவது இலக்கியம். அந்த மன்வந்தர (எழுபத்தொரு பேரூழிக் காலம்) காலத்தை பிம்பிக்கும் இதிகாச இலக்கியங்கள் மட்டுமே பெரும் படைப்புகளாகும். இந்த இரண்டின் தொடர்பை அறிந்துகொண்டே மகாபாரதத்தை இதிகாசம் என்று அழைத்தது.”

ரத்னே சுமார் பத்து நிமிடங்கள் அமைதியாக உட்கார்ந்து கொண்டு அவர் பேச்சை அசைபோட்டுக்கொண்டிருந்தாள். அவள் கேம்பிரிட்ஜில் உயர்நிலையில் இதிகாசம் கற்ற பெண். இதிகாச வடிவம் என்ன, அதன் விஷயத் துறை எது என்பவற்றைப் பற்றி வாதங்களைக் கற்றவளாக இருந்தாலும் இந்தப் பார்வையில் எந்த வாதத்தையும் வாசித்ததில்லை. ராயர் கருத்தில் அவளுக்கு ஒரு சந்தேகம் எழுந்தது: “விழுமிய மாற்றத்தின் யுகத்தை, அதன் காரணத்தையும், விளைவையும் இயக்கி இதிகாசத்தை வர்ணிக்க வேண்டுமென்று நீங்கள் சொல்கிறீர்கள். விழுமிய மாற்ற யுகத்தைக் குறித்து வாதம் செய்யும் போது மாற்றுக் கருத்தாகவாவது வரலாற்று அறிஞன் விழுமிய தீர்வைக் கொடுக்க வேண்டி இருக்கும். அவன்

அப்படிச் செய்ய முடியுமா? அந்தப் பார்வையில் இதிகாசம் என்பது முன்னேற்றப்பாதையில் செல்லும் வளர்ச்சியா, அல்லது பின்னடைந்து உள்ளியங்கும் மனித இனத்துக் கருணைக் கதையா?”

“இதிகாசம் எப்போதும் முன்னேற்றத்தை நோக்கிச் செல்லவில்லை என்று சொன்னால், நம் முன்னோர்கள் பண்பாடு, நம் பண்பாட்டை விடவும் கீழானது என்பதாகும். பின்னடைவுதான் அதன் திசை என்றால் நாம் அழிவுப்பாதையில் கட்டாயமாக இயங்கிக்கொண்டிருக்கிறோம் என்பதாகும். இந்தியப் பார்வையில் கிருதா, திரேதா, துவாபரா, கலி என்று வரிசையாக யுகங்களைப் பிரித்திருப்பதைப் பார்த்தால் அடிப்படையில் இதிகாசம் பின்னோக்கிச் செல்கிறது எனலாம். ஆனால் கலியுகமே முடிவல்ல. அந்த யுகமும் மீண்டு, மறுபடியும் யுக சுழற்சி ஏற்படும், திரும்பவும் கிருதா யுகம் பிறக்கும்.”

“அப்படி என்றால் இந்தச் சுழற்சிக்கு முடிவே இல்லையா?”

“மானுட இதிகாசத்து தொடக்கப்புள்ளியைக் கற்பித்துப் பார்ப்பது எப்படி முடியாதோ அதன் முடிவுப் புள்ளியையும் முடிவு செய்வது மடமை. அந்த முடிவில்லாத சுழற்சியில் விழுமியங்கள் சில சமயம் பலவீனமடையலாம். அதனால் வரலாற்று ஆசிரியர்கள் மகத்துவமான தீர்வுகளைக் கொடுக்கும்போது மிகவும் எச்சரிக்கையாக இருக்க வேண்டும்.”

ரத்னே மெல்லச் சொன்னாள்: “நான்கு நாட்களாக நாம் இந்த அஜந்தாவில் இருந்தோம். எல்லா வாத விவாதங்களையும் மறக்கடிக்கும் இந்த இடத்தில், இந்த அமைதியான மயக்கத்தில், நீங்கள் இந்த வார்த்தைகளைச் சொல்கிறீர்கள். அதை நம்பலாம் என்று எனக்கும் தோன்றுகிறது. நீங்கள் எனக்கொரு உதவி செய்ய முடியுமா? உங்களுக்கு என்றும் நன்றியுடன் இருப்பேன்.”

“என்னிடமிருந்து ஆகவேண்டிய உதவியாவது என்ன?”

“நான் கேம்பிரிட்ஜிலிருந்து வந்து ஓராண்டு ஆனது. எங்கள் ஊரில் உயர் நிலையில் கற்க வசதிகள் இல்லை. அடுத்த ஆண்டு ஆசிரியை ஆகவோ அல்லது ஆராய்ச்சி மாணவியாகவோ கொலம்போவில் பல்கலைக்கழகத்தில் சேரும் விருப்பம் இருக்கிறது. இப்படிக் கேள்விகள் கேட்டு உங்களுக்கு எழுதினால் நீங்கள் கண்டிப்பாக விவரமாகப் பதில் எழுத வேண்டும்.”

“கண்டிப்பாக. எனக்குத் தெரிந்த அளவில் எழுதுகிறேன். என் மனநிலை எனக்குத் தடையாக இருக்கும் போது மட்டும் நீங்கள் மன்னிக்க வேண்டும்.”

இரவு ஒரு மணியாகி இருந்தது. முழுநிலா மெலிந்து வானில் மறையும் அறிகுறி தெரிந்தது. அவர்கள் இருவரும் எழுந்து மெல்ல தங்கள் அறைகளுக்குச் சென்றார்கள். ராயருக்கு ‘குட்நைட்’ சொல்லும் முன் அவள், “நாளை நீங்கள் புறப்படுவதற்கு முன் மீண்டும் சந்திக்கிறேன்” என்றாள்.

மறுநாள் விடிகாலை இருவரும் விலாசங்களைப் பகிர்ந்துகொண்டார்கள். கருணாரத்னே அப்பா, அம்மா ராயருக்குக் கைகூப்பி வணங்கிப் பணிவுடன் விடைபெற்றார்கள். ராயர் மோட்டார் ஏறும்போது ரத்னே அவர் கையைக் குலுக்கி, “குறிப்புகளை அனுப்பி வைக்கிறேன். இதன் பிரதி எனக்கும் கிடைப்பது என் அதிர்ஷ்டம்” என்றாள்.

★★★

படலம்: நான்கு

1

ஆனி ஆடி மாதங்களில் எப்போதும் போல கபிலை நிரம்பி ஓடும். இந்த முறை வெள்ளத்தால் யாரும் சாகவில்லை. நஞ்சனக்கூடு நகரசபை ஆற்றங்கரையில் 'எச்சரிக்கை, இங்கே யாரும் நீந்தக் கூடாது' என்ற அறிவிப்புப் பலகை வைத்திருந்தது. பண்டிதர் மகனின் வருடாந்திரமும் முடிந்து ஒரு மாதமாகி இருந்தது. மகனின் மரணத்தால் வெறுமையான அந்த வீட்டை நிரப்புவது முடியாது என்றாலும் நாள்கள் கடக்கத் துயரம் எல்லோர் மனதிலும் குறைந்து கொண்டிருந்தது. பண்டிதர் தம்பதிகளின் கவனத்தை இப்போது அவர் பேரன் ஆக்கிரமித்துக்கொண்டிருந்தான். ஒன்றரை வயது சீனி தன் அப்பாவின் உடல்வாகு, முகபாவங்களை ஒத்துப் பிறந்திருந்தான். முன் நான்கு பற்கள் மட்டுமே முளைத்த அவன் சிரித்தால், இறந்துபோன அவன் அப்பாவே மகன் உருவில் வாழ்கிறான் என்ற பிரமை ஏற்படும்.

பேரனைத் தோளில் சுமந்துகொண்டு பண்டிதர் குதித்து ஆடுவார். இருபத்தி ஏழு ஆண்டுகளுக்கு முன் தன் மகன் நஞ்சுண்டனை இப்படித்தான் தூக்கிக்கொண்டு குதித்து ஆடியிருந்தார். அப்போது அவன், 'அண்ணா அண்ணா' என்று அவர் தலையில் அழகாகப் பளபளக்கும் முடிந்த கருங்கூந்தலைப் பிடித்து இழுப்பான். அவர் மனைவி இருபத்தி நான்கு வயது பாகீரதம்மா குழந்தை முன்னால்

நின்றுகொண்டு சொடக்குப் போடுவார். வீட்டு வேலையாள் லட்சுமி வந்து குழந்தையைத் தன் கையில் எடுத்துக் கொண்டு வீட்டுப் பின் தோட்டத்திற்குப் போவாள். இப்போது ஐம்பத்தைந்து வயது பண்டிதருக்கு தலை எல்லாம் வெளுத்துப் போய், முடிந்திருந்த கூந்தல் இடத்தில் கோபாத வடிவத்து அகலமான சிண்டு இருக்கிறது. பேரன் அதைப் பிடித்துக்கொண்டு, 'தாத்தா' என்கிறான். அவர் மருமகள் தொலைவில் நின்று மகனைப் பார்த்துச் சிரிக்கிறாள்.

மகன் பகல் முழுதும் தாத்தா, பாட்டி, லட்சுமியுடன் இருப்பான். சில சமயம் அம்மாவிடம் போவான். இரவு படுக்கும் போது மட்டும் காத்தியாயினியுடன் இருப்பான். உறக்கத்தில் நீண்ட மூச்சுவிட்டுக்கொண்டு பக்கத்தில் தூங்கும் குழந்தையை அணைத்துக்கொண்டு படுத்திருக்கும் காத்தியாயினிக்கு, தன் பங்கிற்கு முடிந்துபோன சகல சீரும் சிறப்புமான வாழ்க்கை நினைவிற்கு வரும். அவள் கணவன் நஞ்சுண்ட பண்டிதன் மென்மையான குணம் கொண்டவன். தாய் தந்தையருக்குப் பணிந்து நடந்துகொண்டிருந்த மகன். ஆனால் மூத்த தம்பதியர்கள் என்றும் மகன், மருமகள் மீது அதிகாரம் செலுத்தியவர்கள் அல்ல. அவர்களுக்கு பெண் பிள்ளை இருக்கவில்லை. காத்தியாயினி அவர்கள் வீட்டு மகளாக வந்திருந்தாள். பண்டிதர் பலமுறை மகன் மருமகளுடன் நகைச்சுவையாகப் பேசிச் சிரிப்பார். ஊரில் ஏதாவது நாடகக் கம்பனி வந்தால் அவர் இருவரையும், 'போயிட்டு வாங்க' என்று தாமாகவே அனுப்பி வைப்பார். மெல்லக் குடும்ப நிர்வாகத்தை மகனுக்கு அறிமுகப்படுத்திக் கொடுத்து, தாம் அதிகமாக கடவுள் வழிபாட்டிலும் வாசிப்பிலும் ஈடுபட்டார். மகன் இறப்பதற்கு முன்பு அவர் ஹெஜ்ஜிகே வயலுக்கும், தேவரசஹள்ளி, அரிசிகெரே, களலே வயல்களுக்குப் போய் மூன்று ஆண்டுகள் ஆகியிருந்தன. ஜமீன் மேற்பார்வை மட்டுமல்லாமல் குடும்ப வரவு செலவுகளையும் மகனே பார்த்துக்கொள்ளும்படி செய்திருந்தார். தினசரி நடைமுறை அலுவல்களிலிருந்து விலகியிருந்த அவர் இப்போது மீண்டும் தொடர வேண்டியிருந்தது. அறுவடைக் காலங்களில் கிராமத்துக்குப் போய் வருவது, குத்தகைதாரர்களிடமிருந்து குத்தகைப் பணம் வசூலிப்பது போன்றதிலிருந்து நில வரி கட்டுவதுவரை அவர் வேலையானது.

அத்தை மாமா அன்பு பாசத்தை பார்த்துக் காத்தியாயினி மனம் நிறைந்துபோகும். இரவு குழந்தையைப் படுக்க வைத்துக்கொண்டு படுத்திருக்கும்போது, தன் சீரும் சிறப்புமான வாழ்க்கை அவளுக்கு நினைவிற்கு வரும். கணவன் இருந்தபோது அவனுடனான சரச சல்லாபங்கள், இன்பமான வாழ்க்கை, அவன் தன்மீது பித்தாக இருந்தது, கிராமத்துக்குப் போன அவன் வீடு திரும்பத் தாமதமானால் அவள் ஆதங்கத்துடன் வாசல் பக்கம் பார்ப்பது, அவள் நினைவில் திரும்பத் திரும்ப வரும். உறக்கம் வராமல் அவள் மற்றொரு பக்கம் புரளும்போது அத்தை கேட்பார்; "தூக்கம் வரலையாம்மா?"

"வருதும்மா" என்று அவள் சொன்னாலும் அது பொய்யென்று அத்தைக்குத் தெரியும். "பார் குழந்தை, அவன் குழந்தையாக இருந்தபோது சீனி மாதிரித்தான் அவனும் இருந்தான். ராத்திரி நேரம் சில நாள் தூளியிலேயே விளையாட ஆரம்பிப்பான். நானும் எழுந்து அவன் கூட விளையாடணும். இல்லைன்னா அழுவான். உங்க அண்ணா மாடில படுத்துக்குவாரு." சிறுவயதிலேயே மாமா மனைவி குழந்தையைக் கீழே விட்டு விட்டு அவர் எதற்கு மாடியில் படுக்கிறார் என்பது காத்தியாயினிக்குத் தெரிந்திருந்தது. "அவனுக்கென்ன, ராத்திரி முழுதும் விளையாடுவான். விடிகாலையில் அவனுக்குத் தூக்கம். அப்போது நான் எழுந்திரிக்கணும். எழுந்து மடி உடுத்திக்கிட்டு அவருக்கு பூஜைக்கு ஏற்பாடு செய்யணும். ஒவ்வொருநாள் எனக்கும் தூக்கம் வரும் அப்போ லட்சுமியை எழுப்பி அவள் கையில் குழந்தையைக் கொடுத்துட்டு நான் தூங்கிப்போவேன். பிறகு லட்சுமி, நான் இருவரும் ஒரே அறையில் படுத்துக்க ஆரம்பிச்சோம்," என்று குழந்தையை வளர்த்த ஒவ்வொரு விவரத்தையும் பாகீரதம்மா ஞாபகப்படுத்திக்கொள்வார். கடைசியில் பெருமூச்சு விட்டு, "எங்கள் ரத்தத்தைத் தாரை வார்த்துப் பெத்து சுமந்து வளக்கறோம். ஆண்டவன் அது எதையும் பாக்காம பறிச்சுக்கிறான்" என்று கண்ணீர் சொரிவார்.

"அமைதியா இருங்கம்மா. நம்ம கையில என்ன இருக்கு?" என்று காத்தியாயினியே ஆறுதல் வார்த்தைகளைச் சொல்வாள். கொஞ்ச நேரம் கழித்து வெளியே வரவேற்பறையில் படுத்திருக்கும் மாமா நினைவு வந்து அவள் கேட்பாள்: "அம்மா, நாம் எல்லாம் வெற்று மனிதர்கள். அவர் இறந்து ஒன்றரை ஆண்டுகள் ஆனாலும் இன்னும்

அழுதுகொண்டிருக்கிறோம். அண்ணன் ஒருவர்தான் கெட்டி என்று சொல்லலாம். அவர் மூழ்கிவிட்டார் என்று தெரிந்ததும் ஆற்றுப்பக்கம் ஓடினார். மகன் கிடைக்கவில்லை. பின்னாலேயே ஓடி வந்த நம்ம ரெண்டு பேரையும் எப்படி வீட்டுக்கு அழைத்து வந்து ஆறுதல் சொன்னார்! நான் அழுதுகொண்டே நடுவீட்டுத் தூண் அருகே மயங்கி விழுந்துவிட்டேன். நீங்க இதே அறையில் நினைவு இழந்து போனீங்க. 'லட்சுமி, அவளைப் பார், முகத்தில் தண்ணீர் தெளி' என்று லட்சுமியிடம் சொல்லி அவர் என் அருகே உட்கார்ந்துகொண்டார். எனக்கும் மயக்கம் வருவது போல இருந்தது. என் தலையை எடுத்து மடி மீது வைத்துக்கொண்டு, 'குழந்தை இப்படிப்பட்ட நேரத்தில்தான் நாம் துணிச்சலாக இருக்கணும். ஆண்டவன் நம்மை சோதிக்க இப்படி ஏதாவது செய்வான்' என்றார். அந்தத் துயரத்திலும் அவர் சொன்ன வார்த்தைகள் எனக்கு வறண்ட சொற்களாகத் தெரிந்தன. ஆனால் தீவிரமான சூழ்நிலையானாலும் எப்படி அமைதியாக அந்தப் பேச்சைப் பேசினார் அவர்! நான் கண் திறந்து அவர் முகத்தைப் பார்த்தேன். இருந்த ஒரே மகனை இழந்த அப்பனால் இப்படிப் பேச முடியுமா என்று எனக்கு வியப்பாக இருந்தது. நமக்கும் அவரைப்போல மனோதிடம் இருந்தால் எந்தச் சிரமமானாலும் தாங்கிக்கொள்ள முடியும்தானே?"

"அதென்னமோ உண்மை! ஆனாலும் மனுஷன் இப்படி இருக்கக்கூடாது. எல்லோரைப்போல அழும்போது அழணும். அப்பத்தான் நமக்கும் ஆறுதலா இருக்கும். ஒன்றரை ஆண்டுகளாக நாம் மனசுக்குள்ளயே புழுங்கிக் கிடக்கிறோமே தவிர அவர் முன்னால் கண்ணீர் சிந்த முடியலை. அவர் முன்னால் நாம் அழுது நம் முன்னால் அவரும் கண்ணீர் சிந்தினால் ரெண்டு பேருக்கும் ஆறுதலா இருக்கும் இல்லையா?"

அதற்குள் பக்கத்து அறையிலிருந்து மெல்லிய குறட்டை ஒலி கேட்கும். பாகீரதம்மா மருமகளுடன் தன் பேச்சைத் தொடருவார்: "லட்சுமியைப் பார், சுகமா தூங்கறா. அவன் குழந்தையாக இருந்தப்ப அவதான் தூக்கி வைச்சுக்கிட்டு விளையாடுவா. அவனைப் பள்ளிக்கு அழைச்சுக்கிட்டுப் போவா. தன் மகன்னு நினைச்சு அன்பைப் பொழிஞ்சா. அவன் ஆற்றில மூழ்கிப் போன நாள் அவளும் அழுதா. பிறகு இவர் நமக்குச் சொல்லியது போலவே அவளுக்கும் வேதாந்தம் சொன்னாருன்னு தெரிது.

துயரத்தை விழுங்கிக்கிட்டு அமைதியா தன் வேலையைச் செய்யத் தொடங்கிட்டா. ஒரு வகைல அவதான் சுகமா இருக்கா. நீ சொல்றது போல கஷ்ட சுகம் ரெண்டிலும் ஒரே மாதிரி இருக்கக் கத்துக்கணும்."

அதற்குள் காத்தியாயினிக்கு தூக்கக் கலக்கமாக இருந்தது. சில சமயம் அம்மாவுடன் படுத்திருக்கும் குழந்தை விழித்துக் கொண்டு அழும். மருமகள் விழித்துக்கொள்வாள் என்று பாகீரதம்மா எழுந்து குழந்தையை எடுத்துக்கொண்டு பக்கத்தில் வைத்திருக்கும் பாலைக் குடிக்க வைப்பார். பிள்ளை அழுவதை நிறுத்தாவிட்டால் வரவேற்பறையில் படுக்கும் பண்டிதர், "அவனை இங்கே எடுத்து வா" என்பார். விளக்கு வெளிச்சத்தில் தாத்தா முகத்தைப் பார்த்த பிள்ளை, 'தாத்தா' என்று மழலையில் பேசி அவரிடம் போகும். "நீ படுத்துக்க போ" என்று மனைவியிடம் சொல்லிவிட்டு, பேரனைத் தூக்கிக்கொண்டு அவர் பின்கட்டுத் தோட்டத்துக்குப் போவார். வானில் மின்னும் நட்சத்திரங்களைக் காட்டுவார். சிறிது நேரம் தத்தி நடக்கும் குழந்தை உறக்கம் வந்து அவர் தோள் மீது சாய்ந்து கொள்ளும். அவர் மெல்ல உள்ளே வந்து படுக்கை மீது படுக்க வைத்து அவனுக்குப் போர்வையைப் போர்த்திவிடுவார். மீண்டும் உறக்கம் வந்தால் மட்டுமே அவர் படுப்பார். இல்லை என்றால் மாடி மீது அவர் படிக்கும் அறைக்குப் போய் விளக்கை ஏற்றிவைத்துக்கொண்டு உட்கார்ந்துவிடுவார்.

2

இரண்டு வயது நிரம்பும்போது சீனியைப் பிடிக்க யாராலும் முடியவில்லை. லட்சுமி எப்போதும் அவன் பின்னாலேயே இருந்தாலும் அவன் எல்லோர் கண்ணிலிருந்து தப்பித்துக்கொண்டு தெருவில் நடந்து போய் விடுவான். ஒருநாள் கோயில் வளாகத்துக்குள் போய், வீட்டுக்குத் திரும்பும் வழி தெரியாமல் அழுதுகொண்டே உள்ளே சுற்றிக்கொண்டிருந்தான். கோயில் நாகஸ்வரக்காரர் அடையாளம் கண்டு வீட்டுக்குக் கொண்டு வந்து விடுவதற்குள் பண்டிதர் தெரு முழுதும் தேடி அலைந்திருந்தார். லட்சுமி வீட்டுக்குப் பின்னால் ஓடிக்கொண்டிருந்த குண்டல ஆற்றுக் கரையை முழுதுமாகச் சுற்றித் தேடிவந்தாள். மதிய வெயிலில் அவன் வெளியே போவதைத் தவிர்க்க, வீட்டு இரண்டு பக்கக் கதவுகளையும் சாத்தி வைப்பார்கள்.

பங்குனி மாதத்தில் ஒரு மதியம் அவன் தப்பித்துக்கொண்டு வீட்டை விட்டு வெளியே போய்விட்டான். மாலை நான்கு மணி வரை சுளிவு கிடைக்கவில்லை. ஒருவேளை ஆற்றருகில் இருக்கலாம் என்று யோசித்து பண்டிதர் மணிகர்னிகா படித்துறைக்குப் போனார். மேற்குப் பகுதியில் குண்டல ஆறும் கபிலையும் இணையும் மணலில் வீடு கட்டிக்கொண்டு சீனி ஆடு மேய்க்கும் சிறுவர்களுடன் விளையாடிக்கொண்டிருந்தான். அருகில் வந்த தாத்தாவைப் பார்த்து அவனாக, ‘என் வீடு பெரிசு’ என்று சொன்னான். மதியத்திலிருந்து வெயிலில் இருந்த அவன் உடம்பெல்லாம் வியர்த்து ஈரமாகியிருந்தது. இடையில் தாகமானபோது பக்கத்தில் மணல் மீது தேங்கி இருந்த தண்ணீரை நான்கு முறை குடித்திருக்கிறான். பேரனைத் தூக்கிக்கொண்டு பண்டிதர் வீட்டிற்கு வந்தார். குழந்தையைச் சரியாக கவனித்துக் கொள்வதில்லை என்று அன்று வீட்டில் எல்லோர் மீதும் கோபித்துக்கொண்டார். “வீட்டை விட்டு வெளியே போனே உன் காலைக் கட்டிப் போட்டிருவேன்” என்று குழந்தையையும் மிரட்டினார்.

அம்மாவின் அருகே படுத்திருந்த குழந்தை அன்று இரவு பத்து மணி சுமாருக்கு பாரமாக மூச்சுவிட்டது. நெற்றி மீது கைவைத்துப் பார்த்த காத்தியாயினி அத்தையிடம், “அம்மா, சீனிக்குக் காய்ச்சல் அடிக்குது, பாருங்க” என்றாள். பாகீரதம்மா தொட்டுப் பார்த்து நீலகிரி தைலம் எடுத்து வந்து நெற்றி, கழுத்து, உள்ளங்கால்களுக்கு நன்றாகத் தேய்க்கும் போது, வரவேற்பறையில் படுத்துக்கொண்டு இன்னும் உறக்கம் வராத பண்டிதருக்கும் சத்தம் கேட்டு அவர் உள்ளே வந்தார். குழந்தை தூங்கிக்கொண்டிருந்தது. “காலையில் மாத்திரை உரைத்துக் கொடுக்கலாம்” என்று சொல்லி அவர் வெளியே வந்தார்.

மறுநாள் காலை பண்டிதர் களலே போகவேண்டி இருந்தது. குழந்தைக்குக் காய்ச்சல் விட்டிருந்தது. அவனுக்கு ‘கஸ்தூரி’ மாத்திரை கொடுக்கச் சொல்லி, அவர் குளியல் சிற்றுண்டியை முடித்துக்கொண்டு புறப்பட்டார். விழித்துக்கொண்ட பையன் எப்போதும் போல குதித்து விளையாட ஆரம்பித்தான். இரவு தாங்கள் பட்ட கவலைகளுக்கெல்லாம் இனி எந்தப் பொருளுமில்லை என்று தெரிந்து பாகீரதம்மா, காத்தியாயினி நிம்மதி அடைந்தார்கள். அத்தை உள்ளே வேலையாக இருந்தார்.

குழந்தையைப் பார்த்துக்கொள்ள அத்தையிடம் சொல்லி விட்டு காத்தியாயினி பின்கட்டில் கிணறருகே துணி துவைக்கப் போனாள். அவள் துணி துவைத்து விட்டு உள்ளே வந்த போது சீனி இருக்கவில்லை. அப்போதே தப்பித்துக்கொண்டு போய்விட்டான். அதிர்ச்சியில் காத்தியாயினி தேடப் புறப்பட்டாள். அதற்குள் குழந்தையை லட்சுமி வீட்டுப் பின்கட்டிலிருந்து அழைத்துக்கொண்டு வந்து சொன்னாள்: “மாட்டை ஓட்டி வரலாமுன்னு போயிருந்தேன். வழில பாத்தா குண்டல ஆற்றுத் தண்ணில விளையாடிட்டு இருந்தான்.”

கோடையில் குண்டல ஆற்றில் கால் மூழ்கும் அளவிற்கு மட்டுமே தண்ணீர் மணல் இருக்கும் ஒரு மூலையில் ஓடும். குழந்தைகள் மூழ்கிவிடும் பயம் இருக்காது. அத்தை மருமகள் இருவரும் மறுபடியும் வீட்டு இரண்டு பகுதிகளில் இருக்கும் கதவை சாத்தி வைத்தார்கள். ஆனால் மதியம் மூன்று மணி ஆகும் நேரம் குழந்தை உடம்பு மீண்டும் கொதித்தது. மாலை பண்டிதர் வீடு வரும் நேரம் அனல் போல காய்ச்சல் ஏறியிருந்தது. கண் சிவந்து முகம் வீங்கி அவன் முழுமையாக நினைவிழந்திருந்தான்.

பண்டிதர் உடனே போய் வெங்கடாசல வைத்தியரை அழைத்து வந்தார். குழந்தை நாடியைப் பிடித்துப் பார்த்து வைத்தியர் சொன்னார்: “சன்னி வாதம். இருபத்தியொரு நாள் தொடரலாம். எச்சரிக்கையாக இருக்கணும். மாத்திரை உரைத்துக் கொடுக்கிறேன். உயிருக்கு ஆபத்தில்லை.”

வைத்தியர் சொன்னது சரியாக இருந்தது. குழந்தைக்குக் காய்ச்சல் குறையவில்லை. முழுசாக நினைவும் வரவில்லை. சில சமயம் தாத்தா பேசினால் யாரோ தொலைவில் கூப்பிடுபவருக்கு ‘ஓ’ கொடுப்பது போல ‘ஊம்’ என்பான். அதைத் தவிர எதுவும் புரியவில்லை. அழவில்லை. சிரிக்கவில்லை. வீடு, தாத்தா, பாட்டி, லட்சுமி எல்லாம் மறந்து நினைவில்லாமல் தன் இருப்பை நகர்த்திக்கொண்டிருந்தான். பாரமான மூச்சு மட்டும் ஏற்ற கதியில் நடந்துகொண்டிருந்தது. மூச்சு பாரத்தையும் தாங்கிக்கொள்ள முடியாமல் பலவீனமானது அந்தக் குழந்தையின் தேகம்.

பன்னிரண்டு நாள்கள்வரை நிலைமை மோசமாக இருந்தது. பிறகு கவலைக்கிடமானது. குழந்தை பிழைக்குமா என்ற சந்தேகம் எல்லோர் முகத்தின் மீதும் சூழ்ந்தது. ஆனால் யாரும் அதை

வாய்விட்டுச் சொல்ல முடியாது. பதினைந்தாம் நாள் இரவு மூச்சுத் திணற ஆரம்பித்தது. காய்ச்சலால் எப்போதும் மூடியே இருந்த கண் இமைகள் பாதி திறந்த நிலைக்கு வந்தன. கண்ணில் ஒளியில்லை; முகத்தில் தெம்பில்லை. எப்போதும் அருகிலேயே இருக்கும் பாகீரதம்மா வீட்டுக்காரரை அழைத்தார். பண்டிதர் அருகில் வந்து கை கால்களைப் பிடித்துப் பார்த்தார். கால் சில்லென்று இருந்தது. நெற்றியில் வியர்வைத் துளிகள். மூச்சு விட்டு விட்டு வந்தது. குழந்தை இனி பிழைக்கும் என்ற ஆசையை எல்லோரும் கைவிடும் கணம் நெருங்கிக் கொண்டிருந்தது. பண்டிதர் துணிச்சலை இழக்கவில்லை. அருகிலேயே தவித்துக்கொண்டு நின்றிருந்த லட்சுமியிடம் வைத்தியரை அழைத்துவர சொல்லிவிட்டு குழந்தையைத் தன் மடி மீது எடுத்துக்கொண்டு, “கொஞ்சம் சாண வரட்டிச் சாம்பலை எடுத்து வா” என்று மனைவியிடம் சொன்னார்.

மெல்லக் குளிர்ந்துகொண்டிருந்த கால்களுக்கு வரட்டிச் சாம்பலைப் பூசி அழுத்தித் தேய்த்து விட்டார். கைக்கும் கொஞ்சம் தேய்த்தார். மெலிந்து, எலும்பும் தோலுமாக இருந்த மார்புக்கு நீலகிரித் தைலம் தடவி, வைத்தியர் வருவதையே காத்துக்கொண்டு இருந்தார். காத்தியாயினிக்கு நிலைமை புரிந்தது. அவளால் அங்கே நிற்க முடியவில்லை. நேராக சமையலறைக்குப் போனாள். உள்ளிருந்து அழுந்திக்கொண்டு வந்த துக்கத்தைக் தாங்கிக்கொள்ள முடியவில்லை. விசும்பி விசும்பி அழத்தொடங்கினாள். சேலை முந்தானையைச் சுருட்டி வாயில் அடைத்துக்கொண்டாலும் அழுகை முட்டிக்கொண்டு வந்தது. சத்தமாக அழுதுவிட்டாள். வெளியே வைத்தியர் வந்த ஓசை கேட்டது. பண்டிதர் மருமகளிடம் சொன்னார்: “இந்த மாதிரி நேரங்களில் அழுகிறதால எதுவும் ஆகாது. வைத்தியரை இங்கே அழைத்து வா போம்மா.”

வைத்தியர் உள்ளே வந்து நாடி பிடித்துப் பார்த்தார். உரைகல் எடுத்து வரச்சொல்லி தான் கூடவே எடுத்து வந்திருந்த மாத்திரையைத் தேனில் ஒன்றரைச் சுற்று தேய்த்து தன் விரலால் குழந்தை வாயில் வைத்தார். அதை சூப்பும் ஆற்றல் ஆகட்டும் நினைவாகட்டும் குழந்தைக்கு இருக்கவில்லை. வாயில் ஊறித் தானாகத் தொண்டையில் இறங்கும் என்று வைத்தியர் உரைத்த மருந்தை நாக்கு மீது தடவினார். பூசிய சாண வரட்டிச் சாம்பல் பலனாக இருக்கலாம் கால் சில்லிடுவது நின்றது. மீண்டும் வெப்பம்

மட்டும் ஏறவில்லை. சுமார் இரண்டு மணி நேரம் அங்கேயே இருந்து, வைத்தியர் ஒரு மாத்திரை கொடுத்துச் சொன்னார்: “இப்போது நான் வீட்டுக்குப் போகிறேன். இந்த மாத்திரியை இரண்டு மணி நேரத்திற்கு ஒரு முறை ஒன்றரைச் சுற்று உரைத்து நாக்கு மீது தடவுங்க. நான் காலையில சீக்கிரம் வர்றேன்.”

வைத்தியர் வீட்டுக்குப் போன பிறகு காத்தியாயினி தன்னை ஆறுதல் படுத்திக்கொண்டு குழந்தை அருகில் வந்தாள். பாகீரதம்மா கண்ணில் கண்ணீர் வரவில்லை. ஆனால் இதயத் துடிப்பு நின்று போனவர்களின் முகம் போல இருந்தது அந்த மூதாட்டியின் முகம். லட்சுமி அருகே வந்து, “சீனப்பா, குழந்தையை என் மடி மீது படுக்க வைச்சுக்கிறேன். மெல்லத் தூக்கிக் கொடுங்க” என்று அருகில் உட்கார்ந்தாள். அதற்குள் ஏதோ யோசனையில் ஆழ்ந்திருந்த பண்டிதர், “வேண்டாம், அவன் என் மடியிலேயே இருக்கட்டும்” என்று மருமகள் பக்கமாகத் திரும்பிச் சொன்னார்: “வரவேற்பறையில் இருக்கும் கடிகாரத்தை இங்கே எடுத்து வா. இரண்டு மணிக்கொரு முறை மாத்திரை உரைத்துக் கொடுக்கணும். எனக்கு நேரத்துக்கு சரியா ஞாபகப்படுத்து. அதை எந்தப் பதத்தில் ஒன்றரைச் சுற்று தேய்க்கணும்னு உங்களுக்குத் தெரியாது. நான் உரைத்து நாக்கில் தடவறேன்.”

பாகீரதம்மா உள்ளே இருந்து தாமிர பஞ்சபாத்திரத்தில் கபிலை ஜலத்தையும், ஒரு ருத்ரணி*யுடன் (*தீர்த்தம் கொடுக்கும் சிறு கரண்டி) எடுத்து வந்தார். குழந்தைக்கு வசதியாக பண்டிதர் தொடையை விரித்து பத்மாசனத்தில் உட்கார்ந்தார். பண்டிதர் ஆஜானுபாகுவான ஆள். நடுவீட்டுக் கதவு நிலைக்கு தலை இடிக்கும் உயரம். அறுபதை நெருங்கும் வயதிலும் கட்டுமஸ்தான உடல்வாகு. தினம் இருபது மைலுக்கும் அதிகமாக நடக்கக்கூடிய தேக வலு. அகலமான முகத்தில் சாத்வீகக் கவர்ச்சியுடன் ஒளிரும் கண்கள். குழந்தை மடி மீது படுத்திருப்பதை மறந்தவர் போல அவர் ருத்ரணியால் தீர்த்தம் எடுத்துக்கொண்டு, ‘யஹ் ஸ்மரேத் புண்டரீ காக்ஷாய சபாஹ்யாப்யந்தர ஷு²சிஹி’ என்று சுற்றிலும் ப்ரோட்சணம்* (*தெளிப்பது) செய்தார். பிறகு ஆசமனம்* செய்து (*மந்திர நீர் உட்கொள்வது), வலது கையால் யக்ஞோபவீத* (*பூணூல்) பிரம்ம முடிச்சைப் பிடித்துக்கொண்டு கண்களை மூடி, மனதிலேயே காயத்ரி மந்திரம் சொல்ல ஆரம்பித்தார்.

காத்தியாயினியின் கண் குழந்தை முகத்தைப் பார்த்துக் கொண்டிருந்தது. பாகீரதம்மா லட்சுமி இருவரும் பண்டிதர் முகத்தைப் பார்த்துக்கொண்டிருந்தார்கள். அவர் இருவருக்கும் ஒருவிதமாகத் துணிச்சல் வந்திருந்தது.

3

பண்டிதர் சனாதன தர்மத்தை வாழ்ந்துகொண்டிருந்தார். அவர் முழுமையான நம்பிக்கையின் படி, மனிதன் திருமணம் செய்து கொள்வது கிருகஸ்த தர்மத்திற்காக. குடும்பஸ்தனாவது இந்த உலகில் இருக்கும் தன் கடமையைப் பூர்த்தி செய்வதற்காக; பிறகு பிள்ளைகள் பிறப்பது வம்சம் தொடர்வதற்காக. வழித்தோன்றல் இல்லாமல் இறக்கும் மனிதன் வம்ச விருட்சத்துக் கடைசி மகனாக, தனக்குப் பின் வெறும் சூனியத்தை விட்டுச் சாகவேண்டும். பித்ருக்களிடமிருந்து பெற்ற இந்த உயிர் முன்னோர் கடன் தீர்ப்பது தன் வழித்தோன்றல் வழியாகவே.

அவருக்குத் தன் வம்சத்தின் மீது அபார அபிமானம் இருந்தது. பண்டிதர் வம்சம் என்பது பண்டிதர் போலவே பழமையானது என்பது அவர் நம்பிக்கை. கோத்திரம் தோற்றுவித்த முனிவர்களின் ஆண்டுகளை அளப்பது எப்படி சாத்தியமில்லையோ, அது போலவே தொன்மையான வம்சத் தொடக்க ஆண்டையும் சொல்ல முடியாது. மானுட புரிதலுக்கும் அப்பாற்பட்ட வம்ச இதிகாசத்தை யாரும் முழுமையாக அறிந்துகொள்ள முடியாது. ஆனால் ஒரு நபரின் மதிப்பும் அபிமானமும் தன் வம்சத்திலிருந்துதான் வரும் என்பது அவர் நம்பிக்கையாக இருந்தது. ‘காஷ்யபாவத்ஸாரநைத்ரவ ப்ரவரத்ரயான்வித ஆஷ்வலாயன சமன்விதஹ றுக் ஷாகாத்யாயீ ஸ்ரீ ஸ்ரீநிவாச ஷ்ரோத்ரியோஹம் போ ஈஷ்வர த்வாமபிவாத யாமி’ என்று தன் வம்சாவளியை தினமும் சந்திவந்தன காலத்தில் ஓதும்போது அவருக்கு உன்னத அனுபவம் உண்டாகும். அந்த அளவிற்கு வாழாவிட்டால் தன் வம்சத்துக்குக் களங்கம் ஏற்படுத்தியது போல என்ற எண்ணம் உயிர்ப்புடன் இருக்க பிரக்ஞையுடன் அவர் தன் தினசரி செயல்பாடுகளை நடத்திக்கொண்டிருந்தார்.

மகன் இறந்த பிறகு பேரன்தான் அவர் வம்சத்து நம்பிக்கையாக இருந்தான். மகனுக்கு திருமணம் செய்து ஓய்வு வாழ்க்கையைத்

தொடங்கிய அவர், பேரன் குடும்பஸ்தனாவதைப் பார்க்க வேண்டும் என்ற விருப்பத்தில் மறுபடியும் நடைமுறை அலுவல்களைத் தொடங்கினார். அவர் தினசரி வாழ்க்கையில் பேராசை, பொறாமை போன்ற இழிவான எண்ணங்கள் இருக்கவில்லை. ஆனால் இனி குடும்பஸ்தனாகப் போகும் பேரனுக்காக குடும்பத்தை அழிவு நிலைக்கு இறங்க விடாமல் பாதுகாப்பது அவர் லட்சியங்களில் ஒன்றாக இருந்தது. அவர் அப்பா நஞ்சுண்ட பண்டிதர் இறந்த போது சீனிவாச பண்டிதருக்கு பதினெட்டு வயது. அப்போதுதான் அவருக்குத் திருமணமாகி இருந்தது. உடல்நிலை சரியில்லாமல் இருந்த அப்பா அத்தனை நாள்கள் உயிரோடிருந்ததே அதிகம். மகனுக்குத் திருமணம் செய்து வைத்து விட்டு அவர் உயிர் நீத்தார். சீனிவாசனின் அம்மா அதற்கும் நான்கு ஆண்டுகள் முன்பே இறந்திருந்தார். அப்பாவுக்கு ஒரே மகனான அவருக்கு தாராளமாக சொத்துக்கள் வந்திருந்தன. அப்பாவிடமிருந்து வந்த சொத்திலிருந்து அவர் ஒவ்வொரு ஆண்டு தின்று தீர்த்த பிறகும் தேவைக்கு அதிகமான உற்பத்தி வந்து கொண்டிருந்தது. ஆனால் சீனிவாச பண்டிதர் இருந்த சொத்துக்கு மேல் அதிகமாகச் சேர்க்கவில்லை; இருந்ததை இழக்கவுமில்லை. நெருக்கடிக் காலத்துக்கு என்று வங்கியில் வைத்திருந்த கொஞ்சப் பணத்தை விட்டால், அவர் அதிகமாக வரும் வருமானத்தை தான தர்மங்கள் செய்து விடுவார். கோயிலில் ஆண்டுக்கொரு முறை தேர் உற்சவத்தின் போது அன்னதானம், கையேந்தி வருபவர்களுக்குக் கொடுப்பது, மேதாவிகள், இசைக் கலைஞர் போன்றோருக்கு நன்கொடை, மழை இல்லாமல் விளைச்சல் இல்லாமல் பஞ்சம் வந்தால் தன் குத்தகைதாரர்களுக்குத் தானியங்கள் கொடுத்து உதவி செய்வது போன்றவற்றுக்கு ஒவ்வொரு ஆண்டும் வருமானத்தைக் கடவுள் பெயர் சொல்லிச் செலவு செய்து விடுவார்.

பற்றற்ற வாழ்க்கையைச் சிறுவயதிலிருந்தே வளர்த்துக்கொண்டு வந்தாலும் வம்சத்திற்கு ஆதரவாக இருக்கும் ஒரே பேரன் மரணத்தை நோக்கித் தன் மடி மீது படுத்திருக்கும் போது அவர் சித்தம் அமைதியாக இருக்க முடியவில்லை. காயத்ரி மந்திரத்தைச் சொல்லிக்கொண்டிருந்த மனம் ஆதங்கமில்லாமல் பக்தியிலிருந்து யாப்பு அழகில் ஒன்ற முடியவில்லை. தாய் காயத்ரிதான் அந்தக் குழந்தையைக் காப்பாற்ற வேண்டுமென்று அவர் மனம் துடித்து முறையிட்டது. தன்னலம் கருதிச் செய்யும் பிரார்த்தனையில் தூய

பக்தி வர எப்படி முடியும்? தன்னலம் கருதி என்றும் வழிபடாத பண்டிதர், முதல் நாள் இறந்து அடுத்த நாள் பிறக்கும் இந்த நடு இரவில் கண்மூடித் தன் பேரனுக்காக பிரார்த்தனை செய்தார்.

மகன் இறந்த பிறகு பாகீரதம்மாவுக்கு பேரன்தான் புத்திர பாச மையமாக இருந்தான். அவனையே மகன் என்று எண்ணி அவர் மீண்டும் பேரனைப் பராமரிப்பதில் தொடங்கி இருந்தார். அவனும் போய்விட்டால் இந்த மூப்பில் அவள் அன்பை பெறுபவர் யார்? "கடவுளே எந்தப் பிறவி பாவத்திற்கு பிராயச்சித்தம் என்று எங்களை இப்படிக் கொடுமைப்படுத்துகிறாய்?" என்று அவர் கடவுளிடம் முறையிடுவார்.

கணவன் இறந்து, சௌபாக்கியத்தைத் தொலைத்த காத்தியாயினிக்கு இழந்ததை என்றும் மறக்க முடியாது. சிறுவயதிலிருந்தே கஷ்டத்தில் வளர்ந்தவள். அப்பா ஸ்ரீரங்கபட்டணத்தில் வக்கீல். எட்டு வயது சிறுமியாக இருந்த போதே அம்மா இறந்துவிட்டார். இரண்டாம் திருமணம் செய்துகொண்ட அப்பாவுக்கு மகள் மீது கொஞ்ச நஞ்சம் பாசம் இருந்தாலும் அம்மா அன்பை அவளுக்கு மீண்டும் யாரும் கொடுக்கவில்லை. தினமும் ரயிலில் மைசூர் வந்து இண்டர்மீடியட் படித்துத் தேர்ச்சி பெற்றாள். கல்லூரியில் நுட்பமான அறிவுள்ள மாணவி என்ற பெயரையும் பெற்றாள். நல்ல சம்பந்தம் கிடைத்தது என்று அப்பா பண்டிதர் மகனுடன் அவள் திருமணத்தைச் செய்து வைத்தார். கணவன் பி.ஏ. தேர்வு எழுதியவன். திருமணமான பிறகு ஒருமுறை போய் எழுதி வந்தான். தேர்ச்சி அடையவில்லை. மறுபடியும் தேர்வுக்கு அமரும் முயற்சியில் இருந்த போதுதான் மனைவி, மகன், அப்பா, அம்மாவைத் துறந்து இந்த உலகத்திலிருந்தே போய்விட்டான்.

கணவன் மரணத்திற்குப் பிறகு அவளுக்கு எதிர்காலமே தெரியவில்லை. இழந்துபோன தன் சீரும் சிறப்புமான நாள்களை மனம் எப்போதும் அசைபோட்டுக் கொண்டிருந்தது. பிள்ளை நோய்வாய்ப்பட்டு படுத்த பிறகு அவளுக்குத் தன் பங்கிற்கு இன்னும் இருந்த தன் அறிவிற்கு மட்டும் எட்டாமல் போன எதிர்காலம் தென்பட்டது. தனக்கொரு மகன் இருக்கிறான், அத்தை மாமா இருக்கிறார்கள், மகன் பின்னால் பெரியவனாக வேண்டும், படிக்க வேண்டும், அவனும் குடும்பஸ்தனாக வேண்டும், இவை எல்லாம் தன் பொறுப்புதானே? எதிர்காலத்து அந்தக் காட்சிகளைப் பற்றி

அவள் இதுவரை குருடியாகவே இருந்தாள். அந்தக் காட்சி மறையும் காலம் வந்த போது அது தெளிவாகத் தெரியத் தொடங்கியது. மகன் மாமனார் மடி மீது படுத்துக்கொண்டு சிரமத்துடன் மூச்சு விட்டுக் கொண்டிருந்தான். உள்ளிருந்து அமுத்திய துயரத்தைத் தாங்க முடியாமல் அவள் மீண்டும் அங்கே இருந்து எழுந்து சமையல் அறைக்குள்ளே போய் அழ ஆரம்பித்தாள்.

அந்தக் குடும்பத்தில் இருந்த மற்றொரு ஜீவன் லட்சுமி. லட்சுமியின் அப்பா அம்மா பண்டிதர் அப்பா அம்மா காலத்திலிருந்தே அவர் வீட்டில் வேலையாட்களாக இருந்தவர்கள். லட்சுமிக்குப் பதினைந்து வயதாக இருந்தபோது சீனிவாச பண்டிதர் பணம் கொடுத்து அவளுக்குத் திருமணம் செய்து வைத்தார். ஆனால் அவள் கணவன் திருமணம் நடந்து முடிந்த நான்கே ஆண்டுகளில் கொலையாகி விட்டான். கைம்பெண் லட்சுமி மீண்டும் பண்டிதர் வீட்டுக்கே வந்து சேர்ந்தாள். அவள் அப்பாவும் இறந்துபோனார். அவள் பிறந்த போதே அம்மா இறந்து விட்டார். அப்போதிலிருந்தே லட்சுமியும் பண்டிதர் வீட்டில் ஒருத்தியாக அவர்கள் இன்ப துன்பத்தில் பங்கேற்றாள். நஞ்சுண்ட பண்டிதர் தூக்கி விளையாடிய அவள் இந்தக் குட்டி சீனியை விளையாட வைக்கிறாள். சீனப்பா பண்டிதர் மனதில் ஏற்படும் கஷ்ட சுகங்களை நுட்பமாகக் கவனிப்பாள். இப்போது இந்தக் குடும்பத்துத் துளிர் காய்ந்து போகும் கணம் நெருங்கிவிட்டது. தன் வாழ்க்கையையாவது பணயம் வைத்துத் தொண்டு செய்ய அவளுக்குத் தெரியும். ஆனால் தலையெழுத்தைத் தவிர்க்கும் வலிமை தன்னிடம் இல்லை என்று புரிந்துகொண்டிருக்கிறாள். சீனப்பா பண்டிதர் காயத்ரி ஜபத்தில் அவளுக்கு நம்பிக்கை இருந்தது. இருப்பதிலேயே ஆர்வமில்லாத உணர்வில் இருந்தவள் அவள் ஒருத்தி தான்.

4

இரவு முழுதும் யாரும் கண் மூடவில்லை. எல்லோர் முகமும் களை இழந்து கண்கள் ஆட்டுக் கண் போல ஆகியிருந்தன. காலை ஆறு மணிக்கு வைத்தியர் வந்து குழந்தையின் நாடி பரிசோதித்து கை கால்களைப் பார்த்துச் சொன்னார்: “ஆபத்து இல்லை. காய்ச்சல் தவிர நாடி சமமாக இருக்கிறது. கை கால்கள் வெப்பமாக இருக்கின்றன. இன்றைக்கு பதிமூன்றாம் நாள். இன்னும் ஐந்து நாட்களில் காய்ச்சல் விடும். பயப்படாமல் இருங்கள்.”

“நிஜமா வைத்தியரே?” என்று ஆதங்கத்துடன் கேட்டார் பாகீரதம்மா. “ஆமா தாயி, ஸ்ரீகண்டேசுவரன் அருள்” என்று நம்பிக்கை அளித்து மீண்டும் உரைத்துக் குடிக்க வைக்க மருந்துகளைக் கொடுத்து, திரிஞ்ச பால் குடிக்க வைக்கச் சொல்லி வைத்தியர் வீட்டுக்குப் போனார். பிள்ளையை படுக்கையில் படுக்க வைத்துப் பக்கத்தில் இருக்க காத்தியாயினியிடம் கூறி பண்டிதர் குளிக்கப் போனார்.

அடுத்த ஐந்து நாட்கள் விடாமல் காய்ச்சல் சுட்டுக் கொண்டிருந்தாலும் குழந்தை தங்கு தடையில்லாமல் மூச்சு விட்டுக்கொண்டிருந்தது. அவ்வப்போது திரிஞ்ச பால் தொண்டைக்குள் இறங்கும். வீட்டில் எல்லோருக்கும் தெம்பு பிறந்தது. இருபத்தியொராம் நாள் காய்ச்சல் விட்டு, ஓரிரு நாட்களில் முழுமையாக நினைவும் வந்தது. நினைவு வந்ததும் முதல் முறையாக கண் திறந்து பேரன் ஈனக் குரலில் அழைத்தான். ‘தா... த்... தா.’

அருகிலேயே இருந்த காத்தியாயினி பூஜை அறையில் இருந்த பண்டிதரை அழைத்தாள். பூஜையைப் பாதியிலேயே விட்டு விட்டு ஓடி வந்த அவர் குழந்தை நெற்றி மீது கை வைத்து, ‘சீனி’ என்று அழைத்தார். குழந்தை மறுபடி பேசவில்லை. ஆனால் தாத்தா அழைத்தது புரிந்த உணர்வு முகத்தில் வெளிப்பட்டது. இறந்துபோக இருந்த மகன் மீண்டும் பேசியதைப் பார்த்து காத்தியாயினியின் கண்கள் நிறைந்து வந்தன. மருமகளைப் பார்த்து பண்டிதர் சொன்னார்: “குழந்தை, சுகத்தை எப்படி நாம் ஏற்றுக் கொள்கிறோமோ, அது போலவே துயரத்தையும் ஏற்றுக்கொள்ள வேண்டும். எண்ணம் போல மனதை ஓட விடுவதால் எந்த சாதனையும் நடக்காது.”

காத்தியாயினிக்கு மாமனார் பேச்சுக் கேட்கவில்லை. அருகில் வந்து குழந்தையின் கையைப் பற்றிக்கொண்டாள்.

இது நடந்து ஒரு மாதம் பண்டிதர் குழந்தையைத் தன் கண் பார்வையிலேயே வைத்துக் கொண்டு பேணிப் பாதுகாத்தார். வைத்தியர் கொடுத்த ரசாயனம், லேகியங்கள் முறையாகக் குழந்தைக்குக் கொடுக்கப்பட்டன.

★★★

படலம்: ஐந்து

1

ராஜாராயர் ஆக்ஸ்ஃபோர்ட்லிருந்து திரும்பி வந்த பிறகு கல்லூரியில் கலை நிகழ்வுகளுக்கு புத்துயிர் வந்தது. வெளிநாட்டுக்குப் போகும் முன் அவன் கல்லூரி நாடக சங்கத்துத் தலைவராக இருந்தான். அப்போது அவன் மாணவர்களை வைத்து நல்ல நாடகங்களை நடத்தினான். இப்போது வெளிநாட்டில் சிறப்பான கல்வி கற்று வந்த பிறகு ஆசிரியர்களிடமும் அவனுக்கு மதிப்பும் மரியாதையும் உயர்ந்தது. அவன் பயிற்சி கொடுத்து அரங்கேற்றும் நாடகங்களின் மதிப்பும் கூடியது. அவன் மைசூருக்குத் திரும்பிய நான்கு மாதங்களில் இங்கிலாந்திலிருந்து ஒரு பிரபல ஷேக்ஸ்பியர் நாடகக் குழு இந்தியப் பயணத்தை மேற்கொண்டிருந்தது. மைசூரில் அந்தக் குழுவின் நான்கு நாடகங்கள் அரங்கேறயிருந்தன. நாடகக் குழுவை ரயில் நிலையத்தில் வரவேற்பதிலிருந்து மேடை அரங்க ஏற்பாடு, டிக்கட் விற்பனை, முதல் நாள் நாடகக் குழுவையும் அதன் உறுப்பினர்களையும் பார்வையாளர்களுக்கு அறிமுகப்படுத்துவது போன்ற பொறுப்புகள் ராஜாவுக்கு இருந்தது. அவனுக்கு இதுபோன்ற வேலைகளில் அக்கறை அதிகம். மைசூரில் மிகவும் வெற்றிகண்ட அந்த நாடகக் குழுவின் மேலாளர் கடைசி நாள் நாடகம் முடிந்த பிறகு ராஜாராயரை மேடைக்கு அழைத்து, அவனுக்கு பூங்கொத்து கொடுத்து, அவன் உதவியையும், மேடைக்

காட்சி அமைப்பதில் அவனுக்கு இருக்கும் திறனையும் மனம் திறந்து பாராட்டினார். ராஜாவின் செல்வாக்கு மேலும் வளர்ந்தது.

கல்லூரி முதல்வரும்கூட மாணவர்கள் தங்கள் பாடத்திட்டம் சாராச் செயல்களில் முன்னுக்கு வரவேண்டும் என்ற விருப்பத்தை உடையவர். அவர் கல்லூரி நாடக சங்கத்திற்கு ஒரு விசாலமான அறையைக் கொடுத்தது மட்டுமல்லாமல், கல்லூரி வளாகத்து திறந்தவெளி நாடக அரங்கில் மாதம் ஒரு நாடகம் நடத்த வசதியும் செய்து கொடுத்தார். ஒரு நன்கொடை நாடகம் நடத்தி, அதிலிருந்து வந்த பணத்தை ராஜாராயர், சங்கத்துக்குத் தேவையான திரை, காட்சி வடிவமைப்பு சாதனங்களைச் செய்து கொண்டான்.

ராஜா என்றும் தீவிர வாசிப்பாளன் அல்ல. புத்திசாலியான இளைஞன் என்பது உண்மை. ஆனால் அண்ணனைப்போல புலமையும், நூல்களைப் படைப்பதில் ஆர்வமும் கிடையாது. கல்லூரியில் அரங்கேற்ற அவனே சில நாடகங்களை எழுதுவான். அவை மேடை மீது வெற்றியும் அடையும். ஆனால் அதை வெளியிட முயற்சிப்பதில்லை. இலக்கிய ரீதியாக அவற்றின் மதிப்பு அற்பம் என்பதை அவன் புரிந்துகொண்டிருந்தான். வெளிநாட்டிலிருந்து வந்த பிறகு ஓரிரு ஓரங்க நாடகம் எழுதியிருந்தான். அவன் எல்லோரோடும் எளிதாகப் பழகக் கூடியவன். எல்லா வகையான ஜனங்களுடனும் திறமையாகப் பேசித் தாக்கம் ஏற்படுத்தக் கூடியவன். யாரையாவது கூட்டத்தில் அறிமுகப்படுத்துவது, நன்றியுரை போன்றவற்றைக் கேட்பவர்கள் தலையசைக்கும்படி செய்வான். பிரிட்டிஷார்கள் சரளமாக உச்சரிப்பது போலவே இங்கிலிஷ் பேசுவான். மாணவர்கள் பார்வையில் அவன் உயர்ந்த இடத்தில் இருந்தான்.

சதாசிவராயரின் வடநாட்டுப் பயணம் முடிந்திருந்தது. இப்போது அவர் தன் பெரும் படைப்பின் முதல் தொகுப்பை எழுதும் ஏற்பாட்டில் இருந்தார். பல்கலைக்கழக நூலகத்தில் அவருக்காகவே சிறப்பான வசதிகள் கொண்ட ஒரு தனி அறை இருக்கிறது. நாற்காலி, மேசை, சாய்வு நாற்காலி, காற்றாடி, புத்தகங்கள் வைக்கும் அலமாரி போன்ற எல்லா அனுகூலங்களும் கிடைத்தன. தமக்காக ஒரு டைப் ரைட்டர் வாங்கி இருந்தார். ஆனால் எளிதாக டைப் செய்வது அவருக்குக் கைதேர்ந்த வித்தை அல்ல. ராஜா நன்றாகச் செய்யக்கூடியவனாக இருந்தாலும் வேலையில் அக்கறை

இல்லாததால் அவன் அண்ணன் புத்தகம் எழுத எந்த உதவியும் செய்யமாட்டான். இப்போது ராயர் உதவிப் பேராசிரியராக இருப்பதால் ஊதியமும் அதிகமாகி இருக்கிறது. கூடவே ராஜாவுக்கும் சம்பளம் அதிகம் வருகிறது. பணம் காசுக்குக் கவலை இல்லை. ராஜா வந்த பிறகு குடும்பத்து எல்லாப் பொறுப்பும் ராயரிடமிருந்து தப்பிவிட்டது. இதற்கு முன்பும் அவர் குடும்ப வேலைகள் மீது அக்கறையாக இருந்தவரல்ல. தனக்குத் தெரிந்தது போல நாகலட்சுமி எல்லாம் நடத்திக்கொண்டு போனாள். அவள் சில சமயம், 'குழந்தைக்குக் காய்ச்சல், எந்த டாக்டர்கிட்ட போகலாம்?' 'உங்க படுக்கை விரிப்பு கிழிஞ்சு போயிருக்கு, புதுசு வாங்கலாம் வாங்க' போன்றவற்றைக் கணவனிடம் கேட்பாள். ராயர் அவளுடன் டாக்டர் கிளினிக்குக்குப் போய் வருவார். ஆறு மாதங்களுக்கு ஒருமுறை மனைவியுடன் கடைவீதிக்கும் வழியில்லாமல் போய்வருவார். இப்போது இந்தப் பொறுப்புகள் ராஜாவைச் சேர்ந்தது. பிரித்விக்கு 'அ,ஆ,இ,ஈ' திருத்துவதிலிருந்து, அண்ணிக்கு சேலை, அண்ணனுக்கு எழுதக் காகிதம், மை, ஃபைல்கள், போன்றவற்றை வாங்கி வருவதுவரை எல்லாம் அவனே செய்வான்.

ராயர் காலை எழுவது ஒன்பது மணிக்கு. எழுந்து குளித்துவிட்டு மௌனமாக வீட்டு மச்சில் கொஞ்ச நேரம் உட்கார்ந்திருப்பார். பத்து மணிக்கு ராஜாவுடன் உட்கார்ந்து சாப்பிட்டு விட்டு கல்லூரிக்குப் போவார். கல்லூரியில் வாரத்திற்கு மூன்று நான்கு மணி நேரம் பாடம் சொல்லிக்கொடுப்பது அவர் பங்கிற்கு இருந்தது. விருப்பம் இல்லாவிட்டால், 'இன்றைக்கு என் வகுப்பு இல்லை' என்று மாணவர்களிடம் சொல்லி விட்டு நூலகத்தில் தன் அறைக்குள் அடைந்து விடுவார். ஏதோ புத்தகத்தில், ஏதோ அத்தியாயத்தை வாசிக்க வேண்டும்; ஏதோ நூலில் வரும் வர்ணனைகளில் வரும் அந்தக் காலத்து மக்கள் வாழ்க்கையைப் பற்றி... குறிப்பு எடுக்கவேண்டும்; பழைய ஆய்வாளர்கள் வெளியிட்ட ஒவ்வொரு நூல்களையும், கட்டுரைகளையும் வாசித்து குறிப்பு எடுக்க வேண்டும்; தனக்கு சந்தேகம் வரும் விஷயங்களைப் பற்றி உள்நாட்டிலும், வெளிநாட்டிலும் தமக்கு நேரடியாக அல்லது கடிதம் மூலமாக அறிமுகமான அறிஞர்களுக்குக் கடிதம் எழுத வேண்டும். இப்படி இந்திய வரலாறு போலவே அபாரமாக இருந்தது அவர் பணி. மதியம் மூன்று மணிக்கு பணியாள்

உணவகத்திலிருந்து சிற்றுண்டி, காப்பி வாங்கி வருவார். அதை சாப்பிட்டு முடித்து விட்டு மீண்டும் தன் வேலையில் மூழ்கிவிடுவார். மாலை ஏழரை மணி சுமாருக்கு நூலகத்தை விட்டு வீட்டுக்கு வருவார். காலையிலிருந்து உழைத்து அலுத்துப்போன அவர் மூளைக்கு யார் நினைவும் வராது. இப்படி யாருடனும் பேசாமல் மொட்டைமாடி மீது சாய்வு நாற்காலியில் சாய்ந்து உட்கார்ந்து கொள்வார். எட்டு மணிக்கு ராஜா சாப்பிட அழைக்கும் போது கீழே வந்து இலை முன் உட்காருவார். சில நாட்கள் அதிசயமாக ராஜா, பிரித்வி, நாகலட்சுமியுடன் பேசிக்கொண்டு வயிறு நிறையச் சாப்பிடுவார். இல்லை என்றால் மௌனமாகவே, முடிந்த அளவு சாப்பிட்டு விட்டு, வீட்டில் இருக்கும் தன் படிப்பு அறைக்குள் அடைந்து கிடப்பார். அவர் வீட்டுப் படிப்பு அறை சொந்தமாக வாங்கிய, நூலகத்திலிருந்து எடுத்து வந்த புத்தகங்களால் நிரம்பிக் கிடந்தது. இரவு இரண்டு, மூன்று, அல்லது நான்கு, சில சமயம் காலை ஐந்து மணிவரை வாசிப்பு தொடரும். காலை ஒன்பதுக்கு எழுந்து குளித்துச் சாப்பிட்டு விட்டு மீண்டும் நூலகம் வந்து சேருவார். ஞாயிறு விடுமுறை நாளன்றும் போவார். அவருக்காகவே அவரிடம் ஒரு தனிச் சாவி கொடுத்திருந்தார்கள்.

2

ஒரு ஞாயிற்றுக்கிழமை மதியம் பிரித்விக்குக் காய்ச்சல் வந்தது. காய்ச்சல் கொதிப்பில் பையன் பிடிவாதம் பிடித்தான்: ‘சித்தப்பா, என்னை அண்ணாவிடம் கூட்டிப்போ.’

‘இல்லடா, அண்ணா ராத்திரி வந்து உன் கிட்டயே படுத்துக்குவாரு. இப்ப அமைதியா இரு...’ என்று ராஜா ஆறுதல் சொன்னான். கொஞ்ச நேரம் அடம் பிடித்து காய்ச்சல் வெப்பத்தோடு கண்மூடிப் பையன் தூங்கிவிட்டான். கட்டில் மீது படுத்திருந்த பையன் தலைக்கு அருகே ராஜா உட்கார்ந்திருந்தான். சமையலறை வேலைகளை முடித்துக்கொண்டு வந்த நாகலட்சுமி கட்டிலுக்கு அருகில் ஒரு நாற்காலி மீது உட்கார்ந்தாள். பையனையும் அவன் அருகில் உட்கார்ந்திருந்த ராஜாவையும் பார்த்து அவள் கண்ணில் கண்ணீர் வந்தது. அப்படியே அழுது விட்டாள். தலை நிமிர்ந்து அவளைப் பார்த்த ராஜா சொன்னான்: “இதுக்கெல்லாம் எதுக்கும்மா அழுற? சாயந்திரம் டாக்டர் கிளினிக்குக்குப் போய்

காட்டலாம். ஏதோ காய்ச்சல் வந்திருக்கு, சரியாப் போயிடும்."

"நான் அதுக்கு அழலை", முந்தானையால் கண்ணைத் துடைத்துக்கொண்டு நாகலட்சுமி சொன்னாள்.

"பிறகு எதற்கு?"

"காய்ச்சல் வரும், போகும். ஆனால் குழந்தை 'அண்ணா'ன்னு அப்படிப் புலம்புது. இவரு வீட்டில இருக்கக் கூடாதா?"

"பையனுக்கு காய்ச்சலுன்னு அவருக்கு என்ன தெரியும்? காலைல அவன் நல்லாத்தான் இருந்தான். அவர் பாட்டுக்கு அவர் லைப்ரரிக்குப் போனார்."

"அவர் பாட்டுக்கு அவர் போனார்! நீ எப்படி பொறுமையா அப்படி சொல்றே? ஞாயித்துக்கிழமை கூட அவரு எதுக்குப் படிக்கணும்? பெண்டாட்டி பிள்ளைன்னு அக்கறை ஆசை கொஞ்சமாவது இருந்தாத்தானே!"

ராஜா அமைதியானான். அண்ணி கோபமாக இருக்கும் நேரத்தில் பேசக்கூடாது என்று அவனுக்குத் தெரியும். நாகலட்சுமியே தொடர்ந்து பேசினாள். "இவரைத் திருமணம் செய்துகிட்டு பதினொரு வருசமாச்சு. கல்யாணமான புதுசில நாகு நாகூன்னு பின்னாலேயே சுத்தினாரு. அப்புறம் அவ மறந்துபோச்சு. பிறகு பி.எச்.டி பண்ணுறப்ப மூணு வருசம் மறந்தாரு. இப்ப இன்னொரு பூதம் தலைக்குள்ள புகுந்துருச்சு. மிகப் பெரிய புஸ்தகம் எழுதறாராம். பெரிய சைஸில அஞ்சு புஸ்தகமாகுமாம். அதையும் இருபத்தைஞ்சு வருசத்தில எழுதி முடிப்பாராம். அதுவரைக்கும் அவருக்கு யாரும் வேணாம். அப்போ எனக்கும் ஐம்பது வயசாயிடும். எந்த நட்சத்திரத்தில பிறந்தாரோ அந்த மகராசன்! எங்க கல்யாணத்துக்கு முன்னே எங்க ஊரு திப்பா ஜோயிசர் ஜாதகம் பார்த்து, 'அவங்க ரெண்டு பேரும் சொல்லி வைச்ச ஜோடி'ன்னு சொல்லி இருந்தாரு."

"எதுக்கு? இப்ப என்ன ஒத்துப்போகாம சண்டையா போடுறீங்க? நீயா சண்டை போட்டாலும் அண்ணன் ஒரு வார்த்தை கூட பேசாம சும்மாதானே இருக்கார்!"

"சும்மா இருக்காம என்ன செய்வாரு? ஊரையே மேய்ப்பாளாம், தூளி ஆட்டத் தெரியாதாம். உனக்கு எல்லாந்தெரியும், இது

ஒண்ணு மட்டும் தெரியாது. போதும் சும்மா இரு." மீண்டும் அவர் கண்ணீர்த் துளி உடைந்தது.

ராஜா பிறகு பேசாமல் அமைதியானான். தன் நூல் படைப்பின் பெருங்காரியத்தில் இறங்கி இருக்கும் அண்ணன் மனைவி மக்களுடன், ஏன், தன்னுடனும், ஓய்வாக உட்கார்ந்து பேசுவதில்லை என்பது அவனுக்குத் தெரியாததல்ல. ஆனால் அதனால் அவனுக்கு அண்ணன் மீது வருத்தமில்லை. இங்கிலாந்தின் பிரபல அறிஞர்கள் அதிகமாக வாசிப்பதை அவன் பார்த்திருந்தான். மனதை ஒருமுகப்படுத்தாமல் அண்ணன் மேற்கொண்டிருக்கும் நூலைப் படைக்க சாத்தியமில்லை என்பது அவனுக்கும் தெரியும். அதனால் அண்ணியிடம் கேட்டான்: "பெரிய புத்தகம் எழுதி பிரபல அறிஞராவது உனக்கும் வேண்டாமா? அவர் பெரிய மனிதன் என்று மதிப்பும் மரியாதையும் அடைந்தால் உனக்கு மகிழ்ச்சி இல்லையா?"

"சந்தோஷமில்லாம என்ன? அவரைப் படிக்க, எழுத வேணாமுன்னு நான் சொல்லலையே? ஆனால் பெண்டாட்டி பிள்ளைய இப்படி மறந்துபோகணுமா?"

"புலமை அடையணும்னா இப்படித்தான். அண்ணன் மட்டுமல்ல. இங்கிலாந்தில் அறிஞர்களும் இப்படித்தான் இருப்பார்கள். நம் நாட்டில் அப்படிப்பட்டவர்கள் மிகக் குறைவு. அண்ணனைப் போல இருப்பவர்கள் அதிசயம்."

"நீ சொன்னியே இவரைப்போலத்தான் இருப்பாங்கன்னு. அவங்க மனைவிங்க என்ன செய்வாங்கா?"

"அவங்க மனைவிங்களுக்கு இந்தப் பிரச்சனை இருக்காது. எதுக்குன்னா... சரி, போகட்டும் விடு" என்று அவன் அத்துடன் அமைதியானான். அவன் ஆக்ஸ்ஃபோர்டில் பார்த்திருந்தான்: பிரபல பேராசிரியர் மனைவிகள் எல்லோரும் கணவன் ஆராய்ச்சியில் உதவும் வகையில் மெத்தப் படித்தவர்களாகவே இருப்பார்கள். தன் கணவனின் வாசிப்பு, எழுத்து, குறிப்புகள் எடுப்பது, கைப்பிரதிகளில் பிழைதிருத்துவது போன்ற உதவிகளைச் செய்வார்கள். கணவனின் உதவியாளர் வேலைகளை அவர்களே செய்வார்கள். ராஜாவுக்கு பேராசிரியராக இருந்தவரின் மனைவியும் அதுபோலத்தான் இருந்தார். அதனால் கணவன் மனைவிக்கு

இடையே பேசவேண்டிய விஷயங்கள் ஏராளமாக இருப்பது மட்டுமல்ல, மனைவியின் ஒத்துழைப்பு இல்லாமல் கணவனின் எந்த அறிவு சார்ந்த சாதனைகளும் நடக்காது. மனைவிக்கு வருத்தம் ஏற்படும் காரணமும் இருக்காது. அந்த நாட்டுப் பழக்க வழக்கங்களே வேறு மாதிரி இருக்கின்றன. தங்கள் விருப்பத்திற்கும், வாழ்க்கை சாதனைக்கும் தகுந்தவர்களையே ஒவ்வொருவரும் வெளிப்படையாகத் தேர்வு செய்கிறார்கள். ஒருவேளை இருவருக்கும் இடையே ஒத்துப்போகவில்லை என்று தெரிந்தால் தாமாகவே பிரிந்துவிடுகிறார்கள். தேவை என்றால் மீண்டும் தங்களுக்கு ஏற்றவர்களையே தேடுவார்கள். அந்த நாட்டுப் பழக்கம் சரியா இந்த நாட்டு வழக்கம் சரியா என்பதை முடிவு செய்ய ராஜா போகவில்லை.

அண்ணன் அண்ணிக்கு இடையே பெரும் இடைவெளி இருக்கிறது என்பதும், அண்ணன் சாதனையில் அண்ணியால் எந்த வகையிலும் உதவி செய்ய முடியாது என்பதுவும் அவனுக்குத் தெரியும். நாகலட்சுமிக்குத் திருமணமாகி அவள் மைசூருக்கு வந்து குடும்பம் ஆரம்பித்தபோது, ராஜா அவளுக்கு இங்கிலிஷ் கற்றுக்கொடுக்க முயன்றான். அவளை எப்படியாவது கல்லூரிக்கு அனுப்ப வேண்டுமென்ற ஆசை இருந்தது. அதற்கு அவன் அண்ணனின் ஊக்கமும் இருந்தது. ஆனால் அவளுக்குக் கற்கும் மனம் இருக்கவில்லை. கற்கும் தேவையையும் அவள் அறிந்து கொள்ளவில்லை. “என் தலைல எழுத்து எழுதலை, நான் படிச்சு என்ன ஆகவேண்டிக் கிடக்கு” என்று இருவர் வாயையும் அடைத்து விட்டாள்.

ராஜா நடுவிலேயே பேச்சை நிறுத்தியதைப் பார்த்து நாகலட்சுமியே கேட்டாள்: “எதுக்கு ராஜா, அமைதியாயிட்டே?”

“ஒன்னுமில்லை. அந்த நாட்டிலும் அண்ணனைப் போல அறிஞர்கள் இப்படித்தான். அங்கே பெண்களும் உன்னைப்போல எல்லாம் சகித்துக்கொள்வார்கள்.”

“அதிருக்கட்டும். நீயும் அவரைப் போல நல்லா படிச்சிருக்கதானே! நீ எங்கிட்ட பேசற மாதிரி அவரு எதுக்குப் பேசக்கூடாது?”

“நான் ஒரு சாட்டர் பாக்ஸ், அப்படீன்னா உளறுவாயன்!” அவளைச் சிரிக்க வைக்க முயன்று ராஜா சொன்னான்: “நான் என்ன அண்ணனைப் போல புத்தகம் எழுதறனா? நாடகம்

நடத்தறது என் முக்கிய வேலை. பேசறது பழக்கம். நானும் புத்தகம் எழுத ஆரம்பிக்கட்டுமா?”

“அப்பா, வேண்டாம் சாமி! நீ நாடகமே நடத்து.” நாகலட்சுமி எதையோ ஞாபகப்படுத்திக்கொண்டவள் போலச் சொன்னாள்: “உனக்கும் இருபத்தைஞ்சு நிரம்பிருச்சு. திருமணம் செஞ்சுக்க. எனக்கும் வீட்டில ஒரு துணை இருக்கும்.”

“எனக்குத் திருமணம் வேண்டாம். இப்ப சுகமா இருக்கேன். வீட்டுக்கு ஒருத்தி வந்து, நீ அண்ணனை வையற மாதிரி என்னையும், ‘உங்களுக்கு மூணு நேரமும் நாடகப் பைத்தியம். என் மீது அக்கறையே இல்லை’ன்னு திட்டறது ஒண்ணுதான் பாக்கி.”

அன்று நாகலட்சுமி கொஞ்சம் காட்டமாகவே இருந்தாள். மாலை ஐந்து மணிக்கு ராஜா பையனைத் தூக்கிக்கொண்டு போய் மருந்து வாங்கி வந்தான். “அதொன்றும் கவலைப்பட வேண்டிய நோயல்ல. நாளை காய்ச்சல் விட்டு எல்லாம் சரியாகும்” என்று டாக்டர் சொன்னார்.

இரவு ஏழு மணிக்கு ராயர் வந்தபோது ராஜா வீட்டில் இல்லை. அவர் வந்தவுடன் நாகலட்சுமி கேட்டாள்: “ஞாயித்துக்கிழமையும் நீங்க அங்க போகாம இருந்தா ஆகாதா?”

அவள் குரல் தோரணையைப் புரிந்துகொண்டு ராயர் அமைதியானார். அவள் மீண்டும் அதே கேள்வியைக் கேட்டபோது சொன்னார்: “கோபத்தில் ஒருவர் கேள்வி கேட்கும் போது பொறுமையாக பதில் சொன்னாலும் கேட்பவர் கோபம் அதிகமாகும். அதனால் அமைதியா இருப்பது நல்லது இல்லையா?”

அவள் ராயர் கையைப் பிடித்துக்கொண்டு பையன் படுத்திருந்த அறைக்கு அழைத்துப் போய், “குழந்தைக்கு மதியத்திலிருந்து காய்ச்சல்” என்றாள்.

“ராஜா வீட்டில் இருக்கலையா?” பையன் நெற்றியில் கை வைத்துப் பார்த்து ராயர் கேட்டார்.

“இருந்தான், அவனல்லாம வேறு யார் செய்வாங்க? டாக்டர்கிட்ட கூட்டிக்கிட்டுப் போய் மருந்தும் வாங்கி வந்தான். ஆனால் பிள்ளைக்கு அப்பாவா உங்களுக்குக் கொஞ்சமும் அக்கறை இல்லை.”

ராயர் எதுவும் பேசவில்லை. பையன் தலைமாட்டுப் பக்கம் அமைதியாக உட்கார்ந்தார். கணவனைக் கூர்ந்து இரண்டு நிமிடம் பார்த்து நாகலட்சுமி கேட்டாள்: "அமைதியா இருக்கிறதைத் தவிர உங்களுக்கு வேறெதுவும் தெரியாதா?"

"நான் என்ன செய்யட்டும்? ராஜா மருந்து வாங்கி வந்திருக்கான். நீ எல்லாம் பாத்துக்கிற."

"என் தலையெழுத்து" என்று நாகலட்சுமி விசும்பி விசும்பி அழ ஆரம்பித்தாள். ராயருக்கு சங்கடமானது. எழுந்து மனைவியின் கையைப் பிடித்து அருகே உட்கார வைத்துக்கொண்டு அவள் முதுகை வருடிக்கொண்டே சொன்னார்: "நீ வருத்தப்படறது எனக்குப் புரியுது நாகு. போகட்டும் விடு. இனி நான் சீக்கிரம் வீட்டுக்கு வர்றேன்."

அவளுக்கு அது போதுமானது. இரண்டு நிமிடத்தில் தன்னைத்தானே தேற்றிக்கொண்டு கணவனின் தோள்களைத் தன் இரண்டு கைகளால் இறுகப் பற்றிக் கொண்டு, "நீங்க படிக்க வேண்டாமுன்னு சொல்லலை. இப்படி எல்லாத்தையும் மறந்து படிச்சா நான் எப்படி இருக்கணும், சொல்லுங்க?" என்றாள்.

அதற்குள் ராஜா வெளியே இருந்து உள்ளே வந்த சத்தம் கேட்டது. நாகலட்சுமி எழுந்து சமையலறைக்குப் போனாள்.

அன்று இரவு ராயர் மனைவியைப் படுக்கச் சொல்லிவிட்டு, தானே பையனைக் கவனித்துக் கொண்டார். அப்போதே காய்ச்சல் குறைந்திருந்தது.

நாகலட்சுமி படுக்கவில்லை. பையனை நடுவில் படுக்க வைத்துக்கொண்டு கணவன் மனைவி இருவரும் படுத்தார்கள். ராயர் மனைவியிடம் அன்புடன் பேசினார். அவர் வீட்டு வளாகத்தில் இருந்த கொடிமல்லிப் பூவிலிருந்து பக்கத்து வீட்டில் வேலை செய்யும் புது வேலைக்காரிவரை பேசி முடித்து, இந்த முறை ராஜா வாங்கி வந்த ஹைதராபாத் துவரம் பருப்புவரை அவள் உற்சாகமாகக் கணவனிடம் சொன்னாள். ராயர் அதற்கு ஏற்றவாறு 'ஊம்' போட்டுக்கொண்டிருந்தார். பதினொரு மணிக்கு அவளுக்குத் தூக்கம் வந்தது. அது ராயருக்கு உறங்கும் நேரமல்ல. மெல்ல எழுந்து தன் படிப்பு அறைக்குச் சென்றார்.

3

அஜந்தாவிலிருந்து திரும்பி வந்த இரண்டு மாதங்களில் கருணாரத்னேயிடமிருந்து ராயர் விலாசத்திற்கு ஒரு பதிவு செய்யப்பட்ட உறை வந்தது. பிரித்துப் பார்த்த போது சுமார் அறுபது பக்கத்துக்கும் அதிகமாக தட்டச்சு செய்யப்பட்ட தாள்கள் இருந்தன. அவர் இருவரும் அஜந்தாவில் குறித்துக்கொண்ட குறிப்புகளின் பிரதி அது. ராயர் ஆரம்பத்திலிருந்து கடைசிவரை வாசித்தார். சுத்தமான இங்கிலிஷில் அந்தக் குறிப்புகள் முறையாக எழுதப்பட்டிருந்தன. ரத்னே எழுதிக்கொள்ள தான் அஜந்தாவின் வர்ணனையைச் சொல்லியது உண்மையானாலும், ஒரு இடத்திலிருந்து இன்னொரு இடத்திற்குத் திரிந்துகொண்டு வாயால் சொல்லிக்கொண்டு போன அவர் வர்ணனையில், முறையான எழுத்து வடிவம் இருக்கச் சாத்தியமில்லை. இப்போது தட்டச்சு செய்து வந்த பிரதி ரத்னேயால் திருத்தப்பட்டு நேர்த்தியாக கட்டுரை வடிவத்தில் இருந்தது. தட்டச்சில் ஒரே ஒரு பிழை கூட இருக்கவில்லை. ஒரே வேகத்தில் விரல் அழுத்தத் தெரிந்த அனுபவசாலிகள் மட்டுமே செய்யக் கூடிய தட்டச்சு அது.

கூடவே ரத்னே ஒரு கடிதத்தையும் வைத்திருந்தாள். “நான் இங்கே வந்த பிறகு கொலம்போ பல்கலைக்கழகத்து நூலகத்திற்குப் போயிருந்தேன். டாக்டர் குலாம் யஜ்தானியின் ‘அஜந்தாவின் ஓவியங்களும், கட்டுரைகளும்’ என்ற நான்கு தொகுப்புகளைப் பார்த்தேன். அதன் கட்டுரைகள் உண்மை வர்ணனைகளாக இருக்கின்றனவே தவிர நீங்கள் எழுத வைத்தது போல வரலாற்று விழுமிய விமர்சனம் அதில் இருக்கவில்லை. இந்தக் குறிப்புகளின் மதிப்பு என்ன என்பது இதை டைப் செய்யும்போது எனக்குப் புரிந்தது. இதையே மேன்படுத்திச் சிறிய புத்தக வடிவில் வெளியிட்டால் கற்றவர்களிடம் நல்ல வரவேற்பிருக்கும். நீங்கள் அனுமதித்தால் நானே அதை எனக்குத் தெரிந்த அளவில் வெளியிடும் வடிவத்திற்குக் கொண்டு வந்து உங்களுக்கு அனுப்பி வைக்கிறேன்.

“நீங்கள் கூறிய வரலாற்றுக் கற்பனை என் மனதிற்குப் பிடித்துப் போனது. நான் எழுத வேண்டுமென்றிருந்த ‘பௌத்த தர்மப் பின்னணியில் சிங்களப் பண்பாடு’ என்ற ஆய்வு நூலை

நீங்கள் சொல்லும் பார்வையிலேயே எழுதுவது பொருத்தமாக இருக்கும் என்று எனக்குத் தோன்றுகிறது. இந்தியப் பண்பாட்டு வரலாறை எழுத வேண்டுமென்று இருக்கும் உங்கள் திட்டம் பாராட்டுக்குரியது. ஆண்டவன் உங்கள் முயற்சியை நிறைவடையச் செய்யட்டும் என்று வேண்டிக்கொள்கிறேன்.

"என் அப்பா அம்மா உங்களை நினைத்துக்கொள்கிறார்கள். உங்களுக்குத் தங்கள் வாழ்த்துகளை அனுப்புமாறு சொல்லி யிருக்கிறார்கள்."

மூன்றே நாட்கள் அறிமுகத்தில் தம் ஆய்வைப் பற்றி இத்தனை நன்மதிப்பைக் காட்டிய வெளிநாட்டுப் பெண்ணைப் பற்றி ராயருக்கும் பெருமையாக இருந்தது. ரத்னே அனுப்பி இருந்த டைப் பிரதியை அவர் மீண்டும் ஒருமுறை வாசித்தார். ரத்னே குறிப்பிட்டிருந்தது போல அது தனியாகவும் பிரசுரிக்கக்கூடிய கட்டுரையாக இருந்தது. ஆனால் அப்படிச் செய்ய அதிக உற்சாகம் காட்டாமல் அதை ஒரு கோப்பில் சேர்த்தார். தட்டச்சு செய்து அனுப்பியதற்காகத் தன் நன்றிகளைத் தெரிவித்து ரத்னேக்கு ஒரு கடிதம் எழுதி அனுப்பினார்.

தம் முதல் தொகுப்பை எழுதத் தேவையான விஷயங்களை ராயர் தயாராக வைத்திருந்தார். எழுதும் பணியை சுமார் மூன்று மாதங்களில் ஆரம்பிக்க வேண்டும் என்று எண்ணியிருந்தார். அதற்கு முன்பான தம் நூலை வெளியிட்ட இங்கிலாந்து பதிப்பகத்திடம் பேச்சுவார்த்தை நடத்தி, இந்த நூலின் எல்லாத் தொகுப்புகளையும் பதிப்பிட ஒப்புதல் கையொப்பமிட்டார். பதிலுக்கு அவருக்கு தகுந்த சன்மானம் கொடுப்பதாக நிறுவனத்தார் சொன்னார்கள்.

'இந்தியப் பண்பாட்டின் ஆதியும் அடிப்படையும்' என்ற அத்தியாயத்துடன் அவர் முதல் தொகுப்பு தொடங்க வேண்டி இருந்தது. அந்த அத்தியாயத்தில் அவர் எழுதும் பார்வையும், அவர் எழுதும் ஐந்து தொகுப்புகளின் கருவுக்கும் தொடர்பு இருக்க வேண்டும். அவர் அப்போதே முதல் அத்தியாயத்தின் கைப்பிரதியைத் தயார் செய்து அதன் கடைசி வடிவத்தை எழுதும் முயற்சியில் இருந்தார். அதற்குள் கருணாரத்னேயிடமிருந்து மற்றொரு கடிதம் வந்தது:

"நான் உங்கள் நூல் 'தொன்மையான இந்தியாவின் அரசியலறிவியலில் தர்மத்தின் அடிப்படை'யை வாசித்தேன். இதற்கு முன் அதன்

விமர்சனத்தை மட்டுமே படித்திருந்தேன். அது இவ்வளவு உயர்ந்த நூல் என்ற கற்பனை எனக்கு இருக்கவில்லை. நான் இந்தக் கடிதம் எழுதுவது உங்களை வாழ்த்த அல்ல. இதுபோன்ற நூலாசிரியரை வாழ்த்த நான் இன்னும் மிகச் சிறியவள். உங்களிடம் எனக்கொரு வேண்டுகோள். நான் எழுத வேண்டுமென்றிருக்கும் 'பௌத்த மதப் பின்னணியில் சிங்களப் பண்பாடு' நூலை முழுமையாக உங்கள் வழிகாட்டுதலின் பேரில் எழுத விரும்புகிறேன். அதையே பி.எச்.டி ஆய்வுக் கட்டுரையாக எழுதி, பிறகு வெளியிடும் திட்டமும் இருக்கிறது. நீங்கள் ஒத்துக்கொண்டால் உங்கள் வழிகாட்டுதல் வழியாக இந்த ஆய்வை நடத்தும் விருப்பம் இருக்கிறது. எங்கள் அம்மா, அப்பா, அண்ணனும் கூட இதற்கு சம்மதம் தெரிவித்திருக்கிறார்கள். தயவு செய்து என்னை உங்கள் மாணவியாக ஏற்றுக்கொள்ளுங்கள். உங்கள் ஒப்புதல் வந்தவுடன் நான் புறப்பட்டு வருகிறேன்."

பல்கலைக்கழக வட்டத்தில் இதுபோன்ற அறிவாளியான மாணவியைப் பெறுவது பேராசிரியர்களுக்குப் பெருமையானது. ஆராய்ச்சி செய்வதற்காக அத்தனை தொலைவிலிருந்து பெண்ணொருத்தி தனியாக வருவது சிரமமல்லவா என்ற சிந்தனை ராயர் மனதில் வந்தாலும், ரத்னே தனியாக இங்கிலாந்தில் இரண்டு ஆண்டுகள் இருந்து கல்வி கற்றது நினைவிற்கு வந்தது. தம் மேற்பார்வையில் ஆய்வு செய்ய எந்தத் தடையும் இல்லை என்றும், வசதிப்படும் போது இங்கே வரலாம் என்றும் எழுதி அனுப்பினார்.

ஒரு மதியம் நான்கு மணி சமயம் நாகலட்சுமி வீட்டு வளாகத்து கொடிமல்லிச் செடியருகே நின்றிருந்தாள். வெள்ளைச் சேலை உடுத்திய கரிய நிறத்து சாதாரணமான ஓர் இளம் பெண் ஒரு ஜட்காவிலிருந்து இறங்கி முன் பகுதியின் வாயிற்கதவருகே வந்து, "டாக்டர் சதாசிவராவ் வீடு இதுதானே?" என்று இங்கிலிஷில் கேட்டாள்.

நாகலட்சுமிக்கு அவ்வளவுதான் புரிந்தது. 'ஆம்' என்று கன்னடத்தில் சொன்னாள். அது ரத்னேக்குப் புரியவில்லை. அவள் மீண்டும் இங்கிலிஷில் கேட்டது நாகலட்சுமிக்குப் புரியவில்லை. அதனால் ரத்னே திரும்பிப் போக இருந்தாள். அதற்குள் ராஜா வீட்டிற்கு வந்தான். ஒருவருடன் ஒருவர் பேசிய பிறகு அவன் அந்தப்

பெண்ணை உள்ளே அழைத்து உட்காரவைத்து, காப்பி போடச் சொல்லி அண்ணியிடம் சொன்னான். காப்பி குடித்த பிறகு, “நீங்கள் சாப்பிட்டீர்களா?” என்று கேட்டான்.

“ஆனது. இரயிலிலிருந்து இறங்கியவள் ஒரு ஹோட்டலுக்குப் போய் குளித்து, சாப்பிட்டு விட்டு இங்கே வந்தேன்.”

“நீங்கள் வரும் செய்தியை, தேதியை எங்கள் அண்ணனிடம் தெரிவித்திருந்தீர்களா?”

“தெரிவித்திருந்தேன். அதற்கு அவர் பதில் எழுதி இருந்தார்.”

“அநேகமாக மறந்திருக்கலாம். அவர் வேலையில் அவருக்கு எதுவும் நினைவிருக்காது. என்னுடன் வாருங்கள். லைப்ரரியில் இருக்கும் அவர் அறைக்கு அழைத்துச் செல்கிறேன்.”

வழியில் போகும் போது ராஜாவும் ரத்னேயும் ஒருவருக்கொருவர் அதிக விவரமாக அறிமுகப்படுத்திக் கொண்டார்கள். ராயர் தமது அறையில் சாய்வு நாற்காலியில் சாய்ந்துகொண்டு ஒரு குறிப்பின் இடது பகுதியில் சிவப்புப் பென்சிலால் எதையோ அடிக்கோடிட்டுக் கொண்டிருந்தார். மேசை மீது கைப்பிரதித் தாள்கள், பேனா, பென்சில், பாதி திறந்திருந்த சில புத்தகங்கள் கிடந்தன. அறை முழுதும் புத்தகங்கள் நிரம்பி இருந்தன. மதிய வெப்பம் இன்னும் தணியாவிட்டாலும் ராயர் காற்றாடியைச் சுழலவிட மறந்து உட்கார்ந்திருந்தார். உள்ளே வந்த ரத்னேயைப் பார்த்து, கால் நீட்டி உட்கார்ந்திருந்தவர் மெல்ல மேலே எழுந்து, “வாருங்கள். வெல்கம். எனக்கு மறந்தே போனது. எப்போது வந்தீர்கள்?” என்று கேட்டார்.

ரத்னே, ராஜா இருவரும் அங்கே இருந்த இரண்டு நாற்காலிகள் மீது அமர்ந்த பிறகு, “உங்கள் அம்மா, அப்பா நலமா?” என்று விசாரித்தார்.

“சுகமாக இருக்கிறார்கள். உங்களுக்கு வணக்கத்தைச் சொல்லச் சொன்னார்கள்.”

ராயர் இன்னும் தன் வாசிப்பு மனநிலையிலேயே இருந்தார். தொடர்ந்து என்ன பேசுவது என்று அவருக்குத் தோன்றவில்லை. எதுவும் பேசாமல் அமைதியாக இருந்தார். அந்த மௌனத்தால் ரத்னேக்குக் கொஞ்சம் கூச்சமானது. அதைப் புரிந்துகொண்ட

ராஜா சூழ்நிலையை லகுவாக்க கேட்டான்: "வெகு தூரத்திலிருந்து வந்திருக்கிறீர்கள்...!"

"ஓ! என்ன தொலைவு!" என்று அவள் கூறியவுடன் ராஜா, "சிங்களமும் இந்தியாவும் வெகு தொலைவில் இல்லை. இல்லையென்றால் இராவணன் சீதையைத் திடீரென்று அபகரித்துக் கொண்டு போக முடியுமா?" என்றான்.

அவன் பேச்சுக்கு ரத்னே சிரித்தாள். ராயருக்கு பேசத் தோன்றியது. சொன்னார்: "இராமாயணத் துறவி சிங்களத்தைப் பார்த்திருக்க வேண்டும். சிங்களத்து அரசனான இராவணன் அரக்கன் என்று வால்மீகி அழைத்திருந்தாலும், வேதநிஷ்டனான பிரம்மதபஸ்வி என்று வர்ணித்திருக்கிறார். பண்பாட்டு முறையில் இந்த இரண்டு நாடுகளும் ஒரே வகையைச் சேர்ந்தவை."

ராஜா சொன்னான்: "அண்ணா, அத்தனை தொலைவிலிருந்து வந்த இவரை விசாரிக்காமல், நீங்கள் வரலாற்று வியாக்கியானம் ஆரம்பித்துவிட்டீர்களே?"

அதற்குள் ராயர் தன் தவறை உணர்ந்து கேட்டார்: "எங்கே தங்கி இருக்கிறீர்கள்?"

"ஹோட்டலில்."

"நீங்கள் ஹோட்டலில் தங்க வேண்டிய அவசியமில்லை. நேராக எங்கள் வீட்டிற்கு வந்திருக்க வேண்டும். இப்போதும் ஒன்றும் கெட்டுப்போகவில்லை. என் தம்பியுடன் போய் பெட்டியை எடுத்துக்கொண்டு எங்கள் வீட்டுக்கு வரவும். நாளை உங்கள் பதிவுக்கு பல்கலைக்கழகத்தில் விண்ணப்பம் அளித்துவிடலாம். ஓரிரு நாட்களில் பெண்கள் விடுதியில் வசதி செய்து கொடுக்க ஏற்பாடு செய்யலாம்."

ராஜாவும் ரத்னேயும் அங்கே இருந்து போன பிறகு ராயர் மீண்டும் வாசிப்பைத் தொடங்கினார். ரத்னேயின் பொருட்களை எடுத்துக்கொண்டு அவளுடன் ராஜா ஏழு மணி சுமாருக்கு வீட்டிற்கு வந்தான். ரத்னேக்கு இங்கிலிஷில் தன் அண்ணிக்கு அவர் ஆசானின் மனைவியை அறிமுகப்படுத்தினான். தனக்குக் கைகூப்பிய ரத்னேக்கு பதில் வணக்கம் சொன்னாள். உள்ளே சமைத்துக்கொண்டிருந்த போது நேரம் பார்த்து நாகலட்சுமி

கேட்டாள்: “பெண்கள் திருமணம் செய்து கொண்டு குடும்பம் நடத்தாமல் இத்தனை தொலைவு எதற்காக வரவேண்டும்?”

“எதுக்கு என்றால், கல்வி கற்க. அவர் இங்கிலாந்துக்குப் போய் இப்போது நான் கற்ற அதே கல்வியைக் கற்று வந்திருக்கிறார். எங்க அண்ணன் என்றால் என்ன நினைச்சீங்க?”

“உங்க அண்ணன் உனக்கு மட்டுந்தானா எனக்கு அவரு ஒண்ணுமில்லையா?” என்று அவள் பெருமையுடன் சொன்னாள்.

“என்ன ஆகணுமோ அவரையே கேளு” என்று சொல்லி ராஜா வெளியே வந்தான்.

எட்டு மணிக்கு அண்ணன் வீட்டுக்கு வரும்வரையிலும் விருந்தாளிக்கு சலிப்பு ஏற்படக்கூடாது என்று பேசிக்கொண்டிருந்தான். இருவரும் தங்களுக்கும் பொதுவான விஷயமான இங்கிலாந்து மாணவர் வாழ்க்கையை நினைத்துக்கொண்டு உரையாடினார்கள்.

★★★

படலம் : ஆறு

1

வீட்டில் பாசத்துடன் பார்த்துக்கொள்ளும் அத்தை மாமன், செல்லக் குழந்தை மற்ற வசதிகள் இருந்தாலும் காத்தியாயினிக்கு வாழ்க்கை சலிப்பாகத் தோன்றியது. கணவன் சாவின் துயரம் முன்போல தீவிரமாக இருக்கவில்லை. இப்போது அத்தை, மாமாவுடன் சில நேரம் சிரித்துப் பேசுவாள். குழந்தையுடன் குதிரை விளையாட்டு, கண்ணாமூச்சி, ஓடிப்பிடி போன்ற விளையாட்டுகளை விளையாடுவாள். ஆனாலும் பொழுதைப் போக்குவது மிகவும் சிரமமாக இருந்தது. காலை எழுந்து வீடு பெருக்கி, வாசல் மெழுகி, கோலம் போடுவது அவள் வேலை. அதற்குள் அத்தை மாமா குளித்துவிடுவார்கள். மாமா பூஜை அறைக்குள் நுழைவார். அத்தை சமையலறை சேருவார். மற்றதை லட்சுமி பார்த்துக்கொண்டு போவாள். குழந்தையைக் குளிப்பாட்டி, ஆடை உடுத்தி, தானும் குளித்து, எல்லோர் துணிகளையும் துவைத்துக் காயப்போட்டால் அவள் வேலை முடிந்தது. மற்ற நேரங்கள் என்ன செய்தாலும் கழியாது. அத்தை சில நேரம் தாயம் விளையாட அழைப்பார். ஆனால் அதில் அவளுக்கு ஆர்வம் கிடையாது.

கணவன் இறந்த புதிதில் காத்தியாயினியின் அப்பா சில நாட்கள் அவளை ஸ்ரீரங்கபட்டணம் அழைத்துச் சென்றிருந்தார். ஆனால் அவளுக்கு அங்கே நிம்மதி இருக்கவில்லை. வீட்டில்

எட்டு வயதே மூத்தவளான மாற்றாந்தாய், தன் மாமாவை விட மடியான அப்பா. மாமாவின் ஆசாரத்துக்கும் அப்பாவின் மடிப் பழக்கத்துக்கும் அதிக வேறுபாடுகள் இருந்தன. பண்டிதர் தம் ஆசாரத்தை மேன்மைப் படுத்தக்கூடிய அறத்தின் அகத்தை அறிய முற்படுவார். வக்கீல் ஸ்ரீகண்டய்யா அறத்தின் புற நியமனங்களைக் கடைப்பிடிப்பார். மருமகன் இறந்த பிறகு மகள் மடியைக் கடைப்பிடித்தால் நல்லது என்ற கருத்தை அவர் சாடைமாடையாகச் சுட்டிக்காட்டி இருந்தாலும், பண்டிதர் அதற்கு அதிக முக்கியத்துவம் கொடுக்கவில்லை. அப்பா வீட்டில் அதிக நாட்கள் தங்காமல் நஞ்சனக்கூடுக்கு வந்து விட்டாள். சில நாட்கள் தனியாக பின்கட்டுத் தோட்டத்திற்குப் போய் செடிகளுக்கு பாத்தி கட்டுவாள்; கீரை அடியில் வளர்ந்த களைகளைப் பிடுங்கி எறிவாள்; கிணற்றிலிருந்து தண்ணீர் சேந்தி செடிகளுக்குப் பாய்ச்சுவாள். வீட்டுப் பின்கட்டு மல்லிகை, கொடிமல்லிச் செடிகளில் செழிப்பாகவும் மணமாகவும் பூக்கள் மலர்ந்திருக்கும். காத்தியாயினி அவற்றுக்குத் தண்ணீர் ஊற்றுவாள். அப்போது கணவனின் நினைவு வரும். அவன் உயிருடன் இருந்த போது அவர்கள் இருவரும் சேர்ந்து மல்லிகைக் கொடிக்குத் தண்ணீர் பாய்ச்சுவார்கள். செழிப்பாக வளர்ந்து ஒரு குடிசையைப்போல சுற்றிப் படர்ந்து அடர்ந்து கிடக்கும் மல்லிகைக் கொடிச் சந்தில் அவள் பூப்பறிக்கும் போது அவன் பல முறை குறும்பு செய்வான். பொய்க் கோபம் காட்டினாலும் அது அவளுக்கு விருப்பமாக இருந்தது. இப்போது பின்கட்டிற்கு வந்தால் அதே நினைவுகள் வாட்டுகின்றன.

பின்கட்டுச் செடிகள் அடர்த்தியாக பசுமையாக செழுமையாக இருக்கும். அறுவடை ஆனா பிறகு காய்ந்து வறண்டு போனது போலத் தெரியும் அவர் வீட்டுப் பின்பகுதியில் பரவி இருக்கும் நெல் வயல் மீண்டும் பசுமையில் அசைந்தாடும். எப்போதும் வறண்டே கிடப்பது இயற்கையின் நியதியும் அல்ல, அறமும் அல்ல; ஆனால் ஒருமுறை வாடிப்போன தன் வாழ்க்கை என்றென்றும் துவண்டே இருக்கும் என்று அவள் தனக்குள் பெருமூச்சு விடுவாள். மகனைப் பார்க்கும் போது மட்டும் மனம் நிரம்பி வரும். ஆனால் மகன் பராமரிப்பில் மட்டுமே அவள் ஆற்றல் முழுமையாகச் செயல்படவில்லை. அவள் தோட்ட வேலை செய்து கொண்டிருக்கும் போது சில சமயம் பண்டிதர் அங்கே

வருவார். மருமகளைப் பார்த்து, 'நீ வெயிலில் இதை எல்லாம் எதுக்குச் செய்யறே தாயி, உள்ள போ' என்பார். மாமாவின் பாசத்தை நினைத்துக் கொள்ளும்போது அவள் துயரம் நிறைந்த வாழ்க்கையில் புதிய உற்சாகம் பிறக்கும். சில சமயம் அவள் கல்லூரி நாட்கள் நினைவிற்கு வரும். தினமும் ஸ்ரீரங்கபட்டணத்திலிருந்து மைசூருக்கு ரயிலில் வருவாள். நுட்பமான அறிவான மாணவி என்று கல்லூரி ஆசிரியர்களின் பாராட்டைப் பெற்றிருந்தாள். சீனியர் இண்டர்மீடியட் வகுப்பில் இருந்தபோது ஒருமுறை பெண்கள் நடத்திய சத்தியவான்-சாவித்திரி நாடகத்தில் அவள் சாவித்திரி வேடத்தைப் பார்த்து எல்லோரும் கண்ணீர் விடும்படி நடித்திருந்தாள். மேடை மீது எமனால் பறிக்கப்பட்ட சத்தியவான் உயிரைக் காப்பாற்றிக்கொண்ட அவளால், நிஜ வாழ்க்கையில் இரண்டே ஆண்டில் கணவன் உயிரைப் பறிகொடுத்திருந்தாள். இண்டர்மீடியட் தேர்ச்சியடையும் போது திருமணம் நடந்து, படிப்பு தொடர்வது நின்று போயிருந்தது. ஆனால் அதற்காக அவள் என்றும் வருத்தப்பட்டதில்லை. பண்டிதர் தம்பதிகளைப் போல அத்தை, மாமா, நஞ்சுண்ட பண்டிதர் போல கணவன் அடைவதை விடவும் பெரிதல்ல கல்லூரிப் படிப்பு என்று நினைத்தாள்.

இப்போது புதிய திட்டம் ஒன்று மனதில் தோன்றியது. நஞ்சனகூடில் இருந்து அதிகமாக பெண்கள் தினம் மைசூர் போய் கல்லூரியில் படிக்கிறார்கள். தானும் போய் எதற்காக பி.ஏ. படிக்கக் கூடாது? அந்தச் சிந்தனைக்குப் பின்னால் மற்றொரு விருப்பம் மனதில் தோன்றியது. அவள் கணவன் முதல் முறை பி.ஏ. தேர்வை எழுத முடியவில்லை. இரண்டாம் முறை எழுதிச் சில பாடங்களில் தோல்வி அடைந்திருந்தான். மூன்றாம் முறை வீட்டிலேயே இருந்து சிரமப்பட்டு படித்துக்கொண்டிருந்தான். மகன் பி.ஏ. படித்து முடிப்பதை பெற்றோர்கள் விரும்பினார்கள். அதற்குள் கபிலையில் மூழ்கிவிட்டான். வீட்டில் கணவன் புத்தகங்கள் மாடி அலமாரியில் இருக்கின்றன. காத்தியாயினி மாடி ஏறி அலமாரிக் கதவைத் திறந்து பார்த்தாள். அவன் படித்துக்கொண்டிருந்த புத்தகங்கள் சமஸ்கிருதம், இங்கிலிஷ், வரலாறு போன்றவை அடுக்கி வைக்கப்பட்டிருந்தன. எல்லாவற்றுக்கும் அட்டை போட்டு அதன் மீது 'என்.எஸ்.நஞ்சுண்ட பண்டிதன்' என்று எழுதியிருந்தது. சில புத்தகங்களுக்கு அவளே பெயர் எழுதி இருந்தாள். அதன் அருகில்

அவன் பென்சிலால் ‘காத்தி’ என்று அவள் பெயர் எழுதியிருந்ததை அவள் ரப்பரால் அழித்த அடையாளம் இன்னும் இருந்தது.

மீண்டும் கல்லூரிக்குச் சென்று படிக்கும் அவள் ஆசை வளர்ந்து மெல்ல திடமானது. தன் விருப்பத்துக்கு மாமா சம்மதிப்பாரா இல்லையா என்ற சந்தேகம் வந்தாலும், கேட்பது தன் கடமை என்று நினைத்து ஒருநாள் அவரிடம் இதைப் பற்றிப் பேசினாள். “குழந்தை, இனியும் நீ தினமும் நேரத்திற்கு உண்ணாமல் கொள்ளாமல் ரயிலில் அலைந்து போய் படிக்க வேண்டிய அவசியம் என்ன? சுகமாக வீட்டிலேயே இரு. பிறகு சீனி பெரியவனானதும் போய் படித்து வரட்டும்” என்றார் அவர்.

“அவர் இந்த முறை கண்டிப்பாக பி.ஏ. முடித்திருப்பார். நம் துரதிர்ஷ்டம் இப்படி நடந்தது விட்டது. அதை அவர் பெயரில் நானாவது செய்தால் மனதிற்கு நிம்மதியாக இருக்கும்” என்று சொல்லி அவள் அமைதியானாள்.

எந்த ஒரு விஷயத்தையும் அலட்சியமாக ஒதுக்கிவிடுவது பண்டிதர் இயல்பல்ல. மருமகளின் தற்போதைய சுவையற்ற வாழ்க்கையைச் சில நாட்களாக அவர் பார்த்து வருகிறார். கல்லூரிக்குப் போய் வருவதால் அவள் மனம் மற்றொன்றில் ஈடுபட்டால் நல்லது என்று அவர் நினைத்தார். ஆனாலும், “நான் உன்னிடம் பகவத்கீதை வாசிக்கச் சொல்லி இருந்தேன். கல்லூரிப் பாடத்தை விட பகவத்கீதை மன அமைதி தரும். உபநிஷத்துகளைப் படி. நான் தினமும் பூஜை முடிந்தவுடன் சொல்லிக்கொடுக்கிறேன். சாப்பாடு, துணிமணிக்கு வழியில்லை என்றால் வேறு விஷயம். நமக்குக் கடவுள் அதுக்கு எந்தக் குறையும் வைக்கவில்லை. என்னைக் கேட்டால் உன்னைப் போன்றவர்களுக்கு கல்லூரிப் படிப்பை விட உபநிஷதமும் பகவத்கீதையும் வாசிப்பது நல்லது என்று தோன்றுகிறது” என்று அறிவுரை சொன்னார்.

பண்டிதர் எந்தக் கடினமான பொருளையும் குறிக்காமல் சொன்ன கடைசி வாக்கியத்தில் ‘உன்னைப் போன்றோர்களுக்கு’ என்ற வார்த்தைகள் மனதை நெருடி அவள் கண்ணில் நீர் வழிந்தது. அவள் அழுவதற்கான காரணம் தெரியாவிட்டாலும், பண்டிதர் ஆறுதல் சொல்லிக்கொண்டே கூறினார்: “உனக்குப் படிக்க வேண்டும் என்ற எண்ணம் இருந்தால் படிப்பயாம் விடு. அதுக்காக அழ வேண்டுமா?”

கண்ணீரைத் துடைத்துக்கொண்டு காத்தியாயினி சொன்னாள்: “பகவத்கீதை வாசிக்க நான் முயற்சி செய்தேன். ஆர்வம் ஏற்படவில்லை. நான் என்ன செய்யட்டும்? மாடியில் அலமாரியில் இருக்கும் அவர் புத்தகங்களைப் படித்துப் பார்த்தேன். விருப்பமானது.”

“நீ சொல்வது உண்மை தாயி. எல்லாவற்றுக்கும் நேரம் காலம் கூடி வரணும்” என்று பண்டிதர் அமைதியானார்.

2

ஒருநாள் மதியம் காத்தியாயினி மாடியில் குழந்தையுடன் படுத்து உறங்கிக் கொண்டிருந்தாள். பாகீரதம்மா, லட்சுமி, பண்டிதர் கீழே கூடத்தில் உட்கார்ந்து பேசிக்கொண்டிருந்தார்கள். பாகீரதம்மா சொன்னார்: “இவ்வளவு நடந்த பிறகும் இனி என்ன காலேஜ்? அவளுக்கு உலகம் என்ன தெரியும்? அவள் கேட்கிறாள், நீங்களும் சரீன்னு சொல்றீங்க. வீட்டில் குழந்தையைப் பாத்துக்கிட்டு சும்மா கிடக்க முடியாதா?”

பண்டிதர் மனைவிக்கு ஆறுதல் சொன்னார்: “இன்னும் சின்ன வயசு. வீட்டில் அடைஞ்சு கிடந்து என்ன செய்ய, சொல்? ரெண்டொரு வருஷம் போயிட்டு வரட்டும், விடு.”

“சின்ன வயசில இப்படி நடந்ததுக்கு நமக்கு துக்கமில்லையா? மடியாக இருக்க ஒத்துக்கொண்டிருந்தால் செய்யக் கைநிறைய வேலை இருக்கும். பூசை அறை அலம்பி, மெழுகி, கோலம் போட்டு, விளக்கேத்தி வைச்சு, பஞ்சுதிரி மாலை செஞ்சு, கூடவே விரதம், கதை காலட்சேபம்னு கேட்டுக்கிட்டு எப்படியோ பொழுது போகும். என்னமோ இந்தக் காலத்துப் பிள்ளை, வேண்டாமுன்னு நீங்க சொன்னீங்க. எனக்கும் அப்படிச் சொல்ல மனசு வரலை. இப்ப சலிப்பா இருக்குன்னா என்ன செய்ய முடியும்?”

லட்சுமி இடையில் புகுந்து சொன்னாள்: “இப்போ காத்தியாயினி காலேஜுக்குப் போறது புருஷன் படிச்சுப் பாதியில் விட்டதை நிறைவு செய்யத்தானே? புருசன் பேர்ல படிக்கிறாளே தவிர அவள் ஒண்ணும் தனக்கு வேணுமுன்னு படிக்கலையல்ல! படிக்கட்டும் விடுங்க தாயி. உங்களுக்கென்ன?”

மருமகள் போவது மகன் கொண்டு வரவேண்டிய பி.ஏ. பட்டத்தை சம்பாதிக்க என்று புரிந்துகொண்ட பாகீரதம்மா அமைதியானார். அவர் மௌனம் பாதி சம்மதமாக இருந்தது. அதைத் தெரிந்துகொண்ட பண்டிதர் சொன்னார்: "சிறு வயதிலேயே தலையை மழித்து உட்கார வைக்கும் வழக்கத்தால் யாருக்குத்தான் மகிழ்ச்சியாக இருக்கும்? யாராவது தாங்களாகவே விரும்பிச் செய்து கொண்டால் நல்லதுதான். யாருக்காக எல்லா அலங்காரங்களும் இருக்க வேண்டுமோ அவனே போனபிறகு அலங்காரம் எதற்கு, சிருங்கார சாதனங்கள் எதற்கு? ஆனால் மடி மனமுவந்து வரவேண்டுமே தவிர மற்றவர் வலுக்கட்டாயமாகத் திணிக்கக் கூடாது."

அதற்குள் வெளியே இருந்து யாரோ வந்தது போல நிழலாடியது. லட்சுமி எழுந்து போய் பார்த்தாள். வந்திருந்தவர் முனைவர் ராயர். லட்சுமி உள்ளே செய்தியைச் சொன்னவுடன் பண்டிதர் வெளியே வந்து கைகூப்பிச் சொன்னார்: "தயவு செய்து வரவும். பார்த்து சுமார் ஒன்றரை ஆண்டுகள் ஆனதே? உள்ளே வரவேற்பறைக்கு வாருங்கள்."

தன் கையில் இருந்த பெரிய தோல் பையைப் பிடித்துக் கொண்டே ராயர் வரவேற்பறை நாற்காலி ஒன்றில் உட்கார்ந்தார். பண்டிதர் உள்ளே போய் ஒரு குவளை மோர் கொண்டுவந்து ராயர் முன்னால் வைத்துக் கேட்டார்: "ஏதாவது சிற்றுண்டி சாப்பிடுகிறீர்களா?"

"இன்னும் ஓரிரு மணி நேரம் எதுவும் வேண்டாம். உணவருந்தி உடனே புறப்பட்டு வந்தேன்."

சிறிது நேரம் நல விசாரிப்புகள் நடந்தன. ராயர் தமக்கு மகாராஜா அளித்த உதவிகளைப் பற்றிச் சொன்னார். பிறகு பண்டிதர் கேட்டார்: ""உங்கள் நூல் எதுவரை வந்தது?"

"அதைச் சொல்லத்தான் வந்தேன். முதல் தொகுப்பின் சில அத்தியாயங்களின் முதல் வரைவு எழுதி முடித்திருக்கிறேன். முதல் அத்தியாயம் அதுதான் மிகவும் முக்கியமானது. 'இந்தியப் பண் பாட்டு ஆதியும் அடிப்படையும்' என்று எழுதி முடித்திருக்கிறேன். அதில் சிலவற்றை உங்களிடம் கலந்தாலோசிக்க வேண்டும்."

"ஆகட்டும், கை கால்களை அலம்பிக்கொண்டு கொஞ்சம் ஓய்வெடுங்கள். வெளியே வெயில் கொளுத்துது" என்று பண்டிதர்

ராயரை குளியலறைக்கு அழைத்துச் சென்றார். கை கால்களை சுத்தம் செய்துகொண்டு மீண்டும் வரவேற்பறைக்கு வந்த ராயர் தோல் பையை எடுத்து டைப் செய்யப்பட்ட தாள்களின் ஒரு கட்டை எடுத்துக் கொடுத்தார்.

“மாடிக்குப் போகலாம் வாங்க. எனக்கும் வயசாயிடுச்சு. ஞாபக சக்தி குறைகிறது. ஒருவேளை ஏதாவது நூலைப் பார்க்க வேண்டுமென்றால் அது அங்கேயே கிடைக்கும்” என்று ராயரை அழைத்துக்கொண்டு பண்டிதர் மாடிப் பக்கமாகப் போனார். அவர் படி ஏறும் நேரம் காத்தியாயினி குழந்தையைத் தூக்கிக்கொண்டு கீழே இறங்கிக்கொண்டிருந்தாள். குழந்தை அப்போதுதான் தூக்கத்திலிருந்து விழித்திருந்தது. அவளைப் பார்த்து ராயர், “நல்லா இருக்கியாம்மா?” என்று கேட்டார். “எப்போது வந்தீர்கள்?” என்று அவள் வணக்கம் சொன்னாள்.

இருவரும் மாடியில் பண்டிதர் படிக்கும் அறையில் எதிரும் புதிருமாக கிருஷ்ணாசனம் (மான்றோல்) மீது அமர்ந்தார்கள். தம் கையில் இருந்த தட்டச்சுப் பிரதியின் சில பக்கங்கள் மீது நோட்டமிட்டார் ராயர். “அபௌருஷேய* (*மனிதனிடமிருந்து வராதது) வேதோபநிஷத்துகளே இந்தியப் பண்பாட்டின் ஆதியும், அடிப்படையும்’ என்ற கோட்பாடுடன் என் நூல் தொடங்குகிறது. அடுத்த பாகங்களில் வரும் பண்பாட்டின் அடிப்படை வகைகள் எல்லாம் வேதோபநிஷத்துகளில் இருக்க வேண்டும். வரலாற்று அடுத்த கட்டத்தில் வரும் உருவ வழிபாடு, நாக வழிபாடு, இயற்கை வழிபாடு போன்றவை அநாரிய பண்பாட்டில் இருந்து வந்து சேர்ந்து கொண்ட உணர்வுகள் என்றும், அவை வேதோபநிஷத்துகளில் இல்லை என்பதும் சில ஐரோப்பிய அறிஞர்களின் கூற்று. அந்தக் கூற்றை ஏற்றுக்கொண்டால் என் நூலின் தொடக்கப் புள்ளியே பொய்யாகும். இதைப் பற்றி தங்கள் கருத்து என்ன?” என்று தன் பிரச்சனையை விவரித்தார்.

ராயர் கேள்வியின் ஆழத்தை அறிந்துகொண்டு சிறிது சிந்தித்து பண்டிதர் பதிலளித்தார். “இயற்கை வழிபாடு கீழ்த்தர வழிபாடு அது அநாரிய வழக்கம் என்ற முன்முடிவை நாம் எதற்காக ஏற்றுக்கொள்ள வேண்டும்? அரசமர வழிபாடு, நாக வழிபாடு போன்றவை ஆரியமாக ஏன் இருக்கக்கூடாது? வேதங்களிலும் நாம் மூன்று கட்ட உபாசனைகளை அடையாளம் காணலாம்.

பூத வழிபாடு, பூதப்பற்றுள்ள தேவ வழிபாடு, கடவுள் வழிபாடு, பூத வடிவமான அக்கினியை வழிபடும் போது பூதப்பற்றுடைய கடவுளான அக்கினிக்குத்தான் அவிசு* (*வேள்வியில் இடும் உணவு- தேவருணவு) போய்ச்சேரும். ஆனால் அக்கினி வடிவில் அது சேருவது பரம்பொருளான பரப்பிரம்மனுக்கு. இதுபோன்ற உட்பொருளை அறியாமல் செய்யும் வழிபாடான பூத வழிபாடு சிறப்பல்ல. பொருளைப் புரிந்துகொண்டு செய்யும் இயற்கை வழிபாடு வேதத்தில் இருக்கிறது."

அவர்கள் இருவரும் இரவு ஏழு மணிவரை வாதவிவாதம் செய்துகொண்டிருந்தார்கள். ராயர் சிலதைக் குறிப்பேடில் குறித்துக்கொண்டார். பண்டிதர் தாராளமாகவே நினைவிலிருந்து மூன்று வேதங்களின் ஸ்லோகங்களைச் சொல்லிக்கொண்டிருந்தார். சில சமயம் சமஸ்கிருத நூல்களிலிருந்து சில பக்கங்களைப் புரட்டிக் காட்டினார்.

இரவு எட்டு மணிக்கு பண்டிதர் படிக்கும் அறையிலிருந்து வெளியே வந்து குளித்துவிட்டு பூசை அறைக்குப் போனார். ராயர் அதுவரை தாங்கள் வாதவிவாதம் செய்த விஷயங்களை அசை போட்டுக்கொண்டு வரவேற்பறையில் உட்கார்ந்திருந்தார். ஒன்பது மணிக்கு உணவருந்தி அவர்கள் இருவரும் மீண்டும் படிக்கும் அறை சேர்ந்து பேசத் தொடங்கினார்கள். சுமார் நடு இரவு ஒரு மணிக்கு இருவரும் கீழே இறங்கி வந்து வரவேற்பறையில் விரித்திருந்த படுக்கை மீது சாய்ந்த பிறகு பண்டிதர் தம் மருமகளின் கல்வியைப் பற்றிக் கேட்டார். ராயர் "அது ஒரு வகையில் நல்லது தான். வீட்டில் சும்மா உட்கார்ந்துகொண்டு என்ன செய்வது?" என்றார்.

"அதுவும் சரிதான். ஆனால் வீட்டில் கொஞ்சம் ஆட்சேபணை செய்கிறாள். காலேஜ் என்றால் என்னமோ ஏதோ என்று அவளுக்கு பயம்."

"நல்லவர்கள் எங்கே இருந்தாலும் எதுவும் ஆகாது. கெட்டுப் போகாதவர்களுக்கு எந்த சூழ்நிலையாக இருந்தாலும் சரி. கல்லூரி என்பது கெட்டது அல்ல. நான் கல்லூரியில் இருப்பவன்தானே?"

ராயர் பேச்சு பண்டிதருக்குப் பிடித்துப் போனது. அவர் கேட்டார்: "கோடை விடுமுறை முடிந்து கல்லூரி தொடங்குவது எப்போது?"

“இன்னும் பத்து நாட்கள் இருக்கின்றன. இருபத்தி நான்காம் தேதி அவரை அனுப்பி வைக்கவும். நான் யூனிவர்சிடி லைப்ரரியில் தனி அறையில் இருக்கிறேன். அன்று நுழைவு விண்ணப்பம் போட்டால் போதும். வகுப்பு ஆரம்பித்த பிறகு ஒழுங்காக வந்தால் போதும்.”

பண்டிதர் தம் முடிவை உறுதி செய்து கொண்டார்.

3

கடைத்தெருவில் முனைவர் ஸ்ரீபாதராவ் மகள் வாசந்தி கடந்த ஆண்டு ஜூனியர் பி.ஏ. முடித்து விட்டு இந்த முறை சீனியர் வகுப்பிற்குச் செல்ல இருந்தாள். தான் போகும் கல்லூரிக்கு பண்டிதர் மருமகளும் வருகிறாள் என்று தெரிந்து அவள், தானாக அவர் வீட்டுக்கு வந்து விசாரித்தாள். தினமும் தனக்கு அருகில் இருக்கும் வீட்டிலிருந்தே ஒருத்தி துணை கிடைப்பதை அறிந்த காத்தியாயினிக்கு மகிழ்ச்சியானது. பண்டிதர் தம்பதிகளுக்கு நிம்மதியாக இருந்தது. ஜூன் இருபத்தி நான்காம் நாளுக்கு முன்பே சேருவது போல, ராயர் பண்டிதருக்கு கல்லூரி விண்ணப்பத் தாளை அனுப்பி இருந்தார். அதை நிரப்பி, பாதுகாவலர் கையொப்பமிடும் இடத்தில் மாமனாரின் கையொப்பத்தை வாங்கிக்கொண்டு, அத்தை சொல்லியது போல விண்ணப்பத்தை பூஜை மாடத்திற்கு முன்னால் வைத்து, கடவுளுக்கு பிரதட்சிணை, நமஸ்காரம் செய்து, விண்ணப்பத்தை எடுத்து வைத்துக்கொண்டு காத்தியாயினி புறப்படத் தயாரானாள்.

அன்று காலையிலிருந்து மனதில் ஒரு வகையான உற்சாகமும், தனக்கே புரியாத ஆதங்கமும் இருந்தது. இந்த வீட்டை விட்டு தினமும் தான் கல்லூரிக்குப் போய் சாதிப்பதாவது என்ன என்ற கவலை மனதில் சூழ்ந்தது. காலை ஒன்பது மணிக்கு விட்டால் மாலை ஆறரை மணிவரை வீட்டு நிழலில்லாமல், பிள்ளையின் மழலைப் பேச்சுகளைக் கேட்காமல், கல்லூரியில் தான் எதற்காகக் கற்க வேண்டும் என்ற கேள்வி, சாப்பிடும் போதும் வதைத்தது. அன்று தனியாக உணவருந்திக்கொண்டிருந்தாள். இனி இரண்டு ஆண்டுகள் தான் தனியாகவே உட்கார்ந்து சாப்பிட வேண்டும். அவள் அந்தச் சிந்தனையில் இருக்கும்போது வெளியில் விளையாடி

விட்டு வந்த சீனி கேட்டான்: "என்னை விட்டுட்டு நீ எதுக்கு சாப்பிடற?"

"அம்மா, மைசூருக்கு காலேஜிலே படிக்கப் போறா கண்ணு" என்றார் பரிமாறிக்கொண்டிருந்த பாகீரதம்மா.

"காலேஜுக்கு எதுக்குப் போற?" என்று பிள்ளை கேட்ட கேள்விக்கு அவள் தனக்கே விடை தெரியாமல் இருந்தாள். எட்டே முக்கால் மணிக்கு வாசந்தி பண்டிதர் வீட்டிற்கு வந்தாள். முதலில் அத்தை பிறகு மாமா காலில் விழுந்து வணங்கி காத்தியாயினி வீட்டை விட்டுப் போகும் போது சீனி, "நீ போகாதடி அம்மா" என்று அழத் தொடங்கினான். "என்னையும் கூட்டிக்கிட்டு போ" என்று அவள் சேலை முந்தானையைப் பிடித்து இழுத்துக்கொண்டு நின்றான். பண்டிதர் அருகே வந்து சீனியைத் தூக்கிக்கொண்டு, "அம்மா சாயந்திரம் வந்துடுவா, நீ வீட்டிலேயே இரு கண்ணு" என்று ஆறுதல் சொன்ன பிறகு, "சீக்கிரமா வா" என்று அம்மாவிடம் சொன்னான்.

தனக்குப் புரியாத ஆதங்கத்தில் பாரமான மனதை சுமந்துகொண்டு காத்தியாயினி தோழியுடன் ரயில் நிலையம் வந்தாள். வீட்டிலிருந்து ஐந்து நிமிடப் பாதை ரயில் நிலையம். ஒன்பது மணிக்கு சாமராஜநகரிலிருந்து வந்த வண்டியில் பெண்கள் பெட்டியில் உட்கார்ந்த காத்தியாயினிக்கு கண்கள் நிரம்பி வந்தன. "அதுக்கெல்லாம் கவலைப்படக்கூடாது, விடுங்க" என்று வாசந்தி ஆறுதல் சொன்னாள். ரயில் மெல்லப் புறப்பட்டபோது காத்தியாயினிக்கு அது தன்னை எங்கோ கொண்டு செல்லும் அனுபவம் ஏற்பட்டது. மாலை ஆறு மணிக்கு தான் இதே ரயிலில் மீண்டும் வீடு வந்து சேருவேன் என்ற நினைவே மனதில் வரவில்லை. சாமராஜநகரம் - மைசூர் சின்ன ரயில் மெல்ல நகர்ந்துகொண்டிருந்தது. ஆனி மாத அடைமழை அப்போதே ஆரம்பமாகி கபிலையில் தண்ணீர் நிரம்பி இருந்தது. தளவாய் பாலத்தின் மீது ரயில் ஊர்ந்துகொண்டிருந்த போது கிழக்குத் திசையில் பாய்ந்துகொண்டிருந்த நதியின் இரண்டு பக்கத்துக் கரைகளும் தெளிவாக அவள் பார்வைக்கு எட்டின. அரை மைல் தொலைவில் ஸ்ரீகாண்டேசுவரர் கோயில் உயரமாக நின்றிருந்தது. கோயிலின் இடது பக்கத்தில் வரிசையாக படிகள் அமைந்த குளியல் படித்துறைகள். அதே படித்துறைகளில் இரண்டு

ஆண்டுகளுக்கு முன் அவள் குங்குமத்து நாயகன் ஒரே நாளில் அவள் வாழ்க்கையை சூனியமாக்கி விட்டு மூழ்கிப் போயிருந்தான். அதுவும் ஆனி மாதம் தான். அந்த ஆண்டு மழை முன்பே ஆரம்பமாகி ஆற்றில் வெள்ளம் இப்போதை விட அதிகமாக வந்திருந்தது.

அதற்குள் ரயில் முன்னால் சென்று விட்டது. கம்பளி மடம் தாண்டிய பிறகு ரயில் ஓட்டத்திற்கு வேகம் கூடியது. வாசந்தி காத்தியாயினியிடம் பேச ஆரம்பித்தாள். அவர்கள் இருவரும் முன்பிருந்தே தோழிகள் அல்ல. இருவருக்கும் கொஞ்சம் அறிமுகம் இருந்தது. இந்த ஆண்டு முழுதுமாகத் தொடரும் துணைப் பயணத்தில் அவர்கள் அறிமுகம் வளர்ந்து நட்பாக வேண்டி இருந்தது. காத்தியாயினியின் நுட்பமான உணர்வுகள் கலங்காமல் வாசந்தி கல்லூரியைப் பற்றிப் பேசத் தொடங்கினாள். "நீங்கள் எந்த ஆப்ஷனல் எடுக்கிறீர்கள்?"

"ஹிஸ்டரி, இங்கிலிஷ், சமஸ்கிருதம்."

"அதென்ன எல்லாவற்றையும் விட்டு விட்டு இந்தப் பாடங்களைத் தேர்ந்தெடுத்தீர்கள்?"

காத்தியாயினி காரணம் சொல்லவில்லை. அவள் கணவன் படித்த பாடங்கள் அவை. வீட்டில் அவன் படித்த எல்லா புத்தகங்களும் இருந்தன. அவள் பாடத்தைத் தேர்ந்தெடுத்தது புத்தகங்களுக்காக மட்டுமல்ல. எதார்த்தமாக அவள் சொன்னாள்:

"நாம் எந்தப் பாடத்தைப் படித்தால் என்ன? ஏதோ நான்கு நாட்கள் போய் வருவது. பாசானாலும் சரி, ஃபெயில் ஆனாலும் சரி."

வண்டி கடகொளா வரும் முன்பே வலது பக்கத்தில் சாமுண்டி மலை தெரிந்தது. நிலையாக நின்று வானுக்கு தன் உயரத்தை நீட்டியிருந்த அதன் தோரணைக்கும், காத்தியாயினிக்குத் தனக்கே அறியாமல் ஒரு கவர்ச்சி தெரிந்தது. முன்பு இரண்டு முறை கணவனுடன் அந்த மலைக்குப் போயிருந்தாள். அதன் உயரத்திலிருந்து, சுற்றிப் பரவிக் கிடக்கும் ஊர்கள், கிராமங்கள், குளங்களைப் பார்த்திருந்தாள். அவை எல்லாவற்றையும் விட அதன் வலிமை செறிந்த உறுதி அவள் கவர்ச்சிக்குக் காரணமாக இருந்தது. ஆனால் இந்த ஆனி மாத மேகம் அதன் தலை, தோள்களை மூடிவிட்டது. மேகங்களின் மறைவில் அதன் திண்ணம் தூய

வானில் தெரிவது போலத் தெளிவாகத் தெரியவில்லை. அவள் சன்னலிலிருந்து வெளியே பார்த்துக்கொண்டு உட்கார்ந்திருந்தாள். மலை தன் நிலையை மாற்றிக் கொண்டிருந்தது. ஓடும் வண்டியின் வலது பக்கத்தில் இருந்த மலை இப்போது நேராக எதிரே வரும் தருணம் வண்டி நின்றது. அப்போதே தென் மைசூர் ரயில் நிலையம் வந்திருந்தது.

அடுத்த ஐந்து நிமிடங்களில் வந்த சாமராஜபுரம் ரயில் நிலையத்தில் இறங்கி அவர்கள் இருவரும் கல்லூரியை நோக்கி நடந்தார்கள். அதே நிலையத்தில் நஞ்சனக்கூடில் இருந்து வரும் இதர பல மாணவர்களும் இறங்கினார்கள். கல்லூரிக்கு வந்த பிறகு, பெண்கள் ஓய்வெடுக்கும் அறைக்குக் காத்தியாயினியை அழைத்துக் கொண்டு போய் வாசந்தி கேட்டாள்: "நீங்கள் யாரையோ பார்க்க வேண்டும் என்று சொன்னீர்களே?"

"டாக்டர் சதாசிவராவ்."

"ஓ, அவரா? அவர் பெயர் எல்லோருக்கும் தெரியும். ஆனால் அவரை நேரில் பார்த்த மாணவர்கள் மட்டும் குறைவு. உண்மையாக நானும் பார்த்ததில்லை."

"லைப்ரரியில் அவருக்காகவே இருக்கும் ஒரு தனி அறையில் இருப்பாராம்."

"வாருங்கள், லைப்ரரிக்கு அழைத்துப் போகிறேன். அவரைச் சந்திக்கலாம். அங்கே எத்தனை மணி நேரம் இருந்தாலும் சரி, மாலை ஐந்து மணிக்குள் சரியாக லேடீஸ் ரூமில் இருக்க வேண்டும். ஐந்தரை மணிக்கு சாமராஜநகர் வண்டி வரும்" என்ற வாசந்தி நூலக வாசல்வரை வந்து, அங்கே நின்றிருந்த பணியாளிடம் டாக்டர் சதாசிவராவ் அறையைக் காட்டும்படி சொல்லி, திரும்பிக் கல்லூரிக்கு நடந்தாள்.

4

வேலையாள் காட்டிய ஃப்ளாப்டோர் (மடக்குக்கதவு) திறந்து ஓசையில்லாமல் காத்தியாயினி உள்ளே நுழைந்தாள். ராயர் மேசை அருகில் நாற்காலி மீது அமர்ந்துகொண்டு எதையோ தீவிரமாக சொல்லிக்கொண்டிருந்தார். வெள்ளை சேலையுடுத்திய,

சுமார் இருபத்தியாறு இருபத்தியெழு வயது கரிய நிறத்துப் பெண்ணொருத்தி அவர் முன்னால் உட்கார்ந்துகொண்டு அதைச் சுருக்கெழுத்தில் எழுதிக்கொண்டிருந்தாள். இடையில் ராயர் மேசை மீதிருந்த சில தாள்களைப் பார்த்துக் கொண்டிருந்தார். அறை முழுதும் புத்தகங்கள் நிரம்பிக் கிடந்தன. காற்றாடி சுற்றிக்கொண்டிருந்தாலும் வெளியே இருந்து வருபவர்களுக்கு, கொஞ்சம் மூச்சுத் திணறுவது போல இருக்கும். சுமார் பத்து நிமிடம் அங்கேயே நின்றிருந்தாலும் அவர்களில் யாரும் அவளைக் கவனிக்கவில்லை. தான் அப்படியே திரும்பிப் போய்விடலாமா என்ற யோசனை மனதில் வந்தாலும் அது சரியல்ல என்று அங்கேயே நின்றாள். மீண்டும் ஐந்து நிமிடங்கள் கழிந்த பிறகு ராயர் மேசை மீதிருந்த காகிதங்களில் ஒன்றை கவனமாகப் பார்க்கத் தொடங்கினார். எழுதுவதிலிருந்து ஓய்வு கிடைத்த அந்தப் பெண்மணி கழுத்து வலியைப் போக்கிக்கொள்ளத் தலை நிமிர்ந்த போது பார்வை காத்தியாயினி மீது படிந்தது. அவள் ராயரிடம் சொன்னாள்: “ஸீ, சம் ஒன் ஹேஸ் கம்.”

ராயர் கதவுப் பக்கம் திரும்பினார். சுமார் இரண்டு நிமிடம் அவருக்கு வந்தவள் அடையாளம் பிடிபடவில்லை. மூக்குக்கு மேலே இருந்த கண்ணாடியை எடுத்து காத்தியாயினியின் பக்கமாக பார்த்தார். காத்தியாயினிக்குக் கூச்சமாகித் தலைகுனிந்தாள். மீண்டும் ஒரு நிமிடத்திற்குப் பிறகு ராயர் நாற்காலியிலிருந்து மேலே எழுந்து கேட்டார்: “வாங்க. வாங்க. இன்று இருபத்தி நான்காம் தேதி தானே? வந்து எவ்வளவு நேரமானது? அழைக்காமல் நின்று கொண்டே இருந்தால் நீங்கள் நீங்கள்தான், நான் நான்தான். இங்கே வாருங்கள்.”

அதற்குள் எழுதிக்கொண்டிருந்த பெண்மணி ஒரு நாற்காலியை நகர்த்தினாள். அதன் மீது காத்தியாயினி உட்கார்ந்த பிறகு ராயர் அவர் இருவரையும் அறிமுகப்படுத்தினார். “இவர் மிஸ் கருணாரத்னே. சிலோன்காரரர். கேம்ப்ரிட்ஜில் எம்.ஏ. முடித்திருக்கிறார். தற்போது இங்கே ஆராய்ச்சி மாணவியாக இருக்கிறார்.” காத்தியாயினியின் பக்கம் கைகாட்டி சொன்னார்: “நான் சந்திப்பதற்காகப் போய்க்கொண்டிருப்பேனே, என் குரு சீனிவாச பண்டிதர், அவர் மருமகள் இவர். நம் காலேஜில் சேர வந்திருக்கிறார்.”

அவர்கள் இருவரும் ஒருவரை ஒருவர் வணங்கிய பிறகு ராயர் காத்தியாயினியிடம் "எங்கே உங்கள் அப்ளிகேஷன் கொடுங்கள்" என்று கேட்டார். பிறகு அதைப் பார்த்து, "ஹிஸ்டரி, இங்கிலிஷ், சமஸ்கிருதம். நஞ்சுண்ட பண்டிதன் இதைத்தான் படித்தான். நல்ல மாணவர்களைக் காப்பாற்றிக்கொள்ளும் பாக்கியம் எனக்கும் இல்லை. இப்போது எனக்கு பி.ஏ. கிளாசும் கிடையாது. என் மாணவராக இருந்த ஒருவர், ஹொன்னையா என்பவர் உங்களுக்கு ஹிஸ்டரி சொல்லித் தருவார். ஆப்ஷனல் இங்கிலிஷ் பேப்பர் என் தம்பியே சொல்லிக்கொடுப்பார். சமஸ்கிருதம் நரசிம்ம சாஸ்திரிகள் என்று நினைக்கிறேன்" என்று மேசை மீது இருந்த அழைப்பு மணியை அழுத்தினார். உள்ளே வந்த பணியாளிடம், "காலேஜுக்குப் போய் ராஜாராவை அழைத்து வாங்க" என்று சொல்லி, காத்தியாயினியைப் பார்த்துச் சொன்னார்: "நீங்க தினம் வீட்டிலிருந்து புறப்படுவது எத்தனை மணிக்கு?"

"எட்டே முக்காலுக்கு."

"எட்டே முக்கால், வீடு திரும்புவது சுமார் ஆறு, ஏழு ஆகும். எங்கள் வீடு இங்கே சாமராஜபுரத்தில் இருக்கிறது. தினம் ஒன்றரை மணி ஓய்வு நேரம் இருக்கும். விரைவாக எங்கள் வீட்டிற்குப் போய் சாப்பிட்டு விட்டு வந்து விடுங்கள்."

"இல்லை, நஞ்சனக்கூடில் இருந்து மற்ற பெண்களும் வருகிறார்கள். நான் டிஃபன் கேரியரில் சிற்றுண்டி எடுத்து வருகிறேன்."

"அதையும் எடுத்து வாருங்கள். அதை இங்கே வந்து என்னிடம் கொடுத்து விட்டு நீங்கள் வீட்டிற்குப் போய் சாப்பிட்டு விட்டு வாருங்கள்" என்று அவரே உரக்க சிரித்தார்: "கூச்சப்பட வேண்டாம். அது உங்கள் வீடுதானே?"

ராயர் சிரித்த காரணம் ரத்னேக்கு புரியவில்லை. அவர்கள் பேசிய பேச்சில் சில இங்கிலிஷ் வார்த்தைகளும் இடையில் வரும் சமஸ்கிருத சொல்லையும் தவிர அவளுக்கு எதுவும் புரியவில்லை. தாம் சிரித்த காரணத்தை ரத்னேக்கு விளக்கினார். அதற்குள் ராஜா அங்கே வந்தான். காத்தியாயினிக்கு அவனை அறிமுகப்படுத்தி ராயர் அவனிடம் கேட்டார்: "நஞ்சுண்ட பண்டிதர் உனக்குத் தெரியும்தானே?"

"தெரிந்திருந்தது. நாங்கள் இருவரும் கிளாஸ்மேட். அவர் சீனியர்

பி.ஏ.வில் இங்கிலிஷ் பிரிவில் இருந்தார். நான் இரண்டாம் ஆனர்ஸ்-ல் அவர் பேப்பரையும் படிப்பேன்."

"சரி" என்று ராயர் காத்தியாயினியிடம் சொன்னார்: "உங்கள் அப்ளிகேஷன் ஃபாரம், ஃபீ, எல்லாம் அவரிடம் கொடுங்கள். வகுப்பு ஆரம்பமாகும் தேதியைத் தெரிவித்து அவர் ஒரு கார்ட் போடுவார். அதுவரை நீங்கள் காலேஜுக்கு வரவேண்டிய அவசியம் இல்லை. இப்போது இவருடன் எங்கள் வீட்டுக்குப் போய் வாருங்கள்."

"இல்லை நான்..." என்று அவள் கூச்சத்துடன் சொல்வதற்கு முன்பே ராயர், "எங்கள் வீட்டுக்கு நீங்கள் எப்போதும் வந்ததில்லை. வீட்டையாவது பார்க்கக் கூடாதா? உங்கள் ரயில் இருப்பது மாலையில்" என்றார்.

காத்தியாயினி தன்னிடமிருந்த விண்ணப்பத்தையும், பணத்தையும் ராஜா கையில் கொடுத்தாள். அவர்கள் இருவரும் புறப்படும் முன் ரத்னே ராஜாவிடம் கேட்டாள்: "இந்த ஆண்டின் உங்கள் முதல் நாடகம் எது?"

"சந்திரகுப்த மௌர்யா. உங்கள் வரலாற்று அறிஞர்கள் எல்லாம் அதைப் பொய் என்று ஏசும் அளவிற்கு நாடகத்தனமாகச் செய்து அரங்கேற்றுகிறேன்" என்று சொல்லிச் சிரித்துக்கொண்டே அறையிலிருந்து வெளியேறினான். காத்தியாயினி போன பிறகு ராயர், அவர் பார்த்துக்கொண்டிருந்த குறிப்புத் தாளில் பார்வையைப் பதித்தார். வழியில் காத்தியாயினி கூச்சத்துடன் நடந்தாள். ராஜா முன்பு அவளைப் பற்றி அண்ணனிடமிருந்து அறிந்திருந்தான். அவள் கூச்சத்தை விலக்கப் பேசினான்: "எந்தப் பாடங்களை தேர்தெடுத்திருக்கிறீர்கள்?"

"ஹிஸ்டரி, இங்கிலிஷ், சமஸ்கிருதம்."

"தேர்வு நன்றாக இருக்கிறது. ஹிஸ்டரி எங்கள் அண்ணன் சப்ஜக்ட். மற்ற இரண்டும் இலக்கியம். உங்களுக்கு இலக்கியம் என்றால் மிக விருப்பமாக இருக்கலாம், சரியா?"

அவள் கூச்சத்துடனேயே சொன்னாள்: "கொஞ்சம்."

"கொஞ்சம் கொஞ்சமாக வாசித்தால் மெல்ல அதிகமாகும். இனி காலேஜுக்கு வருவீர்கள்தானே, லைப்ரரியில் புத்தகம் எடுத்து

வாசியுங்கள். கன்னடத்தில் கிடைக்கும் புதினங்களை எல்லாம் வாசித்திருக்கிறீர்களா?”

“இரண்டு ஆண்டுகளுக்கு முன்பு வாசித்துக்கொண்டிருந்தேன். இப்போது இல்லை.”

அதற்குள் வீடு வந்தது. நாகலட்சுமிக்கு பண்டிதர் வீட்டு விஷயம் தெரிந்திருந்தது. ராஜா, காத்தியாயினியை அறிமுகப்படுத்தியபோது அவளைப் பற்றி நாகலட்சுமிக்குத் தனிப்பட்ட பரிவு உண்டானது. நாகலட்சுமி மனதிற்குள்ளேயே தவித்துக்கொண்டிருக்கும்போது ராஜா, காத்தியாயினியிடம் கேட்டான்: “நீங்கள் காலை எத்தனை மணிக்கு வீட்டிலிருந்து புறப்படுவீர்கள்?”

“எட்டே முக்காலுக்கு.”

“அப்படி என்றால் இப்போது சாப்பிடுங்கள். எங்கள் அண்ணி பரிமாறுவாள்.”

ஏதாவது சிற்றுண்டி செய்யலாம் என்று நினைத்திருந்த நாகலட்சுமி உணவருந்த காத்தியாயினியை வற்புறுத்தினாள். அவள் வழியில்லாமல் சாப்பிட்ட பிறகு ராஜா சொன்னான்: “நீங்கள் தினமும் மதியம் இங்கே வந்து சாப்பிட்டுவிட்டுப் போங்கள். வீடு எப்படியும் அருகில் இருக்கிறது.”

அண்ணன் தம்பி இருவரும் சொல்லி வைத்தாற் போல ஒன்றையே சொன்னதைக் கேட்டு காத்தியாயினிக்கு வியப்பாக இருந்தது. பண்பால் அவர்கள் இப்படிச் சொல்கிறார்களே தவிர இருவரும் பேசி முடிவெடுத்ததல்ல என்பதைப் புரிந்துகொண்டாள். நாகலட்சுமியும் காத்தியாயினியும் உள்ளே உட்கார்ந்துகொண்டு வெகு நேரம் பேசினார்கள். இருவருக்கும் ஒருவரை ஒருவரைப் பிடித்துப்போய்விட்டது. காத்தியாயினி மீண்டும் கல்லூரிக்குப் புறப்பட்ட போது நாகலட்சுமி, “தினம் மதியம் சாப்பிட இங்கே வாங்க. உங்களுக்கு வசதியான எந்த நேரமானாலும் சரி. ஒரு வாய் மோர் சோறு சாப்பிட்டாலும் போதும். இந்த வீடு உங்களுடையது தான்” என்றாள்.

ராஜாவும் கல்லூரிக்குப் புறப்பட்டிருந்தான். “வாருங்கள், உங்களை காலேஜில் விட்டு விடுகிறேன். நான் நாடகம் ரிகர்சல் செய்யப் போக வேண்டும்.”

ராயர், தம்பி, நாகலட்சுமி இவர்களின் அன்பான உணர்வைக் கண்டு காத்தியாயினி மனம் லேசானது. காலையில் வீட்டை விட்ட போது இருந்த பதற்றம் இப்போது குறைந்திருந்தது. திரும்பிப் போகும் போது ராஜாவுடன் இருந்த கூச்சம் சற்றுக் குறைந்திருந்தாலும் அவள் அவனுடன் எதுவும் பேசவில்லை. பெண்கள் அறை அருகே அவளை விட்டு விட்டு அவன் புறப்பட்டுப் போன பிறகு தனியாகவே உள்ளே போய் உட்கார்ந்தாள். சுமார் ஏழெட்டு அறிமுகமில்லாத பெண்களைத் தவிர அங்கே அதிகமாக மாணவிகள் இருக்கவில்லை. வாசந்தி இன்னும் வந்திருக்கவில்லை. விரைவில் வீடு போய்ச் சேர வேண்டுமென்று மனம் தவித்தது. இரண்டு மூன்று முறை அறைக் கதவு வரை வந்து வாசந்தியை எதிர்பார்த்தாள். அவள் இன்னும் வரவில்லை. இன்னும் மதியம் இரண்டு மணி. மாலை ஐந்துக்குள் அவள் வந்தே தீருவாள் என்று காத்தியாயினி உள்ளே போய் ஒரு மூங்கில் சாய்வு நாற்காலியில் சாயந்து கொண்டாள். மனம் தன் கணவன் நினைவால் நிரம்பி இருந்தது. 'அவர் தினம் கல்லூரிக்கு வரும் போது ஓய்வு நேரத்தை எங்கே கழிப்பார்?' என்ற கற்பனையில் மூழ்கிக் கிடக்கும் போதே மாலை வாசந்தி வரும் நேரமானது.

★★★

படலம்: ஏழு

1

ரத்னே மைசூருக்கு வந்த பிறகு ராயர் எழுத்தின் வேகம் தீவிரமடைந்தது. தன் நூலின் ஒவ்வொரு அத்தியாயத்தையும் எழுதுவதற்கு முன் அவர் அவளிடம் சொல்வார். அதை அக்கறையுடன் கேட்டு அவள் நடுவில் சந்தேகம் வரும் இடங்களில் கேள்விகளைக் கேட்பாள். "நீ இந்தக் கேள்வியைக் கேட்டது நல்லதாப் போச்சு. அந்தப் பிரச்சனையை விவரமாக நூலில் விளக்கணும்" என்று அவர் குறித்துக்கொள்வார். நூலகத்து எந்த நூலில் என்ன விஷயம் கிடைக்கும், சந்தர்ப்பத்திற்குத் தேவையான நூல்கள் என்னென்ன, அவற்றைத் தேடி எடுப்பது எப்படி போன்ற எல்லா வேலைகளிலும் அவள் உதவியாக இருப்பாள். பல சமயம் ராயர் குறிப்பை முன்னால் வைத்துக்கொண்டு அவளுக்குச் சொல்வார். சுருக்கெழுத்தில் எழுதிக்கொண்டு அவள் தன் பெண்கள் விடுதியில் உட்கார்ந்து தட்டச்சு செய்து எடுத்து வருவாள். டைப் செய்வது மட்டுமல்ல வாயால் சொல்லி எழுதவைக்கும் போது நடையில் ஏற்படும் தொய்வுகளை செறிவூட்டி எழுத்து ஓட்டத்தை எளிதாக்குவாள். ராயர் புதிதாக வாங்கிய டைப்ரைட்டர் அவள் அறையில்தான் இருக்கிறது.

ஆராய்ச்சி மாணவி என்பதாலும் கூடவே டாக்டர் ராயர் சிபாரிசும் சேர்ந்து, பெண்கள் விடுதியில் ரத்னேக்கு ஒரு தனி அறை கிடைத்தது. விடுதிச் சாப்பாட்டைக் கூட அவள் பழக்கப்படுத்திக்

கொண்டாள். காலை சிற்றுண்டிக்கு மட்டும் பிரெட் பால்கள் ஏற்பாட்டைத் தனியாகத் தானே செய்து கொண்டிருந்தாள். காலை பத்து மணிக்கு சாப்பிட்டு விட்டு அவளும் நூலகம் வருவாள். வாசிப்பது, குறிப்பு எடுத்துக் கொள்வது, ராயர் சொல்லும் மற்ற வேலைகளைப் பற்றி முன்பே தேவையான தகவல்களைச் சேகரித்து வைத்துக் கொள்வதைச் செய்வாள். அதை வியாக்கியானம் செய்து எழுதும் பார்வை மட்டும் தெளிவாகப் புரிந்திருக்காது. இங்கே வந்து ராயருடன் வாத விவாதம் செய்த ஓரிரு மாதங்களில் தன் எழுத்துக்குத் தேவையான மையப் புள்ளியின் பார்வை விளங்கியது. பிறகு எழுதுவது சிரமமாக இருக்கவில்லை. அப்படியாகத் தன் எழுத்தை விடவும், தன் வழிகாட்டியான ராயர் நூலுக்கு முன்னுரிமை கொடுத்தாள். தன் குரு படைக்கும் இந்தப் பெரும் நூல் உருவாவதில் தான் உதவியாக இருப்பது தனக்குக் கிடைத்த பெறும் பேறு என்று மனமொன்றி உழைத்தாள்.

முதல் தொகுப்புக்கான எழுத்து தொடங்கிய பிறகு ராயர் இந்தப் புற உலகத்தையே மறந்தார். மாலை எட்டு மணிக்கு வீட்டிற்கு வந்த பிறகும் அவருக்கு எந்தப் பேச்சும் தேவை இருக்கவில்லை. தம் நூலைப் பற்றி யாராவது கேட்டால் மட்டும் பேசும் இயல்பானது. இல்லை என்றால் பேச வேண்டிய தேவை தெரியாதது மட்டுமல்ல பேசவும் முடியவில்லை.

“எழுத்து எப்படி நடக்கிறது அண்ணா?” என்று ஒருநாள் ராஜா கேட்டான்.

“முதல் தொகுப்பு பாதி முடிந்திருக்கிறது.”

“இனி எத்தனை நாட்களில் முடியும்?”

“ஆறு மாதத்தில் முதல் பிரதி முடிந்துவிடும்.”

அத்துடன் அந்தப் பேச்சு முடிந்து விடும். அதிகமாகக் கேட்க ராஜாவுக்கும் விருப்பம் இல்லை, அதைப் பற்றிய அறிவும் கிடையாது. அவன் மனம் நாடகத்திலோ, பாடத்திட்டம் சாரா விஷயங்களிலோ நிறைந்திருக்கும். வீட்டுக்கு வந்தால் அண்ணியுடன் அரட்டை அடிப்பது, பிரித்வியுடன் விளையாடுவது அவன் வழக்கம். அதிகம் பேசாமல் ஒரு மூலையில் மௌனமாக உட்காருவது அவன் இயல்பிற்கு ஒவ்வாத குணம்.

ஒருநாள் இரவு எட்டு மணிக்கு ராயர் வீட்டிற்கு வந்தார். ராஜா இன்னும் வந்திருக்கவில்லை. பிரித்வி அம்மாவுடன் பிடிவாதம் பிடித்துக்கொண்டு அழுதுகொண்டிருந்தான். தினமும் சைக்கிள் மீது அவனை உட்கார வைத்துக்கொண்டு ராஜா வெளியே போவான். அன்று நாடக கலாட்டாவில் அவன் மாலை வீட்டிற்கு வந்திருக்கவில்லை. வீட்டிற்கு வந்த அப்பாவைப் பார்த்த பிரித்வி, "அண்ணா நீயே அழைத்துப் போ" என்று நச்சரிக்கத் தொடங்கினான். "இங்கே வா" என்று மகனை அருகே அழைத்து அவர் வழக்கம் போல சாய்வு நாற்காலியில் உட்கார்ந்தார். குழந்தை பிடிவாதத்தை விடவில்லை. "என்னை சைக்கிள்ல கூட்டிக்கிட்டு போ" என்று அவர் சட்டையைப் பிடித்து இழுக்கத் தொடங்கினான். காலையிலிருந்து நூலகத்தில் வேலை செய்து அலுப்பாக இருந்தது மட்டுமல்ல, குழந்தைக்கு ஆறுதல் சொல்ல சரியான வார்த்தைகளே தோன்றவில்லை. இந்தியப் பண்பாட்டு வரலாற்றை முழுதுமாகப் படைப்பதில் ஈடுபட்டிருந்த அவர் அறிவுக்கு தன் மகனுக்கு ஆறுதல் சொல்ல வார்த்தைகள் கிடைக்காதது வியப்பல்ல. அவருக்கு மௌனம் தேவையாக இருந்தது. அதனால் குழந்தையிடம் சொன்னார்: "பிடிவாதம் பிடிக்காதே, அம்மாவிடம் போ."

ராயர் இந்த வார்த்தைகளைக் சொன்னவுடன், காத்துக் கொண்டிருந்தவள் போல நாகலட்சுமி உள்ளே இருந்து வந்து சிடுசிடுத்துக் கொண்டே சொன்னாள்: "அம்மாகிட்ட போ, அம்மாகிட்ட போ! அம்மா இல்லாம நீங்களா குழந்தையைப் பாத்துக்கிறீங்க? குழந்தை கேக்குதே ஒரு நிமிஷம் அதை வெளியே கூட்டிக்கிட்டு போனா உங்களுக்கு என்ன? தேவைன்னா நானும் கூட வந்திருப்பேன்."

மனைவியுடன் கோபித்துக்கொள்ளும் அளவிற்கு ராயருக்குத் தெம்பிருக்கவில்லை. அவருக்குத் தேவையானது ஓரிரு மணி நேர மௌனம், ஓய்வு. பிறகு இரவு இரண்டு மூன்று மணிவரை வாசிப்பு. அல்லது எழுத்து. அவர் ஒருமுறை மனைவியைப் பார்த்து அமைதியானார். அதைப் பார்த்து நாகலட்சுமிக்கு ஏமாற்றமானது. முடிவில் அவளாகவே கேட்டாள்: "அம்மா அம்மான்னு நான் எப்போதும் தூக்கி வைச்சுக்க அதென்ன அவன் என் குழந்தை மட்டுமா? உங்க பிள்ளை இல்லையா?"

ராயர் அப்போதும் பேசவில்லை. கோபித்துக்கொண்டவர்களிடம் பேசினால் கோபம் அதிகமாவது மனித இயல்பு என்பதைப் புரிந்து வைத்திருந்த அவர் அமைதியாக சாய்வு நாற்காலியில் சாய்ந்து கொண்டார். நாகலட்சுமி தனக்குத் தானே சொல்லிக் கொள்பவள் போல, ஆனால் உரக்கப் பேசினாள்: "திருமணம் ஆகி இத்தனை வருஷமாச்சு, பெண்டாட்டி மீது அக்கறை இல்லை. குழந்தை மீது அக்கறை கிடையாது. இப்ப இப்படி இருப்பீங்க. நான் ஏதாவது கண்ணை மூடிட்டா அப்பத் தெரியும். நான் இருந்திருந்தா நல்லா இருக்குமுன்னு."

ராயருக்கு அந்தப் பேச்சைக் கேட்டு சங்கடமானது. "எதுக்கு சும்மா கெட்ட பேச்சுப் பேசற? இங்க வா," என்று அவர் மனைவியை அருகில் அழைத்தார். அம்மாவின் அதட்டல் பேச்சைக் கேட்டு குழந்தை அமைதியானது. நாகலட்சுமி நெருங்கி வந்து கேட்டாள்: "என்ன?"

"இங்க உட்கார் வா" அவர் சாய்வு நாற்காலியின் கையைக் காட்டினார்.

"ஒண்ணும் வேண்டாம். கெஞ்சிக் கூத்தாடி விருந்துக்கு அழைப்பு வந்த மாதிரின்னு," அவள் விலகிப்போனாள். குழந்தை அம்மா அருகே சென்றது. ராயர் மௌனமாக உட்கார்ந்து கொண்டார்.

ஐந்து நிமிடம் கழித்து நாகலட்சுமி, ராயர் அருகே வந்து நாற்காலி கை மீது அமர்ந்து, "நீங்க எப்பவும் படிப்பிலேயே மூழ்கிப் போயிடறீங்க. ஒவ்வொரு ஞாயித்துக்கிழமையும் எண்ணெய் தேய்ச்சுக் குளிச்சா என்ன? உங்களைக் கண்ணாடில பாருங்க. எப்படி மெலிஞ்சு போயிருக்கீங்க" என்றாள்.

"என் புத்தகம் பெரிசா வளருது," ராயர் சிரித்துக்கொண்டே சொன்னார்.

"புத்தகம், புத்தகம்! பெண்டாட்டி வேண்டாம், குழந்தை வேண்டாம். உங்களுக்கு நீங்களும் வேண்டாம். புத்தகப் பைத்தியம். நான் இறந்து போனா உங்களுக்கு புத்தி வரும், இல்லையா?"

"சும்மா எதுக்குக் கெட்ட கெட்டதா பேசற?"

"இனி என்ன செய்ய? என் கஷ்டம் உங்களுக்கு என்ன தெரியும்? வாரத்துக்கு ஒருமுறையாவது எங்கிட்ட கொஞ்ச நேரம்

பேசறீங்களா? என்னை வெளியே எங்கேயாவது கூட்டிக்கிட்டுப் போறீங்களா? உங்களுக்குத் தேவை இல்லைன்னா நான் எதுக்கு இருக்கணும்?" என்றவள் கண்ணில் நீர் ததும்பியது. ராயர் மனம் இளகியது. "சரி வா, வெளியே போய் வரலாம்" என்று மேலே எழுந்தார். "இரவு எட்டு மணி ஆச்சு. இனி என்ன ராஜா வீட்டுக்கு வந்திருவான்" என்று அவள் சொல்லிக்கொண்டிருக்கும் போதே வாசல் அருகே சைக்கிள் சத்தம் கேட்டது. அவள் உட்கார்ந்த இடத்திலிருந்து எழுந்துகொண்டே கேட்டாள்: "நாளை நீங்கள் எழுந்ததும் ஞாபகமா எண்ணெய்க் குளியல் போடணும்."

"நாளைக்கு வேணாம். எனக்கு எழுதற வேலை நிறைய இருக்கு. இன்னொரு நாளைக்கு," என்று அவர் சொல்வதற்குள் ராஜா சைக்கிளைத் தள்ளிக்கொண்டு உள்ளே வந்தான். சித்தப்பாவுக்காகக் காத்துக்கொண்டிருந்த பிரித்வி ஓடிப் போய் சைக்கிள் பெடல் மீது ஏறினான்.

2

மறுநாள் காலை பத்து மணி சுமாருக்கு ராயர், நூலகத்துத் தன் அறையில் அமர்ந்துகொண்டு கருணாவிடம் எழுதிக்கொள்ளச் சொன்னார். அவர் கூறியதை ஐந்து நிமிடம் சுருக்கெழுத்தில் எழுதிக்கொண்ட அவள் குறுக்கிட்டுச் சொன்னாள்: "சார், உங்களுக்கு ஏதோ மூட் சரியில்லை போல."

"எதுக்கு அப்படிச் சொல்றே?"

"கருத்து, வாக்கிய அமைப்பு முறையா இல்லையோன்னு தோணுது."

"பரவாயில்லை. எழுதிக்கோ," ராயர் மீண்டும் சொல்ல ஆரம்பித்தார்.

ஐந்து நிமிடம் பொறுத்து ராயரைக் குறுக்கிட்டு கருணா மீண்டும் சொன்னாள்: "சார், உங்களுக்கு உண்மையாகவும் மூட் இல்லை. பல இடங்களில் தவறாகச் சொல்கிறீர்கள். இந்தியப் புராணங்கள் என்பதற்குப் பதிலாக காளிதாசன் நாடகங்கள் என்று சொன்னீங்க. தொன்மை இந்தியப் பண்பாடு என்பதற்குப் பதிலாக பாபிலோனியன் நாகரிகம்னு சொன்னீங்க."

"அப்படியா?"

“நீங்கள் சொன்னதை ஒரு முறை வாசிக்கவா?”

“வேண்டாம், வேண்டாம். எனக்கு உண்மையாகவும் மனநிலை சரியில்லை,” என்ற ராயர் குத்துக்காலிட்டுக் கொண்டு சாய்ந்து நாற்காலியில் உட்கார்ந்து சொன்னார். “நீ உன் வாசிப்பை தொடர்ந்து செய். என்னால் இன்னைக்கு எதுவும் முடியாது.”

கருணா அறையிலிருந்து வெளியே வந்து நூலகத்தில் தனக்குத் தேவையான புத்தகங்களைத் தேடத் தொடங்கினாள். ராயர் அந்த நாற்காலியில் இருந்து எழுந்து சாய்வு நாற்காலியில் வந்து அமர்ந்தார். நேற்று இரவு நாகலட்சுமியிடம் பேசிய பிறகு அவர் மனம் தன்னிலையை இழந்திருந்தது. ‘நான் இறந்து போன பிறகு உங்களுக்கு புத்தி வரும்’ என்று சொன்ன அவள் வார்த்தைகள் காதில் எதிரொலித்துக்கொண்டிருந்தன. என்றும் இல்லாமல் நேற்று அவள் அவ்வளவு கடுமையாகப் பேசியது எதற்கு? என்ற கேள்வி எழுந்த போது அவருக்கு அதற்கான காரணம் தோன்றவில்லை. முடிந்த அளவு நேரம் ஒதுக்கி அவளுடன் பேச வேண்டும் என்று அவர் பல முறை எண்ணியதுண்டு. ஆனால் அவர் மனதை முழுமையாக ஆக்கிரமித்துக்கொண்ட அவர் பெரும் படைப்பு அவருக்கு நேரம் ஒதுக்கவில்லை. அந்த நூல் படைப்பு அவர் வாழ்க்கை, அந்த இரண்டிற்கும் நடுவில் எந்த வேறுபாடும் இல்லாமல், ஊன் உறக்கம் போன்ற செயல்கள் அவர் சுயவுணர்வுக்கு அப்பாற்பட்டு அவை தானாகவே நடக்கும் செயல்களாகவே இருந்தன. எப்படியாவது மனதை உறுதிப்படுத்திக் கொண்டு அறை மணி நேரமாவது அதை மறந்து மனைவியுடன் பேச உட்காருவது என்பது எதையோ இழந்து புதிய வாழ்க்கையைத் தொடங்குவதுபோல மனதிற்கு நெருடலாக இருந்தது.

அறை மணி நேரத்திற்குப் பிறகு சில புத்தகங்களை மார்போடு இறுக்கிக்கொண்டு அறைக்குள் நுழைந்த கருணா அவரைப் பார்த்துச் சொன்னாள்: “சார், நீங்கள் செய்வதறியாமல் நாற்காலியில் சாய்ந்து உட்கார்ந்திருக்கிறீர்கள். உங்களுக்கு ஓரிரு நாள் ஓய்வு தேவை. படுவேகமாக வேலை செய்கிறீர்கள். மனித மூளை எந்திரமல்ல. நீங்கள் வீட்டிற்குப் போங்கள்.”

கருணா சொன்ன ஆறுதல் வார்த்தைகள் அவருக்கு இதமாக இருந்தது. கேட்டார்: “நீ என்ன செய்யப் போகிறாய்?”

“இரவு சில பக்கங்களை எழுதி இருந்தேன். இப்போது உட்கார்ந்து திருத்துவேன்.”

“வா, எங்கேயாவது வெளியே போய் வரலாம்.”

ஒரு நொடி சிந்தித்து அவள் சொன்னாள்: “இது இந்தியா!”

“அதனால் என்ன? வா. பன்னிரெண்டு மணிக்கு பிருந்தாவனுக்கு ஒரு ரயில் இருக்கலாம். போய் மாலை வரலாம். எனக்கு வேலை செய்யும் மனநிலை இல்லை.”

நூலகத்துத் தன் அறையைப் பூட்டிவிட்டு ராயர் கருணாவுடன் வெளியே புறப்பட்டார். கல்லூரி மேட்டை இறங்கி, வைஸ்ராய் தெருவில் கிடைத்த ஒரு டாங்காவில் ஏறி இருவரும் ரயில் நிலையம் வந்தடைந்தார்கள். இரண்டாம் வகுப்பு இல்லாத ஷட்டல் வண்டியின் மூன்றாம் வகுப்புப் பெட்டியில் அவர் இருவரும் ஒன்றாகவே உட்கார்ந்தார்கள். வண்டி புறப்பட்டதும் கருணா சொன்னாள்; “பிருந்தாவனம் பார்க்க வேண்டும் என்ற ஆசை இருந்தது. ஆனால் இத்தனை நாள் நேரமே கிடைக்கவில்லை. உங்கள் மூட் கெட்டு இன்று பார்க்க முடிந்தது.”

வண்டி மெல்ல நகர்ந்து பெலகொளாவைக் கடந்து கண்ணம்பாடி நிலையத்தை வந்தடையும் போது மணி பன்னிரண்டே முக்கால் ஆகியிருந்தது. இருவரும் இறங்கி பிருந்தாவன் வாயிலை நுழைந்து முதலில் ஹோட்டலுக்குப் போனார்கள். சிற்றுண்டியை முடித்துக்கொண்டு சுற்றித் திரிந்த பிறகு இருவரும் பழத் தோட்டத்திற்கு வெளியே இருந்த மரங்கள் நிழலில் உட்கார்ந்தார்கள். ராயர் மனம் வாசிப்பு உலகிலிருந்து வெளியே வந்திருந்தது. தினமும் நூலகத்தில் காற்றுப் புகாத அறையில் உட்கார்ந்திருக்கும் அவர் இப்போது செழிப்பான திறந்த வெளியில் குளிர்ச்சியான மர நிழலில் உட்கார்ந்திருந்தார். அருகில் இருந்த வாய்க்கால்களில் தண்ணீர் வேகமாகப் பாய்ந்துகொண்டு, உச்சத்தில் சுருதி செய்யும் ஜோடி தம்பூராக்களைப்போல ஓசை எழுப்பிக்கொண்டிருந்தன. உயர்ந்த வானில் சில பறவைகள் மிதந்துகொண்டிருந்தன. மௌனமாக உட்கார்ந்திருந்த ராயர் கருணாவிடம் கேட்டார்: “சுமார் இன்னும் ஓராண்டில் உன் ஆராய்ச்சி முடிந்து உனக்கு டாக்டரேட் விருதும் கிடைத்துவிடும். பிறகு ஊருக்குப் போய் என்ன செய்யப் போகிறாய்?”

“எனக்கும் அதுதான் பிரச்சனை.”

“ஆராய்ச்சியைத் தொடர்ந்து செய். அதன் போக்கே அப்படித்தான். ஒரு துறையின் ஒரு பார்வையின் ஆய்வு மற்றொரு துறைக்கு அல்லது அதே துறையில் மற்றொரு பகுதிக்கு நம்மை இட்டுச் செல்லும்; அது முடிவில்லாமல் தொடரும். ஆய்வாளனின் ஆற்றலையும் ஆர்வத்தையும் சார்ந்திருப்பது அது.”

“நான் தனியாக ஆராய்ச்சியைத் தொடருவேன் என்ற நம்பிக்கை எனக்கில்லை.”

“அப்படி என்றும் எண்ணக்கூடாது. நீ இப்போது டாக்டரேட் செய்யும் வேலை உனக்கு ஆய்வு செய்யும் திறனைக் கொடுக்கும். உண்மையான வேலையை இனிதான் செய்ய வேண்டியிருக்கும்”, என்று எதோ நினைவானது போலச் சொன்னார்: “அல்லது முனைவர் பட்டம் பெற்று ஊருக்குப் போய் திருமணம் செய்து கொண்டு சுகமாக இருப்பதானால் அதையும் செய். இதே துறையின் கணவன் கிடைத்தால் இருவரும் சேர்ந்தே பணியைத் தொடருங்கள்.”

கருணா ஒருமுறை அவருக்குக் கேட்காத அளவிற்கு மெல்ல நிறுத்திப் பெருமூச்சு விட்டாள். அது அவருக்குக் கேட்டது. அவர் தலைநிமிர்ந்து அவள் முகத்தைப் பார்த்துக் கேட்டார்: “எதற்கு, திருமணத்தில் நம்பிக்கை இல்லையா?”

“இருக்கிறது.”

“பிறகு?”

ரத்னே பதில் சொல்லவில்லை. பேச்சை மாற்றி ராயர் கேட்டார்: “உனக்கு வரலாறு ஆய்வில் ஆர்வம் ஏற்பட்டு ஆராய்ச்சி செய்ய வேண்டும் என்ற விருப்பம் தோன்றியது எப்போது? உங்கள் குடும்பத்தில் யாராவது இந்தப் பாதையில் சென்று உனக்கு வழிகாட்டியாக இருக்கிறார்களா?”

கருணா இப்போது கூச்சமில்லாமல் சொல்லத் தொடங்கினாள். படிப்பைத் திடமாகப் பற்றிக்கொண்டவள் என்றால் எங்கள் குடும்பத்தில் நான் ஒருத்திதான். தாத்தா காலத்தில் வியாபாரத்தைத் தன் குடும்பத் தொழிலாகத் தொடங்கினார். அதற்கு முன்பு எங்கள் நகரத்து அருகில் இருக்கும் பெல்போலா என்ற கிராமத்து

வேளாண் குடியைச் சேர்ந்தவர்கள் நாங்கள். அந்த கிராமத்தை நானும் பார்த்திருக்கிறேன். அங்கே எங்களுக்கு ரப்பர், மிளகுத் தோட்டங்கள் இருக்கின்றன. ஆனால் வியாபாரத்தில்தான் எங்கள் குடும்பம் தலைதூக்கியது. எங்கள் அண்ணன் எங்கள் ஊர் கல்லூரியில் பி.ஏ. கற்றான். பிறகு மேலும் கல்வி கற்கும் விருப்பத்தில் கொலம்போவில் எம்.ஏ. கற்கப் போனான். படிப்பின் மீது எனக்கு அக்கறை தோன்றியது அப்போதுதான். டி'சில்வா என்ற பேராசிரியர் இருந்தார். எப்போதும் வாசிப்பு; ஆனால் ஆராய்ச்சி செய்யும் இயல்புடையவர் அல்ல. அவர் கீழ் கற்கும் போது வாசிப்புப் பித்துப் பிடித்தது. தேர்வுக்காக மட்டுமல்லாமல் கைக்குக் கிடைக்கும் புத்தகங்களை எல்லாம் வாசிக்கத் தொடங்கினேன். பௌத்த தர்மத்துத் தோற்றம், வளர்ச்சிகளை நான் விரிவாக வாசித்தது அப்போதுதான். குடும்பத்தில் எல்லோரும் பௌத்தர்கள் ஆனாலும் அதைப் பற்றி வீட்டில் யாரும் சிறப்பாகத் தெரிந்துகொண்டிருக்கவில்லை. நான் சிங்களத்தில் இருக்கும் பௌத்தத் தலங்களை எல்லாம் பார்த்து அவற்றைப் பற்றிக் கிடைத்த நூல்களை எல்லாம் வாசித்துக் குறிப்பு எடுப்பேன். கொலம்போவில் எம்.ஏ. கற்கும் போது சமஸ்கிருதம், பிராகிருதமும் கற்றேன். இந்த இரண்டு மொழிகளின் நெருக்கமான அறிமுகமில்லாமல் யாரால் பௌத்த தர்மத்தைப் புரிந்துகொள்ள முடியும்? அதிலும் இந்திய வரலாறை அறிந்து கொள்வதாவது எப்படி? பிறகு கேம்பிரிட்ஜில் கற்க அரசாங்க மானியம் கிடைத்தது."

அவள் பேச்சை ராயர் உன்னிப்பாகக் கேட்டார். கருணா தொடர்ந்து சொன்னாள்: "கேம்பிரிட்ஜில் வாசிப்பு முறையைக் கற்றேன். ஆனால் ஆராய்ச்சி முறையை அறிந்துகொண்டது உங்களிடமிருந்து தான். நீங்கள் கிடைக்காவிட்டால் அநேகமாக நான் இந்தக் கட்டுரையை எழுதி இருக்க மாட்டேன். ஆராய்ச்சியில் உங்களுக்கு இருக்கும் தீவிரமான மனவுறுதியைப் பார்க்கும் போதெல்லாம் என் மனம் கற்பனை செய்ய முடியாத உயரத்திற்குப் போகிறது. என் வாழ்க்கை என்ன? எதனால் என் ஆன்மா என் ஆழமான அவாய்நிலையை அடையாளம் கண்டு அதை சாதிக்கக் கூடாது? என்பது எனக்குப் புரிந்திருக்கவில்லை. இங்கே வந்த பிறகு நீங்கள்தான் எனக்கு என் ஆன்மாவை தரிசனம் செய்ய வைத்தீர்கள்."

கருணாவின் பாராட்டு வார்த்தைகளைக் கேட்டு ராயர் புளகாங்கிதமடைந்தார். அவரை யாரும் இதுவரை இப்படி உண்மையான உணர்வுடன் எதிரில் உட்கார்ந்துகொண்டு வெளிப்படையாகப் புகழ்ந்து பாராட்டியதில்லை. அவர் நூல்களைப் பாராட்டி அறிஞர்கள் கடிதம் எழுதி இருந்தார்கள். பத்திரிகைகளில் மேதமையுடன் விமர்சனம் செய்திருந்தார்கள். ஆனால் நேருக்கு நேர் அவரை குருவாக உணர்ந்து யாரும் புகழ்ந்திருக்கவில்லை. மேலாக அவர் முன்னால் உட்கார்ந்து பேசிக்கொண்டிருப்பவள் கேம்பிரிட்ஜில் கற்றுப் புலமை அடைந்த இளம் பெண். அதனால் ராயர் தனக்குத் தெரியாத மகிழ்ச்சியில், ஒருவகையான இனம் புரியாத சிறிய சங்கடத்துடன் கேட்டார்: “கருணா, புலமையும் ஆராய்ச்சி வாழ்க்கையும் பிசாசு வாழ்க்கையைப் போல. எல்லாம் மறந்து எப்போதும் தன் பயிற்சியில் மூழ்கிக் கிடக்க வேண்டும். திருமண வாழ்க்கையை நீ முழுமையாக விட்டு விட முடியுமா?”

இந்தக் கேள்வியைக் கேட்டு அவள் வெளிறிப்போனாள். ஒளிர்ந்துகொண்டிருந்த அவள் கண்கள் வெட்கத்தால் சிறுத்தன. ஒரு நொடி தன்னைத் தான் சுதாரித்துக்கொண்டு எதையோ நினைவுபடுத்திக்கொண்டவளைப் போலச் சொன்னாள்: “என் திருமணப் பேச்சும் வந்தது. எங்கள் அண்ணன் தன் வியாபாரத்துடன், மற்றொரு தேங்காய் ஏற்றுமதித் தொழிலை ஒரு பங்குதாரருடன் சேர்ந்து செய்கிறான். அந்தப் பங்குதாரர் என் அண்ணன் வயதை ஒத்தவர். அண்ணனுடன் சேர்ந்து கல்லூரிக்குப் போய்க்கொண்டிருந்த அவர் எங்கள் வீட்டுக்கு அடிக்கடி வந்து போவார். எனக்கு அப்போது இருபது வயது. பி.ஏ. படித்துக் கொண்டிருந்தேன். அவர் அப்போதுதான் பி.ஏ. முடித்து விட்டு, வியாபாரம் செய்து கொண்டிருந்தார். ஒருநாள் அவரே என்னிடம் வந்து என்னைத் திருமணம் செய்துகொள்ளும் விருப்பத்தைத் தெரிவித்தார். நான் எந்தக் கருத்தையும் சொல்லவில்லை. பெண் வெட்கத்தால் அமைதியாக இருக்கிறாள் என்று எங்கள் வீட்டில் புரிந்துகொண்டார்கள். எங்கள் அண்ணனுக்கும் அந்த உறவில் மிக விருப்பம் இருந்தது. அண்ணனின் நண்பர் என் மீது பித்தாக இருந்தார் என்றே சொல்லலாம். அதற்குள் நான் கொலம்போ போய் எம்.ஏ. படிக்கும் விருப்பத்தைத் தெரிவித்தேன். திருமணத்திற்குப் பதிலாக மகளைப் படிக்க அனுப்ப முதலில் என் தாய் தந்தை ஒத்துக் கொள்ளாவிட்டாலும், நான் பிடிவாதமாக

இருந்ததால் சம்மதித்தார்கள். எம்.ஏ.க்குப் பிறகு திருமணத்திற்கு சம்மதிப்பாள் என்ற ஆசையில் அண்ணனின் நண்பர் காத்திருந்தார். கொலம்போவில் இருந்து வந்த பிறகு என் வழி எனக்குத் தெரியத் தொடங்கியது. என் படிப்பிற்கும் வியாபாரக் கணவனுக்கும் சுத்தமாகப் பொருந்தாது என்று புரிந்துகொண்டு, நானாக அவரிடம் என்னை எதிர்பார்க்க வேண்டாம் என்று எழுதித் தெரிவித்துவிட்டேன். 'உன் படிப்பிற்கு நான் என்றும் தடையாக இருக்க மாட்டேன். நீ இல்லாமல் வாழமுடியாது', என்று அவர் எனக்கு எழுதினார். 'அவர் என் படிப்பிற்குக் குறுக்கே நிற்காமல் இருக்கலாம். ஆனால் எந்த ஒரு நிலைப்பாட்டில் நாங்கள் சமமாக இணைய முடியும்? எதை என் வாழ்க்கை இலக்கு என்று நான் அடைய நோக்கிப் போய்க்கொண்டிருக்கிறேனோ, அதைப் பற்றி அவருக்கு ஒன்றும் தெரியாது. அவர் தொழிலான வியாபாரம், பணம், தங்கம் வெள்ளி போன்றவை பற்றி எனக்கு எதுவும் தெரியாது. அந்த இருவர் குடும்பத்தில் என்ன இருக்க முடியும்? என்று எண்ணி நான் அவர் விருப்பத்தை மறுத்தேன். எங்கள் இருவர் நலன் கருதி நான் அப்படிச் செய்தேன். பிறகு நான் கேம்பிரிட்ஜுக்குப் போனேன். இரண்டு ஆண்டுகளாக அவர் எனக்காகக் காத்திருந்து இப்போது வேறு ஒரு பெண்ணைத் திருமணம் செய்து கொண்டார்."

இதைச் சொல்லிவிட்டு அவள் அமைதியானாள். அண்ணனின் நண்பரின் விருப்பத்தை நிராகரிக்கும் போது அவள் மனதிற்கு வருத்தம் ஏற்படாமல் இல்லை. பலமுறை அவள் மனம் ஊசலாடியது. 'படிக்கும் பித்து எத்தனை நாள் இருக்கும்? அந்தப் பித்துக்காக பொருளாதார ரீதியாக சமூகத்தில் நல்ல இடத்தில் இருக்கும் தன் அண்ணனின் அழகான இளம் நண்பரின் காதலை நிராகரிப்பது புத்திசாலித்தனமா? இருவரையும் இணைக்கும் காதலைக் கல்வி மீதான தன் விருப்பம் எதற்கு விலக்கி வைக்க வேண்டும்? குடும்பப் பெண் வாழ்க்கை, மாணவி வாழ்க்கை இரண்டையும் சமாளிப்பது முடியாத காரியமா?' என்ற பல கேள்விகள் அவள் முடிவை பலவீனப்படுத்திக் கொண்டிருந்தன. கடைசியாக அவள் முடிவுதான் வென்றது. இரண்டு ஆண்டுகளுக்கு முன் அவர் திருமணச் செய்தியை அறிந்த போது, தனக்குப் புரியாத காரணத்திற்காக அவள் ஒரு நிமிடம் கண்ணீர் சிந்தியிருந்தாள். ஆனாலும் தன்னைத் தான் சுதாரித்துக்கொண்டு, அண்ணனுடன்

அவர் திருமணத்திற்கும் போய் வாழ்த்துச் சொல்லி இருந்தாள்.

ஆனால் தன் மனதின் அந்த உணர்வுகளை அவள் ராயரிடம் சொல்லவில்லை.

3

சுமார் அரை மணி நேரம் யாரும் பேசவில்லை. கருணாவின் முடிவைப் பற்றி ராயர் சிந்தித்துக் கொண்டிருந்தார். திருமணம் செய்துகொள்வதற்கு முன்பே அவள் தன் வாழ்க்கையின் நோக்கத்தைப் புரிந்துகொண்டிருந்தாள். ஆனால் ராயர் வாழ்க்கையில் அதுபோல நடக்கவில்லை. திருமணம் நடக்கும் போது அவர் தன் வாழ்க்கையின் இலக்கை அறிந்திருந்தார். ஆனால் அந்த இலக்கிற்கும் தன் குடும்ப வாழ்க்கைக்கும் இருக்க வேண்டிய இசைவைப் பற்றி அவர் சிந்தித்ததில்லை. கல்வியால் பக்குவமாகி இருந்த அவர், திருமண வாழ்க்கை அனுபவத்தில் இன்னும் பேதமையுடன் இருந்தார். திருமணம் நடந்தேறிவிட்டது. அதைச் சிந்தித்துக்கொண்டே தனக்குள் மூழ்கினார்.

ஓரிரு முறை எதையோ பேச முயன்று கருணா அமைதியானாள்.

ராயர் கேட்டார்: "எதையோ பேச நினைப்பது போல இருக்கிறதே?"

"ஒன்றுமில்லை."

"அதென்ன சொல். கூச்சம் வேண்டாம்."

"ஒன்றும் இல்லை" என்று அமைதியானாலும், இரண்டு நொடிக்குப் பிறகு அவளாகவே கேட்டாள்: "உங்கள் தனிப்பட்ட விஷயங்கள்."

"எனக்கு தனிப்பட்டது என்பது எதுவும் இல்லை. கேள்."

"நீங்கள் எப்போதும் வாசிப்பிலேயே இருக்கிறீர்கள். வீட்டில் மனைவி என்ன படித்திருக்கிறார். உங்கள் இருவருக்கும் இடையே சுமுகமான உறவு இருக்கிறதா?"

"இந்தக் கேள்வியை எதற்காகக் கேட்கிறாய்?" ஆனால் அவர் குரலில் கோபம் இருக்கவில்லை.

அதைப் பார்த்து கருணா கேட்டாள்: "எதற்காகவும் இல்லை. என் அண்ணனின் நண்பரின் விருப்பத்தை நிராகரித்தது

சரியா, இல்லையா என்பதை மேலும் உறுதிப்படுத்திக்கொள்ள உங்களுடையது ஒரு எடுத்துக்காட்டு மட்டுமே.”

அவள் பதிலைக் கேட்டு ராயர் சிரித்துச் சொன்னார்: “அந்த விஷயத்தில் குருவை விடவும் மாணவிதான் மிகவும் அறிவாளி.”

“எப்படி?”

தன்னை அறியாமல் ராயர் தன் திருமணச் சூழ்நிலையைச் சொல்லத் தொடங்கினார். கருணா ஆர்வத்துடன் செவிசாய்த்தாள்.

சாதாசிவராவ் அப்பா அம்மாவை இழந்து தாய்மாமன் வீடு வந்து சேர்ந்த போது பன்னிரண்டு வயதுச் சிறுவன். படிப்பில் பள்ளிக்கு முதல் மாணவனாக வரும் அவன் லோயர் செகண்டரி தேர்வில் முதல் வகுப்பில் தேர்ச்சியடைந்தார். மைசூர் தாத்தய்யா அநாதை இல்லத்தில் இடம் கிடைத்து மரிமல்லப்பா உயர்நிலைப் பள்ளியில் சேர்ந்தார். அவருக்கு உயர்நிலைப் பள்ளியில் தாத்தய்யாவே பாடம் சொல்லிக் கொடுத்தார். தம் சொந்த புத்தக சேகரிப்பிலிருந்து மெகாலே, ஜான்சன் போன்றோரின் வரலாற்றுக் கட்டுரைகளைக் கொடுத்து வாசிக்கச் சொல்வார். புத்திசாலியான பையன் பி.ஏ. படிப்பதற்குள் தன் விருப்பத்தைக் கண்டுகொண்டார். வரலாற்றை முக்கியப் பாடமாக எடுத்துக்கொண்டு எம்.ஏ. தேர்வையும் நல்ல வகுப்பில் முடித்தவுடன் அவருக்கு அதே கல்லூரியில் விரிவுரையாளர் வேலையும் கிடைத்தது.

நாகலட்சுமி அவர் தாய்மாமனுக்கு ஒரே மகள். அவளுக்கு அப்போதே பதின்மூன்று வயது. புதிதாக எம்.ஏ. பட்டதாரியான, தானே பேணி வளர்த்த மருமகன் இருபத்தி மூன்று வயதுக்காரன். ‘நாகுவை திருமணம் செய்துகொள்’ என்று அவர் சொன்ன வார்த்தைக்கு அவர் மறுப்பு சொல்லவில்லை. பெண்ணும் உயரமாக, பூசி மெழுகியது போல இருந்தாள். நீளமாக ஜடை போட்டுத் தலைநிறைய மல்லிகைப்பூச் சூடும் அவள் இலட்சணமாக இருந்தாள். வீட்டு வேலைகளில் கெட்டிக்காரி. ராயர் என்றும் தம் திருமணத்தைப் பற்றியோ, அவருக்குத் தேவையான மணமகளைப் பற்றியோ சிந்தித்ததில்லை. படித்து வேலைக்குச் சேர்ந்த பிறகு திருமணமாக வேண்டியது ஊழ்வினைகளில் ஒன்று என்பது மட்டுமே அவர் எண்ணமாக இருந்தது. படிக்கும் போது அவர் சகபாடிகளாக அதிக மாணவிகள் இருக்கவில்லை. அநாதை

விடுதியின் மாணவரான அவர், இருந்த ஓரிரு மாணவிகளுடன் கூட ஒருநாளும் பேசியதில்லை. பேராசிரியர் சொல்லும் நூல்களை வாசித்துக் குறிப்பு எடுத்து அதைப்பற்றிச் சிந்திப்பது மட்டுமே அவருக்குத் தெரிந்திருந்தது.

தாய்மாமன் கூறிய போது முதல் முறையாக ஊருக்கு வந்த போது நாகலட்சுமி அவர் கண்ணில் படாமல் நடமாட முயன்றாலும், அதே வீட்டில் வளர்ந்த அவருக்கு அந்த வீட்டில் எங்கே வேண்டுமென்றாலும் போகக்கூடிய சுதந்திரம் இருந்தது. அப்போதுதான் மலர்ந்துகொண்டிருந்த அவள் பெண்மையின் அழகு அவர் கண் மனங்களைக் கவராமல் விடவில்லை. தலை நிறைய முடிந்துக் கொள்ளும் மல்லிகைச் சரத்து மணம் அவள் நடமாடும் இடங்களை எல்லாம் நிரப்பியது. உள்ளே வீட்டு வேலை செய்யும் போது கைநிறையப் போட்டிருந்த கண்ணாடி வளையல்கள் காதுகளில் இனிமையாகக் கிணுகிணுத்தன. தாய்மாமன் வார்த்தையை ராயர் ஏற்றுக்கொண்டார்.

திருமணமான பிறகு மைசூரில் வீடு அமைத்துக் கொண்டார். ராஜாவுடன் நாகலட்சுமி வீட்டிற்கு வந்தாள். அப்போது ராஜா குணிகல் உயர்நிலைப் பள்ளியில் இரண்டு ஆண்டு படித்திருந்தான். திருமணமான புதிதில் ராயர் நாகலட்சுமியை ஒருநாளும் விட்டு இருந்ததில்லை. அவர் பேராசிரியர் அவரை டாக்டரேட் செய்யத் தூண்டினார். திருமணத்திற்கு முன்பே அவர் நன்றாகப் படிப்பார். இன்னும் இரண்டு ஆண்டுகளில் பேராசிரியர் ஓய்வு பெற இருந்தார். அதற்குள் டாக்டரேட் ஆய்வுக் கட்டுரையை முடிக்க வேண்டிய கட்டாயம் இருந்தது. வீட்டுக்குத் தேவையானதைச் செய்ய, சாமான்கள் வாங்கி வர ராஜா இருந்தான். கணவனுக்குக் காசு பணச் சிரமத்தைக் கொடுக்காமல் சிக்கனமாக குடும்பத்தை நடத்தும் புத்திசாலியான மனைவி வீட்டில் இருந்தாள். பிறகு இனி என்ன தேவை? ஆராய்ச்சியில் மூழ்கிவிட்டார். இரண்டே ஆண்டுகளில் டாக்டர் சதாசிவராவ் ஆனார். ஓய்விற்கு முன் பேராசிரியர் சொன்னார்: “வெறும் டாக்டரேட் பட்டத்துடன் நிறைவடைவது பல்கலைக்கழக ஆசிரியருக்கு அழகல்ல. முழு வாழக்கையையும் ஆராய்ச்சிக்காக அர்ப்பணிப்பவனே உண்மையான ஆசிரியன். நீ மற்றொரு நூலை தொடங்கு. “அப்போது ராயர் ஆய்வுக்கட்டுரை வெளியாகி இருந்தது. நூல் படைப்பின் மகிழ்ச்சியும் வெற்றியும் அவரை

முழுமையாக தன் வசம் ஈர்த்துக்கொண்டிருந்தது. ராயர் அவர் அடுத்த நூலைத் தொடங்கினார். ஐந்து ஆண்டுகள் நிரந்தரமாக உழைத்து வெற்றியும் கண்டார். இந்த ஒன்பது ஆண்டு காலத்தில் பிரித்வி பிறந்திருந்தாலும் அவர் வாழ்க்கை லட்சியம், வாழ்க்கை முறை, மனநிலை முழுமையாக மாறுபட்டிருந்தது. குடும்பம் ராஜா, நாகலட்சுமியின் பொறுப்பில் இருந்தது. டாக்டர் ராயர் முழுமையாக வரலாற்று ஆய்வாளராக ஆகியிருந்தார்.

தம் திருமணத்தைப் பற்றி கருணாவுக்கு விவரமாகச் சொன்ன ராயர்: “எந்தப் பெண்ணை அல்லது ஆணை மணம் முடிந்து கொண்டாலும் திருமணத்திற்குப் பிறகு நான்கு நாட்கள் ஈர்ப்பு இருக்கும். ஆனால் என்னைப் போன்றவர்கள் வாழ்க்கை முழுதும் தனியாகவே இருந்துவிட வேண்டும்.”

தன் குருவின் கதையை மிக ஆர்வத்துடனும் பரிவுடனும் கேட்டுக்கொண்டிருந்த கருணா குறுக்கிட்டுச் சொன்னாள்: “அப்படி நடப்பது கட்டாயமில்லை. கேம்பிரிட்ஜில் நான் பார்த்திருக்கிறேன். என் பேராசிரியர் மனைவி அவர் கணவரின் அறிவுசார் வாழ்க்கையில் வெகுவாகப் பங்கேற்று உதவியாக இருக்கிறார். நான் இப்போது தங்களுக்கு செய்து கொடுக்கிறேனே அந்த எல்லாப் பணிகளையும் அவர் கணவனுக்குச் செய்து கொடுப்பார்.” கடைசி வாக்கியத்தை எந்த உள்நோக்கமும் இல்லாமல் சொல்லி இருந்தாலும், அதைச் சொன்ன பிறகு கூச்சத்தால் அவள் தலை குனிந்தாள்.

ஆனால் ராயர் அதைக் கவனிக்காமல் சொன்னார்: “இது என் ஒருவனின் பிரச்சனை அல்ல. இந்தியச் சமுதாயம் இப்போது மாறிக்கொண்டிருக்கிறது. அப்பா அம்மாவால் முடிவு செய்யப்பட்ட திருமணங்கள் முன் காலத்தில் பயனுள்ளதாகவே இருந்தன. குலத் தொழில் வலிமையாக இருந்த சமூகத்தில் அதே சமூகத்தைச் சேர்ந்த எந்தக் குடும்பத்து கன்னிகையானாலும் கணவனின் தொழிலுக்கு உதவியாக இருக்கக் கூடியவளாக இருந்தாள். மக்கள் தொழில் குலத்தால் முடிவு செய்யும் காலம் முடிந்து விட்டது. இப்போது மனிதனின் விருப்பத்திற்கு ஏற்றவாறு தொழில் முடிவு செய்யப்படுகிறது. ஆனால் அவன் விருப்பத்திற்கு ஏற்றது போல திருமணம் செய்து கொள்ளும் வாய்ப்பு இன்னும் வரவில்லை. இந்த மாறுதலடையும் காலகட்டத்தில் இப்படிப் பொருத்தமில்லாத

திருமணங்கள் நடப்பது தவிர்க்க முடியாது. அதுமட்டுமல்லாமல் திருமணத்தைப் பற்றி சுதந்திரமாகச் சிந்தித்து மணம் முடிக்கும் முறைகள் நம்மிடம் இன்னும் வளரவில்லை.”

கருணா கேட்டாள்: “திருமணம் தொன்மையான இந்தியாவில் இருந்ததை விடவும் இப்போது வேறுபட்டு இருக்கிறது அல்லவா?”

‘தொன்மைக் காலத்தில், இல்லறத்திற்காகவும் வம்ச வளர்ச்சிக்காகவும் திருமணம் என்ற கற்பனை இருந்தது. இப்போது முதல் பார்வை சிறிதளவு இருந்தாலும் இரண்டாம் அம்சம் முக்கியமான லட்சியமாக இல்லை. வம்சத் தொடர்ச்சி என்ற கற்பனை தற்போது தன் ஆற்றலை இழந்துகொண்டிருக்கிறது. எனக்கும் ஒரு மகன் இருக்கிறான். அவனால் என் பெயர் நிலைத்து நிற்குமா எனக்குத் தெரியாது. ஆனால் நான் ஈடுபட்டிருக்கும் இந்த நூல் என் சிசுவாக என் மனஆற்றல், அறிவாற்றல் மேலும் முழு வாழ்க்கையின் சதை ரத்தங்களைச் சுமந்துகொண்டு அழியாமல் நிலைத்து நிற்கும் என்ற நம்பிக்கை எனக்கு இருக்கிறது. நான் படைக்கும் நூலுக்கு, என்னைச் சடங்கு ரீதியாகக் கைப் பிடித்த மனைவி எவ்விதத்திலும் உறுதுணையாக இருக்க முடியாது. அதற்கு மாறாக நீ இதற்காக எவ்வளவு அக்கறையுடன் உழைக்கிறாய் பார்!”

ராயரின் கடைசி வார்த்தைகளைக் கேட்டு கருணாவின் முகம் மீண்டும் வெட்கத்தால் சிவந்தது. எந்தக் குறிப்பான நுட்ப உட்பொருளும் இல்லாமல் பேசிய பேச்சால் அவருக்கு எந்தச் சங்கடமும் ஏற்படவில்லை. அவர் தொடர்ந்து கூறினார்: “இந்த விஷயத்தில் என்னை விட அதிக சிந்தனை ஆற்றலை வளர்த்துக் கொண்ட நீ திருமணம் செய்துகொள்ள விரும்பினால் உனக்கு ஏற்ற துணையைத் தேர்ந்தெடுப்பாய் என்ற நம்பிக்கை எனக்கு இருக்கிறது. ஆனால் ஆணுக்கும், பெண்ணுக்கும் குடும்ப வாழ்க்கை கண்டிப்பாகத் தேவை. அதைத் தவிர்த்து வாழ்வது ருசியற்றது.”

தனக்கே அறிவில்லாமல் ‘ஆம்’ என்று சொல்ல இருந்த கருணா உடனே அந்த வார்த்தையின் பொருள் அறிந்து அமைதியானாள்.

அப்போதே மாலை ஆறு மணியாகி இருந்தது. இப்போது புறப்பட்டாலும் ஆறரை மணி வண்டி கிடைக்காது. இனி இரவு எட்டரை மணி வண்டிதான் அவர்களுக்கு கதி. அதனால்

அவர்கள் அரை மணி நேரம் அங்கேயே உட்கார்ந்தார்கள். அவர்களில் ஒருவர் தன்னுடைய தனி உலகில் ஆழ்ந்திருந்தார். தன் வாழ்க்கையின் தனிமையைப் பற்றி ராயர் முதல் முதலாக அன்று தெளிவாகப் பேசினார். அதையே அவர் தெளிவாகச் சிந்தித்திருந்தார். தன் எதிர்காலத்திற்குக் குறிப்பிட்ட எந்த ஒரு நபரும் தென்படாவிட்டாலும், அவள் ஆசை நிறைந்த மனதுடன் அதைக் கற்பனை செய்து கொண்டிருந்தாள். சுமார் ஏழு மணிக்கு அந்தப் பகுதி முழுதும் இருள் சூழ்ந்து கொண்டது. விசேஷ நாளாக இல்லாததால் அன்று பிருந்தாவனத்தில் மின்சார விளக்கு அலங்காரம் இருக்கவில்லை. தன் சிந்தனையிலிருந்து விடுபட்ட ராயர், “நமக்குத் தெரியாமலேயே இருண்டு விட்டது. எழுந்திரு, போகலாம்” என்றார்.

கருணா மேலே எழுந்தாள். பழச்செடிகளைக் கடந்து நடுவில் குளத்துப் பாலத்து வழியாக ஹோட்டலுக்கு வந்து, அங்கே இருந்து ரயில் நிலையத்திற்குப் போக வேண்டியிருந்தது. கண்ணாடி அணிந்திருந்த ராயர் இருட்டில் சரியாகக் கண் தெரியாமல் மெல்ல எச்சரிக்கையாக அடி எடுத்து வைத்து நடந்தார். அதைக் கவனித்த கருணா தன் கையை நீட்டி “உங்களுக்கு நடக்க சிரமமாக இருக்கும். வெளிச்சம் சரியாக வரும் வரை நான் உங்கள் கையைப் பிடித்துக் கொள்கிறேன்” என்றாள்.

அவள் கையைப் பிடித்துக்கொண்ட ராயர் முன்பை விட வேகமாக நடக்கத் தொடங்கினார். சுமார் பத்து அடி நடந்த பிறகு சிரித்துக் கொண்டே சொன்னார்: “ஆராய்ச்சியில் நான் உனக்கு கைட் ஆனாலும், இந்த இருட்டில் நீ எனக்கு வழிகாட்டியாக இருக்கிறாய்.”

கருணாவின் மனம் வெகு தூரம் எதிர்காலத்தில் இருந்தது. ஆனாலும் அவர் பேச்சு அவளுக்குக் கேட்டது. அவர் கையை இன்னும் அழுத்திப் பிடித்துக்கொண்டு வேக வேகமாக நடக்கத் தொடங்கினாள்.

★★★

படலம் : எட்டு

1

காத்தியாயினியின் கல்லூரிப் படிப்பு தங்கு தடையில்லாமல் நடந்துகொண்டிருந்தது. காலை எட்டே முக்காலுக்குச் சரியாக உணவருந்தி, கேரியரில் தயிர்சோறு, ஊறுகாய் அல்லது கூட்டுடன் பிசைந்த சோற்றை எடுத்துக்கொண்டு, புத்தகத்தோடு வாசந்தியுடன் ரயில் நிலையம் வந்து சேருவாள். ஒன்பது மணிக்கு வரும் ரயிலில் பெண்கள் பெட்டியில் உட்கார்ந்து சாமராஜபுரம் நிலையம் வந்து சேருவாள். அவளுடன் இன்னும் ஏழெட்டுப் பெண்கள் படிக்க வருவார்கள். முப்பதுக்கும் அதிகமான பையன்கள் வெவ்வேறு பெட்டிகளில் உட்கார்ந்துகொண்டு வருவார்கள். பயணத்திற்காக வண்டி எடுத்துக்கொள்ளும் ஒரு மணி நேரம் ஒரே பெட்டியில் உட்காரும் பெண்களிடம் கேலியும் கிண்டலுமாக இருக்கும். யாரோ ஒரு பெண் தன் சகபாடி பையனுடன் பேசுவதைப் பற்றி மறைமுகமாகக் கேலி செய்வார்கள். திருமணம் நிச்சயமான பெண்ணொருத்தியை வாழ்த்தும் சாக்கில் நகைச்சுவை வெடிக்கும். இவற்றை எல்லாம் கேட்டு காத்தியாயினியும் சிரிப்பாள். அதனால் அவளுக்குப் பயணத்தில் சலிப்புத் தட்டாது. ஆனால் அவளை மட்டும் யாரும் கிண்டல் செய்ய மாட்டார்கள். அவள் கைம்பெண். அது காரணமாக இருக்கலாம். அல்லது ஒரு குழந்தையின் தாயான முதிர்ச்சியை அவள் முகம் காட்டும் கம்பீரம் சலுகைக்குத் தடையாக இருக்கலாம்.

மாதம் ஒரு முறை கல்லூரி நாடக சங்கத்திலிருந்து திறந்தவெளி அரங்கில் நாடகங்கள் நடக்கும். ஆரம்பத்தில் காத்தியாயினி அதைப் பார்க்கத் தங்கமாட்டாள். மற்ற மாணவிகள் மாலை ஆறு மணிக்குத் தொடங்கும் நாடகத்தைப் பார்த்து விட்டு இரவு ஒன்பது மணி வண்டிக்குத் திரும்புவார்கள். காத்தியாயினிக்குப் பார்க்கும் விருப்பம் இருந்தது, ஆனால் இரவு அந்த நேரம் வீடு திரும்பாமல் இருப்பது சரியல்ல என்று எண்ணினாள். அது மட்டுமல்லாமல் மாலைக்குப் பிறகும் குழந்தையைப் பார்க்காமல் இருப்பது அவளால் முடியாது. தன்னுடன் அதிகச் சலுகையுடன் இருந்த வாசந்தி வற்புறுத்தினாலும் அவள் கேட்கவில்லை.

பல நாட்கள் தனக்கு வகுப்பு இல்லாத நேரங்களில் காத்தியாயினி ராயர் வீட்டுக்குப் போவாள். பெண்களுக்குக் கட்டாயமான நாட்களில், கல்லூரிப் பெண்கள் ஓய்வெடுக்கும் அறையை விட நாகலட்சுமி வீட்டுக்குப் போய் வருவதே அவளுக்கு வசதியாக இருந்தது. நெற்றியில் குங்குமம் இடாமல் மிடுக்குடன் இருக்கும் அவளுக்கு லகுவான பேச்சுகளைப் பேசிக்கொண்டு பொழுதைக் கழிக்கும் மற்ற பெண்களின் சகவாசத்தை விட நாகலட்சுமியுடன் பேசுவது இதமாக இருந்தது. திமிர், செருக்கு இல்லாத கிராமத்து வெள்ளந்தியாகவே இருந்த நாகலட்சுமியின் இயல்பு அவளுக்குப் பிடித்திருந்தது. அதுமட்டுமல்லாமல் நாகலட்சுமி அரட்டையை விரும்புபவள். பல நாட்கள் அவளுக்கு சூடாக சிற்றுண்டி செய்து கொடுப்பாள். இல்லை என்றால் சோறு பிசைந்து உருட்டிக் கையில் கொடுப்பாள். அல்லது அவர் இருவரும் சேர்ந்து ஏதாவது பலகாரம் செய்வார்கள். சாதாரணமாக காத்தியாயினியின் வகுப்பு மூன்று மணிக்கு முடிந்துவிடும். மாலை ஐந்து மணிவரை எந்த வேலையும் இருக்காது. சில நாட்கள் வீட்டில் ராஜா இருப்பான். பேச்சாளியான அவன் அவளை அரட்டைக்கு இழுப்பான். அவன் அவளுக்கு ஆசிரியராகவும் இருந்தான். கல்லூரியில் பொது இங்கிலிஷ் ஒரு தேர்வு இருக்கும். இன்னொன்று விருப்ப இங்கிலிஷ். அந்த வகுப்பையும் எடுப்பான். பொது இங்கிலிஷ் வகுப்பில் அவன் மேக்பத் சொல்லிக் கொடுக்கும் தோரணை கல்லூரி மாணவர்களைக் கவர்ந்திருந்தது. மகாராஜா கல்லூரி அல்லாமல் மற்ற கல்லூரி மாணவர்களும் வந்து குவிந்து விடுவார்கள். நாடகத்தில் திறமைசாலியான அவன் வகுப்பிலும் நாடகப் பாத்திர உரையாடல்களை மெய்மறந்து பேசுவான். அந்த

பாத்திரங்களுக்கு ஏற்றாற்போல பயம், வியப்பு, வீரம் போன்ற உணர்ச்சிகள் நிறைந்த குரலில் அவன் நாடகத்தை வாசிக்கும் முறை, மாணவர்கள் உண்மை நாடகத்தை மேடை மீது பார்ப்பது போலவே எண்ணும் வகையில் உருவாக்கும் சூழ்நிலை, வகுப்பு முழுவதையும் மயங்கச் செய்யும்.

தங்கள் வீட்டுக்கு அடிக்கடி வந்து போகும் காத்தியாயினி மீது அவனுக்கும் ஒரு இனம் புரியாத அக்கறை இருந்தது. "அவளிடம் இருந்த முதிர்ச்சியான அழகு, மிடுக்கு அவனிடம் ஒரு சிறப்பான பரிவை ஏற்படுத்தி இருந்தன. ஒருநாள் அவன் அவளைக் கேட்டான்: "நீங்கள் ஓய்வான நேரத்தில் கதை, நாவல் படிப்பதுண்டா?"

"முன்பு வாசித்துக்கொண்டிருந்தேன். இப்போது நேரம் கிடைப்பதில்லை. கிடைப்பதில் சிலதைப் படிப்பேன்."

"உங்களுக்கு எந்த நாவல் பிடிக்கும்?"

"ஷரத்."

"என்ன காரணம்?"

காத்தியாயினிக்கு நேராக பதிலளிக்கத் தெரியவில்லை. அவள் சொன்னாள்: "இண்ட்ரஸ்டிங் ஆக இருக்கும்."

"அது என் கேள்விக்கான பதில் அல்ல."

அவள் ஷரத் நாவல்களின் பெண் பாத்திரங்களை மிகவும் விரும்புவாள். தேவதாஸ்- பார்வதி, ஷேஷ் பிரஷன்-கமலி, ஶ்ரீகாந்தா-ராஜலட்சுமி அவள் மனதைக் கவர்ந்தவர்களாக இருந்தார்கள். எந்தக் காரணங்களுக்காக அந்தப் பாத்திரங்களை அவள் விரும்பினாள் என்று விளங்கச் சொல்ல அவளுக்குத் தெரியவில்லை. "அவர் பெண் பாத்திரங்கள் எனக்கு விருப்பமாகின்றன" என்று மட்டும் சொன்னாள்.

"ஷரத் பெண்கள் மிகவும் காதல் மனம் கொண்டவர்கள். பெண்மைக்கே இயல்பான குணங்களில் அவர்கள் ஆளுமை அடங்கி யிருக்கும், அதனால் நீங்கள் அவர்களைப் பாராட்டுகிறீர்களா?"

அந்தக் கேள்விக்கு அவள் பதில் சொல்லக் கூச்சப்பட்டாள். தன் முகத்தில் ஏற்பட்ட வெட்கம் தெரியக்கூடாது என்று முகத்தை

வேறு பக்கமாகத் திருப்பிக் கொண்டாள். ஒரு நிமிடம் அவளுக்குத் தெரியாமலேயே முகம் சிவந்து வியர்த்தது. அங்கே இருந்து எழுந்து நாகலட்சுமி இருந்த உள்ளறைக்குச் சென்றாள்.

இத்தனை நாள் அவர் வீட்டுக்கு வந்து கொண்டிருந்தாலும் ஒரு நாளும் டாக்டர் சதாசிவராவ் தென்பட்டதில்லை. அவர் எப்போதும் நூலகத்து அறையிலேயே இருப்பார் என்று அவள் அறிந்திருந்தாள். அதனால் நாகலட்சுமி தனிமை வாழ்க்கையை அனுபவிக்கிறாள் என்பதைப் புரிந்துகொண்டாள். ஆனால் என்றும் அவர்கள் இருவரும் அதைப் பற்றித் தெளிவாகப் பேசிக்கொண்டதில்லை. ஒருநாள் காத்தியாயினியே நாகலட்சுமியிடம் கேட்டாள்: "உங்களுக்கும் வீட்டில் சலிப்பாக இருக்கும். உங்கள் கொழுந்தனாருக்கு ஒரு திருமணம் செய்து வைத்துவிடுங்கள். வீட்டில் உங்களுக்கு ஒரு துணை கிடைக்கும்."

"படிக்கப் படிக்க மனுஷன் புத்தி இப்படித்தான் அலையும். இங்கிலாண்டுக்குப் போறதுக்கு முந்தி, அங்கே இருந்து வந்த பிறகு 'நீ ஒத்துக்கற பொண்ணையே திருமணம் செஞ்சுக்கிறேன்'ன்னு சொன்னான். இப்போ திருமணம் வேண்டாமுன்னு சொல்றான். 'திருமணம் ஆகாம மனுஷன் வாழ முடியாதா?' ன்னு கேக்கிறான்."

எப்போதும் நாடகத்தில் ஈடுபட்டுக்கொண்டு, கல்லூரி மாணவ மாணவிகளுக்கு மிகவும் விருப்பமான ஆசிரியராக நல்ல வேலையிலும் இருக்கும் அவர் மனநிலை இப்படி எதற்கு என்று காத்தியாயினி யோசித்தாள். ஆனால், அது தனக்குத் தேவையில்லாத விஷயம் என்று அமைதியானாள்.

மற்றொரு நாள் ராஜா அவளைக் கேட்டான்: "இத்தனை நாட்கள் ஆனாலும், நீங்கள் ஒரு நாளாவது நான் நடத்தும் நாடகத்தைப் பார்க்கக் கூடாதா?"

"பார்க்க எனக்கும் விருப்பமிருக்கு. ஆனால் நேரத்துக்குச் சரியாக வீட்டுக்குப் போகணும். நாடகம் பார்க்கத் தங்கிவிட்டால் ஊர் சேரத் தாமதமாகும்."

"நஞ்சனக்கூடில் இருந்து வரும் பல பெண்கள் நாடகம் பார்க்கத் தங்குகிறார்கள். உங்கள் தோழி வாசந்தி போன ஆண்டு நாடகத்தில் ஒரு வேடத்தில் கூட நடித்திருந்தார்."

அங்கேயே இருந்த நாகலட்சுமி கேட்டாள்: "நானும்

கேட்டிருக்கிறேன். நாடக நாள் யாரோ, இவள் நஞ்சனக்கூடில் இருந்து வரும் பெண் என்று சொல்லியிருந்தார்கள். என்ன வேடம் அது?”

“‘காசில்லாதவன் வாய்ச்சவடால்’ நாடகத்தில் ஜீவா வேடம்.”

காத்தியாயினியிடம் சொன்னாள்: “ராஜா ஒவ்வொரு முறையும் நாடகம் பார்க்க என்னையும் அழைச்சுக்கிட்டுப் போவான். நீங்களும் வாங்க. ராஜா நாடகம் நல்லா இருக்கும்.”

“வீட்டில கேக்கறேன்.”

மற்ற பெண்கள் மாதம் ஒரு முறை கல்லூரி நாடகம் பார்த்து விட்டு பத்து மணிக்கு வீட்டிற்கு வந்தாலும் காத்தியாயினுக்கு மாலையிலேயே வந்துவிடுவது பண்டிதருக்கும் பாகீரதம்மாவுக்கும் தெரிந்திருந்தது. தன் நிலைமையை மருமகள் உணர்ந்திருக்கிறாள் என்று அவர்கள் அதற்காக அவளைப் பாராட்டியும் இருந்தார்கள். வீட்டிற்கு வந்ததும் சேலையை மாற்றி, கை கால் அலம்பி சுத்தம் செய்து கொண்டு அத்தைக்கு ஏதாவது வேலை செய்து கொடுக்கப் போவாள். ‘காலேஜுக்குப் போயிட்டு வர்றே அசதியா இருக்கும் நான் செய்யறேன் விடும்மா’, என்று பாகீரதம்மா மருமகளை அன்பாக அடக்குவாள். சில சமயம் பண்டிதர் அவளுக்கு தோட்டம் துரவு, அதன் வரவு செலவு, குத்தகைதாரர்களுடன் கொடுக்கல் வாங்கல் போன்றவற்றைச் சொல்வார். ‘எனக்கு அப்போதே வயதாகி விட்டது. நீ இதை எல்லாம் தெரிந்திருக்க வேண்டும் தாயி’, என்று தோட்ட சர்வே எண், பரப்பளவு, வரி போன்ற தகவல்களைத் தெரிவித்திருந்தார். சமீப காலமாக, குடும்பச் சொத்துக்களுக்குத் தொடர்புடைய ஆவணப் பத்திரங்களை முறையாக அடுக்கி மரப்பெட்டியில் வைத்து, தாம் கேட்கும் போது தேவையான ஆவணங்களைத் தேடிக்கொடுக்கும் பொறுப்பை ஒப்புவித்தார். தாம் ஆவணம் கேட்ட காரணத்தையும் அது தொடர்பாக அவர் எடுத்த நடைமுறை அலுவல்களையும் விவரமாகச் சொல்லி, ‘நீ படித்துக் கொண்டிருப்பவள். இவற்றை எல்லாம் சரியாகத் தெரிந்து வைத்திருக்க வேண்டும். நான் ஏதாவது கண்ணை மூடிவிட்டால் பிற்காலத்தில் சீனிக்கு புரியவைப்பது யார்?’ என்பார்.

“அந்தக் காலம் வர்றது வேண்டாம். அப்படிச் சொல்லவேண்டாம், அண்ணா...” என்று அவள் சொல்வாள். (காத்தியாயினியும்

கணவனைப் போலவே மாமனாரை 'அண்ணா' என்றே அழைப்பாள்)

ஒரு நாள் வாசந்தி அவர் வீட்டிற்கு வந்து பாகீரதம்மாவிடம் கேட்டாள்: "இன்னைக்கு நல்ல நாடகம் இருக்கு. இங்கிலிஷ் நாடகம். மேக்பத் நாடகம். எங்கள் தேர்வுக்கு அந்தப் புத்தகத்தைப் படிக்கணும். 'நீங்களும் வாங்க. நாம ஒண்ணாப் போலாம்'ன்னா உங்கள் மருமகள் வரமாட்டேங்கிறா. நீங்களாவது சொல்லுங்க..."

பாகீரதம்மாவுக்கு விருப்பமில்லாவிட்டாலும் பண்டிதர் முன் வந்து சொன்னார்: "தேர்வுக்கு அனுகூலமாவதானால் நீயும் அவர் களுடன் போய் பார்த்து வா தாயி. நாடகத்தைப் பத்து முறை படிப்பதை விட ஒரு முறை பார்த்தால் ஞாபகத்தில் தங்கிவிடும்."

அன்று காத்தியாயினி முதல் முறையாக அந்தக் கல்லூரியில் நாடகம் பார்த்தாள். ராஜா மேக்பத் வேடத்தில் எல்லோரும் பாராட்டும் வகையில் நடித்தான். நாடகம் முடிந்த பிறகு கல்லூரி முதல்வர் மேடை ஏறி வந்து, "இந்தியர் ஒருவர் ஷேக்ஸ்பியர் நாடகத்து ஒரு பாத்திரத்தில் இவ்வளவு நன்றாக நடிப்பார் என்று நான் எண்ணியிருக்கவில்லை" என்று ராஜாவை மனமாரப் புகழ்ந்தார்.

"எப்படி இருந்தது நாடகம்?" காத்தியாயினியை மறுநாள் ராஜா கேட்டான்.

"உங்கள் நடிப்பு பிரமாதமாக இருந்தது. வகுப்பிலும் கூட நீங்கள் இப்படி மேக்பத் பாடம் நடத்தியதில்லை."

"அப்பாடா! நீங்க நேத்து ஒரு நாடகம் பாத்தீங்களே! உங்களைப் போலவங்க பார்த்து உற்சாகப்படுத்தாம இருந்தா சிரமப்பட்டு நடிக்கிற எங்களுக்கு எப்படி நிறைவு கிடைக்கும்?"

தனக்கு இப்படி ஊக்கமளித்து அவர் சொன்ன வார்த்தைகளைக் கேட்டு மனம் உல்லாசமடைந்தாலும் அவள் வெட்கி அமைதியானாள். அதற்குள் நாகலட்சுமி சொன்னாள்: "ஒரு பாட்டில்லை ஒண்ணுமில்லை, பாஷையும் தெரியாது. இங்கிலிஷ் நாடகம் என்ன நல்லா இருக்கும்? எனக்கு ஒரே சலிப்பா இருக்கும்."

அவள் பேச்சுக்கு ராஜா சிரித்து விட்டான். காத்தியாயினிக்கும் சிரிப்பு வந்தது.

2

காத்தியாயினியின் முதல் ஆண்டு கல்லூரி முடிந்தது. கல்லூரிக்குப் போய்க்கொண்டிருந்த ஒன்பது மாத காலம் எப்படிக் கடந்து போனதென்றே தெரியவில்லை. ஜூனியர் தேர்வில் நன்றாக எழுதி இருந்தாள். கோடை விடுமுறை வந்தால் தினமும் ரயிலில் திரியாமல் சுகமாக இருக்கலாம் என்று நினைத்த அவளுக்கு விடுமுறை வந்த பிறகு சலிப்பாக இருந்தது. கல்லூரி இருந்த போது தினமும் விடிகாலையே எழுந்து குளித்து விட்டு எல்லோருடைய துணிகளையும் துவைத்துப் போடுவாள். பையன் இன்னும் உறங்கிக்கொண்டிருப்பான். இரண்டு மணி நேரம் உட்கார்ந்து தன் பாடங்களைப் படிப்பாள். தன் கணவன் வாசித்து விட்டுப் போன நூல்கள் அல்லாமல், நூலகத்திலிருந்து எடுத்து வந்த புத்தகங்களையும் வாசிப்பாள். வழியில் சலிப்பு ஏற்பட்டால் ஏதாவது புதினத்தை எடுத்து வாசிப்பாள். இடையில் ஓய்வு கிடைத்தால் பெண்கள் அறையில் உட்கார்ந்து தான் பாதியில் விட்ட புதினத்தைத் தொடருவாள். இல்லை என்றால் நாகலட்சுமி வீட்டிற்குப் போவாள்.

விடுமுறை விட்டு ஒரு வாரத்திற்குப் பிறகு ஒரு நாள் வாசந்தி பண்டிதர் வீட்டிற்கு வந்தாள். அவள் முகம் புதுப் பொலிவுடன் இருந்து, மறைக்க என்ன முயன்றாலும் சிரித்தது. அவள் கடைசி ஆண்டு பி.ஏ. எழுதி முடிந்திருந்தாள். காத்தியாயினி கேட்டாள்: "ரொம்ப சந்தோஷமா இருக்கறாப்பில. என்ன விஷயம்?"

"ஒண்ணுமில்லை."

"ஒண்ணுமில்லைன்னா தெரியாதா? மகிழ்ச்சி முகத்தில தாண்டவமாடுதே. பரீட்சையில ஃபஸ்ட் கிளாஸ் வருவியா?"

"இல்லைடி அம்மா! அவங்களே கொடுத்தாலும் எனக்கு அந்த ஃபஸ்ட் கிளாஸ் வேண்டாம்."

"பின்ன என்ன விஷயம்?"

புதிய செய்தியைச் சொல்ல அவள் வந்திருந்தாள். வெட்கப்பட்டுக் கொண்டே சொன்னாள்: "இன்னும் இருபது நாள்ல நீங்க எங்க வீட்டுக்கு விருந்துக்கு வரவேண்டி இருக்கும்."

“உண்மையா? கங்கிராஜுலேஷன்ஸ். கணவர் எந்த ஊரு?”

“மைசூரு. நம்ம காலேஜிலேயே இந்த வருஷம் எம்.ஏ. பரீட்சை எழுதி இருக்காரு.”

“எனக்குத் தெரியாம உள்ளுக்குள்ளேயே லவ் பண்ணிக்கிட்டு இருந்திருக்கீங்க, இல்லையா? பரவால்ல. கங்கிராஜுலேஷன்ஸ்.”

வாசந்தி முகம் வெட்கத்தால் சிவந்தது. அவள் காதலித்த பையன் அவள் சமூகத்தைச் சேர்ந்தவன். தூரத்து உறவு. கல்லூரியில் அவர்கள் தினமும் சந்திப்பார்கள். வாசந்தி ஓய்வு நேரத்தில் பெண்கள் அறைக்கு வரமாட்டாள். தான் திருமணம் செய்துகொள்ளும் பையனுடன் குக்கரஹள்ளிகெரே பக்கம் சுற்றப்போவாள். ஆனாலும் இத்தனை நாள் காத்தியாயினியிடம் சொல்லி இருக்கவில்லை. கல்லூரியில் மற்ற பெண்களுக்குத் தெரிந்திருக்கலாம். ஆனால் கம்பீரமாக இருக்கும் காத்தியாயினியிடம் யாரும் இந்த விஷயத்தைச் சொல்லவில்லை.

வாசந்தி போன பிறகு காத்தியாயினிக்கு அவளைப் பற்றி மகிழ்ச்சியே உண்டானது. அவள் கணவனுக்கு, கடவுள் நீண்ட ஆயுள் கொடுக்கட்டும் என்று வேண்டினாள். அவள் வாழ்க்கை சுகமாக இருக்கும்; மகிழ்ச்சியுடன் தன் வாழ்க்கையைக் கழிப்பாள். ஆனால் தன் எதிர்காலம் என்ன? கல்லூரி அடுத்த ஓராண்டு இருக்கும். பிறகு பழைய நிலைமை. சும்மா வீட்டில் இருப்பதற்காகக் கல்லூரிக்குப் போய் ஆவதாவது என்ன? தன் கணவன் முடிக்காத பி.ஏ. தேர்வை முடிக்கும் விருப்பத்தில் அவள் கல்லூரியில் சேர்ந்திருந்தாள். ஆனால் அந்த நோக்கம் தற்போது கவர்ச்சியை இழந்திருந்தது. தான் பி.ஏ. முடித்தால் இறந்த கணவனுக்குக் கிடைக்கும் சொர்க்கமாவது என்ன? குடும்ப அலுவல்களைத் தெரிந்துகொள்ள பி.ஏ. படிப்பதால் கிடைக்கும் சிறப்பான அனுகூலங்களாவது என்ன? ஆனாலும் தான் அடுத்த ஆண்டு கல்லூரிக்குப் போக வேண்டும்.

காத்தியாயினி, நாகலட்சுமியை நினைத்துக்கொள்வாள். நாகலட்சுமியின் வெகுளித்தனமான இயல்பையும், விசுவாசம் நிறைந்த மனதையும் நினைத்துக்கொண்டால் அவள் மனம் பொங்கி வரும். அந்த ஆண்டு முழுதும் ஒரு நாளும் காத்தியாயினி டாக்டர் ராயரைப் பார்த்திருக்கவில்லை. தற்போது அவருக்கு எழுத்துப் பிசாசு பிடித்துக்கொண்டது போல இருக்கிறது. எப்போதும்

எழுத்திலேயே மூழ்கிக் கிடக்கிறாராம். அதனால் நாகலட்சுமிக்கு எவ்வளவு சலிப்பாக இருக்கும்! ஆனாலும் அவள் சுமங்கலி. ஒரு ஃபர்லாங் தொலைவில் உட்கார்ந்துகொண்டு தன் கணவன் எழுதிக் கொண்டிருக்கிறார் என்ற மகிழ்ச்சியாவது அவருக்கு இருக்கிறது. அவர் தினமும் பூ சூட்டிக் கொள்கிறார். நெற்றியில் குங்குமத்தையும் புருவத்திற்கு நடுவில் சந்தனப் பொட்டும் வைத்துக் கொள்கிறார். இது ஒன்றும் குறைவான பாக்கியமல்லவே!

நாகலட்சுமியின் நினைவுடன் சேர்ந்தே காத்தியாயினுக்கு ராஜாராவ் ஞாபகமும் வரும். எப்படிப்பட்ட திறமைசாலி அவர்! அவரைப் போல ஷேக்ஸ்பியரை யாரால் சொல்லிக்கொடுக்க முடியும்? கல்லூரி மாணவர்கள் அவர் வகுப்பு என்றால் பைத்தியமாகிறார்கள். நாடகம் கற்றுக்கொடுப்பதிலும், நடத்துவதிலும், தானே வேடமிட்டு நடிப்பதிலும் எப்படிப்பட்ட நேர்த்தி! கல்லூரியில் பல பெண்களை அவர் கவர்ந்திருக்கிறார். பெண்கள் அறையில் உட்கார்ந்திருக்கும் போது சிலர் வெட்கம் விட்டு அவர்களுக்குள்ளேயே பேசிக்கொள்வார்கள் “இன்றைக்கு எப்படி இருக்கிறான் மேக்பத்.”

“பியூட்டிஃபுல்!”

“அப்படி புகழக்கூடாது. நீ ஒன்றும் லேடி மேக்பத் அல்ல.”

“சில்லி, டோன்ட் வரி, வி ஷெல் ஷேர்.”

ஆசிரியர்களைப் பற்றிப் பேசும் போதும் சில மாணவிகளுக்கு மட்டு மரியாதை தெரிவதில்லை. அவர்கள் கல்லூரிக்கு வருவதே இப்படிப் பொழுதைப் போக்குவதற்காகவே இருக்கலாம் என்று காத்தியாயினி நினைப்பாள். ‘ஆனாலும் ராஜாராவ் திறமைசாலி, நட்பானவர், மேலாக வேடிக்கையாகப் பேசுவார். ஊமையாக இருந்த என்னை எப்படிப் பேச வைத்து விட்டார்! தம் பெயரில் எனக்கு புத்தகம் எடுத்துக் கொடுக்கிறார். இத்தனை இருந்தும் அவர் திருமணம் செய்து கொள்வதில்லையாம். காரணம் என்னவாக இருக்கும்? அவர் கைப்பிடிக்கும் எந்தப் பெண்ணும் சுகமாக இருப்பாள்!’

விடுமுறையில் மதிய நேரம் காத்தியாயினி வீட்டுப் பின்கட்டில் பூ, காய்கறிச் செடிகளுக்குத் தண்ணீர் ஊற்றப் போவாள். கற்பூரக்கிளுவை மரத்தின் மீது படர்ந்திருக்கும் மல்லிகைக்

கொடிக்குத் தண்ணீர் ஊற்றும் போது தன் கணவன் நினைவு வரும். இதே கொடிக்குத்தான் முன்பு தண்ணீர் ஊற்றும் போது அவர் எப்படி எல்லாம் குறும்பு செய்வார்! அது தனக்கு விருப்பமானாலும் யாராவது பார்த்தால் என்ன என்ற பயத்தில் கணவன் மீது பொய்யாகக் கோபித்துக் கொண்டும் இருக்கிறாள். இப்போது அவள் மல்லிகைச் செடியை விட்டு வேறொரு செடிப் பக்கம் போனாள். முன்பு அவள் தலை வலிக்குமளவிற்குப் பூச் சூடிக் கொள்வாள். அவள் எவ்வளவு பூ முடிந்தாலும் கணவனுக்குப் போதாது. இப்போது மல்லிகைக் கொடி தினமும் கூடைப் பூ விடுகிறது. அதில் பெரும் பகுதி கடவுள் வழிபாட்டிற்கும், பிறகு ஒரு பத்துப் பூவை பிரசாதம் என்றும் அத்தை சூடிக்கொள்வார். மீதமிருப்பதில் கொஞ்சம் மாலை பூஜைக்கும், இன்னும் கொஞ்சம் வந்து கேட்கும் பெண்களுக்கும் போகிறது.

பெண்கள் பூவைச் சூடிக்கொள்வது சரியா, கடவுள் வழிபாட்டிற்கு உகந்ததா என்று அவள் பல தடவை யோசித்திருக்கிறாள். கடவுள் வழிபாட்டிற்கு என்பதை மனம் ஆட்சேபிக்கவில்லை. ஆனால் சூடிக்கொள்வதில் இருக்கும் மகிழ்ச்சியை நிராகரிக்கத்தான் முடியுமா? என்று மனம் கேட்கும். ஒரு நாள் மல்லிகைக் கொடிக்குத் தண்ணீர் ஊற்றும் போது அவள் கவனித்தாள்: மல்லிகைக் கொடி படர்ந்திருந்த கற்பூரக்கிளுவை மரம் உள்ளிருந்து காய்ந்து போயிருந்தது. அது அப்போதே மிகப் பழைய மரம்.

அவள் போய் செய்தியை மாமாவிடம் சொன்ன போது அவர் ஒரு ஆளைக் கூட்டி வந்து, காய்ந்து போன மரத்தைத் தந்திரமாக வெட்ட வைத்தார். அதை ஆரத்தழுவியிருந்த கொடி இலைகளை எச்சரிக்கையுடன் விடுவித்து மரத்தை அங்கே இருந்து எடுத்துச் சென்றார்கள். ஆதரவாக ஒரு மூங்கில் தடியை நட வைத்து அதன் மீது கொடியைச் சாய்த்து வைத்தார். அருகிலேயே மற்றொரு கற்பூரக்கிளுவை மரத்தை நட்டு, தினமும் அதற்குத் தண்ணீர் ஊற்றுமாறு காத்தியாயினியிடம் சொன்னார். பதினைந்து நாட்களில் புதிய கிளை துளிர்விட்டது. பண்டிதர் மல்லிகையைத் புது மரத்தில் படரவிட்டார்.

பழைய மரம் இறந்த பிறகும் புது மரத்தைத் தழுவிப் படர்ந்து மல்லிகை முன் போலவே ஒரு கூடைப் பூப் பூத்துவிடுவதைப் பார்த்து காத்தியாயினுக்கு வியப்பாக இருந்தது. மரத்துடன்

சேர்ந்து மல்லிகையும் சுருண்டுவிடும் என்று அவள் காரணமின்றிக் கவலைப்பட்டதுண்டு.

3

விடுமுறையிலும் உழைப்பவர் என்றால் டாக்டர் ராயர் போன்றவர்கள் மட்டுமே. ராஜாவுக்கு அது சலிப்பான காலமாக இருந்தது. பிப்ரவரி மாதத்திலிருந்து கல்லூரி ஆரம்பமாகி சுமார் பதினைந்து நாட்கள் கடக்கும் வரை அவன் நாடக சங்கம் உறங்கிக் கிடக்கும். அப்போது பாடம் சொல்லிக்கொடுக்கும் வேலையும் இருக்காது. பல்கலைக்கழகத் தேர்வுகள் முடிந்த பிறகு சில நாட்கள் தேர்வாளர் பணி இருக்கும். அது முடிந்த பிறகு இரண்டு மாதம் கட்டாயமாக சோம்பேறியாகிவிடுவான். இந்த முறை விடுமுறை வந்ததும் தன்னை அறியாமலேயே சலிப்பு சூழ்ந்துகொண்டது. தினமும் எழுந்தவுடன் உடற்பயிற்சி செய்வான். இரண்டு நாள் கல்லூரி உடற்பயிற்சிக் கூடத்திற்கும் சென்று தனியாக தண்டால் அடித்தான். மூன்றாம் நாள் அதுவும் நின்று போனது. இனி சாஸ்த்திரிய இசையையாவது கற்கலாம் என்று நினைத்தான். தன் நாடகத்திற்கு உந்துதலாக இருக்கக் கூடிய இசைப் பின்னணியைப் பின்பற்றலாம் என்று நினைத்தான். மாதம் பதினைந்து ரூபாய் கட்டணம் கொடுக்க முடிவு செய்து ஒரு ஆசிரியரை முடிவு செய்தான். “உங்கள் குரல் பாடும் நிலைக்கு வர நீங்கள் குறைந்தது மூன்று ஆண்டுகள் பயிற்சி செய்ய வேண்டும். நீங்கள் ஏதாவது வாத்தியம் கற்றுக்கொள்ளுங்கள் சார்” என்று சங்கீதக்காரர் சொன்னார். பிடில் கற்பது நல்லது என்று அவரே பரிந்துரையும் செய்தார். அதே நாள் நூறு ரூபாய் கொடுத்து ஒரு பழைய பிடிலையும் வாங்கி, ச-ப-ச தோன்றும் இடங்களையும் அவன் தெரிந்துகொண்டான். தினமும் இரண்டு மூன்று மணி நேரம் பயிற்சி செய்து, பதினைந்து நாட்கள் கடந்தாலும் அவன் விரல்கள் சரியான தொனியை எழுப்ப முடியவில்லை. அதற்குள் உற்சாகம் குறைந்து விட்டது. சங்கீத ஆசிரியர் வருவதை மட்டும் நிறுத்தவில்லை. கற்காவிட்டாலும் ஊதியம் கொடுக்கும் வரை அவர் வரத் தானே செய்வார்!

எப்போதும் ஏற்படாத சலிப்பு இந்த முறை எதற்கு ஏற்படுகிறது என்று ராஜா சிந்தித்தான். மனதிற்கு எந்தக் காரணமும் புலப்படவில்லை. அண்ணியுடன் அரட்டை அடிப்பதில் அக்கறை

இல்லாமல் போனது. பிறகு ஓரிரு நாள் தனியாகவே சைக்கிள் ஏறி விடிகாலையிலேயே ஹுன்சூர் சாலையில் ஏழெட்டு மைல் ஓட்டுவான். ஆனால் அந்தக் கோடைக் காலத்தில் சுற்றி இருக்கும் வயல்கள் எல்லாம் எரிந்து சாம்பல் வெளி போல ஆகி இருந்தன. அதைப் பார்த்து அவன் மனம் சிந்திக்கத் தொடங்கியது.

மனிதக் கற்பனையான சமுதாயம், சாத்திரங்கள், கட்டுப்பாடுகள், நீதி நியமனங்கள் எல்லாம் வாழ்க்கையின் அடிப்படை ஆற்றலைக் குறைக்கும் தடைகள். அந்த தடைகளை விலக்கி அடிப்படை ஆக்கத்தை அனுபவிக்கச் செய்வதே உண்மையான அறிவு என்று அவன் நம்பி இருந்தான். செடி புதர்கள் இல்லாமல், பச்சை ஆடை அணியாமல், மரம் கொடிகள் சந்திலிருந்து பறந்து வந்து குரல் எழுப்பும் ஆந்தை குயில்களின் ஓசையில்லாமல் உறங்கும் இந்த வயல்கள் இயற்கையின் வடிவமா? என்று யோசித்தான். இந்த வயல்கள் ஆக்கத்தின் பிரதிபலிப்பு அல்ல என்று அவனாகவே முடிவு செய்தான். முடிவில் சைக்கிளில் அந்தச் சாலையில் செல்வதை விட்டு விட்டான்.

இந்த ஆண்டு சித்திரை மாதத் தொடக்கத்திலேயே மூன்று நான்கு மாரி மழை பொழிந்தது. ஏறிக்கொண்டிருந்த கோடை வெப்பம் மெல்லக் குளிர்ந்தது. நிலத்தில் அனல் குறைந்து பூமி சிரித்தது. கல்லூரிப் பின்பகுதி விளையாட்டு மைதானத்தில் பச்சைப் புல் முளைத்து அசைந்தாடியது. ஒரு வாரம் கடந்த பிறகு அவன் மீண்டும் சைக்கிள் ஏறி ஹுன்சூர் பாதையில் சென்றான். மழை வந்த பதினைந்து நாட்களில் என்ன மாற்றம்! வேளாண் மக்கள் ஏர் பிடித்து உழுதுகொண்டிருந்தார்கள். வயல் வரப்புகள் மென்மையான பசுமையில் அழகாகத் தெரிந்தன. பாதையோரங்களில் மரங்கள் புதுக் களையில் அசைந்து கொண்டிருந்தன. பறவைகள் கீச்சிட்டுப் பறந்துகொண்டிருந்தன. ‘இது இயற்கையின் அடிப்படை மெய் வடிவம். ஏனென்றால் இந்த நிலையில் ஆக்கம் இருக்கின்றது’ என்று நினைத்தான். இன்னும் சற்றுத் தொலைவு போகையில் சாலையில் மரங்கள் செழிப்பாக வளர்ந்திருந்தன. சில இடங்களில் சைக்கிள் மீது நின்றுகொண்டு கையை உயர்த்தினால் இலைகள் எட்டுமளவிற்குக் கீழே கிளைகள் இறங்கி இருந்தன. பந்தலுக்குக் குஞ்சம் கட்டியது போல ஆலம் விழுதுகள் தொங்கிக்கொண்டிருந்தன.

மேலும் சிறு தொலைவு போவதற்குள் சுமார் பத்துப் பதினைந்து ஆட்கள் சாலை மரங்கள் மீது ஏறிக் கிளைகளை வெட்டிக் கொண்டிருந்தார்கள். பார்த்து ராஜாவுக்கு தவறு என்று தோன்றியது. சைக்கிளிலிருந்து இறங்கி, “இவ்வளவு செழிப்பாக மரங்கள் வளர்ந்திருக்கின்றன, இவற்றை எதற்கு வெட்டுகிறீர்கள்?” என்று கீழே நின்றுகொண்டு இயக்கிக் கொண்டிருந்த மேஸ்திரியைக் கேட்டார். புகைத்துக் கொண்டிருந்த பீடியை வேகமாக ஒரு இழு இழுத்து மூக்கின் இரண்டு துவாரங்கள் வழியாக புகை விட்டு மேஸ்திரி சொன்னார்: “கேடு கெட்டதுங்க, செழிப்பா வளராம என்ன செய்யுங்க? போற வர்ற பஸ்டாப்புங்களை இடிக்கிதுங்க. ‘இதை எல்லாம் கட் செய்யுங்க’ன்னு அரசாங்க சப்-ஓவர்சீ அதிகாரி கட்டளை போட்டிருக்கிறார்.”

மேஸ்திரி பேச்சைக் கேட்டு ராஜாவுக்கு வருத்தமானது. ஆனால் அவனால் எதுவும் செய்ய முடியாது. அமைதியாக சைக்கிளைத் திருப்பிக்கொண்டு ஊர்ப் பக்கம் புறப்பட்டான். திரும்பும் போது தெரிந்தது: பசுமையைப் பார்த்துக்கொண்டே அவன் ஊரிலிருந்து பதினைந்து மைல்கள் வந்திருந்தான்.

நாள் முழுதும் அவன் மனதில் மேஸ்திரி வார்த்தைகளே குடைந்து கொண்டிருந்தன; மனிதர்கள் தொடர்பு இருக்குமிடங்களில் மட்டும் இப்படித்தான். இயற்கையின் புத்தம் புதுத் தன்மையை நாசமாக்கித் தங்களுக்குத் தேவையானதைத் திணித்துவிடுகிறார்கள். மனித வாழ்க்கையின் மீதும் அதே போன்ற தாக்கம், அதே கட்டுப்பாடு. நாகரிகம் என்பதே இதுபோன்ற கட்டுப்பாடுகளின் சிக்கல். இதில் சிக்குண்டு சிதைந்துபோகிறவர்கள் எத்தனை பேர்! இதிலிருந்து விடுபடாமல் வாழ்க்கையின் ஆற்றலை உணர முடியாது. அன்று இரவு படுக்கும் போது, இயற்கையின் அழகை அழித்து மனிதன் தன் பாதையை வளப்படுத்திக்கொள்வதையும், தனி மனிதனின் சுயவிருப்பம், மகிழ்ச்சிகளை அடக்கி நாகரிகம் வேர் விடுவதையும் ஒப்பிட்டு அவன் மனம் ஒரு நாடகத்தை இயற்றியது. தெளிவான பாத்திரங்கள் இருக்கவில்லை. உருவம் பெற்ற கதை இருக்கவில்லை; தொடக்கம், மத்தியம், முடிவு இருக்கவில்லை. முழு பிரகிருதியே (பேரியற்கையின் வெளிப்பட்ட தோற்றம்) அந்த நாடக நாயகி. முழு மானுட இனமே அந்த நாயகியைக் கொலை செய்யும் நாயகனாக நின்றிருந்தது. அந்த நாடகம் ஒரே பார்வையின் ஒரே வகையான எதிர்மறை ஆற்றலை வெளிப்படுத்தி அவன்

காட்சி அமைப்பில் தோன்றிக்கொண்டிருந்தது. உறக்கம் வந்த போது இரவு வெகு நேரமாகியிருந்தது. அவன் அண்ணனும் கூட விளக்கை அணைத்துவிட்டுப் படுத்திருந்தார்.

விடிகாலை ஒரு கனவு வந்தது. கனவில் அதே நாடகம். ஆனால் இப்போது நாடகம் ஒரு பாத்திரத்தைப் படைத்துக்கொண்டு உருவ வடிவம் எடுத்திருந்தது. ஒரு அழகான இளைஞி, சுமார் இருபத்தி மூன்று, இருபத்தி நான்கு வயது, மனதை அபகரிக்கும் தோற்றம் கொண்ட யுவதி. உடல் செழிப்பாக தூய ஒளியுடன் ஒளிர்ந்துகொண்டிருந்தாள். நடக்கும் போது ரத்தம் தெறித்து விடுவது போல பாதங்கள் சிவந்திருக்கின்றன. நீண்ட கைவிரல்கள், கலையில் மட்டுமே படைக்கக் கூடிய அழகான விரல்கள் போல இருக்கின்றன. தேகத்தின் மீது ஒரு ஆபரணமும் இல்லை. நீளமாக கரு நிறத்தில் மின்னும் கூந்தல் சுருள் சுருளாகப் பின்னால் இறங்கி இருக்கிறது. மிடுக்கான முகம். இளமை ததும்பும் உடலுறுப்புகளில் பொங்கும் பெண்மையின் ஆற்றல். அற்புதமான அழகியொருத்தி முழு நிர்வாணமாக ஒரு பூச்செடிக்குக் கீழே பாறையொன்றின் மீது காலைத் தொங்க விட்டுக்கொண்டு அமர்ந்திருக்கிறாள். முழுமதி பேருருவமெடுத்து நிற்பது போல அவள் முழு உடலுறுப்பின் செழிப்பான உடல்வாகும் சேர்ந்து இளமை நளினத்துடன் உயிர்ப்புடன் மிளிர்கிறது. பிரகிருதியின் முழுமையான அழகை மூடி மறைக்கும் ஆடைகள் உடல் மீது இல்லை. சாதாரணப் பெண்ணுக்கு நிர்வாண உணர்வால் ஏற்படும் வெட்கச்சுமை மெய்யழகைக் குறைக்கவில்லை. அருகில் ஒரு குவியல் ரோசாப் பூ இருக்கிறது. இரண்டு கரங்களாலும் அவள் ஒவ்வொரு மலராக எடுத்து, பெரிய மாலையொன்றைத் தொடுக்கிறாள். செடிக்கு வெளியே பல நூறு மக்கள் கூவும் சத்தம் கேட்கிறது: 'நீ ஒரு கைம்பெண். உன் மாலையை நாங்கள் யாரும் ஏற்றுக்கொள்ள மாட்டோம்.'

கனவு அத்துடன் நின்றுவிட்டது. இதே கருவை ஒரு நாடகமாக எழுத வேண்டும் என்று, காலை விழிப்பு வந்தவுடன் அவன் முடிவு செய்தான். கனவில் கண்ட அந்த மணம் வீசும் அழகான இளம் பெண்ணை எங்கேயோ தான் பார்த்திருப்பதை ஞாபகப்படுத்திக்கொள்ள முயன்றான். அவள் உருவம் தெளிவாக நினைவில் இருந்தது. ஆனால் யார் உருவம் என்பது நினைவிற்கு வரவில்லை. இரண்டு நாட்களுக்குப் பிறகு புரிந்தது. அது வேறு

யாரும் அல்ல காத்தியாயினியின் உருவமாக இருந்தது. இதென்ன இப்படி! என்று அவனுக்கு வியப்பாக இருந்தது.

4

கோடை விடுமுறை முடிந்து கல்லூரி திறக்கும் நாள் காலை பத்து மணி சுமார் ராஜா வீட்டுக் கூடத்து நாற்காலியில் அமர்ந்து, நாடகத்தைத் திருத்திக்கொண்டிருந்தான். இங்கிலிஷில் எழுதி இருந்த அதை அந்த ஆண்டு சங்கத்தின் தொடக்க நாடகமாக அரங்கேற்ற வேண்டுமென்று முடிவு செய்திருந்தான். அப்போதே இரண்டு மூன்று முறை திருத்தி இருந்தான். இன்று தன் மாணவன் ஒருவனிடம் தட்டச்சு செய்யக் கொடுக்கும் முன் கடைசி முறையாக அதை ஒரு பார்வை பார்த்தான். வெளிக் கதவைத் திறந்து யாரோ வந்தது போல இருந்தது. உட்கார்ந்த இடத்திலிருந்தே ஏறெடுத்துப் பார்த்தான். வந்திருந்தவள் காத்தியாயினி. கைக்குட்டையில் எதையோ சுற்றிக் கையில் பிடித்திருந்தாள். மணமணக்கும் பரிமளத்திலிருந்தே அது மல்லிகைப் பூவென்று தெரிந்து அவர் எழுந்து நின்று, “இங்கே என்னிடம் கொடுங்கள்” என்றான்.

எதிர்பாராமல் அவன் அங்கே உட்கார்ந்திருந்ததாலும், பிறகு அப்படிக் கேட்டதாலும் காத்தியாயினி அதை அவன் கையில் கொடுத்தாள். ராஜா திறந்து பார்த்தான்: அடர்த்தியாகக் கட்டிய மல்லிகைச் சரம். பார்த்து அவன் திகைத்துப் போனான். நிகழ்வுகள் இப்படி எதற்கு எதிர்பாராமல் நடக்கின்றன என்ற சிந்தனை மனதில் தோன்றியது. “இதை யாருக்காகக் கொண்டு வந்தீர்கள்?”என்று கேட்டான்.

“நாகலட்சுமி அம்மாவுக்கு.”

அதனால் ஏமாற்றமடைந்து சொன்னான்: “உட்காருங்கள். அண்ணி பக்கத்து வீட்டுக்கு மஞ்சள் குங்குமத்திற்குப் போயிருக்கிறார். ஓரிரு நிமிடத்தில் வந்து விடுவார்.”

காத்தியாயினி அருகிலேயே இருந்த மற்றொரு நாற்காலியில் உட்கார்ந்தாள். விடுமுறையில் அவள் என்ன செய்தாள் என்று ராஜா கேட்டான். இருவரும் பேசிக்கொண்டிருக்கையில் நாகலட்சுமி வந்தாள். காத்தியாயினி எழுந்து நின்று அவளுடன் உள்ளே போனாள். ராஜன் அண்ணிக்கு மல்லிக்கைச் சரத்தைக்

கொடுத்தான். அரை மணி நேரத்திற்குப் பிறகு காத்தியாயினி சமையலறையிலிருந்து வெளியே வந்த பிறகு ராஜா கேட்டான்: “பாருங்க, உங்ககிட்ட எனக்கு ஒரு வேலை ஆகணும்.”

“எங்கிட்டயா?” வியப்புடன் கேட்டாள் காத்தியாயினி.

“ஆம், நானொரு நாடகம் எழுதி இருக்கிறேன்.”

“நிஜமா? நீங்க நாடகம் இயக்குவீங்க, நடிப்பீங்கன்னு நினைச்சேன்.”

“இல்லை, சிலதை எழுதவும் செய்யறேன். எதுவும் அச்சாகவில்லை. இப்போது புதுசா ஒரு நாடகம் எழுதி இருக்கிறேன். நீங்கள் அதில் நடிக்கனும்.”

காத்தியாயினி பதற்றத்தோடு கேட்டாள்: “என்ன சொல்றீங்க. நான் செத்தே போவேன்!”

“நீங்கள் இண்டர் படிக்கும் போது நல்லாவே நடிச்சுட்டு இருந்தீங்கன்னு எனக்குத் தெரியும்.”

“யார் சொன்னாங்க?”

“யாரும் சொல்லலை. இப்போ நீங்க சம்மதிக்கணும்.”

காத்தியாயினி அமைதியானாள். அதற்குள் நாகலட்சுமி அங்கே வந்தாள். காத்தியாயினி மெல்லச் சொன்னாள்: “அப்போது நான் நடிச்சதுக்கும் இப்ப இருக்கறதுக்கும் நிறைய வேறுபாடு இருக்கு. பார்ப்பவர்கள் என்ன சொல்வார்கள்?”

காத்தியாயினி ஒத்துக்கொள்ளவில்லை. கல்லூரிக்குப் புறப்பட்டுப் போனாள். இரண்டு மூன்று நாட்கள் ராஜா வற்புறுத்திய பிறகு சம்மதித்தாள். ஒப்பனை செய்து கொண்டு மேடையில் அபிநயிக்கும் மகிழ்ச்சியை அவள் முன்பொரு முறை அனுபவித்திருந்தாள். இப்போது அது அவளுக்குக் கவர்ச்சியாகக் கண்டது. ‘தான் கல்லூரி நாடகத்தில் நடிக்கும் செய்தி வீட்டில் அத்தை மாமாவுக்குத் தெரிந்தால்?’ என்ற ஆதங்கம் மனதில் தோன்றியது. ஆனால் இப்போது வாசந்தி கல்லூரிக்கு வருவதில்லை. திருமணம் முடிந்து மைசூரில் கணவன் வீட்டில் இருக்கிறாள். இனி இந்தச் செய்தியை வீட்டில் சொல்லக்கூடிய மற்ற பெண்கள் யாரும் இருக்கவில்லை.

“நீங்கள் எழுதி இருப்பது இங்கிலிஷ் நாடகம் சார். என்னால் முடியாது.”

“அதை நன்றாக செய்வீர்கள் என்ற நம்பிக்கை இருக்கிறது. கன்னட நாடகமாக இருந்தால் மற்ற மாணவிகளில் யாரையாவது நடிக்க வைத்திருப்பேன். நாடகத்தில் வேடம் கொடுங்கள் என்று பல மாணவிகள் நச்சரிக்கிறார்கள். ஆப்ஷனல் இங்கிலிஷ் மாணவி நீங்கள்தான் நடிக்க வேண்டும்.”

பிறகு தட்டச்சு செய்யப்பட்ட பிரதியை அவள் கையில் கொடுத்துச் சொன்னான்: “ஒரு விஷயத்தைக் கவனத்தில் கொள்ளுங்கள். இது நாடகம், கலை. தனிப்பட்ட முறையில் யாரையும் உத்தேசித்து எழுதியதல்ல. இதில் வரும் பாத்திரங்கள் மறைமுகமாக வரும் தொன்மங்கள். பாத்திரங்கள் கதையையும் மீறி ஆழமாகச் சொல்லும் பொருள் இந்த நாடகத்தில் இருக்கின்றது. உரையாடலை மட்டுமே வாசித்தால் எதுவும் புரியாது. மேடையில் நிழல் ஒளி சமிக்ஞைகளுடன் அபிநயிக்கும் போதுதான் தெளிவாகத் தெரியும். நான் அதைப் பற்றி உங்களுக்குப் பயிற்சியளிக்கிறேன்.”

காத்தியாயினி அதை வாங்கிச் சென்றாள். மறுநாள் அவள் திரும்பி வந்த போது அவள் முகம் சிறிது கடுமையாக இருந்தது. ஆனாலும் ஆசிரியர் முன்னால் பேசும் போது பயந்துகொண்டே சொன்னாள்: “சாரி, நீங்கள் வேறு யாரையாவது இந்தப் பாத்திரத்தில் நடிக்க வைங்க.”

“நீங்கள் இதை கலை, நாடகம் என்று புரிந்து கொள்ள வேண்டும்.”

“நீங்கள் என்னைப் பார்த்து இதை எழுதி இருக்கிறீர்களா?” என்று கேட்ட போது அவள் குரல் பாரமாக இருந்தது.

“கண்டிப்பாக அப்படி எண்ண வேண்டாம். இது என் மனதில் தோன்றிய வகையே வேறு. வெறும் உருவகம்”, என்று அவர் அந்த நாடகத்தின் கரு தன் மனதில் வளர்ந்த விதத்தை விளக்கினார். ஆனால் கனவில் கண்ட நபர் யார் என்பதையும், அவளை நிர்வாணமாகக் கண்டதையும் சொல்லவில்லை. காத்தியாயினி அந்தப் பாத்திரத்தை மெல்லிய வெள்ளைத் திரைக்குப் பின்னால் நின்று பேசும் வார்த்தைகள் சில, மங்கிய ஒளியில் மேடையில் நின்று பேசும் வார்த்தைகள் சில. புதிய தந்திரம், புதிய உருவகம், புதிய செய்தி கொண்ட நாடகம் அது.

காத்தியாயினி நடிப்புப் பயிற்சிக்கு தினமும் நாகலட்சுமி வீட்டிற்கு வருவாள். ராஜா அங்கேயே பயிற்சி அளித்தான். இங்கிலிஷ்

தெரியாத நாகலட்சுமி வெறுமனே உட்கார்ந்து கொண்டு ராஜா கற்பிப்பது, கத்தியாயினி கற்றுக்கொள்வது இரண்டையும் பார்த்துக் கொண்டிருந்தாள். மற்ற மூன்று ஆண் பாத்திரங்களை ராஜா கல்லூரி நாடக சங்க அறையில் தயார் செய்து கொண்டிருந்தான். "*The Primordial*" (மூலாதாரம்) என்ற தலைப்பு இருந்த அதில் பிரகிருதி* (இயற்கை) கதை நாயகி. புருஷன்* (*உயிராதன்– அறிவுள்ள பொருள்) நாயகன். புருஷன் மேடை மீது வந்து போவானே தவிர அவனுக்கு அதிக அபிநயம் கிடையாது. ஒரே ஒரு முறை மட்டுமே பேசுவான். மற்ற இரண்டு பாத்திரங்கள் பிரபஞ்சத்தை செங்கோல் ஆட்சி புரியும் தேவராஜன். மற்றொருவன் அவன் செங்கோலுக்கு அறக் கோட்பாடு அளிக்கும் தேவகுரு பிரிகஸ்பதியாச்சாரியர்.

ஆகஸ்ட் மாதம் முதல் நாள் மாலை ஆறு மணிக்கு நாடகம் ஆரம்பமானது. அதுதான் அந்த ஆண்டின் தொடக்க நாடகமானதால் நிகழ்வின் தலைமையைத் துணைவேந்தர் ஏற்றிருந்தார். புதிய மாணவர்களுக்கு இது எப்படிச் சிறப்பானது என்று பார்க்கும் ஆர்வம் இருந்தால், பழைய மாணவர்களுக்கு தங்கள் பாராட்டுக்குரிய இயக்குனர் ராஜாராவ் எழுதிய நாடகத்தைப் பார்க்கும் கொண்டாட்டம். கல்லூரி திறந்தவெளி அரங்கம் நிரம்பிக் கிடந்தது.

தூய பசுமை வனத்து நடுவில் பிரகிருதி நடந்துகொண்டே பூக்களைக் கொய்கிறாள். அவள் எதுவும் பேசுவதில்லை. ஆனால் பின்னணியில் அந்தக் காட்சியின் பொருள் விவரணை கேட்கிறது. தான் பறித்த மலர்களை அவள் பெரிய மாலையாகத் தொடுக்கிறாள். தான் கட்டிய மாலையின் அழகைப் பார்த்துப் பூரித்துப் போகிறாள். அப்போது மேடை மீது புருஷன் பிரவேசிக்கிறான். புருஷன் வரவால் கவரப்பட்ட அவள் காதல் உணர்வுடன் அவனை நெருங்குகிறாள். தன் கையில் இருக்கும் நீண்ட மாலையை அவன் கழுத்தில் சூட்டப் போகிறாள். அவள் கரத்தைப் பற்ற புருஷன் கைநீட்டுகிறான். அப்போது இடி இடித்து அந்தப் பகுதி முழுதும் இருள் சூழ்ந்து விடுகிறது. பிரகிருதி ஓர் ஓரமாக நின்றிருக்கிறாள். சிங்காசனத்தின் மீது தேவராஜன் அமர்ந்திருக்கிறான். மற்றொரு ஆசனத்தில் அமர்ந்திருக்கும் பிரிகஸ்பதியாச்சாரியர் கூறுகிறார்: "உன் மீது அறம் தவறிய புகார் வந்திருக்கிறது."

“நான் செய்த குற்றம் என்ன தேவகுரு?”

“முன்பு நீ வேறொரு ஆணுடன் தொடர்பில் இருந்தாய். ஞானம் பெற்ற அவன் முக்தி அடைந்து உன்னிடமிருந்து விலகிச் சென்றான். கைம்பெண்ணான நீ இப்போது மற்றொரு ஆணுக்கு மாலையிடப் புறப்பட்டு விட்டாய். இது அறமல்ல.”

“எப்போதும் புதியவளாக, நிரந்தர ஆற்றாலுடன் இருக்கும் பிரகிருதிக்கு செயற்கை அறத்தால் கட்டிப் போடுவது அநீதியல்லவா தேவகுரு? என் அடிப்படை குணமே ஆக்கபூர்வாக இருப்பது. மனம் நிறையும் வனச்செழிப்பு, கண்ணைத் திருப்திப்படுத்தும் அழகான காட்சிகள், உயிரினங்களுக்கு உணவளிக்கும் என் விசாலமான பரப்பு, இவற்றுக்கு எந்த அறமும் கைம்பெண் என்று குறைசொல்ல முடியாது தேவகுரு. நான் கேட்கும் ஒரு கேள்விக்குப் பதில் அளிப்பீர்களா?”

“அதென்ன கேள்?”

“பிரகிருதியின் கூடலால் தானே புருஷனுக்கு முக்தி?”

“ஆம்.”

“எனக்கு கைம்பெண் என்ற தீண்டாமையைக் கொடுத்து வெறுமனே இருக்க வைத்தால் இன்னும் முக்தி பெறாத பல கோடி புருஷர்களின் கதி என்னவாகும்? அவர்களுக்குக் கிடைக்க வேண்டிய முக்தியைத் தடுக்கும் உங்கள் அறம் செயற்கை அல்லவா?”

தேவகுரு பதில் தெரியாமல் ஊமையாகிறார். அப்போது பிரகிருதி கூறுகிறாள்: “என் அடிப்படை குணத்தை செயற்கையாகத் தடுக்கும் அறம், நீதி, அரச சாசனம், சமூக நியமனங்கள், மக்கள் புகார் இவை எல்லாம் பொய்யான முகங்கள். பிரகிருதி என்றென்றும் இளமையானவள். அவள் அழகான மெய்வடிவத்தை அழிக்க நினைக்கும் அறம் தன்னைத் தானே அழித்துக்கொள்ளும்.”

மீண்டும் இடியின் கர்ஜனையால் மேடையில் இருள் சூழ்கிறது. மங்கிய ஒளி தோன்றும் போது தேவராஜன், தேவகுரு தங்கள் தவறுக்காக மனம் வருந்துகிறார்கள். அவர்கள் இருவரும் உடல் ஊனமுற்று வீழ்ந்து கிடக்கிறார்கள். ஒளி அதிகரித்து மேடை வெளிச்சமாகிறது. மீண்டும் நடனமாடிக்கொண்டே பிரகிருதி

மேடைக்கு வருகிறாள். தன் அழியா இளமையைப் பற்றி அவள் சொல்லிக்கொண்டிருக்கும் போது புருஷன் அருகில் வந்து சொல்கிறான்: “பிரகிருதி நீ கைம்பெண் அல்ல. நீ நித்திய சுமங்கலி.”

பிரகிருதி அவனுக்கு மாலை சூட்டுகிறாள். புருஷன் அவள் கரம் பற்றுகிறான். உடல் ஊனமுற்றவர்களாக வீழ்ந்து கிடக்கும் தேவராஜனையும் தேவகுருவையும் அவள் ஒரு முறை கருணைப் பார்வை பார்க்கிறாள். கை கால்கள் வந்து, அவர்கள் மேலே எழுந்து அவளை வணங்குகிறார்கள். அவள் அபயக் கரம் நீட்ட இருவரும் எழுந்து நிற்கிறார்கள். மேடை ஒளி மெல்லக் குறைந்து திரை இறங்குகிறது.

பார்வையாளர்கள் காது செவிடாகும்படி கையொலி எழுப்புகிறார்கள்.

மேடையின் பின் பகுதிக்கு வந்த காத்தியாயினியின் இரண்டு கைகளையும் இறுக்கமாகப் பற்றிக்கொண்ட ராஜா, “அற்புதமாக இருந்தது! என் கற்பனைக்குத் தக்கவாறு நீங்கள் உயிரூட்டினீர்கள்” என்றான். “உங்கள் பயிற்சிதானே அது,” என்று சொன்ன அவள், தன் கையை அவன் கரத்திலிருந்து விடுவித்துக்கொள்ள மறந்து விட்டாள்.

அப்போது மேடை மீது ஒரு மேசை மூன்று நாற்காலிகள் வைக்கப்பட்டன. துணைவேந்தர், முதல்வருடன் வந்து அமர்ந்தார். ராஜா மற்றொரு நாற்காலியின் மீது உட்கார்ந்தான். முதலில் செயலாளர் துணைவேந்தருக்கு மாலை அணிவித்தார். உடனே, பின் பகுதியில் உட்கார்ந்திருந்த சில மாணவர்கள், “புருஷனுக்கு மாலை” என்று கூவினார்கள். அது ராஜாவைக் குறித்த பாராட்டுக் கூவல். முதல்வர் எழுந்து நின்று, “மாணவர்கள் அமைதியாக இருக்க வேண்டும்” என்றார்.

கூட்டம் அமைதியான பிறகு துணைவேந்தர் எழுந்து ஒலிபெருக்கி முன் நின்றுகொண்டு சொன்னார்: “நான் உயிரியல் பேராசிரியராக இருந்தவன். எனக்கு இந்த நாடகத்தின் உட்பொருள் சரியாகப் புரியவில்லை. மிஸ்டர் ராஜாராவ் நன்றாக எழுதி இருக்கிறார். அவரை உங்கள் எல்லோர் சார்பாகப் பாராட்டுகிறேன். முக்கிய வேடமேற்று நடித்த மிஸ்... மிஸ்... மிஸ்...” என்று ராஜாவின் பக்கம் பார்த்தார். அவன் ‘காத்தியாயினி’ என்று சொன்ன பிறகு துணைவேந்தர் தன் சொற்பொழிவைத் தொடர்ந்தார்:

“மிஸ் காத்தியாயினி அற்புதமாக நடித்திருந்தார். மற்ற மூவரும் நன்றாகவே நடித்திருந்தார்கள். மொத்தத்தில் நாடகம் நன்றாக இருந்தது.

“பிரகிருதி என்றும் புதியவள் என்பதை உயிரியல் மாணவனான நான் இப்படிப் புரிந்துகொள்கிறேன்: நம்மிடம் இருக்கும் உயிரணுக்கள் இறந்துகொண்டே இருக்கின்றன. மீண்டும் புதிய உயிரணுக்கள் உற்பத்தியாகிக்கொண்டே இருக்கின்றன. மனிதன் இறந்தாலும் அவன் உயிரணுக்கள் காற்றில் வாழ்ந்து கொண்டிருக்கும். இப்படி உலகம் முழுதும் உயிர்ப்புடன் இருக்கின்றது என்று அறிய வேண்டும்.” அந்தத் தருணத்தில் தோன்றியது போல அவர் பேசி முடித்துவிட்டு உட்கார்ந்தார்.

கூட்டம் கலைந்த போது இன்னும் இரவு எட்டரை மணி. ராஜா, கத்தியாயினியிடம் கேட்டான்: “உங்களுக்குத் துணை கிடைக்காமல் போகலாம். உங்களை சாமராஜபுரம் ஸ்டேஷனில் விட்டு வருகிறேன்.”

முகத்தின் ஒப்பனையைக் கலைத்துவிட்டுத் தன் சாதாரண உடுப்பில் காத்தியாயினி புறப்பட்டாள். வழியில் ராஜா அவளிடம் கேட்டான்: “வைஸ்சான்சலர் உங்களை மூன்று முறை மிஸ், மிஸ், மிஸ் என்று சொன்னார் கவனித்தீர்களா?”

காத்தியாயினி பேசவில்லை. அன்று அவள் நடித்திருக்கக் கூடாது என்று யோசித்தாள். மேடை மீது இருந்த நேரம் முழுதும் அவள் தன்னைத் தான் மறந்து நடித்திருந்தாள். நாடகம் முடிந்த ஐந்து நிமிடங்களுக்குப் பிறகு அவளுக்கு மிகவும் கூச்சம் ஏற்பட்டது. வழிநெடுக மௌனியாகவே இருந்தாள். ரயில் நிலையம் நெருங்கிய போது சொன்னாள்: “ஸ்டேஷனில் நஞ்சனக்கூடு போகும் பையன்களும், பிள்ளைகளும் இருப்பார்கள். அவர்கள் ஏதாவது நினைத்துக்கொள்வார்கள். நீங்கள் புறப்படுங்கள்.”

ராஜா எதுவும் பேசாமல் திரும்பினான்.

★★★

படலம்: ஒன்பது

1

முதல் தொகுப்பிற்கான எழுத்துகள் முடிந்து மூன்று முறை எச்சரிக்கையுடன் சரிபார்த்தும் ஆகியிருந்தது. சுமார் ஐந்து ஆண்டுகளில் முடியும் என்று நினைத்திருந்த அந்தத் தொகுப்பு இப்போது மூன்றே ஆண்டுகளில் முடிந்திருந்தது. கருணா அங்கே வரும் முன் ராயர் தனியாகவே அதற்காக உழைத்துக் கொண்டிருந்தார். அவள் வந்த பிறகு வேலை படுவேகத்தில் முன்னேறியது. கருணாவின் ஆய்வுக் கட்டுரையும் முடிந்து பல்கலைக்கழகத்திலும் அதைச் சேர்த்து விட்டாள். ஆனாலும் தன் குருவின் முதல் தொகுப்பின் தட்டச்சுப் பிரதியைச் சிறப்பாகச் செய்து கொடுத்த பிறகுதான் தன் நாடு திரும்ப வேண்டும் என்ற விருப்பத்தில் ஆறு வாரங்கள் இரவு பகலாக உழைத்து முடித்துக் கொடுத்தாள். ஒரு பிரதியைத் தானே உறையிலிட்டுக் கட்டி ராயரின் ஒரு கடிதத்துடன் இங்கிலாந்துப் பதிப்பகத்துக்கு அனுப்பி வைத்தாள்.

அவள் தாய்நாடு திரும்புவதற்கு முன் இரவு முழுவதும் ராயருக்குத் தூக்கம் வரவில்லை. கடந்த இரண்டு ஆண்டுகளுக்கும் அதிகமாக அவள் அவர் பணியில் உதவியாக இருந்தாள். அவர் எழுத்தை விமர்சனம் செய்து, தனக்குத் தெரிந்த தவறுகளை அவர் கவனத்திற்குக் கொண்டு வந்திருந்தாள். ஊதியம் பெறும் எந்த

செயலாளரும் செய்யாத நேர்த்தியுடனும், மிக நெருங்கிய நட்பின் இணக்கத்துடனும், அறிவுசார் உதவி செய்யும் மேதாவி நண்பனைப் போல இந்தத் தொகுப்பைப் படைப்பதில் ஒன்றியிருந்தாள். 'இனி அடுத்த தொகுப்புகளை நான் ஒருவனே இப்படி எழுதி முடிக்க முடியுமா?' என்று ராயர் தமக்குள் வருந்தினார். மலையொன்றை வெட்டித் தோண்டி எடுத்த மண்ணிலிருந்து அதே அளவான கட்டடம் ஒன்றை நிறுவியது போன்ற பெரும் நூல் படைப்பில் இப்போது அவரைத் தனித்துவிட்டு விட்டுக் கருணா புறப்பட்டுப் போகிறாள். அவள் இங்கே வரும் முன் அவர் தனியாகவே உழைத்துக்கொண்டிருந்தார். அவள் வராமல் இருந்தால் தாம் தனியாகவே இந்த வேலையைச் செய்திருக்க மாட்டோமா? என்று ஆறுதல் அடைய முயன்றாலும் மனம் அமைதி அடையவில்லை.

இரவு முழுதும் அவர் படுக்கவில்லை; தூக்கமும் வரவில்லை. விடிகாலை நான்கு மணிக்கே எழுந்து அவர் விடுதிக்கு நடந்து போனார். விடுதியில் யாரும் எழுந்திருக்காவிட்டாலும், அவள் அறையின் விளக்கு எரிந்துகொண்டிருந்தது தெரிந்தது. விடுதியின் முன் வளாகத்தைச் சுற்றிச் சுவர் எழுப்பியிருந்த இரும்புக் கதவருகே காவலாளி படுத்திருந்தார். அவரை எழுப்பி, "டாக்டர் ராயர் அழைக்கிறார் என்று கருணா ரத்னேயிடம் சொல்" என்றார்.

தூக்கக் கலக்கத்தில் அவர் புரண்டுகொண்டே சொன்னார்: "இந்த நேரத்தில் பொம்பளைப் பிள்ளைங்க வெளியே வர அனுமதி இல்லை சார்."

அவர் காவலாளியை முழுதாக எழுப்பி அனுப்பினார். பின்னாலேயே கருணா வந்தாள். "வா கொஞ்சம் நடந்து வரலாம்" ராயர் சொன்னார்.

"அறைக் கதவைப் பூட்டிவிட்டு வருகிறேன்."

கருணா திரும்பிப் போய் அறைக் கதவைப் பூட்டிவிட்டு வந்தாள். காலை நான்கரை மணிக்கே இருவரும் குக்கரஹள்ளிகெரே பக்கம் போய்க்கொண்டிருந்தார்கள். பேச்சைக் கருணாவே ஆரம்பித்தாள். "இதென்ன இந்த விடிகாலையில்?"

"எதற்கோ இரவு தூக்கம் வரவில்லை. நீ இன்றே புறப்பட இருக்கிறாய் அல்லவா!"

அவள் பேசவில்லை. தன் கையை நீட்டி அவர் கையைப் பற்றிக்கொண்டாள். இதற்கு முன் ஒரு முறை பிருந்தாவனத்தில் அவர் சொன்ன வார்த்தை நினைவிற்கு வந்தது. அவர்கள் இருவரும் நடந்து மௌனமாக ஏரிக்கரை மீது வந்தார்கள். அருகில் இருந்த ஒரு மண்டபத்தைப் பார்த்துக் கருணா, “இனி எவ்வளவு தொலைவு நடப்பது, இங்கேயே உட்காரலாம்” என்றாள்.

இன்னும் காலை ஐந்து மணி அடித்திருக்கவில்லை. மைசூர் முழுதும் அமைதியாக இருந்தது. அவர்கள் முன்னால் பரவிக் கிடந்த குளத்துத் தண்ணீர் நுட்பமான சின்னச் சலனம் கூட இல்லாமல் ஆழ்ந்த அமைதியில் இருந்தது. அவர் இருவரில் யாரொருவருக்கும் பேசத் தோன்றவில்லை. ராயர் கேட்டார்: “இந்த நேரத்தில் விழித்திருந்தாயே?”

“எனக்கும் இரவு முழுதும் தூக்கம் வரவில்லை” என்று சொல்லி, தான் பற்றியிருந்த அவர் கையை கருணா பலமாக அழுத்தினாள். இவ்வளவு நேரமும், மௌனச் சுமையில் உள்ளே அடங்கி இருந்து இப்போது பீச்சிக்கொண்டு வெளியே வரத் துடித்த துயரத்தை அடக்கி வைத்திருந்தாள். தற்போது பேசிய பேச்சு, தான் இரவு அனுபவித்த மன உளைச்சல்களை மீண்டும் நினைவிற்குக் கொண்டு வந்து அழத் தொடங்கினாள். ராயர் ஆறுதல் சொல்லிக்கொண்டே அவளைத் தம் தோள்களால் கட்டி அணைத்துக்கொண்டார். ரத்னே அவர் மடி மீது தலைசாய்ந்தாள்.

ஒன்றாகவே கழித்த இந்த மூன்று ஆண்டுகளில் அவர்களுக்கு இடையே ஆழ்ந்த நெருக்கம் வளர்ந்திருந்தது. இருவரும் தங்கள் வாழ்க்கையின் ஆழமான நோக்கத்தை உணர்ந்திருந்தார்கள். ஒரே இலக்கை நோக்கி அவர் இருவர் வாழ்க்கையும் போய்க்கொண்டிருந்தது. இருவரும் பல முறை அறிவுசார் விஷயங்களைத் தவிர்த்து அணுக்கமான சங்கதிகளையும் பேசினார்கள்.

கருணாவின் மனத் துயரங்களை அறிந்த அவர் கேட்டார்: “ஊருக்குப் போன பிறகு என்ன செய்யப் போகிறாய்?”

“உங்களுக்குத் தெரியுமே!” சிறிது நேர மௌனத்திற்குப் பிறகு கருணா சொன்னாள்: “இரண்டாம் தொகுப்பை நீங்கள் விரைவில் தொடங்க வேண்டும்.”

“நீ இல்லாமல் அது நடக்காது.”

“அப்படிச் சொல்ல வேண்டாம். நான் வராவிட்டாலும் நீங்கள் அதை எழுதுவீர்கள். நான் ஒரு எழுத்தராக மட்டுமே உங்களுக்குத் தொண்டு செய்தேன். தட்டச்சு செய்ய ஒருவரை அமர்த்திக் கொள்ளுங்கள்.” சிறிது பொறுத்து மீண்டும் சொன்னாள்: “நான் இல்லாமலும் உங்கள் பெரும் படைப்பு முழுமையடையும். ஆனால் நீங்கள் இல்லாமல் என்னிடம் இருக்கும் சிறு ஆற்றல் கூட நல்ல முறையில் பயனடையாது என்று என் மனம் சொல்கிறது. ஆனால் வேறு வழியில்லை.”

அப்போது காகங்கள் கரையத் தொடங்கின. மங்கலாக ஒளி பரவத் தொடங்கியது. “எழுந்திருங்கள் போகலாம்,” என்று ரத்னே அவர் கையைப் பிடித்து மேலே எழுப்பினாள். இருவரும் மெல்ல நடந்து விடுதிக்கு வரும் நேரம் ஆறு மணியாகி இருந்தது. விடுதியின் நுழைவாயிலுக்கு வந்த போது ராயர் சொன்னார்: “ரயில் புறப்படுவது ஏழரை மணிக்கு. பெட்டி படுக்கைகளைக் கட்ட நீ போ. நான் இங்கேயே காத்திருக்கிறேன். ரயில் நிலையத்திற்கு நானும் வருகிறேன்.”

“பொருட்களை எல்லாம் கட்டி ஆகிவிட்டது. வெளியே எங்காவது பார்த்து ஒரு வண்டியை அழையுங்கள். இப்போதே புறப்பட்டால் நல்லது. நேரமானால் வழியனுப்ப ஓரிரு தெரிந்த பெண்கள் வரலாம்.”

ஆறரை மணிக்கு இருவரும் ரயில் நிலையம் வந்து சேர்ந்தார்கள் ரயிலும் நிலையத்தை வந்தடைந்திருந்தது. இரண்டாம் வகுப்புப் பெட்டியில் சாமான்களை ஏற்றி வைத்து விட்டு அவர்கள் இருவரும் வண்டியில் உட்கார்ந்தார்கள். அங்கே வேறு யாரும் இருக்கவில்லை. சிறிது நேரம் இருவரில் யாரும் பேசவில்லை. பிறகு அவள் சொன்னாள்: “முதல் தொகுப்பின் அச்சு வேலை இன்னும் ஒரு வாரத்தில் தொடங்கலாம். ப்ரூஃப் திருத்தவும் இன்டெக்ஸ் செய்யவும் ஃபார்ம்களை எங்கள் ஊர் விலாசத்திற்கு அனுப்புமாறு பதிப்பகத்துக்கு இன்றே கடிதம் எழுதுங்கள்.”

இரண்டாம் தொகுப்பு விஷயங்களைப் பற்றியும் சில பேச்சுகள் வந்தன. அதற்குள் பெட்டியில் ஏனைய பயணிகள் வந்து உட்கார்ந்தார்கள். இவர்கள் சில பேச்சுகளைப்

பேசிக்கொண்டிருக்கும் போதே வண்டி புறப்படும் அறிகுறி தெரிந்தது. ஸ்டேஷன் மணி அடித்தது. ராயர் கீழே இறங்கி நடைமேடை மீது நின்றார். பின்னாலேயே இறங்கி வந்த கருணா அவர் பாதங்களைத் தொட்டு வணங்கினாள். கார்ட் விசில் அடித்தார். வண்டி புறப்பட்டது. சன்னலில் ரத்னே கையைப் பற்றிக்கொண்டு மெல்ல நகரும் வண்டியுடன் ராயரும் நடக்கத் தொடங்கினார். வண்டி வேகம் எடுக்கத் தொடங்க, கருணாவின் கண்ணில் கண்ணீர் உடைந்தது.

2

ராயர் இரண்டாம் தொகுப்பிற்காக வாசிக்க ஆரம்பித்தார். எப்போதும் போல காலை ஒன்பது மணிக்கு நூலகம் போவார். இரவு எட்டரை மணிவரை உழைப்பார். ஆனால் தனியாக அவருக்கு வேலையில் உற்சாகமில்லை. தொடர்புடைய நூல்களைத் தேடுவது, விஷயங்களை முறையாகக் குறித்துக்கொள்வது போன்ற எல்லா வேலைகளையும் இப்போது அவர் தனியாகவே செய்ய வேண்டி இருந்தது. அந்த வேலைகளுக்காகவே அதிக நேரம் செலவாகும். அவர் கீழ் எம்.ஏ. படித்த ஹொன்னையா என்பவர் அவர் கல்லூரியில் இப்போது விரிவுரையாளராக இருந்தார். தம் பணிக்கு அவர் உதவியைப் பெற ராயர் முயற்சி செய்தார். ஆனால் அவருக்கு வாசிப்பதிலாகட்டும், ஆராய்ச்சி செய்வதிலாகட்டும் அக்கறை இல்லை. நல்ல வேலையும், திருமணமாகி வீட்டில் மனைவியும் இருக்க அவர் வாழ்க்கையில் சுகமாக இருக்க வேண்டும் என்ற விருப்பமுள்ளவராக இருந்தார். கருணாவைப் போல புலமை, இங்கிலிஷ் மொழி மீது ஒரு பிடிப்பு, சமஸ்கிருத, பிராகிருத மொழிகளின் ஞானம், சுருக்கெழுத்து, தட்டச்சுப் பழக்கம், மேலாக உழைக்க வேண்டும் என்ற உற்சாகம் இருப்பவர்கள் யாரும் இருக்கவில்லை. இருந்தாலும் எதற்காக ராயருக்கு உதவுவார்கள்?

ஆனாலும் ராயர் முறையாக வேலையைத் தொடர்ந்தார். லண்டனிலிருந்து புத்தக அச்சுக் கைப்பிரதி வேக வேகமாக வந்துகொண்டிருப்பதாக கருணாவிடமிருந்து கடிதங்கள் வந்து கொண்டிருந்தன. அச்சுக்கான வேலைகள் முடிந்துவிட்டதாகவும் முன்னுரை எழுதி அனுப்புமாறும் ஒரு நாள் பதிப்பகத்திலிருந்து

கடிதம் வந்தது. ராயர் முன்னுரையில் மகாராஜாவிடமிருந்து கிடைத்த ஆதரவைக் குறிப்பிட்டது மட்டுமல்லாமல் கருணாவிடமிருந்து இந்தத் தொகுப்பிற்குக் கிடைத்த அபரிமிதமான தொண்டையும் மனம் திறந்து பாராட்டி எழுதினார்.

ஒரு மாதத்தில் தொகுப்பு வெளிவந்தது. டாக்டர் ராயரின் ரத்தம், சதை, மன ஆற்றல், அறிவுசார் ஞானம், மேலும் வாழ்க்கையின் ஒரே பெரும் ஆவலின் பலனாக உருவான மகத்துவமான நூலின் முதல் தொகுப்பு அது. கறுப்பு நிறத்து தடித்த அட்டை மீது, மிளிரும் தங்க எழுத்துகளில், 'இந்தியப் பண்பாட்டு வரலாறு: முதல் தொகுப்பு, டாக்டர் சதாசிவராவ்' என்று எழுதியிருந்தது. பிரதிகள் கைக்கு வந்த நாள் அவர் மகிழ்ச்சியால் பூரித்துப் போனார். மற்ற தொகுப்புகளை எழுதித்தான் சாவேன் என்று மனதில் உறுதி பூண்டார். அன்றே கருணாவுக்கு ஒரு பிரதியை அனுப்பி வைத்தார். பிரதியை தாம் நேரில் வந்து கிருஷ்ணராஜேந்திர ஒடையாரிடம் கொடுக்க விரும்புவதாக அவர் மகாராஜாவின் தனிச்செயலாளருக்குக் கடிதம் எழுதினார். அரசருக்கு உடல்நிலை சரியில்லாததால் இப்போது அவரை சந்திக்க முடியாதென்றும், நலமடைந்த பிறகு கண்டிப்பாகச் சந்திக்க ஏற்பாடு செய்வதாகவும் செயலாளரிடமிருந்து பதில் வந்தது. அவர் கடிதம் வந்த நான்காம் நாள் மகாராஜா மரணமடைந்த செய்தி பத்திரிகைகளில் வெளிவந்தது.

தம் பணிக்குப் பின்னால் அருட்கரம் அளித்த ஓர் ஆற்றல் இருக்கிறது என்ற எண்ணம் ராயரின் உள்ளுணர்வில் எப்போதும் இருக்கும். இப்போது அந்த ஆற்றல் அழிந்துவிட்டது. தனக்கு சிரமங்கள் ஏற்பட்டால் பாதுகாப்பது யார் என்று அவர் கவலைப்பட்டார். அரசர் மறைவிற்காக கல்லூரியில் ஏற்பாடு செய்திருந்த இரங்கல் கூட்டத்தில் பேச அவர் தன்னார்வத்துடன் முன்வந்தார். கல்லூரியின் எல்லா மாணவர்களும், சில புதிய ஆசிரியர்களும் அவரை முதன் முதலாக நேரில் பார்த்தது அன்று தான். இறைவனடி சேர்ந்த அரசரைப் பாராட்டிப் பேசும் தருணம் ராயர் இரு முறை கண்ணைத் துடைத்துக் கொண்டார்.

நூலின் முதல் தொகுப்பு வந்த பிறகு ராயர் புகழ் கல்லூரி வட்டத்தில் மேலும் அதிகமானது. மற்ற பேராசிரியர்கள் கூட ஓய்வு நேரங்களில் சந்தித்து அவருடன் ஏதாவது விஷயத்தைக்

குறித்து கலந்துரையாடுவது தங்களுக்கு மதிப்பைத் தருவதாகும் என்று எண்ணத் தொடங்கினார்கள். ராயர் ஒருவேளை எதிரில் கிடைத்தால், “இரண்டாம் தொகுப்பு எதுவரை வந்திருக்கிறது?” என்று கேட்பது அவர்களிடம் நற்பண்புப் பேச்சுக்களாயின. அதே தருணத்தில் இதிகாசத் துறையின் பேராசிரியர் ஓய்வு பெற்றதால் அந்தத் துறையின் தலைமைப் பொறுப்பையும் ராயர் பார்த்துக்கொள்ள வேண்டியதானது. ஆனாலும் அவர் நூலகத்தை விட்டு அதிகமாக வெளியே வருவதில்லை.

நாட்கள் கடக்கக் கடக்க கருணாவின் தேவையை அவர் அதிக தீவிரமாக உணரத் தொடங்கினார். புலமை அளவிலான ஆராய்ச்சிகளில் சிந்தனைகளையும் விஷய விளக்கங்களுடனும் மற்ற வேலைகளையும் செய்துகொண்டு எந்த மேதாவியும் இது போன்ற பணிகளை முழுமைபெறச் செய்ய முடியாது. ஆறு மாதங்கள் கடந்து போனாலும் இரண்டாம் தொகுப்பிற்கு தேவையான ஏற்பாடுகளில் சிறு பகுதியும் நடக்கவில்லை. வெறுமனே நூல்களைத் தேடுவது, குறிப்பு எடுப்பது ஆகிய இவற்றுக்கே நேரம் செலவாகும். அது மட்டுமல்லாமல் தம் மனதில் தோன்றும் விஷயங்களை அக்கறையுடன் கேட்டு வாதம் செய்யும் நெருக்கமானவர்கள் யாரும் இல்லாமல் பாலைவனத்துத் தனிப் பயணியின் பாடாக இருந்தது அவர் நிலைமை.

‘மீண்டும் இங்கே வர முடியாத அவளை நினைத்து என்ன பயன்? அவளை மறந்து அவர் தம் வேலைகளைத் தானே செய்துகொள்ள பழகிக்கொள்ள வேண்டும்’ என்று அவர் முயற்சி செய்து கொண்டிருந்தார். ஆனால் கருணாவின் தேவை வெறுமனே குமாஸ்தா ஒருத்தியின் அவசியமாக இருக்கவில்லை. புலமை பெற்ற தோழியின் தேவையாகவும் இருக்கவில்லை. தம் உன்னத நூலுக்கு அவர் இறைக்கும் சகல ஆற்றலுடன் தன் முழு வாழ்க்கையையும் தாரை வார்க்கும் ஆக்கமும் நம்பிக்கையும் கருணாவுக்கு இருந்தது. அவளுடைய செயலாற்றலின் உதவி இல்லாமல் வெறுமனே தம் ஒருவரின் ஆக்கத்துடன் முன்னெடுப்பது நீர்த்த சாகசம் என்று தோன்றியது.

அதற்குள் கருணாவின் தேர்வு முடிவு வந்தது. முனைவர் பட்டம் கிடைத்தது மட்டுமல்ல ஆய்வுக்கட்டுரையை வெளியிட தேர்வாளர்கள் பரிந்துரை செய்தார்கள். அவளுக்குச் செய்தியைத் தெரிவித்து வாழ்த்திய பிறகு ராயர் எழுதி இருந்தார்:

"என் வேலை எப்படி நடக்கிறது என்று நீ முன்பு எழுதிய கடிதத்தில் கேட்டிருந்தாய். நடந்துகொண்டே இருக்கிறது. எனக்கு இப்போது முப்பத்தியெட்டு வயது. அப்போதே மங்கிய இருளில் கண் தெரிவதில்லை. பதினாறாம் வயதில் இருந்தே நான் விடாமல் உட்கார்ந்து வாசிப்பதை ஆரம்பித்தேன். இந்த நூல் முடியும் வரையாவது ஆண்டவன் என் கண்ணுக்கு வலிமையைக் கொடுக்க வேண்டும். நீ இல்லாமல் என் நேரமும், ஆற்றலும் மற்ற வேலைகளை அணி செய்துகொள்வதில் விரயமாகிறது. முதல் தொகுப்பு ஐந்து ஆண்டுகளில் முடிக்கும் திட்டம் இருந்தது. உன் உதவி சேர்ந்த பிறகு மூன்று ஆண்டுகளில் முடிந்தது. அதைக் குறித்துப் பல பன்னாட்டு ஆய்விதழ்கள் பாராட்டிக் கட்டுரைகள் எழுதி இருக்கின்றன. அடுத்த தொகுப்பை நான் ஒருவனே பூர்த்தி செய்வதைப் பற்றி எனக்கு என்னமோ நம்பிக்கை குறைந்து வருகிறது. முடிந்தவரை, நான் உயிருடன் இருக்கும் வரை பாடுபடுவேன். மற்றவை கடவுள் விருப்பம்.

"நீ இப்போது என்ன செய்து கொண்டிருக்கிறாய் என்பதை எழுது."

ஒரு வாரத்தில் கருணாவிடமிருந்து பதில் வந்தது:

"என் முனைவர் பட்டத்தின் உழைப்பு என்னுடையதானாலும் அதன் பெருமை உங்களைச் சேரும். உங்கள் பெரும் அறிவாற்றலின் விளைவாக அது இந்த வடிவத்தை எடுத்துப் புனிதமானது. ஒரு வேளை நான் அங்கே வர நேர்ந்தால் அந்தப் பதவிச்சான்றிதழை முதலில் உங்கள் பாதங்களில் வைத்துப் பிறகு எடுத்துக்கொள்வேன்.

"முதல் தொகுப்பின் விமர்சனத்தை நான் பார்த்தேன். பெருமையாக இருந்தது. முன்னுரையில் என் பணியை மிகையாகப் பாராட்டி இருக்கிறீர்கள். வெறுமனே ஆன்ம நிறைவிற்காக நான் என்னால் இயன்ற தொண்டை செய்தேன். ஆனால் நூலின் ஒவ்வொரு வாக்கியத்திலும் மிளிர்வது உங்கள் புலமையின் ஒளி. அதை என்னைவிட ஆத்மார்த்தமாக மற்றவர்களால் அறிந்துகொள்ள முடியாது.

"நான் என்ன செய்துகொண்டிருக்கிறேன் என்று கேட்டீர்கள். ஒன்றும் இல்லை. இப்போது இரண்டு மாதங்களுக்கு முன் என் அம்மா இறந்து விட்டார். அந்தத் துயரத்தில் இதுவரை இருந்தேன். தனியாக என் உணர்வுகளுடன் கலந்து பேசும்

துணை இல்லாமல் இந்தத் தீவில் கையறுநிலையில் வாழ்க்கையை அனுபவித்துக்கொண்டிருக்கிறேன். சில சமயம் தோன்றுகிறது: நீங்கள் சிங்களக்காரராக எங்கள் ஊரில் இருந்தால், அல்லது நான் மைசூர்க்காரியாக இருந்து அங்கே இருந்தால், தினமும் நம் தொகுப்பிற்காக உழைத்திருப்பேன். தொகுப்புகள் ‘உங்கள்’ என்று சொல்ல மனம் வராமல் ‘நம்’ என்று கூறியிருக்கிறேன். ஒரு முறை ஒளியைக் கண்ட ஆன்மா மீண்டும் இருளை அனுபவிப்பது கொடுமையான அனுபவம்.

“கடிதத்தையாவது எழுதிக்கொண்டிருங்கள்.”

3

தன் ஆசானிடமிருந்து விடைபெற்றுக்கொண்டு புறப்பட்ட கருணாவுக்கு ஊரில் அப்பா, அம்மா, அண்ணனைப் பார்க்கும் உற்சாகம் இருந்தது. ஆனால் இனி என்றென்றும் இங்கே வராமல் தான் தன் ஆசானிடமிருந்து பிரிந்துபோவது அதிகச் சங்கடமாக இருந்தது. ஆனால் ஊருக்குப் போகாமல் வழி இருக்கவில்லை.

ஊருக்கு வந்த இரண்டு நாட்கள் வீட்டில் இருப்பவர்களிடம் பேசுவதில் காலம் கழிந்தது. அண்ணனுக்கு இப்போது இரண்டு பிள்ளைகள் இருந்தார்கள். அந்தப் பிள்ளைகளுடன் விளையாடுவதில் சில நேரம் போகும். அதற்குள் அவளுக்கு தான் பிறந்த ஊர் சலிப்பாகி விட்டது. ஆராய்ச்சி முடிந்து விட்டதால் இனியாவது திருமணம் செய்துகொள் என்று அம்மா அப்பா வற்புறுத்தினார்கள். திருமணம் செய்துகொள்வதே தனக்கு விருப்பமில்லாததால் அதைப் பற்றி மீண்டும் பேசக்கூடாது என்று அவள் தெளிவாகச் சொன்னாள். ஏதாவது பல்கலைக்கழகத்தில் அவள் விரிவுரையாளராகச் சேர்ந்துகொண்டு காலத்தைப் போக்குவதாகச் சொன்ன பதில் அம்மாவுக்கு ஆறுதல் அளிக்கவில்லை.

ஊருக்கு வந்த பதினைந்து நாட்களில் முதல் தொகுப்பின் ப்ரூஃப் வரத் தொடங்கியது. சுமார் இரண்டு மாதம் அந்த வேலையில் மும்முரமாக இருந்தாலும், தான் தினமும் செய்யும் வேலையை ராயர் கண்ணாரப் பார்த்துப் பாராட்ட வேண்டுமென்று மனம் விரும்பியது. பிறகு பதினைந்து நாட்களில் அம்மா இறந்து

விட்டார். அம்மாவின் மரணத்தின் துயரத்தில் அவளுக்கு ஆராய்ச்சியின் மீது அக்கறை சிறிது குறைந்தது. சுமார் ஒரு மாதம் அம்மாவின் நினைவில் கண்ணீர் சிந்தினாள். ஆராய்ச்சி வேலைகளைத் தொடங்காமல் துயரத்தை மறப்பது கடினமென்று அறிந்து அவள் அந்த ஊர் கல்லூரியில் இருந்து வரலாறைப் பற்றிக் கிடைக்கும் நூல்களைத் தருவித்துக்கொண்டு வாசிக்க ஆரம்பித்தாள். வாசிக்கத் தொடங்கிய பிறகு மனம் மீண்டும் மைசூருக்கு இழுக்கத் தொடங்கியது. ராயருக்குக் கடிதம் எழுதி, எந்த வேலை இல்லாவிட்டாலும் அவருக்கு ஆராய்ச்சி உதவியாளராகவாவது மைசூர் போகலாமா, அல்லது தன் திறமைக்கு ஒரு ஆசிரியர் வேலை மைசூரில் கிடைக்காதா என்ற சிந்தனை வந்தது. ஆன்மாவைச் சூழ்ந்திருந்த இயலாமையை விலக்கித் தன் மன ஆற்றலுக்கு உகந்த செயல்களில் ஈடுபடாமல் அமைதியாக வாழ முடியாது என்ற நிலைமையில் இருக்கும் போது ராயரிடமிருந்து ஒரு கடிதம் வந்தது.

“பல நாட்கள் அதிக மன உளைச்சலை அனுபவித்த பிறகு இந்தக் கடிதத்தை எழுதுகிறேன். அதன் சரி தவறுகளைச் சாதாரண மக்களின் பார்வையில் நீ உறுதியாகப் பார்க்க மாட்டாய் என்ற நம்பிக்கை எனக்கு இருக்கிறது. நம் இருவர் உறவு வெறும் ஆசான்-மாணவி உறவாக மட்டுமே இல்லை. ஒரு மகத்துவமான பெரும் நூல் படைப்பதில் தொடங்கி இருக்கும் இரண்டு ஜீவன்கள் நாம். ஒரே தேவியை உபாசனை செய்து அந்த தேவியின் தொண்டில் வாழ்க்கையைச் சமர்பிக்கத் துடிக்கும் இரண்டு பக்தர்கள் என்றாலும் பொருந்தும். இந்த வழிபாட்டில் இருவர் கடமையும் தேவை. ஒருவர் மந்திரம் ஓதினால் மற்றொருவர் தந்திரம் செய்வார். ஒருவர் நடைமுறை வழிபாட்டில் ஈடுபட்டால் மற்றொருவர் மலர்களைக் கொய்து வந்து, சந்தனம், அட்சதை அணி செய்வார். இப்படி இருவரும் சேர்ந்து செய்யும் தொண்டால் மட்டுமே உபாசனை தடங்கள் இல்லாமல் நடக்கும்.

“அங்கே உன் ஆன்மாவின் கூவலை அடக்கி நீ துடிப்பதும் வேண்டாம். இங்கே இயலாமையால் நான் தவிப்பதும் வேண்டாம். இந்தக் கடிதம் கண்டதும் நீ புறப்பட்டு வா. ஏதாவது ஆராய்ச்சியின் பேரில் நீ இங்கே இருந்தாலும் போதும். உன் செலவுக்கு வீட்டில் கேட்க வேண்டாம். முதல் தொகுப்பின் வெகுமான பாதித் தொகையைப் பதிப்பாளர் என்னிடம் சேர்த்திருக்கிறார்.

அந்தப் பணமே உன் வாழ்க்கைக்கு நான்கு ஆண்டுகள் வரை போதுமானதாக இருக்கும். அப்படி இருப்பது வேண்டாமென்றால் நாம் இருவரும் திருமணம் செய்து கொள்ளலாம். இருவர் இணைந்த அந்தத் தாம்பத்திய வாழ்க்கையில் நம் பெரும் நோக்கத்தின் வாரிசான இந்த நூலின் எல்லாத் தொகுப்புகளையும் நான் இறப்பதற்கு முன் படைத்து வெளியிடலாம். கடிதம் எழுத வேண்டாம். நேராகப் புறப்பட்டு வா.”

கடைசிப் பத்தியை வாசித்து கருணாவுக்கு உடல் வியர்த்தது. அவர்கள் இருவரும் மைசூரில் பல நாட்கள் அன்னியோன்னியமாகப் பேசி இருக்கிறார்கள். அதீதக் காதலுடன் இணைந்து வாழும் கணவன் மனைவி நட்பை விடவும் அதிக அணுக்கமாக ஒருவரோடொருவர் பேசி இருக்கிறார்கள். அவள் மைசூரிலிருந்து புறப்படும் நாளன்று அதிகாலை குளக்கரை மண்டபத்தில் உட்கார்ந்து கொண்டு அவர் அவளைத் தழுவியிருந்தார். அவள் அவர் மடி மீது தலை வைத்துப் படுத்திருந்தாள். அந்த எல்லாத் தருணங்களிலும் அவள் மனதில் சரி தவறுகளைப் பற்றிய கேள்வி எழுந்ததில்லை. வெளி உலகத்துப் பார்வையைப் பற்றிய புரிதல் இருக்கவில்லை. அந்த எல்லாத் தருணங்களிலும் அவளுடன் இருந்தவர் கல்விக் கடலில் தனியாக நீந்திக்கொண்டு தன் தொண்டில் அக்கறை கொண்ட ஒரு மேதை. இப்போதும் அவர் தனி மனிதர் தான். அவருக்கு அவள் தொண்டு முன்பை விட இப்போது அதிகமாகத் தேவைப்படுகிறது. ஆனால் திருமணச் சட்டத்திற்குள் இருவரும் ஒன்றாகும் பரிந்துரை வந்த போது பல கேள்விகள் மனதில் எழுந்தன. அவர் குடும்பஸ்தர். வீட்டில் மனைவி இருக்கிறார், குழந்தை இருக்கிறது. மனைவியைப் பற்றி அவர் எண்ணம் என்ன என்பது அவள் அறியாததல்ல. ஆனாலும் அவள் திருமண வாழ்க்கைக்கு இடையில் தான் நுழைவது சரியல்ல என்று யோசித்தாள். இந்தச் சூழ்நிலையை அவள் நீதி, அநீதி என்ற பார்வையில் என்றும் பார்த்ததில்லை. இப்போதும் பார்க்கவில்லை. அவள் பார்வையில் இது வெறும் சமூகப் பிரச்சனை. கணவன் தன்னிடமிருந்து விலகி இருந்தாலும் அவனை சிரத்தை, பக்தியுடன் காணும் ஒரு பெண்ணின் அகப் பிரச்சனை. அவளை விலக்கித் தான் திருமணம் செய்துகொள்வது சரியா என்று சிந்திக்கும் போது, அவர்கள் இருவருக்கும் இடையே ஒருவருடன் ஒருவருக்கு இருக்க வேண்டிய இணக்கம் வற்றிப் போய் பல ஆண்டுகள் ஆயின என்பது நினைவிற்கு வந்தது.

இருவரும் மனைவிகளாக ஒரே வீட்டில் இருக்க முடியுமா, என்றும் யோசித்தாள். ஆனால் கருணா ரத்னே நவீனப் பெண். கேம்பிரிட்ஜில் படித்தவள். இரு மனைவி பண்பாட்டை அவள் நவீன மனம் முன்பிருந்தே மறுத்திருந்தது. ஒரு மனைவி ஒரே நேரத்தில் இரு கணவன்மார்களுடன் இருப்பதை எப்படிக் கற்பனை செய்து பார்க்க முடியாதோ, அதே போல ஒரு கணவன் இரண்டு மனைவிகளுடன் இருப்பதையும் கூட நினைத்துப் பார்க்க முடியாது. டாக்டர் ராயர் மனைவியாக தான் இருக்க வேண்டும்; அல்லது அவருடைய தற்போதைய மனைவி இருக்க வேண்டும். அவர் மட்டும் தன் மனைவிக்கு உண்மையான கணவராக இல்லை. அவர் இருவர் இடையிலான உறவு நலிந்திருக்க தான் அவரைத் திருமணம் செய்து கொண்டால் அவளுக்கு ஏற்படும் இழப்பாவது என்ன?

சிக்கலான இந்தக் கேள்விக்கு சரியான விடை காண அவளால் முடியவில்லை. சிந்திக்கச் சிந்திக்க மண்டை காய்ந்தது. தன் பிறந்த நாட்டிலிருந்து வேறொரு நாட்டின் ஒரு ஊரில் முதல் மனைவியுடன் இருக்கும் மற்றொரு மதத்தைச் சார்ந்த நபருடன் திருமணம் செய்துகொள்ள அண்ணனாகட்டும் அப்பாவாகட்டும் சம்மதிக்க மாட்டார்கள். இந்தச் செய்தியை அவர்களிடம் தெரிவித்து அம்மா மரணத்தால் நொந்துபோன அவர் மனங்கள் மீது மீண்டும் சூடு போட அவள் விரும்பவில்லை. அப்பாவிடம் இதை மட்டும் சொன்னாள்: “என் விருப்பம் என்ன என்று உங்களுக்குத் தெரியும். அம்மாவின் மரணத்தின் வலியைக் குறைத்துக் கொள்வதற்காகவாவது நான் என் கல்வியைத் தொடர வேண்டும். ‘நீ அங்கே வா. உனக்கொரு மாணவர் உதவித் தொகை கிடைக்கும் வாய்ப்பு இருக்கிறது’, என்று என் பேராசிரியர் கடிதம் எழுதி இருக்கிறார். நான் போகிறேன்.”

அவள் கோரிக்கைக்கு அப்பா உடனே ஒத்துக்கொள்ளவில்லை. அண்ணனுக்கும் சம்மதமில்லை. ஆனால் தங்கையின் விருப்பமும், மன உறுதியும் அவனுக்குப் புரிந்திருந்தது. மகன் ஒத்துக்கொண்ட பிறகு அப்பா சம்மதித்தார். தன் பெட்டி படுக்கைகளை எடுத்துக் கொண்டு அவள் வீட்டை விடும்போது அப்பாவை வணங்கிய பின் அவள் கண்கள் பனித்தன. “உன் மனதிற்கு அமைதி கிடைக்கட்டும் மகளே” என்று அவர் ஆசீர்வதித்தார். ரயில் நிலையத்திற்கு வந்திருந்த அண்ணன், “உன் திருமணத்திற்கான

காலம் இன்னும் மீறவில்லை. திருமணம் செய்துகொள்ள நினைத்தால் கூச்சமில்லாமல் என்னிடம் சொல். நான் தகுந்த வரனைத் தேடுகிறேன்” என்று பாரமான மனதுடன் சொன்னார்.

அண்ணனை வணங்கி வண்டி ஏறும் போது அவள் மனம் ‘அநேகமாக இனி நான் இந்த நாட்டிற்குத் திரும்பி வர மாட்டேன்’ என்று சொல்லிக்கொண்டிருந்தது.

★★★

படலம்: பத்து

1

நாடகத்தில் வேடமேற்று நடித்த பிறகு காத்தியாயினியின் பெயர் கல்லூரியில் பிரபலமானது. பெண்கள் அறையில் உட்காரும் எல்லோரும் அவளை அறிமுகப்படுத்திக்கொண்டார்கள். ஆனால் காத்தியாயினி மட்டும் முன் போலவே அமைதியாக இருந்தாள். அதனால் யாரும் அவளுடன் உரிமையுடன் இருக்க முயற்சிக்கவில்லை. கடந்த ஆண்டு அவளுடன் தினமும் வந்து கொண்டிருந்த வாசந்தியைத் தவிர ஓரளவுக்காவது அவளுக்குத் தோழி என்பவர்கள் யாரும் இருக்கவில்லை. ஆனால் பலர் அறிமுகமாகி இருந்தார்கள்.

ஆகஸ்ட் மாதம் 'மூலாதாரம்' நாடகம் நடந்தது. கல்லூரித் தொடக்க நாட்களில் யாருக்கும் படிப்பின் மீது கவனம் இருக்கவில்லை. நாடகத்தில் தன் வசனங்களை மனப்பாடம் செய்து கொள்வதில் காத்தியாயினிக்கு ஒரு மாதம் கழிந்தது. நாடகம் முடிந்த பிறகு எப்போதும் போல தன் படிப்பு தொடர்ந்தது. நாடகத்து எல்லா உரையாடல்களும் மனப்பாடமானது மட்டுமல்ல, அதே வார்த்தைகள் நினைவில் எப்போதும் முணுமுணுத்துக் கொண்டிருந்தன. படிக்க உட்கார்ந்தால் பக்கங்கள் புரளும்; ஆனால் வாசித்தது புரியாது. நாடகத்தின் ஒவ்வொரு காட்சியும், இழை இழையாக விடுவித்து காற்றில் தூவ விட்ட தவிடு போல கற்பனையில் வந்து போகும்.

படிப்பதில் மனம் ஒன்றாமல் காத்தியாயினி எழுந்து கீழே வருவாள். பூசை அறையில் மாமா வழிபட்டுக்கொண்டு ஓதும் மந்திரம் கோவில் மணியோசை போல காதில் விழும். அவர் மந்திர ஒலியைக் கேட்கும் போது அவளுக்கு நாடக வசனங்கள் மறந்து போகும். அடுக்களையில் சீனியுடன் பேசிக்கொண்டு பாகீரதம்மா சமையல் செய்து கொண்டிருப்பார். ஒருவேளை அவர் வெளியே வந்தால் சும்மா நின்றிருக்கும் அவளைப் பார்த்து, 'நான் வேலை செய்கிறேன். நீ போய்ப் படி. இந்த முறை தேர்வு எழுத வேண்டும்' என்பார். மீண்டும் மாடி ஏறி படிக்க முயற்சிப்பது பயனில்லை என்று தெரிந்த அவள் பின்கட்டுத் தோட்டத்திற்குப் போவாள்.

ஒரு நாள் காலை காத்தியாயினி பின்கட்டிற்குப் போனாள். புதிதாகப் போட்டிருந்த ரசவாழைமரங்கள் பூவாகி சிரித்துக் கொண்டிருந்தன. மற்ற செடி கொடிகளிலும் பசுமை உயிர்த்தெழுந்து தளும்பியது. வீட்டுப் பின் பகுதி வயல், மனதைப் பொங்க வைக்கும் புதுப் பொலிவுடன் நிறைந்திருந்தது. எல்லாவற்றையும் விட அவள் மனதைக் கவர்ந்த செடி மல்லிகைக்கொடி. அதற்கு ஆதரவாக புதிதாக நட்ட கற்பூரக்கிளுவை நிலத்தடியில் வேர்விட்டுத் துளிர்த்திருந்தது. மல்லிகையின் மென்மையான கரங்கள் மகிழ்வுடன் கற்பூரக்கிளுவையின் இளம் தோள்களைப் பற்றிக் கொண்டிருந்தது. விடிகாலைக் கதிரவன் கிழக்குத் திசையிலிருந்து தன் தூய ஒளியை எங்கும் பரப்பிக்கொண்டிருந்தான். அந்த ஒளியில் மல்லிகை மௌனமாகத் தன் துணையை இறுகப் பற்றிக்கொண்டு நின்றிருந்தது. அதன் மௌனத்தில் தெம்பும் மகிழ்ச்சியும் நளினமும் துடிப்புடன் இருந்தன. மல்லிகையின் நாடியில் இருப்பதென்ன? காத்தியாயினி அருகே சென்று மிருதுவாகக் கொடியைத் தொட்டாள். புற உலகின் செயற்கைக் களங்கத்துப் பயமில்லாமல் அது தன் அடிப்படை குணத்துடன் உயிர்ப்புடன் நிறைந்து கெக்கலித்தது. அதன் ஒவ்வொரு இலைச் சந்திலிருந்தும் மொட்டுக்கள் முகம் காட்டிச் சிரித்தன. தினம் கொய்தாலும் ஒரு கூடைப் பூ மலர்ந்தது.

காத்தியாயினி காதுகளில் நாடக வசனங்கள் தெளிவாகக் கேட்கத் தொடங்கின. 'என்றும் புதுமையான, என்றும் வலிமையான இயற்கையைச் செயற்கைச் செயல்கள் கட்டிப்போடுவது அநீதி அல்லவா தேவகுரு? என் அடிப்படைக் குணமே இயங்கிக் கொண்டிருப்பது. மனதுக்கு நிறைவு தரும் வனச்செழிப்பு,

கண்ணைக் கவரும் அழகான காட்சிகள், உயிரினங்களுக்கு உணவளிக்கும் என் விசாலப் பரப்பு இவற்றுக்கு எந்த நீதியும் கைம்பெண் என்ற பழியைச் சுமத்த முடியாது.'

இதுவரை காத்தியாயினி அந்த வார்த்தைகளின் பொருளை மட்டுமே புரிந்திருந்தாள். அன்று சிரிக்கும் மல்லிகைக்கொடி முன் நின்று அதன் உணர்வையும் அனுபவித்தாள். அவள் தேகம் முழுதும் அந்த உணர்வின் அனுபவத்தில் சிலிர்த்தது. 'எப்படிப்பட்ட நித்திய சத்தியமான வார்த்தைகளை எழுதி இருக்கிறார் அவர்!' ராஜாவின் கற்பனை வளத்தைப் பாராட்டினாள். உடனே அவன் உருவம் கண் முன் வந்தது. நாடகம் முடிந்த பிறகு அவன் திரைக்குப் பின்னால் வந்து தன் கையைப் பற்றிக் கொண்டது நினைவிற்கு வந்து அவளுக்கு நுட்பமாக ரோமாஞ்சனமானது. பிறகு உரையாற்றிய துணைவேந்தர் அவள் பெயருக்கு முன்னால் 'மிஸ்' என்ற கன்னியைக் குறிக்கும் புத்தம் புதிய சொல்லைத் தனக்குப் பயன்படுத்தியது நினைவிற்கு வந்தது. தான் தாங்க முடியாத இனம் புரியாத ஒரு இயக்கம் ஆளுமையைச் சூழ்ந்து கொண்டு தேகத்தின் சிலிர்ப்பு இரட்டிப்பானது. அந்த இயக்கத்தின் தாக்கத்தைத் தாங்கிக்கொள்ள முடியாமல் அமைதியாக தரை மீது உட்கார்ந்தாள். அப்படி எவ்வளவு நேரம் இருந்தாள் அவளுக்கே தெரியாது.

பாதி மயக்க உணர்வில் இருந்த அவளை பாகீரதம்மா அழைத்தார்: "இதென்ன இங்கே உட்கார்ந்திருக்கே? நேரமாச்சு சாப்பிட வா."

உள்ளே சென்று சாப்பிட்டாலும் உணவு சரியாகச் சேரவில்லை. எப்போதும் போலத் தன் புத்தகங்களையும், சிற்றுண்டிக் கேரியரையும் பிடித்துக் கொண்டு ரயில் நிலையத்திற்கு வந்து ரயிலில் அமர்ந்தாள். ரயில் நகரும் போது அவள் கண்ணுக்கு இயற்கையின் நிரந்தரப் புதுமையான உருவமே தெரிந்தது. இரயிலில் எதிரில் வரும் ஆறு, ஆற்று ஓரங்களிலும் பரவிக் கிடந்த பச்சை மரங்கள், மகசூல்களால் நிறைந்த வளமான வயல்கள், எல்லாம் இயற்கையின் வலிமையைக் காட்டின. சிறு தொலைவில் சாமுண்டி மலை பச்சை ஆடை அணிந்த ஒரு அற்புதப் பெண் போலக் கண்டது. வானில் சுருளாக அதைச் சுற்றிச் சூழ்ந்துகொண்ட மேகங்கள், அதை காமுர நெருங்கும் ஆணைப் போன்றதொரு கற்பனையை அவள் மனதில் தோற்றுவித்தது.

அன்று முதல் வகுப்பு இங்கிலிஷ் கவிதையாக இருந்தது. கடந்த ஆண்டு மேக்பத் நாடகம் கற்பித்த ராஜராவ் இந்த முறை இங்கிலிஷ் கவிதையைக் கற்றுக் கொடுக்கிறான். அன்று கீட்ஸ் கவிஞனின் 'த ஈவ் ஆஃப் செயிண்ட் ஆக்னெஸ்' கவிதை நடந்து கொண்டிருந்தது.

கற்கும் மனங்களை வண்ணமயமாக்கக் கூடிய வகையில் அதில் வரும் வர்ணனையை ராஜாராயர் உணர்ச்சிகரமாக விவரித்துக் கொண்டிருந்தான். வகுப்பு முழுவதும் ஊசி முனை விழுந்தாலும் கேட்குமளவிற்கு அமைதியாக இருந்தது. 'அந்த வர்ணனையில் வரும் காட்சியும் இயற்கையின் அடிப்படை வலிமை வெளிப்படும் ஒரு சொரூபம்தான்' என்று காத்தியாயினி சிந்தித்துக் கொண்டிருந்தாள். அன்று குறிப்புகளை எழுதிக் கொள்ள அவளால் முடியவில்லை. உணர்ச்சிகரமாக கவிதையை விவரித்துக் கொண்டிருந்த ராஜாராயரை அவள் கூரிய பார்வையில் பார்த்துக் கொண்டிருந்தாள். அவள் மட்டுமல்ல, வகுப்பு முழுதும் அவனை அப்படித்தான் பார்த்துக்கொண்டிருந்தது. அவன் மட்டும் இயல்பாக எல்லா ஆசிரியர்களும் செய்வது போலவே வகுப்பு மீது நோட்டம் விட்டுக் கொண்டிருந்தாலும் இடையில் தன்னைத் தனி கவனத்துடன் பார்த்துக் கொண்டிருந்தான். அன்றோ மற்ற நாட்களை விடவும் அதிகமாகப் பார்த்துக்கொண்டிருந்தான். அந்தப் பார்வையைத் தாங்க முடியாமல் இடை இடையில் தன் பார்வையைப் புத்தகத்தின் பக்கம் திருப்பினாலும், அவளுக்கே புரியாத ஒரு இனிமையான உணர்வொன்று, தலையை மெல்லத் தூக்கி அவனைப் பார்க்கச் செய்தது.

2

ராஜா ஆரம்பத்திலிருந்தே நாகலட்சுமியுடன் சேர்ந்து வளர்ந்தவன். அவளைத் தன் பால்ய சினேகிதியாக, பிறகு அண்ணியாகப் பார்த்தான். எம்.ஏ. படித்து வேலைக்குச் சேர்ந்த பிறகு பலர் அவனுக்குப் பெண் கொடுக்க நான் நீ என்று முன்வந்தார்கள். அவனுக்குத் திருமணம் செய்தால் வீட்டில் தனக்கொருத்தி துணை கிடைப்பாள் என்பது நாகலட்சுமியின் எண்ணம். ஆனால் ராஜா மட்டும் ஒத்துக்கொள்ளவில்லை. இங்கிலாந்து போக மாணவர் உதவித் தொகைக்கு முயற்சி செய்துகொண்டே இருந்தான். தன் முயற்சியில் என்றாவது வெற்றி பெறுவேன் என்ற

நம்பிக்கையில் திருமணத்தைத் தள்ளிப் போட்டுக்கொண்டே போனான். மாணவர் உதவித்தொகை கிடைத்த பிறகு அவன் வெளிநாடு போகும் முன்பே திருமணம் செய்து விட வேண்டுமென்று நாகலட்சுமி விரும்பினாள் ஆனாலும் ராஜாராவ் சம்மதிக்கவில்லை. வெளிநாட்டில் அவன் சில நாட்கள் திருமணம் என்ற கட்டுப்பாட்டை மறுக்கும் மனநிலையில் இருந்தான். மைசூருக்குத் திரும்பி வந்து கல்லூரியில் சேர்ந்த பிறகு பெண் வைத்திருப்பவர்கள் டாக்டர் ராயரைச் சந்திப்பார்கள். 'எனக்குத் திருமணம் வேண்டாம்', என்று கூறும் தம்பிக்கு வலுக்கட்டாயமாக ஒரு பெண்ணைக் கட்டி வைக்க அண்ணன் சம்மதிக்கவில்லை. திருமணம் நடந்தும் அவர் தனியாகவே படிப்பில் தொடங்கி இருப்பதை யோசித்து அவர் தம்பியின் கருத்தை மதித்தார். 'அவன் விரும்பினால், அவன் விரும்பித் தேர்ந்தெடுக்கும் பெண்ணைத் திருமணம் செய்து வைப்பது நம் வேலை', என்று தெளிவாகச் சொல்லிவிட்டார். நாடக சங்கத்தைச் சுற்றித் திரிந்துகொண்டிருந்த சில முற்போக்கு இளம் பெண்கள் தாமாகவே அவனிடம் திருமணப் பேச்சை முன்னெடுக்கத் தயாராக இருந்தார்கள். அதை அவன் அறிந்திருந்தான். ஆனால் அவர்களில் யாரும் அவன் மனதைக் கவர்வதில் சாமர்த்தியமானவர்களாக இருக்கவில்லை. அதனால் அதுபோன்ற பேச்சுக்கள் எழும்போது அவன் எச்சரிக்கையுடன் தவிர்ப்பான்.

அவன் மனம் இப்போது முழுமையாக காத்தியாயினி மீது படிந்து விட்டது. எப்போதும் அவள் பிம்பம் அவன் கண் திரையில் பதிந்திருந்தது. அவள் நினைவால இரவு சரியாக உறக்கம் வராது; உணவில் அக்கறை இருக்கவில்லை. தன் சங்கத்து நாடகங்களிலும் உற்சாகம் குறைந்தது. அவளொரு திருமணமாகாத இளைஞியாக இருந்தால் அப்போதே அவளிடம் தன் விருப்பத்தை வெளிப்படையாக சொல்லி இருப்பான். ஆனால் அவள் நிலைமை அவன் துணிச்சலை மழுங்கச் செய்தது. தன் மீது அவள் சிறப்பான அக்கறை வகிப்பதைக் கண்ட பிறகு கொஞ்சம் நம்பிக்கை வந்தது போல இருந்தது. ஆனாலும் அந்த உறுதியற்ற நிலைக்கு முடிவுகட்டி ஏதாவது ஒரு வகையில் முடிவெடுக்க வேண்டுமென்று யோசித்தான்.

ஒருநாள் காத்தியாயினியை கல்லூரியிலேயே பார்த்துக் கேட்டான்: "நாளை நீங்கள் கல்லூரிக்கு வருவீர்கள்தானே?"

எதையோ நினைத்துக்கொண்டு "நாளை விடுமுறை அல்லவா?" என்றாள்.

"ஆனாலும் பரவாயில்லை. நான் உங்களிடம் மிகவும் முக்கியமான விஷயம் பேசவேண்டும். வாருங்கள். நம் சங்கத்து அறையில் இருப்பேன். இடையில் யார் தடையும் இல்லாமல் பேசலாம்."

"என்ன விஷயம் என்று இப்போதே கேட்கலாமா?"

"இங்கே நின்று பேசும் லகுவான விஷயமல்ல அது," என்று சிரித்துக்கொண்டே ஆனால் உறுதியாகச் சொன்னான்.

மறுநாள் காலை பத்து மணிக்கு முன்பே அவன் நாடக சங்கத்து அறையில் வந்து அமர்ந்தான். மனம் தவித்துக்கொண்டிருந்தது. அவனுக்குப் புரியாத உத்வேகம் சித்தத்தை நிரப்பி இருந்தது. பேச்சை எப்படித் தொடங்குவது என்று பலமுறை யோசித்தான். ஆரம்பிக்கும் சரியான முறை கற்பனைக்கு எட்டவில்லை. அந்த நேரம் தோன்றுவது போலப் பேசுவது என்று முடிவெடுக்கும் போதே வெளியிலிருந்து காத்தியாயினி வந்தாள். எப்போதும் போல அவள் கையில் புத்தகங்களும், சிற்றுண்டிக் கேரியரும் இருந்தன. "உள்ளே வாங்க" என்று அவன் எழுந்து நின்று சொன்னாலும் அவள் சந்தேகத்துடன் வெளியிலேயே நின்றாள். மீண்டும் ஒரு முறை அழைத்த பிறகு உள்ளே வந்து நாற்காலி மீது அமர்ந்தாள். ஆனால் அவள் எதுவும் பேசாமல் மௌனமாக ஏதோ முடிவான சங்கதியை எதிர்பார்ப்பதுபோல உட்கார்ந்திருந்தாள். இரண்டு மூன்று நிமிடம் முயற்சி செய்து, பிறகு எதுவும் தெரியாமல் அவள் சொன்னாள்: "நீங்கள் தினமும் வரும் ரயில் இங்கே எத்தனை மணிக்கு வரும்."

"பத்து மணிக்கு."

அங்கே அந்தப் பேச்சு முடிந்தது. மற்றொரு புதுப் பேச்சுக்குத் தடுமாறிக்கொண்டு, "நீங்கள் இப்போது முன்பை விட மெலிந்து போயிருக்கிறீர்கள்" என்றான்.

அவள் தலைநிமிர்ந்து அவனைப் பார்த்தாள். தன் பொருத்தமில்லாத பேச்சால் ராஜாவுக்கு சிரிப்பு வந்தது. அவன் சிரிப்பதைப் பார்த்து அவளும் சிரித்தாள். மீண்டும் துணிச்சலை வரவழைத்துக் கொண்டு அவன் நேரடியாகவே கேட்டான்: "சுற்றி வளைப்பது வேண்டாம். நான் எதற்காக உங்களை அழைத்தேன் தெரியுமா?"

“இல்லை.”

“அப்படி என்றால், நீங்கள் பொய் சொல்வது போலாகும். ஆனாலும் பரவாயில்லை. நானும் நீங்களும் இப்போது ஆசிரியர் மாணவியாக இல்லை. யார் வாய் விட்டுச் சொல்லாவிட்டாலும் அந்த விஷயம் உங்களுக்குத் தெரியும். இல்லையா?”

அவள் மௌனமாக உட்கார்ந்திருந்தாள். அவன்தான் பேசினான்: “வாழ்க்கையில் திருமணம் வேண்டாம் என்று யோசித்திருந்தேன். ஆனால் இப்போது அந்த முடிவு இடிந்து நொறுங்கி விட்டது.”

அந்தப் பேச்சைக் கேட்டு காத்தியாயினி மெல்ல வியர்த்தாள். அது எதிர்பாராதது இல்லை என்றாலும், மனம் பூரித்து வியப்பான மகிழ்ச்சியில் புளகாங்கிதமடைந்தது. கூடவே, புது அனுபவம் ஏற்படும் நாட்களில் எதுவும் தெளிவாகத் தெரியாத தன் நிலைமை நினைவானது. தன் குழந்தை, தன் அத்தை, மாமா, கணவனின் நினைவு எல்லாம் ஒரே நேரத்தில் மனப்படலத்தில் வந்து போயின. நிலைமையின் அதிசயம் இதுவரையிலும் தன் வலிமையான தெளிவான அவள் சித்தத்துக்குப் புரிந்திருக்கவில்லை. அதே தருணத்தில் தன் சூழ்நிலையின் இருநிலையும் தீவிரமாக அறிவுக்கு எட்டியது.

“எதற்கு அமைதியாக இருக்கிறீர்கள்?”

“என் நிலைமை உங்களுக்கு முழுமையாகத் தெரியுமா?”

“தெரியும், உங்களுக்கு ஒரு குழந்தை இருப்பதும் தெரியும். இங்கிலாந்தில் நான் பார்த்திருக்கிறேன். கணவனிடமிருந்து குழந்தை இருந்தாலும் கைம்பெண்கள் மீண்டும் திருமணம் செய்து கொள்கிறார்கள். அந்தக் குழந்தை அம்மாவுடன் இருக்கும். உங்கள் முதல் குழந்தையும் என் குழந்தைதான். நான் ஒன்றும் அதை அலட்சியப்படுத்தி விடமாட்டேன்.”

அவள் சொல்ல நினைத்த தன் இக்காட்டன நிலைமை ஒன்றுக்கு அவன் தானாகவே விடை அளித்திருந்தான். ஆனால் அது அவள் நிலைமையின் முழுமையான பரிமாணமாக இருக்கவில்லை. “எனக்கு அத்தை மாமா இருக்கிறார்கள். அவர்களுடைய வம்ச கௌரவம், ஊரில் அவர்கள் மதிப்பு மரியாதை போன்றவற்றைப் பற்றி நான் யோசிக்க வேண்டும்.”

“காத்தியாயினி இந்தக் கேள்வி புதிதல்ல. நீ ஒருத்தி மட்டும் இதைக் கேட்கவில்லை. மன்னிக்கவும், ஒருமையிலேயே பேச்சு வருகிறது,” என்று அவன் அவள் முகத்தைப் பார்த்தான். அவன் ஒருமையில் அழைப்பதற்குத் தன் சம்மதத்தைக் குறிக்கும் உணர்வை அவள் பார்வையில் காட்டினாள். அவன் தன் பேச்சைத் தொடர்ந்தான்: “இந்த மதிப்பு மரியாதை போன்ற கேள்விகள் எல்லா மனித வாழ்க்கையில் வரும் எதிர்ப்புகளின் அடிப்படை. ‘மூலாதாரம்’ நாடகத்தில் இதே பிரச்சனையைத் தானே நான் காட்டுவது?”

காத்தியாயினி மௌனமாக இருந்தாள். அது அவள் சம்மதம் என்று எண்ணிய அவன், தான் உட்கார்ந்திருந்த இடத்திலிருந்து எழுந்து அருகே வந்து அவள் கையைப் பிடித்துக் கேட்டான். “என்ன சொல்கிறாய்? மனதின் நியாயமான அடிப்படை உணர்வுகளுக்கு யாரும் அநீதி இழைக்கக்கூடாது. நீ அதைப் புரிந்துகொண்டால் போதும்.”

அவள் தன் கையை விடுவித்துக் கொள்ளவில்லை. மௌனமாக உட்கார்ந்திருந்த அவள் தலைக்குள் பல சிந்தனைகள் சுழன்று கொண்டிருந்தன. அந்த வேகத்தில் என்ன பேசுவது என்பது அவளுக்குத் தெரியவில்லை. சிறிது நேரத்தில் அது அமைதியானது. அதற்குள் அவன், “என் பேச்சுக்குப் பதில் சொல்” என்று அவள் கையை அழுத்தினான்.

“உங்களை விட்டு என்னால் வாழ முடியாது” என்றாள்.

இருவர் மனதில் ஒரு வகையில் அமைதி நிலவியது. சுழன்று கொண்டிருந்த இரண்டு நீர்ச்சுழல்கள் ஒன்றோடு ஒன்று கலந்தது போல இருவரும் நிம்மதி அடைந்தார்கள். சுமார் ஒரு மணி நேரம் இருவரும் பேசிக்கொண்டு அங்கேயே உட்கார்ந்திருந்தார்கள். பிறகு நாகலட்சுமியைப் பார்க்க வேண்டுமென்று காத்தியாயினி சொன்னாள்: “அண்ணியிடம் இப்போதே விஷயத்தைத் தெரிவிக்க வேண்டாம்,” என்று அறையைப் பூட்டிக்கொண்டு அவனும் அவளுடன் நடந்தான்.

அந்த நாள் முழுதும் அவள் மனம் பூரிப்புடன் இருந்தது. மாலை ரயிலில் அமர்ந்தபோது இயற்கை எல்லாவற்றையும் ஆமோதித்துச் சிரிப்பதுபோலத் தோன்றியது. இதுவரை கைகூடாமல் நளினமின்றி வெறுமனே தன் வலிமையால் மட்டுமே பெருமையுடன் இருந்த

இயற்கையின் அழகுக்கு இப்போது புதிய பொருள் அமைந்திருந்தது. வறண்ட பசுமை செழிப்பாகும் காலமும் நெருங்கியது.

ஆனால் மாலை வீடு திரும்பி இரவு சாப்பிட்டு விட்டுப் படுத்த போது அவள் மனம் எதிர்த்திசையில் போகத் தொடங்கியது. தேர்வு ஆண்டானதால் இரவு உறக்கம் வரும் வரை படிக்க வேண்டுமென்று காத்தியாயினி அந்த ஆண்டு மாடியில் படுத்துக் கொண்டிருந்தாள். சீனி கீழே பாட்டியுடன் படுப்பான். அதே அறையில் லட்சுமி தன் படுக்கையை விரித்துக் கொள்வாள். இப்போது காத்தியாயினிக்கு திடீரென்று தான் கல்லூரிக்குப் போன முதல் நாள் நினைவானது; அத்தை மாமாவுக்கு வணங்கி தான் புறப்பட்ட நாளின் நோக்கம் நினைவானது. தன் மறைந்த கணவன் முடிக்காத தேர்வை முழுமை செய்வதற்காக, தான் கல்லூரிக்குச் செல்லும் காரணம் மனதை வாட்டியது. தான் சொன்ன காரணத்தை அத்தை, மாமா இருவரும் குறிப்பாக மாமா, ஏற்றுக்கொண்டு சந்தேகப்படாமல் என்னைக் கல்லூரிக்கு அனுப்பினார்கள். கட்டணம், புத்தகம், ரயில் செலவு போன்ற தேவையான பணத்தை மாமா கொடுப்பார். இப்போது வீட்டு வரவு செலவுக் கணக்குப் பொறுப்பைத் தன்னிடமே கொடுத்திருந்தார். நான்கு வயது நிறைவடைந்த பையன் அடுத்த ஆண்டு பள்ளிக்குப் போக வேண்டும். இந்தச் சூழ்நிலையின் காட்சி தெளிவாகக் கண் முன்னால் வந்ததால், தன் குடும்பத்தை விட்டு இப்போது மற்றொரு திருமணம் செய்து கொண்டு போய் விடுவது அவளுக்கு அநீதி என்று தோன்றியது. தான் அன்று காலை எடுத்த முடிவு இந்தக் குடும்பத்து மறைந்த கணவன், இருக்கும் குழந்தை, நம்பிய அத்தை, மாமா இவர்களுக்குச் செய்யும் துரோகம் என்று யோசித்தாள்.

இரவு வெகு நேரம் மனதிற்குள்ளேயே புழுங்கிக்கொண்டிருந்தவள், நாளையிலிருந்து ராஜாராயரைச் சந்திக்கக் கூடாது என்றும் நாகலட்சுமியையும் கூட பார்க்கப் போகக் கூடாது என்றும் முடிவெடுத்தாள். இரவு பன்னிரண்டு மணி அடித்த போது மாடியில் இருந்து குளியலறைக்குச் சென்று கைகால்களை அலம்பினாள். பூஜை அறைக்குப் போய் கடவுளை வணங்கினாள். மீண்டும் மேலே ஏறும்போது, வரவேற்பறையில் உட்கார்ந்து வாசித்துக்கொண்டிருந்த பண்டிதர் கேட்டார்: “என்னம்மா இன்னும் படுக்கவில்லையா?”

“சாமியைக் கும்பிட்டுப் போகலாம் என்று வந்தேன்.”

“ஆகட்டும், சீக்கிரம் படு. தூக்கம் கெடக்கூடாது.”

மாடி ஏறி மேலே போன அவள், மாமா இன்னும் படித்துக் கொண்டிருப்பதைப் பார்த்து, ‘இந்தத் தேர்வு முடிந்த பிறகு அவரிடம் பகவத்கீதை உபநிஷத்துகளைக் கற்று தினமும் சிரத்தையுடன் வாசிக்க வேண்டும்’ என்று தனக்குள் முடிவெடுத்தாள்.

3

ஒரு வாரம் ராஜாவைப் பார்க்கவில்லை. அவன் வகுப்பிற்கும் போகவில்லை. ஒருவேளை பெண்கள் அறைக்கு யாரிடமாவது சொல்லி அனுப்பலாம் என்று அவள் அங்கேயும் போகவில்லை. அந்த ஒரு வாரம் விசித்திரமான இம்சையை அனுபவித்துக் கொண்டிருந்தாள். ‘ஓடிப் போய் அவரைப் பார்த்துப் பேசலாமா?’ என்ற தீவிர முனைப்பு பொறுமையை உடைத்து மேலெழுந்தது. ஆனால் அவள் அதை மேலும் வலிமையான முடிவுடன் அழுத்தி விடுவாள். இப்போது அவள் சுற்றி இருக்கும் இயற்கையைப் பற்றிச் சிந்திக்கவில்லை. இயங்காத வடிவமாக இயற்கையின் வலிமையின் உருவமான அவளே இப்போது தீவிரக் கலக்கத்துக்கு ஆளாகி இருநதாள். அறம், சமுதாயம், நீதி போன்ற கற்பனைக் கட்டுப்பாடுகளும் அவளை மிக வல்லமையுடன் வளர்த்திருந்தன. அது வெறுமனே பழக்கதோஷங்களால் ஏற்பட்ட நம்பிக்கையா, அல்லது ஆழ்மனத்தின் தன் விழுமியங்களின் வடிவமா என்பதை அறியும் எண்ணத்துடன் உண்மையைத் தேடுவது அவள் அறிவுக்கு மீறிய முயற்சியாக இருந்தது. அல்லாமல் இரண்டு பெரும் ஆற்றல்களின் போர்க்களமாக இருந்த அவள் மனத்தில் தேடுதலுக்குத் தேவையான பொறுமையும் இருக்கவில்லை.

ஒரு இரவு முழுதும் அவளுக்குத் தூக்கம் வரவில்லை. அறம், கடமைகளைப் பற்றிச் சிந்தித்துச் சிந்தித்து மண்டை காய்ந்து போயிருந்தது. ஆழ்மனதைப் பிளந்துகொண்டு வரும் மனதின் அழைப்பு மற்ற எல்லா உணர்வுகளையும் மூடி மறைத்துவிட்டது. நடு இரவு எழுந்து சன்னல் வழியாக வெளியே பார்த்துக் கொண்டிருந்தாள். பாலால் அபிஷேகம் செய்தது போலிருந்த முழுமதி ஒளியில் மல்லிகைக்கொடி சிரித்துக்கொண்டு புது

கற்பூரக்கிளுவை மரத்தைத் தழுவியிருந்தது. அதைப் பார்த்துக் கொண்டே அவள் விடிகாலை மூன்று மணியைத் தொட்டாள். அந்த ஜாமத்திலேயே மாமா எழுந்திருந்தார். பின்பக்கத்து வாசலைக் கடந்து அவர் குண்டல ஆற்றுப் பக்கம் போனார். காத்தியாயினி சன்னலோரமாகவே உட்கார்ந்திருந்தாள். அவர் படித்துறைக்குப் போனதும் அவளுக்குக் கேட்டது. அவர் திரும்பி வந்தார்.

மீதமிருந்த இரண்டு மணிகளைச் சிரமத்துடன் கழித்துக் கீழே இறங்கி வந்தாள். தூக்கமில்லாத அந்த இரவு அவள் உறுதியான முடிவை எடுத்தாள். குளித்து விட்டு மடி சேலை உடுத்திக் கொண்டாள். கையில் பூக்கூடையை எடுத்துக்கொண்டு, வீட்டுக்குப் பின்னால் இருந்த கொடிமல்லிப் பூவைப் பறித்தாள். தானே உட்கார்ந்து ஒரே சரத்து மெல்லிய மாலையொன்றைக் கட்டினாள். மெல்லியதாக இருந்தாலும் அது போதுமான அளவுக்கு நீளமாக இருந்தது. வாழையிலையில் சுருட்டி அதைத் தன் கைக்குட்டையில் சுத்தி வைத்துக் கொண்டாள். உணவருந்தி வீட்டை விடும்போது, ‘அம்மா, சீக்கிரமாக வா’ என்று சொன்ன சீனியின் கூவல் அவளுக்கு சரியாகக் கேட்கவில்லை. எப்போதும் போல மெல்லப் போகும் ரயிலை மனதில் சபித்துக்கொண்டு சாமராஜபுரம் நிலையத்தில் இறங்கி கல்லூரிக்கு வந்தாள். இன்னும் பத்தே கால் மணி. பத்தரைக்கு ராஜா வகுப்பு இருந்தது. ‘அவரும் இப்போது கல்லூரிக்கு வந்திருக்கலாம்’ என்ற நம்பிக்கையில் நேராக ஆசிரியர்கள் அறை வாசலுக்குப் போய், ‘ராஜாராயரை அழைக்கவும்’ என்று பணியாளிடம் சொன்னாள். வெளியே வந்து அவள் முகத்தைப் பார்த்த ராஜா மகிழ்ச்சியில், ‘இத்தனை நாட்களாக...’ என்று சொல்வதற்கு முன்பே, “இன்று விடுமுறை எடுத்துக் கொள்ளுங்கள். எங்காவது யாரும் இல்லாத இடத்திற்குப் போகலாம். நிறையப் பேச வேண்டும்” என்றாள். “கல்லூரிக்குப் பின்னால் இரு, இரண்டு நிமிடத்தில் வருகிறேன்...” என்று சொல்லி அவன் உள்ளே போனான்.

ராஜா தன் சைக்கிளைத் தள்ளிக்கொண்டு வந்தான். இருவரும் ஹுன்சூர் சாலைக்குத் திரும்பும் முன்னால் குக்கரஹள்ளிகெரே குளத்துப் பின் பகுதியின் செழிப்பான மரத்துக்குக் கீழே நடக்கும் போது, “இத்தனை நாள் எதற்கு என் கண் மறைவாக இருந்தாய்?” என்று அவன் கேட்டான்.

“இப்போது எதுவும் கேட்க வேண்டாம். பேசாமல் நடங்கள். எங்கேயாவது உட்கார்ந்து சொல்கிறேன். இனி எப்போதும் அந்தத் தப்பைச் செய்ய மாட்டேன்.”

சுற்றிப் பசுமையான வயல்கள் பரவிக் கிடந்தன. அவற்றுக்கு நடுவில் உயரமான மரங்கள் நிமிர்ந்து நின்றிருந்தன. அவர்கள் அரை மணி நேரம் நடந்தாலும் மக்கள் நடமாட்டம் இருந்தது. முடிவில் ராஜா சொன்னான்: “நீ சைக்கிள் மீது உட்கார்ந்து கொள், விரைவாகப் போகலாம். சிறிது தொலைவு போனால் ஜனங்கள் இருக்க மாட்டார்கள்.”

“சைக்கிள் மீது உட்கார்ந்து பழக்கமில்லை. விழுந்து விட்டால்?”

“என் பிடியில் இருக்கும் வரை நீ விழும் வாய்ப்பே இல்லை”, என்று அவள் முகத்தைப் பார்த்துச் சிரித்தான். யாராவது பார்த்தால் என்ற கூச்சம் அவளைத் தயங்க வைத்தாலும் அவன் அவள் கையைப் பிடித்து, அவளை ஃபிரேம் மீது உட்கார வைத்து சைக்கிள் ஏறினான். காத்தியாயினிக்குப் பல குழப்பங்கள் ஒன்றிணைந்து மொத்தமாக வந்த உணர்வு அனுபவமானது. அவள் இரண்டு தோள்களையும் வளைத்து சைக்கிள் ஹேண்டிலைப் பிடித்திருந்தான். அவன் உடல் குனிந்து பெடலை மிதிக்கும் போது அவள் அவன் மார்பில் சாய்ந்தது போல இருக்கும். வழியில் போய்க் கொண்டிருந்த ஒவ்வொருவரும் அவர்களையே பார்த்தார்கள். இரண்டு மைல் போனதும், “இப்படியே எவ்வளவு தொலைவு போவது?” ராஜா கேட்டான்.

“சாகும் வரை போகலாம்.”

மீண்டும் ஒரு மைலுக்குப் பிறகு ஒரு கிராமம் வந்தது. அதைக் கடந்து முன்னால் போனதும் ஒரு ஆலமரத் தோப்பு, பிறகு ஒரு சின்னக் குளம். இன்னும் முன்னால் நான்கு மைல் போனார்கள். மக்கள் நடமாட்டம் இல்லாத அந்தப் பகுதியில் ஒரு ஓடை கிடைத்தது. ஓடைப் பாலத்து அருகே இறங்கி அவன் சைக்கிளைத் தள்ளிக்கொண்டு சாலையை விட்டு புதர் காட்டுப் பக்கமாகப் போனான். சுமார் இரண்டு ஃபர்லாங் போனதும் மனித ஜீவன்களின் நடமாட்டம் இல்லாத, சின்னச் சின்னச் செடி மரங்கள் சூழ்ந்திருந்த ஒரு பகுதியில் ஒரு சிற்றாறு ஓடிக்கொண்டிருந்தது. அங்கே சைக்கிளை சாய்த்து வைத்து “உட்காரலாம்” என்றான் ராஜா.

காத்தியாயினி புற்தரை மீது உட்கார்ந்தாள். ராஜா வந்து அவள் அருகே உட்கார்ந்து கொண்டு கேட்டான்: "இப்பச் சொல்லு நீ எதுக்கு இத்தனை நாள் என் கண்ணுக்குப் படாமலே இருந்தாய்?"

ஒரு நீண்ட பெருமூச்சு விட்டு அவள் சொன்னாள்: "என் மனதில் கொடுமையான இருமைநிலை இருந்தது. நேற்று இரவு அதைத் தூக்கி எறிந்து விட்டு வந்தேன்."

அவள் கை பிடித்து அவன் கேட்டான்: "இப்போதும் அந்த இருமைநிலை இருக்கிறதா?"

"நீங்கள் கை பிடித்திருக்கும் போது அது ஒருக்காலும் இருக்காது. மீண்டும் அது என்னுள் எழாமல் இருக்க நீங்கள் எப்போதும் என் கையைப் பற்றிக்கொண்டே இருக்க வேண்டும்."

அவன் கண் அவள் கைக்குட்டையில் சுற்றிக் கொண்டு வந்திருந்த பொருள் மீது போனது. "இதில் என்ன இருக்கிறது?" அது என்ன என்பது வாசனையால் தெரிந்தாலும், கேட்டான்.

"உங்களுக்காகவே கொண்டு வந்தேன்", என்று அவள் சரமாலையைக் கையில் பிடித்தாள். அதை அவன் கழுத்தில் போடுவதற்கு இருந்தாள். அவள் உட்கார்ந்திருந்த தோரணை, உடுத்தியிருந்த சேலை, கையில் மாலை அவன் கண்களை மின்னல் போலத் தாக்கின.

"கொஞ்சம் பொறு, போடலாம். ஒரு நிமிடம் அப்படியே உட்கார்ந்திரு", அவன் அவளையே கூர்ந்து பார்த்தான்.

காத்தியாயினி அழகான இளம் பெண். சுமார் இருபத்தி மூன்று வயது, மனதைக் கவரும் நளினமான பெண். உடல் ஆரோக்கியமான ஒளியால் மின்னியது. நடந்தால் ரத்தம் தெறிப்பது போல பாதங்கள் சிவக்கின்றன. முழுமதிப் பேருருவம் கொண்டது போல உடல் நிறம். நீளமான கைவிரல்கள், கலையில் மட்டுமே படைக்கக் கூடிய அழகியின் விரல்கள் போல இருந்தன. தேகத்தின் மீது ஒரு ஆபரணம் கிடையாது. நீண்டு கறுமை நிறத்தில் மின்னும் கூந்தலின் பின் பாதி சுருள் சுருளாக இறங்கிக் கிடந்தது. மிருதுவான முகம். ஒய்யாரமான உடல்வாகில் பிதுங்கும் பெண்மை.

அசந்து அவன் அவளைப் பார்த்துக் கொண்டிருந்தான்.

"இதென்ன இப்படிப் பார்க்கிறீர்கள்?"

வியப்பாக இருக்கிறது. நான் "மூலாதாரம்" நாடகம் எழுதும் முன்பு ஒரு கனவு வந்தது என்று சொல்லி இருந்தேன் அல்லவா, அதில் நீ இதே அழகான தோற்றத்தில், இதே கவரச்சியான உடல்வாகு, நேர்த்தி, உணர்வுகளை என் கனவில் பார்த்திருந்தேன். இதே போல கையில் மாலை இருந்தது. ஆனால் அது சிகப்பு ரோசாப் பூ மாலை. நீ முழு நிர்வாணமாக எனக்குக் கண்டிருந்தாய். இப்போது இந்த வெள்ளைச் சேலை உடுத்தி இருக்கிறாய்."

காத்தியாயினி வெட்கத்தில் தலை குனிந்தாள். அரை நொடிக்குப் பிறகு கேட்டாள்: "உங்கள் நாடகத்திற்கு நான்தான் ஊக்கமா?"

"ஆம் என்று இப்போது முழுமையாகப் புரிகிறது."

"கனவில் கண்டவள் நான்தான் என்று அப்போது ஏன் சொல்லவில்லை?"

"அப்போது நம் அறிமுகம் இதுபோல நெருக்கமாக இருக்கவில்லை."

ராஜா அவளை இன்னும் கூர்ந்து பார்த்துக்கொண்டே இருந்தான். கையில் இருந்த மாலையை அவள் அவன் கழுத்தில் போட்டு தன் கண்களை மூடிக்கொண்டாள். அவன் மிருதுவாக அவள் தோள்களைப் பற்றி அவளைத் தன் மடி மீது சாய்த்து, இறுகத் தழுவிக் கொண்டான். சுற்றி இருந்த மரங்கள் களையாக பசுமைச் செழிப்புடன் நிமிர்ந்து நின்றிருந்தன. அவன் கழுத்தில் இருந்த கொடிமல்லி மாலை அவர்கள் இருவரையும் அசாதாரண மனநிலைக்கு எடுத்துச் சென்றது. பெண்ணின் மென்மையான தொடுதல் அனுபவத்தில் அவன் சிலிர்த்துக் கொண்டிருந்தான். புருஷ அணுக்கத்தில் பிரகிருதி உன்மத்தமாகி, அந்த இயங்க முடியாத நிலையிலும் அவள் வலிமை அடிப்படை ஆற்றலுடன் நர்த்தனம் செய்து கொண்டிருந்தது. அவன் பாதி திறந்த கண்களுடன் அவள் மோக முகத்தைக் கூர்ந்து பார்த்து, 'பிரகிருதி!' என்றான்.

"பிரகிருதி கைம்பெண்ணா?"

"என்றும் நவீனமான, என்று வல்லமை படைத்த அந்த பிரகிருதிக்கு தர்மக் கட்டுப்பாடு விதிப்பது அநீதி."

நாடகத்தில் மனப்பாடம் செய்து மனதில் ஒன்றிப்போன வார்த்தைகள் அவள் நினைவிற்கு வந்தன. அதன் லயத்திலேயே

மெய்மறந்து கேட்டாள்: "என் மூல குணமே வல்லமை. மனதை நிரப்பும் வனச்செழிப்பு, கண்ணைப் பறிக்கும் அந்த அழகான காட்சிகள், இந்த இடத்தில் பாயும் ஓடை, இவற்றுக்கு எந்த தர்மமாவது கைம்பெண் என்று பழி சுமத்த முடியுமா?"

இருவரும் பேசுவதை நிறுத்தி விட்டு அதீத ஆற்றல் படைத்த இயற்கையின் அமைதியில் தங்களை மறந்த நிலையில் இருந்தார்கள். மதியம் சூரியன் மேற்குப் பக்கம் சாய்ந்து கொண்டிருந்தான். சிறு பொழுதில் தன் கழுத்தில் இருந்த மாலையை அவளுக்கும் போட்டு ஒரே மாலையில் இருவர் கழுத்தையும் சுற்றி அவன் கேட்டான்: "இப்போது உன் ஆழ்மனதின் துவந்துவம் நின்றதா?"

அவள் வார்த்தைகளை மீறிய அனுபவத்தின் மோனநிலையில் இருந்தாள். அவன் அவள் முகத்தைத் தன் கைகளில் ஏந்தி நிமிர்த்திக் கேட்டான்: "இப்போது உன் மனம் அமைதியடைந்ததா?"

மெல்லப் பெருமூச்சு விட்டு, தன் அனுபவத்தின் பொருளைச் சுருக்கமாகச் சொல்லும் குரலில் அவள் சொன்னாள்: "நான் பல முறை யோசித்திருக்கிறேன் இருமைநிலை என்னிடம் அடிப்படையில் என்றும் இருக்கவில்லை. குடும்ப அனுபவம் முழுமை அடையும் முன்பே அந்த அனுபவத்தையே வஞ்சிக்கும் நிலைமை வந்த போது மட்டும் எவருக்கும் இப்படி இருமைநிலை வரும். எனக்குத் தோன்றியதைச் சொன்னால் இவள் வெட்கம் கெட்டவள் என்று நினைப்பீர்களா?"

"இல்லை, சொல்."

"பெண்களை அனுபவம் பெறுவதிலிருந்து வஞ்சிக்க ஆயிரம் தடைகள் இருக்கும். அவை எல்லாம் மனிதனால் செயற்கையாக உருவாக்கப்பட்டவை. பலமுறை அந்தத் தடைகளுக்கு பெண்களின் அடிப்படை ஆற்றலை எதிர்க்கும் வலிமை கிடையாது. அப்போது அது ஆண்களின் மனதைக் கவ்விப்பிடித்துக் கொண்டு பல நூறு பயங்களை விதைக்கின்றன. எங்கள் சில சொரூபங்களுக்குத் தீட்டு என்ற பழியைச் சுமத்தி ஆண்களை எங்களிடமிருந்து வஞ்சிக்கும் முயற்சி நடந்து கொண்டே இருக்கிறது. என்ன ஆனாலும் ஆண்கள் எங்களை விட பலவீனமானவர்கள், இல்லையா?"

"இந்த வார்த்தைகள் எனக்கும் பொருந்துமா?" என்று அவன் அவளைத் தன் கைகளால் அழுத்திக் கேட்டான்.

“இல்லை, அதனால்தான் நாம் ஒன்று சேர்ந்திருக்கிறோம். சொல்லுங்கள், என்றாவது நீங்கள் செயற்கைத் தடைகளை நம்பி என்னிடமிருந்து விலகி விடுவீர்களா?”

“விலகுவது என் குணமல்ல.”

காலம், இடங்களை மறந்த நிலையில் அவர்கள் இருவரும் எந்த ஆதங்கமும் இல்லாமல் தங்கள் அடிப்படை நிலையை அடைந்திருந்தார்கள். அந்தப் பசுமையான இடத்தில் அவர்கள் அணுக்கத்தை கேலி செய்யும் எந்தக் கட்டுப்பாடுகளும் இருக்கவில்லை.

4

காத்தியாயினி அன்று வெகு நேரம் உறங்கினாள். போர்க்களமாக இருந்த அவள் மனம் இப்போது அழகான நாட்டிய மேடையாக இருந்தது. அவள் அன்றிலிருந்து தினமும் ராஜாவைச் சந்திப்பாள். ஒரு நாள் காலை எழுந்து, சிறப்பு வகுப்பு இருக்கிறது சீக்கிரம் போக வேண்டும் என்று வீட்டில் சொல்லி ஏழு மணி வண்டியிலேயே மைசூர் புறப்பட்டாள். அது சரக்கு ஏற்றிச் செல்லும் வண்டி, கூடவே பயணிகளுக்காக இரண்டு பெட்டியை இணைத்திருந்தார்கள். பெண்களுக்காகத் தனிப் பெட்டி இருக்கவில்லை. சுற்றியும் வயல் பசுமை அன்று மேலும் அதிகக் கவர்ச்சியாகக் கண்டது. உலகமே மகிழ்ச்சியுடன் சிரிப்பது போலக் காத்தியாயினி உணர்ந்தாள். வண்டியில் நிரம்பி இருந்த ஜனங்களின் நெருக்கடி சங்கடத்தை ஏற்படுத்தவில்லை. அங்கே புகைந்துகொண்டிருந்த பீடிகள் கூட நாற்றமடிக்கவில்லை. சன்னலுக்கு வெளியே பார்த்துக்கொண்டே ஒரு வேளாண் சொன்னார்: “கேழ்வரகு விளைச்சல் இந்த ஆண்டு நல்லா இருக்கு.”

“பயிர் பசுமையாக வளர்ந்திருப்பது உண்மை. ஆனால் இன்னும் மழை வரணும். பூமியும் வானும் அடிக்கடி சேராமல் இருந்தால் நன்றாக விளையாது. இன்று மழை வருவது போல இருக்கு. மேகம் சூழ்ந்திருக்கு” அருகில் இருந்த ஒரு அனுபவசாலி முதியவர் சொன்னார்.

காத்தியாயினியின் காதுகள் முதியவரின் பேச்சைக் கேட்டன. அவள் சன்னலுக்கு வெளியே பார்த்தாள். நீண்டு வளர்ந்திருந்த

பயிர்கள் மழையை வேண்டின. நிலம் காய்ந்து வானம் பொழியக் காத்திருந்தது. தண்ணீரைப் பார்த்துப் பல நாட்கள் ஆனது போல அந்தச் சூழ்நிலை இருந்தது. வேளாண் சொன்னார்: "வெக்கையா இருக்கு. மழை வந்தாலும் வரும்."

காத்தியாயினி சாமராஜபுரத்தில் இறங்கவில்லை. நேராக பெரிய ரயில் நிலையத்திற்கு வந்தாள். எட்டரை மணிக்கு ஒரு ஷட்டல் வண்டி அரிசிகெரே பக்கம் போய்க்கொண்டிருந்தது. இருவருக்கும் டிக்கட் வாங்கிக் கொண்டு ராஜா அங்கே காத்திருந்தான். தொலை தூரப் பயணி என்பதைப் போல அவனிடம் ஒரு ஹோல்டாலும் ஒரு தோல் பையும் இருந்தன. அவன் சூட் போட்டு டை கட்டி இருந்தான். இருவரும் ஷட்டல் வண்டி ஏறி கண்ணாம்பாடியில் இறங்கினார்கள். அவள் கையில் இருந்த புத்தகங்கள் அவர் கைப்பைக்குப் போனது. கூலி ஆளிடம் சாமான்களைச் சுமக்க வைத்துக் கொண்டு அவர்கள் பிருந்தாவனத்தில் இருக்கும் பெரிய ஹோட்டலுக்கு வந்தார்கள். ஹோட்டல்காரரிடம் முன்பணம் கொடுத்து புத்தகத்தில் தாங்கள் மதராசிலிருந்து வந்தவர்கள் என்று ராஜா எழுதிய பிறகு, இருவர் வந்து சாமன்களை எடுத்துக்கொண்டு வர அவர்கள் காட்டிய நேர்த்தியான அறைக்குள் புகுந்தார்கள்.

இருவரும் காலைச் சிற்றுண்டியை முடிக்க ஒன்பதே முக்கால் மணி ஆனது. அதற்குள் வெளியே கடும் வெயில் சுட்டது. கூடவே வானின் ஒரு பகுதியில் அடர்த்தியாக மேகம் கவிழ்ந்திருந்தது. பருவநிலையில் ஏற்பட்ட உஷ்ணத்தால் அந்த வேளையில் அவர்கள் இருவரும் வெக்கையில் வெந்து கொண்டிருந்தார்கள். தலை மீது சுற்றிக்கொண்டிருந்த காற்றாடியால் பயனில்லை. வெளியே பரந்த பூமி காய்ந்து மழையை விரும்பியது. பூமி மீது வளர்ந்து அதற்கு அழகு கொடுத்த பசுமையான மரங்கள், மழையில்லாமல் வாடும் நிலைக்கு வந்திருந்தன. தனக்கு மழை வேண்டும் என்று கேட்பது பூமியின் இயல்பல்ல. அதற்குள் வானத்தை முழுமையாக மேகம் மூடிவிட்டது. மெல்ல மேகங்கள் அடர்ந்து அதிகமாகி, அவை எல்லாம் ஒன்றாகக் கழன்று திடீரென்று விழுந்து விட்டால் அந்த வெள்ளத்தில் பூமி மீதான அழகான பசுமை அடித்துப் போய் அங்கே விகாரமான ஆகாரம் மட்டுமே தங்கி விடுமோ என்பதைப்போல கனமாக இருந்தன மேகங்களின் வடிவங்கள். ஆனாலும் மேகங்கள் கீழே வந்து பூமியை ஸ்பரிசிக்காமல் மேலேயே தொங்கிக்கொண்டிருந்தது தயக்கத்தாலா அல்லது

கூச்சத்தாலா! பூமிக்கும் மேகத்திற்கும் ஒரு முக்கியமான வேறுபாடு இருந்தது. இது புரட்டாசி மாதம். பூமி திருப்தி அடையும் அளவு முன்பே மழை பொழிந்திருந்தது. அது தண்ணீரில் நனைந்து ஆறுதல் அடைந்திருந்தது. மழை விட்ட சில நாட்களுக்குப் பிறகு மீண்டும் வானத்தைப் பார்த்தது. ஆனால் இப்போது வானத்தில் அடர்ந்திருப்பது முதல் முறையாக தண்ணீராகக் கவிழ்ந்துவிடத் துடிக்கும் புது மேகம். தன் பாரத்தைத் தாங்கிக்கொள்ளும் வலிமை தன்னிடமே இல்லாமல் போனாலும் பூமி மீது பொழிந்த முன் அனுபவம் அதற்கு இல்லை. வியப்பால், இறுக்கத்தால் தனக்கே அறிவில்லாத புதுமையின் திகைப்பால் மேகம் ஒரு வகையில் இயங்காமல் இருந்தது.

முழு உலகமே வெந்துபோவது போலான வெப்பத்தில் ராஜா காத்தியாயினி இருவரும் புழுக்கத்தில் துவண்டு கொண்டிருந்தார்கள். இப்போது மழை வர வேண்டும். இல்லை என்றால் இந்தப் உளைச்சல் நிற்காது. காத்தியாயினி ஊமை போல உட்கார்ந்திருந்தாள். ராஜா சன்னலுக்கு வெளியே பார்த்துக்கொண்டிருந்தான். மேகம் நிலையில்லாமல் அலைந்து கொண்டிருந்தது, அப்படியே மேகத்தின் அடர்த்தி அதிகரித்து ஒரு முறை மின்னியது போல் இருந்தது. தனக்கே உரிய மின்னல் மாயத்தில் பூமியின் அழகான வடிவமும் தண்ணீரின் தாகமும் மேகத்திற்குப் புரிந்திருக்க வேண்டும். மேகம் முழுமையாக பூமி மீது விழுந்தது போல இருந்தது. தண்ணீரின் அபரிமிதமான ஆற்றலால் முடிவில் மேகம் தன் செயல் திறனுடன் பூமியைத் தழுவியதும், இறுக்கம் தளர்ந்தது. மழை இடி, பேரொலிகளின் ஆர்ப்பரிப்புகள் இல்லாமல், மின்னல் அட்டகாசம் இல்லாமல், மேகத்தின் முடிவைச் சுமந்துகொண்டு போகும் சூறாவளிக் காற்றின் தாக்கம் இல்லாமல் மழை தானாகவே பொழிய ஆரம்பித்தது.

மழை நிற்கும் நேரம் மதியமாகி இருந்தது. ராஜா, காத்தியாயினி மதிய உணவு அருந்தும் போது வெப்பம் தணிந்து, மனதை இதமாகச் செய்யும் குளிர்ச்சி பரவி இருந்தது. தொலைவில் வீசத் தொடங்கிய காற்று மழையில் நனைந்த மண்ணின் மணத்தை ஏந்தி வந்தது. உணவருந்தும் போது அவர்கள் இருவருக்கும் பேச்சுத் தேவை இல்லாத இதமான சூழ்நிலை இருந்தது. பூமியின் பசுமைக்குப் பொலிவு கூடியது. அவர்கள் சாப்பிட்டு முடித்தார்கள்.

அதற்குள் மீண்டும் மேகங்கள் ஒன்றுசேர்ந்தன. ஆனால் இப்போது கூடும் மேகம் புதிதல்ல. முதலில் விழுந்து மீதமிருப்பதே புதிதாகத் திண்மமானது. இப்போது முன்பு இருந்தது போல தாங்க முடியாத வெப்பமல்ல. மழையும் அமைதியாகப் பொழியத் தொடங்கியது. 'சோ' என்று விடாமல் வெறி வேகமில்லாமல் அமைதியாகப் பொழிந்துகொண்டிருந்த மழையை பூமியும் அமைதியாக வரவேற்றது. வானில் கருந்திரைகள் இருக்கவில்லை. மழையைப் பருகித் தணிந்திருந்த பூமியின் முகம் புன்னகைத்தது. மீண்டும் வெயில் தெரிந்தது. மேகம் மறைந்திருந்தது.

அவர்கள் இருவரும் ஷட்டல் வண்டியைப் பிடித்து மைசூர் வந்து சேரும்போது மாலை ஐந்து மணி. காத்தியாயினி அங்கேயே புறப்படத் தயாராக இருந்த நஞ்சனக்கூடு ரயிலை ஏறினாள். ரயில் நிலையத்தை விட்டு வெளியே போகும் முன் ராஜா, "நாளை கல்லூரியில் பார்க்கலாம்" என்றான். அவள் "ஊம்" என்பதைப் போல தலையசைத்தாள். வாயிலிருந்து வார்த்தைகள் வரவில்லை.

★★★

படலம்: பதினொன்று

1

ராயர் வழக்கம் போல நூலகத்தில் தம் அறையில் உட்கார்ந்துகொண்டு வேலை செய்து கொண்டிருந்தார். அறையில் இப்போது புத்தகங்கள் இன்னும் அதிகமாகக் குவிந்து கிடந்தன. தமக்குத் தேவையான நூல்களை அவர் அங்கே எடுத்து வருவார். அதை ஒழுங்காக அடுக்கி வைப்பதும், வேலை முடிந்த பிறகு திருப்பித் தருவதும் அவரால் முடியாது. உடனே தேவைப்படும் புத்தகத்தை அந்தக் குவியலில் தேடுவதுதான் சிரமமாக இருந்தது.

அவர் ரத்னேக்கு கடிதம் எழுதி பத்திருபது நாட்களாகி இருந்தன. அவளிடமிருந்து பதில் கூட இல்லை. ஒருவேளை அவள் வரமாட்டாளோ என்று கவலைப்பட்டார். யோசிக்க யோசிக்க அவர் மனம் அவள் நினைவிலேயே மூழ்கிவிடும். அவள் அன்றே வரக்கூடாதா என்ற தீவிரமான அழுத்தம் மனதில் ஏற்படும்.

ஒரு நாள் அவர் வெறுமை உணர்வுடன் சாய்வு நாற்காலியில் சாய்ந்து உட்கார்ந்திருந்தார். அன்று வேலை செய்யும் உற்சாகம் மடிந்துபோயிருந்தது. மெல்லச் சுழலும் காற்றாடியைக் கூர்ந்து பார்த்துக்கொண்டு, கண்ணாடியை இடது கையில் பிடித்துக் கொண்டு அவர் பிணம் போல விழுந்து கிடந்தார். பின்னாலிருந்து மடிப்புக் கதவு திறந்த சத்தம் கேட்டது. கதவைத் திறந்து மிக அருகில் வந்த பிறகு யாரோ வந்தது போல உணர்ந்தார்.

ஏறெடுத்துப் பார்த்தார். வந்தவள் கருணா. தன் தினசரி உடுப்பான வெள்ளை சேலையுடுத்தி, வெள்ளை ரவிக்கை அணிந்து முன்பு அவருடன் சேர்ந்து உழைத்த கருணா இப்போது அவர் முன்னால் நின்றிருந்தாள். ‘வந்து விட்டாயா?’ என்று அவசரமாக மேலே எழுந்து அவர் கேட்டார். ‘வந்து விட்டேன்’ என்பதை மட்டும் சொல்லி ஒரு நாற்காலியை இழுத்துக் கொண்டு அவர் அருகிலேயே உட்கார்ந்தாள்.

ஐந்து நிமிடம் என்ன பேசுவது என்று அவருக்குத் தெரியவில்லை. மனம் மகிழ்ச்சியில் நிரம்பி இருந்தது. அமைதியாகக் கைநீட்டி அவள் வலது கரத்தைப் பற்றிக்கொண்டார். அவளும் எதுவும் பேசாமல் அவர் கரத்தைத் தன் இரண்டு கைகளாலும் அழுத்தினாள். அவராகவே ‘சாமான்கள் எங்கே?’ என்று கேட்டார்.

“ஸ்டேஷனில் விட்டு வந்திருக்கிறேன்.”

“எழுந்திரு, பெண்கள் ஹாஸ்டலில் ஒரு அறை ரெடி பண்ணச் சொல்லலாம்.”

“ஹாஸ்டல் வேண்டாம். எனக்கு விருப்பமில்லை.”

“அதுவும் சரிதான்” என்று சொல்லி அவர் அமைதியானார். சிறிது நேரம் என்ன பேசுவது என்று தெரியாமல், பிறகு சொன்னார்: “சாப்பிட்டு விட்டு வரலாம்.”

இருவரும் ஹிந்து ஹோட்டலுக்குப் போனார்கள். அப்போது மணி பன்னிரண்டரை ஆகியிருந்தது. வீட்டில் தான் சாப்பிட்டிருந்தாலும் ராயர் ரத்னேயுடன் அமர்ந்தார். இருவரும் சாப்பிட்ட பிறகு மீண்டும் நூலகம் வந்தார்கள். சிறிது நேரம் ஊர், வீட்டுப் பேச்சுகளைப் பேசிய பிறகு, “என்ன யோசித்தாய்?” என்று ராயர் கேட்டார்.

“எந்த யோசனையும் இல்லை. உங்களுடன் பணியாற்றி மன நிறைவு பெறுவதுதான் எனக்குத் தேவை. மற்ற கவலைகள் எல்லாம் உங்களைச் சேர்ந்தது.”

“முதலில் திருமணம் செய்து கொள்ளலாம்.”

குரலைத் தன் கட்டுக்குள் கொண்டு வந்து உதட்டைக் கடித்துக் கொண்டே கருணா கேட்டாள்: “திருமணம் செய்து கொள்ளாமல் இருந்தால் என்ன?”

“நானும் அப்படித்தான் யோசித்தேன். எல்லோரும் செய்துகொள்ளும் ‘தாம்பத்திய’த்திற்காக நாம் ஒன்று கூடவில்லை. ஆனால் எத்தனை நாள் நாம் இருவரும் இப்படியே இருக்க முடியும்? வாழ்க்கை முழுவதும் நாம் ஒன்றாகக் கழிப்பவர்கள். விடுதியில் நீ எத்தனை நாள் இருக்க முடியும்? உனக்காக வேறு வீடு அமைத்துக் கொண்டால் சமூகக் கட்டுப்பாடுகளை மீறி நான் அங்கே வருவது எப்படி? நீ பகல் முழுதும் இங்கே இருந்து வேலை செய்ய எப்படி முடியும்? ஜனங்கள் என்ன சொல்வார்கள்? அதுமட்டுமல்ல, பல்கலைக்கழகமும் நம் மீது களங்கத்தைச் சுமத்தாமல் விடாது. திருமணம் என்ற சமூக சடங்குக்குள் நாம் அடங்கிவிட்டால் எந்தப் பிரச்சனையும் இருக்காது.”

“ஒரு மனைவி இருக்கும் போதே இப்படிச் செய்தார் என்று ஜனங்கள் பேச மாட்டார்களா?”

“நான்கு நாட்கள் பேசுவார்கள். இன்னொரு திருமணம் செய்து கொண்டது மக்கள் வாய்க்கு நான்கு நாட்கள் மெல்ல அவலாக இருந்தாலும் அது நம் மீது அநீதியின் பழியைச் சுமத்தாது. நாம் இருவரும் சேர்ந்து ஒழுங்காக அதிகமாக உழைக்க முடியும்.”

கருணாவின் சிந்தனையும் ஏறக்குறைய அதுவாகத்தான் இருந்தது. அவள் சம்மதித்தாள்: “இந்தச் செய்தியை வீட்டில் தெரிவித்து விட்டீர்களா?” என்று கேட்கும் மனம் இருந்தாலும், ‘அதற்கு அவர்தான் தீர்வு கண்டு கொள்ள வேண்டும். நானாகக் கேட்டு அவரை எதற்கு தேவை இல்லாமல் இதில் சிக்க வைக்கட்டும்?’ என்று அமைதியானாள்.

இருவரும் ரயில் நிலையம் போய் அவள் பொருட்களை எடுத்துக் கொண்டு ஹிந்து ஹோட்டல் மாடியில் ஒருவருக்குத் தேவையான ஒரு அறையை எடுத்து அங்கே வைத்தார்கள். “ஆய்வுக்கு வந்த ஒரு பெண் சுமார் ஒரு மாதம் ஹோட்டலில் தங்க வேண்டி இருக்கிறது” என்று சொல்லி ராயர் ஹோட்டல் மேலாளரிடம் முன்பணம் கொடுத்தார். மீண்டும் இருவரும் நூலகம் வரும் போது மாலை ஐந்து மணியாகி இருந்தது. அறையில் இருந்த புத்தகக் குவியலைக் கண்ட கருணா, “இதென்ன இப்படிக் குப்பை மாதிரி? இதை நான் ஒழுங்குபடுத்தி வைக்கிறேன். எனக்குத் தெரிந்த ஒரு முறையில் வைக்கிறேன். இனி உங்களுக்குத் தேவையான புத்தகத்தை அதில் வேண்டிய பக்கங்களை எடுத்துக் காட்ட நான் இருக்கிறேன்” என்று தன் வேலையில் தொடங்கினாள்.

"பயணக் களைப்பாக இருக்கும். கொஞ்சம் ஓய்வெடுத்துக் கொள்" ராயர் சொன்ன வார்த்தைக்கு, "இத்தனை நாள் வேலை இல்லாமல் என் உடம்பு சோம்பேறியாகி விட்டது. இன்று அதைச் சரிசெய்துகொள்கிறேன்" என்று சொல்லி தான் அந்தப் புத்தகங்களை ஒழுக்குபடுத்தி வைத்துக்கொண்டிருந்தாள்.

2

தாம் எடுத்த புதிய முடிவை வீட்டில் முன்பே சொல்ல வேண்டுமென்று நினைத்திருந்தாலும், சுமார் பதினைந்து நாட்கள் அவரால் அப்படிச் செய்ய முடியவில்லை. இந்த விஷயத்தை எப்படி ஆரம்பிப்பது, எப்படிச் சொல்வது, இதனால் ஏற்படும் எதிர்வினையை எப்படிச் சந்திப்பது என்பதைப் பற்றி மனம் ஊசலாடிக் கொண்டிருந்தது. இது தெரிந்தால் நாகலட்சுமிக்குப் பேரிடியாக இருக்கும் என்பது அவருக்குத் தெரியாததல்ல. தம் இந்த முடிவால், நிரபராதியான அவளுக்குக் கொடுமையான தண்டனை என்பதும் தெரிந்திருந்தது. ஆனால் இப்போது எடுத்த முடிவிலிருந்து பின் சரிந்தால் தம் வாழ்க்கையின் பெரும் லட்சியமான நூல் முடிவு பெறாமல் போய்விடும் என்பது அவர் தீர்வுக்குத் தார்மீகத் துணிச்சலைக் கொடுத்தது. இந்தப் பொருந்தாத தாம்பத்தியத்திலிருந்து முழுமையாக வெளியேறும் எண்ணம் அவருக்கு இல்லை. அவருக்குக் கருணா தேவையே தவிர நாகலட்சுமி வேண்டாம் என்பதல்ல. அவளை வெளியேற்றும் சிந்தனை அவர் மனதில் என்றும் வந்ததில்லை.

ஒரு இரவு வீட்டுப் படிப்பு அறையில் உட்கார்ந்து கொண்டு ராயரால் வாசிக்க முடியவில்லை. பதினொரு மணிக்கு அவர் அறை விளக்கை அணைத்து விட்டு படுக்கை அறைக்குப் போய் கதவை சாத்திக் கொண்டார். உள்ளே பெரிய கட்டிலில் நாகலட்சுமி பிரித்வியுடன் படுத்திருந்தாள். அவள் மற்றொரு பக்கத்தில் படுக்கை காலியாக இருந்தது. அன்று அவளிடம் விஷயத்தைச் சொல்லி விட வேண்டுமென்று அவர் நினைத்தார். அருகில் அமர்ந்து அவள் தோளை அசைத்து, 'நாகூ' என்று அழைத்தார். அப்போதுதான் உறக்கம் வந்திருந்த அவளுக்கு விழிப்பு வந்தது. அறையின் பெட்ரூம் பல்ப் மங்கலாக எரிந்து கொண்டிருந்தது: விழித்துக் கொண்டு, பாதி திறந்த கண்களுடன் அவள் கேட்டாள்: "மணி என்ன?"

“பதினொன்று.”

“நிஜமா?” என்று கண்களை மீண்டும் மூடிக்கொண்டு தன் தோள்களால் கணவனை அணைத்துக் கொண்டு சொன்னாள்: “இன்னைக்கு என்ன, என் அதிரிஷ்டம் போல, சீக்கிரம் படுக்க வந்திட்டீங்க?”

ராயருக்குப் பிறகு என்ன சொல்வதென்று தெரியவில்லை. ‘நாகூ’ என்று மட்டும் சன்னக் குரலில் சொன்னார். கணவனின் மெலிந்த தேகத்தை முழுமையாகத் தன் இரண்டு தோள்களாலும் தழுவிக் கொண்டு அவள் மென்மையாகச் சொன்னாள்: “படிக்க சலிப்பா இருந்ததா? இத்தனை வருஷத்தில நீங்க என்னைக்குத்தான் இந்த நேரத்தில வந்து என்னை ‘நாகூ’ன்னு அழைச்சிருக்கீங்க? எனக்குப் புரியுது. நான் உங்க மனைவி இல்லையா? படுத்துக்கங்க.” ராயர் அமைதியானார். கண்ணாடியைக் கழற்றி வைத்திருந்த அவர் கண்களைக் கூர்ந்து பார்த்து அவள் அந்தக் கண்களை முத்தமிட்டுக் கேட்டாள்: “நான் ஒண்ணு சொன்னா கேட்பீங்களா?”

“என்ன?”

“உங்களுக்கு அதிகமா உஷ்ணமாகி இருக்கு. உடம்பு காய்ச்சல் வந்தது போல இருக்கு. நிறைய படிக்கிறதால கண் கூட ஒளி இழந்து போயிருக்கு. இப்படிக் கண் பாழானால் என்ன கதி? இனி ஒவ்வொரு ஞாயிறும் சீக்கிரமா எழுந்திரீங்க. நீங்க லைப்ரரிக்குப் போறதுக்கு முன்னயே ஒரு சொம்புத் தண்ணி ஊத்தறேன். தினமும் இரவு சாப்பிட்ட பிறகு நாற்காலி மீது உட்காருங்க உள்ளங்காலுக்கு நல்லா ஆமணக்கெண்ணெய் தேய்ச்சு விடறேன்.”

ராயர் பேசவில்லை. கண் மூடி அவள் தோள் மீது முகத்தைச் சாய்த்துக்கொண்டு படுத்தார். “தூக்கம் வருதா?” அவள் கேட்டதற்கு அவர் பேசவில்லை. “தூங்குங்க?” என்று குழந்தையைத் தட்டிக் கொடுப்பது போல அவர் முதுகை மெல்லத் தட்டிக் கொடுத்தாள். ராயர் மனதில் தீப் பற்றிக் கொண்டது போலானது. அவர் புத்தி ஒருநிலையில் இல்லை. மன உறுதி தண்ணீராகக் கரைந்தது. சிறிது நேரத்தில் அவர் ஒரு முறை நீண்ட பெருமூச்சு விட்டார். “தூக்கம் வரலையா?” என்று அவள் அவர் முகத்தைக் கையில் ஏந்திப் பார்த்தாள். அவர் கண்ணில் நீர்த் துளிகள் கண்டன.

“என்ன யோசனை, என்னிடம் சொல்லக் கூடாதா?” என்று அவரைக் கொஞ்சி அவள் கேட்டாள். அதற்கும் பதில் இல்லை. “உங்களுக்கு வேண்டாமுன்னா சொல்ல வேண்டாம். உங்க சின்ன வயசிலேயே அப்பா அம்மாவை இழந்திட்டீங்க. பிறகு உங்களை நல்லாப் பாத்துக்கிறவங்க யார் இருந்தாங்க? நம்ம ஊரிலேயும் நீங்க ரொம்ப நாள் இருக்காம படிக்க மைசூருக்கு வந்தீங்க. அம்மாவை இழந்த குழந்தைங்க இருக்கக் கூடாது. இப்ப நான் இல்லையா? உங்களுக்கு என்ன கவலை? நீங்க இப்படி துயரப் படக்கூடாது” என்று அவள் முந்தானையால் அவர் கண்ணைத் துடைத்தாள்.

“கவலை எதுவும் இல்லை. இப்பத் தூக்கம் வருது. படுத்துக்க” என்று ராயர் அருகில் இருந்த தலையணை மீது சாய்ந்தார். கால் அருகில் இருந்த போர்வையை எடுத்து அவருக்குப் போர்த்தி நாகலட்சுமி அமைதியானாள். அன்று இரவு ராயருக்குத் தூக்கம் வரவில்லை. சுமார் இரண்டு மணிக்கு நாகலட்சுமிக்கு உறக்கம் வந்தது. இரவு இருட்டுக்கு பயந்துகொள்ளும் குழந்தையை இறுகத் தழுவிப் படுத்துக்கொள்ளும் அம்மாவைப் போல அவள் அவரைத் தன் இடது தோளால் அணைத்துக்கொண்டே படுத்திருந்தாள். ராயருக்கு உறக்கம் வராவிட்டாலும் அவளுக்கு விழிப்பு வந்து விடக்கூடாது என்று அவர் அசையாமல் படுத்திருந்தார். இரவு முழுதும் மனம் கொந்தளித்துக் கொண்டிருந்தது. இவள் தவறென்ன? என்ற கேள்வி பதில் இல்லாமலேயே உறுத்திக் கொண்டிருந்தது. அதற்கு அவர் மனம் சொல்லிக்கொண்டிருந்த ஆறுதல் ஒன்றுதான்: “நான் இவளைத் துறக்கவில்லை. என் வாழ்க்கையின் பேரவாவை நிறைவேற்ற மற்றொருவளின் கரம் பற்றுகிறேன்.”

மறுநாள் காலை ஐந்து மணிக்கு எழுந்தார். ராஜா அந்த நாட்களில் காலை எழுந்து குளித்துவிட்டு ஆடை அணிந்து நடைபழகப் போவான். ராயர் எழும் போது ராஜா அப்போதுதான் குளியல் அறைக்குப் போனான். “நீ வாக் போகும் போது சொல், நானும் வருகிறேன்” என்று அவர் சொன்ன போது ராஜா சிரித்துக் கொண்டே, “என்ன உங்களுக்கும் உடல் நலத்தின் மீது அக்கறை வந்து விட்டதா?” என்று கேட்டான்.

அண்ணன் தம்பி இருவரும் ஹுன்சூர் சாலையில் நடந்து போனார்கள்.

“ஒரு விஷயம் உன்னிடம் சொல்ல வேண்டும்” என்றார் ராயர்.

ஏதோ ஒன்று அண்ணன் மனதைக் குடைகிறது என்பதை ராஜா கவனித்திருந்தான். அது எதுவாக இருக்கலாம் என்ற தெளிவற்ற கற்பனையும் அவன் மனதில் தோன்றி இருந்தது. “என்ன விஷயம்?” என்று கேட்ட ராஜாவிடம் எப்படிச் சொல்ல ஆரம்பிப்பது என்பது தெரியாமல் சிரமப்பட்டுக் கொண்டிருந்த ராயர் எந்தப் பதிலையும் கொடுக்கவில்லை. அவர் சிரமத்தைத் தவிர்க்க ராஜாவே ஆரம்பித்தான்: “மிஸ் கருணாரத்னே வந்திருக்கிறாராமே.”

“உனக்கு எப்படித் தெரியும்?”

“லைப்ரரியில் சொன்னார்கள். ஹிந்து ஹோட்டலில் தங்கி இருக்கிறாராம்.”

ராஜாவுக்கு இவை எல்லாம் தெரிந்திருப்பது வியப்பாக இருந்தாலும் அதே தருணத்தில் அவர் பேச்சைத் தொடங்கினார். தம் நூல் படைப்பில் இருக்கும் அடைதடைகளை எல்லாம் விவரித்தார். தம் பார்வை குறைவதையும் சொல்லிப் பிறகு தொடர்ந்தார்: “அவள் இல்லாமல் நூல் முழுமை பெறாது. நூல் முழுமையடையாமல் நான் சாகமாட்டேன். அவள் வெறுமனே இப்படி என்னுடன் உழைப்பது சமூக ரீதியில் நல்லதல்ல. அதற்காக சிவில் மேரேஜ் செய்து கொள்ளலாம் என்று இருக்கிறேன்.”

ராஜா பேசவில்லை. இப்படி ஏதாவது பிற்காலத்தில் நடந்தாலும் நடக்கலாம் என்று அவன் பல முறை ஊகித்திருந்தான். பெரிய மேதாவிகள், இலக்கியவாதிகள், இதர கலைஞர்கள், அறிவியலாளர்கள் போன்றோர் வாழ்க்கையில் இது நடக்க அதிக வாய்ப்பிருக்கும். ஆனால் தன் அண்ணன் இப்படிச் செய்வது அவனுக்கு சங்கடத்தை ஏற்படுத்தியது. “நாகுவைப் பற்றி யோசித்தாயா?”

“அவளிடம் சொல்லி சமாதானப்படுத்து என்று சொல்லத்தான் உன்னை இங்கே அழைத்து வந்தேன். கருணாரத்னேயைத் திருமணம் செய்துகொண்டேன் என்பதற்காக நாகுவைக் கைவிட மாட்டேன்.”

“ஆனாலும் அவள் இதற்கு ஒத்துக்கொள்வாளா? ‘உன்னைக் கைவிடமாட்டேன். நீயும் இரு’ என்றாலும் எந்தப் பெண்தான் கணவனின் இன்னொரு திருமணத்தை ஏற்றுக்கொள்வாள்? நம் மாமா அநாதைகளான நம்மை வளர்த்தார். நாகுவை உனக்குக் கொடுத்துத் திருமணம் செய்து வைத்தார். இப்போது அவரும்

இறந்து விட்டார். அத்தையும் இல்லை. நீ புத்தகம் எழுதுவதில் நாகுவுடைய குற்றமாவது என்ன? திருமணம் நடக்கும் போது அவள் சம்மதத்தை விட நீ ஒத்துக்கொள்வதுதானே முக்கியமாக இருந்தது? நீ சம்மதித்துத்தானே திருமணம் செய்து கொண்டாய்."

சிறிது நேரம் தமக்குள் சிந்தித்துக் கொண்டிருந்த ராயர் தம்பியிடம் சொன்னார்: "இது கேள்வி, வாதங்களால் தீர்வு காணும் விஷயமல்ல. நீ ஆக்ஸ்ஃபோர்ட் போலான இடங்களைப் பார்த்து வந்தவன். நாகு மீது உனக்கு அதிகப் பாசம் என்பது எனக்குத் தெரியும். அவள் மீது எனக்கும் அன்பு இருக்கிறது. இந்த நூல் முடிவடையாமல் போனால் நான் நிம்மதி இல்லாமல் இறந்து போவேன். கருணா இல்லாவிட்டால் நீ எனக்கு உதவ முடியுமா? நான் ஒன்றும் வீட்டை விடமாட்டேன்; நாகுவையும் கைவிடமாட்டேன்; நீயாவது அவளுக்கு ஆறுதல் சொல்லி ஒத்துக்கொள்ள வைப்பாய் என்று எனக்குத் தெரியும். என் நிலையிலிருந்து ஒரு நிமிடம் யோசித்துப் பார்."

அண்ணன் எண்ணத்தை ராஜா புரிந்துகொள்ள முயன்றான். அதிக முயற்சி தேவை இல்லாமல் அது படிகம் போலத் தெளிவாகத் தெரிந்தது. அவனுக்கு அண்ணி மீது ஆழமான நட்பு இருந்தது; அண்ணனின் அறிவுசார் முயற்சிகளைப் பற்றி அபரிமிதமான மதிப்பும், பெருமையும் இருந்தது. 'இவர் டாக்டர் சதாசிவராவ் தம்பி' என்று யாராவது சொன்னால் அவன் மனம் பெருமையில் பூரித்துப் போகும். இதில் அவன் செய்யக் கூடியதாவது என்ன? திரும்பி வரமுடியாத தொலைவிற்கு அண்ணன் போயிருப்பது ராஜாவுக்குத் தெரியும். அவர் முன்னால் கடினமாகப் பேச ராஜா மனம் ஒத்துக்கொள்ளவில்லை. அதனால் எந்தப் பயனும் கிடையாது. மேலும் அதிக நட்புடன் கண்டு அண்ணிக்கு ஆறுதல் சொல்வதுதான் தான் செய்யக் கூடிய மிகச் சிறந்த வேலை என்று ராஜா அமைதியானான்.

3

செய்தி அறிந்த மூன்று நாட்களாக நாகலட்சுமி சாப்பிடவில்லை. இரவு இமையோடு இமை கூட விடவில்லை. கணவனின் படைப்பு வேலைகளுக்குத் தன்னால் எந்த உதவியும் செய்ய முடியாது

என்பது அவளுக்குத் தெரியும். வெறுமனே அதற்காக மட்டுமே அவர் வேறொரு திருமணம் செய்துகொள்வது அவள் கற்பனைக்கு எட்டாததாக இருந்தது. தம் வாசிப்பு, எழுத்துக்களால் அவர் அவளை அலட்சியப்படுத்தியதை அவள் அதிக வருத்தமில்லாமல் விழுங்கியிருந்தாள். ஆனால் தன் கணவன் வேறொருவளை மனைவியாக ஏற்பது அவள் பொறுமையை மீறியதாக இருந்தது. அண்ணி மனது ஒரு நிலையில் இல்லை என்பதை அறிந்த ராஜா மூன்று நாட்களாக கல்லூரிக்குப் போகாமல் வீட்டிலேயே இருந்தான். ராயர் வீட்டிற்கு வருவார். வழக்கம் போல உணவருந்தி தன் படிப்பு அறை சேர்ந்து விடுவார். தூக்கம் வரும் போது அங்கேயே தம் சாய்வு நாற்காலியை நீட்டி சாய்ந்து உறங்கிவிடுவார். அவளுக்குச் செய்தி தெரிந்த முதல் நாள் அவள் அவர் அறைக்குள் நுழைந்து கேட்டாள்: “இப்படிச் செய்ய நான் என்ன தவறு செய்தேன்?”

ராயர் மூடிய உதட்டைத் திறக்கவில்லை. “நீங்கள் பேசும் வரை நான் இந்த அறையை விட்டுப் போகமாட்டேன்” என்று அவள் அங்கேயே உட்கார்ந்தாள். பெண்ணின் லஜ்ஜை வரம்புக்குள் பேசக்கூடிய பேச்சுக்களை எல்லாம் பேசினாள். ஆனாலும் அவர் ஊமையாகவே இருந்தார். ‘எல்லாம் ராஜா சொல்வான்’ என்ற ஒரே வார்த்தையில் அவர் சொல்லி முடித்தார்.

செய்தி அறிந்த மூன்றாம் நாள் மதியம் சாப்பிடாமல் அவள் உட்கார்ந்திருந்தாள். “நாகு, நீ இப்படி உட்கார்ந்திருந்தால் நானாவது சாப்பிட வேண்டாமா? ராஜா சொன்னான்.

“என் கர்மத்துக்கு நான் பட்டினி கிடக்கிறேன். நீ சாப்பிடு.”

“உன்னை விட்டு விட்டு நான் சாப்பிட மாட்டேன். எழுந்திரு” என்று அவன் கட்டாயப்படுத்தினாலும் அவள் கேட்கவில்லை. தன் சங்கடத்தில் இப்படிப் பரிவுடன் ஆறுதல் சொல்லிக் கொண்டு சாப்பிடாமல் இருக்கும் கொழுந்தன் மீது பாசம் பொங்கி வந்தது.

“ராஜா, அம்மா இறந்து போனாங்க. அப்பாவும் செத்துப் போனார். அண்ணன் போய்விட்டான். இவர் இப்படிச் செய்கிறார். நீ ஒருத்தன் என் மீது அன்பா இருந்து எதுக்கு வருத்தப்படற?”

“அவர் வேலை உனக்கு சரியாகப் புரியாது. நூல் நிறைவு பெறாவிட்டால் அவருக்கு மனநோய் வருவது உறுதி. அப்படி நடக்க விட முடியுமா?” என்றான் ராஜா.

“இல்லாத பித்தை வளர்த்துக்கிட்டு இவரு என்னை எதுக்கு விடவேண்டும்?”

“உன்னைக் கைவிடணும்னு அவர் என்னைக்கும் நினைச்சதில்லை. அவளைத் திருமணம் செய்து கொண்டாலும் அவள் இங்கேதான் வருவா. இந்த வீட்டுக்கு எல்லாம் வாங்கிப்போட்டு மேற்பார்வை பார்ப்பவன் நான். வீட்டு அலுவல்களை எல்லாம் பாத்துக்கிறவ நீ. அவ ஒருத்தி இருந்தா இருக்கட்டும், விடு. என்ன செய்ய முடியும்?”

“படிச்சவங்க வேணுமுன்னா அவருக்கு அவர் கூடப் பிறந்த தம்பி நீ இருக்கே. உன்னால அவருக்கு உதவியா இருக்க முடியாதா?”

“என்னால முடியாத வேலை அதனாலதான் இவ்வளவு தூரம் போனது. நாகு, நீ இப்போ பிடிவாதம் பிடிக்கிற அளவுக்கு வேலை கெடும். திருமணத்துக்கு சும்மா ஒத்துக்க. அவள் வந்து உன்னைப் பாடாப் படுத்தப் போறதில்லை. எப்போதும் வாசிப்பது, எழுதறதைத் தவிர அவளுக்கு வேறு எதுவும் தெரியாது. ஒரு ஆண் குழந்தைக்கு அம்மா நீ. கூடவே நானும் இருக்கேன். இந்த வீட்டில் உன்னை இழிவாப் பார்க்க யாராலும் முடியாது. அவள் அப்படிக் கெட்ட பொம்பளையும் அல்ல. அண்ணனும் உன்னை ஒதுக்கி வைக்க மாட்டார்.”

அட்டைக் கறுப்பு நிறத்துக் கருணாவுக்கு ஒப்பிட்டுப் பார்த்தால் தான் உண்மையாகவும் அழகு என்று நாகலட்சுமி தன்னைப் பற்றி யோசித்தாள். அவள் உடல்வாகு, முக அமைப்பு இப்போது முன்பு போலவே பொலிவாகவே இருந்தது. முன்பு இல்லாத முதிர்ச்சி அவள் அழகுக்கு மேலும் மெருகேற்றி இருந்தது. ‘என்னைப் போன்ற மனைவியை விட்டு விட்டு அந்தக் கரிக்கட்டையை விரும்புவது அவருக்கு புத்தி கெட்டிருப்பதால்தான். நாலு நாள்ல புத்தி தெளிஞ்சு அவரே வழிக்கு வருவாரு.’ ஆனால் அந்த ஆறுதல் துயரத்தைக் குறைக்கவில்லை. அவள் இன்னும் சாப்பிட எழாமல் உட்கார்ந்திருந்தாள். மகன் பிரித்வி பள்ளிக்குப் போயிருந்தான். அதற்குள் வெளிக் கதவு திறந்து யாரோ உள்ளே வரும் சத்தம் கேட்டது. ராஜா எழுந்து போய்ப் பார்த்தான். “நீங்கள் மூன்று நாட்களாக கல்லூரிக்கு வரவில்லை” என்று சன்னக் குரலில் சொல்லிக்கொண்டு கத்தியாயினி உள்ளே வந்தாள். தற்போது அவள் ராஜாவுடன் சலுகையுடன் பேசுவதை

நாகலட்சுமி கவனித்திருந்தாள். ஆனால் அதைப் பற்றிக் குறிப்பாக என்றும் அக்கறையுடன் யோசித்ததில்லை. உள்ளே வந்த காத்தியாயினுக்கு நாகலட்சுமியின் முகத்தைப் பார்த்து வியப்பாகவில்லை. அதை எதிர்பார்த்தது போல இருந்தது. ஆனாலும் வெளிக்காட்டிக்கொள்ளாமல் அவள் சொன்னாள்: “ஐந்தாறு நாட்களாக உங்களைப் பார்க்கவே இல்லை. எதுக்கு இப்படி இருக்கிறீங்க? உடம்புக்கு சரி இல்லையா?”

நாகலட்சுமி இப்போதும் பேசவில்லை. தான் கைக்குட்டையில் சுற்றிக் கொண்டு வந்திருந்த பூச்சரத்தை அவளிடம் கொடுத்து, ‘பூ வாங்கிக்கங்க’ என்றாள் காத்தியாயினி.

பூச்சரத்தை வலது கையால் உதறித் தள்ளி, “இனி எனக்கு எதுக்கு வேணும் பூ?” என்று நாகலட்சுமி கண்ணீர் நிரப்பிக் கொண்டாள்.

“நாகு, அப்படிச் சொல்லக் கூடாது. பூ கொடுக்கும் போது வேண்டாமுன்னு சொல்ல இப்ப என்ன ஆயிருக்கு?” என்று ராஜா சொன்ன பிறகு, உதறித் தள்ளிய பூவை அருகில் எடுத்து வைத்துக் கொண்டாள். ஐந்து நிமிடம் யாரும் பேசவில்லை. காத்தியாயினி, ராஜா முகத்தைப் பார்த்தாள். இருள் சூழ்ந்த கண்களுடன் ராஜா அவளைப் பார்த்தான். பிறகு அவளாகவே ராஜாவைக் கேட்டாள்: “காலேஜில் இன்று ஒரு விஷயம் கேள்விப்பட்டேன். உண்மையா?”

“என்ன விஷயம்?”

“பொய்யா, உண்மையா நம்ப முடியலை. நாகலட்சுமி அம்மா அழுவதைப் பார்த்தா இருந்தாலும் இருக்கலாமுன்னு தோணுது.”

“என்ன செய்தி சொல்லு.”

ராஜா சில நாட்களாக அவளுடன் ஒருமையில் பேசுவது நாகலட்சுமி கவனித்திருந்தாள்.

“ரிசர்ச் ஸ்டுடண்ட் கருணாரத்னேவை நேற்று உங்கள் அண்ணன் சிவில் மேரேஜ் செய்து கொண்டாராம்.”

“யாரு சொன்னாங்க?”

“இன்னைக்கு லேடீஸ் ரூமில இதே பேச்சுத்தான். நேற்று மாலை சப்-ரெஜிஸ்ட்ரார் அலுவலகத்தில் திருமணம் நடந்ததாம்.”

இது எப்படி தங்களுக்குத் தெரியாமல் நடந்துபோகுமென்று ராஜா எண்ணி இருக்கவில்லை. மனைவியின் ஒப்புதல் பெறுவதற்கு முன்பே அண்ணன் இப்படி எதற்குச் செய்தார் என்று சிந்தித்துக் கொண்டிருக்கும் போதே காத்தியாயினி, “இங்க பாருங்க” என்று விரைவாக நாகலட்சுமி பக்கமாக நகர்ந்தாள். கணவனுக்கு வேறு திருமணம் நடந்து விட்டதைக் கேட்ட உடனே தலைச் சுற்றல் வந்து நினைவிழந்த அவள் ஒரு பக்கமாகச் சரிந்து விழுந்தாள். ராஜா உடனே ஓடிப்போய் ஒரு சொம்பில் தண்ணீர் எடுத்து வந்தான். காத்தியாயினி சொம்பை கையில் வாங்கிக் கொண்டு நாகலட்சுமி தலைக்கு நன்றாக தண்ணீர் தெளித்துத் தட்டினாள். ராஜா விசிறி எடுத்து வந்து காற்று வீசினான். ஐந்து நிமிடம் ஆனாலும் நினைவு வரவில்லை. முழுமையாக நினைவை இழக்கவுமில்லை; பாதி மயக்க நிலையில் நாகலட்சுமி படுத்திருந்தாள். “போய் டாக்டரை அழைத்து வருகிறேன். நீ காற்று வீசிக் கொண்டிரு” என்று ராஜா சைக்கிள் எடுத்துக்கொண்டு போனான்.

அவன் போன ஐந்து நிமிடத்தில் நாகலட்சுமிக்கு நினைவு திரும்பியது. அவள் எழ முயன்றதைப் பார்த்த காத்தியாயினி, ‘எழ வேண்டாம் மீண்டும் தலைச் சுற்றல் வரலாம்” என்று கூடத்தில் நாற்காலி மீது போட்டிருந்த ஒரு தலையணையை எடுத்து வந்து தலைக்கு முட்டுக் கொடுத்தாள். ஒரு வார்த்தையும் பேசாமல் நாகலட்சுமி, காத்தியாயினியின் கையைப் பிடித்துக் கொண்டு படுத்தாள்.

பத்து நிமிடத்தில் டாக்டர் வந்தார். அண்ணி விழிப்புடன் இருப்பதைப் பார்த்து ராஜா தெம்படைந்தான். “எதுக்கு இப்படி ஆச்சும்மா?” என்று கேட்ட டாக்டரிடம், “எனக்குத் தெரியாது” என்று நாகலட்சுமி சொன்னாள். “ஒரு ஊசி போடட்டுமா?” என்று டாக்டர் கேட்டதற்கு ராஜா, “வேண்டாம்” என்றான். டாக்டர் ஒரு மாத்திரை கொடுத்து விட்டுப் போனார்.

“நாகு மூன்று நாளாக சாப்பிடாமல் உனக்கு இப்படி ஆகி இருக்கு. இப்பவாவது எந்திரி” என்று ராஜா அவள் அருகே நின்றான்.

“நான் சாப்பிட மாட்டேன். நீ சாப்பிடு போ” என்று அவள் படுத்தபடியே சொன்னாள்.

காத்தியாயினிக்கு சூழ்நிலை புரிந்தது. அவள் ராஜாவுக்கு கண்ணால் சைகை செய்தாள். அவன் எழுந்து வெளியே போனான்.

சுமார் ஒரு மணி நேரம் வரை காத்தியாயினி அவளுக்குத் தெரிந்த ஆறுதல் வார்த்தைகளைச் சொல்லி அவளைச் சாப்பிட சம்மதிக்க வைத்தாள். “ராஜாவைக் கூப்பிடுங்கள்” என்று நாகலட்சுமி சொன்ன பிறகு அவனும் வந்தான். இருவரையும் உள்ளே அழைத்துக் கொண்டு போய் காத்தியாயினி பரிமாறினாள். ஆனால் இருவரில் ஒருவரும் ஒரு வாய்க்கு மேல் சாப்பிடவில்லை.

4

திருமணதிற்குப் பிறகும் கருணாவின் வேலைகளில் எந்த மாற்றமும் ஏற்படவில்லை. பின்னால் தாம் எப்படி இருப்பது என்பதைப் பற்றி அவளாக ராயரைக் கேட்கவில்லை. தினமும் ஒன்பது மணி சுமாருக்கு நூலகம் வருவாள். மாலை ஏழரை மணி வரை அங்கே உழைத்து அன்றைய சுருக்கெழுத்தை எடுத்துக் கொண்டு இரவு ஹோட்டலுக்குப் போவாள். ராயர் டைப்ரைட்டர் இப்போது ஹோட்டலின் அவள் அறைக்கு வந்திருந்தது. இரவு பன்னிரண்டு மணிவரை உட்கார்ந்து அன்றைய குறிப்புகளைத் தட்டச்சு செய்வாள். அவர் இரண்டாம் தொகுப்பின் எழுத்தை இன்னும் ஆரம்பிக்கவில்லை. அவள் வந்த பிறகு அவர் வாசித்த நூல்களின் கட்டுரைக் குறிப்புகளையும் கூட அவளிடம் சொல்வார். அவள் அவற்றைச் சுருக்கெழுத்தில் எழுதிக் கொண்டு தட்டச்சு செய்து முறைப்படி வைப்பாள்.

கணவன் வீட்டிற்கு வரும் போது நாகலட்சுமி பரிமாறுவாள். ஆனால் அவருடன் பேசுவதை முற்றுமாக நிறுத்திவிட்டாள். சாப்பிடும் போது வழக்கம் போல ராஜாவும் உட்காருவான். பிரித்வி என்றும் அப்பாவுடன் சலுகையுடன் இருந்ததில்லை. இரவு தம் வாசிப்பு முடிந்ததும் அறைக்குப் போய் நாகலட்சுமி, குழந்தையுடன் படுப்பதை ராயராகவே நிறுத்தி இருந்தார்.

ஒரு நாள் ராயர் கருணாவிடம் கேட்டார்: “இனி மேல் ஹோட்டலில் எதுக்கு இருக்கணும்? வீட்டில் பேசறேன். நீ வீட்டுக்கு வந்து விடு.”

தான் முன்பே யோசித்து வைத்தது போல அவள் சொன்னாள்: “ஒரு விஷயம் நான் வெளிப்படையாகச் சொல்கிறேன். நீங்கள் என்னைத் தவறாக நினைக்கக் கூடாது.”

"என்ன சொல்லு."

"கிழக்கு பண்பாட்டில் வளர்ந்த அவர் கூட இருக்க சம்மதிக்கலாம். ஆனால் என் வளர்ப்பு அப்படியல்ல. ஒரே நிழலின் கீழ் இரு மனைவிகள் ஒரு கணவனுடன் வாழ்வது எனக்கு ஒவ்வாதது. வேறு வீடு அமைப்பதால் செலவு கொஞ்சம் அதிகமாகலாம், அவ்வளவுதான்."

'செலவு விஷயத்திற்கு நான் அப்படிச் சொல்லவில்லை."

"பிறகென்ன?"

"நம் மூவர் மன நிம்மதிக்காக" அவர் கையைப் பிடித்து ரத்னே சொன்னாள்: "அதே நோக்கத்துடன் தான் நானும் வேண்டாம் என்கிறேன். கூட இருந்து கொண்டு நிம்மதியாக இருப்பது சாத்தியப்படாது. நான் வேறு வீட்டில் இருக்கிறேன்; என் சமையலை நானே செய்து கொள்கிறேன். நீங்கள் அவருடன் அங்கேயே சாப்பிடுங்கள். இரவு அங்கேயே படுங்கள். நான் வேண்டாம் என்று சொல்வதில்லை. எனக்குப் பொறாமை கிடையாது. நாம் ஒன்று சேர்ந்த நோக்கமே வேறு. இல்லையா?"

ராயர் அவள் முகத்தைக் கூர்ந்து பார்த்தார். அவள் கண்கள் மனத்திடத்தை வெளிப்படுத்தியது. "அதை நீ விளக்கிச் சொல்ல வேண்டுமா?" என்று அவர் அவள் கையைப் பற்றி அழுத்தினார்.

ஒரு வாரத்தில் சரஸ்வதிபுரத்தில் வசதியான ஒரு வீடு கிடைத்தது. அதிரிஷ்டத்திற்கு ஒரு நம்பிக்கையான பணியாள் கிடைத்தார். என் கூடவே இருங்கள் என்று கருணா தானாகவே ராயரைக் கேட்கவில்லை. ராயர் சில நாட்கள் தம் முதல் மனைவியுடன் இருந்தார். ஆனால் கணவன் மனைவிக்கு இடையே பேச்சு வார்த்தைகள் நின்று போயிருந்தன. நாகலட்சுமியை மீண்டும் அவருடன் பேச வைக்க ராஜா முயன்று தோற்றிருந்தான். அவள் தன் படுக்கையைச் சமையலறையில் விரித்துக் கொண்டு பிரித்வியுடன் படுக்கத் தொடங்கினாள். ஓரிரு மாதங்கள் அது போலவே நடந்தது. ராயர் ஒரு நாள் மதியம் தம் படிப்பறையில் இருந்த புத்தகங்களை எல்லாம் ஒரு வண்டியில் போட்டுக்கொண்டு ரத்னே வீட்டிற்கு எடுத்துக் கொண்டு போனார். ராஜா வீட்டில் இருக்கவில்லை. நாகலட்சுமி மூச்சுவிடாமல் அலட்சியமாக ஒன்றும் தெரியாதவள் போல சமையலறையில் இருந்தாள்.

ராயரின் இந்த இடமாற்றத்தைக் கண்டு கருணா கேட்டாள்: "நம் வாசிப்பிற்கு அதிக வசதியாக இருக்கும் என்பது உண்மை. ஆனால் நீங்கள் முழுமையாக இங்கேயே இருக்க வேண்டும் என்று நான் கட்டாயப்படுத்த மாட்டேன்."

"அது போகட்டும் விடு" என்று அவர் அந்தப் பேச்சை அதிகம் பேசாமல் தனக்கு விருப்பமில்லை என்பதை வெளிப்படுத்தினார்.

மறுநாள் ராஜா அண்ணனைத் தேடிக்கொண்டு நூலகத்திற்கு வந்தான். என்றும் தானாக அங்கே வராதவன் அன்று வந்திருப்பது நேற்றைய விஷயத்தைப் பேச என்பது கருணாவுக்குப் புரிந்தது. அவள் ராஜாவுக்கு வணக்கம் சொல்லி, ஐந்து நிமிடம் பேசிவிட்டு, அங்கே இருந்து வெளியே போனாள்.

"நான் உனக்குச் சொல்லி அனுப்ப வேண்டுமென்றிருந்தேன். ஒன்றும் பேசாமல் எத்தனை நாள்தான் அப்படி இருக்க முடியும்? அது மட்டுமல்ல இங்கே இருந்தால் என் வேலைக்கு அதிக வசதியாக இருக்கும். நான் வீட்டில் இருக்க கருணாவின் ஆட்சேபணை எதுவுமில்லை. நாகு மனம் ஆறுதல் அடைந்த பிறகு எனக்குச் சொல்லி அனுப்பச் சொல். வீட்டுக்கு வந்து போய்க்கொண்டிருப்பேன்" ராயர் ராஜாவிடம் சொன்னார்.

"அவளுக்கு மிகத் துயரமாக இருக்கிறது."

"எனக்குப் புரிகிறது."

"அவள் சொல்லி அனுப்புவதற்காகக் காத்திருக்க வேண்டாம். நீங்களாக வந்து போய்க்கொண்டிருங்கள். சில நாட்களில் எல்லாம் சரியாகும்."

"ஆகட்டும்" என்று ராயர் சம்மதித்தார். சிறுது யோசித்து அவர் சொன்னார்: "பார், இப்போது உன்னைவிட எனக்கு இரண்டு மடங்கு ஊதியம் அதிகமாக வருகிறது. புத்தக ராயல்டி வேறு கிடைக்கும். நாகு பிரித்வியை நீதான் ஆரம்பத்திலிருந்தே பார்த்துக் கொள்கிறாய். நான் அங்கே வந்துகொண்டிருந்தாலும் பொறுப்பு உன்னுடையது தான். ஒவ்வொரு மாதமும் நான் சம்பளம் வாங்கும் நாள் இங்கே வா. செலவுக்குக் கொஞ்சம் பணம் கொடுக்கிறேன்."

"அந்த விஷயம் வேண்டாம்", ராஜா வருத்தமாகச் சொன்னான். "நாகுக்குச் சோறு போட நீ பணம் கொடுக்கணுமா? அம்மா

உயிரோடு இருந்தா மூத்த மகன் கிட்ட ஜீவனாம்சம் வாங்கிக்கிட்டு இளைய மகன் வீட்டில சாப்பிடுவாங்களா? செலவுக்கு சிரமமா இருக்கறப்ப நானா வந்து உங்கிட்ட கேக்கறேன். நீ அதிகமா ஆய்வுக்காகப் பயணம் செய்ய வேண்டி இருக்கும். புத்தகம் வாங்கவும் பணம் வேணும். அந்த விஷயத்தைப் பற்றி யோசிக்காதே."

அவன் புறப்படும் போது ராயர் சொன்னார்: "நீ அடிக்கடி வந்து பார்த்து விட்டுப் போ."

"சரி" என்று சொல்லி ராஜா புறப்பட்டுப் போனான்.

எட்டு நாட்கள் கருணாவின் சமையல் நடந்தது. அவள் வகை சமையல் ராயருக்கு ருசிக்கவில்லை. அல்லாமல் அவள் அதில் நேரத்தை வீணாக்குவது அவளுக்கும் சரி என்று தோன்றவில்லை. அதனால் தினமும் சமைக்க ஒருவரை ஏற்பாடு செய்தார்கள்.

★★★

படலம்: பன்னிரெண்டு

1

நவராத்திரி விடுமுறை கழிந்தது. டிசம்பர் மாத விடுமுறையும் வந்து போனது. ராஜா காத்தியாயினி தினமும் கல்லூரியில் சந்திப்பார்கள். நாடக சங்க அறையில் உட்கார்ந்து கொண்டு அரட்டை அடிப்பார்கள். காத்தியாயினி ராஜாவின் வீட்டிற்கும் போவாள். தற்போது நாகலட்சுமி யாரிடமும் பேசுவதில்லை. சமையல் செய்து ராஜாவுக்கும் பிரித்விக்கும் பரிமாறி, வெறுமனே சமையலறையில் ஒரு பாய் மீது உருண்டு கொள்வாள். ராஜா அவள் அருகில் உட்கார்ந்து கொண்டு நான்கு வார்த்தை பேசினால், ஒரே வார்த்தையில் பதிலளிப்பாள். பிரித்வி ஆரம்பத்திலிருந்தே அப்பாவிடம் அதிகம் ஒட்டமாட்டான். தங்கள் குடும்பத்தில் அவனுக்கு இப்போதும் எந்த மாற்றமும் தெரியவில்லை. அம்மா படுக்கையறைக் கட்டிலை விட்டு சமையலறைத் தரையில் படுக்கை விரித்துக்கொண்டு படுக்கிறாள் என்பதை மட்டும் கவனித்திருந்தான். இப்போது ஐந்து வயது நிரம்பி பக்கத்து வீட்டுப் பையன்களுடன் பள்ளிக்குப் போகிறான். சித்தப்பா கடை வீதிக்குப் போகும் போது அவனை சைக்கிள் மீது உட்கார வைத்துக்கொண்டு போகிறார்.

ஒரு நாள் ராஜா நாகலட்சுமியை, “நாகு, இந்த ஆண்டு நான் திருமணம் செய்து கொள்ளட்டுமா?” என்று கேட்டான்.

கொழுந்தனே திருமணப் பேச்சை எடுத்ததைக் கேட்டு அவள் உடனே, “அப்படி எங்கிட்ட கேக்கிறயா?” என்றாள்.

“பெண் யார் தெரியுமா?”

“காத்தியாயினி.”

“உனக்கு எப்படித் தெரியும்?” அவன் வியப்புடன் கேட்டான்.

“பெண்களுக்கு இப்படிப் பட்டதெல்லாம் விரைவாகத் தெரிந்துவிடும். அவள் வீட்டிற்கு வந்தால் நீங்கள் இருவரும் அறையில் உட்கார்ந்து கொண்டு அரட்டை அடிப்பதிலேயே எப்படிப்பட்டவருக்கும் தெரிந்துவிடும்.”

“உனக்குத் தெரியும்னு எனக்கு இத்தனை நாளா சொல்லலை!”

“அவரைத் திருமணம் செய்துகொள்கிறேன் என்று நீ எதற்குச் சொல்லலை?”

ராஜா வெட்கத்தால் அமைதியானான். நாகலட்சுமி சொன்னாள்: “அவளுக்கும் வீட்டில் குழந்தை இருக்கிறது. அதை விட்டு விட்டு எப்படி இருப்பாளாம்?”

“அவனையும் கூட்டி வருவாள். நீ சொல்லு: “உனக்கு இந்தத் திருமணம் விருப்பமா?”

“என் விருப்பத்தை எதுக்குக் கேட்கிறே? உலக வழக்கம், தர்மம், கர்மங்களுக்கு எதிராப் போன பிறகு எல்லோருக்கும் நல்லதாக வேண்டாமா?”

தர்ம கர்மங்களைப் பற்றி ராஜா எண்ணம் என்ன என்பதைப் பற்றி நாகலட்சுமிக்குப் பல முறை சொல்லியிருந்தான். இப்போதும் மீண்டும் அதைப் பற்றி ஒரு வியாக்கியானமே செய்தான். “எனக்கு விருப்பமில்லாதவளைத் திருமணம் செய்து கொண்டு நாளைக்கு அவளுடன் வாழமுடியாமல் போனால் சிரமமல்லவா? அதனால் எனக்குக் காத்தியாயினிதான் சரியானவள் என்று தோன்றுகிறது. நீ சம்மதிக்கணும்.”

நாகலட்சுமிக்குத் தன் வாழ்க்கை நினைவிற்கு வந்தது. அதுவுமல்லாமல், அவள் வாழ்க்கையைப் பற்றுதல் இல்லாமல் பார்க்க முயன்றாள். “நீ சொல்வதும் சரிதான். அப்படியே நடக்கட்டும்.” என்றாள்.

அன்று மதியம் காத்தியாயினி வீட்டிற்கு வந்து அவளை வணங்கி, “நீங்கள் என்னை ஏற்றுக்கொள்ள வேண்டும்” என்றாள்.

“உங்கள் இருவருக்கும் நல்லதே நடக்கட்டும்” நாகலட்சுமி மனதிற்குள்ளேயே சொல்லிக் கொண்டாள்.

மார்ச் மாதம் மூன்றாம் வாரம் காத்தியாயினிக்குத் தேர்வு இருந்தது. பிப்ரவரி மாதக் கடைசியில் ஒரு நாள் ராஜா அவளிடம் சொன்னான்: “இனி தாமதிப்பது வேண்டாம். உங்கள் வீட்டில் சொல்லி சம்மதம் பெற்று வா. திருமணச் சடங்கை முடித்து விடலாம். நீ இனி கல்லூரியிலேயே சந்திக்கவும். மாணவி போல இருக்க வேண்டாம்.”

அப்படிச் செய்ய காத்தியாயினி உற்சாகமாக இருந்தாள். வீட்டில் செய்தியைத் தெரிவித்து அவர்கள் அனுமதி பெற்று, தான் ஏற்றுக் கொண்ட கணவன் வீட்டை வந்தடையும் தவிப்பு மனதில் கடந்த மூன்று மாதங்களாக இருந்தது. ஆனால் இதை வாய்விட்டு வீட்டில் சொல்வது எப்படி? தான் எடுத்த முடிவால் பண்டிதர் குடும்பத்தின் மீது இடி விழுவது போலாகும் என்பது அவளுக்குத் தெரிந்திருந்தது. அந்தக் குடும்ப கௌரவம், மானம், மரியாதை, சமூகத்தில் மதிப்பு, தலைமுறைகளாக வந்த அவர்கள் நம்பிக்கை, இவை எல்லாம் தான் எடுத்து வைக்கும் அடுத்த அடியால் பாதிக்கப்படும் என்பதில் சந்தேகம் இல்லை. இன்னும் அது தன் வீடுதான். அந்த வீட்டு வாசலை அரிசி நிரப்பிய படியை இடது காலால் உருட்டி, செல்வம் பொங்கிப் பெருகும் சங்கேதத்துடன் அவள் ஐந்து ஆண்டுகளுக்கு முன்பு அந்தக் குடும்பத்தில் நுழைந்திருந்தாள். பண்டிதர் குடும்பத்து வம்ச விருட்சத்தில் அவள் பெயரும் அழிக்க முடியாமல் சேர்ந்து விட்டது. அதை அழிக்கத் தயாராக இருந்தாலும் தூய்மையான அந்த விசாலத் தாள் மீதான அந்த இடம் களங்கத்துடன் எடுப்பாகத் தெரியும் என்ற தெளிவும் அவளுக்கு இருந்தது. கூடவே மகன் இறந்த பிறகு எல்லா நம்பிக்கைகளையும் அவள் மீதும் பேரன் மீதும் வைத்திருக்கும் அத்தை மாமா இருக்கிறார்கள்.

இந்த எல்லா சிந்தனைகளும் அவள் மனதில் வருவது புதிதல்ல. ராஜாவுடன் முதல் முறை தன் விருப்பத்தை மனம் திறந்து பேசிய நாளிலிருந்தே அது அவளை முற்றுகையிட்டு அரித்துத் தின்று கொண்டிருந்தது. ஆனால் அவள் நிறைவில்லாத குடும்ப வாழ்க்கை

அந்தச் சிந்தனைகளை மூடி மறைத்து அவளை முழுமையாக ஆக்கிரமித்துக் கொண்டது. தன் முடிவை அத்தை மாமாவிடம் கூறும் நாள் வந்த போது அவள் துணிச்சலை இழந்திருந்தாள். “வீட்டில் சொல்லி விட்டாயா?” ராஜா ஒவ்வொரு நாளும் கேட்பான். ஒரு நாள், “இப்படித் துணிச்சல் இல்லாத நீ எதற்காக என்னைக் காதலித்தாய்” என்று கோபத்தில் கேட்டிருந்தான். வீட்டில் சொல்லாமல் திடீரென்று ஒரு நாள் குழந்தையை அழைத்துக் கொண்டு மைசூர் வந்து அங்கிருந்து தன் முடிவை ஒரு கடிதம் எழுதித் தெரிவித்து விடாலம் என்ற சிந்தனையும் அவள் எண்ணத்தில் வந்து போனது. ஆனால், அது மிகவும் கீழ்த்தரமான செயலாகும் என்று கைவிட்டாள். மாமனார் தன் மீது வைத்திருக்கும் நம்பிக்கைக்குத் தான் தகுதியற்றவள் என்பதை இதுபோல இழிவான முறையில் காட்ட அவள் மனம் ஒத்துக் கொள்ளவில்லை.

மார்ச் மாத முதல் வாரமும் கடந்து போனது. இனி கல்லூரி வகுப்புக்களுக்கு விடுமுறை அளித்து, பதினைந்து நாட்களுக்குப் பிறகு தேர்வு ஆரம்பமாகும் வரை அவள் மைசூருக்கு வர முடியாது. அன்று ராஜா கண்டிப்பாகவே சொன்னார்: “நீயாக வீட்டில் சொல்லாமல் போனால் நான் அவர்களுக்குக் கடிதம் எழுதித் தெரிவிப்பேன். நீ இன்று நஞ்சனக்கூடுக்குப் போக வேண்டாம்.”

“இன்று கண்டிப்பாகச் சொல்லி விடுகிறேன். நாளை வகுப்பு இல்லாவிட்டாலும் வருகிறேன். நீங்களும் வரவும். என்ன நடந்தது என்று சொல்கிறேன” என்று உறுதியளித்து அவள் மாலை ரயிலில் புறப்பட்டாள். ‘எப்படிப் பேசுவது? விஷயத்தை எப்படித் தொடங்குவது?’ என்று பல முறை சிந்தித்தாலும் புலப்படவில்லை. ரயில் நஞ்சனக்கூடு நிலையத்தை அடையும் போது அவள் இதயத் துடிப்பு அதிகமானது. இனம் புரியாத பயத்தில் அவள் நடுங்கிக் கொண்டிருந்தாள். முகம், உடல் வியர்த்திருந்தன. தன் நடையின் துல்லியத்தைத் தானே அறியாமல் வழியில் தடுமாறிக்கொண்டு வீடு வந்து சேர்ந்தாள்.

“ஏன் தாயி இப்படி வியர்த்திருக்கே? அப்போதே சித்திரை மாதம் வருகிறது. வெளியே தலைகாட்ட முடியாத அளவுக்கு வெயில், வெக்கை. அரசாங்கம் விரைவாகத் தேர்வை முடிக்கக் கூடாதா?” வீட்டில் இருந்த மாமா சொன்னார்.

அவருக்கு எந்தப் பதிலையும் சொல்லாமல் அவள் மாடிக்குப் போனாள். புத்தகங்களை மர அடுக்கில் வைத்து விட்டுக் கீழே வந்து கை கால்களை அலம்பி, சேலை மாற்றிக்கொண்டாள். 'அம்மா எதுக்கு இவ்வளவு நேரமாச்சு?' என்று கேட்டுக்கொண்டே அருகில் வந்த சீனியை அணைத்துக் கொண்டாள். இரவு உணவு வரை அவள் யாரிடமும் பேசவில்லை. இரவு சாப்பிட்ட பிறகு தன் மாமாவிடம் பேசிவிடவேண்டும் என்று தன் மன உறுதியை ஒன்று திரட்டிக் கொண்டு ஒரு முடிவுடன் இருந்தாள். உணவருந்திய பிறகு மாமா கூடத்தில் இருந்தார். ஆனால் பேச அவளால் முடியவில்லை. மாடியை விட்டு இறங்க எழுந்த போது, சரிந்து விழுவது போல கால்கள் பலவீனமாக இருந்தன. அவள் அப்படியே உட்கார்ந்துவிட்டாள். கீழே எல்லோரும் தூங்கிவிட்டார்கள். பதினொரு மணி இரவு வேளையில் ஒரு யோசனை தோன்றியது: தான் சொல்ல வேண்டியதை எல்லாம் ஒரு காகிதத்தில் எழுதுவது; நாளை அதை மாமா கையில் கொடுத்து விட்டு மைசூர் போவது; மாலை திரும்பி வந்ததும் அவரே பேச்சை ஆரம்பிப்பார். அப்போது அடுத்த பேச்சைப் பேசுவது எளிது.

கையில் காகிதம் பேனாவை எடுத்துக் கொண்டால் என்ன எழுதுவது என்பதே தெரியாமல் போனது. ஆனாலும் ஐந்து நிமிடத்தில் எழுதத் தொடங்கினாள். நடு இரவு கழிந்து விடிகாலை மூன்று மணி வரையிலும் நீண்ட தாள்களில் பதினாறு பக்கங்களை நிரப்பி இருந்தாள். மனிதனின் அடிப்படை இயல்பை ஒடுக்கி சில கட்டுப்பாடான நடைமுறைகளை அமைத்திருக்கும் சமூகச் செயற்கைத் தன்மையை விவரித்திருந்தாள். ஆண் பெண் இனிமையான வாழ்க்கைக்கு சடங்கு சம்பிரதாயங்கள் எப்படித் தடையாக இருக்கின்றன என்பதைக் குறிப்பிட்டிருந்தாள். தர்மத்தின் அடிப்படை என்ன என்ற கேள்வியையும் கிளறியிருந்தாள். பிறகு கடைசிப் பக்கத்தில் எழுதி இருநதாள்:

"சமூகத்துக் குருட்டுத் திரையை விலக்கி, மனிதாபிமான அகப்பார்வையில் இதை நீங்கள் பார்க்க வேண்டுமென்று வேண்டுகிறேன். உங்கள் மகளே தன் மனக் கூவலுக்கு இசைந்து என்னைப் போல முடிவெடுத்திருந்தால் அப்பாவான நீங்கள் எப்படி இரக்கம் காட்டி இருப்பீர்களோ அது போலவே நடந்து கொள்ளவும். நான் உங்கள் நம்பிக்கைக்கு என்றும் துரோகம்

செய்யவில்லை. உங்கள் அனுமதியுடன், உங்கள் புனிதமான ஆசீர்வாதம் பெற்ற பிறகே என் புது வாழ்க்கையைத் தொடரப் போகிறேன். இவற்றை எல்லாம் வாய் விட்டுச் சொல்ல இயலாமல் இந்தக் கடிதத்தில் எழுதி இருக்கிறேன். இன்று மாலை நான் வீடு திரும்பிய பிறகு நீங்கள் ஆசீர்வதிக்க வேண்டுமென்று உங்கள் சரணங்களில் சிரம் தாழ்த்தி வேண்டுகிறேன்."

பெரிய தாள்களை ஒன்று சேர்த்து அதற்கு குண்டூசி குத்தப் போக அது வளைந்து விட்டது. ஓட்டை போட்டு நூலால் கட்டி ஒரு பெரிய உறையிலிட்டு ஓட்டி வைத்து விட்டு அவள் படுத்துக் கொண்டாள். ஒரு வகையான நிம்மதியில் நித்திரை வந்தது. எழுந்தபோது காலை ஏழரை மணி. எழுந்து அவசரமாகக் குளித்துச் சாப்பிட்ட பிறகு சிற்றுண்டி கேரியருடன் புத்தகங்களை எடுத்துக் கொண்டாள். நேற்று எழுதி வைத்த கடித உறையைப் பிடிக்கும் போது கை நடுங்கியது. தன் மனதை திடப்படுத்திக் கொண்டு கீழே இறங்கினாள். அப்போதுதான் பூஜை முடித்துக்கொண்டு மாமா கூடத்திற்கு வந்திருந்தார். அவள் ஆவேசம் வந்தவள் போல அவர் காலைத் தொட்டு வணங்கினாள்.

"என்ன விசேஷம் தாயி? தேர்வுக்கு இன்னும் பதினைந்து நாள் இருக்கே?" பண்டிதர் கேட்டார்.

"இல்லை இந்தக் கடிதத்தைப் பாருங்கள்" என்று சொல்லி உறையை அவர் கையில் வைத்து விட்டு அவள் வேக வேகமாக வீட்டிலிருந்து புறப்பட்டு விட்டாள். திகைத்துப் போன அவர், அவள் போன திசையையே பார்த்துக் கொண்டு தம் கையில் இருந்த உறை நினைவிற்கு வந்து அதைத் திறக்க விரல் வைத்தார்.

வீட்டிலிருந்து புறப்பட்ட காத்தியாயினிக்கு மனஎழுச்சி உண்டானது. எப்படியோ ரயில் ஏறினாள். சாமராஜபுரம் நிலையத்திலேயே ராஜா தென்பட்டான். அவனும் மனஎழுச்சியுடன் இருந்தான். அங்கே இருந்து பேசிக்கொண்டே இருவரும் வீட்டுப் பக்கம் போனார்கள். தான் செய்த காரியத்தை வரிசையாக விவரித்து, "நாளைக்குக் கண்டிப்பாக வந்து சொல்றேன்" என்றாள் அவள். "எனக்குத் தேவையானதைச் சொல்வதில்லை. முடிவாக நீ வருவதை..." அவன் சொன்னான்.

2

மாலை வீடு திரும்பும் போது காத்தியாயினி ஆர்வத்தின் அழுத்தத்தில் இறுகிப் போயிருந்தாள். போனதும் மாமா என்ன சொல்லுவார், அதற்குத் தானென்ன சொல்ல வேண்டும் என்ற கற்பனைக் கேள்வி பதில்கள் மனதில் ஓடிக்கொண்டிருந்தன. ஒரு வகையான இனம் புரியாத பயமும் சூழ்ந்திருந்தது. ஆனாலும் அது அவள் துணிச்சலையும், மனஉறுதியையும் சோதிக்கும் மகத்துவமான நாள். துணிச்சலை ஒன்றுதிரட்டிக்கொண்டே அவள் வீட்டுக்குள் நுழைந்தாள். மாமனார் வரவேற்பறையில் உட்கார்ந்து கொண்டு வீட்டிற்கு வந்திருந்த யாரோ விவசாயி ஒருவருடன் பேசிக்கொண்டிருந்தார். அவள் நேராக மாடிக்குப் போனாள். தினமும் போல அத்தையின் முகத்தைப் பார்க்கும் துணிச்சல் ஏற்படவில்லை. எந்தத் தருணத்திலும் மாமா கோபித்துக் கொள்ள மாட்டார் என்பது அவளுக்குத் தெரியும். ஆனால் அத்தையின் குணமே வேறு. இயல்பாக அமைதியானவர் ஆனாலும் சில நேரம் கோபித்துக் கொள்வார். அதிசயமாக ஒவ்வொரு முறை கணவன் மீதே கோபித்துக் கொள்வார். அதற்குள் அவருக்கு விஷயம் தெரிந்திருக்கிறது. இன்று அவரிடமிருந்து ஒரு போரே நடக்கும் என்று எதிர்பார்த்து அதற்குத் தேவையான மானசீக ஏற்பாடுகளில் தொடங்கி இருந்தாள். ஆனால் மருமகள் வீட்டுக்கு வந்தது அத்தையின் கவனத்திற்கு வரவில்லை. சீனியுடன் பேசிக்கொண்டு அவர் சமையலறையில் இருந்தார். காத்தியாயினி கீழே இறங்கவே இல்லை.

எட்டரை மணி பூஜை முடிந்த பிறகு மாமா கீழே இருந்து அவளைச் சாப்பிட அழைத்தார். மீண்டும் துணிச்சலை வரவழைத்துக் கொண்டு கீழே இறங்கி வந்தாள். வழக்கம் போல சாப்பிட மாமாவும் சீனியும் உட்கார்ந்திருந்தார்கள். அத்தை பரிமாறிக் கொண்டிருந்தார். இப்போது அவர் பேச்சை ஆரம்பிப்பார் என்று காத்தியாயினி எதிர்பார்த்தாள். ஆனால் சூழ்நிலை அமைதியாக இருந்தது. மாமா தலை குனிந்து சாப்பிட்டுக் கொண்டிருந்தார். சரியாகச் சாப்பிடாமல் சோற்றை சிந்திக்கொண்டிருந்த சீனியை மென்மையான வார்த்தைகளால் செல்லமாக கடிந்து கொண்டிருந்தார். சாப்பிட்ட பிறகு காத்தியாயினி மீண்டும் மாடியை வந்தடைந்தாள். அவள் படி ஏறும் போது மாமா பார்த்தார்.

ஆனாலும் அவர் எதுவும் பேசவில்லை. காத்தியாயினியால் அந்த மௌனத்தைத் தாங்கிக்கொள்ள முடியவில்லை. அவர் சம்மதம் கிடைக்காது என்பதை எதிர்பார்த்தாள். அதை எதிர்த்து வாதம் செய்யக்கூட அவள் தயார் செய்து கொண்டிருந்தாள். ஆனால் அந்த மௌனம் அநேகமாக அலட்சிய மௌனமாக இருந்து அவள் பொறுமையின் எல்லையை மீறி இருந்தது. அவள் பொறுமையின்றிப் படபடத்துக் கொண்டிருந்தாள். முடிவில் மனத்தை திடப்படுத்திக் கொண்டு கீழே இறங்கி வந்தாள். பண்டிதர் கூடத்தில் அமர்ந்திருந்தார். கையில் ஏதோ ஓலைக் கட்டு இருந்தாலும் அவர் உத்திரத்தைப் பார்த்துக் கொண்டு எதையோ சிந்திப்பது போலத் தெரிந்தது. காத்தியாயினி அவர் உட்கார்ந்திருந்த இடத்திற்குப் போய் கேட்டாள்: "அண்ணா, கொஞ்சம் மேலே வருகிறீர்களா?"

"வர்றேன் போ."

அவள் மீண்டும் மாடி ஏறிப் போனாள். இரண்டு நிமிடத்தில் அவர் மேலே வந்து தம் படிப்பு அறைக்குப் போய்க்கொண்டே, "நீ உள்ளே வா" என்றார். அவள் உள்ளே போய் அவர் ஆசனமான சன்னல் அருகில் விரித்திருந்த புலித் தோல் மீது அமர்ந்தார். அவள் போய் தூணுக்கு அருகே நின்று கொண்டாள். "உட்கார், அருகே வா" என்று அவரே சொன்ன பிறகு கொஞ்சம் நகர்ந்து நெருங்கி ஜமுக்காளத்தின் மீது உட்கார்ந்தாள். மீண்டும் யாரும் பேசவில்லை.

பிறகு ஐந்து நிமிடம் வேதனையாக இருந்த நிசப்தத்தை உடைத்து அவளாகவே கேட்டாள்: "என் கடிதத்தைப் படித்தீர்களா?"

"படித்தேன்."

"நீங்கள் அனுமதி கொடுக்க வேண்டும்."

ஒரு நிமிடம் பண்டிதர் மௌனமாக இருந்து, பிறகு தம் அமைதியான சாதாரணக் குரலில் சொன்னார்: "என் அனுமதி பெறும் கேள்வி இங்கே எழுவதில்லை. உனக்குத் தெரிந்தது போலச் செய்யும் சுதந்திரம் உனக்கு இருக்கிறது."

பண்டிதர் பேச்சில் பயமுறுத்தும் தொனி இருக்கவில்லை. மிக அமைதியான குரலில் அவர் சொல்லி இருந்தார். ஆனாலும் அது அவளைக் கொட்டியது.

“நீங்கள் அப்படிச் சொன்னால் எப்படி? வீட்டு எஜமானர், உங்கள் அனுமதி இல்லாமல் நான் எதுவும் செய்ய முடியாது.”

“நான் வீட்டு எஜமானன் என்று நீ இப்போதும் ஏற்றுக் கொள்கிறாயா? எதுவரை நீ இந்தக் குடும்பத்தில் ஒருத்தி என்ற எண்ணம் உன் மனதில் இருக்கிறதோ அதுவரை உன் எல்லா செயல்பாடுகள் மீதும் என் அதிகாரம் இருப்பது இயல்பு. உன் பாதையை மாற்றிக்கொள்ளும் சிந்தனை உன் கொள்கையில் எப்போது வருகிறதோ அன்றிலிருந்து என் எஜமான அதிகாரம் தானாகவே கைவிட்டுப் போகும் இல்லையா?”

காத்தியாயினி பல வாதங்களுக்குத் தன்னைத் தயார்படுத்திக் கொண்டிருந்தாள். தன் உறுதியான முடிவை நிரூபணம் செய்யப் பல நூறு வாதங்களைச் சிந்தித்திருந்தாள். இப்போது அவை எல்லாம் மறந்து போய் தலை காலிச் சட்டியைப் போலானது. ஆனாலும் சொன்னாள்: “இந்தச் சமுதாயத்தில் பெண் வாழ்க்கையில் ஏதாவது விபத்து நிகழ்ந்தால் மீண்டும் சரிப்படுத்த முடியாது. மனைவியை இழந்த கணவன் பத்து முறை வேண்டுமானாலும் திருமணம் செய்துகொள்ளலாம். பெண் மனதைப் புரிந்துகொள்ளும் இரக்க குணம் இந்த உலகத்துக்கு ஆரம்பத்திலிருந்தே கிடையாது. அது மட்டுமல்லாமல்...”

அவள் பேச்சைக் குறுக்கே தடுத்து நிறுத்திய பண்டிதர் சொன்னார்: “இப்போது சமூக நடமுறைகளைப் பற்றியோ உலக நடப்புகளைப் பற்றியோ எந்தத் தர்க்கமும் வேண்டாம். இது உன் தனிப்பட்ட பிரச்சனை. உன் முடிவை நான் எதிர்க்கவில்லை, எதிர்க்கவும் மாட்டேன். உனக்குத் தெரிந்தது போல நடந்துகொள்ள உனக்கு சுதந்திரம் இருக்கிறது. ஆனால் நம் எல்லோருடைய கொள்கைகள் உறுதியாகத் தங்கள் அறம், பொறுப்பு போன்றவற்றுக்கு ஏற்றாற்போல இருக்க வேண்டும். இல்லையா?”

“சரியான தருணத்தில் குடும்பஸ்தனாவது மனிதனின் இயல்பான அறம் அல்லவா?”

“இயல்பான அறம் என்பதே அறம் அல்ல.” அவர் அந்த நிலைமையிலும் சிரித்துச் சொன்னார்: “குடும்ப வாழ்க்கையை அனுபவிப்பதே வாழ்க்கையின் பெரும் நோக்கம் அல்ல. வம்ச வளர்ச்சிக்காக குடும்ப வாழ்க்கை. வம்சம் வளர்ந்து ஒருவேளை

குடும்பத்தில் இழப்பு ஏற்பட்டால் மீண்டும் அதற்குத் திரும்பிப் போவது அறமல்ல."

தொடர்ந்து என்ன பேசுவது என்று அவளுக்குத் தெரியவில்லை. பண்டிதர் அமைதியானார். பத்து நிமிடம் இருவரும் மௌனமாக இருந்தார்கள். பிறகு பண்டிதர் சொன்னார்: "வாத விவாதங்களால் இதுபோன்ற விஷயங்கள் கரை சேர்வதில்லை. சொந்த சுகத்தை அடையும் குறுகிய எண்ணத்தை மீறி உயரமாக வளர்ந்து நின்று பார்க்கும்போதுதான் அறம் அறமின்மைகள் தெளிவாகக் கண்ணுக்குத் தெரியும். ஆண் பத்து திருமணத்தையும் செய்துகொள்ளலாம் என்று நீ சொன்னாய். உலகப் பேச்சு இங்கே வேண்டாம் என்று நான் அப்போதே சொல்லி இருக்கிறேன். அது போன்ற திருமணப் பிரச்சனை சில ஆண்டுகளுக்கு முன் என் வாழ்க்கையிலும் வந்திருந்தது. என் வழியிலேயே அறத்தைப் பற்றிக்கொண்டேன். இல்லை, அறம் வழிகாட்டி என்னைக் காப்பாற்றியது. யார் அறத்திற்காகத் தம்மை அர்ப்பணித்துக் கொள்கிறார்களோ அவர்களை அறமே எந்த சிரமமும் இல்லாமல் கை பிடித்து நடக்க வைக்கும். விஷயத்தை உன் கணவன் உனக்குச் சொல்லி இருக்கலாம். இல்லை என்றால் இப்போதும் கீழே இறங்கிப் போய் அவளை அல்லது இலட்சுமியைக் கேட்டுப் பார். இப்போது நேரமானது படுத்துக் கொள்."

பண்டிதர் மேலே எழுந்தார். அந்த அறைக் கதவருகே வந்து மீண்டும் சொன்னார்: "இந்த விஷயத்தில் உனக்கு முழு சுதந்திரம் உண்டு. வெளி உலகம் கட்டாயப்படுத்திக் தனி மனிதன் மீது விதிக்கும் கட்டளைகள் அறத்தின் முழு வடிவமல்ல என்பதில் எனக்கும் நம்பிக்கை இருக்கிறது."

அவர் மெல்ல மாடிப் படிகளை இறங்கி தம் இடமான வரவேற்பறைக்குப் படுக்கப் போனார். அன்று தன் அத்தை, மாமா, சீனி யாருக்கும் படுக்கை விரித்துக் கொடுக்கவில்லை என்பது நினைவுக்கு வந்து காத்தியாயினிக்கு ஒரு மூலையில் ஏதோ கொட்டியது போலானது. எழுந்து தான் படுக்கும் இடத்திற்குப் போய் படுக்கையை இழுத்துப் போட்டுக்கொண்டு விழுந்தாள். அவள் வலிமை வீரியம் இழந்திருந்தது. மிகையாக நிரம்பிப் பொங்கும் அவள் இயல்பான ஆற்றல் இப்போது வறண்டு போனது போல இருந்தது. பல காதம் தொலைவாகப் பறந்து பறந்து

றெக்கை தோற்றுப் போய் சுருண்டு உருளும் பறவையைப்போல படுக்கை மீது உடலைக் குறுக்கிக்கொண்டு படுத்தாள்.

காத்தியாயினியின் கணவன் நஞ்சுண்ட பண்டிதன் தன் அப்பாவைப் பற்றி அவளிடம் பெருமையாகச் சொல்வான். சீனிவாச பண்டிதர் வாழ்க்கையிலும் இதுபோன்ற பெரும் பிரச்சனை வந்திருந்தது. அவர் அறத்தைக் கடைப்பிடித்து நடந்து அந்தத் தேர்வில் வெற்றி கண்டு முன்னடந்தார். அது இப்போது காத்தியாயினிக்கு இழை இழையாக நினைவிற்கு வந்தது.

★★★

படலம் : பதின்மூன்று

1

அம்மா இறந்த போது சீனிவாச பண்டிதருக்கு வயது பதினைந்து. மைசூர் சமஸ்கிருத பாடசாலையில் கல்வி கற்றுக்கொண்டிருந்த அவர் அப்பா அம்மாவுக்கு ஒரே மகன். இறக்கும் போது அம்மாவுக்கு ஐம்பது வயதுதான் ஆகியிருந்தது. ஐம்பத்தியைந்து வயது முதிய தகப்பனார், மைசூரிலிருந்து அவரை அழைத்துக் கொண்டார்; மீண்டும் படிக்க அனுப்பவில்லை. வீட்டில் அப்பா, மகன் இருவர் மட்டுமே. அப்போது வீட்டுப் பின் பகுதியில் ஒரு குடிசை இருந்தது. அதில் அவரையே நம்பி இருந்த வீட்டுப் பணியாள் மாச்சன் தன் மகள் லட்சுமியுடன் குடியிருந்தான். மகளைப் பெற்று மாச்சன் மனைவி இறந்த பிறகு அவன் இன்னொரு திருமணம் செய்து கொள்ளவில்லை. குழந்தையை மூன்று ஆண்டுகள் அவன் கியாதனஹள்ளியில் உறவினர் வீட்டில் விட்டிருந்தான். பிறகு தானே பெண்ணை அழைத்து வந்தான். முதலாளி வீட்டிலேயே சாப்பிட்டுக் கொண்டு அப்பா மகள் இருவரும் வீட்டு வேலைகளைச் செய்து கொண்டிருந்தார்கள்.

மனைவி இறந்த பிறகு வீட்டில் சமைத்துப்போட ஆளில்லாமல் முதிய நஞ்சுண்ட பண்டிதர் சமைப்பார். பையன் சீனிவாசனும் அப்பாவுக்கு உதவி செய்வான். வீட்டுப் பின் குடிசையில் மாச்சன் தனக்கும் தன் மகளுக்கும் தனியாக சமைத்துக் கொண்டிருந்தான்.

அப்போது லட்சுமிக்குப் பத்து வயது. சீனிவாசனை விட ஐந்து வயது சின்னவள். தினமும் முகம் கைகளை சாம்பல் கரியாக்கிக் கொள்வது நஞ்சுண்ட பண்டிதருக்குப் போதுமானது. ஆனால் மகனின் விருப்பம் படிப்பில் இருந்தது. மைசூரின் முறையான கல்வி தவறினாலும் அவன் நாராயணராயர் அக்கிரகாரத்தில் இருந்த யங்கப்ப சாஸ்த்திரி வீட்டிற்குப் போய் அவரிடமிருந்து நியாயம் (நன்னெறி), வைசேடிகம் (சிறப்பியம்), சாங்கியம் (மரபு வழக்கம்), யோகா (ஓகம்) போன்ற தரிசனங்களை (ஆன்மீகம்) கற்றுக் கொண்டிருந்தான். ஆறாவது வயதில் அமரகோச*த்தை (*அமரசிம்மன் எனும் சம்ஸ்கிருத அறிஞர் இயற்றிய சம்ஸ்கிருத மொழி அகராதி) மனப்பாடம் செய்திருந்த சீனிவாசனுக்கு மைசூரில் சமஸ்கிருத இலக்கியம், ராமாயணம், பாரதங்களில் வகுப்புகள் நடந்தன. சமஸ்கிருதமே கல்வி வழியாக இருந்த அந்தப் பள்ளியில் அவன் விரைவில் அந்த மொழியின் செழிப்பைக் கண்டுகொண்டு, அதில் புலமையைப் பெற முயன்றான்.

மகனின் கல்வி தாகத்திற்குத் தந்தை குறுக்கே வரவில்லை. ஆனால் கல்விக்காக பணம் செலவு செய்ய மட்டும் தயாராக இல்லை. இப்போது சீனிவாச பண்டிதருக்கு இருக்கும் எல்லாச் சொத்தும் அப்போதும் இருந்தது. பூஜை அறைக்கும் சமையலறைக்கும் நடுவில் இருக்கும் அறையில் குழிதோண்டி ஒரு தவலை நிறைய வெள்ளி ரூபாய்களையும் தங்கம் வெள்ளியையும் புதைத்து வைத்திருந்தார். நஞ்சுண்ட பண்டிதர் அதே இடத்தில் படுக்கை விரித்துப் படுப்பார். அப்பாவின் கஞ்சத்தனத்தையும் மகனின் கல்வி தாகத்தையும் அறிந்திருந்த யங்கப்ப சாஸ்த்திரிகள் பிரதிபலன் எதிர்பார்க்காமல் பையனுக்குக் கல்வி கற்றுக்கொடுத்தார். ஆனால் வாசிக்கத் தேவையான சில புத்தகங்களை வாங்க சாஸ்த்திரிகளிடம் வசதி இருக்கவில்லை. அதனால் சீனிவாசனின் கல்வி நொண்டிக் கொண்டிருந்தது.

தினமும் சோறு வடிப்பதிலிருந்து தப்பித்துக் கொள்வதற்காக மனைவியின் வருடத் திதி முடிந்த மறுநாளே நஞ்சுண்ட பண்டிதர் மகனுக்குத் திருமணம் செய்து வைக்க முடிவு செய்தார். பண்டிதர் செல்லாக் காசைக் கழுவி கோவில் உண்டியலில் போடுபவர் என்று எல்லோருக்கும் தெரியும். ஆனாலும் அவர் செல்வந்தர் என்பதற்காகப் பலர் பெண் கொடுக்க நான் நீ என்று போட்டி போட்டார்கள். போதாதற்கு சீனிவாசன் மிக

அழகான பையன். அப்பாவைப் போல கறு நிறத்து, குள்ளமான, சிடுமூஞ்சி முகம் கொண்ட ஆளல்ல. சிவப்பு நிறம், சிரித்த முகம், உயரமான உடல்வாகு, பொலிவுடன் கூடிய நீளமான கண்கள், அகலமான நெற்றி, இரண்டு காதுகளுக்கும் சிவப்புக் கல் வைத்த தடித்த கடுக்கன். இந்த இளைஞனுக்குப் பெண் கொடுக்க நஞ்சனக்கூடுக்காரர்கள் பலர் முயன்றாலும் அதே ஊரில் பெண் எடுக்க விரும்பாத நஞ்சுண்ட பண்டிதர் தொலைவான ஹாசனத்து கன்னியொருத்தியுடன் திருமணம் நிச்சயம் செய்தார். பெண் நல்ல வம்சத்தைச் சேர்ந்தவள். மேலாக மணமக்கள் ஜாதகம் மிகப் பொருத்தமாக இருப்பது அதிசயமாக இருந்தது. திருமணத்திற்கு முன் வரன் கன்னியைப் பார்க்கும் வழக்கம் அந்தக் காலத்தில் இருக்கவில்லை. பெண் வயது கொஞ்சம் அதிகம் என்றாலும் மருமகள் விரைவில் வீட்டிற்கு வந்து, தாம் சோறு வடிப்பதைத் தவிர்க்க வைப்பாள் என்று நஞ்சுண்ட பண்டிதர் அவளையே முடிவு செய்தார். பதினொரு வயது பாகீரதம்மா கரிய நிறமானாலும் அழகான பெண். உயரம் மட்டும் பையனுக்கு ஒப்பிட்டால் சரி போகாது. ‘அரண்மனை வெள்ளைக் காளைக்கும் கிராமத்து கறும் பெண் கன்றுக்குட்டிக்கும் நடக்கும் திருமணம்’ என்று திருமண வீட்டில் சிலர் பேசிக்கொண்டார்களாம். ஒரு வெள்ளி ரூபாய், தாமிர பஞ்ச பாத்திரம், (பஞ்ச பாத்திரம் என்றால் ஐந்து பாத்திரங்களோ அல்லது பஞ்ச உலோகத்தால் செய்த பாத்திரங்களோ அல்ல. “வாய் அகன்ற பாத்திரம் என்று பொருள்) ருத்ரணி (உத்தரணி- தீர்த்தம் கொடுக்கும் மிகச் சிறிய கரண்டி) சங்கலேகை வேட்டி (சங்கு முத்திரை இட்ட வேட்டி), பாதரட்சை (காலணி), குடை இவ்வளவையும் வரோபசாரமாகக் கொடுத்து கன்னிகையின் தந்தை நல்ல முறையில் எட்டு நாள் திருமணம் நடத்திக் கொடுத்தார்.

மருமகள் கையில் உண்ணும் பாக்கியம் நஞ்சுண்ட பண்டிதர் தலையில் எழுதவில்லை. திருமணம் முடிந்த ஆறே மாதத்தில் அவர் வாந்தி, வயிற்றுப்போக்கு நோயால் இறந்துபோனார். அவள் மாமனாருக்கு ஆகாத நட்சத்திரம் என்று சிலர் பேசிக்கொண்டார்கள். இறக்கும் அப்பா மகனை அருகில் உட்கார வைத்துக் கொண்டு, அவர் பூமியில் புதைத்து வைத்த செல்வத்தின் ரகசியத்தைச் சொன்னார். அப்பாவின் சிரார்த்தம் முடிந்த பிறகு ஒரு இரவு அவர் சொன்ன இடத்தை சீனிவாச பண்டிதர் தோண்டி

எடுத்தார். ஆறாயிரம் வெள்ளி ரூபாய்கள் இருந்தன. வெள்ளி தங்கங்கள் அவர் ஒருவரால் தூக்க முடியாதளவு பாரமாக இருந்தது. நகைகளில் பல பாகம் அடகு வைத்துக் கொண்டு திருப்ப முடியாமல் தங்கிப் போனவை என்பது மகனுக்குத் தெரிந்தது. பணம் கிடைத்து எல்லா அதிகாரமும் கைக்கு வந்த பிறகு சீனிவாச பண்டிதர் வீட்டு அமைப்பே மாறிவிட்டது. கல்வி கற்றுக்கொடுத்த ஆசான் யங்கப்ப சாஸ்த்திரி மகள் திருமணத்திற்கு ஓராயிரம் ரூபாய் கொடுத்து ஆசானின் நன்றிக்கடனைத் தீர்த்தார். ஆசான் சொன்ன நூல்களில் கிடைத்தவற்றை வாங்கி அவர் மாடி மீது படிப்பு அறையில் அடுக்கி வைத்தார்.

வீட்டுப் பணியாள் மாச்சன் மகள் இலட்சுமிக்கு அப்போதே பன்னிரண்டு வயது. மாச்சன் உயரமான கட்டுமஸ்தான ஆள். முன்பு நீலகிரிப் பக்கம் தேநீர் தோட்டத்தில் வேலை செய்து கொண்டிருந்தானாம். அங்கே ஒரு அழகான இளம் கைம்பெண் அவனைக் காதலித்தாளாம். அவன் அவளை அழைத்துக் கொண்டு இங்கே வந்து விட்டான். நஞ்சுண்ட பண்டிதர் அடைக்கலம் கொடுத்தார். தம் சொத்து, வீட்டில் இருக்கும் செல்வங்களைப் பாதுகாக்க மாச்சனைப் போல வாட்டசாட்டமான நம்பிக்கையான ஆள் அவருக்குத் தேவையாக இருந்தது. இலட்சுமிக்கு அம்மாவைப் போலவே பால் வெள்ளை நிறம், அப்பாவின் உயரமான உடல்வாகு மற்றும் அழகான சிரித்த முகம். மாச்சனின் மனைவி கணவனை விட இரண்டு வயது மூத்தவள் என்று ஜனங்கள் பேசிக்கொண்டார்கள். ஆனாலும் அழகு அவள் வயதை மறைத்தது. கணவனுடன் நான்கு ஆண்டுகள் வாழ்ந்ததில் கர்ப்பிணியானாள். இலட்சுமியைப் பெற்றுக்கொடுத்து கண்மூடி விட்டாள். இப்போது இன்னும் பன்னிரண்டே வயதாக இருந்தாலும் இலட்சுமியின் அழகு எப்பேர்ப்பட்டவர்களையும் கவரும். சிறு வயதிலிருந்து கூடவே வளர்ந்த சீனிவாசனை அவள் சீனப்பா என்றே அழைப்பாள். அவர் வீட்டிலேயே வளர்ந்தாள், அவர்களைப் போலவே சுத்தமான பாஷையைப் பேசுவாள். அவர் திருமணத்தில் தமது மனைவியைப் பார்த்த பிறகு சீனிவாசன் ஒரு முறை, 'இந்த இலட்சுமியே என் மனைவியாக முடிந்தால்!' என்று யோசித்திருந்தான். ஆனால் அது கெட்ட சிந்தனை என்று அந்த உணர்வை முளையிலேயே கிள்ளிப் போட்டிருந்தான்.

எப்படிப்பவர்களும் மனம் பறிகொடுத்துவிடும் அழகு இருந்தாலும் இலட்சுமியின் அப்பாவிடம் மகள் திருமணத்திற்குத் தேவையான பணம் இருக்கவில்லை. தாமாகவே சிலர் பெண் கேட்டு வந்தார்கள். ஆனால் அவர் நிலைமை நன்றாக இருக்கவில்லை. புதிதாக வீட்டு எஜமானரான சீனிவாச பண்டிதர் மாச்சனுக்கு, 'நல்லாத் தேடி சரியான இடத்தில திருமணம் செய்து கொடு. நான் ஆயிரம் ரூபாய் கொடுக்கிறேன்" என்று சொன்னார். அந்த வீட்டு வருமானம் மாச்சனின் வியர்வையை உண்டு வளர்ந்தது என்பது புதிய எஜமானனுக்குத் தெரிந்திருந்தது. மாச்சன் நான்கைந்து இடங்களில் தேடி மண்ட்யா சீமையின் கொடியாலாவில் வரனைப் பார்த்து இலட்சுமியின் திருமணம் கோலாகலமாக நடந்தது.

அடுத்த ஓராண்டில் பாகீரதம்மா பெரியவளாகி கணவன் வீட்டுக்கு வந்தார். சீனிவாசனின் வீடு பெண் தசையால் ஒளிர்ந்தது. மனைவி வந்தாலும் அவர் அத்யயனம் செய்வதை விடவில்லை. அவ்வப்போது மைசூர் போய், கிடைக்கும் நூல்களை வாங்கி வருவார். சமஸ்கிருத பாடசாலை அறிஞர்களிடமிருந்து தமக்குத் தெரியாத விஷயங்களைக் கேட்டுத் தெரிந்து கொள்வார். யங்கப்ப சாஸ்த்திரிகள் தமக்குத் தெரிந்த எல்லாக் கல்வியையும் மனப்பூர்வமாக மாணவனுக்கு தாரை வார்த்துக் கொடுத்தார். புதிய பண்டிதர் வாழ்க்கை சுகமாக இருக்கும் போதே ஒரு முறை நஞ்சனக்கூடுக்கு பிளேக் வந்தது. ஊரில் இறந்த பலருடன் மாச்சனும் சேர்ந்து போனான். அவன் மகளுக்கு ஆளை அனுப்பி அவள் வரும் முன்பே அவன் உயிர் பிரிந்திருந்தது. சவ அடக்கம் முடிந்த மறுநாள் இலட்சுமி வந்தாள். அவளை ஆறுதல் படுத்தி அவள் போகும் போது பண்டிதர் நூறு ரூபாயைக் கையில் வைத்துச் சொன்னார்: "மாச்சனின் கருமாதியை உங்கள் ஊரிலேயே செய். அவ்வப்போது இங்கே வந்து போ. நீ இந்த வீட்டுப் பெண் பிள்ளை."

சீனப்பாவின் தாராள மனதைக் கண்டு இலட்சுமியின் வாயடைந்து போனது. அவரை வணங்கி கணவனுடன் புறப்பட்டுப் போனாள்.

பண்டிதர் அத்யயனம் நடந்துகொண்டே இருந்தது. புது தாம்பத்தியம் பசுமையான நாட்கள் உற்சாகமாக இருந்தன. இப்படி மூன்று ஆண்டுகள் கழிந்தாலும் பாகீரதம்மா கர்ப்பிணி ஆகவில்லை. அதற்குள் பண்டிதர் அறவியல், வேதம், உபநிஷத்து,

தரிசனங்கள் போன்றவற்றில் ஓரளவு ஞானம் பெற்றிருந்தார். தினமும் இராமாயணம் திருநூல் ஓதுகை செய்வார். தாம் ஓதும் நூல்கள் அவர் வாழ்க்கை மீது ஆழ்ந்த தாக்கத்தை ஏற்படுத்தின. மனித வாழ்க்கையின் இலக்கு என்ன, இல்லறம் என்றால் என்ன, இல்லறக் கடமைகள் என்ன என்பதைப் பற்றி விரிவாக ஆராய்ந்து சிந்திப்பார். திருமணமாகி மூன்று ஆண்டுகள் குழந்தை ஆகாமல் இருப்பது அவரை வேதனைக்குள்ளாக்கியது. வம்ச வளர்ச்சிக்காக பிள்ளைப்பேறு திருமணத்தின் முதல் நோக்கம் என்று அவர் நம்பி இருந்தார். ஆனால் இன்னும் காலம் மீறவில்லை.

ஒரு மாலை ஆறு மணி இருக்கும் இலட்சுமி வீட்டுக்கு வந்தாள். வந்தவள் சீனப்பாவின் காலை கட்டிக்கொண்டு அழ ஆரம்பித்தாள். அவர் அவளை இடைவிடாமல் ஆறுதல்படுத்தி, நடந்த சங்கதி என்னவென்று கேட்டார். விஷயம் தெரிந்தது: அவள் அப்பா ஏமாந்து போனார், அவள் கணவன் சூதாடியாக இருந்தான். எப்போதும் தங்க மோதிரம், கழுத்தில் சங்கிலி போட்டுக்கொள்வான். அவன் உண்மையாகவும் பெரிய மனிதன் என்று நினைத்து மாச்சன் பெண் கொடுத்தான். அப்பாவிடமிருந்து வந்த கொஞ்ச நஞ்ச நிலம் உண்மை என்றாலும் அதையும் அடகு வைத்து சூதாடக் கடன் வாங்கி இருந்தான். இந்த இருபது நாட்களாக மண்ட்யாவில் சூதாடிக்கொண்டிருக்கும் போது எதிராளிகளின் பணத்தை எல்லாம் வென்றானாம். பணத்தை இழந்தவர்கள் இரவு இரண்டு மணிக்கு அவனைக் கொலை செய்து தப்பி ஓடிவிட்டார்கள். இன்றைக்கு மூன்று நாட்கள் முன்பு கொலையாளிகள் போலீஸ் கைக்குக் கிடைத்தார்கள். நிர்க்கதியான இலட்சுமி மீண்டும் பிறந்த வீட்டிற்கு வந்து அடைக்கலம் வேண்டுமென்றாள்.

“எல்லாம் மனிதனின் ஊழ்வினைப்படி நடக்கும். நீ கவலைப்பட வேண்டாம் இலட்சுமி. இந்த வீட்டில் உனக்கு ஒரு வாய் சோறு இல்லாமலா போகும்?” என்று ஆறுதல் சொல்லி சீனப்பா அவளுக்கு அடைக்கலம் கொடுத்தார். இலட்சுமியின் உதவி பாகீரதம்மாவுக்கும் தேவையாக இருந்தது. அதற்குப் பிறகு இரண்டு மூன்று முறை கிரிமினல் கேஸ் விசாரணையின் போது இலட்சுமி மைசூர் கோர்ட்டுக்குப் போக வேண்டி இருந்தது. பண்டிதர் அவளை அழைத்துக் கொண்டு போயிருந்தார். குற்றவாளிகளுக்கு ஆயுள் தண்டனை கிடைத்தது.

மீண்டும் இரண்டு ஆண்டுகள் கடந்தன. பாகீரதம்மா கர்ப்பிணியாகவில்லை. பண்டிதருக்கு இருபத்தி நான்கு வயது. பாகீரதம்மா பத்தொன்பது வயது. பண்டிதருக்கு கவலை தொத்திக் கொண்டது. இராமாயணம் மகாபாரதத்தில் குழந்தைகள் இல்லாத அரசர்கள் படும் துயரத்தை அவர் அனுபவித்தார். ஆனால் ஒருநாளும் மனைவியைக் கடுமையாகப் பேசவில்லை. அவர் துயரத்தை அவள் முன்னால் காட்டவில்லை. ஆனாலும் பாகீரதம்மாவுக்கு கணவனின் உணர்வு புரியும். இன்னும் தாயாகவில்லை என்ற கவலை அவளைச் சுட்டெரித்தது. அவளுக்கு கணவன் மீது ஆழ்ந்த அன்பும், நம்பிக்கையும் இருந்தது; அவர் மென்மையான குணத்தின் மீது மரியாதை இருந்தது. கணவன் மனைவி இருவரும் பல நூறு கடவுள்களிடம் வேண்டிக் கொண்டார்கள். நஞ்சுண்டேஷ்வரனுக்கு தங்கப் பாதங்களைச் செய்து கொடுப்பதாக நேர்ந்து கொண்டார்கள். ஒரு ஆண்டுக்குள் பாகீரதம்மா கர்ப்பிணியானார். பிரசவத்திற்கு அழைத்துச் செல்ல அவர் அப்பா வந்தாலும் இங்கேயே நடக்கட்டும் என்று பண்டிதர் விரும்பினார். பிரசவத்திற்கு இன்னும் மூன்று மாதம் இருக்கும் போதே பாகீரதம்மாவின் அம்மா நஞ்சனக்கூடுக்கு வந்தார். நாள் நெருங்க கர்ப்பிணி நலமாகவே இருந்தார். ஆனால் நோவு வந்து மூன்று நாளானாலும் பிரசவம் ஆகவில்லை. வீட்டுக்கு வந்து பார்த்த வைத்தியர், “மைசூருக்கு அழைத்துப் போக வேண்டும்” என்றார். ஆள் அனுப்பி கார் வரவழைத்து, வலியால் துடித்துக் கொண்டிருந்த கர்ப்பிணியை எடுத்துக் கொண்டு எல்லோரும் மைசூர் பெரிய மருத்துவமனைக்கு விரைந்தார்கள். பண்டிதர் கலங்கிப் போனார். சுருக்குப்பையில் வெள்ளி ரூபாய்களை நிரப்பிக்கொண்டு வந்தவர் மருத்துவமனைக்கு வெளியே நின்று படபடத்துக் கொண்டிருந்தார். கூடவே இருந்த இலட்சுமி சீனப்பாவுக்கு ஆறுதல் சொல்லிக் கொண்டிருந்தாள். மருத்துவமனை சேர்ந்த நான்கைந்து மணி நேரத்திற்குப் பிறகு டாக்டர் வந்தார். “ஆபரேஷன் செய்யணும். இல்லைன்னா உயிர் பிழைக்காது” என்று சொன்னார்.

டாக்டர் சொன்ன இடத்திலெல்லாம் பண்டிதர் கையொப்பமிட்டார். வெளியே இலட்சுமி, பண்டிதர், அவர் அத்தை மூவரும் உட்கார்ந்திருந்தார்கள். அதற்குள் நஞ்சனக்கூடிலிருந்து சிலர் வந்து சேர்ந்துகொண்டார்கள்.

துக்கேஷ்வனுத்விக்னமனாஹ சுகேஷூ விகிதஸ்ப்ருஹ ।
வீதராகபயோக்ரோதஹ ஸ்திதீர்முனிருச்யதே ॥

என்று மனதில் துதித்துக்கொண்டே மௌனமாக அமர்ந்திருந்தார். சுமார் மூன்று மணி நேரத்திற்குப் பிறகு செய்தி வந்தது. "ஆபரேஷன் நடந்து பிரசவமானது. ஆண் பிள்ளை. பிள்ளைத்தாச்சி உயிருக்கு பயமில்லை."

எல்லோரும் நிம்மதியாக மூச்சுவிட்டார்கள். பண்டிதர் மட்டும் துக்கேஷ்வனுத்விக்னமனாஹ சுகேஷு விகிதஸ்ப்ருஹ... என்று துதித்துக்கொண்டே இருந்தார்.

பாகீரதம்மா ஒரு மாதம் மருத்துவமனையில் இருந்தார். தனிவார்டில் அவளுடன் அம்மாவும், இலட்சுமியும் இருந்தார்கள். பண்டிதர் தினமும் நஞ்சனக்கூடிலிருந்து வந்து மாலை வரை இருந்து போவார். குழந்தை அம்மாவை அழைத்துக் கொண்டு போகும் நாள் மருத்துவமனை டாக்டர் பண்டிதரைத் தனியாக அழைத்துச் சொன்னார்: "அம்மா கர்ப்பப்பை அளவை விடப் பெரிதாக குழந்தை வளர்ந்திருந்தது. இது உடல் ரீதியாக சமமான உறவல்ல. இந்த முறை ஆபரேஷன் செய்ததால் அவர் பிழைத்தார். மீண்டும் கர்ப்பம் தரித்தால் சாவு உறுதி. நீங்கள் இனி உடலுறவை நிறுத்திக்கொள்ள வேண்டும்."

பண்டிதரின் வலிமையான உடல்வாகு, உயரம், முகத்தில் மிளிரும் ஆரோக்கியமான பொலிவைப் பார்த்த டாக்டருக்கும் வருத்தமாக இருக்கலாம். அவரிடம் டாக்டர் சொன்னதையே பாகீரதம்மாவிடம் நர்ஸ் சொல்லி இருந்தார்.

சீனப்பா, தன் அப்பாவின் பெயரான நஞ்சுண்ட பண்டிதர் பெயரை மகனுக்குச் சூட்டினார். அவருடைய மறு உருவமாக குழந்தை அழகாக இருந்தது. எட்டு மாதம் வரை மகளுக்குப் பிள்ளைப்பேறு பார்த்து விட்டு பாகீரதம்மாவின் அம்மா ஹாசன் திரும்பினார்.

2

வீட்டுக்கு வந்த பிறகு குழந்தையும் அம்மாவும் கீழ் அறையில் படுத்தார்கள். பண்டிதர் மாடி மீது அவர் படிக்கும் அறையில்

படுக்கையை விரித்துக்கொண்டு படுத்தார். மகள் பிரசவத்தை முடித்து விட்டு அத்தை ஊருக்குத் திரும்பும் வரை பண்டிதர் மனம் அடங்கியிருந்தது; அவர் போன பிறகு மனைவி மீது மனம் சஞ்சலம் கொண்டது. வீட்டில் மற்ற யாரும் இருக்கவில்லை. பகல் வேலை இலட்சுமி பசு கன்றுகளை மேய்க்க ஓட்டிப்போவாள். வீட்டில் மனைவி மட்டும் இருப்பாள். பண்டிதருக்கு இளம் வயது. இன்னும் இருபத்தியாறு வயதான வாட்டசாட்டமான வலிமையான ஆள். ஆனால் டாக்டர் சொல்லியிருந்தார்: "உடல் ரீதியாக இது பொருந்தாத தாம்பத்தியம். இந்த முறை ஆபரேஷன் செய்ததால் அவர் பிழைத்தார். மீண்டும் கர்ப்பிணி ஆனால் சாவு உறுதி. நீங்கள் உடல் உறவை நிறுத்திக்கொள்ள வேண்டும்."

டாக்டர் பேச்சு எச்சரிக்கை மணி போல பண்டிதர் காதில் எப்போது முழங்கிக்கொண்டிருந்தது. குழந்தையைத் தூக்கி வைத்துக்கொண்டு பாலூட்டும் மனைவியை அவர் சில நேரம் பார்ப்பார். உடல் வளர்ந்து, விசாலமான முகத்துடன் சிரித்துக் கொண்டு குழந்தை அம்மாவின் மடி நிறையப் படுத்து பால் குடிக்கும். குழந்தையின் வளர்ச்சிக்கு ஒப்பிட்டால் பாகீரதம்மா சின்னப் பெண் போலத் தெரிவார். அவரைப் பார்த்து பண்டிதருக்கு இரக்கம் உண்டாகும். "வாங்க, உட்காருங்க" என்று அவர் சொன்னாலும் பண்டிதர் அங்கே நிற்காமல் வீட்டை விட்டு வெளியே போய்விடுவார். இப்படி ஓரிரு மாதங்கள் கழிந்தன. மனச் சஞ்சலம் அவர் கட்டுக்குள் வரவில்லை. அத்யயனத்தில் மனம் ஒன்றவில்லை. பூஜை அறையில் பூஜை செய்யும் போது மனம் தன் இயல்பான அமைதியை இழந்து, காற்றில் பஞ்சுத் தீவட்டி போல அசைந்தாடிக் கொண்டிருந்தது. 'இந்த மனதுடன் பூஜை செய்து என்ன பலன்?" என்று அத்துடன் நிறுத்திவிட்டு எழுந்துவிடுவார்.

பாகீரதம்மாவுக்கு இது புரியாமல் இல்லை. ஆனால் அவர் கையறுநிலையில் இருந்தார். நர்ஸ் சொன்ன வார்த்தைகள் அவள் மனதிலும் பயத்தை ஏற்படுத்தி இருந்தது. கணவர் வலுக்கட்டாயமாகத் தன்னைத் தொடமாட்டார் என்ற நம்பிக்கை எப்போதும் இருந்தாலும் கணவர் மனதில் ஏற்படும் இயல்பான விகாரங்களை அவள் கவனித்தாள். தன்னால் கொடுக்க முடியாத உடல் சுகத்திற்கு பதிலாக, முன்பைவிட இன்னும் அதிக சிரத்தை, பக்தியுடன் அவருக்குப் பணிவிடை செய்யத் தொடங்கினார்.

ஓரிரு மாதங்கள் கடந்தன. பண்டிதர் பால் குடிப்பதை விட்டு விட்டார். தம் உணவில் நெய்யைத் தவிர்த்தார். தினமும் காலை எழுந்தவுடன் வீட்டுப் பெரிய பின்கட்டைத் தோண்டித் தோட்டம் அமைக்கத் தொடங்கினார். இந்த உடல் உழைப்பாலும் குறைவான ஊட்ட உணவின் விளைவாகவும் இரவு படுத்தவுடன் தூக்கம் வரத் தொடங்கியது. விடிகாலை வரை இடையில் விழிப்பு வராமல் உறங்குவார். ஆனால் ஓரிரு மாதத்தில் உடல் இளைத்து விட்டது. முன்பு இருந்த வலிமையாகட்டும் முகத்தின் மீது ஒளிர்ந்து கொண்டிருந்த பொலிவாகட்டும் இருக்கவில்லை. ஒருநாள், ”இப்படி பால் நெய் விட்டால் என்ன கதி?” என்று பாகீரதம்மா வலுக்கட்டாயமாக பரிமாற வந்த போது பண்டிதர், “மனித மனம் கட்டுப்பாட்டில் இருக்க வேண்டுமென்றால் இதை எல்லாம் விட வேண்டும்” என்றார்.

பாகீரதம்மாவுக்கு கணவன் மீது அபரிமிதமான காதல் இருந்தது; அவருடைய அழகான தேகத்தின் மீது பெருமை இருந்தது. அவர் நாளுக்கு நாள் இப்படி இளைத்துக்கொண்டு போவது அவரால் தாங்கிக்கொள்ள முடியவில்லை. அவர் மனதில் ஒரு யோசனை வந்தது. ஊரில் அவருக்கு ஒரு திருமணமாகாத தங்கை இருந்தாள். வயது பன்னிரெண்டாகி இருந்தாலும் திருமணம் ஆகியிருக்கவில்லை. அவளை அழைத்து வந்து கணவனுக்கு மண முடித்தால் பிரச்சனை தீர்ந்துவிடும். அவள் தங்கையாக இருந்து அவளுக்கு தான் மூத்தவளாக இருப்பதால் வீட்டில் தன் வசதி, அதிகாரங்களுக்கு எந்தக் குந்தகமும் ஏற்படாது. ஆனால் இந்தக் கருத்தை ஊரில் அம்மா அப்பா ஒத்துக்கொள்வார்களா இல்லையா என்ற கவலை ஏற்பட்டது. சுமார் ஒரு மாதத்தில் பண்டிதர் மேலும் மெலிந்து போனார். பாகீரதம்மாவின் முடிவு உறுதியானது. தன்னிடம் டாக்டர் சொன்ன விஷயத்திலிருந்து வீட்டில் கணவன் உடல்நிலை வரை ஒன்றுவிடாமல் தெரிவித்து அவள் தன் பரிந்துரையை அம்மாவுக்கு கடிதமாக எழுத வைத்தாள். பாகீரதம்மாவின் தங்கை அக்காவைப்போல அல்லாமல் வாட்டசாட்டமான பெண்ணாக இருந்தாள். ஒரு வாரத்தில் பண்டிதர் மாமனார் மருமகன் வீட்டிற்கு வந்தார். வந்த மறுநாள் மருமகனை அழைத்துக் கொண்டு வெளியே புறப்பட்டார். இருவரும் ஆற்றைத் தாண்டி ஹெஜ்ஜிகே அருகில் இருந்த வயலுக்குப் போய் ஒரு வரப்பு மீது உட்கார்ந்துகொண்டு

மாமாவே பேச்சைத் துவங்கினார்: “எனக்கு எல்லா விஷயமும் தெரியும். எல்லாம் கடவுள் விருப்பம். பாகீயும் ஒத்துக் கொள்கிறாள். ஊரில் எல்லோருக்கும் சம்மதம். காவேரியையும் நீங்கள் திருமணம் செய்து கொள்ளுங்கள். அக்கா தங்கை அன்னியோன்னியமாக இருப்பார்கள்.”

பண்டிதருக்கு வியப்பாக இருந்தது. “நீங்கள் இதற்காகத்தான் இப்போது வந்தீர்களா?’ என்று கேட்டார்.

“ஆம். பாகீ கடிதம் எழுத வைத்து அனுப்பியிருந்தாள். உன்னைப் பார்த்தால் வயிறு பற்றியெரியுது. எப்படி இருந்தவன் இப்படி ஆயிட்ட! எல்லாம் எனக்குப் புரியுது.” பண்டிதர் மாமா நல்ல ரசிகர். ஹாசனத்தில் அவருக்கு மூன்று உபகுடும்பங்கள் இருந்தன. அது மருமகனுக்கும் தெரிந்திருந்தது.

மருமகன் அமைதியானார். அது அவர் சம்மதம் என்று புரிந்து கொண்டு மாமா எழும் போது சொன்னார்: “ஜாதகமும் கூடி வருது. நான் காட்டிவிட்டுத்தான் வந்தேன்.”

அன்று இரவு பண்டிதர் வழக்கம் போல அவர் படிப்பு அறையில் படுத்தார். தாம் வாசித்த நூல்கள் எல்லாம் அவர் நினைவில் வந்து கொண்டிருந்தன. தினமும் பாராயணம் செய்யும் இராமாயணமும் கண் முன் வந்து போனது. மனதில் பெரும் புரட்சி நடக்கத் தொடங்கியது. நள்ளிரவு வரை அந்தப் புரட்சி நடந்து கொண்டே இருந்தது. இரவு இரண்டு மணி அடித்த போது அமைதியானது. மறுநாள் சந்திவந்தனம், கடவுள் அர்ச்சனைகள் முடிந்த பிறகு மாமாவின் சிற்றுண்டி முடிந்தது. பிறகு பண்டிதர் அவரை அழைத்துக் கொண்டு வெளியே புறப்பட்டார். தளவாயி பாலம் அருகே ஜன நடமாட்டமில்லாத ஆற்றங்கரையில் ஒரு பாறை மீது இருவரும் உட்கார்ந்து கொண்டு பண்டிதர் சொன்னார்: “நேற்று இரவு முழுதுமாக யோசித்தேன். திருமணம் செய்து கொள்வதே குடும்பக் கடமைகளை நிர்வகிப்பதற்காகவும், வம்ச வளர்ச்சிக்காகவும். இப்போது வம்சம் வளர மகன் பிறந்திருக்கிறான். குடும்ப வாழ்க்கைக்கு அவள் உயிரோடு இருக்கிறாள். மீண்டும் திருமணம் செய்து கொள்வது அறமின்மை. எனக்கு வேண்டாம்.”

மருமகன் சிந்தனையோட்டத்தைப் பார்த்து மாமாவுக்கு வியப்பாக இருந்தது. இந்த லட்சியங்கள் அவருக்குத் தெரியாததல்ல. அவரும்

சமஸ்கிருதம் அறிந்தவர். கொஞ்சம் சாத்திரம் கற்றவர். ஆனால் அவர் நடைமுறை வாழ்க்கையின் சுகத்தை அனுபவித்தவர். அவர் சொன்னார்: "ஆனாலும் பருவ வயதை நாம் புறக்கணிக்க முடியாது. உன் உடல்நலத்தைப் பார்த்துக் கொள். உடல் இருந்தால் உயிர். அதே க்ஷீணித்துப் போனால் வாழ்க்கையின் கதி என்னவாகும்? நீ இப்படி இருந்தால் பாகீ கதி என்னவாகும்?"

மாமாவின் வாதத்திற்கு மருமகன் பணியவில்லை. இருவரும் வீட்டிற்கு வந்தார்கள். அன்று இரவு பாகீரதம்மா, மாமா இருவரும் கூடி பண்டிதருக்கு நயமாக நடைமுறைப் பழக்க வழக்கங்களைப் பற்றி எடுத்துச் சொன்னார்கள். அப்போதும் அவர் ஒத்துக்கொள்ளவில்லை. அதற்குப் பிறகு மாமா மகள் வீட்டில் இரண்டு நாட்கள் இருந்தார். மருமகன் வீட்டுச் சூழ்நிலையை ஆராய்ந்து பார்த்தார். வீட்டில் வேலை செய்து கொண்டிருந்த இலட்சுமியையும் அவர் பார்த்துக் கொண்டிருந்தார். தமக்குத் தெரிந்த மிகச் சிறந்த பரிந்துரை ஒன்றை மகளிடம் கூறி, மருமகன், மகளிடமிருந்து நமஸ்காரம் பெற்றுக்கொண்டு, மேல்கோட்டை ஒற்றைக்கரை வேட்டியை வாங்கிக்கொண்டு, குழந்தை கையில் ஒரு சவரன் வைத்துக் கொடுத்துவிட்டு தம் ஊருக்குப் பயணத்தை மேற்கொண்டார்.

3

நம்பியிருந்த வாழ்க்கை லட்சியங்களுக்கும் அதீத வல்லமை படைத்த இயற்கையின் குணங்களுக்கும் பண்டிதர் ஆளுமையில் போராட்டம் நடந்துகொண்டே இருந்தது. இயற்கைப் பிடியிலிருந்து விடுபெறாவிட்டால் மனிதனுக்கு விடுதலை இல்லை என்பதை அவர் தம் பல ஆண்டுகளின் வாசிப்பு அனுபவத்தில் தெரிந்து கொண்டிருந்தார். அவர் புரிதலை இன்றைய நடைமுறை வாழ்க்கையில் வழக்கத்திற்குக் கொண்டு வந்து இயற்கையின் தாக்கத்தை வெல்ல வேண்டும். அதற்காகத் தமது ஆற்றலையும் மீறி உழைத்தார். நாளின் பெரும் பகுதியை உடல் உழைப்பில் கழிப்பார். மற்ற நேரங்களை அத்யயனத்திற்குப் பயன்படுத்துவார். பலமுறை மனம் அமைதியான நிலைக்கு வந்த பிறகு அவர் வென்றுவிட்டதாக நினைத்து மகிழ்ச்சியடைவார். ஆனால் ஓரிரு மணி நேரத்தில் மனம் குழப்பத்திற்கு ஆளாகும். அவர் கண்டு

கேட்ட அழகான பெண்களின் வதனங்கள் மனத்திரை மீது வந்து போகும். அவர்களுடன் அவர் உரையாடுவது போல உணர்வார். சில சமயம் நிர்வாணமான பெண் ஒருத்தி வந்து அவர் கரம் பற்றியது போல கற்பனை தோன்றும். பிரக்ஞை இதுபோன்ற கற்பனைகளுக்குத் தடைபோட முயன்றாலும் நிறைவேறாத இளமையின் இச்சைகள் சுய உணர்வின் பலவீனமான இழையைத் துண்டித்து பீமபலத்துடன் நுழையும். ஓரிரு மணி நேரம் அந்தப் பிரவாகம் அடித்துப் பாய்ந்து மன அலை ஓய்ந்த பிறகு அவர் அதற்காகப் பச்சாதாபப்படுவார். அவர் உடல்நிலை மேலும் நலிவுறும்.

ஊருக்குப் புறப்படும் முதல் நாள் தன் அப்பா சொன்ன வார்த்தைகள் பாகீரதம்மாவுக்குப் பிடிக்கவில்லை. ஆனால் மீண்டும் திருமணம் செய்துகொள்ளாமல் நாளுக்கு நாள் துவண்டு கொண்டே போகும் கணவன் இப்படியே தொடர்ந்தால் நிலைமை விபரீதமாகலாம் என்று அவர் பயந்தார். அவர் அப்பா அன்றாட வாழ்க்கை நடைமுறைகளைச் சார்ந்திருக்கும் மனிதர். அவர் பரிந்துரை வழக்கத்தில் இருப்பதுதான். பாகீரதம்மா இலட்சுமியின் நிலைமையைப் பற்றி கவலைப்பட்டார். அவளுக்கும் அப்பா அம்மா யாரும் கிடையாது. கணவனுடன் நான்கு ஆண்டுகள் குடும்பம் நடத்திய அனுபவசாலி. குடும்ப ஆசை இருக்காதா? அவள் தன் எஜமானருடன் அப்படி நடந்துகொண்டால் ஜனங்களுக்கும் கூடத் தெரியாது. ஏறக்குறைய எதுவும் நடக்காமல் எச்சரிக்கையாக மட்டுமே இருக்க வேண்டும். ஒருவேளை முன்பின் ஆன அறிகுறிகள் தெரிந்தால் மூங்கில் தண்டு, வாழைத்தண்டு, பச்சைப் பரங்கிக்காய் தின்றால் சரியாகும். தீர அவசியம் என்றால் ஹாசனத்தில் அவர் அப்பாவுக்குத் தெரிந்தவள் ஒருத்தி மருந்து கொடுக்கிறாளாம்... பாகீரதம்மாவின் கற்பனை ஓடிக்கொண்டிருந்தது. ஆண்கள் இரண்டு பெண்களை மனைவியை வைத்துக் கொள்வது ஒன்றும் புதிதல்ல. அவள் அப்பா, தாத்தா, சித்தப்பா எல்லோரும் அவரவர் வசதிகளுக்குத் தக்கவாறு வெளியே குடும்பம் நடத்தியவர்கள் தான். அப்பாவுக்கு இப்போதும் பல குடும்பங்கள் இருக்கின்றன. ஆனாலும் அவர் அம்மா வீட்டில் பிள்ளைகளுடன் சுகமாக இருக்கிறாள்.

பாகீரதம்மாவும் இலட்சுமியும் அருகிலேயே படுத்துக்கொள்வார்கள். சிற்சில நாட்களில் இரவு வேளையில் குழந்தை விழித்துக் கொண்டு

பிடிவாதம் பிடித்தால் இலட்சுமிதான் விளையாட வைப்பாள். ஒரு இரவு பாகீரதம்மா, “அவர் இப்போது மெலிந்து விட்டார், எதுக்குன்னு உனக்குத் தெரியுமா?” என்று கேட்டார்.

“எனக்கென்ன தெரியும்மா?”

“உண்மையைச் சொல்லு” என்று பாகீரதம்மா இலட்சுமி முகத்தைக் கூர்ந்து பார்த்தார்.

‘மைசூரில் இருந்து வந்த நாள் நீங்க தான் சொன்னீங்க. இப்போ உங்க அப்பா வந்த விஷயத்தையும் சொன்னீங்க.”

“ஓ! நான் மறந்து போனேன்.”

அங்கே பேச்சு நின்றது. மீண்டும் பாகீரதம்மா, “ஒண்ணு சொல்லணும்.”

“என்ன சொல்லுங்கம்மா?”

“நான் எல்லாம் யோசிச்சிருக்கேன், அவர் உயிரோடு இருக்கணும். அது உனக்கும் விருப்பம் தானே?”

‘என்ன சொல்லுங்கம்மா! சீனப்பா செத்துப்போனா நான் உயிரோட இருப்பேனா?”

“வெளியே யாருக்கும் தெரியாது. நீ அவரு கூட சேர்ந்திரு. பொண்டாட்டியா இருந்தும் இப்படி இருப்பது என் தலைலே எழுதி இருக்கு”, என்று கண்ணீர் வடித்துக்கொண்டே சொன்னார்: ‘ஒருநாள் மதியம் நீ வீட்டில இருக்கலை. குழந்தை படுத்திருந்தது. அவர் முகத்தைப் பார்த்து எனக்குத் தெரிஞ்சு போச்சு. ‘டாக்டர் சொன்னது பொய்யாவும் இருக்கலாம். ஒரு நாள்ல ஒண்ணும் ஆகாது. வாங்க’ ன்னு நானா சொன்னேன். ‘பொய் சொல்ல டாக்டருக்கு யார் மீதும் பொறாமை இருக்காது. அதிர்ஷ்டம் கெட்டா ஒரே நாள்ல விபத்து ஏற்படலாம். டாக்டர் சொன்ன பிறகு உன் உயிரை எடுக்க முடியுமா? நான் மனுஷன் தானே?” என்று அவர் அங்கே இருந்து பின்கட்டுக்குப் போயிட்டாரு.”

பாகீராதம்மாவின் பரிந்துரை இலட்சுமிக்கு வியப்பாக இருந்தது. எந்த மனைவிதான் தன் சுய விருப்பத்துடன் இப்படி முடிவெடுப்பாள் என்று அவள் சிந்தித்தாள். சிறுவயதிலிருந்து இலட்சுமி, சீனப்பாவைப் பார்த்திருக்கிறாள். அவர் பெருங்குணத்தை மதித்து அவர் மீது பக்தியை வளர்த்துக் கொண்டிருக்கிறாள். அவள்

குடும்ப வாழ்க்கையில் கணவன் சூதாடப் போகும் போதெல்லாம் அவளுக்கு சீனப்பா ஞாபகம் வரும். 'என் புருஷன் சீனப்பாவா இருந்தா!' என்று பலமுறை விரும்பி இருந்தாள். கணவனின் கொலை நடந்து மீண்டும் பண்டிதர் வீட்டிற்கு வந்த பிறகு அவளுக்கு இருள் சூழ்ந்திருந்தது. சீனப்பாவின் நட்பான நடத்தையாலும் பாகீரதம்மாவின் குணத்தாலும் அவள் சில நாட்களிலேயே ஆறுதல் அடைந்தாள். குடும்ப வாசனை அவளையும் வதைத்தது. கணவன் எப்படிப்பட்ட சூதாடியாக இருந்தாலும், கொஞ்சம் குடிகாரனாக இருந்தாலும் அவனில்லாமல் வாழ்க்கையை சகித்துக்கொள்ள முடியாது என்று தோன்றியது. மாடு கன்றுகளை மேய்க்க வெளியே போகும் போது பல இளைஞர்கள் அவளை நோட்டமிட்டாலும் அவள் மனம் அதுபோன்ற விஷயங்களிலிருந்து பின் சரியும். சீனப்பா மீது மட்டும் இனிமையான, நுட்பமான ஒருவிதமான கவர்ச்சி இருந்தது. அது என்றும் காம வாசனையாக மட்டுமே இருக்கவில்லை.

பாகீரதம்மாவின் வார்த்தைக்கு அவள் சம்மதிக்கவில்லை. சுமார் பதினைந்து நாட்கள் அதே வார்த்தைகளைச் சொன்ன பிறகு ஒரு நாள், 'அவர் ஒத்துக்கொண்டால் சரி' என்றாள். இது நடந்து இரண்டு மூன்று நாட்கள் இலட்சுமியால் சீனப்பாவை தலை நிமிர்ந்து பார்க்க முடியவில்லை. அதுவரை அவள் சீனப்பாவுடன் ஒருமையில்தான் பேசிக் கொண்டிருந்தாள். அது சீனப்பாவுக்கும் இதமாக இருந்தது. ஆனால் இப்போது இரண்டு மூன்று நாட்களாக இலட்சுமி பன்மையில் பேச ஆரம்பித்த பிறகு வியப்பாக இருந்தாலும் அவர் அதை வெகுவாகப் பொருட்படுத்தவில்லை. ஒரு இரவு உணவுக்குப் பிறகு பாகீரதம்மா கணவன் கையைப் பிடித்துக் கொண்டு, "ஒண்ணு சொல்வேன், நீங்க சரின்னு சொல்லணும்" என்றார்.

"என்ன சொல்லு."

"கண்டிப்பா நீங்க சரின்னு சொல்லணும்."

"திருமணப் பேச்சுத்தானே? உனக்குப் பைத்தியம் பிடிச்சிருக்கு. எனக்கு இப்போ என்ன ஆயிருக்குன்னு இப்படி நடந்துக்கிற?"

"திருமணப் பேச்சல்ல", என்று கணவனை அருகில் உட்கார வைத்துக்கொண்டு பாகீரதம்மா அவருடைய பரிந்துரையை

முன்வைத்தார். பதறிப்போன பண்டிதர், “இலட்சுமியை என்னான்னு நினைச்சே?” என்றார்.

‘அவ ஒத்துக்கிட்டா, அவளுக்கும் விருப்பமிருக்கு.”

பண்டிதர் வாயடைந்து போய் மனைவியின் முகத்தையே பார்த்துக் கொண்டிருந்தார். பாகீரதம்மா சொன்னார்; “நானோ உங்களுக்குத் தொண்டு செய்ய முடியலை. இது ஒண்ணும் யாரும் செய்யாத காரியம் அல்ல. எங்க அம்மா இருந்தாலும் எங்க அப்பா மூணு பொம்பளைங்களை வைச்சிருக்கார். முன்னபின்ன ஆனாலும் சரி பண்ண வழி இருக்கு. நீங்க முன் போல ஆரோக்கியமா இருக்கணும். மனுஷனுக்குக் கவலைதான் நோய்ன்னு சொல்றதில்லையா?” பண்டிதர் மனைவியின் பேச்சையே கேட்டுக் கொண்டிருந்தார். “இன்னைக்கு இலட்சுமி மாடில படுத்திருப்பா. அவகிட்ட சொல்லி இருக்கேன். நீங்களும் மேலே போங்க.”

பண்டிதர் பேசவில்லை. அவர் மனம் மோகத்தில் சிக்குண்டது. அவர் தம் உள்ளுணர்வுப் போராட்டங்கள் நிறைந்த அந்த நாட்களில் என்றும் இலட்சுமியை அந்த நோக்கத்தில் கற்பனை செய்ததில்லை. அவள் மீது அவருக்கு சிநேகம் இருந்தது. இரக்கம் இருந்தது. அதே வீட்டில் பிறந்து, குடும்ப கஷ்ட சுகங்களை நன்றாகத் தெரிந்து, அவர் உதவியுடன் திருமணம் செய்து கொண்ட அவள் மீண்டும் அவர் வீட்டுக்கே வந்தாள். இப்போது அவளும் இதற்குச் சம்மதிக்கிறாள். தம் மனைவியே இதற்கு ஏற்பாடு செய்து இந்தக் கட்டத்துக்குக் கொண்டு வந்திருக்கிறாள். தாம் ‘ஊம்’ என்று வாயால் சொல்வதும் வேண்டாம், வெறுமனே மாடிப் படிகளை ஏறிப்போனால் போதும்; தம் பங்குக்கு இல்லாமல் போன, மனித வாழ்க்கை விரும்பும் அதீதமான இன்ப அனுபவம் இப்போது தானாகவே தம்மை நெருங்கி இருக்கிறது. வேண்டாமென்று நிராகரிப்பது பைத்தியக்காரத்தனமல்லவா?

4

வெளியே குளிர் காற்று வீசியது. உடலுக்கு இதமாக இருந்தாலும் சில சமயம் கொஞ்சம் அதிக வேகமாகவே வீசியது.

பண்டிதர் படுக்கும் படிப்பு அறை பக்கத்து நடைக்கூடத்தில் இலட்சுமி படுத்திருப்பாள். பண்டிதர் படுக்கை மீது

உட்கார்ந்துகொண்டு சிந்தனை கலங்கி இருந்தார். இயற்கையின் அடிப்படை ஆற்றல் அன்று முழுமையாகத் தன் வெறித்தனமான வடிவத்தை எடுத்து அவர் மனமேடையில் நாட்டியமாடிக் கொண்டிருந்தது. முன்பு என்றும் பார்க்காத உணர்வுடன் அவர் அன்று இலட்சுமியின் அழகைக் கற்பனை செய்து கொண்டார். இலட்சுமி நீலகிரிச் சீமைத் தாயின் வயிற்றில் கட்டுமஸ்தான ஆளான மாச்சனுக்குப் பிறந்த மகள். அழகான ரூபம் கொண்ட பெண்ணாக இருந்தவள் அவள் அம்மா. இருபத்தி மூன்று வயது இலட்சுமி உயரமாக உருண்டு திரண்டு வளர்ந்திருந்தாள். பண்டிதர் போன்ற உடல்வாகுள்ள ஆளுக்கு சரியான உயரம், ஆகாரம். கொடகு ஆரஞ்சு நிறம் கொண்ட தேக அங்கங்கள் நல்ல ஊட்டமாக வளர்ந்து வாட்டசாட்டமாக இருந்தது. வெளியே போகும் போது எப்போதும் தலையில் முக்காடு போட்டுக் கொண்டாலும், அவள் அழகான ஆகிருதி யார் கவனத்தையும் ஈர்க்கும். இப்போது பக்கத்து அறையில் அநேகமாக அவரை எதிர்பார்த்துக்கொண்டு படுத்திருக்கிறாள். வெளி உலகின் எந்த ஆதங்கமும் இல்லாமல் அவர் அவளை அனுபவிக்க முடியும். அவர் உடல் நுட்பமாக அதிர்ந்தது. மனம் உன்மத்த நிலையை எட்டி மூச்சின் வேகம் சஞ்சலமானது.

கணவன் இறந்து நான்கு ஆண்டுகளுக்குப் பிறகு அந்த இரவு இலட்சுமி மீண்டும் குடும்ப அனுபவம் பெறும் எதிர்பார்ப்பில் தன் படுக்கை மீது படுத்திருந்தாள். சீனப்பாவே அங்கே வருவார். வந்தால் தான் என்ன பேசுவது? எப்படி அவருடன் நடந்துகொள்வது? சிறுவயதிலிருந்தே அமைதியான மிடுக்கான குணம் கொண்ட, ஆனால் நட்பான வீட்டு எஜமானன்; அவள் நன்மைக்காக ஆரம்பத்திலிருந்தே உதவிய முதலாளி; இப்போது மனைவி சுகமில்லாமல் கலங்கி இருக்கிறார். இனி தங்கள் இருவரின் உறவு சாகும் வரை தொடர்ந்து கொண்டு போகும். இந்த உறவில் இலட்சுமிக்குப் பாவ புண்ணியங்களின் கேள்வி எழவில்லை. கணவன் மனைவி போல இயல்பாக அவள் இதுவரை தன்னிடமிருந்து விலகி இருந்த அவர் உறவை கற்பனை செய்து கொண்டாள். சீனப்பா அறையில் சரக் என்று ஏதோ சத்தமானது. இப்போது அவர் படுக்கையிலிருந்து எழுந்திருக்கலாம். காலடி ஓசை கேட்டது. இனி என்ன, இங்கே வந்து விடுவார். அவள் உடல் நடுங்கியது. அவள் எழுந்து தலை குனிந்து கொண்டு உட்கார்ந்தாள்.

பண்டிதர் தம் அறையில் எழுந்து நின்றார். இலட்சுமியின் அறைப்பக்கம் இரண்டு அடி எடுத்து வைத்தார். வெளியே இருந்து காற்று வீசிக்கொண்டிருந்தாலும் கூட அவர் உடல் வியர்த்துக் கொண்டிருந்தது. கட்டியிருந்த வேட்டி ஐந்து நிமிடத்தில் ஈரமானது. முதுகு மார்புகள் மீது வியர்வைத் துளிகள் ஒன்றோடு ஒன்று நெருங்கிக் கோர்வையாக இருந்தன. வேட்டியால் முகம், உடம்பைத் துடைத்துக் கொண்டு சன்னல் அருகில் போய் நின்றார். வெளியே இருள் சூழ்ந்திருந்தது. ஆனால் இருட்டில் வானில் பிரகாசமாக விண்மீன்கள் ஒளிர்ந்து கொண்டிருந்தன. என்றென்றும் தம் பொலிவை இழக்காத அந்த நட்சத்திரங்கள் அனாதி காலத்திலிருந்து ஒளிர்ந்து கொண்டிருக்கின்றன. பண்டிதர் அறையின் வேறொரு கதவு வழியாக மொட்டைமாடிக்கு வந்தார். வானில் சப்தரிஷி மண்டலம் (ஏழு நட்சத்திரங்கள் அடங்கிய ஒரு விண்மீன் கூட்டம்) ஒளிர்ந்து கொண்டிருந்தது. அருந்ததி நட்சத்திரமும் மின்னிக் கொண்டிருந்தது. அவர் வடக்குப் பக்கம் பார்வையைத் திருப்பினார். துருவ நட்சத்திரம் நிலைத்து, அமைதியாக அப்போதும் மிளிர்ந்து கொண்டிருந்தது. சப்தரிஷி, அருந்ததி, துருவர்களின் காலத்தை சகாப்தம் ஆண்டுகளால் அளக்க மனம் முயன்றது. அது வீண் முயற்சி என்று அமைதியானார். மனம் நிம்மதியானது. சுமார் அரை மணி நேரம் மொட்டைமாடியிலேயே நின்றிருந்தார். நின்றே இருந்து கால் வலிக்கத் தொடங்கியது. மெல்ல அடி எடுத்து வைத்து அறைக்கு வந்து படுக்கையில் சாய்ந்தார்.

பத்து நிமிடத்தில் மீண்டும் சித்தம் விகாரமடையத் தொடங்கியது. மனதில் இலட்சுமியின் ஆகிருதி மேலெழும்பத் தொடங்கியது. அவள் முழு அங்கங்களையும் நிர்வாணமாக சித்தரித்துக் கொண்டு அவர் கற்பனை வகை வகையாக சுகிக்க ஆரம்பித்தது. சுமார் பத்து நிமிடம் மனமும், விவேகமும் பிரக்ஞையின் பிடியில் இருக்கவில்லை. மீண்டும் அவர் வியர்த்தார். மெல்ல எழுந்து, இலட்சுமி படுத்திருந்த அறைப் பக்கம் அடியெடுத்து வைக்கத் தொடங்கினார்.

எதிர்பார்ப்பு தீவிரமடைந்து இலட்சுமியின் நாளங்களில் இரத்த ஓட்டம் வேகமானது. சீனப்பா அறைக்குள் உலாத்திக் கொண்டிருந்தது, மொட்டைமாடியில் போய் நின்றது, உள்ளே வந்து படுத்தது, மீண்டும் எழுந்து நடந்தது எல்லாம் அவளுக்குத்

தெரிந்திருந்தது. சீனப்பா கூச்சத்தால் இப்படித் தாமதித்துக் கொண்டிருக்கலாமா, நானே அங்கே போகட்டுமா என்று சிந்தித்தாள். பூரிப்படைந்த அவள் உடலின் எல்லா உறுப்புகளும் அமைதியடை என்று கத்தின. ஆனால் அவை சுயமாக அமைதியடைவது இயற்கையின் நியதிக்கு மாறாக இருந்தது. ஆணின் தொடர்பால் தமக்குள் இருக்கும் அதீத வீரியத்தை அனுபவித்து, அந்த அனுபவத்தின் ஆனந்தத்திற்குப் பிறகுதான் அவள் அமைதியடைய வேண்டும்.

கீழே படுத்திருந்த பாகீரதம்மா குழந்தையுடன் படுத்திருந்தாலும் அவருக்கு உறக்கம் வரவில்லை. கணவன் மாடி ஏறி அப்போதே ஒன்றரை மணி நேரமானது. அதற்குள் அவர் இலட்சுமியுடன் இணைந்திருக்கலாம். அந்தக் காட்சியை நினைத்துப் பார்க்க முடியவில்லை. கண் நிரம்பிக் கேவி அழத் தொடங்கினார். ஆனால் சத்தம் மாடிக்குக் கேட்கக்கூடாது என்று சேலை முந்தானையை உருண்டை பிடித்து வாயில் அடைத்துக் கொண்டார். கணவனுக்கு இருப்பது போலவே அவளுக்கும் குடும்ப ஆசை இருந்தது. அவள் மீண்டும் கர்ப்பிணியாகக் கூடாது என்று டாக்டர் கட்டளை இருந்ததே தவிர அவளிடம் இயல்பாக இருக்கும் தேகத்து போக குணம் மடிந்திருக்கவில்லை. ஒரு குழந்தையின் அம்மாவான அவள் அந்த குணத்தை எப்படியோ அடக்கி வைத்திருந்தாள். கணவனின் இளமை ததும்பும் உடலாற்றல் இல்லாவிட்டாலும், மனதில் இச்சை அவளிடமும் இருந்தது. இது அவள் வாழ்க்கையில் மிகவும் துயரமான இரவு. ஆனால் அவளே சம்மதித்து உருவாக்கிய இரவு. கணவனின் உடல்நிலை, நலிந்து கொண்டிருக்கும் அவள் உடல் வலிமையும் அவள் நினைவிற்கு வந்தன. சில நாட்களில் அவர் மனநோய்க்கு ஆளானாலும் ஆகலாம். இன்னொரு திருமணத்திற்கு ஒத்துக்கொள்ளாதது அவர் மீது அன்பு அதிகமாக வளரக் காரணமானது. தன் அப்பாவின் உபகுடும்பங்களின் நினைவானது. அம்மாவின் உருவமும் மனக்கண் முன் தோன்றியது. அவள் மனதை ஆசுவாசப்படுத்த முயன்றாள். விழிப்பு வராதது போல மென்மையாகத் தன் வலது கையைக் குழந்தை மீது வைத்து அதன் நெற்றி மீது முத்தமிட்டாள்.

பண்டிதர் மீண்டும் உடல் முகங்களில் இருந்த வியர்வையைத் துடைத்துக் கொண்டார். உடுத்தியிருந்த வேட்டியைக் காற்றுக்குத் தடையாக மறைத்து குச்சியைக் கீறி அறை லாந்தரைப் பற்ற

வைத்தார். உட்கார்ந்திருந்த இலட்சுமிக்கு அவர் அறையில் விளக்கு எரிவது தெரிந்தது. இனி என்ன அவர் இங்கே வருவார். இல்லை தன்னையே அங்கே அழைப்பார். அவள் நெஞ்சம் படபடக்கத் தொடங்கியது. முகத்தில் ரத்தம் புகுந்து அவள் சிகப்பு நிறம் மேலும் சிவந்து வெட்கியது. உன்மத்த உச்சத்தில் கண் இமைகள் பாதி மூடிக்கொண்டன.

தாமாக இலட்சுமியை உள்ளே அழைக்க வேண்டுமென்று ஒரு முறை பண்டிதர் மனம் எண்ணியது. ஆனால் நாக்கு துவண்டு விழுந்து இயலாமல் போனது. அதனால் அவள் படுத்திருந்த இடத்திற்கு அவரே போக முன்னால் நடந்தார். ஆனால் உடனே கூச்சத்தால் தம்மைத் தாமே பார்க்க முடியாமல் போனார். மறைவில் ஒளிந்து தம்மைப் பிழிந்தெடுக்கும் கூச்சத்தை மறைக்க அவர் அறையில் எரிந்துகொண்டிருந்த லாந்தர் விளக்கை ஊதி அணைத்தார். இலட்சுமிக்குப் புரிந்தது. சீனப்பா வெட்கத்தால் அப்படிச் செய்திருக்கிறார். அதனால் தானே எழுந்து போக நினைத்தாள். பக்கத்து அறையில் காலடி ஓசை கேட்டது. இருட்டிலேயே போய் அவர் கால் அருகில் உட்காரலாம் என்று மேலே எழுந்தாள்; சாவகாசமாக அடி எடுத்து வைத்துக் கொண்டே அந்த அறைக் கதவருகே வரும் போது அவளிடம் உத்வேகத்துடன் கூடிய பாரமான மூச்சு மிகையாக வந்தது. தனக்கே அறியாமல் பயமும் அவளைச் சூழ்ந்துகொண்டது. முன்னால் நடக்க வலுவில்லாதவளாக கதவருகே சரிந்து உட்கார்ந்தாள்.

அதற்குள் வெளியே காற்று வேகமாக வீசத் தொடங்கியது. அறைச் சன்னல் கதவு இரண்டு முறை அடித்து ஓய்ந்தது. சன்னலைச் சாத்தப் போன சீனப்பா அறை விளக்கை ஏற்றக் குச்சியைக் கீறினார். அந்த வெளிச்சத்தில் இலட்சுமி கண்ணுக்குத் தென்பட்டாலும், வீசும் காற்றுக்குச் சிக்கி, வத்திக்குச்சி அணைந்துபோனது. விளக்கு பற்றவில்லை. மானுட காம சக்திகள் எல்லாம் ஒருங்கிணைந்து அவரை இழுப்பது போல அனுபவமானது. அதே இருட்டில் அவர் இலட்சுமியை நோக்கி நடந்தார். ஆனால் அவர் அறியாத பயமொன்று மனதைத் தொட்டது போல அங்கேயே தரை மீது உட்கார்ந்தார். முன்னால் நடக்கக் கால்களுக்கு வலுவில்லை. அறை மணி நேரத்திற்கும் அதிகமாக உட்கார்ந்திருந்தார். இலட்சுமி கதவருகே இருந்தாள். பண்டிதர் மெல்ல சுதாரித்துக் கொண்ட

பிறகு எழுந்து அந்த அறையின் இன்னொரு கதவு வழியாக மொட்டைமாடிக்கு வந்தார்.

அவர் சுமார் ஒரு மணி நேரம் வானைப் பார்த்துக்கொண்டு உட்கார்ந்திருந்தார். அதற்குள் மனம் அமைதியானது. ஒரு முறை இலட்சுமி படுத்திருந்த நடைக்கூடத்தைப் பார்த்தார். அவள் கதவருகே உட்கார்ந்திருக்கவில்லை. ஓசையில்லாமல் கதவருகே போய், அவள் படுத்திருந்த கூடத்து கதவை மூடினார். உள்ளே வந்து சன்னல் கதவுகளை மூடி விளக்கை ஏற்றி, அறையில் நீளமாக அடுக்கி வைத்திருந்த நூல்கள் வரிசையை நெருங்கினார். அவர் அமர்ந்துகொள்ளும் புலித்தோல் மீது உட்கார்ந்து வெள்ளை அட்டையின் ஒரு சம்ஸ்கிருத நூலை எடுத்துப் படிக்க ஆரம்பித்தார். அது 'சாங்கியகாரிகை.' (சுருக்கமாக: சுயத்தின் உண்மையான இயல்பைப் பற்றிய அறிவு என்று வரையறுக்கப்பட்டது)

அவர் வாசித்துக்கொண்டிருந்த பிரகிருதி புருஷ உறவை வர்ணித்திருந்த கடைசிப் பகுதி:

ரங்கஸ்ய தர்ஷயித்வா நிவர்த்ததே நர்தகீ யதா நிருத்யாத் I

புருஷஸ்ய ததாத்மனாம் பிரகாஷ்ய வினிவர்த்ததே பிரகிருதிஹ II

நர்த்தகி அல்லது வேசி, நாட்டியசாலையில் இருக்கும் சபையோர்களுக்கு நாட்டியமாடிக் காட்டி நர்த்தனத்திலிருந்து ஓய்வு பெறுவாளோ, அதுபோலவே பிரகிருதி புருஷனுக்கு சுய சொரூபத்தை வெளிப்படுத்தி ஓய்வெடுப்பாள்.

பிரகிருதியின் அனுபவத்து நோக்கம் என்ன, அதன் முடிவு என்ன? என்ற கேள்வியில் அவர் மனம் மூழ்கி இருந்தது. மற்றொரு சுலோகத்தில்:

பிரகிருதே சுகுமாரதரம் ந கிஞ்சிதஸ்த்ரீதி, மே மதிர்பவதி I

யா திருஷ்டாஸ்மீதி புனர்ன தர்ஷனமுபைதி புருஷஸ்யா II

பிரகிருதி அழகானது, அதிக கூச்சத்துடன் கூடியது. புருஷன் அவளைத் தன்னை விட மாறுபட்டவள் என்று அறிந்தவன் என்று தெரிந்த அவள் மீண்டும் அவன் பார்வைக்கு வீழ்வதில்லை என்றால், விவேக ஞானத்தைப் பெறும்வரை பிரகிருதி நம் மீது ஆட்சி செய்யக் கூடியது. அந்த ஞானத்தைத் தான் பெறுவது

எப்போது? அது வெறுமனே புத்தியால் உருவான ஞானம் அல்ல என்பது பண்டிதர் அறியாதது அல்ல. பிரகிருதியின் மோக ஜாலத்திலிருந்து விடுபடுவதே அந்த ஞானத்தின் அறிகுறியா, அல்லது ஞானம் உதிக்கும் போதே பந்தம் கழன்று விடுகிறதா என்று அவர் தமக்குள் சிந்தித்துக்கொண்டே இருந்தார்.

எதிர்பார்த்துக் கொண்டு சலிப்படைந்த இலட்சுமி ஒரு முறை கீழே இறங்கி குளியலறைக்குப் போனாள். அவள் மீண்டும் மாடிப்படி ஏறும் போது பாகீரதம்மா சத்தத்தைக் கேட்டார். இலட்சுமி குளியலறைக்குச் சென்றதை பெண்கள் அறிந்துகொள்ளும் வகையில் அவள் புரிந்துகொண்டாள். முயற்சியை மீறி அவளுக்கு மீண்டும் அழுகை வந்தது. கையறுநிலையில் படுத்து உறங்க முயற்சித்தாள். ஆனால் உறக்கம் வரவில்லை.

காத்துக் காத்து சலிப்படைந்து இலட்சுமி படுக்கை மீது சரிந்து புரண்டாள். சீனப்பாவின் குணம் அவளுக்கு ஆரம்பத்திலிருந்தே தெரியும். அவர் மனதில் நியாயம் நீதியின் கவலை வதைத்துக் கொண்டிருக்கலாம் என்று அவள் ஊகித்தாள். அன்று நடக்க வேண்டிய அவர்கள் இருவரின் இடையேயான உறவில் அவளுக்கு அநீதியின் கேள்வி எழவில்லை. தாங்கள் இருவரும் சம்மதித்து, சீனப்பாவின் மனைவி ஒத்துக்கொண்டு, டாக்டர் அவர் இருவரையும் விலகி இருக்கச் சொல்லி இருக்கும் போது, இது உலக வழக்கம். சீனப்பாவின் முகம் விசித்திரமாகத் தெரிந்தது. இப்போது அவள் மனதில் வேகம் குறைந்திருந்தது. உன்மத்தப் பிரவாகம் இறங்கி தேகம் அதிர்வது சமநிலைக்கு வந்திருந்தது. அவள் கண் மூடிப் படுத்தாள். ஆனாலும் ஆசையின் மெல்லிய இழையொன்று இழுத்துக் கொண்டே இருந்தது. அதைக் கழற்றித் தூக்கியெறிந்து உறங்க அவள் மனம் சம்மதிக்கவில்லை.

பண்டிதர் இரண்டரை மணிவரை வாசித்துக் கொண்டிருந்தார். இப்போது மனம் அமைதியடைந்திருந்தது. உடல் தன் கட்டுக்குள் அடங்கியது. தூக்கம் மட்டும் பறந்து போயிருந்தது. கையில் இருந்த புத்தகத்தை மூடி வைத்து விளக்கை அப்படியே எரியவிட்டு அவர் மெல்ல மாடிப் படிகளை இறங்கி ஆற்றுப் பக்கம் போனார். கபிலை அமைதியாக ஓடிக்கொண்டிருந்தாள். சிறிது நேரம் நதி நீரில் காலை முக்கி கல் மீது உட்கார்ந்தார். அப்போது வானில் முழுநிலா இருந்தது. வளர்பிறை தசமி சந்திரன் வளர்ந்து நெல்லிக்காய்

வடிவில் வானில் தோன்றியிருந்தது. அவர் உடுத்தி இருந்த ஆடைகளை நனைத்து நதியில் மூழ்கிக் குளித்து விட்டு அதே ஆடைகளை கசக்கிப் பிழிந்து சுற்றிக் கொண்டு வீட்டிற்கு வந்தார். உள்ளே படுத்திருந்த மனைவிக்கு அப்போது தூக்கம் வந்திருந்தது. பூஜையறைக் கதவை உள்ளே இருந்து சாத்திக் கொண்டு அவர் நெற்றியில் திருநீறு பூசிக்கொண்டார். சந்திவந்தனம் ஆரம்பித்து ஓராயிரத்தெட்டு காயத்ரி மந்திரத்தை மெல்ல ஓதினார். பிறகு சந்தனம் உரைத்து பின்கட்டிலிருந்து பூக்கொய்து வந்து மீண்டும் பூஜையறையை அடைந்தார். இரவு வெகு நேரம் தூக்கமில்லாத பாகீரதம்மா இன்னும் படுத்திருந்தார். காலை ஒன்பது மணிக்கு பண்டிதர் கடவுள் அரச்சனையை முடித்து விட்டு கடைசி முறையாக நெடுஞ்சாண்கிடையாக வணங்கும் போது மனதில் சொல்லிக் கொண்டார்: "தர்மோ ரக்ஷதி ரக்ஷிதஹ." (அறம் காக்க அறம் நம்மைக் காக்கும்)

5

பண்டிதர் பூஜையறையிலிருந்து வெளியே வரும் போது உடுத்தியிருந்த ஈர வேட்டி காய்ந்திருந்தது. பாகீரதம்மா எழுந்து குளித்து விட்டு அடுக்களையில் இருந்தார். பூஜையறைக் கதவு திறந்த சத்தம் கேட்டு அவர் வெளியே வந்து, 'கொஞ்சம் அப்படியே நில்லுங்க' என்றாள். ஒன்றும் புரியாமல் நின்றிருந்த கணவர் கால்களைத் தொட்டு கண்ணில் ஒற்றிக்கொண்டு சொன்னார்: "இலட்சுமி எல்லாம் சொன்னாள். நீங்கள் இப்படி என்று எனக்குத் தெரியாது."

பண்டிதர் பூஜை உணர்விலேயே இருந்தார். எதுவும் பேசவில்லை. மனம் ஒரு விதமான இனம் புரியாத மகிழ்ச்சியில் பேச்சையும் மீறிய அமைதியில் நிறைந்திருந்தது. வெறுமனே பின்னால் தோட்டத்திற்குப் போய் அவர் செடிகளுக்குப் பாத்தி கட்டி தண்ணீர் ஊற்ற ஆரம்பித்தார்.

மதியம் சாப்பிட உட்கார்ந்த போது அவராகவே சொன்னார்: "ஊட்டமான உணவையும் உண்டு மனதையும் கட்டுப்பாட்டில் வைத்துக்கொள்ள வேண்டும் என்று முடிவு செய்திருக்கிறேன். அதில் வெல்வேன் என்ற நம்பிக்கையும் வந்திருக்கிறது.

இன்றிலிருந்து சாப்பாட்டில் நெய்யையும் பரிமாறு, குடிக்கப் பாலும் கொடு."

மோர் சாதம் சாப்பிடும் போது கேட்டார்: "இந்த யோசனை உனக்கு எப்படித் தோன்றியது?"

"இங்கே வந்திருந்த போது அண்ணா சொல்லி இருந்தார். கணவனின் உடல்நிலையைப் பற்றி உனக்குத் தெரியாது. நான் சொல்வது போலச் செய் என்றார்."

பண்டிதர் மனதிற்குள்ளேயே சிரித்தார். எதுவும் பேசவில்லை. அன்றிலிருந்து அவர் புஷ்டியான சாப்பாடு பலகாரங்களை ஆரம்பித்தார். அவர் மைசூரில் மாணவராக இருந்த போது செய்தது போல இப்போதும் காலை எழுந்து ஆசனங்கள் செய்யத் தொடங்கினார். முன்பை விட அத்யயனத்தில் அதிக நேரத்தைச் செலவு செய்ய ஆரம்பித்த அவர் நூலகம் ஒவ்வொரு வருடமும் வளர்ந்துகொண்டிருந்தது.

முன்பு பண்டிதருக்கு ஏற்பட்ட உடல் நலிவு இலட்சுமிக்கு ஏற்பட்டது. அந்த இரவுக்குப் பிறகு அவள் மீண்டும் கீழே பாகீரதம்மாவுடன் படுக்கத் தொடங்கினாள். ஆனால் மெல்ல அவளுக்கு ஊன் உணவில் ஆர்வம் குறைந்தது. கணவன் வீட்டிலிருந்து வந்த அந்த ஆண்டு அவள் பழக்கப்படுத்திக் கொண்டிருந்த மன நிம்மதி மாயமானது. நின்றால், உட்கார்ந்தால் சீனப்பாவின் உருவம் கண் முன் தோன்றும். மனம் எப்போதும் கற்பனை இன்பத்தில் மயங்கும். குளிக்கும் போது தன் உடல் அழகைப் பார்த்து தானே மயங்குவாள். சீனப்பாவின் அதிசய குணத்தைப் பார்த்து உள்ளுக்குள் பொருமுவாள். இப்போது அவள் அவருடன் பேசுவதையும் விட்டு விட்டாள். எப்போதும் அவர் பார்வையிலிருந்து விலகி இருப்பாள். அதை அவரும் கவனித்திருந்தார். அவராகவே அவளிடம் பேசப்போகவில்லை.

சுமார் ஒரு மாதத்தில் உருண்டு திரண்ட உடம்பு இளைத்து அவள் மழைக்காலத்துப் பசுபோல ஆனாள். அவள் உருண்டை முகத்து எலும்புகள் இப்போது தெளிவாகத் தெறிந்தன. நடக்கும் போது முன்பு இருந்த உறுதி இல்லாமல் இப்போது தடுமாறி நடந்தாள். வாழ்க்கைக்கு எந்த அர்த்தமும் இல்லாமல் போனது. மனதில் ஆழ்ந்த துயரம் நிலைகொண்டது. கண்கள் ஒளி மங்கிக்

குழி விழுந்தன. இந்த மாற்றங்கள் பண்டிதருக்குத் தெரியவில்லை. அவள் அவர் கண்ணிலேயே படவில்லை. பாகீரதம்மா இவற்றைக் கவனித்து, “உனக்கு என்ன ஆயிருக்கு இலட்சுமி? யாராவது செய்வினை செஞ்சிருக்காங்களா?” என்று கேட்டார். இலட்சுமி சரியாகப் பதில் சொல்லவில்லை. அவள் மனம் கடும் போராட்டக் களமாக இருக்கிறது என்பதை பாகீரதம்மா ஊகிக்கவில்லை.

ஒரு நாள் இலட்சுமிக்குக் காய்ச்சல் வந்தது. அது இரவும் இருந்தது. காலை பாகீரதம்மா சொன்ன பிறகு பண்டிதருக்குத் தெரிந்தது. அவர் போய் நாடி பிடித்து அவள் முகத்தைப் பார்த்தார். அவருக்கு எல்லாம் புரிந்தது. ஒன்றரை மாதம் முன்பு அவர் முகமும் அப்படித்தான் இருந்தது. அட்சதைச்சந்தனம் இடும் போது அவர் முகத்தைக் கண்ணாடியில் பார்த்துக் கொண்டிருந்தார். உடனே அவர் எதையும் பேசவில்லை. அவர் போய் வைத்தியரை அழைத்து வந்தாலும் இலட்சுமி பதினைந்து நாட்கள் காய்ச்சலில் படுத்திருந்தாள். அவள் நோய்வாய்ப்பட்டு படுத்திருந்த நாட்கள் பண்டிதர் அவளை விட்டு நகரவில்லை. இரவு வேளை அவர் அருகிலேயே படுக்கையை விரித்துப் படுத்துக்கொள்வார். வைத்தியர் சொன்னது போல எச்சரிக்கையுடன் கவனித்துக் கொண்டார். அந்த நாட்களில் குறித்த நேரத்தில் சந்திவந்தனம் கடவுள் வழிபாடுகள் நடத்த முடியவில்லை. மனதிலேயே சில மந்திரங்களைச் சொல்லிக் கொள்வார். இதற்கு இடையில் பாகீரதம்மா மூன்று நாட்கள் வெளியே உட்கார்ந்தார். சமையல் பண்டிதர் வேலையானது. காய்ச்சல் வெப்பத்தில் கசங்கி அழுக்குப் படிந்து வாசனை அடித்த இலட்சுமியின் சேலையைக் கழற்றி அவள் உடலுக்கு அவரே வேறு சேலையைச் சுற்றுவார். சில சமயம், நினைவு இல்லாத இலட்சுமி ஈனக்குரலில் சொல்வாள்; “சீனப்பா, நீங்கள் கைவிட்டால் என் கையைப் பிடிப்பவர்கள் யார்? குடும்பம் நடத்தும் விருப்பம் எனக்கில்லையா? நீங்கள் எதற்கு அப்படிச் செய்தீர்கள்?”

பதினாறாம் நாள் காய்ச்சல் இறங்கியது. நினைவு வந்தது. தன் அருகிலேயே உட்கார்ந்து உபசரித்துக் கொண்டிருந்த சீனப்பாவைப் பார்த்து அவளுக்குக் கூச்சமானாலும் அதைப் போக்கி அவர் அவளுடன் சலுகையுடன் பேசினாள். பிறகு ஒரு வாரத்தில் இலட்சுமி தன் படுக்கையிலிருந்து எழுந்து உட்காரும் நிலைமைக்கு வந்தாள். பண்டிதர் ‘இப்போது இலட்சுமிக்குக்

கொஞ்சம் ஆறுதல் சொல்ல வேண்டும். நீ இங்கே வரவேண்டாம்' என்று மனைவியிடம் சொல்லி இலட்சுமி அருகில் அமர்ந்து அவள் வலது கையைப் பிடித்துக் கொண்டு அவர் சொன்னார்: "இலட்சுமி மனுஷன் கீழே விழுவது சுலபம். மேலே எழுந்திருப்பது சிரமம். அவரவர் ஊழ்வினையை ஒவ்வொருவரும் அனுபவிக்க வேண்டும். குடும்ப சுகமும் அப்படித்தான். மனைவி இருந்தும் நான் இப்படி இருக்க வேண்டும் என்று தர்ம சங்கல்பம் இருக்கிறது. கணவனை இழந்து நீ இப்படி இருக்க வேண்டுமென்று அதே அறம் முடிவு செய்திருக்கிறது. உனக்கு அப்போதே இருபத்தி மூன்று, இருபத்தி நான்கு வயது. எனக்கு இருபத்தியெட்டு நிறைவடைந்து விட்டது. இனி பதினைந்து இருபது ஆண்டுகள் இன்பத்திற்காக நாம் தடுமாறி விழுந்தால் இருவர் அறமும் வீழ்ச்சியடையும். மனதிற்கு சிரமமானாலும் அதைத் தாங்கிக்கொள்ள வேண்டும். யார் அறத்தைக் கைவிட்டாலும் அவர் ஏழு தலைமுறை பித்ருக்கள் கொடுமையான நரகத்திற்குப் போவார்கள் என்பதைக் கேள்விப்பட்டிருக்கிறாய் அல்லவா. நம்மால் நம் பித்ருக்களுக்கு அது போல நடப்பது வேண்டாம் தானே?"

இலட்சுமி எதுவும் பேசவில்லை. அவள் மனம் அவர் பேச்சை சிந்தித்துக் கொண்டிருந்தது. பண்டிதர் தொடர்ந்து: "எந்தத் தருணத்திலும் நான் உன்னைக் கைவிடமாட்டேன், என்று உன் கையைப் பிடித்துக் கொண்டு சொல்கிறேன். இனி தினமும் நீ எழுந்தவுடன் குளி. கடவுள் பூஜைக்குப் பிறகு தீர்த்தம் கொடுக்கிறேன். பக்தியோடு பெற்றுக்கொள். மனதிற்கு அமைதி கிடைக்கும். தினமும் பூஜைக்கு நீயே பூப்பறித்துக் கொடு. காலை எழுந்து பசுவை வணங்கு."

சில நாட்களில் இலட்சுமி எழுந்து நடக்க ஆரம்பித்தாள். அவள் மீண்டும் சீனப்பாவுடன் ஒருமையில் பேசத் தொடங்கினாள். ஒரு நாள் பண்டிதர் இலட்சுமியின் கையில் ஒரு காகிதத்தைக் கொடுத்துச் சொன்னார்: "இலட்சுமி யார் வாழ்க்கையும் நிலையானதல்ல. நான் இருக்கும்வரை உன்னைக் கைவிடமாட்டேன். ஒருவேளை என்றாவது எனக்கு ஏதாவது ஆனால் உனக்கு சிரமமாகக் கூடாது இல்லையா? ஹெஜ்ஜிகே வயல் கிழக்கு மூலையில் இரண்டு ஏக்கர் உனக்கு எழுதி வைத்திருக்கிறேன். இந்தப் பத்திரத்தை உன் பெட்டியில் பத்திரமாக வைத்துக் கொள். இது அரசாங்க

ஆவணத்திலும் பதிவாகி இருக்கிறது. ஒருவேளை இது தொலைந்து போனாலும் அரசாங்க ஏட்டில் இருக்கும்.”

இலட்சுமியின் கண்கள் நிரம்பின. “இதெல்லாம் எதுக்கு சீனப்பா? ஒரு வாய்ச் சோறு தின்னு தினமும் உன் முகத்தைக் கண் நிறையப் பாத்துக்கிட்டு இருந்தாப் போதும்.”

“நீ சொல்றது சரி இலட்சுமி. ஆனாலும் லௌகீக உலகத்தில் இப்படிச் செய்வது நல்லது” என்று சீனப்பா சொன்னார்.

★★★

படலம் : பதினான்கு

1

நள்ளிரவு கடந்தாலும் காத்தியாயினி மனதில் தன் கணவன் சொன்னதே இழை இழையாகப் பரந்து விரிந்தது. ஒவ்வொரு விவரத்தையும் அவள் கணவனே சொல்லியிருக்கச் சாத்தியமில்லை. அத்தை பாகீரதம்மாவும் கூட ஒரு நாள் மருமகளிடம் அதைச் சொல்லியிருந்தார். கற்பனை வளமுள்ள காத்தியாயினி அவற்றை எல்லாம் நினைவுபடுத்திக்கொள்ளும்போது உண்மைக் கதை போல கண்முன் வந்து போனது. இப்போதும் இலட்சுமியும் மாமாவும் அன்னியோன்னியமாக இருக்கிறார்கள். சீனப்பா உணவு உட்கொள்ளாமல் இலட்சுமி என்றும் சாப்பிடமாட்டார். காலை எழுந்தவுடன் குளித்துவிட்டு அவர் கொடுக்கும் கடவுள் தீர்த்தத்தை வாங்கிக்கொள்ளாமல் அவர் வாய்க்குத் தண்ணீர் கூட விடுவதில்லை. தினமும் கோமாதா பூஜை செய்கிறார். இந்தக் குடும்பத்தில் அவருக்குச் சிறப்பான தனி இடமிருக்கிறது. முக்கியமான எல்லா நடப்புக்களிலும் அவர் கருத்துக்கு மதிப்பு இருக்கிறது.

இந்த வீட்டில் தனக்கும் அதைவிட அதிகமான மதிப்பு இருக்கிறது என்பது காத்தியாயினிக்கும் தெரியும். சமீப காலமாக பணம் காசு வரவு செலவுகளைக் கூட மாமா அவளுக்குத் தெரிவித்து விட்டே செய்கிறார். இந்த நான்கு ஆண்டுகளுக்கு முன் ராயருக்கு

ஓராயிரம் ரூபாய் கொடுக்கும் முன் தன்னைக் கேட்டிருந்தார். உள்ளே தட்டில் பண உறையை வெற்றிலை பாக்குக்கு மேலே வைத்து, அதன் மீது தேங்காய் வைத்து அத்தையிடமிருந்து ஒரு ருத்ரணி தண்ணீர் விடவைத்து வெளியே வந்து ராயருக்குக் கொடுத்திருந்தார். அந்த மதிப்பும் மரியாதையும் கொடுத்துத் தன் மீது வைத்திருந்த நம்பிக்கைக்குத் தான் அருகதையானவளா என்ற சிந்தனை மனதில் எழுந்தது. அவளுக்கு உறக்கம் வந்த போது இரவு மூன்று மணி.

காலை எட்டு மணிக்கு எழுந்து குளித்தாள். அன்று மைசூருக்குப் போய் ராஜாராயரிடம் செய்தியைச் சொல்ல வேண்டும். ஆனால் அங்கே போய் என்னவென்று சொல்வது? 'இந்த விஷயத்தில் சகல சுதந்திரமும் உன்னுடையது' என்று மாமா சொல்லியிருக்கிறார். தான் ஏதாவது ஒரு முடிவை எடுத்து அதுபோல நடக்காவிட்டால் மைசூருக்குப் போய்ச் சொல்வதாவது என்ன? எந்த ஒரு முடிவை எடுக்கவும் அவள் சாமர்த்தியமாக இருக்கவில்லை. அந்த யோசனைகளிலேயே விரைவாகக் குளித்தாள். ஒரே வாயில் சாப்பாட்டை முடித்தாள். ஒரு நோட்டுப் புத்தகத்தையும் அத்தை கொடுத்த சிற்றுண்டிக் கேரியரையும் கையில் பிடித்துக்கொண்டு, பழக்கதோஷத்தால் பாதையைக் கடப்பவள் போல ரயில் நிலையம் வந்தடைந்தாள். உறுதியும், தீர்வும் இல்லாத குழப்பத்தில் மனம் ஊசலாடிக்கொண்டிருந்தது. ராஜாவிடம் தன் முடிவைச் சொல்லி அப்போதே ஐந்து மாதங்கள் கடந்துவிட்டன. அவர் தான் தன் கணவர் என்ற உணர்வில் மிகுந்த நெருக்கத்துடன் பழகியிருந்தாள். பட்டறிவு அவளை அவரிடமிருந்து சிறிதும் விலக முடியாமல் ஈர்த்தது. ரயில் இயங்கிக்கொண்டிருக்கும் போதே மனம் ஏதாவது ஒரு தீர்வுக்கு வரத் தவித்துக்கொண்டிருந்தது. இந்த ஐந்து மாதங்களுக்கு முன் அவள் எடுத்த முடிவு நேற்று இரவு அவளுக்கே தெரியாமல் தளர்ந்துபோனது. ஆனால் முழுமையாக அழிந்துபோகவில்லை. அன்று அவர் ரயில் நிலையத்திற்கு வந்தாலும் வந்திருக்கலாம். வண்டி இறங்கியவுடன் என்னவென்று சொல்வது? என்ற ஆதங்கத்துடன் சிந்தித்தாள்.

மெல்ல நகர்ந்துகொண்டிருந்த வண்டி கடகொளா வந்து சேரும் முன்பே அவள் உட்கார்ந்திருந்த பெட்டியிலிருந்து சாமுண்டி மலை தெரிந்தது. சித்திரை நெருங்கிக்கொண்டிருந்த கோடை மலையை எரித்துச் சுட்டுக் கருங்கற்களுடன் மொட்டையாக

இருந்தது. காலை சூரியன் கிழக்குத் திசையிலிருந்து மலைப் பின் பகுதிக்கு வந்திருந்தான். மலையின் நிழல் கூடத் தெரிந்தது. திடீரென்று தன் மாமனார் நினைவானது. அவர் தேக ஆகிருதியும் கூட மலையளவே பவ்வியமாக இருந்தது. அறுபதைத் தாண்டிய அந்த வயதிலும் அவர் உயரம், உடல்வாகு, நடக்கும் போது வைக்கும் அழுத்தமான பாதங்கள், கடவுளை வழிபடும்போது கண் மூடி உட்கார்ந்திருக்கும் தோற்றப்பாங்கு இவற்றுக்கு மலை தான் தகுந்த ஒப்பீடல் என்று அவள் எண்ணினாள். அவர் மனக்கட்டுப்பாடு, பொறுமை, வாழ்க்கைப் பிரச்சனைகளை எதிர்க்கும் துணிச்சல் மலையின் திடநிலைக்குப் பொருத்தமாக இருந்தன. அவள் கணவன் இறந்த போது எல்லோரும் அழுது கொண்டிருந்தார்கள். கைக்கு வந்த ஒரே மகனை இழந்தும் கூட அவர் மலை போல உறுதியாக துயரத்தைத் துணிச்சலுடன் விழுங்கிக்கொண்டு, வெளியே பார்ப்பவர்களுக்கு அமைதியாகத் தெரிந்தார். தலைநிமிர்ந்து பார்க்க வேண்டிய ஆளுமை, மனம் வானுயரத்தைக் கற்பனை செய்து கொண்டது. அப்படியொரு மனோதிடம் அவருக்கு என்று உள்ளூரவே பாராட்டினாள்.

இப்படி சிந்தனை போய்க்கொண்டிருந்த போது சாமராஜபுரம் நிலையம் வந்தது. அதிர்ந்துபோய் சன்னலுக்கு வெளியே பார்த்தாள்; ராஜா வந்திருக்கவில்லை. வண்டியிலிருந்து கீழே இறங்கி ரயில் நிலையத்தை விட்டு வெளியே வந்தாள்; மலை இன்னும் கண்ணுக்குத் தெரிந்தது. அப்போதே பத்து மணியாகி வெயில் வெப்பம் ஏறிக்கொண்டிருந்தாலும் அவளுக்கு மலையின் கவர்ச்சி குறையவில்லை. அன்று அந்த மலையையாவது ஏறலாம் என்ற விருப்பம் காரணமின்றி வந்தது. நேராக கிருஷ்ணமூர்த்திபுரம் கடந்து சாமுண்டிபுரம் தாண்டி வெற்றிலைத் தோட்டங்களுக்கு நடுவில் இருந்த தெருவில் நடந்தாள். வழிநெடுகப் புழுதிக் காற்று வீசி உடல் முகம் எல்லாம் தூசியானது.

அவள் முன்பு இரண்டு முறை மலைக்குப் போயிருந்தாள். ஒருமுறை தன் கணவனுடன் சேர்ந்தே ஏறி மேலே சென்றிருந்தாள். படிக்குப் போகும் வழி தெரியும். நெற்றி மீது வரும் எரியும் சூரியனைக் கண்டுகொள்ளாமல் முன்னால் நடந்து நீலகிரி சாலையைக் கடந்தாள். மலை அடிவாரத்தை வந்து சேரும் போது இடது பக்கத்தில் பெரிய தீ கண்டது. நின்று அந்தப் பக்கம் திரும்பிப் பார்த்தாள். உயரமாக நெருப்பு எரிந்துகொண்டிருந்தது. சுற்றி

ஐந்தாறு பேர் நின்று அதையே பார்த்துக்கொண்டிருந்தார்கள். ஒருவர் கையில் நீளமான ஒரு மூங்கில் தடி. மைசூர் மயானத்தை அவள் பார்த்ததில்லை. ஆனால் 'இறந்தவர்களை மலை அடிவாரத்திற்குத் தூக்கிப் போவோம்' என்று மைசூர்க்காரர்கள் பேசும் பேச்சைக் கேட்டிருக்கிறாள். அங்கே எரிவது சவம் என்று தெரிந்தால் மற்ற காலமாக இருந்தால் அவள் அந்தக் காட்சியைப் பார்த்து பயந்திருப்பாள். ஆனால் இப்போது அது ஆகர்ஷமாகவே கண்டது. சிறிது நேரத்தில் எரிந்து கொண்டிருந்த சிதையிலிருந்து 'டப்' என்ற ஒலி கேட்டது. தடி பிடித்து நின்றிருந்தவர், எரிந்து கறுகிப் போன பிணத்தை மீண்டும் தீக்குள் சரியாகத் தள்ளினார். அங்கேயே தலைக்கு முண்டாசு சுற்றிக் கொண்டிருந்த வாத்தியார் மந்திரம் சொல்லிக் கொண்டிருந்தார். அவர்கள் சடங்கு முடிந்த பிறகு ஒருவரும் திரும்பிப் பார்க்காமல் புறப்பட்டுப் போனார்கள்.

சிதை இன்னும் எரிந்துகொண்டிருந்தது. காத்தியாயினி இப்போது சிறிது அருகே சென்று அதைப் பார்த்துக் கொண்டு நின்றாள். மனித ஆகிருதி கிஞ்சித்தும் தெரியாமல் பிணம் தீக்கு இரையாகி இருந்தது. முன்பு இருந்த நெருப்பு, புகை, சடபடச் சத்தங்கள் குறைந்து இப்போது அக்னி சுடர் விட்டு ஒளிர்ந்துகொண்டிருந்தது. நமது எல்லா ஆசை, அவாய்நிலைகள், விருப்பம், உணர்வுகள், சுகாபிலாஷைகள் இந்தத் தீயில் பஸ்மமாகிறதே! என்ற கவலை மனதில் படரி ஒருமுறை நீண்ட பெருமூச்சு விட்டாள். அதற்குள் தொலைவிலிருந்து வேறொரு பிணம் வந்துகொண்டிருந்தது. நான்கு பேர் சுமந்துகொண்டிருந்த அந்த மூங்கில் பாடைக்கு முன்னால் ஒருவன் நெருப்புச் சட்டியைப் பிடித்துக்கொண்டு பாரமான அடியை எடுத்து வைத்து நடந்து கொண்டிருந்தான். சவத்திற்குப் பின்னால் இரண்டு இளைஞர்கள் தலைகுனிந்து நடந்து வந்தார்கள். எல்லோரும் அருகில் வந்தார்கள். அவர்கள் அருகில் சிவப்பு ஷால் போர்த்திய புரோகிதர் எந்த உணர்வும் இல்லாமல் கையில் ஒரு கட்டுத் தர்ப்பைப்புல் பிடித்துக்கொண்டு சுகமாக நடந்து வந்தார். எல்லோரும் அருகே வந்தார்கள். ஒரு பக்கம் பாடையை இறக்கி வைத்தார்கள். புரோகிதர் காத்தியாயினி அருகே வந்து, "பெண்கள் உங்களுக்கென்ன இங்கே வேலை? நீங்கள் தனியாக இங்கே நிற்கக் கூடாது. நீங்கள் வரும் இடமல்ல இது. போங்கள்" என்றார். அவள் அங்கே இருந்து மெல்ல நடந்து மலை அடிவாரத்தை வந்தடைந்தாள். முன்னால் நீட்டிக்கொண்டு ஏறிப்போகும் படி

மீது காலெடுத்து வைத்து ஏறத் தொடங்கினாள். சிறு தொலைவு ஏறுவதற்குள் ஆயாசமானது. மூச்சுவிடுவது வேகமாகி உடல் வியர்த்தது. அங்கே நிற்காமல் இன்னும் மேலே ஏறினாள். சுமார் பாதி வழி ஏறுவுதற்குள் நன்றாகவே சோர்ந்து போய் தலை சுற்றுவது போலானது. ஒரு கல் மீது அமைதியாக உட்கார்ந்தாள். கீழே மைசூர் நகரம் பாதி சுற்றி வளைந்து பரவிக் கிடந்தது. அதன் பெரிய பெரிய கட்டடங்கள், பெருமையுடன் நிமிர்ந்து நிற்கும் அரண்மனை, ராஜ மகால்கள் எல்லாம் சிறிதாகத் தெரிந்தன.

நகரத்து மேற்கே மிளிரும் ஏரியிலிருந்து கொஞ்சம் தள்ளித் தெரியும் கல்லூரியை அவள் அடையாளம் கண்டாள். உடனே ராஜாவின் நினைவு வந்தது. அவர் கல்லூரியில் தனக்காகக் காத்திருக்கிறார். இப்போது ஆதங்கத்தில் பரபரத்துக் கொண்டிருப்பார் என்ற கவலை வந்தது. மலையிலிருந்து இறங்கி கல்லூரிக்குப் போய் அவரைப் பார்க்க வேண்டும் என்ற விருப்பம் திடீரென்று தோன்றி அது அதிகமானாலும் அடக்கிக்கொண்டு அவள் மீண்டும் ஏறத்தொடங்கினாள்.

ஏறுபாதை எப்போதும் சிரமமானது. இதுவரை செடிகளின் இலை அசையும் அளவிற்கும் காற்று வீசவில்லை. இப்போது குளிர் காற்று சிலுசிலுத்து வீசத் தொடங்கியது. அவளுக்கு இதமாகத் தோன்றியது. சிறிது நேரத்தில் குளிர் காற்று வேகமானது. மனம் ஒரு முடிவிற்கு வரப் பிடிவாதமாகத் துடித்தது. மலைக்கு ஒரு பக்கம் மைசூர், மற்றொரு பக்கம் சுமார் பத்து மைல் தொலைவில் நஞ்சனக்கூடு. இந்த இரண்டின் இழுப்பில் சிக்கி மனம் தாளம் தப்பியது. வெளியே வீசிக்கொண்டிருந்த காற்று புயல் காற்றானது. ஐந்து நிமிடத்தில் புழுதியைக் கிளப்பிக்கொண்டு சுழலாக மாறி அவள் இருந்த இடத்தையே சுற்றிக் கொண்டிருந்தது; இலைச் சருகுகள், துடைப்பக் குச்சிகள், கிழிசல் துணிகள், காகிதத் துண்டுகள் இப்படி வீசி எறிந்த எல்லாப் பொருட்களும் காற்றுச் சுழியில் சிக்கி வேகமாகச் சுழன்றுகொண்டிருந்தன. சூழல் சிவப்புப் புழுதியால் நிறைந்து பத்து நிமிடத்திற்கு முன் தெளிவாகத் தெரிந்த மைசூர் நகரம், கல்லூரி எல்லாம் காணாமல் போயின. அதிவேகக் காற்றின் ஒரு சுழி பாறைகளுக்கு நடுவில் ஏரித் தண்ணீர் சுழியைப் போல அவள் அருகிலேயே சுற்றிக்கொண்டிருந்தது. காத்தியாயினி பயந்து போனாள். அது தன்னைத் தூக்கி எங்கேயாவது வீசி எரிந்து விடுமோ என்ற பயம் உண்டானது. அங்கேயே உட்கார்ந்து ஒரு

கல்லைத் தழுவிப் பிடித்துக் கொண்டாள். புழுதிக் காற்று மண் துகள்களிலிருந்து பாதுகாத்துக்கொள்ளக் கண் மூடி உட்கார்ந்தே இருந்தாள். நொடிப் பொழுதில் புயல் காற்று அமைதியானது. கண் திறந்தபோது அவளுக்கு அதிசயமாகத் தோன்றுவது போல வானில் மேகங்கள் கூடிக்கொண்டிருந்தன. பெரிய மேகம் ஒன்று அவள் தலை மீது வந்து வெயிலை மறைத்தது. எழுந்து மீண்டும் நடக்க ஆரம்பித்தாள். மேகம் நிறைந்த மந்த வெப்பத்திற்கு உடல் வியர்த்தது. முன்பு எப்போதும் அனுபவித்ததில்லை. ஒரு மணி நேரத்திற்கு முன்பு பார்த்த எரியும் சிதை கண்ணில் இப்போதும் எரிந்துகொண்டிருந்தது. புத்தி யோசிக்க முடியாமல் தோற்றுக் குறுகிப்போயிருந்தது.

பத்து நிமிடத்தில் படபடவென்று மழைத் துளிகள் உதிர்ந்தன. தலை நிமிர்ந்து பார்த்தாள்: தலை மீது கரிய மேகங்கள் சூழ்ந்திருக்கின்றன. அதற்குள் சல்லடையிலிருந்து வீழ்வது போல தாராளமாக மழை பொழிய ஆரம்பித்தது. அவள் ஓடிப்போய் எந்த மர நிழலிலும் நிற்கவில்லை. மழையில் முன்னால் நடந்தாள். மழை மீண்டும் அதிகமான போது உடலைக் காட்டிக்கொண்டு அங்கேயே நின்றாள். சுமார் கால் மணி நேரம் மழை பொழிந்தது. முன்பு இருந்த புயல் காற்று, சிவப்புப்புழுதி, சூழலை அசுத்தமாக்கிக் கொண்டிருந்த குப்பைகள் இப்போது இருக்கவில்லை. எங்கும் அமைதியான சூழல். மைசூர் நகரம் புதிதாகவும் புதிய ஒளியிலும் தெரிந்தது. தொலைவில் சிறிதாகத் தெரிந்த கல்லூரி கூட நவீனமாகத் தெரிந்தது. மேகங்கள் சிதறின. மீண்டும் சூரியன் நெற்றி மீது பிரகாசித்தான். ஆனால் இப்போது முன்போல தீட்சண்யமாக இருக்கவில்லை. முன்பிருந்த எரிச்சலும் இல்லை. அதிசய மழை. அந்த நேரத்தில் எதிர்பாராமல் வந்து, வந்தது போலவே எதிர்பாராமல் போய்விட்டது.

நனைந்த சேலை முந்தானையைக் காற்று வெயிலுக்கும் அசைத்துக்கொண்டு காத்தியாயினி மலையை ஏறினாள். இப்போது ஏறுவது சிரமமாகவில்லை. மாறாக, அதில் ஒருவகை ஆனந்தமிருந்தது. அவளுக்கு மாமனார் நினைவானது. இது போன்ற மகிழ்ச்சியை அவர் வாழ்க்கை முழுதும் அனுபவித்துக் கொண்டிருக்கலாம். இலட்சுமிக்கும் அதுபோன்ற மகிழ்ச்சிக்கு வழிகாட்டி இருக்கலாம். அவர்கள் இன்ப சுகத்தின் மூலம் இந்த ஏற்றத்தில் இருக்கலாம் என்ற சிந்தனைகள் மனதை நிரப்பின.

ஐந்து நிமிடத்தில் அவள் மலை உச்சியில் இருந்தாள். அங்கே இருந்து கோவிலுக்குப் போய் பக்தியுடன் வணங்கி வெளியே வந்து ஒரு மரத்தடியில் உட்கார்ந்தாள். அந்த உயரத்தில் மனம் உல்லாசமானது. அது கற்பாறைகள் இல்லாத சமமான மணல் படுகையில் பாயும் நதி போல அமைதியாக இருந்தது. அந்த அமைதியில் அவள் ஒரு முடிவிற்கு வந்தாள்.

பசியானது. கோயில் அருகே இருந்த குழாயில் தண்ணீர் குடித்து, மீண்டும் தான் உட்கார்ந்திருந்த மரத்தின் கீழே வந்து அமர்ந்து கேரியரில் இருந்த சிற்றுண்டியைத் தின்றாள். கேரியரை அலம்பி வைத்தாள். மலையிலிருந்து இறங்கத் தொடங்கினாள். அதற்குள் உடுத்தி இருந்த சேலை காய்ந்திருந்தது. நனைந்த நோட்டுப் புத்தகத்து அட்டை மட்டும் ஈரப்பதமாக இருந்தது. இறங்கும் போது ஆயாசமாகவில்லை. மயானத்திற்குப் புதிய பிணம் கொண்டு வந்தவர்கள் புறப்பட்டுப் போயிருந்தார்கள். மைசூர் நகரத்து வீதிகளில் தூசி அடங்கி இருந்தது. கால் வலித்தாலும் அவள் நடந்து மதியம் நான்கு மணிக்கு கல்லூரி வந்து சேர்ந்தாள். ராஜாராயரிடம் தன் முடிவைத் தெரிவித்து விட வேண்டும் என்ற மன உறுதியுடன் அங்கே வந்திருந்தாள். நாடக சங்க அறை பூட்டி இருந்தது. ரயிலுக்குப் போக இன்னும் ஒரு மணி நேரம் இருந்ததால் கல்லூரி மாடியை ஏறி மச்சின் முன் பகுதிக்கு வந்து நின்று கொண்டாள். மலை மீண்டும் கவர்ந்தது. அதையே பார்த்துக்கொண்டு நின்றாள். எவ்வளவு நேரம் அப்படி நின்றிருந்தாள் அவளுக்கே தெரியவில்லை. ஒரு முறை கீழே பார்த்த போது ராஜாராயர் சைக்கிளைப் பிடித்துக்கொண்டு நிற்பது தெரிந்தது. அவளை நோக்கிப் பார்த்துக்கொண்டிருந்த அவன் முகம் கடுமையாக இருந்தது. அவளைப் பார்த்து அவன், ‘கீழே இறங்கி வா’ என்றான்.

காத்தியாயினி அவன் பக்கம் பார்க்காமல் மீண்டும் மலையைப் பார்த்துக்கொண்டு இரண்டு நிமிடம் மௌனமாக இருந்து பிறகு, ‘நீங்களே மேலே ஏறி வாங்க’ என்றாள்.

காலையிலிருந்து காத்துக் காத்து சலிப்பாக இருந்த அவன் அதை அலட்சியம் என்று நினைத்தான். கோபத்தால் உடனே அவன் சைக்கிள் ஏறினான். அது எந்த முயற்சியும் இல்லாமல் இறக்கத்தில் உருண்டுகொண்டு ஓடியது.

காத்தியாயினி மலையையே பார்த்துக்கொண்டிருந்தாள்.

மாலை வீட்டுக்கு வந்து சேலையை மாற்றிய பிறகு அவள் மாமாவை மேலே அழைத்தாள். பூஜை செய்யப்போக இருந்த பண்டிதர் மேலே வந்தபோது அவர் காலைத் தொட்டு வணங்கிச் சொன்னாள்: “ஏதோ ஒரு நொடியில் எதையோ யோசித்து விட்டேன். அது தவறு என்று புரிந்தது. என்னை மன்னித்து விடுங்கள்.”

“எல்லோருக்கும் சில சமயம் தேவையில்லாத யோசனைகள் வரும். அதற்காகக் கவலைப்படவேண்டாம். நீ படி தாயி” பண்டிதர் அமைதியாகச் சொன்னார்.

அவர் மாடியை விட்டு இறங்கும்போது மீண்டும் அவரை மேலே அழைத்துக் கூச்சத்துடன் கேட்டாள்: “நேற்று இரவு நான் பேசிய பேச்சு, அந்தக் கடிதாசி செய்தி, அம்மாவிடம் சொல்லி விட்டீர்களா?”

“இல்லை, சொல்லவில்லை. சொல்லப் போவதும் இல்லை. அந்தக் கடிதம் வரவேற்பறைக் கூடில் இருக்கிறது. நீயே எடுத்துக் கிழித்துப் போடு” என்று சொல்லி அவர் படியிறங்கிப் போனார்.

2

காலை பத்து மணியிலிருந்து காக்க வைத்து, மாலை நான்கு மணியளவில் தன்னைப் பார்த்தாலும் அலட்சியப்படுத்திவிட்டுப் போன காத்தியாயினி மீது ராஜாவுக்குக் கோபம் வந்தது. அவள் வீட்டில் சம்மதிக்கவில்லை என்று அவன் யோசித்தான். மரபு சார்ந்த சமூகத்தின் அப்பா அம்மாவே ஒத்துக்கொள்ள முடியாத இதுபோன்ற திருமணங்களை அத்தை மாமா சம்மதிப்பார்கள் என்று எதிர்பார்ப்பது சரியல்ல என்பது அவனுக்குத் தெரிந்திருந்தது. காத்தியாயினியே துணிச்சலுடன் அந்த வீட்டைவிட்டு வெளியே வரும்வரை தங்கள் இருவரின் திருமணம் சாத்தியமில்லை. நேற்று அவள் அப்படி எதற்கு அலட்சியப்படுத்தினாள்? என்னை மறந்துவிடு என்று மறைமுகமாகச் சொல்கிறாளா?

மறுநாள் அவன் கல்லூரிக்கு வந்து அவளுக்காகக் காத்திருந்தான். அவள் வரவில்லை. அடுத்த இரண்டு மூன்று நாட்கள் ரயில் நிலையம் வந்து ஏமாற்றமடைந்து திரும்பி இருந்தான். ஒரு கடிதம் எழுதிப் பார்க்க நினைத்தாலும் அது சரியல்ல என்று

அமைதியானான். இன்னும் பத்து நாட்களில் அவள் தேர்வு தொடங்க இருந்தது. அதற்காகவாவது வந்தே வருவாள், அப்போது கிடைப்பாள் என்று முடிவு செய்து மனதை ஆறுதல் படுத்திக் கொள்ள முயன்றான். வீட்டில் பொழுதைப் போக்க வேறு வழியில்லை. நாகலட்சுமி இப்போது முழுமையாக மௌனமாக இருந்தாள். முன் போல வெளிப்படையாகப் பேசுவதில்லை. அவன் பலமுறை பேசினாலும், சரியாக 'ஊம்' கூட சொல்லாமல் அவள் மனம் எங்கேயோ அடைந்து கொண்டது. முறையாக சமையல் செய்து பரிமாறுவதைத் தவிர அவளுக்கு எந்த ஆர்வமும் இருக்கவில்லை.

ஒருநாள் பரிமாறும் போது நாகலட்சுமி கேட்டாள்: "பக்கத்து வீட்டுக்கு ஒரு ஜோசியர் வந்திருக்கிறார். ஸ்ரீராம நாமம் எழுதினால் அடுத்த பிறவியில் நல்லதாகும் என்று சொன்னார். நான் இறப்பதற்குள் ஒரு கோடி ஸ்ரீராம நாமம் எழுத வேண்டும் என்று நினைக்கிறேன். புத்தகம், மை, பேனா வாங்கிக் கொடு."

அன்று மாலை கடைவீதிக்குப் போன போது ராஜா ஒரு நோட்டுப் புத்தகம், ஒரு பேனா வாங்கிக் கொடுத்தார். "இதில் எழுத வராது, மையில் முக்கி எழுதும் பேனா வேணும். வாங்கிக்கொடு' பேனாவைப் பார்த்து அவள் சொன்னாள். மறுநாள் அதே வந்தது. மைப்பொடிப் பொட்டணத்தைத் திறந்து பாட்டிலில் போட்டுக் கலக்கித் தயார்படுத்தியவள், மைப்புட்டி, எழுத்தாணி, நோட்டுப் புத்தகத்தை எடுத்து பக்தியுடன் பூசை அறையில் வைத்து, மஞ்சள், குங்குமம் பூக்கள் வைத்து பூஜை செய்து வணங்கினாள். புத்தகத்தை எடுத்து பக்தியுடன் கண்ணில் ஒற்றிக்கொண்ட பிறகு வெளியே வந்து ராஜாவைக் கேட்டாள்: "ஒரு வரியில் எத்தனை 'ஸ்ரீராமா' எழுதினால் இந்தப் புத்தகத்தில் மொத்தம் எவ்வளவு எழுத முடியும்? ஒரு கோடி எழுத இதுபோல எத்தனை புத்தகம் வேணும் கணக்குப் போட்டுச் சொல்லு."

நோட்டுப் புத்தகத்தில் எத்தனை வரிக் கோடுகள் இருக்கின்றன என்று ராஜா கணக்குப் போட்டு, "ஒரு வரியில் பத்துத் தடவை எழுதினால் நாற்பதாயிரம் ஆகும். இதுபோல இருநூற்றி ஐம்பது புத்தகம் முடித்தால் ஒரு கோடி ஆகும்."

"சரி, நான் முடிக்க முடிக்க நீ புது நோட்டுப் புத்தகம், மசிப்பொடி வாங்கிக் கொடுப்பதானே?"

“கண்டிப்பா வாங்கிக் கொடுக்கிறேன். வெறுமனே பெயரை எழுதிக் கொண்டு போனால் உனக்கு என்ன கிடைக்கும்?’

“வெறுமனே பெயரை யார் எழுதுவாங்க? பக்தியோட எழுதறேன்.”

அவள் பக்தியைக் கண்டு ராஜாவுக்கு உள்ளூரச் சிரிப்பு வந்தது. ஆனால் அதை வெளிக்காட்டிக் கொள்ளவில்லை. நாகலட்சுமி தன் ஸ்ரீராமத் தொண்டை ஆரம்பித்தாள். புத்தகத்து ஒவ்வொரு வரியிலும் பத்து முறை ‘ஸ்ரீராமா, ஸ்ரீராமா, ஸ்ரீராமா...’ என்று எழுதிக்கொண்டிருந்தாள். ஒவ்வொரு பக்கத்துக் கடைசியிலும், ‘ஸ்ரீராம ஜெய ஸ்ரீராம ஜெய ஜெய சீதாராமா’ என்று எழுதி முடிப்பாள். நடுநிலைப் பள்ளியில் படிக்கும் போது மட்டுமே அவள் பாடம் எழுதி இருந்தாள். ராஜா வெளிநாட்டில் இருக்கும் போது அவள் கடிதம் எழுதுவாள். தற்போது எழுதும் பழக்கம் இல்லை. அதனால் ஆரம்பத்தில், விரல் வலித்தது. எழுதுவதில் வேகம் இருக்கவில்லை. மெல்லவே நடக்கட்டும், நான் சாவதற்கு முன் இதை எழுதி முடித்தால் போதும், என்ற ஆறுதலுடன் எழுதுவதைத் தொடர்ந்தாள். முன்பு ஓய்வு நேரத்தில் சூனியமாக இருந்த மனதிற்கு இப்போது ஓர் ஆதரவு கிடைத்தது.

ராஜா தேர்வு நாளை எதிர்பார்த்திருந்தான். அவனுக்கும் சூபர்வைசர் வேலை ஒதுக்கப்பட்டிருந்தது. தேர்வு தொடங்குவதற்கு அரை மணி முன்பு அவன் அலுவலகத்தில் இருக்க வேண்டும். பிறகு அவனுக்கு ஒதுக்கிய அறையில் தேர்வு முடியும்வரை இருக்க வேண்டும். அதனால் ஆறு நாட்கள் காத்தியாயினியின் தரிசனம் கிட்டவில்லை. ஏழாவது நாள் அதிர்ஷ்டத்திற்கு அவள் உட்கார்ந்து எழுதும் அறை அவன் மேற்பார்வைக்கு வந்தது. தேர்வு அறைக்குள் நுழைந்த காத்தியாயினி, ராஜாவைப் பார்த்துத் திகைத்துப் போனாள். அன்று சரியாக தேர்வு எழுத அவளால் முடியவில்லை. இடையில் ஒரு முறை சமயம் பார்த்து ராஜா அருகே வந்து குனிந்து மெல்ல, “தேர்வு முடிந்த பிறகு என்னை வந்து பார்” என்றான்.

“ஊம்” என்றாள் நடுக்கத்துடன்.

தேர்வுக்குப் பிறகு அவள் கிடைத்தாள். இருவரும் கல்லூரி மேற்குப் பகுதியில் ஒரு மரத்தருகே வந்த போது, “நீங்கள் என்னை மறந்து விடுங்கள்” என்று அவள் சொன்னாள். குரல் கனமாக இருந்தது.

“எதற்கு அப்படிச் சொல்கிறாய்?”

“அது எதையும் கேட்க வேண்டாம். நீங்கள் ஒரு தகுதியற்றவளைக் காதலித்திருக்கிறீர்கள். வேறொரு பெண்ணைத் திருமணம் செய்து கொண்டு சுகமாக இருங்கள். நானொரு கிழவி என்று தோன்றுகிறது” அவள் கண்கள் நிரம்பி வந்தன.

“இனி யாரும் அதிகம் பேச வேண்டாம். நாம் இருவரும் இனி சந்திக்க சாத்தியமில்லை” என்று சொல்லி அவள் விறுவிறு என்று அங்கே இருந்து புறப்பட்டுவிட்டாள். ராஜா அதிர்ந்துபோய் அவள் போவதையே பார்த்துக்கொண்டிருந்தான்.

மறுநாள் அவனாகவே தலைமை சூபர்வைசரிடம் சொல்லி, தன்னை வேறொரு அறைக்கு மாற்றிக் கொண்டான். அவன் புத்தி கெட்டுப் போயிருந்தது. கடந்த ஆறு மாதங்களாக அவன் வாழ்க்கையின் அர்த்தத்தை அதிகரிக்கச் செய்த காத்தியாயினி இன்று அதுபோலப் பேசி மறுபேச்சுப் பேச வாய்ப்பளிக்காமல் போய்விட்டாள். அவன் மனம், அறிவு, உணர்வுகளில் நிரம்பி இருந்த அவளை மறப்பது எப்படி? இந்தப் பிறவியில் சாத்தியமில்லை. இனி அவளை அடையும் வழியும் தெரியவில்லை. அவன் கண்கள் பனித்தன. மனம் கொந்தளிப்பைத் தாங்க முடியாமல் ஒரு நாள் நாகலட்சுமியிடம் எல்லாவற்றையும் வெளிப்படுத்திய போது அவள், “இது எல்லாம் அப்படித்தான். நீ ஸ்ரீராம ஜெயம் எழுது. மனம் ஆறுதலடையும். பிறகு வேறொரு பெண்ணைத் திருமணம் செய்துகொள்” என்றாள்.

“உனக்கு அது புரியாது நாகு” என்று அங்கே இருந்து எழுந்து அவன் வெளியே போனான்.

முடிவில் அந்தப் பதிலைச் சொல்வதற்கு முன் ஒத்துக்கொண்டு என்னுடன் மிக நெருக்கமாக எதற்குப் பழகினாள்? என்ற கேள்விக்கு மனதில் பதில் தோன்றவில்லை. இன்னும் இருபத்தி நான்கு வயது முடியாத அழகான, புஷ்டியான காயம் கொண்ட அவள், ‘நானொரு கிழவி என்று தோன்றுகிறது’ என்று சொன்ன வார்த்தை அவன் புரிதலைக் கலங்கடித்தது. ‘என்ன இப்படியொரு கற்பனைப் பொய்யில் தன்னைத் தானே வர்ணித்துக் கொண்டாள் அவள்!’ என்று அவன் வியப்படைந்தான். அவளுடன் அவர் கழித்த நாட்களின் நினைவிலேயே மனம் கரைந்து போனது.

3

தேர்வு முடிந்த அன்று காத்தியாயினியின் மனம் ராஜாவைப் பார்க்க விரும்பியது. ஆனால் அவள் அவனைத் தன்னிடமிருந்து விலக்கி வைத்திருந்தாள். அவன் வீட்டுக்குச் சென்று மாணவி ஆசிரியருக்கு நன்றி சொல்லி வருவதைப் போல போய் வரும் விருப்பம் இருந்தாலும் கூட அதை அடக்கிக் கொண்டு அவள் நஞ்சனக்கூடு ரயில் ஏறி வீடு வந்து சேர்ந்தாள். 'இன்னையில இருந்து மைசூர் சுத்தறது ஓய்ந்தது' என்று அவளாக அத்தையிடம் சொன்னாள்.

"ஆமான்டி. எப்படியோ, பாசானாப் போதும். அவன் பேரு நிலைச்சு நிக்கும்" என்று பாகீரதம்மா மகனை நினைத்துக் கொண்டார்.

இப்போது காத்தியாயினி முன்பை விட அதிகமாக மகனுடன் பொழுதைக் கழித்தாள். சீனி அப்போதே ஐந்து வயதுப் பையன். கோடை கழிந்த பிறகு பள்ளிக்குப் போக வேண்டும். சித்திரை வைகாசியில் சரியான முகூர்த்தம் பார்த்து அவனுக்கு முடி இறக்கி, காது குத்த வேண்டும். வெள்ளி நாணயத்தைத் தேனில் முக்கி நாக்கில் தடவி, அரிசித் தட்டின் மீது ஸ்ரீ ஓம் நாமம் எழுதும் சடங்கும் முறையாக நடக்க வேண்டும். பேரன் காதணி விழாவிற்குக் கடலை உருண்டை, முறுக்குகளை நிறையச் செய்ய வேண்டுமென்று பாகீரதம்மா திட்டம் போட்டார். பண்டிதருக்கு அந்தச் சடங்குகளில் நம்பிக்கை இருக்கிறது. பையனுக்கு மூன்றாம் ஆண்டே இதைச் செய்ய வேண்டி இருந்தது. ஒரு வகையான உதாசீனத்தில் அவர் அதைச் செய்யவில்லை. ஆடம்பரமாக நடத்த அதிக உற்சாகம் இருக்காவிட்டாலும், அதனால் வீட்டில் மற்றவர்களுக்கு மகிழ்ச்சி கிடைக்குமென்றால் அவர் குறுக்கே வரமாட்டார்.

சீனி அதிகமாகப் பேசுகிறான். தான் பார்க்கும் ஒவ்வொரு பொருளைப் பற்றியும், 'இதென்ன? இது எதுக்கு? எங்கே இருந்து வந்தது? இது இப்படி எதுக்கு இருக்கு?' என்று அவன் கேட்கும் பல கேள்விகளுக்குப் பதில் சொல்லிப் பாட்டி, தாத்தா இருவருக்கும் போதுமென்றானது. அவன் இப்போது இலட்சுமியுடன் பசுவின் பின்னாலும் போகிறான். பல நாட்கள் பிடிவாதம் பிடித்து அவளுடன் படுத்துக்கொள்கிறான்.

தேர்வு முடிந்த சில நாட்கள் காத்தியாயினிக்கு சலிப்பாக இருந்தது. நாட்கள் கடக்க தானாகவே சரியாகும் என்று எதிர்பார்த்தாள். முன்பை விட அதிகமாக வீட்டு வேலைகளைச் செய்ய முயன்றாள். தானாக புதுப் புது வேலைகளை இழுத்துப் போட்டுக்கொண்டு செய்தாள். மதிய நேரத்தில் பகவத்கீதை வாசிக்கத் தொடங்கினாள். காலை குளித்து விட்டு கடவுள் தீர்த்தம் வாங்குவாள். ஆனால் ஒரு மாதமானாலும் சலிப்பு மாறவில்லை. மாறாக, மன நிம்மதியில்லாமல் தவித்தது. இரவு மாடியை விட்டுக் கீழே அத்தையுடன் படுக்கத் தொடங்கினாள். சிறுவயதிலிருந்து பழகி இருந்ததால் சீனி பாட்டியுடன் படுப்பான். காத்தியாயினிக்கு இரவு வேளை தூக்கம் வருவதில்லை. எப்போதும் ராஜா நினைவு வரும். ‘அவர் இப்போது என்ன செய்து கொண்டிருப்பார்? என்னை நினைத்துப் பார்ப்பாரா? நான் அப்படிச் சொல்லி வந்த பிறகு கோபம் வந்திருக்கலாமா? அல்லது வேறொரு பெண்ணைத் திருமணம் செய்து கொள்ள முடிவு செய்து விட்டாரா?’ அவர் வேறொரு பெண்ணைத் திருமணம் செய்துகொள்வதைக் கற்பனையிலும் கூட தாங்கிக்கொள்ள அவளால் முடியவில்லை.

மனம் கற்பனை வலையைப் பின்னிக்கொண்டிருந்த போது, அதைத் தவிர்க்கக் கையில் கீதை நூலை எடுத்துக் கொள்வாள். ஒவ்வொரு செய்யுளாக வாசித்து அதன் பொருளை உணர முயல்வாள். வாசிப்பது அறிவுக்கு எட்டும். ஆனால் மனதில் பதியாது. கீதையின் கருத்துகள் கட்டும் அணைகளை உடைத்துக் கொண்டு மனப் பிரவாகம் முன்னால் பாயும். சுயமாக நிறுவிய படகில் அவளை ராஜாவுடன் உட்கார வைத்துக்கொண்டு மனம் உலா போகும். நாட்கள் கடக்க வாழ்க்கை சலிப்பானது. வாழ்க்கைக்கு அர்த்தம் தெரியாமல் போனது. ஊன் உணவுகளில் ருசி இல்லாமல் போயின. எப்போதும் ஆசையில் எரிந்துகொண்டிருந்த தேகம் ஜுவாலையில் சிக்கி மென்மையான கொடி போல வாடிப்போனது; உடல் மெலிந்து போனது. உடல் நலிந்தாலும் ஆசை வளர்ந்தது. ஞானம் இயற்கைக்கும் இடையேயான போரில் இயற்கையின் கை ஓங்கி இருந்து வாழ்க்கையில் ஏமாற்றம் இருள் கவிந்து விட்டது. நின்றால், உட்கார்ந்தால் ராஜாவின் முகம் கண் முன் தோன்றியது. அவருடன் தான் சுற்றியது, அவர் தோளோடு தோள் உரசிக்கொண்டு உட்கார்ந்தது, பிருந்தாவனப் பயணம், இனிமையான பேச்சுகள் எல்லாம் நினைவில் இருந்தன. சில நாட்களுக்கு முன் நிலவொளி போல இருந்த குளிர்ச்சியான அனுபவங்கள் இப்போது மயான

நெருப்பைப் போல கூர்மையாகச் சுட்டெரித்தது. ஒரு நாள் காலை உணவு ஒரு வாய் கூடச் சேரவில்லை. மதிய ஓய்வில் கண் சொக்கவில்லை. இரவு வலுக்கட்டாயமாக சாப்பிட்ட உணவு கை அலம்பும் போதே வாந்தியானது. இரவு படுத்த போது உடல் வெப்பமானது. காய்ச்சல் வந்தது போலத் தெளிவாகத் தெரிந்தது. இரவெல்லாம் புரண்டுகொண்டிருந்தாள். தான் இனி உயிரோடு இருக்க மாட்டேன் என்று நினைத்தாள். நடு இரவு இரண்டு மணி வேளையில் அவளைப் பிளந்து கொண்டு ஒரு முடிவு எழுந்து நின்றது; நாளையே மாமாவிடம் சொல்லித் தான் மைசூர் போய் விட வேண்டும். ஆனால் அவரிடம் சொல்வது எப்படி? அவர் முன்னால் நின்று பேசும் சிந்தனையே பயத்தை உண்டு பண்ணியது. பாம்பைக் காணும் போது ஏற்படும் பீதியல்ல, கடவுள் சிந்தனை வரும் போது குற்றவாளிக்கு ஏற்படுவது போலான ஒரு பயம். சொல்லாமல் போவது எப்படி? அவர் தன் மீது வைத்திருக்கும் நம்பிக்கைக்கு நான் துரோகம் செய்தது போலல்லவா அது? என்ற கேள்வி வலுவாக எழுந்து நின்றன. ஆனால் அவர் சொல்லி இருந்தாரே, 'என்ன செய்வதற்கும் நீ சுதந்திரமானவள்' என்று. இப்படி மனம் ஆறுதல் அடைய நினைத்தாலும், சொல்லாமல் கொள்ளாமல் போவது சுதந்திரத்தின் அழகா? என்று மனம் மறு கேள்வி கேட்டது.

மனதின் பெருவெள்ளத்திற்கு முன் சரி தவறுகளின் கேள்வி நிற்கவில்லை. தன் வாழ்க்கை பிரவகிக்க வேண்டிய புதிய படுகையை அவள் அன்று இரவு முடிவு செய்து கொண்டாள். அந்தப் படுகையில் போக வேண்டும் அல்லது இப்படி அழிந்து சாக வேண்டும். இறக்க அவள் தயாராக இல்லை.

மறுநாள் எழுந்ததும் காத்தியாயினி அத்தையிடம் சொன்னாள்: "மறந்து போயிருந்தேன். எங்கள் மேடம் ஒருவருக்குத் திருமணம். அழைத்திருந்தார். இன்று மூன்றாம் தேதி. நான் மைசூர் போய் வருகிறேன்."

மாமா பூஜையில் அமர்ந்திருந்தார். பாகீரதம்மா 'போய் வா' என்றார்.

காத்தியாயினி நல்லதொரு சேலையை உடுத்திக் கொண்டு வெளியே வரும் போது சீனி, "அம்மா எங்கே போறே?" என்று கேட்டான். அவளுக்கு மகன் நினைவானது. அவனை அழைத்துச் செல்வது எப்படி என்று யோசித்து, அருகே சென்று அவன்

இரண்டு கன்னங்களையும் முத்தமிட்டாள். “அம்மா நானும் வர்றேன், கூட்டிக்கிட்டுப் போ” என்று கத்திய குழந்தையிடம், “நீ அப்புறமா வருவியாமா” என்று சொல்லி வேக வேகமாக நடந்து விட்டாள். அந்தத் தெருவைத் திரும்பும் முன் பின்னோக்கி ஒருமுறை அந்த வீட்டைப் பார்த்தாள். அவள் பார்வை மங்கலாக இருந்தது. தினமும் கல்லூரிக்குப் போகும் ரயில் கிடைத்தது. அதில் உட்கார்ந்த பிறகு மைசூர் சேரும் வரை நெஞ்சம் பதைபதைத்தது.

ராஜா வீட்டுக்குப் போய் கதவைத் தட்டினாள். பிரித்வி வந்து திறந்தான். “சித்தப்பா எங்கே?” என்று கேட்டதற்கு அவன் அறையைக் காட்டினான். அறைக் கதவைத் திறந்து உள்ளே நுழைந்த போது ராஜாராயரைப் பார்த்து அவளுக்கு அதிர்ச்சியானது. அவன் மெலிந்து போய் எலும்புக்கூடாக இருந்தான். முகத்தில் தாடி வளர்ந்திருந்தது. உடுத்தி இருந்த ஆடைகள் அழுக்காக இருந்தன. கதவைத் திறந்து உள்ளே வந்த அவளை அவன் சந்தேகப் பார்வையுடன் பார்த்தான். உள்ளே இருந்து கதவைத் தாளிட்டு அருகே போய் அவள் அவன் மார்பு மீது தலை வைத்து “இப்போது நம்புங்கள், நான் இனி அங்கே போகமாட்டேன். இன்று முதல் நாம் சமூகத்தின் முன்னால் கணவன் மனைவியாக இருப்போம்” என்றாள்.

காத்தியாயினி பேச்சை ராஜா உடனே நம்பவில்லை. வியப்புடன் மகிழ்ச்சியாக அவள் முகத்தைக் கூர்ந்து பார்த்தான். அவளாகவே, “என்னைப் பாருங்கள் உடுத்திய சேலையோடு வந்திருக்கிறேன். நீங்கள் சொல்வது போல திருமணம் செய்துகொள்ளலாம். சிவில் திருமணம் ஆனாலும் சரி, நண்பர்கள் முன்னால் ஏதாவது கோவிலில் ஆனாலும் சரி. அல்லது ‘எதுவும் வேண்டாம். நீ வெறுமனே என்னோடு இருந்து விடு’ என்று சொன்னாலும் சரி... எப்படி என்றாலும் என் புருஷன் நீங்கள்” என்று அவரைத் தன் தோள்களால் தழுவினாள். ராஜாவுக்கு அவள் பேச்சில் நம்பிக்கை உண்டானது. அவன் அவளை அணைத்துக் கொண்டான். இருவரின் மனப் போராட்டம் அமைதியானது. அவள் இதயத் துடிப்பு சமச் சீரானது.

★★★

படலம் : பதினைந்து

1

மாலை ஆறு மணியாகியும் காத்தியாயினி திரும்பாததைப் பார்த்து, இரவு பத்து மணி வண்டிக்கு வரலாம் என்று வீட்டில் எல்லோரும் எதிர்பார்த்தார்கள். கோடை விடுமுறையாதலால் அந்த நேரத்தில் தனியாக வருவாள் என்று பண்டிதர் ரயில் நிலையத்திற்குப் போனார். வண்டி வந்து சாமராஜநகர் நோக்கிப் போய்விட்டது. அவர் மருமகள் திரும்பவில்லை. பண்டிதர் ரயில் நிலையத்தில் பயணிகளுக்காகப் போட்டிருந்த பெஞ்சின் மீது சிறிது நேரம் உட்கார்ந்தார். அவள் ஏன் வரவில்லை என்று அவர் மனம் கவலைப்பட்டது. கடந்த ஓரிரு வாரங்களாக அவள் மனம் சாதாரண நிலையில் இருக்கவில்லை என்பதை அவர் நுட்பமாகக் கவனித்திருந்தார். ஆனால் அவராக அவளிடம் அதைப்பற்றி விசாரிப்பது சரியல்ல என்று அமைதியானார். வயதிற்கு வந்த ஐந்து வயதுப் பையனின் அம்மா; குடும்ப அலுவல்களை நிர்வகிக்கத் தொடங்கி இருக்கிறாள்; பி.ஏ. தேர்வையும் எழுதி இருக்கிறாள்; அவள் பொறுப்பு, நல்லது, கெட்டது அவளுக்குத் தெரியும்; அந்த விஷயத்தைக் கிளறிக் கேட்பது சரிவராது என்று அவர் அதைப்பற்றி அதிக அக்கறை காட்டவில்லை. அவள் அவனிடம் சென்று விட்டாளா என்ற சந்தேகம் மனதில் ஒரு முறை வந்து போனாலும் சான்று இல்லாமல் ஒருவர் மீது ஐயப்படுவது

முறையல்ல என்று ஆறுதல் அடைந்தார். வீட்டுக்குப் போன பிறகு அவராகவே சொன்னார்: "இந்த வண்டியில் வரவில்லை. திருமண வீடு, தங்கிப் போகச்சொல்லி வற்புறுத்தி இருக்கலாம். நாளைக்கு வருவாள்."

அன்று சீனி படுக்கவில்லை. உறக்கம் வரும் முன் இரண்டு முறை, 'அம்மா எதுக்கு இன்னும் வரலை?' என்று கேட்டான். 'நாளைக்கு வருவாள்' என்று பாட்டி சொன்னதும் படுத்துக் கொண்டான். அன்று இரவு கழிந்து மறுநாள் வந்தது. மைசூரில் இருந்து வரும் காலை ரயிலும் வந்தது. மருமகள் மட்டும் வரவில்லை. பூஜை அறையில் இருந்த பண்டிதர் மட்டும் எல்லாம் மறந்து பூஜையில் ஆழ்ந்திருந்தார். சுமார் ஒன்பது மணிக்கு அவர் பூஜையறையிலிருந்து வெளியே வந்து பாகீரதம்மா, இலட்சுமி, சீனிக்கு தீர்த்தம் கொடுத்த பிறகு பாகீரதம்மா அவர் கையில் ஒரு உறையைக் கொடுத்தார். காலைத் தபாலில் வந்தது. உறை மீது எழுதியிருந்த விலாசம் காத்தியாயினியின் கையெழுத்து என்று பார்த்தவுடன் அவர் தெரிந்து கொண்டார். அவர் உள்மனதிற்கு எல்லா விஷயமும் உடனே புலப்பட்டது. உடனே உறையைப் பிரிக்காமல் ஓரிரு நிமிடம் சித்தத்தை ஒரு நிலைப்படுத்திக் கொண்டு வரவேற்பறைக்கு வந்து ஐந்து நிமிடம் அமைதியாக உட்கார்ந்த பிறகு திறந்தார். நான்கு நீண்ட பக்கங்களின் கடிதம் அவள் மருமகளுடையது தான். ஊகம் உண்மையாக இருந்தது. கடந்த முறை அவர் அனுமதி கேட்டபோது அவளுக்கு இருந்த மனநிலை, தன் முந்தைய முடிவிலிருந்து மாறுபட்டிருப்பதையும் மீண்டும் அனுபவித்த வேதனைகளையும் விரிவாக எழுதி இருந்தாள்: 'உங்கள் பெரும் ஆளுமையின் ஊக்கத்திலிருந்து நான் பொறுமையைச் சாதிக்க முயன்றேன். முடியவில்லை. ஒவ்வொரு நபருக்கும் தனக்கே ஆன சிறப்பு, ஆற்றல், வரம்புகள் இருக்கும். இங்கே புறப்பட்டு வரும் முன் உங்களிடம் சொல்லிவிட்டே வரும் விருப்பம் இருந்தாலும் உங்கள் முன்னால் நின்று அந்த வார்த்தைகளைச் சொல்ல என்னிடம் வலிமை இருக்கவில்லை. இன்னும் இரண்டு மூன்று நாட்களில் ஒரு சமூக விழாவில் எங்கள் திருமணம் நடக்க இருக்கிறது. அதற்கு உங்களை அழைக்கும் விவேகமற்ற செயலை நான் செய்ய மாட்டேன். ஆனால் என் புதிய வாழ்க்கையில் அமைதி, நிம்மதி கிடைக்க வேண்டுமென்று ஆசீர்வதிக்கக் கோரி உங்கள் பாதங்களில் தலை வைத்து வேண்டுகிறேன். சிறுவயதிலேயே அம்மாவை

இழந்து, அப்பா இருந்தாலும் அவருடைய முழு அன்பையும் பெறமுடியாத எனக்கு உங்கள் இருவரிடமிருந்து தாய் தந்தை அன்பை ஆறு ஆண்டுகளுக்கும் அதிகமாக அனுபவிக்கும் நற்பேறு இருந்தது. இந்த உங்கள் வாழ்க்கை உங்கள் ஆசீர்வாதத்தால் இனிமையாக இருக்க வேண்டும்.'

பண்டிதர் ஊமையாக உட்கார்ந்தார். அவள் மனநிலையை முழுமையாகப் புரிந்துகொள்ள அவரால் முடியாவிட்டாலும் அவள் மீது கோபப்படவில்லை. இயற்கையின் ஈர்ப்பிலிருந்து விடுபட்டுத் தன்னைத் தான் பாதுகாத்துக்கொள்ள முடியாத ஒரு பேதை போல அவர் கண் முன் தோன்றினாள். மனம் இரக்கத்தால் நிரம்பியது. மருமகளாக தம் வீட்டிற்கு வந்த நாளிலிருந்து அவள் நடந்து கொண்ட விதத்தை அவர் நினைத்துப் பார்த்தார். ஒரு நாளும் கூட அத்தை மாமா முன் நின்று அவர்கள் மனம் வருந்தப் பேசியவளல்ல. தாய் தந்தையரை வயிற்றில் பிறந்த பிள்ளை தொண்டு செய்வது போல சேவை செய்திருந்தாள். கணவன் உயிருடன் இருந்த போது அன்பான மனைவியாக இருந்தாள். அந்தக் குடும்பத்தில் பண்டிதர் விரும்பிய மேன்மையான குணங்கள் அவளிடமிருந்தது. கடைசியில் இப்படிச் செய்து விட்டுப் போய்விட்டாள்.

அவருக்கு தன் குடும்பப் பரம்பரை நினைவிற்கு வந்தது. தொன்மையான பரம்பரையில் பிறந்து வளர்ந்து வந்த பண்டிதர் வம்சத்தில் முன்பு எப்போதும் இதுபோல நடந்ததில்லை. வீட்டில் அவர் வம்சாவளி ஏடு இருந்தது. முந்தைய பன்னிரண்டு தலைமுறைகள் அதில் விவரிக்கப்பட்டிருந்தன. அந்தப் பன்னிரண்டு தலைமுறைகளுக்கும் முந்தைய வேர்கள் அவர் அறிவுக்கு மீறிய ஆழத்தில் புதைந்திருந்தன. தோண்டிக் கொண்டே போனால் முடிவே இல்லாத ஆழத்தில் புதைந்து கிடக்கும் உயிர்ப்பான, புனிதமான வேர் அதென்று அவர் நம்பி இருந்தார். வீட்டில் எழுதியிருந்த வம்சாவளியில் சிறுவயதில் இறந்தவர்கள் இருந்தார்கள். ஒரு மனைவி இருந்தாலும் மற்றொருவளைத் திருமணம் செய்து கொண்ட முன்னோர்கள் இருந்தார்கள். கணவனை இழந்த கைம்பெண்களும் இருந்தார்கள். ஆனால் முன்பு என்றும் காத்தியாயினி செய்தது போல யாரும் செய்ததில்லை. மற்றொரு வம்சத்திலிருந்து திருமணம் செய்துகொண்டு வந்த எல்லாப் பெண்களும் இந்த வம்சத்திலேயே வாழ்ந்து மடிந்தார்கள்.

மகாநதியில் இணையும் துணைநதியே மீண்டும் தன் சிறப்பைத் தக்க வைத்துக்கொண்டு வேறொரு மகாநதிக்குப் போய்ச் சேருவது எப்படி சாத்தியமில்லையோ, அது போலவே இந்த வம்சத்திற்குச் சேர்ந்த எந்தப் பெண்ணும் மற்றொரு குடும்பத்திற்குப் போய்ச் சேருவதும் அதுபோலவே முடியாத ஒன்றாக இருந்தது. இப்போது காத்தியாயினி செய்த காரியத்தால் இந்த வம்ச வரலாறில் அழிக்க முடியாத ஒரு கரும்புள்ளி விழுந்து விட்டது. புதிதாக அவள் போய் சேரும் வம்சத்துப் புனிதமாவது நிலைக்குமா? அவளை இப்படித் திருமணம் செய்து கொள்பவர்களுக்காகவாவது தங்கள் வம்சப் பிரக்ஞை ஒழுங்காக இருக்கிறதா, என்ற கேள்வி அவர் முதல் கேள்விக்குப் பதிலாக நின்றது.

அவர் சிந்தனையில் மூழ்கி இருக்கும் போது பன்னிரண்டு மணி ஆனது. பாகீரதம்மா வரவேற்பறைக்கு வந்து சொன்னார்: "இதென்ன இப்படி உட்கார்ந்திருக்கிறீர்கள்? சாப்பிட எழுந்திருங்க. அவள் இன்னும் வரவில்லை. இதென்ன கடிதம்?"

"ஏதோ அலுவல்களுக்கு சம்பந்தப்பட்டது" என்று சொல்லி பண்டிதர் எழுந்தார். சீனி தாத்தாவுடன் உட்கார்ந்துகொண்டு வழக்கம் போல மனதில் தோன்றியதைப் பிதற்றிக்கொண்டு சாப்பிட்டான். பண்டிதருக்கு சோறு சேரவில்லை. தாமாக எத்தனை முயன்றாலும் வாயில் வைத்தது உள்ளே இறங்கவில்லை. 'இதென்ன இன்னைக்கு இப்படி இருக்கீங்க? ஏன் உடம்புக்கு சரி இல்லையா?' பாகீரதம்மா வற்புறுத்தினார். 'நீங்கள் சாப்பிடுங்கள், எனக்கு என்னமோ சேரவில்லை' என்று அவர் ஆபோசனம்*(*உணவு அருந்தும் முன்னும் அருந்திய பிறகும் உள்ளங்கையில் தண்ணீர் விட்டுப் பருகும் செயல்) எடுத்துக் கொண்டார். இலட்சுமியும் பாகீரதம்மாவும் சாப்பிட்ட பிறகு இருவரையும் உள்ளே அழைத்துக் கூடத்தில் அமர்த்திக்கொண்டு காத்தியாயினி விஷயத்தை விவரமாகச் சொல்லி அவள் கடிதத்தை வாசித்துச் சொன்னார். அதிர்ந்து போன பாகீரதம்மா சொன்னார்: "அப்படி என்றால் இதற்கு முன்பே அவள் உங்களிடம் பேசி இருக்கிறாள்?"

"ஆம்."

"அதை எங்களிடம் ஏன் சொல்லவில்லை?"

"சொல்ல வேண்டாம் என்று அவள் சொல்லி இருந்தாள். அது

மட்டுமல்லாமல் அவள் ஆறுதல் அடைந்து தான் யோசித்தது தவறு என்று சொல்லி இருந்தாள்."

"இப்போது சொல்லாமல் கொள்ளாமல் இப்படி ஒரு காரியத்தைச் செய்து விட்டாளே! அவன் யார் அவளைத் திருமணம் செய்து கொள்பவன்?"

"சதாசிவராயர் தம்பி ராஜாராயர் என்பவன்."

"உண்மையாகவா!" பாகீரதம்மா கோபம் நெற்றிக்கு ஏறியது: "நம்ம வீட்டுக்கு வந்து உண்டு தின்ற அவர் தம்பி இப்படிச் செய்திருக்கிறானா?"

"அவர் தம்பி செய்ததற்கு அவர் என்ன செய்வார்?"

"தம்பியைக் கண்டிக்க அண்ணனுக்குத் துப்பில்லையா?"

"இது அநேகமாக அண்ணனுக்குத் தெரிந்திருக்காது. அவர் இப்போது இரண்டு மனைவிகளுடன் வேறு இருக்கிறார்" என்று பண்டிதர் டாக்டர் ராயர் இரண்டாம் திருமணத்தைப் பற்றி தமக்குத் தெரிந்த அளவிற்குச் சொன்னார்.

"இதை எல்லாம் உங்களுக்கு யார் சொன்னார்?"

"காத்தியாயினிதான் சொன்னாள்."

"அவள் எல்லாம் சொல்லி இருந்தாள். நீங்கதான் எங்ககிட்ட எதையும் சொல்லலை. பாவி முண்டை உம்மணாமூஞ்சி மாதிரி ஒண்ணும் தெரியாதவ போல இருந்து வாழ வந்த வீட்டுக்குக் கரியைப் பூசிட்டுப் போயிட்டா. இவ உயிரோட இருக்கிறத விட செத்துத் தொலைஞ்சிருந்தா..." என்று பாகீரதம்மா மருமகளையும் அவளைக் கட்டிக்கொள்ள இருக்கும் ராஜாராயரையும் அவன் அண்ணன் சாதாசிவராயரையும் சேர்த்துச் சபிக்கத் தொடங்கினாள்.

"அப்படிக் கெட்ட வார்த்தை நம்ம வாயில இருந்து வரக்கூடாது. இத்தனை வயசானாலும் பொறுமை இல்லையே!" என்று பண்டிதர் சொல்லிய ஆறுதல் எந்தப் பயனையும் அளிக்கவில்லை. "சும்மா இருங்க. உங்களுக்கு இத்தனை வயசானாலும் புத்தி வரலை. அந்தச் சிறுக்கி காலேஜுக்குப் போறது வேண்டாமுன்னு சொன்னா நீங்கதான் அவகூட சேர்ந்துகிட்டு ஆடினீங்க. புருஷன்

பேரைக் காப்பாத்தறேன்னு காலேஜுக்குப் போயி இப்ப அவன் வம்சத்தையே சந்தி சிரிக்க வைச்சுட்டா. புருஷன் செத்த உடனே தலை மழிச்சு சிகப்பு நார் சேலையுடுத்தி மடியாக்கி மூலைலே உக்காரவைச்சிருக்கணும். செத்த மகன் இடத்தில என் மருமக என் மருமகன்னு அவளை நீங்கதான் தலை மேலே உக்கார வைச்சுக்கிட்டுக் குதிச்சீங்க. உங்களுக்கு சரியா செஞ்சிருக்கா. இப்பவாவது நான் சொல்ற மாதிரி செய்வீங்களா இல்லையா சொல்லுங்க. மானம் மரியாதை காப்பாத்திக்க வேணாமா?"

"அதென்ன, பொறுமையா சொல்லு."

"உங்க பொறுமையை நீங்களே வைச்சுக்கங்க. நான் சொல்ற மாதிரி செய்ங்க. அந்தத் தாலியறுத்தவ கல்யாணம் இன்னும் ரெண்டு மூணு நாள்லன்னு எழுதி இருக்கா. நானும் வர்றேன் வாங்க. அவளைக் கட்டிக்கிறவன் மூஞ்சில காறித்துப்பி அவ தலைல நாலு தட்டுத் தட்டி மயிரைப் பிடிச்சு இழுத்துக்கிட்டு வரலாம்."

பண்டிதர் மௌனமாக மனைவியின் பரிந்துரையை யோசித்தார். பாகீரதம்மா சொன்னார்: "எதுக்கு சும்மா உக்காந்திருக்கீங்க?"

"நாம மைசூர் போறதால எந்தப் பிரயோஜனமும் இல்லை. அவ ஒண்ணும் தெரியாதவ அல்ல. அவள் மனசில இதைப்பத்தி நிறைய குழப்பம் நடந்திருக்கும். வலுக்கட்டாயமா இந்த விஷயத்தில என்ன செஞ்சாலும் அது ரொம்ப நாளைக்கு நிலைக்காது. அவங்கவங்க குணத்துக்குத் தக்கபடி அவங்க நடத்துவாங்க."

"எப்பவும் உங்களுக்கு வேதாந்தமே ஆச்சு. நீங்க தருமன். வீட்டிலேயே இருங்க. இலட்சுமியை அழைச்சிக்கிட்டு நான் போய் அவ விலாவைப் பிடிச்சு இழுத்துக்கிட்டு வர்றேன்."

அதுவரை நடந்தவற்றைப் பற்றி மனதிலேயே எண்ணிக் கொண்டிருந்த இலட்சுமி சொன்னாள்: "சீனப்பா சொல்றதுதான் சரி. வலுக்கட்டாயமா கூட்டிக்கிட்டு வந்தாலும் சரி வராது. அது அவள் கர்மம்."

"இவ ஒருத்தி எனக்கு புத்திமதி சொல்ல வந்திட்டா!" என்று பாகீரதம்மா சொல்லிக் கொண்டிருக்கும் போதே, "இலட்சுமி, அவளுக்கு ஆறுதல் சொல்" என்று பண்டிதர் அங்கே இருந்து

மாடி ஏறி அவர் படிக்கும் அறைக்குப் போனார். அவர் மன அமைதி குலைந்துபோனது.

2

ஸ்ரீ பிரகாஷ் போஜன மற்றும் வசதி விடுதி கூடத்தில் இருபது முப்பது நண்பர்கள் முன்னிலையில் ராஜாவும் காத்தியாயினியும் ஒருவருக்கொருவர் மாலை மாற்றிக்கொண்டார்கள். ஒரு மணி நேர விழாவுக்கு ஐம்பது ரூபாய் கட்டணம் வாங்கிக்கொண்ட ஒரு புரோகிதர் வந்து மணமகனுக்கும் மணமகளுக்கும் தாலி கட்டும் சடங்கு செய்து வைத்தார். கூடியிருந்த நண்பர்கள் அட்சதை போட்டு தங்கள் பரிசுகளைக் கொடுத்து மணமக்களை வாழ்த்தினார்கள். வந்திருந்தவர்கள் எல்லாம் ராஜாவின் நண்பர்கள். கோடை விடுமுறையாக இருந்ததாலும், திருமணம் இரண்டாம் நாளே நடக்க வேண்டி இருந்ததாலும், அதிக ஜனங்கள் வரவில்லை. வீட்டிலிருந்து வெளியே புறப்படும் உற்சாகம் இல்லாவிட்டாலும் நாகலட்சுமி ஹோட்டலுக்கு வந்தாள். தாரை வார்த்துக் கொடுக்கவும், தாரையை ஏற்றுக்கொள்ளவும் மூத்த தம்பதிகள் யாரும் இருக்கவில்லை. ராயர் ரத்னேயுடன் கல்கத்தா அருங்காட்சியகத்தைப் பார்வையிடவும், கல்கத்தா பல்கலைக்கழகத்து நூலகத்தில் சில அரிய நூல்களைப் பார்க்கப் போயிருந்ததாலும் அவருக்கு எந்தச் செய்தியும் தெரியாது. ராஜா, காத்தியாயினி உறவைப் பற்றியும் அவருக்கு எதுவும் தெரியாது.

கூடத்தில் திருமணச் சடங்கு முடிந்து தங்களுக்காக ஒதுக்கி இருந்த ஒரு தனி அறைக்குப் போன பிறகு உள்ளே கதவை சாத்திக்கொண்டு நாகலட்சுமியை வணங்கி காத்தியாயினி சொன்னாள்: "அக்கா நான் செய்ததில் உங்களுக்கு முழுமையாக உடன்பாடு இல்லையா! வீட்டு எஜமானி நீங்கள். வெளியே புரோகிதர் பெண் ஒப்புவிக்கும் சடங்கை செய்யாமல் இருந்தாலும் நீங்கள் என்னை ஏற்றுக் கொண்டிருக்கிறீர்கள். சலிப்பில்லாமல் நடந்துகொள்ளுங்கள்."

நாகலட்சுமி ஆர்வமில்லாமல் சொன்னாள்: "ராஜாவின் மனைவியான பிறகு நீ எங்கள் வீட்டில் ஒருத்தி. நான் குடும்பத்தில்

இருந்தாலும் இல்லாதவள் போல இருக்கப் பழகி இருக்கிறேன். நீ இனி குடும்பத்தை நடத்திக் கொண்டு போ."

வெளியே ஜமுக்காளத்தை எடுத்து குப்பை பெருக்கி எல்லோருக்கும் இலை போட்டார்கள். கூடியிருந்த நண்பர்கள் விருப்பப்படி புது மணமக்கள் ஒன்றாகச் சாப்பிட உட்கார்ந்தார்கள். இனிப்பு, காரம், பழங்கள், கூட்டு, குழம்பு, மோர்க்குழம்பு, தயிர் போன்ற நல்ல உணவுகளை ஹோட்டல்காரர் தயார் செய்திருந்தார். மெல்ல உணவருந்திக் கொண்டிருந்த நண்பர்கள் தங்களுக்குள் பேசிக்கொண்டார்கள். "ராஜாராவ் லக்கி. விடோ ஆனா என்ன. நல்ல நீட்டா இருக்கா பொண்ணு. இவ்வளவு லவ்லியானவளா இருந்தா நான்காம் முறை விடோ ஆனாலும் திருமணம் செய்து கொள்ளலாம்" என்று ஒருவர் சொன்னவுடன், மற்றொருவர் "அப்படி நீங்க செஞ்சுகிட்டா அவ ஐஞ்சாவது முறை விடோ ஆயிடப் போறா. எச்சரிக்கை!" என்றார். பிறகு இருவர் மூவர், "அண்ணனைப் போலவே தம்பியும் ரொமாண்டிக். ஃபேமிலி ட்ரைட் போலத் தெரியுது" என்றார்கள். "என்ன, டாக்டர் ராயர் காணலையே?" என்று ஒருவர் கேட்டதற்கு இன்னொருவர், "தாலி கட்டும் போது மஞ்சள் சேலை கட்டிக்கிட்டு ராஜாராவ் பக்கத்தில ஒருத்தர் உட்கார்ந்திருந்தாங்களே அவங்கதான் ராயர் முதல் மனைவி. இவங்க வருவாங்கன்னு தெரிஞ்சு அவங்க ரெண்டு பேரும் மட்டம் போட்டிருப்பாங்க" என்றார். மற்றொருவர், "நோ, நோ, யு ஹேவ் மிஸ்டேகன். அவர் ஆய்வுக்கு கல்கத்தா போயிருக்காரு. இந்த விஷயம் அவருக்குக் கொஞ்சமும் தெரியாது. டாக்டர் ராயரை ரொமாண்டிக்னு சொல்லக் கூடாது. தன்னைத் தான் மறந்து ஆராய்ச்சி செய்யும் பெரிய மேதாவி அவர்" என்று புரியும்படி சொல்ல முயன்றார். அதுவரை அமைதியாக உட்கார்ந்திருந்த மற்றொருவர், அவர் ராஜாவின் நாடகத்தில் ஒருமுறை நடித்திருக்கிறார். "அய்யா, சமையல் ருசியா இருக்கு. நல்லா சாப்பிடறத விட்டுட்டு விருந்து கொடுக்கிறவங்களையே கமெண்ட் பண்ணறீங்களே!" என்றார். எல்லோரும் அமைதியாக சாப்பிடத் தொடங்கினார்கள். தயிருக்கு சோறு பரிமாறும் போது சமஸ்கிருதத்தில் புரோகிதர் ராகமாக இரண்டு ஸ்லோகங்களைச் சொன்னார். மற்றொருவர் 'சாந்தாகாரம் புஜக ஷயணம்' சொன்னார். கடந்த ஆண்டு உள்ளூர் கல்லூரிகளுக்கு இடையே நடந்த பாட்டுப் போட்டியல் பரிசு பெற்ற, இந்த ஆண்டு எம்.ஏ.

படிக்கும் மாணவன் ஒருவன், 'பிரிங்கத பெண்ணெறி பந்திது கல்பனா விலாசா' (வண்டு மீதேறி வந்தது கற்பனை அழகு), என்று பாடினார். அவர் பாட்டு முடிந்த பிறகு எல்லோரும் தங்கள் இடது கையால் தொடை தட்டி ஓசை பிறப்பிக்கும்போது தயிர் சாதம் முடிந்திருந்தது. தாம்பூலம் வாங்கிக் கொண்டு மீண்டும் மணமக்களை வாழ்த்திய பிறகு விருந்தாளிகள் ஒவ்வொருவராகப் புறப்பட்டுப் போனார்கள். ஹோட்டல்காரரிடம் பணம் செலுத்தி ராஜா, காத்தியாயினி, நாகலட்சுமி, பிரித்வியுடன் ஒரு ஜட்காவில் வீடு திரும்பினார்கள்.

திருமணம் முடிந்து சுமார் பதினைந்து நாட்கள் புது மணமக்கள் இந்த உலகத்தையே மறந்திருந்தார்கள். நாகலட்சுமி வழக்கம் போல சமையல் செய்துகொண்டிருந்தார். பள்ளி ஆரம்பிக்காததால் பிரித்வி அக்கம் பக்கத்து வீட்டுப் பையன்களுடன் விளையாடப் போனான். ராஜா, கத்தியாயினி அறைக்குள் அடைந்து கிடப்பார்கள். தங்கள் இருவருக்கும் இடையில் இருக்கும் இணைவில் இருக்கும் அத்துவைத*(*ஆன்மாவும் இறைவனும் இரண்டல்ல ஒன்றே என்று கூறும் கொள்கை) அனுபவம் அழிவில்லாதது என்று ஒருவருக்கொருவர் சொல்லிக்கொள்வார்கள். அந்த அனுபவத்தை நிரந்தரம், அழிவில்லாதது, உண்மை போன்ற சொற்களால் ராஜா வர்ணிப்பான். அவள் உடலின் மாசில்லா அழகை அவன் பாராட்டிப் புகழ்ந்தால், அவன் கவர்ச்சியான முகத்தை அவள் வர்ணிப்பாள். பகல் இரவாகி மீண்டும் பகலாகி ஆண் பெண் கூடலில் காலம் தன் சீரான தன்மையை இழந்தது.

உடுத்திய சேலையோடு வந்திருந்த அவளை ராஜா கடைக்கு அழைத்துப் போய் வண்ண வண்ணப் புதுச் சேலைகளை வாங்கிக் கொடுத்தான். காத்தியாயினி அவற்றை உடுத்தி, தலைநிறையப் பூச்சூடி, நெற்றியில் குங்குமம் வைத்து அலங்காரம்செய்து கொண்டாள். கண்ணாடியில் பார்த்துக்கொள்ளும்போது அவளுக்குத் தன் பெண்மை இப்போது பயனடைகிறது என்று தோன்றியது. அவள் தோள்களைப் பற்றி ராஜா அவள் அழகைப் புகழ்ந்து பேசும்போதெல்லாம் அவளுக்கு ஒரு நிறைவான உணர்வு ஏற்படும். தன் கணவனுக்குத் தலைவணங்கி தன்னைத் தான் ஆர்ப்பணித்துக்கொள்வாள். அவன் மகிழ்ச்சிக்காவே தான் இருப்பது என்ற உணர்வால் அவள் மகிழ்ச்சி பொங்கி வழியும்.

சில நாட்களுக்குப் பிறகு காத்தியாயினி சமையலறைக்குப் போய் நாகலட்சுமி வேலைகளில் உதவியாக இருப்பாள். அவள் வேலை செய்ய வந்தால் நாகலட்சுமி வேண்டாம் என்று சொல்லவில்லை. வராவிட்டால் எதற்கு வரவில்லை என்றும் கவலைப்படவில்லை. தானானது தன் வேலையானது; வேலை முடிந்த பிறகு ஸ்ரீ ராம நாமம் எழுதுவாள். காத்தியாயினியே பேசினாலும் நாகலட்சுமி பேச்சில் உற்சாகம் காட்டவில்லை. அவளிடம் ஏறக்குறைய நிலைத்திருந்த இந்த மாற்றத்தைக் கவனித்த காத்தியாயினியும் அதிகமாகப் பேசுவதில்லை. ஆனால் சமையல் வேலைகளில் உதவியாக இருப்பாள்.

பிரித்விக்கு காத்தியாயினி முன்பிருந்தே தெரியும். அவள் இப்போது சித்தப்பாவைத் திருமணம் செய்துகொண்டதும் தெரியும். தெருவில் விளையாடும்போது மற்ற பையன்கள் 'உங்கள் சித்தப்பா விதவையைக் கல்யாணம் கட்டிக்கிட்டாருடா' என்றார்கள். அப்படி என்றால் என்னவென்று அவனுக்குத் தெரிந்திருந்தது. ஏழு வயதுப் பையன் அவன் நுட்பமான அறிவு கொண்டவன்; இப்போது அவளை சித்தி என்றழைக்க ராஜா சொல்லிக்கொடுத்திருந்தான். அவன் அது போலவே அழைத்தான். சித்தப்பா இப்போதும் அவனை அன்புடன் தூக்கிக்கொள்கிறார். ஒவ்வொரு நாள் சைக்கிள் மீது உட்கார வைத்துக்கொண்டு போகிறார். காத்தியாயினி அவனை அருகில் இழுத்துக்கொண்டு தலையை வருடுவாள். புது சித்தியுடன் சகஜமாகப் பழக அவனுக்குக் கூச்சம். ஆனால் அங்கே இருந்து ஓடிப்போனால் அவர் என்ன நினைப்பாரோ என்ற நுட்பம் அறிந்தவன். அதற்காக அவன் அவள் அருகிலேயே நிற்பான். அவன் 'நீங்கள், தாங்கள்' என்றால் அப்படிச் சொல்லக்கூடாது, "உங்க சித்தப்பா அழைப்பது போலவே 'நீ' என்றே சொல்" என்பாள். ராஜாவும் அதை ஊக்குவித்த பிறகு அவன் "சித்தி, இங்கே வா, இதைப் பாரு" என்றான். சில நாட்கள் அவன் எழுதிய பாடத்தை அவள் பார்த்துத் திருத்துவாள்.

பிரித்வியைப் பார்க்கும் போது அவளுக்கு சீனி நினைவிற்கு வருவான். தன் வயிற்றில் தன் ரத்தம் சதையைப் பகிர்ந்து கொண்டு பிறந்த குழந்தை அவன். அவன் வீட்டை விட்டுப் புறப்படும் போது 'அம்மா நானும் வர்றேன் கூட்டிக்கிட்டுப் போ' என்று கதறிய குழந்தையிடம், 'நீ பிறகு வருவியாம்' என்று சொல்லி விறுவிறு என்று நடந்து வந்திருந்தாள். இப்போது குழந்தை

ஞாபகம் வதைக்கத் தொடங்கியது. சாப்பிடும் போதும், மற்ற வேலைகளைச் செய்யும்போதும் சீனியின் முகம் கண் முன் வந்து நிற்கும். மகனை அழைத்துக்கொண்டு வரவேண்டுமென்று முடிவெடுத்தாள். சில சமயம் அத்தை மாமா நினைவு வரும். குழந்தையை அழைத்துக்கொண்டு வந்தால் எதிர்காலத்தில் அவர்களுக்கு யார் துணையாக இருப்பார்கள் என்ற கவலை வரும். மூப்படைந்த அவர்களை நினைத்தால் அவளுக்கு இரக்கம் தோன்றும். தான் அவர்களை விட்டு வந்தது சரியல்ல என்ற ஒரு ஈனக் குரல் மனத்தாளத்தில் கேட்டாலும், அறிவு அதை மூடி மறைத்துவிடும். ஆனால் குழந்தையை விட்டு விட்டு இருக்கும் கற்பனையைக் கூட அவளால் செய்து பார்க்க முடியவில்லை.

“குழந்தையை அழைத்து வருவது பற்றி உங்கள் கருத்து என்ன?” என்று ஒரு நாள் படுத்திருந்த போது காத்தியாயினி, ராஜாவிடம் தன் மனதில் இருந்த விருப்பத்தைச் சொன்னாள். அவன் மௌனமானான். அதைக் கவனித்து மீண்டும் கேட்டாள்: “எதற்கு அமைதியாக இருக்கிறீர்கள்?”

“ஒன்றுமில்லை” எதையோ நினைத்துக்கொண்டு அவன் சொன்னான். நான் முன்பே சொல்லி இருந்தேனே? அழைத்து வா. அது நம் குழந்தை.”

அந்தப் பதிலைக் கேட்டு அவளுக்குத் தாங்க முடியாத மகிழ்ச்சியானது. தன் இரண்டு கைகளாலும் அவனை இறுக அணைத்துக்கொண்டு சொன்னாள்: “நீங்க எவ்வளவு நல்லவரு! அழைத்து வர நீங்களும் வர்றீங்களா?”

“நான் வருவது நல்லதல்ல. நீயே போய் வா.”

“போய் அவர்கள் முன்னால் நின்று ‘குழந்தையைக் கொடுங்க’ன்னு கேட்க என்னால் ஏனோ முடியாது. நீங்கள் வந்தால் பேசலாம்.”

ஒரு நிமிடம் யோசித்து அவன் பரிந்துரை செய்தான்: “முதலில் நீ விவரமாக எல்லா விஷயத்தையும் சொல்லி ஒரு கடிதம் எழுதி, இந்த நாள் வர்றேன். குழந்தையை அனுப்பி வைங்கன்னு அவங்களுக்குத் தெரிவி. அன்னைக்கு நீ போ. விஷயத்தை ஆரம்பிக்கச் சிரமமாகாது.”

மறுநாள் அவள் கடிதம் எழுத உட்கார்ந்தாள். ஆனால் எழுதும் போது விஷயமே மறந்துபோனது. கையும் நடுங்கியது. ஆனாலும் மனதை உறுதிப்படுத்திக்கொண்டு ஐந்து பக்கங்களுக்கு ஒரு நீண்ட கடிதத்தை எழுதினாள். தான் திருமணம் செய்து கொண்ட செய்தியைத் தெரிவித்து, அவர் பாதங்களை வணங்கி ஆசீர்வாதம் பெறுவதற்குத் தான் வருவதாக எழுதினாள். பிறகு அம்மா, பிள்ளை உறவு இந்த உலகத்தில் அடிப்படையானது என்று சொல்லியிருந்தாள். தாய் தொப்புள்கொடித் தவிப்பின் வேதனையையும், தான் இங்கே குழந்தை நினைவால் அனுபவித்துக் கொண்டிருக்கும் துயரத்தையும் விவரித்து, 'உங்கள் மகளின் துயரத்தைப் புரிந்துகொள்வது உங்களுக்குச் சிரமமல்ல. நான் இன்னும் நான்கு நாட்களில் என்றால் இந்த இருபதாம் தேதி மதியம் பனிரெண்டு மணி வண்டியில் வருகிறேன். தயவு செய்து குழந்தையை என்னுடன் அனுப்பி வைக்கவும். மாத்ருஸ்ரீக்கும் இலட்சுமிக்கும் என் சாஷ்டாங்க நமஸ்காரங்களைத் தெரிவியுங்கள்" என்று கடிதத்தை முடித்திருந்தாள்.

உறைக்குத் தேவையான அதிக அஞ்சல் தலைகளை ஒட்டி ராஜாவே தபால் பெட்டியில் சேர்த்தான்.

3

இருபதாம் தேதி காலை வீட்டில் சாப்பிட்டு விட்டு காத்யாயினி புறப்பட்ட போது ஆனி மாத அடைச்சாரல் மழை ஆரம்பமாகி இருந்தது. மலைச் சீமையில் மழை வந்து நாட்டு நதிகள் எல்லாம் போதுமான அளவு நிரம்பிப் பாய்ந்தன. ராஜா தன் குடையில் அவளை அழைத்துக்கொண்டு வந்து வண்டி ஏற்றினான். அவள் மனம் மட்டும் துணிச்சலின்மையால் தவித்துக்கொண்டிருந்தது. 'மாலை ஆறு மணிக்கு நான் ஸ்டேஷன் வந்திருப்பேன்' என்று அவன் சொல்லும்போது வண்டி புறப்பட்டது. அவள் நஞ்சனக்கூடு விட்டு வந்து ஒன்றரை மாதங்களுக்குப் பிறகு இன்று மீண்டும் போகிறாள். அநேகமாக இதுதான் அங்கே கடைசிப் பயணம். வழிநெடுக அடைச்சாரல் மழை தூறிக்கொண்டே இருந்தது. வானில் சூரியன் இருக்கும் இடம் தெரியவில்லை. நடுவில் கிடைக்கும் இரண்டு ரயில் நிலையங்களில் வண்டி மழையிலேயே நின்று மழையிலேயே புறப்பட்டது. கம்பளிமடம் கடந்து மெல்லப்

பாலத்தின் மீது போகும்போது, பாதி பாகம் நிரம்பிப் பாய்ந்தது. கபிலை நன்றாகத் தெரிந்தாள். தொலைவில் வரிசையாகத் தெரியும் படித்துறைகள், அதற்கு மேலே இருக்கும் கோவில்கள், ஆற்று இடது பக்கத்தில் நீண்டு பரவிய பெரிய மரங்களின் தோப்புகள் எல்லாம் அவளுக்கு நன்றாக அறிமுகமான காட்சிகள். திடீரென்று நினைவானது: இதேபோன்ற ஆனி மாதத்தில், இதேபோன்ற அடைச்சாரல் மழை நாள் அவள் முதல் கணவனை கபிலை பறித்துப் போயிருந்தாள். அன்று தான் சிந்திய கண்ணீர் வெள்ளம் அவள் நினைவில் திரும்பியது. அந்த நாட்களில் அனுபவித்த மன வேதனைகள் நினைவிற்கு வரும் முன் ரயில் நிலையத்தை வந்தடைந்தது.

வண்டியிலிருந்து இறங்கும் போது அவள் இதயத் துடிப்பு அதிகமானது. தன்னை யாராவது வழியில் அடையாளம் கண்டு கொண்டால்! தன் புது வாழ்க்கையின் செய்தி அதற்குள் இந்தப் பட்டணத்திற்குத் தெரிந்திருக்கும். யாருக்குத்தான் பயப்படுவது என்று துணிச்சலாக வெளியே வந்து வீட்டுப் பாதையை நோக்கி நடந்தாள். இதற்குள் தன் கடிதம் கிடைத்து வீட்டில் அதைப் பற்றி முடிவெடுத்திருப்பார்கள். குழந்தையைக் கொடுக்க மாட்டோம் என்றால் தான் என்ன செய்வது? அத்தை கண்டிப்பாகக் கோபித்துக்கொண்டிருப்பார். நான் சொல்ல வேண்டியதை எல்லாம் கடிதத்தில் சொல்லி இருக்கிறேனே! அங்கே பேசும் அவசியமே இருக்காது. அதற்குள் அவள் வீட்டு வாசலுக்கு வந்தாள். கதவு பாதி திறந்திருந்தது. உள்ளே போய் வரவேற்பறைக்குள் நுழைநதாள். அங்கே இருந்து உள்கூடம், பக்கத்தில் அடுக்களை, உணவு அருந்தும் கூடம், பூஜையறை. உள்ளே போக துணிச்சல் இல்லாமல் வரவேற்பறையில் ஒரு நாற்காலியின் மீது உட்கார்ந்தாள். ராகமாகச் சொல்லும் மந்திரம் உள்ளே இருந்து கேட்டது:

‘காஷ்யப கோத்ரோத்பந்நஸ்ய மம பிதுூஹ நஞ்சுண்டஷர்மணஹ

வஸுூ ரூபஸ்ய பிராதிஸம்வத்ஸரிக ஷிராத்த நிமித்தம் பிராசீனாவீதி...’

மந்திரம் சொல்லும் வகையைக் கேட்டே வீட்டில் ஏதோ வைதிகம் (சடங்குகளைக் கடைப்பிடிக்கும் நெறிமுறை-மறைநெறி-இறந்த முன்னோர்களை வழிபடுதல்) நடந்துகொண்டிருக்கிறது என்று நினைத்தாள். அவள் ஒருமுறை திரும்பி வாசல் பக்கம் பார்த்தாள்.

வரவேற்பறைத் தரை கண்ணில் பட்டது. வீட்டை முழுதுமாக மெழுகி இருக்கிறது; கோலம் மட்டும் போட்டிருக்கவில்லை. இது வருடாந்திரத் திதி நாள் என்று உறுதியானது. யாருடைய சிரார்த்தம்? உடனே நினைவானது: இதே ஆனி மாதத்தில் அவள் கணவன் நஞ்சுண்ட பண்டிதர் இறந்தது. ஒவ்வொரு ஆண்டும் இந்த அடைச்சாரல் மழையில் அவர் சிரார்த்தம் நடக்கும். 'நான் எப்படிப்பட்ட நாளில் இங்கே வந்திருக்கிறேன்? எதையும் யோசிக்காமல் இதே நாள் நான் இங்கு வருவதாகச் சொல்லி வரவேண்டுமா! திரும்பிப் போய்விடலாமா? மற்றொரு நாள் வந்தால் போதும்' என்று அங்கே இருந்து வெளிவாசலுக்கு வந்து கொண்டிருந்தாள். அதற்குள் இலட்சுமி எதிரில் வந்தாள். தலை குனிந்து நின்ற காத்தியாயினியிடம் இலட்சுமியே பேசினாள்: "இப்ப வந்தியா? இதென்ன புறப்பட்டுட்டே? உட்கார் வா."

"இல்லை இலட்சுமி, இன்னைக்கு சிரார்த்தம்." (நீர்த்தார் கடன்)

"ஊம், நஞ்சண்ணா திதி. உனக்கு ஞாபகம் இல்லையா? வா உட்கார். உன் கடிதம் வந்தது."

இனிப் பேசிப் பயனில்லை என்று காத்தியாயினி மீண்டும் வரவேற்பறைக்கு வந்து அமர்ந்தாள். இலட்சுமியும் சிறிது நேரம் அங்கே உட்கார்ந்திருந்தாலும், அவர் இருவரில் யாரொருவருக்கும் என்ன பேசுவது என்று தெரியவில்லை. காத்தியாயினி தலை குனிந்திருந்தாள். இலட்சுமி அங்கே இருந்து எழுந்து வரவேற்பறைக் கதவு வழியாக பின்கட்டுத் தொழுவத்திற்குப் போய்விட்டாள். உள்ளே மந்திர தந்திரங்கள் நடந்துகொண்டிருந்தன. இன்னும் உபநயனம் (பூணூற்பூட்டு) ஆகாத சீனியின் இடத்தில் நின்று யக்ஞோபவீதம் (பூணூல்) இடது வலம் போட்டுக்கொண்டு காரியம் செய்ய, வழக்கமாக வரும் புது விரிவாக்கத்து குப்பய்யாவே இந்த முறையும் வந்திருந்தார். உள்ளூர் புரோகிதர் சுப்பையா சாஸ்த்திரிகள் அன்று மந்திரம் ஓதிக்கொண்டிருந்தார். மந்திரம் ஓத துணைக்கு வந்த வாத்தியார்களின் குரல் சரியாகக் கேட்கவில்லை. இடையில் சீனி கேள்விகளைக் கேட்பான். அதற்கு பண்டிதர் மெல்லிய குரலில் பதில் சொல்லுவார். சுமார் பதினைந்து நிமிடத்தில் உணவுக்கு முந்தைய காரியங்கள் முடிந்தன. 'அன்னம் பாயசம் பக்ஷ்யம்' முதலாவதாக சோறு, பிறகு பாயசம், பிறகு பட்சணங்களைக் கொண்டு வந்து பரிமாறவும் என்று

சாஸ்த்திரிகள் சொன்னார். அதற்குப் பிறகு குப்பையாவின் குரல்: ‘சிரமப்பட்டு சம்பாதித்த இந்த போஜனத்தை இரவு வயிறார பிராமணர்கள் புசிக்க வேண்டும்’ இரு பிராமணர்கள் ‘அஸ்து’ (ஆகட்டும்) என்றார்கள். ருத்ரணி சத்தம் கேட்டது. அத்துடன் மந்திரச் சடங்குகள் முடிவடைந்து போஜனம் ஆரம்பமானது. காத்தியாயினி ஓசையிலிருந்தே எல்லாம் புரிந்துகொண்டாள். பாகீரதம்மா பரிமாறிக்கொண்டிருந்தார்.

சிறிது நேரம் மௌனம். பிறகு ஒருவர் கேட்டார்: “கடவுள் காரியத்திற்கும் பித்ரு காரியங்களுக்கும் இருக்கும் முக்கியமான வேறுபாடு என்ன?”

காத்தியாயினிக்கு வியப்பாக இருந்தது. இந்தக் கேள்வியைக் கேட்டவர் தன் அப்பா ஸ்ரீகாண்டய்யா என்பது அவளுக்குத் தெரிந்தது. அவர் இன்று எதற்கு இங்கே வந்தார்? மருமகன் இறந்த பிறகு சில நாட்கள் மகளை அழைத்துக் கொண்டு போனதுதான். மீண்டும் இங்கே வந்ததில்லை. ஒரு வரிக் கடிதம் கூட எழுயதில்லை. முன்பு தன் மீது அன்பு செலுத்தினார். இரண்டாம் மனைவி வந்த பிறகு அந்த அன்பு ஏதோ ஒரு பொந்தில் அடைபட்டு விட்டது. இப்போது இங்கே வரவேண்டும் என்றால் பேரன் காரணமாக பண்டிதர் அழைத்திருக்கிறாரா?

உள்ளே பண்டிதர் பதில் சொல்லிக் கொண்டிருந்தார்: “தெய்வ காரியங்களில் பூணூல் இடது தோளிலிருந்து வலது அக்குளுக்குக் கீழே இருக்க வேண்டும். வலது பக்கம் திரும்பி பிரதட்சிணம் செய்ய வேண்டும். தர்ப்பணம் (நீரக் கடன்) விடும்போது ‘ஸ்வாஹா’ அல்லது ‘வடஷ்’ என்று சொல்ல வேண்டும். பித்ரு காரியத்தில் பூணூல் இடது பாகத்திற்கு வரவேண்டும். தெற்கு முகமாக உட்கார வேண்டும். தர்ப்பணம் விடும்போது ‘ஸ்வதா’* என்று சொல்ல வேண்டும். தெய்வ காரியங்களுக்கு கொய்த தர்ப்பை (தூயறுகு-ஒருவகைப்புல்) கொண்டு வந்தால் பித்ரு காரியங்களுக்கு வேரோடு பிடுங்கி வந்த தர்ப்பை இருக்க வேண்டும்...” (*யாகத்தில் இடும் திரவியங்களைக் குறிப்பிட்ட தெய்வத்திடம் சேர்க்கும் தூதரான அக்னியுடன் ஸ்வாஹா, ஸ்வதா* என்னும் இரு சக்திகள் உள்ளனர். யாகத்தில் இடப்படும் திரவியங்களை ஸ்வாஹா எனும் சக்தி மூலம் தேவர்களுக்கும், ஸ்வதா எனும் சக்தி மூலம் முன்னோர்களுக்கும் அனுப்புவார்கள்)*

அவர்கள் பேச்சு ஒரு விஷயத்திலிருந்து மற்றொரு விஷயத்திற்குத் திரும்பிக்கொண்டிருந்தது. ஸ்ரீகண்டய்யா வக்கீல். அவர் சட்டத்திற்குத் தொடர்புடைய ஒரு கேள்வியைக் கேட்டார்: "புத்திரன் என்ற சொல்லுக்குப் பொருள் என்ன? அது வயிற்றில் பிறந்த குழந்தைக்கு மட்டும் பொருந்துமா, இல்லை அடுத்த தலைமுறைக்கும் என்று பொருள் விரிவடையுமா?"

பண்டிதர் சொல்லிக்கொண்டிருந்தார்: "தாயபாக*த்தில் இந்தக் கேள்விக்கு பதில் இருக்கிறது. (*இந்தியாவில் 1956 இந்து வாரிசுரிமைச் சட்டம் இயற்றுவதற்கு முன்னர் வரை இந்துக்கள் தங்கள் பரம்பரை சொத்துக்களை எவ்வாறு வாரிசுகளிடையே பிரித்துக்கொள்வது என்பதைப் பற்றிய இந்து சட்ட நூலாகும். இதனை எழுதியவர் ஜிமுதவாகனன் ஆவார்)

'பித்ர பதம் பிரபௌத்ர பரியந்தம் தத் பரியாந்தானமேவ பார்வனா விதினா பிண்ட தானோப காரகத்வஸ்யா விஷேஷாத்.' புத்திரன் என்பவன் மூன்று தலைமுறைகளுக்குக் கீழே இருப்பவர்களை உள்ளடக்கியது. ஏனென்றால் அந்த மூவர் 'பார்வண'* சிராத்தம் செய்யும் அதிகாரம் பெற்றவர்கள். (*சிராத்தங்கள் இரண்டு வகையில் நடத்தப்படுகின்றன. 'ஹிரண்யம்', 'பார்வணம்'. முதல் வகையை பொதுவாக வயதான, உடல் நலம் பாதிக்கப்பட்டவர்களுக்குப் பரிந்துரைக்கப்படுகிறது. பார்வண சிரார்த்தம் மிக முக்கியமானது. சரியான சடங்கும் கூட. இந்த நடைமுறையில் வேள்வி, அன்னதானம், பிண்டப் பிரதானம் நடத்தப்படும். ஏழு வகைப் பிண்டம் வழங்கப்படும். வசு/பித்ருவுக்கு 2, ருத்ர/ பிதாமகானுக்கு 2, ஆதித்யா/பிரம்மபிதாமகனுக்கு 2, உறவினர், சகோதரர், சகோதிரர்களுக்கு 1. இந்த முறை ஹிரண்ய சிரார்த்தத்தில் கிடையாது) அவர்கள் அர்ப்பணம் செய்யும் பிண்டத்தால் பித்ருக்கள் ஒரேவகையில் நிறைவு அடைகிறார்கள்." அவர் பேச்சு சிரார்த்த முறையிலிருந்து தொன்மைக் காலத்தில் சொத்துப் பிரிக்கும் வழிமுறை வரை சென்றது. 'அப்பாவின் கடனை, அவரிடமிருந்து எந்தச் சொத்தும் தனக்கு வராவிட்டாலும், மகன் வட்டியுடன் செலுத்த வேண்டும். பேரன் வெறும் அசலைச் செலுத்தினால் போதும். தாத்தாவுக்கு புத்திரனாக இருந்தால் அவன் அசலையும் ஏன் திருப்பிக் கொடுக்க வேண்டும்?"

தான் இங்கே வந்து உட்கார்ந்திருப்பது அவருக்குத் தெரியுமா? என்று காத்தியாயினி யோசித்தாள். இலட்சுமி வேறொரு வாசல் வழியாகப் போயிருந்தாள். அவர்கள் அந்தப் பேச்சைப் பேசுவது தனக்குக் கேட்க வேண்டும் என்ற நோக்கத்தில் அல்ல என்று அவள் அமைதியானாள். அதற்குள் சீனி அங்கே இருந்து வெளியே வந்தான். அவனும் தந்தைக்கு செய்யும் சிரார்த்தத்தில் வழக்கம் போல பங்கேற்றது போலத் தெரிந்தது. ஐந்து வயதான அவன் ஈரக் கோவணம் கட்டி இருந்தான். குதித்துக்கொண்டே வெளியே வந்த அவன் வரவேற்பறையில் உட்கார்ந்திருந்த காத்தியாயினியைப் பார்த்தான். உடனே யாரோ புதியவளைப்போல அவளைப் பார்த்தாலும் ஒரு நொடியில் அடையாளம் கண்டுகொண்டு, "அம்மா, இத்தனை நாள் எங்கே போயிருந்தே?" என்று கேட்டான். அவன் குரல் உள்ளே இருந்தவர்களுக்கெல்லாம் கேட்பது போல இருந்தது. அருகில் வருமாறு அவள் கை சைகை செய்தாள். அவன் வந்து வரவேற்பறைக் கதவருகே நின்றான். "என் அருகே வா சீனி" என்று மெல்லிய குரலில் சொன்னாள். "அம்மா இன்னைக்கு அண்ணா திதி. உனக்குத் தெரியாதா? நான் மடி. உன்னைத் தொடமாட்டேன்" என்று உள்ளே ஓடினான். காத்தியாயினிக்கு வருத்தமானது. ஆனால் ஐந்து நிமிடத்தில் மீண்டும் வெளியே வந்தான். இப்போது நேராக அம்மா அருகே வந்து அவள் மடி மீது கைகளையூன்றிக் கேட்டான்: "இத்தனை நாள் நீ எங்கே போயிருந்தே?"

"மைசூருக்குப் போயிருந்தேன்டா."

"இனி எங்கேயும் போகாதே" என்று குழந்தை தலைநிமிர்ந்து சொன்னது. அவள் அவன் தலையைத் தன் கைகளால் ஏந்தி மார்பில் அணைத்துக்கொண்டு முன்னால் சாய்ந்தாள். "அண்ணன் திதி செஞ்சு முடிச்ச பிறகு வர்றேன். அண்ணன் பிரசாதம் வாங்கி வருவாராம். உனக்கும் கொடுக்கிறேன்" என்று சொல்லி அவன் அவளிடமிருந்து தப்பித்துக் கொண்டு போனான். கதவருகே போனதும் மீண்டும், "நீ அங்கே எதுக்கு உக்காந்திருக்கே? உள்ளே வாம்மா" என்று சொல்லிக் குதித்துக்கொண்டே உள்ளே போனான்.

அதற்குள் பிராமணர்கள் சாப்பாடு முடிந்தது. மீண்டும் மந்திர தந்திரங்கள் அரை மணி நேரம் நடந்த பிறகு சிரார்த்தம் முடிவடைந்தது. மீண்டும் பத்து நிமிடம் சுப்பய்யா சாஸ்த்திரிகள்

அடுக்களைக்குப் போய் பாகீரதம்மாவிடம் பேசினார். பிறகு, "நாங்கள் இனி புறப்படுகிறோம். இன்னும் நீங்கள் சாப்பிடவில்லை" என்று புறப்பட்டார். கூட இருந்த மற்றொரு பார்ப்பனருடன் வேட்டி தட்சணை வாங்கிக்கொண்டு வரவேற்பறைக்குள் போகும் போது அவர் காத்தியாயினியைப் பார்த்துக்கொண்டே போனார். சாப்பிட வந்திருந்த மற்றொரு பிராமணர் அவளைக் கூர்ந்து பார்த்துக்கொண்டே போனார். அரிக்கன் சட்டியில் பார்வணப் பிண்டத்தை வைத்துக்கொண்டு அதை ஒரு துணியில் கட்டிக்கொண்டு வலது கையில் தாமிரச்சொம்பைப் பிடித்துக்கொண்டு குப்பய்யா ஆற்றுப் பக்கம் போனார். வரவேற்பறை அருகில் போகும் போது அவன் கண்ணும் அவள் மீது பாய்ந்தது. காத்தியாயினி வயிற்றில் மண்ணெண்ணெய் எரிவது போல இருந்தது. அவள் சுவரைப் பார்த்துக்கொண்டு உட்கார்ந்தாள். பத்து நிமிடம் கழித்து பார்வணம் விட்டு வரும் போதும் குப்பய்யாவின் சிறுத்த கண் அவள் பக்கம் திரும்பி இருந்தது. முன்பு இங்கே வரும் போது தலைகுனிந்து நடப்பவர் இப்போது தன்னை இப்படிப் பார்ப்பதைத் தாங்கிக்கொள்ள முடியாவிட்டாலும் அவள் வேறு வழியில்லாமல் உட்கார்ந்திருந்தாள்.

கால் மணி நேரத்திற்குப் பிறகு பண்டிதர் அங்கே வந்து அவளிடம் "இலை போட்டிருக்கிறது, சாப்பிட உள்ளே வா தாயி" என்றார். முன் போலவே அவர் அழைத்த விதத்தையும் மென்மையான குரலையும் கேட்டு மனதிற்கு நிம்மதியானது. அவள் சாப்பிட எழவில்லை. "நான் சாப்பிட்டு விட்டேன். நீங்கள் சாப்பிடுங்கள்" என்றாள். "பரவாயில்லை வா. இப்போ அது செரித்திருக்கும்" என்று அவர் அங்கேயே நின்றார். அதிகம் வாதம் செய்யாமல் அவள் சாப்பிட எழுந்தாள். பண்டிதர், ஸ்ரீகண்டய்யா, சீனி ஒரு வரிசையில் உட்கார்ந்தார்கள். காத்தியாயினிக்கு வேறொரு இலை போட்டிருந்தார்கள். குப்பய்யா உள்ளே கடவுள் இலையில் உட்கார்ந்திருந்தார். சாப்பிடும் போது யாரும் பேசவில்லை. குரல்வளையை நெரிக்கும் மௌனத்தில் பாகீரதம்மா பரிமாறினார். பாயசம், வடை, பருப்புவடை, இனிப்புச் சீயம், நறுக்கிய மாம்பழம், உரித்த ரசவாழைப்பழம் போன்றவை இலையை நிரப்பி இருந்தன. காத்தியாயினி வெறும் இரண்டு வாய் ரசம் சோறு சாப்பிட்டாள். அவளை யாரும் கட்டாயப்படுத்தவில்லை. அவர்கள் எல்லாம் தயிர் சோற்றுக்கு வரும் நேரம் சீனி தூக்கக் கலக்கத்தில் இருந்தான்.

தன் தகப்பனுக்கு ஆண்டுக்கொரு முறை படையல் வைக்கும் இந்த நாள் அதுவும் காலையிலிருந்து உபவாசம் இருந்தான். வாயில் இரண்டு பருக்கை விழுந்த பிறகு சோர்ந்து அங்கேயே சொக்கினான். பண்டிதர் ஆபோசனம் எடுத்துக் கொண்ட பிறகு ஸ்ரீகண்டய்யாவும் எழுந்தார்.

கை அலம்பிய பிறகு காத்தியாயினி மீண்டும் போய் வரவேற்பறையில் தான் முன்பு உட்கார்ந்திருந்த இடத்தில் போய் உட்கார்ந்தாள். அரை மணி நேரம் அங்கே யாரும் வரவில்லை. ஒவ்வொரு நிமிடமும் அவள் கழுத்தை நெரித்துச் சாகடிப்பது போல உணர்ந்தாள். கடைசியில் பண்டிதர் வந்து அவள் அருகில் இருந்த ஒரு கட்டில் ஓரத்தில் உட்கார்ந்தார். தான் எப்படிப் பேச்சைத் தொடங்குவது என்று காத்தியாயினிக்குத் தெரியவில்லை. ஐந்து நிமிடத்திற்குப் பிறகு பண்டிதர் சொன்னார்: “உன் கடிதம் வந்தது.”

துணிச்சலை வரவழைத்துக் கொண்டு காத்தியாயினி, “நான் அதில் எல்லாம் எழுதி இருந்தேன்” என்று சொல்லி முடித்தாள். அதற்குள் உள்ளே இருந்து அங்கே வந்து நின்ற பாகீரதம்மா, “நீ எழுதாம என்ன செய்வே? நீ இப்படி ஒரு காரியத்தைப் பண்ணிப் பிறந்த வீட்டையும் சேர்த்து வந்து சேர்ந்த வீட்டுக்கும் நல்ல மரியாதையை வாங்கிக் கொடுத்தே. இனி குழந்தையையும் கூட்டிக்கிட்டுப் போயி உன்னை மாதிரி ஒழுக்கங்கெட வைச்சுப் பாழடிச்சு, புகுந்த வீட்டை மொட்டையாக்கப் பாக்கிறாயா?” என்று ஒரே மூச்சில் பேசினார். அவருக்குப் பின்னாலேயே காத்தியாயினியின் அப்பா ஸ்ரீகண்டய்யா அங்கே வந்து, பண்டிதர் உட்கார்ந்திருந்த கட்டிலின் மற்றொரு விளிம்பில் உட்கார்ந்தார். உயரமான, ஆனால் இப்போது உடம்பு பெருத்திருந்தது. உலகியல்புக்கு ஏற்ற வகையில் நடைமுறை புத்திகொண்ட மனிதர். அதேபோல கடுமையாக மரபைப் பின்பற்றுபவர். பாகீரதம்மா மீண்டும் பேசினார். “இப்படி மரியாதை கெட்ட வேலையைச் செஞ்சுட்டு போதாதுக்கு இப்பக் குழந்தையையும் கூட்டிக்கிட்டுப் போயி உன்னைக் கட்டிக்கிட்டவனைக் காட்டி, ‘இவன்தான் உன்னைப் பெத்த அப்பன்டா சீனி’ன்னு சொல்ல வந்தியா? ஏதாவது சூடு சுரணை இருக்கா உனக்கு? உங்க அப்பாவே வந்திருக்காரு. அவர் உன் நடத்தையை மெச்சிக்கட்டும். பிறகு

அடுத்த பேச்சு. நாங்க இங்கே உன்னை வைதமா, அடிச்சமா, சோறு தண்ணி துணிமணிக்கு குறை வைச்சமா, அவருகிட்டயே சொல்லு."

ஸ்ரீகண்டய்யா, 'இனி என் முகத்தைப் பார்த்துப் பேசு' என்று சொல்லும் தோரணையில் ஒரு முறை செருமினார். மகள் எதுவும் பேசவில்லை. மீண்டும் முன்பை விட உரக்க இருமியதும் பயனளிக்காமல் போனது. இப்போது அவராகவே இங்கிலிஷில் பேச ஆரம்பித்தார். நீதிமன்றத்தில் வாதம் செய்து பழக்கமிருந்த அவர் பேச்சின் மிடுக்கை பாகீரதம்மா மொழி தெரியாவிட்டாலும் புரிந்துகொண்டார். விவரங்கள் தெரியாமல் இருந்தாலும், பண்டிதருக்கு அதன் கருத்து அவர் பேசும் தோரணையிலிருந்து புரிந்தது. அறநீதிகளின் மீது அரை மணி நேரம் பேசிய அவர், "இங்கிலாந்து நாட்டிலும் குழந்தைகள் மீதான அதிகாரம் பெற்ற அப்பன் வம்சத்தைச் சேர்ந்தது. அம்மா விதவையாகி வேறொரு திருமணம் செய்து கொண்டாலும், அந்தக் குழந்தைகளின் வம்சப் பெயர் பெத்த அப்பனுடையதாகத்தான் இருக்கும்' என்று சட்ட விதியைச் சொன்னார். முடிவாக அவளால் தங்கள் புனித வம்சத்திற்கு ஏற்பட்ட களங்கத்தைச் சுட்டிக் காட்டி, வையத் தொடங்கினார்: "யு ஆர் அ ராஸ்கல், அ டிஸ்கிரேஸ் டு த ஃபேமிலி. பெட்டர் சச் அன் அன்வர்தி டாட்டர் ஈஸ் நாட் பாரன்..." அவர் பேச்சு இன்னும் தொடர இருந்தது. அதற்குள் அது பண்டிதருக்குப் புரிந்து அவர் எழுந்து நின்று சம்பந்தியைப் பார்த்துச் சொன்னார்: "நடந்தது நடந்து போச்சு. இப்போ யார் யாரை வைதும் பயனில்லை. நம் வாயில் கெட்ட வார்த்தை வரக்கூடாது. நீங்கள் இருவரும் உள்ளே போங்கள். நான் அவளிடம் பேசுகிறேன்."

சம்பந்தியின் இங்கிலிஷ் பேச்சுத் தோரணையில் பாகீரதம்மாவுக்குத் துணிச்சல் வந்தது. கணவனின் பேச்சை அவர் கேட்கவில்லை. "உங்களுக்கு என்ன தெரியும்? பத்தாம்பசலி. அவரு லாயர். அவரே எல்லாம் பேசுவார். நீங்க சும்மா இருங்க" என்று அவர் அங்கேயே நின்றார். காத்தியாயினிக்குத் துயரம் உள்ளிருந்து அழுத்தியது. அவள் அப்பா சம்பந்தி வீட்டுக்கு வந்து போகக் கூடியவர் அல்ல. மகள் உயிரோடு இருக்கிறாளா என்றும் விசாரித்ததில்லை. இப்போது இங்கே வந்து போலீஸ் திருடனை ஏசுவது போலப் பேசுகிறார். என் அம்மா உயிரோடு இருந்திருந்தால்! என்று

தோன்றியது. தன் தாய் இறந்த பிறகு அவர் இரண்டாம் திருமணம் செய்து கொள்ளவில்லையா? என்ற கேள்வி மனதில் எழுந்தது. உள்ளிருந்து அழுத்திய துயரத்தால் விசும்பி விசும்பி அழத் தொடங்கினாள்.

“நீங்க ரெண்டு பேரும் உள்ளே போங்க” என்று பண்டிதர் மனைவியிடம் மீண்டும் சொன்னார்.

“நான் போக மாட்டேன். அவன் உங்க ஒருத்தர் பேரன் மட்டுமல்ல. என் மகனைப் பெத்தவ நான். என் வயிற்றெரிச்சல் உங்களுக்கு என்ன தெரியும்? அவன் வயித்தில பிறந்த வாரிசு அது. வளத்துக் காப்பாத்தறவ நான்” என்று பாகீரதம்மா பொலபொலவென்று அழத் தொடங்கினார்.

“நீங்க பெரியவங்க. அழுதா யாருக்கும் நல்லதல்ல. பொறுமையா இருங்க” என்று சமபந்தியம்மாவை ஆறுதல் படுத்தி ஸ்ரீகண்டய்யா எழுந்து பாகீரதம்மா அருகில் போனார். “முடிவை எங்கிட்ட விடுங்க” என்று அதிகாரக் குரலில் சொன்ன பண்டிதர் மேலே எழுந்து அவர் இருவரையும் ஒவ்வொரு கையில் பிடித்துக் கொண்டு கதவுக்கு வெளியே அனுப்பினார். பாகீரதம்மா அழுதுகொண்டே இருந்தார். அந்த அறைக் கதவை சாத்திக்கொண்டு பண்டிதர் உள்ளிருந்து கொக்கி போட்டுக் கொண்டார். வரவேற்பறையில் பண்டிதர், காத்தியாயினி இருவர் மட்டுமே இருந்தார்கள்.

4

காத்தியாயினி இன்னும் கேவிக் கேவி அழுதுகொண்டிருந்தாள். ஒரு நாற்காலியை இழுத்துப் போட்டுக்கொண்டு அவள் அருகிலேயே உட்கார்ந்து பண்டிதர் சொன்னார்: “இதுபோன்ற விஷயங்களில் அழுவதால் எந்தப் பயனும் இல்லை. ஆறுதலா இரு தாயி. இப்போது கோபமாகப் பேசுபவர்கள் யாரும் இல்லை. என்ன இருந்தாலும் என்னிடம் சொல்லு.”

காத்தியாயினி தலைநிமிர்ந்து அவர் முகத்தைப் பார்த்தாள். ஆரம்பத்திலிருந்து அமைதியான முகத்துடன் அவர் உட்கார்ந்திருந்தார். ஐந்து நிமிடத்தில் அவள் அழுகை நின்றது. பிறகு முந்தானையால் கண்களைத் துடைத்துக்கொண்டு சொன்னாள்: “பெத்த அம்மாவுக்குத் தன் குழந்தையை விட்டு

இருப்பது எவ்வளவு கஷ்டமுன்னு உங்களுக்குத் தெரியும். நான் ஒண்ணும் அதிகம் சொல்லத் தேவையில்லை."

"உண்மை" என்று பண்டிதர் தலையசைத்தார்.

"உங்களுக்கும் வீட்டில் சீனி இல்லாமல் சலிப்பாக இருக்குமுன்னு தெரியும். ஆனாலும் அவன் இல்லாமல் நான் எப்படி இருப்பேன்? அவனை அனுப்பி வைங்க."

இரண்டு நிமிடம் மௌனமாக இருந்து அவர் மெல்லச் சொன்னார்: "அம்மா, இது வெறும் மனம் அல்லது இதயப் பிரச்சினை அல்ல. இதைக் கொஞ்சம் பெரிய பின்னணியில் ஆராய்ந்து பார்க்க வேண்டும். பிள்ளையைப் பற்றி அம்மாவுக்கு அக்கறை இருக்கும். அதே அக்கறை எங்களுக்கு இருக்காதா? உனக்கிருந்த கணவன் இறந்து விட்டான். இப்போது புதுக் கணவர் இருக்கிறார். இறந்த இடத்தில் எங்களுக்கு புது மகன் கிடைப்பானா?"

காத்தியாயினி பதில் சொல்லத் தெரியாமல் அமைதியாக இருந்தாள். பண்டிதர் தொடர்ந்தார்: "இறந்த மகன் எங்களைச் சேர்ந்தவன். அவன் மகன் எப்படி உன் ஒருவளுக்கு மட்டும் சொந்தமாவான்? என் பார்வையில் பிள்ளைகள் அம்மாவுக்கு மட்டும் தனியாக சேர்ந்தவர்கள் அல்ல, அப்பாவுக்கும் சேர்ந்தவர்கள் அல்ல. அவர்கள் வம்சத்துச் சொத்து. யாரொருவராவது தனிப்பட்ட முறையில் உரிமை கொண்டாட முயன்றால் அவர்கள் யாருக்கும் கிடைக்கமாட்டார்கள். வம்சத்தில் தாங்களும் ஒருவராக இருக்கும் வரை அந்த வம்சத்து எல்லாவற்றின் மீதும் அவர்களுக்கு அதிகாரம் இருக்கும். அந்த வட்டத்திலிருந்து வெளியேறிப் போன பிறகு அந்த வட்டத்து மையப் புள்ளி என்னுடையது என்று சொல்வது என்ன நியாயம்?"

"நான் உரிமை, அதிகாரம் பற்றிப் பேசவில்லை. தொப்புள்கொடிக் கதறலைப் பற்றிப் பேசுகிறேன்."

"வம்ச விருட்சத்தைத் தவிர மற்ற எதுவும் அம்மாவின் பெருமையைப் பேச முடியாது. தாய், தந்தை, சகோதர சகோதரி உறவுகள் எல்லாம் வம்சப் பின்னணியில்தான் வரும். வம்சத்தின் நோக்கத்தை முழுமையடையச் செய்வதற்காகத்தான் ஆண் பெண் கணவன் மனைவி உறவு ஏற்படுகிறது. அந்த நோக்கத்துக்கு அப்பாற்பட்டு தாய்மை எங்கே இருந்து வரும்?"

காத்தியாயினியின் பேச்சில் மெல்லச் சூடு ஏறியது. "உங்கள் வாழ்க்கைப் பார்வையே வேறு. வம்சத்திற்காகத் தனி மனிதன் என்று நீங்கள் எண்ணினால், தனி மனித வாழ்க்கைக்கு நான் முக்கியத்துவம் கொடுக்கிறேன்."

பண்டிதர் அமைதியானார்: வாதத்தை வளர்த்த விரும்பவில்லை: "அடிப்படைப் பார்வையிலேயே வேறுபாடு இருக்கும் போது வாதத்தால் எந்தப் பயனும் இல்லை. வாதத்தை வளர்ப்பது வேண்டாம். குழந்தைகள் அப்பா அம்மாவுக்குப் பிள்ளையாக இருப்பது போலவே தாத்தா பாட்டிக்கும் பேரப்பிள்ளைகள் என்பதை நீ ஒத்துக்கொள்கிறாயா?"

காத்தியாயினிக்கு நினைவானது: முன்பு சீனி ஆறு மாதக் குழந்தையாக இருந்த போது ஒரு நாள் அவள் கணவன் இருவரும் சரசமாடிக் கொண்டிருந்தார்கள். 'குழந்தை என்னுடையது' என்று அவன் சொல்ல, இல்லை 'என்னுடையது' என்று அவள் வாதம் செய்தாள். அதற்குள் பண்டிதர் அங்கே வந்தார். சிரித்துக்கொண்டே அவன் அப்பாவிடம் நியாயம் கேட்டான். அவர் சிரித்துக்கொண்டே சொல்லி இருந்தார்: 'குழந்தைகள் அப்பாவுடையதும் அல்ல, அம்மாவுடையதும் அல்ல. அவை தாத்தாவின் பேரப்பிள்ளைகள்.' அந்த முடிவைக் கணவன் மனைவி இருவரும் ஏற்றுக்கொண்டார்கள். அவர் பார்வை ஆரம்பத்திலிருந்தே இப்படித்தான் இருக்கிறது என்று காத்தியாயினி யோசித்தாள்.

பண்டிதர் சொன்னார்: "ஒருவேளை நீயே குழந்தையை அழைத்துக் கொண்டு போகிறாய் என்று வைத்துக் கொள்வோம். பிற்காலத்தில் அவன் பெருமையுடன் பண்டிதர் வம்சத்துப் பெயரைச் சொல்வது போல வளர்க்க முடியுமா? தான் பிறந்த வீரியத்தின் பிரக்ஞை அதற்கு இருக்க வேண்டாமா? இன்று செய்தது போல பிற்காலத்திலும் தான் தந்தைக்கும் இதர பித்ருக்களுக்கும் சிரார்த்தம் செய்து தன் நன்றிக்கடனைச் செலுத்துவானா? உன் புதுக் குடும்ப வாழ்க்கையில் இவை எல்லாம் தலைகீழாகத் தெரியும் அல்லவா?"

"எனக்கு அதில் எல்லாம் நம்பிக்கை இல்லை."

"உனக்கு நம்பிக்கை இல்லை சரி. பிற்காலத்தில் அந்தக் குழந்தை வளர்ந்து பெரியவனான பிறகு அரசாங்க சட்டப்படி பண்டிதர் வம்சத்து சகல சொத்தும் அவனுக்குச் சேரும். எந்த வம்சத்து

நம்பிக்கை, மதம், பண்பாடு, தார்மீகப் பொறுப்புகளை அவன் நிராகரிக்கிறானோ, அந்த வம்சத்து சொத்தை ஏற்றுக்கொள்வதாவது எப்படி? நான் வெறும் பணம் என்னும் நோக்கத்தில் பேசவில்லை. மிக ஆழ்ந்த பொருளுடன் பேசுகிறேன். தாய் தந்தையரிடமிருந்து தேகத்தைப் பெற்றவுடன் அவருடையை தேகம், மானசீக, இதர பண்பாடுகள் நமக்கு வரும். நமக்கு வெறும் தேகம் தேவை, மற்றவை நம்முடையதல்ல என்பது குறுகிய மனப்பான்மையில் செய்யும் வாதம்."

காத்தியாயினி அமைதியானாள். எந்த வாதமும் அவளுக்குத் தோன்றவில்லை. பண்டிதர் தொடர்ந்தார்: "ஒரு வம்சத்து விதை தொடர வேண்டும் என்பதற்காகவே ஒரு சேத்திரத்தை மற்றொரு வம்சத்திற்கு தானமளிக்கிறார்கள். அந்த வம்சத்து விதையை தனக்குள் வளர்த்து விருட்சமாக்கிய பிறகு அந்தச் சேத்திரம் தன் நோக்கத்தில் நிறைவு பெறுகிறது. ஒருமுறை தாயானவள் எப்போதும் தாய்தான். மீண்டும் கன்னி போல புது மனைவியாக எப்படி முடியும்? பரிணாம வளர்ச்சியின் ஓட்டத்தில் ஒரு கட்டத்தைக் கடந்து போன பிறகு மீண்டும் கடந்து போன அதே கட்டத்து அனுபவம் என்பது பின்நோக்கிச் செல்வது போலல்லவா? அது படைப்பின் நியமனங்களுக்கு எதிரானது. பரிணாம வளர்ச்சியில் ஒரு முறை கடந்து போன பாதையை மீண்டும் விரும்புவது பாவமாகும்."

அவர் பேச்சைக் கேட்டு காத்தியாயினியின் முகம் ஒளி இழந்தது. முகத்தின் மீது நுட்பமான வேதனைச் சுருக்கங்கள் கண்டன. அதைக் கவனித்த பண்டிதர் மெல்லிய குரலில் சொன்னார்: "குழந்தை, உன்னைத் துன்புறுத்த வேண்டுமென்று நான் இதைப் பேசவில்லை. ஏதோ எனக்குத் தெரியாமலேயே நாக்கு பேசிவிட்டது. அரசாங்க சட்டப்படி குழந்தையை நீயே அழைத்துக்கொண்டு போகலாம். ஆனால் சட்டத்தில் அறம் கிடைக்காது. பண்டிதர் குடும்பம் கோர்ட் படி ஏற நான் வாய்ப்பளிக்க மாட்டேன். கடைசியாக ஒரு வார்த்தை சொல்கிறேன் கேட்பாயா?"

"சொல்லுங்க."

இப்போது அவர் குரல் உறுதியாக இருந்தது; ஆனால் கடுமையாக இருக்கவில்லை. "இறுதி முடிவை எடுக்கும் சுதந்திரம் உன்னுடையது தான். குழந்தையைக் கையில் எடுத்துக் கொடுக்கும் அதிகாரம்

எனக்கில்லை. வம்சத்து ஒரு கிளையை வெட்டி தானம் செய்யும் அதிகாரம் மற்றொரு கிளைக்குக் கிடையாது. அவனை இங்கே விட்டுப் போ என்று நான் எனக்காகவும், அல்லது உள்ளே அழுதுகொண்டு உட்கார்ந்திருக்கும் மூதாட்டியின் சார்பாகவும் பிச்சை கேட்க மாட்டேன். மூப்பில் அது எங்களுக்குத் துணையாக இருக்கட்டும் என்ற ஆசையும் எனக்கு எள்ளளவும் கிடையாது. குழந்தை மாடியில் படுத்திருக்கிறான். நீ நேராகப் படி ஏறி அங்கே போ. அமைதியாக என் பேச்சை சிந்தித்துப் பார். அழைத்துப் போகவேண்டும் என்று உன் ஆன்மா சொன்னால் எடுத்துக் கொண்டு போய்விடு. இடையில் அவளாகட்டும் உன் அப்பாவாகட்டும் உன்னைத் தடுக்காமல் நான் பார்த்துக் கொள்கிறேன்."

இந்த வார்த்தைகளை அவர் உறுதியான குரலில் சொல்லி அவர் எழுந்து அந்த அறைக் கதவைத் திறந்துகொண்டு உள்ளே போய் விட்டார். கதவுக்கு வெளியே பதற்றத்துடன் காத்திருந்த பாகீரதம்மா, "என்ன சொன்னீங்க" என்று கேட்டார். "நீ எதுவும் பேசாதே, வா" என்று பண்டிதர் மனைவியின் தோளைப் பற்றிக்கொண்டு அடுக்களைக்கு இழுத்துக்கொண்டு போனார். சமையலறையை உள்ளிருந்து அவர் கொக்கி போட்டது கத்தியாயினிக்குக் கேட்டது.

அவர் பேச்சு திடீரென்று இதுபோல முடிவடைந்ததை அவள் எதிர்பார்க்காதது மட்டுமல்ல, சக்திக்கு மீறிய பாரத்தை ஏற்றிச் சுமக்கச் சொல்வது போல இருந்தது. மிகப் பணிவுடன் அவள் பண்டிதருடன் வாதம் செய்யத் தயாராக வந்திருந்தாள். அதிக வாத விவாதங்களுக்கு அவர் இடம் கொடுக்கவில்லை. மனித இதயத்தையும் தொப்புள்கொடியின் கூவலையும் கேட்க வைக்க அவள் அங்கே வந்திருந்தாள். அதை அவர் வேறொரு பொருளில் புரிந்துகொண்டார். அவர் கருத்தைத் தெளிவாகவும், மென்மையான சொற்களாலும் சொல்லி, இப்போது அடுத்த பொறுப்பின் எல்லாச் சுமையையும் அவள் மீது ஏற்றி வைத்து விட்டு உள்ளே போய்விட்டார். தன் மீது அவர் கோபத்தைக் காட்டி இருக்கலாம். அதற்கு மாறாக, அழுதுகொண்டிருக்கும் தன் வயதான மனைவியைப் பிடித்து இழுத்துக்கொண்டு போய் கதவைச் சாத்தி உள்ளே இருந்து கொக்கி போட்டுக் கொண்டார். அது அவர் தனக்குச் சொல்லியது போல அவள்

எந்தத் தடைகளும் இல்லாமல் குழந்தையை அழைத்துப் போக வசதியாக இருக்குமென்று.

உள்ளே அழுதுகொண்டிருந்த மூதாட்டியின் பார்வையில் காத்தியாயினி இந்தச் சூழலைச் சிந்தித்துப் பார்த்தாள். அவரே சொன்னது போல இறந்த கணவன் இடத்தில் தனக்கு வேறொரு கணவன் கிடைத்திருக்கிறார். ஆனால் அவருக்கு இறந்த மகனை மறக்கடிக்க மற்றொரு மகனில்லை. அந்த இடத்தில் இந்தப் பேரன் இருக்கிறான். அவனை நான் அழைத்துக்கொண்டு போனால் அவர்களுக்கு யார் துணை? அது போலவே மாமாவின் பார்வையிலும் யோசித்தாள். அவர் நம்பிக்கையின்படி அன்பு, பாசம், மனித உணர்வுகள் எல்லாமும் ஒரு வரம்புக்குள் மட்டுமே தம் பொருளைப் பெறுகின்றன. வம்சம், அடுத்த தலைமுறையைத் தவிர ஏற்படும் தாய்மைக்கு அவர் பார்வையில் சிறப்பான மதிப்புக் கிடையாது. ஆனாலும் முடிவில் அவர் சொன்ன வார்த்தைகள் எப்படி அபிமானத்துடன் இருந்தன! “பண்டிதர் வம்சத்து மரியாதை கோர்ட் படி ஏற நான் விட மாட்டேன்”, “குழந்தையை விட்டுப் போ என்று நான் எனக்காகவாகட்டும், உள்ளே அழுதுகொண்டு உட்கார்ந்திருக்கும் மூதாட்டியின் சார்பாகவாகட்டும் பிச்சை கேட்கமாட்டேன். மூப்பில் அவன் எங்களுக்குத் துணையாக இருக்கட்டும் என்ற ஆசை எனக்கு எள்ளளவும் கிடையாது” அவர் கடைசியாகச் சொல்லி இருந்தார்: “குழந்தையை அழைத்துப் போகத்தான் வேண்டும் என்று உன் ஆன்மா சொன்னால் எடுத்துக் கொண்டு போய்விடு. அவளாகட்டும் உன் அப்பாவாகட்டும் உன்னைத் தடுக்காமல் நான் பார்த்துக் கொள்கிறேன்.” தன்னிடம் எல்லாப் பொறுப்பையும் விட்டு விட்டு அவர் தன்னைக் கடுமையான ஆன்ம சோதனைக்கு உட்படுத்திக் கொண்டு விட்டார்.

அவள் மனம் நொந்து போயிருந்தது. குழந்தையின் நினைவை மழுங்கடிக்கச் செய்யும் சிந்தனைகள், உணர்வுகள் அவளை ஆக்கிரமித்துக் கொண்டு அவள் தாய்மை உணர்வுடன் போராட ஆரம்பித்திருந்தன. எதிர்மறை உணர்வுகள் மிக வலுவாக இருந்தாலும் அவை தாய்மையை வீழ்த்த முடியாததாக இருந்தது. அவள் ஊமையாக உட்கார்ந்திருந்தாள். மேலே எழக் கால்களில் திராணி இருக்கவில்லை. எந்த ஒரு முடிவை எடுக்கவும் மூளையில்

வலிமை இருக்கவில்லை. தன் எல்லா ஆற்றலையும் ஒன்றுதிரட்டி எழுந்து நின்றாள். அந்த அறையின் எதிர்க் கதவு திறந்திருந்தது. எதிர்க் கூடத்து மற்றொரு பகுதியில் மாடிப் படிகள் மேலே மேலே ஏறிக்கொண்டு போயிருந்தன. கால்கள் மெல்ல அந்தப் பக்கமாக நடந்தன. கீழே ஓசை இல்லை. எல்லாம் வெளியேறி பாழடைந்த வீடு போல நிசப்தம் சூழ்ந்திருந்தது. ஓசை வராமல் காலடி எடுத்து வைத்துப் படி ஏறினாள். அந்த இடத்தில்தான் கடந்த இரண்டு ஆண்டுகளாக அவள் படித்து, உறங்கியது. ஒரு பெரிய புலித்தோல் மீது சீனி படுத்திருந்தான். அவன் மீது போர்த்தியிருந்த தாத்தாவின் நீல ஷால் பாதி கீழே சரிந்திருந்தது, பையனின் வயிறும், மார்பின் சிறு பகுதியும் தெரிந்தன. மனதில் எந்தக் கொந்தளிப்பும் இல்லாமல் அமைதியாக குழந்தையின் சுவாசம் சீராக இயங்கிக்கொண்டிருந்தது. காத்தியாயினி மகன் அருகில் அமர்ந்து அவன் முகத்தைக் கூர்ந்து பார்த்தாள். தன் முதல் கணவன் நினைவானது. அவருடைய முகம், உடல்வாகு. படுத்து உறங்கும் தோற்றப்பாங்கும் இதுபோலத்தான். அதே நீண்ட மூக்கு, அகலமான நெற்றி, பெரிய முகம். தாத்தாவின் உடல்வாகு மகன் வழியாக அந்தக் குழந்தையில் வளர்ந்திருந்தது. அந்தக் குழந்தை யாருடையது என்று அவள் உள்ளுணர்வு கேட்டது. பண்டிதர் வம்சத்திற்கும் அந்த சிசுவுக்கும் எந்த உறவும் இல்லை என்பதை அவள் மனசாட்சி ஒத்துக்கொள்ளவில்லை. இந்த வம்சத்தில் இணைந்த தன்னிடம் பண்டிதர் வம்சத்து ஒரு விதை முளைத்தது. அது இப்போது விருட்சமாகிக்கொண்டிருக்கிறது. அது எங்கே போனாலும் தன் விதையின் குணத்தையே வெளிப்படுத்தும்.

ஆனால் தான் அதற்காக வார்த்த ரத்தம், சதை, அது தன் ஆற்றலை உறிஞ்சிக் குடித்த பால், தான் அதன் மீது பொழிந்த ஆசை, விருப்பம், அன்பு, பாசம் இவற்றுக்கு மதிப்பில்லையா? கடவுளே, இந்த நிலைமையை எதற்குக் கொடுத்தாய் அப்பனே? தன் வயற்றில் பிறந்த குழந்தை மீதான என் அதிகாரத்தை நானே இப்படி வாதங்களால் உறுதிப்படுத்த வேண்டுமா? வாத வலிமை தேவைப்படுமளவிற்கு பலவீனமானதா தாய்மையின் இந்த உண்மை? என் தாய்மையின் உண்மை பலவீனமாகும் இந்த நிலைமைக்கு நான் ஆளாகிவிட்டேனே! வயிற்றில் யாரோ இரக்கமில்லாமல் கத்தியைக் குத்தி நூறு திருகு திருகுவது போல இருந்தது. வயிற்றிலும் இதயத்திலும் கொடூரமான வேதனை

உண்டானது. நெஞ்சைப் பிடித்துக்கொண்டு உட்கார்ந்து விட்டாள். உள்ளிருந்து அழுத்திக்கொண்டு சூடான கண்ணீர் பொங்கி வந்தது. விசும்பி விசும்பி அழுதாள். அவள் அழுகைச் சத்தத்திற்கு, அமைதியாகப் படுத்து உறங்கிக்கொண்டிருந்த குழந்தையின் மூச்சு சிறிது ஏறி இறங்கி, குழந்தை மறுபக்கம் புரண்டு படுத்தது. உடல் மீது போர்த்தியிருந்த ஷால் முழுமையாக ஒரு பக்கம் சரிந்தது. அம்மா தன் அழுகையை அடக்கி வாயை மூடிக்கொண்டாள். குழந்தையின் உடல் இப்போது முழுமையாகத் தெரிந்தது. அதை ஒரு முறை கண் நிறையப் பார்த்தாள். தன் முதல் கணவன் நஞ்சுண்ட பண்டிதர் நினைவானது. மனதின் பிடியையும் மீறி கடந்த காலத்திற்குச் சென்றது. மனதில் தாங்க முடியாத வேதனை உண்டானது. மெல்லக் குனிந்து குழந்தை நெற்றி மீது முத்தமிட்டாள். கடினமான முடிவொன்று அவள் முகத்தில் தோன்றியது. மீண்டும் குழந்தையின் பாதங்களுக்கு முத்தமிட்டு எழுந்து நின்றாள். இன்னொரு முறை பெரும் வெள்ளம் போல உள்ளிருந்து அழுகை பெருக்கெடுத்தது. அது வார்த்தைகளாக வெளிப்படும் முன்பே சேலை முந்தானையை வாயில் அழுத்திக் கொண்டு விரைவாக மாடிப்படிகளில் இறங்கினாள். கீழே இப்போதும் மனித ஜீவன்களின் ஓசை இருக்கவில்லை. அடுக்களைக் கதவு முன்போலவே மூடி இருந்தது.

வாய் விட்டு அழுவதற்கு முன் அவள் வீட்டு வாசலைத் தாண்டி வெளியே வந்திருந்தாள்.

5

வெளியே இன்னும் லேசாகத் தூறல் தூறிக்கொண்டிருந்தது. வானத்தை மேகம் சூழ்ந்திருந்ததால் நேரம் தெரியவில்லை. மங்கலாக இருள் கவிழ்ந்திருந்தது. மாடுகள் திரிந்து சகதியான தெருவில் தன் செருப்புக் கால்களை ஊன்றிக்கொண்டு காத்தியாயினி விறுவிறு என்று நடந்தாள். அந்த வீட்டுத் தெருவைத் தாண்டி ரயில் நிலைய வீதிக்குத் திரும்பும் போது எதிரில் இலட்சுமி கிடைத்தாள். காத்தியாயினியைப் பார்த்த இலட்சுமி, தானாக அங்கே நின்று கொண்டாள். ‘என்னுடன் கொஞ்சம் நேரம் வா’ என்று அவள் கையைப் பிடித்து அழைத்தாள். இலட்சுமி கையில் ஒரு குடை இருந்தது. அதன் துணையுடன் இருவரும் ஸ்டேஷன் வந்தடைந்து

ஒரு பெஞ்சின் மீது அமர்ந்தார்கள். இலட்சுமிக்கு எல்லா விஷயமும் தெரிந்திருந்தது. சீனப்பா எப்படிப் பேசி இருக்கலாம் என்பதையும் அவள் கற்பனை செய்துகொண்டிருந்தாள். வெறும் கையுடன் திரும்பிய காத்தியாயினியைப் பார்த்தே அவளுக்கு நடந்த சங்கதி தெளிவானது. காத்தியாயினி கேட்டாள்: “எங்கள் அப்பா இங்கே எப்போது வந்தார்?”

“நேற்று இரவு.”

“அவரை அழைத்தது யார்?”

“பாகம்மா.”

“உண்மையாகவா? மாமா இல்லையா?”

“அவரை அழைக்கச் சொல்லி பாகம்மா சொன்ன போது ‘நம்ம குடும்ப விஷயம் நாமதான் தீர்த்துக்கணும். அவர் வருவது வேண்டாம்’ என்றார். பாகம்மாதான் சீனப்பாவுக்குத் தெரியாமல் கடிதாசி எழுத வைச்சாங்க.”

காத்தியாயினிக்கு நடந்தவை எல்லாம் தெளிவானது. அவள் மெல்லப் பெருமூச்சு விட்டாள். “நீ எங்கள் யாருகிட்டையும் சொல்லாம எதுக்கு அப்படி செஞ்சே?” என்று இலட்சுமி கேட்ட கேள்விக்கு அவள், “அது உங்களுக்கே தெரியும்” என்றாள். இலட்சுமி அமைதியானாள். ஐந்து நிமிடத்திற்குப் பிறகு “நம் ஊழ்வினைப் பலன் நம்மை அதுபோல நடந்து கொள்ள வைக்கும்” என்றாள். காத்தியாயினிக்கு மௌனம் தேவையானது. அதனால் அவள், “இப்போதே இருட்டி விட்டது. நீங்க வீட்டுக்குப் போங்க” என்று சொன்ன பிறகு இலட்சுமி அவள் முதுகு மீது கைவைத்து. “மனசை திடப்படுத்திக்க. கவலைப்பட்டு பயனில்லை” என்று சொல்லி, தன் குடையை விரித்துப் பிடித்துக்கொண்டு புறப்பட்டுப் போனாள்.

சுற்றி இருள் கவிழ்ந்தது. இன்னும் வண்டி வந்திருக்கவில்லை. டிக்கட் வாங்குவது நினைவாகி காத்தியாயினி டிக்கட் கவுன்டருக்கு வந்தபோது, கடக்கொளா அருகே ஒரு சரக்கு வண்டி தடம் புரண்டுவிட்டது. நாளைவரை இந்தப் பாதையில் ரயில் போக்குவரத்து இல்லை என்று தெரிந்தது. ஸ்டேஷன் கடிகாரம் ஏழேகால் என்று காட்டியது. இனி மைசூர் போய் சேருவது எப்படி? அவள் மீண்டும் தான் உட்கார்ந்திருந்த

பெஞ்சின் மீது வந்து உட்கார்ந்தாள். அந்த ஊரில் தெரிந்த பல வீடுகள் இருந்தாலும் ஒரு இரவு தங்க இடம் கேட்டு யார் வீட்டிற்கும் போகவும் மனம் இடம் கொடுக்கவில்லை. இங்கேயே உட்கார்ந்திருந்தாலும் இங்கே சுற்றித் திரியும் யாராவது பார்த்து விடலாம். இரவை ஸ்டேஷனிலேயே கழித்தாலும் கழிக்கலாம். ஆனால் நன்றாக இருட்டி மக்கள் தூங்கும் வரை எங்கேயாவது போவது நல்லது என்று அங்கே இருந்து எழுந்தாள். கால்கள் பிண்டார சேரியைத் தாண்டி நதிக்கு அருகே அழைத்துக் கொண்டு போயின. கௌரி படித்துறையின் ஒரு படி மீது உட்கார்ந்தாள். நதியில் சாதாரண வெள்ளம் வந்திருந்தது. வெளியில் இருட்டு சூழ்ந்திருந்தாலும் தொலைவில் போட்டிருந்த மின்சாரக் கம்பம் மெல்லிய ஒளியைப் பரப்பிக் கொண்டிருந்தது. ஆனால் தொலைவாக உட்கார்ந்திருந்த அவளுக்கு அங்கே எந்தப் பொருளும் தெளிவாகத் தெரியவில்லை. வெளிச்சத்தை விட இருட்டில் உட்காருவதே அவளுக்குத் தேவையாக இருந்தது. மேலே இருந்து சொட்டுச் சொட்டாகத் தூறல் துளி வீழ்ந்துகொண்டே இருந்தது. சேலை ஈரமாகி இருந்தது. அதையே தலைக்கு முக்காடாகப் போட்டுக்கொண்டு உட்கார்ந்தாள். மனம் அதுவரை நடந்த நிகழ்வுகளை அசைபோட்டுக் கொண்டிருந்தது.

அன்று மாலை நடந்தவை எல்லாம் ஒருமுறை நினைவில் வந்து போன பிறகு, மனம் இப்போது ஐந்து ஆண்டுகளுக்கு முன் இதே நதியில் நடந்த நிகழ்வை நினைத்துக் கொண்டது. ஐந்து ஆண்டுகளுக்கு முன்பு இதே ஆனி மாதத்தில் இதே நாள், அவள் கணவன் நஞ்சுண்ட பண்டிதன் இதே நதியில் மூழ்கிப்போயிருந்தான். அவள் அவனை உயிருக்கும் மேலாகக் காதலித்திருந்தாள். அவனிடம் மனதைப் பறிகொடுத்திருந்தாள். தன்னைத் தனியாக விட்டு விட்டு அவன் நதிக்கு பலியான நாள் தான் பட்ட துயரத்தை யார்தான் அறிவார்கள்? தனக்கும் இறந்துவிடும் தீவிரமான எண்ணம் இருந்தது. இதே நதியில் தானும் மூழ்கிச் சாகவேண்டும் என்ற விருப்பம் இருந்தது. தன் மனதை மாமா புரிந்துகொண்டிருக்கலாம். அதனால் அவர் என் அருகில் அமர்ந்து, “இந்தப் பிள்ளைக்காகவாவது நீ உயிரோடு இருக்கணும் தாயி” என்று ஆறுதல் சொல்லி இருந்தார். இப்போது தான் இல்லாமலேயே குழந்தை வாழும். தானும் பழங்காலத்தில் நடந்தது போல சதி வழக்கத்தைக் கடைப்பிடித்திருந்தால், கணவன்

எரியும் சிதைக்குப் பதிலாக தன் கணவனை விழுங்கிய நதியில் பாய்ந்திருந்தால், இவ்வளவு பிரச்சனைகள் வந்திருக்காது. ஐந்து ஆண்டுகளுக்குப் பிறகு இன்று வாழ்க்கை தன்னை மீண்டும் இழுபறிக்கு ஆளாக்கி தன் தொப்புள்கொடியைத் தன்னிடமிருந்து வேறுபடுத்திவிட்டது. மக்கள் பார்வையிலும் நான் துச்சம். இப்போதும் காலம் மீறவில்லை, நதிக்கு பலியாவது நல்லது.

சாக வேண்டுமென்ற எண்ணம் அழுத்தியது. ஆனால் பேசாத மௌன ஆற்றல் ஒன்று அந்த விருப்பத்தை இழுத்துப் பிடித்தது போல இருந்தது. 'என் வாழ்க்கைக்கு அர்த்தமில்லாத போது என்னை சாக விடாத சக்தியாவது எது?' என்று அவள் யோசித்தாள். அந்த யோசனையிலேயே இரண்டு முறை எழுந்து தண்ணீர் அருகே போய் நின்றாள். மீண்டும் இரண்டு படி மேலே வந்து அமர்ந்தாள். மக்கள் நடமாட்டம் இல்லாத அந்தப் பகுதியில் பால் பொங்குவது போல ஓசையை எழுப்பிக்கொண்டு மழைக்காலத்து நதி ஓடிக்கொண்டிருந்தது.

திடீரென்று தன் மீது ஒளி பாய்ந்தது போலத் தெரிந்தது. அதிலிருந்து தப்பித்துக் கொள்ள அவள் முதுகைத் திருப்பிக் கொண்டாள். தன்னை நோக்கி ஒளி பாய்ச்சியது போலானது. யாராக இருக்கலாம்? என்று துணிச்சலுடன் திரும்பிப் பார்த்தாள். ஒரு ஆகிருதி மெல்லப் படி இறங்கி இடையில் தடுமாறிக்கொண்டு தன்னை நோக்கி வரத் தொடங்கியது. அந்தத் தெளிவற்ற உருவம் நெருங்கி வந்து அவள் கையைப் பிடித்துக் கொண்டது. மென்மையான, நம்ப முடியாத குளிர்ச்சியான ஸ்பரிசம். ஈரக் கை பிடியிலேயே அது ஆண் என்பது அவள் அறிவுக்கு எட்டியது. அவன் நெருங்கி அமர்ந்து அவளை அருகில் இழுத்துக் கொண்டான். அவள் ஈரச் சேலையில் நீர் சொட்டியது. தலை சுற்றி தனக்கு நினைவு இழந்து விடும் போலத் தோன்றியது. அவனை இறுகத் தழுவிக்கொண்டு விம்மினாள். "என்னை எதற்காகத் தேடிக்கொண்டு வந்தீர்கள்? நானொரு பாவி."

"நட, போகலாம்." அவள் காதில் கிசுகிசுக் குரல் கேட்டது.

"உங்களோடு அழைத்துக் கொள்ளுங்கள்" என்று அவள் தண்ணீரில் மூழ்கச் சாய்ந்தாள். ஆனால் அது அசாமானிய ஆற்றலுடன் அவளை மேலே தூக்கியது. இறுகப் பற்றிக்கொண்டு தடுத்ததும் அல்லாமல் அதிர்ச்சியால் அரற்றியது. அதட்டல் குரல் அவளை எச்சரித்தது.

"என்ன செய்கிறாய்? ஏதாவது அசம்பாவிதம் நடந்திருந்தால் நான் எப்படி உயிரோடு இருப்பேன்? கூட்ஸ் வண்டி தடம் புரண்டது என்று தெரிந்தவுடன் சைக்கிள் ஏறி தேடிக்கொண்டு வந்தேன்."

அது நஞ்சுண்டன் அல்ல, ராஜா என்பது அவள் அறிவுக்கு எட்டியது. காயம் கொண்ட விலங்கைப் போல உரக்க அழுதாள். அடைச்சாரல் மழை ஓய்வில்லாமல் இரக்கமின்றிப் பொழிந்தது. "என்னைத் தேடிக்கொண்டு இவ்வளவு தூரம் வந்தீர்களே!" என்று அவள் அவருள் கலந்து விடுவதைப் போல அவன் மார்பில் முகத்தைப் புதைத்துக் கொண்டாள்.

★★★

படலம்: பதினாறு

1

கருணாவைத் திருமணம் செய்துகொண்ட எட்டு ஆண்டுகளில் டாக்டர் ராயர் நூலின் இரண்டாவது தொகுப்பும் வெளியாகி, தட்டச்சு செய்யப்பட்ட மூன்றாவது பிரதி பதிப்பாளரைச் சென்றடைந்திருந்தது. ராயரின் புலமைக்கு உலகத்தில் வெற்றி கிடைத்திருந்தது. அகில இந்திய வரலாறு அமைப்பு மாநாட்டில் அவரை ஒரு ஆண்டு முக்கியத் தலைவராகத் தேர்ந்தெடுத்து கௌரவித்திருந்தது. இங்கிலாந்தில் இரண்டு அமெரிக்காவில் மூன்று பல்கலைக்கழகங்கள், தங்கள் பல்கலைக்கழகங்களுக்கு வருகைதரு பேராசிரியராக வரவேண்டுமென்று அழைத்திருந்தன. வெளியிலிருந்து வந்த வெற்றியின் பலனாக மைசூர் பல்கலைக் கழகம் அவரை பேராசிரியராக நியமனம் செய்தது. இப்போது அவர் பேராசிரியர்களுக்காகக் கட்டிய பங்களாவில் வசிக்கிறார். அவர் தினசரி வாழ்க்கை மட்டும் மாறவில்லை. காலை ஒன்பது மணிக்கு நூலகம் போனால் இரவு எட்டு மணிவரை அங்கேயே இருப்பார். தட்டச்சு செய்யும் வேலை இருந்தால் கருணாவும் தங்குவாள். இல்லை என்றால் அவளும் நூலகத்தில் வாசித்துக் கொண்டிருப்பாள். இரவு எட்டு மணிக்கு இருவரும் வீடு திரும்பி வந்து, சமையல்காரர் பரிமாறும் உணவைச் சாப்பிட்டு விட்டு, ஒரு மணி நேரம் நடைபழகப் போவார்கள். அப்போதும் அவர்

பேச்சுக்கள் ஆய்வைப் பற்றியே இருக்கும். அன்று அவர் வாசிக்கும் போது தோன்றிய புதிய கருத்தொன்றை ராயர் சொல்வார். அதைக் குறித்து கேள்விகளைக் கேட்பாள். ராயர் விவரமான வாதங்களால் தம் கருத்துக்கு ஊட்டமூட்டுவார். சில நாட்கள், இப்படிப் பேசிக்கொண்டே அவர்கள் மாவட்ட அலுவலக மைதானத்திலாவது, கோர்ட் வளாகத்து ஒரு மரத்திற்குக் கீழேயாவது இரவு பதினொரு மணிவரை உட்கார்ந்து விடுவார்கள். வீட்டுக்கு வந்த பிறகு அவர் நியாயப்படுத்திய கருத்தை எழுதி வைப்பார். இப்போது கருணாவின் சில நேரங்களும் ராயர் பொழுது போலவே ஆகியிருந்தன. அவளும் நடு இரவு இரண்டு மணிவரை வேலை செய்துவிட்டு காலை எட்டு மணிக்கு எழுவாள்.

மூன்றாவது தொகுப்பின் தட்டச்சுப் பிரதி பதிப்பாளரிடம் சேர்ந்து இரண்டு ஆண்டுகள் ஆனாலும் அச்சகத்துக்குப் போயிருக்கவில்லை. போர் தாக்கத்தால் காகிதத் தட்டுப்பாடு உலகம் முழுதும் இருந்தது. அச்சகங்கள் போர்ச் செய்திகளை அச்சடிப்பதில் மும்முரமாக இருந்தன. ராயர் பதிப்பாளர் புகழ் பெற்ற தொழிலதிபராக இருந்து அவர் சொந்த அச்சகம் வைத்திருந்தாலும் கூட பணிகள் நின்று போயிருந்தன. அதனால் அவர் ராயருக்கு எழுதி இருந்தார்: “உங்கள் மூன்றாம் தொகுப்பின் கைப்பிரதி கிடைத்துள்ளது. இந்தப் போர் முடியும் வரை எங்களால் எதுவும் செய்ய இயலாது. எங்கள் பணிக்கு காகிதம் கிடைப்பதில்லை. எங்கள் சொந்த அச்சகம் இருந்தாலும் அதை எங்கள் பணிக்குப் பயன்படுத்த முடியாது. எங்கள் கைவசம் இருக்கும் புத்தகங்களை எல்லாம் நிலவறையில் இருக்கின்றன. இந்தப் பெரும் நகரத்தின் மீது குண்டு வீச்சுக்கள் நடக்கின்றன. உங்கள் கைப்பிரதி நாசமானாலும் வியப்பில்லை. நீங்கள் மற்றொரு பிரதியைத் தங்களிடம் வைத்துக்கொள்வது நல்லது. ஒருவேளை லண்டன் அலுவலகம் குண்டு வீச்சால் அழிந்துபோனாலும், நியூயார்க், டொராண்டோ, சிட்னிகளில் இருக்கும் எங்கள் கிளை அலுவலகங்கள் உங்கள் எல்லாத் தொகுப்புக்களையும் வெளியிடும். இந்தச் சூழ்நிலையால் மனம் தளர்ந்து மற்ற தொகுப்புக்களின் பணியை மட்டும் நிறுத்தி விடவேண்டாம்.”

போர் தாக்கம் இந்தியாவிலும் ஏற்பட்டது. சில சமயம் ராயர் தம் மனைவியுடன் ஆராய்ச்சி செய்யப் பயணம் மேற்கொள்ள வேண்டி இருக்கும். ஜாவா, போர்னியா, சுமாத்ரா நாடுகளுக்கு

போய் வரவேண்டி இருந்தது. அபாயப் பகுதிகளான அங்கே போக அவருக்கு அனுமதி கிடைக்கவில்லை. இந்தியாவிலேயே தமக்குத் தேவையான இடங்களைச் சுற்றச் சிரமமாக இருந்தது. ஐரோப்பிய நாடுகள் எல்லாம் போரில் தொடங்கி இருந்ததால் அங்கே இருக்கும் அறிஞர்களுக்கு ராயர் எழுதிய கடிதங்கள் சென்றடைவதில்லை. ஒருவேளை அவர்கள் கை சேர்ந்தாலும் பதில் வருவதில்லை. பேரிஸ் பேராசிரியர் ஒருவர், 'இந்தப் போரில் பிழைத்திருந்தால் மட்டுமே மானுட இனத்தின் வரலாறு. இல்லையென்றால் வரலாறு முடிவடைந்தாலும் வியப்பில்லை' என்று ஒரே பத்தியில் கடிதம் எழுதி இருந்தார்.

ஆனாலும் ராயர் தம் பணியைத் தொடர்ந்து செய்து கொண்டிருந்தார்.

கருணாவின் திருமணம் முடிந்து நான்கு ஆண்டுகளுக்குப் பிறகு அவள் தந்தை நிர்வாணம் அடைந்தார். மகள் மைசூர் பேராசிரியரை, அவர் முதல் மனைவி இருந்தாலும் திருமணம் செய்து கொண்டது தெரிந்து அவருக்கு வருத்தமானது. ஆனால் எல்லாம் முடிந்த பிறகு என்ன செய்ய முடியும் என்று அமைதியானார். அது மகள் வாழ்க்கையின் விருப்பம், அந்த விருப்பத்திற்கு ஏற்றவர் டாக்டர் ராயர் என்பதைப் புரிந்து கொண்டு அவர் இது சகஜம் என்று நினைத்து மனதை ஆறுதல் படுத்திக்கொள்ள முயன்றார். அப்பா இறந்த செய்தி அறிந்து கருணா தனியாக ஊருக்குப் போய் அண்ணன் வீட்டில் ஒரு வாரம் மட்டுமே தங்கியிருந்து திரும்பிவிட்டாள். மீண்டும் ஊருக்குப் போக நேரம் கிடைக்கவில்லை. உற்சாகமும் இல்லை.

சமீப காலமாக அவள் சமையல்காரரிடம் பேசும் அளவிற்குக் கொஞ்ச நஞ்சம் கன்னடம் பழகி இருந்தாள். ராகப்பா மாத்வ பிராமணர். சமையல் அவர் தொழிலாக இருக்கவில்லை; கற்றும் இருக்கவில்லை. உலக நடைமுறைகளில் அதிக அறிவு இல்லாதவர். நான்கைந்து வீடுகளில் சொன்ன வேலையைச் செய்துகொண்டிருந்தார். சிறுவயதிலேயே தம் சொந்தங்களை இழந்திருந்த அவருக்குத் திருமணம் நடந்த ஆறு மாதத்திலேயே மனைவியும் கூட இறந்துவிட்டாள். ராயர் வீட்டில் சேர்ந்த பிறகு, சமையல் வேலைகளை கருணாவே தனக்குத் தெரிந்த அளவுக்கு சொல்லிக் கொடுத்திருந்தாள். அதே முறையைப்

பின்பற்றி எள்ளளவும் பிசகாமல் ஒரே ருசியில், சோறு, குழம்பு, கூட்டு சமைத்துத் தினமும் பரிமாறுவார். அவரை விட நல்ல சமையல்காரர்கள் கிடைத்தாலும் அவர்கள் அவரை விடவில்லை. அப்போதே ஐம்பது வயதான அவருக்கும் வேறு கதியிருக்கவில்லை. கடைக்குப் போய் வருவதிலிருந்து பால், தயிருக்குப் பணம் கொடுப்பது வரை அவரே செய்வார். ஒரு நாளும் ஒரு சல்லிக் காசுக்கும் பொய் கணக்குக் கொடுத்து ஏமாற்றியவரல்ல. அவர்கள் இருவரும் ஒரு மாதம் பயணம் சென்றாலும் நம்பிக்கையுடன் வீட்டைப் பார்த்துக்கொள்வார். தான் பரிமாறும் உணவை விடவும் அதிகமாக நம்பத் தகுந்தவராக இருந்ததால் அவர்களுக்கு மிகவும் தேவையான மனிதராகி விட்டார். மதியம் மூன்று மணிக்கு பிரட், தேநீரையும் கூட நூலகத்திற்குக் கொண்டுவந்து கொடுப்பார்.

2

நான்காம் தொகுப்பின் பணிகள் நிரந்தரமாக நடந்து கொண்டிருந்தது. பத்தாம் நூற்றாண்டிலிருந்து முஸ்லிம்கள் ஆட்சியை முழுமையாகவும் இந்தியப் பண்பாட்டு வாழ்க்கையையும், போராட்டங்களையும் அதில் சொல்ல வேண்டி இருந்தது. தங்கள் ஆய்வுக்காக அவர்கள் இருவரும் ராஜஸ்தானில் இருக்கும் எல்லா அரண்மனைகளையும் பார்த்து, அந்த அரண்மனைகளில் கிடைக்கும் வரலாற்று ஆவணங்களைப் பரிசீலனை செய்தார்கள். புனேயின் பேஷ்வா ஆவணங்களையும் பார்த்து வந்தார்கள். எழுத்தைத் தொடங்க ராயருக்கு இன்னும் நம்பிக்கை போதவில்லை. விஜயநகரத்தைக் குறித்தும் அவர் புதுப் பார்வையில் இன்னும் பல விஷயங்களை சேகரிக்க வேண்டி இருந்தது. இந்தியப் பண்பாட்டின் பெரும் போராட்டத்துக் காலத்தை எழுதுவது அவருக்கும் கடினமான பணியாகத் தோன்றியது.

பிப்ரவரி மாதக் கடைசியில் அவர் உடல்நிலை கெட்டது. இந்த நூலுக்காக அப்போதே பன்னிரண்டு ஆண்டுகள் ஓய்வில்லாமல் உழைத்திருந்தார். ஒரு நாளும் அவராக வேலையை நிறுத்தியதில்லை. உற்சாகம் அதிக வலுவாக இருந்தாலும் அதன் தாக்கத்தை ஏற்கும் ஆற்றல் அவர் தேகத்திற்கு இருக்கவில்லை. நாற்பத்தி ஏழு வயதிலேயே அறுபது வயதுக்காரரைப் போலத் தோற்றமளித்தார். இரவு உணவிற்குப் பிறகு நடைபழகப் போனால்

ஐந்து நிமிடத்தில் அசதி ஏற்படும். பெரியதொரு நூலைக் கையில் பிடித்துக்கொண்டு சாய்வு நாற்காலியில் உட்கார்ந்திருந்தால், வாசிக்க வாசிக்க கை சோர்ந்து போகும். சில நேரம் கருணாவிடம் குறிப்புகளைச் சொல்லும் போது பேச ஆயாசமாகும். ஆனாலும் அவர் வாரத்திற்கு ஐந்து மணி நேரம் ஆனர்ஸ், எம்.ஏ. மாணவர்களுக்குப் பாடம் எடுக்க வேண்டும். சரியாகச் சாப்பாடும் சேர்வதில்லை.

கருணா வீட்டிற்கு மருத்துவரை அழைத்தாள். மருத்துவர் ராயரை மருத்துவமனைக்கு அழைத்துக் கொண்டு போய் விரிவாக உடல் பரிசோதனை செய்து, 'எந்த நோயும் இல்லை. வேலைப் பளுவால் இப்படி ஆகி இருக்கிறது. உடலுக்கு ஓய்வு தேவைப்படுவது போல மூளைக்கும் தேவை. நான் எழுதிக் கொடுக்கும் டானிக் எடுத்துக் கொள்ளுங்கள். இரண்டு மாதம் இந்த ஊரை விட்டு எங்கேயாவது பருவநிலை மாற்றத்திற்குப் போய் வாருங்கள். ஏதாவது மலைப் பிரதேசமாக இருந்தால் நல்லது. தினமும் காலை மாலை அங்கே உடம்பு வியர்க்க நடக்கவும். தினமும் செய்தித்தாள்களை வாசிக்காமல் இருந்தாலும் நல்லது. மனதிற்கு முழுமையாக ஓய்வு தேவைப்படுகிறது. அப்படிச் செய்யாவிட்டால் விபரீதமாகலாம்.

மருத்துவர் பரிந்துரையைக் கருணா ஆமோதித்தாள். செய்ய வேண்டிய பணிகள் நிறைய இருந்ததால் ராயர் ஓய்விற்கு ஒத்துக்கொள்ளவில்லை. கருணா பிடிவாதம் பிடித்த பிறகு ஒத்துக்கொள்ள வேண்டியதானது. மருத்துவர் சொல்லியது போல நந்தி மலைக்குப் போனார்கள். மார்ச் மாதம் மூன்றாம் வாரமாக இருந்ததால் கல்லூரிக்கு விடுமுறை இருந்தது. கூடவே வரச்சொல்லி சமையல்காரர் ராகப்பாவை அழைத்தாலும், அங்கே அவருக்கு சலிப்பாக இருக்குமென்று சொல்லி அவர் வீட்டிலேயே தங்கி விட்டார். முன்பே எழுதி கப்பன் பவனில் விசாலமான ஒரு அறையை முன்பதிவு செய்து அவர்கள் இருவரும் நந்தி மலைக்குப் போனார்கள். அப்போது ராஜா மைசூரில் இருக்கவில்லை. குடும்பத்துடன் பெங்களூரில் இருந்தான். வழியில் இறங்கி அவன் வீட்டிற்குப் போகும் விருப்பம் ராயருக்கு இருந்தாலும் கருணா ஒத்துக்கொள்ளாததால் அவர்கள் பெங்களூரிலிருந்து நேராக டேக்சியில் நந்தி மலைக்கு வந்து இறங்கினார்கள்.

மலை மீது இருந்த பருவநிலை ராயருக்கு மட்டுமல்லாமல் கருணாவிற்கும் பிடித்துப் போனது. இருவரும் இரவு சீக்கிரமாகப் படுப்பதைப் பழகிக் கொண்டார்கள். காலை ஐந்து மணிக்கு எழுந்து முகம் அலம்பிக் காப்பி பருகிய பிறகு நடைபழகப் புறப்படுவார்கள். ஒவ்வொரு நாள் மலை மீதே ஏழெட்டு சுற்று சுற்றுவார்கள். சில நாட்கள் வீரபத்ரசாமி கோவில் வழியாக நந்தி கிராமத்துப் பக்கம் சிறு தொலைவு இறங்குவார்கள். வழியில் ஏதாவது மண்டபத்தில் அமர்ந்திருந்து பிறகு மெல்ல மேலே ஏறுவார்கள். திரும்பி வரும் போது ராயருக்கு ஆயாசமாக இருக்கும். கருணா அவர் கையைப் பிடித்துக்கொண்டு முன்னால் நடப்பாள். எட்டு மணிக்கு தங்கள் விடுதிக்கு வந்து குளிக்கும் போது உணவகத்திலிருந்து அங்கே சிற்றுண்டியும் பாலும் வந்திருக்கும். மாலை நடைபழக அவர்கள் மோட்டார் சாலையில் ஒரு மைல் இறங்குவார்கள். சில நாட்கள் மதியம் இருவரும் பூந்தோட்டத்திற்குச் சென்று குளிர்ச்சியான மரங்களுக்குக் கீழே உட்காருவார்கள். மலைக்கு தினமும் வரும் உல்லாசப் பயணிகளையும், கோடையில் தங்களைப் போலவே வந்து தங்கி இருப்பவர்களையும் பார்த்துப் பொழுதைக் கழிப்பார்கள். சில நாட்கள் மதியம் ராயர் குட்டித் தூக்கம் போட்டால் கருணா தனியாக பங்களாவுக்கு வெளியே மரங்கள் நிழலில் உட்காருவாள். இதுவரை அவள் மனம் எப்போதும் வேலையில் ஈடுபட்டிருக்கும். அவர்கள் தொழில் வாழ்க்கையில் முதல் முறையாகக் கிடைத்திருக்கும் இந்த ஓய்வு நாட்களில் இது தான் தனிப்பட்ட வாழ்க்கையைப் பற்றி யோசிக்க வைத்தது. அந்த மலை உச்சி மீது உட்கார்ந்து கொண்டு கீழே வெகு தூரம் பரவிக்கிடக்கும் பகுதிகளைப் பார்ப்பார்கள். நடு நடுவில் பரப்பி விரித்த வெள்ளித் தகடுகள் போலத் தெரிந்த சில குளம் குட்டைகள், ஏறி இறங்கிய குன்றுகள் வரிசையாக இருந்தாலும் அந்தப் பரப்பு அவளுக்கு பலவகை இருத்தல்களை இழந்து, வறண்ட, ஏகவடிவத்து வெட்டவெளி போலத் தெரிந்தது. அந்த ஏகவடிவத்தில் எந்த அழகும் தெரியவில்லை. மனித வாழ்க்கையை அழுத்திப் பிடித்து மிதிக்கும் மௌனம் வானிலிருந்து பூமிவரை தன் செருக்கைக் காட்டியது. கோடை வெயில் எரிச்சல் கண்ணுக்குச் சோர்வை உண்டு பண்ணியது.

ஒருநாள் அப்படி உட்கார்ந்திருந்த போது மனம் தாய் தந்தையரை நினைத்துக் கொண்டது. அம்மா அவள் திருமணத்தைச் செய்ய

வேண்டுமென்று தவித்துக்கொண்டிருந்தார். மகள் வயிற்றுப் பிள்ளைகளையும் விளையாட வைக்கும் ஆசை அவளுக்கு. அந்த விருப்பம் அப்பாவுக்கும் இருந்தது. இப்போது அவர்கள் இருவரும் இறந்து போய் விட்டார்கள். 'தான் கரம் பற்றிய ராயரைத் தவிர தன் மனத்தின் மீது அதிகாரம் செலுத்தக் கூடிய, தன் சொந்தம் என்பவர் யார் இருக்கிறார்கள்?' ஊரில் இருக்கும் அண்ணனுக்கும் அவளுக்கும் இப்போது கடிதப் போக்குவரத்து அருதியாகக் கிடையாது. சிங்களத்தை விட்டு அவள் வாழ்க்கை வேர் வேறொரு நிலத்தில் பதிந்து விட்டது. கணவருடன் எப்போதும் வாசிப்பு, ஆராய்ச்சி, அறிவுசார் நிலையிலேயே வாழ்க்கை நடந்துகொண்டிருந்தது. அந்த உயரத்திலிருந்து அவரைக் கீழே இறக்கி நடத்த முடியவில்லை. ராயர் பல சமயம் ஆவலுடன் வேடிக்கையாகப் பேசுவார்; அணுக்கமாகப் பேசுவார். அவளும் அந்த வாழ்க்கைக்குப் பழகிப்போனாள்; அதையே விரும்பினாள். ஆனால் வேறு எந்த முகங்களும் இல்லாமல் வெறுமனே மனத்தளவில் உறவிருக்கும் ஜீவன் ஒன்றை அவள் விரும்பி இருந்தாள்.

தங்கள் இருவரின் தாம்பத்தியத்தின் பலனாக தானொரு குழந்தைக்குத் தாயாக வேண்டுமென்ற விருப்பம் அவளிடம் உதித்தது. அந்த ஆசை தோன்றியது இது முதல் முறையல்ல. முன்பு பல முறை தான் ஒரு குழந்தையைத் தூக்கிக் கொண்டது போல அவள் கற்பனையில் மூழ்கிவிடுவாள். ஆனால் இடைவிடாமல் நடந்துகொண்டிருந்த பணிகளுக்கு நடுவில் கற்பனையில் மூழ்கிவிடும் பொறுமை மனதிற்கு இருக்கவில்லை. அசாத்தியமான கற்பனை என்று அதை ஒதுக்கித் தள்ளிவிட்டுத் தன் வேலைகளில் ஆழ்ந்துவிடுவாள். இதுபோலவே பத்து ஆண்டுகள் குடும்ப வாழ்க்கை நடந்தது. உடல் உறவு இல்லை என்றல்ல; கர்ப்பம் தரிக்காமல் இருக்க அவர் இருவரும் எச்சரிக்கையுடன் நடந்து கொண்டார்கள்.

இப்போது இரண்டு மாதங்களாக இருக்கும் மானசீக ஓய்வில், அவள் ஆழ்மனதில் தாயாகும் விருப்பம் தீவிரமாக வளர்ந்தது. தினமும் மாலை வீட்டிற்கு வந்ததும் குழந்தை தன்னைப் பார்த்து அழுவது போலவும், அதைத் தூக்கிக்கொண்டு தான் முலையூட்டுவது போலவும், தூக்கக் கண்களுடன் அது தன்னைத் தழுவிப் படுப்பது போலவும், 'அம்மா' என்று தனக்காகத் தவிப்பது

போலவும் அவள் கற்பனை பல வகையில் தன் பிள்ளையைச் சித்தரித்துக் கொள்ளும். தான் தாயானால் நூல் படைப்பதற்குச் சிரமம் ஏற்படாதா என்ற கவலையும் வரும்... குழந்தைக்காக ஒரு ஆயாவை வைத்துக் கொள்ளலாம்... தான் டைப்ரைட்டர் முன்னால் உட்காரும் போது ஆயா குழந்தையுடன் விளையாடட்டும்... ஒரு தாளை எடுத்து மற்றொன்றை எந்திரத்தில் செருகும் இடைவேளையில் ஒரு முறை குழந்தையைப் பார்த்து அதன் புன்னகையை ரசித்துத் தான் மீண்டும் பணியைத் தொடரலாம்... மதியம் ராகப்பா பிரட் காப்பியை எடுத்து வருவதற்குப் பதிலாக நானே வீட்டிற்குப் போய் ஒரு முறை குழந்தையைத் தூக்கிக் கொஞ்சி விட்டு அவருக்கு சிற்றுண்டியை எடுத்துக் கொண்டு திரும்பலாம். இரவு நடைபழகப் போகும் போது குழந்தை என் வெறிச்சோடியத் தோளை நிரப்பி இருக்கும்... எங்கேயாவது நாங்கள் பேசிக்கொண்டு உட்கார்ந்தால் என் மடி மீது படுத்து உறங்கும்... அந்தக் குழந்தை யார் போல இருக்க வேண்டும்?... அவரைப் போல ஆண் மகன் பிறந்து அவருடைய அமைதியான இயல்பைப் பெற்று, அவரைப் போலவே எதிர்காலத்தில் பெரிய அறிஞனாக வேண்டும்... நாங்கள் இருவரும் சேர்ந்து இந்தியப் பண்பாட்டு வரலாறை எழுதினால், அவன் உலகப் பண்பாட்டு இதிகாசத்தை எழுதி உலக மேதாவிகளின் வரிசையில் தலைசிறந்தவனாக விளங்க வேண்டும்...

அவளுக்குத் தன் வயது நினைவுக்கு வரும். அவள் அப்போதே முப்பத்தியெட்டைத் தொட்டுவிட்டாள். சிறுவயதில் திருமணம் செய்து கொண்டிருந்தால் தற்போது இருபது வயது மகன் அல்லது மகளுக்குத் தாயாக இருந்திருப்பாள். மகளாக இருந்தால் அவளுக்கும் திருமணமாகி குழந்தை இருந்திருக்கும். மகனாக இருந்தால் ஏதாவது உன்னத கல்வியில் பயின்று கொண்டிருப்பான். இப்போதும் காலம் மீறவில்லை. தான் தாயாக வேண்டும். முன்பு கேட்டிருந்த ஒரு பேச்சு நினைவிற்கு வந்தது. அதிக வயதான பிறகு கர்ப்பிணியானால் பிரசவம் சிரமமாகும். தாய் உயிருக்கு ஆபத்து ஏற்படலாம் என்று. இப்போது முப்பத்தியேழு வயது. முதல் முறை தாயாவதற்கு இருமடங்கு அதிகமான வயது. பிரசவத்தில் இறந்து போனால்? அந்தக் காட்சிக் கண் முன் தோன்றியது; அதிசயமான வேதனையைத் தாங்க முடியாமல்தான் புரண்டு உருள்கிறேன். அருகில் இருக்கும் செவிலி ஆறுதல் சொல்கிறாள்.

இரண்டு நாள் மரண வேதனையை அனுபவித்த பிறகு பிரசவம் நடக்கும் அறிகுறி தெரிகிறது. முஷ்டியை இறுக்கிப் பிடித்துக் கொண்டு, பற்களை இடுக்கிக்கொண்டு, கண்மூடி, உயிர் போகும் சங்கடம் அழுத்தும் போது வாய் திறந்து வீறிட்டு அலற குழந்தை வெளியே வருகிறது. பிறகு இயங்காமல் படுத்திருந்த தன் சுவாசம் குறைந்து, நாடி நிதானமாகி, இதயத் துடிப்பு அமைதியாகிறது. தான் இறந்துவிடுகிறேன். ஆனால் குழந்தை? கற்பனையில் பிரார்த்தனை செய்தாள்' 'கடவுளே, நான் இறந்தால் கவலை இல்லை. குழந்தையைக் காப்பாற்று. அது என் தாய்மைக்கு சாட்சி.' குழந்தை பிழைத்துக் கொண்டது. அதை வளர்ப்பவர் யார்? இந்தக் கேள்வி முன்னால் வந்து நின்றபோது அவள் கற்பனைச் சிறகு முறிந்து பறவையைப் போல பூமி மீது விழுந்து விடுகிறது. மரணம், தாய்மை இந்த இரண்டில் அவள் இரண்டாவதை விரும்பினாள். தாய்மையின் சுகமில்லாத வாழ்க்கை மரணத்தை விட அதிக இரக்கத்திற்கு ஆளாகும். இந்த விருப்பத்தைத் தன் கணவரிடம் சொல்ல வேண்டும். அப்படிச் சொல்ல அவளுக்குக் கூச்சமானது. அவர் ஒன்றும் தன் விருப்பத்தை வினோதமென்று நினைக்க மாட்டார். தானும் ஒரு பெண்ணல்லவா? அவர் பெண்மையின் இந்த இயல்பை லகுவாகப் பார்க்க மாட்டார் என்று முடிவு செய்தாள்.

ஒரு இரவு படுத்திருக்கும் போது கணவரிடம் கேட்டாள்: "தான் இறந்த பிறகு எதை உலகில் விட்டுப்போவதால் மனிதனுக்கு நிறைவு கிடைக்கும்?"

ஏதோ சிந்தனையில் இருந்த ராயர் சொன்னார்: "உன் மனதில் இந்தக் கேள்வி எதற்குத் தோன்றியது?"

"எதற்காகவாவது இருக்கட்டும் பதில் சொல்லுங்கள்."

வரலாற்று போக்கு பற்றிய எண்ணங்களை அசைபோட்டபடி அவர் சொன்னார்: "ஒவ்வொரு மனிதனிடம் ஒவ்வொரு பெரும் ஆசை இருக்கும். பேரரசை நிறுவி சாகும் விருப்பம் சிலருக்கு இருந்தால், பெரும் ஆலயங்களைக் கட்டும் சிரத்தை சிலரிடம் இருக்கும். புது உண்மையை உலகிற்கு பறைசாற்றி இறக்கும் அறிவாளிகள் குறைவாகக் கிடைப்பார்கள். தான் தன் குழந்தைகள் என்பவர்கள் மட்டும் அதிக எண்ணிக்கையில் இருப்பார்கள்."

“இறுதியாகக் குறிப்பிட்ட பிரிவினரைப் பற்றி நீங்கள் துச்சமாக மதிப்பீர்களா?”

“இல்லை யாரையும் இழிவாகப் பார்க்க மாட்டேன். எதற்கு?”

அவள் பதில் சொல்லவில்லை. படுத்துக் கொண்டே அவர் கையைத் தன் கரங்களால் பற்றிக் கொண்டு சில நொடிக்குப் பிறகு கேட்டாள்: “சொல்லுங்கள், நம் தாம்பத்தியத்தின் வாரிசு எது? நாம் இருவரும் இறந்த பிறகு தங்கிவிடும் பொருள் எது?”

“எதற்கு இப்படிக் கேட்கிறாய்?” அவள் இங்கிதம் புரியாமல் ராயர் கேட்டார்: “உலக இதிகாசத்தை விவரமாக அறிய வேண்டும் என்று நினைப்பவர்கள் யாரும் நம் நூல்களை ஒதுக்கிவிட முடியாது. அடுத்துத் தோன்றும் இந்திய வரலாற்று அறிஞர்கள் எல்லோரும் நம் நூலைத் தவிர்த்து விட்டு முன்னேற முடியாது. இப்போதே அது எல்லா அறிஞர்களின் நல்மதிப்பைப் பெற்றிருக்கிறது. நாம் உலகிற்கும், பண்பாட்டிற்கும் விட்டுச் செல்ல இதை விடப் பெரியது என்ன இருக்க முடியும்?”

கருணா அமைதியானாள். இதுவரை வெளியான நூல்களுக்குக் கிடைத்த வெற்றி, மேதாவிகளின் பாராட்டுக்கள் அவளுக்குத் தெரியாததல்ல. தாங்கள் இறந்து பல பத்தாண்டுகளுக்கும் அதிகமாக, ஏன் பல நூற்றாண்டுகளுக்கும் அதிகமாகவே தங்கள் நூல்கள் தங்கள் இருவரின் பெயரைச் சொல்வதில் அவளுக்கு சந்தேகமில்லை. ஒரு முழுமையான பண்பாட்டை மானுட ஊகத்திற்கு எட்டும் அளவிற்கு ஆதியிலிருந்து இன்றைய நாள் வரை வர்ணிக்கும் இந்த அறிவார்ந்த படைப்பை விட பெரிய வாரிசு வேறென்ன இருக்க முடியும் என்று அவளுக்கும் பெருமையாக இருந்தது. ஆனால் சுமார் ஒரு வாரமாக தன்னுள் தீவிரமாக வளர்ந்து நின்ற தாய்மையின் விருப்பத்திற்கு முன்னால் இந்தச் சாதனை உயிரற்ற வாரிசாகத் தெரிந்தது. இதை திடீரென்று கணவரிடம் எப்படித் தெரிவிப்பது? சிறிது நேரம் ஆலோசனை செய்து கேட்டாள்: “தூக்கம் வருதா?”

“இல்லை.”

அருகில் இருந்த பொத்தானை அழுத்தி படுக்கைவிளக்கு ஒளியில் கேட்டாள்: “நான் இப்போது என்ன சொல்ல இருக்கிறேன் என்பதைச் சொல்லுங்கள்.”

“எனக்கு எப்படித் தெரியும்?”

தன் முகத்தை அவர் முகத்தின் மீது கொண்டு வந்து சொன்னாள்: “என் முகத்தை உற்றுப் பாருங்கள் தெரியும்.”

ராயர் மனைவியின் முகத்தைக் கூர்ந்து பார்த்தார். அவருக்கு எதுவும் புரியவில்லை.

“இப்போது சொல்லுங்கள் பார்க்கலாம்.”

“நீ வேடிக்கை செய்கிறாயா! எனக்கு எதுவும் புரியவில்லை.”

“வரலாற்றுப் போக்கில் மறைந்திருக்கும் மர்மங்களை விளக்கிச் சொல்பவர், பெரும் பண்பாட்டு உள்ளாற்றலை கிரகித்து மற்றவருக்கு அதன் பொருள் புரியும் படி எடுத்துச் சொல்பவர், மனைவியின் மனதில் இருக்கும் ஒரு விஷயத்தைப் புரிந்துகொள்ள முடியாதவராக இருக்கிறீர்கள்!” என்று பொத்தானை அழுத்தி விளக்கை அணைத்தாள்.

பேயரைந்தவர் போலான ராயர், “அதென்ன சொல்” என்றார்.

“எந்தப் பெண்ணும் அதை வாய்விட்டுச் சொல்ல மாட்டாள்.”

ராயருக்கு ஒன்றும் புரியவில்லை. முன்பு எப்போதும் அவள் இது போல புதிராகப் பேசியதில்லை. அதைப் பற்றி யோசித்து புரிந்துகொள்ளும் வாய்ப்பும் அவருக்கு முன்பு எப்போதும் அமைந்ததில்லை. தனக்கு பிரியமான ஏதோ ஒன்றைச் சொல்ல விரும்புகிறாள் என்பது அவள் நேர்மையான தொனியால் அவர் புரிந்து கொண்டார். அதனால், “அது என்ன சொல்” என்று அவள் முகத்தை அவர் இரண்டு கைகளாலும் பற்றிக்கொண்டு சினேகமான குரலில் கேட்டார்.

அவர் மார்பின் மீது தன் தலையை வைத்து, இரண்டு நிமிடம் யோசித்து, முடிவாக “ஒரு விஷயம்” என்றாள்.

‘சொல்”

“நமக்கும் ஒரு குழந்தை பிறந்தால் எப்படி?”

ராயருக்கு இப்போது புரிந்தது. அவர் இடது கையால் அவள் முதுகை வருடிக்கொண்டே அவர் அவள் பேச்சை அசை போட்டுக் கொண்டிருந்தார். அவள், “எதற்கு அமைதியாக இருக்கிறீர்கள்?” என்று கேட்டாள்.

“இல்லை” அன்பு நிறைந்த குரலில் அவர் கேட்டார்: “இத்தனை நாள் எதற்கு உன் விருப்பத்தைச் சொல்லவில்லை?”

“எந்த விருப்பமும் மனதில் தோன்றிவிடாமல் ஓய்வில்லாமல் நாம் இத்தனை ஆண்டுகள் உழைத்தோம். ஓய்வெடுக்க என்று வந்த இந்த இடைவெளியில் தானே நம் சொந்த விருப்பங்கள் தலை தூக்கும்?”

“உனக்கு வேறெந்த விருப்பமும் கிடையாதா?”

“கண்டிப்பாக இல்லை.”

ராயர் கருணாவை காதலுடன் அணைத்துக்கொண்டார். அவர் தோள் மீது தலை வைத்து அவள் படுத்தாள். அவள் மனம் நிறைவால் பொங்கியது. தன் விருப்பத்திற்கு கணவர் ஒத்துக்கொண்டார். தங்கள் இருவர் தாம்பத்திய வாழ்க்கையில் இது போன்ற விருப்பத்தை தான் வெளிப்படுத்தியது இது தான் முதல் முறை. அதற்கு அவருடைய மனப்பூர்வமான ஆர்வமும் அனுமதியும் இருக்கிறதா என்று தெரிந்து கொள்ளும் வாய்ப்பும் கூட இதுவரை கிடைத்ததில்லை. அவள் மனம் கற்பனை எதிர் காலத்தை நோக்கிச் சிறகை விரித்தது: அவர்கள் இருவருக்கும் நடுவில் குழந்தையொன்று படுத்துச் சிரித்தது. தம் கண்ணாடியைக் கழற்றி வைத்து விட்டு ராயர் அதன் முகத்தருகே சொடக்குப் போட்டு சிரித்துக் கொண்டிருந்தார். காலையிலிருந்து நூலகத்தில் உழைத்த அவர் சோர்வு குழந்தையின் சிரிப்பில் பரிகாரமானது.

குழந்தை தொடர்பான பேச்சைக் கேட்டு ராயருக்கு பிரித்வியின் நினைவானது. அவனும் குழந்தையில் அழகாக இருந்தான். சில நாட்கள் அவர் வாசித்துக் கொண்டு சாய்வு நாற்காலியில் அமர்ந்திருக்கும் போது தவழ்ந்து கொண்டு வந்து அவர் காலைப் பிடித்து இழுப்பான். அவர் வாசிப்பிற்கு தடங்கல் ஏற்பட்டது என்று சலித்துக் கொண்டாலும், குழந்தையின் செல்ல முகத்தைப் பார்த்தவுடன் சலிப்பு மாயமாகி, புத்தகத்தைப் பக்கத்தில் வைத்து விட்டு அவனைத் தூக்கிக் கொள்வார். பிறகு அவனை அதிகமாகத் தூக்கி வைத்துக் கொள்ள நேரம் இருக்காது. அவர் நூல் படைப்பதில் ஆழ்ந்து விடுவார். அவன் அப்பாவை விட அதிகமாக சித்தப்பாவுடன் நெருக்கமாக இருந்தான். இப்போது அவனுக்கும் பதினான்கு இருக்கலாம். ஆம், பதினான்கு. எட்டு

ஆண்டுகளாக அவனைப் பார்க்கவே இல்லை. இப்போது அவரைப் பார்த்தாலும் அவனுக்கு அடையாளம் தெரியாது. அடையாளம் தெரிந்தாலும் அருகில் வருவானா? அவருக்கு நாகலட்சுமி நினைவானது. அவர் வேறொரு வீட்டிற்கு வந்திருந்த போது, ஓரிரு நாள் அங்கே போயிருந்தார். அவராகவே பேசினாலும் அவள் பேசவில்லை. பிறகு அங்கே போக அவருக்கு நேரம் இருக்கவில்லை. எல்லோருடன் பெங்களூர் போவதற்கு முன்பு ராஜா அவன் மனைவியுடன் நூலகத்திற்கு வந்திருந்தான். வீட்டுக்கு வந்து போக அழைத்திருந்தார்கள். அவருக்கு நேரம் இருக்கவில்லை. சாமான்களை வண்டியில் ஏற்றி அனுப்பி இருந்தார்கள். இரவு ரயிலுக்கு எல்லோரும் புறப்பட இருந்தார்கள். அவர்கள் இருவரும் ராயரை வணங்கி, கருணாவிடம் பத்து நிமிடம் பேசி விட்டுப் புறப்பட்டுப் போனார்கள். நாகலட்சுமி எப்படி இருக்கிறாள் என்று ராயர் கேட்கவில்லை. அவர்களும் சொல்லவில்லை. இப்போது அவள் எப்படி இருப்பாள்? ஒருமுறையாவது போய் பார்த்து வர வேண்டும். இப்போது கோபம் தணிந்திருக்கலாம். போய்ப் பேசினால் பேசலாம். மகனின் அறிமுகமும் ஆகும்.

“என்ன யோசிக்கிறீர்கள்?” அவர் தோள் மீது தலை வைத்துப் படுத்திருந்த கருணா கேட்டாள்.

“நீ என்ன யோசிக்கிறாய்?”

“அதுதான் நம் குழந்தையின் கனவு.”

அவர் அவளை இன்னும் அதிக நட்புடன் தழுவிக்கொண்டார். இப்போது அவர் சிந்தனை அவளைப் பற்றி இருந்தது. திருமணம் நடந்து இத்தனை ஆண்டுகளில் அவள் இதுபோல எந்த விருப்பத்தையும் வெளிப்படுத்தியதில்லை. திருமணத்திற்கு முன்பே அவர் இருவரும், தாங்கள் திருமணம் செய்துகொள்ளும் எண்ணத்தையும் நோக்கத்தையும் தெளிவான வார்த்தைகளில் ஒருவரிடம் ஒருவர் சொல்லி இருந்தார்கள். இருவரும் ஒன்றாக ஆய்வு செய்ய ஆரம்பித்த பிறகு, அவள் கர்ப்பிணி ஆகாத வகையில் நடந்து கொண்டார்கள். எட்டு ஆண்டுகளைக் கடந்த திருமண வாழ்க்கையில் ஒவ்வொரு நாளும் அவள் அவர் நூலுக்காக பாடுபட்டிருந்தாள். ஊரில் அப்பாவும் இறந்த பிறகு அவளுக்கு நெருக்கமானவர்கள் யாரும் இருக்கவில்லை. அவரையே நம்பி அவர் படிக்கும் நூலுக்கு தினம் ரத்தமும் சதையுமாக

தாரை வார்க்கிறாள். இதுவரை அடக்கி வைத்த தாய்மையின் விருப்பம் இப்போது அவளிடம் தீவிரமாக வெளிப்படுகிறது. அது இயல்புதான்.

தங்கள் இருவருக்கும் ஒரு வாரிசு பிறக்க வேண்டும் என்ற நுட்பமான விருப்பம் அவர் உள்மனதில் தோன்றியது. தங்கள் இருவரின் இணையின் சாட்சியாக நிற்கும் இந்த நூலுடன் ஒரு உயிர்ப்பான சாட்சியாக இந்த மானுட உலகில் வாழ்ந்து, தங்கள் இருவரையும் அம்மா, அப்பா என்று அழைக்க வேண்டும் என்று அவர் விரும்பினார். அவள் முகத்தை தன் மார்போடு இறுகத் தழுவி, அழுத்திக் கொண்டு, 'கருணா' என்றார்.

"ஊம்."

"நீ எவ்வளவு நல்லவள்!"

அவள் பேசவில்லை. ஓசைகளை மீறிய இனம் புரியாத மகிழ்ச்சியில் மூழ்கிக்கிடந்தாள்.

3

மறுநாள் காலை சிறிது தாமதமாக எழுந்த அவர் இருவரும், மிகுந்த மகிழ்ச்சியில் இருந்தார்கள். காலைக் காப்பி அருந்திய பிறகு, நடந்து கவிவீரபத்ரா கோவில் பக்கமாக மலையை இறங்க ஆரம்பித்தார்கள். முன்பு எப்போதும் இல்லாத நெருக்கத்துடன் பேசிக்கொண்டு ஒருவர் கையை ஒருவர் பிடித்துக்கொண்டு இறங்கினார்கள். விடிகாலை சூரிய வெப்பம் இதமாக இருந்தது. மலையைப் பாதி இறங்கிய பிறகு கருணா கேட்டாள்: "கீழே இரண்டு மூன்று ஊர்கள் தெரிகின்றனவே, வாங்க. நாம் இத்தனை நாளானாலும் பார்க்கவே இல்லை. இன்று பார்த்து வரலாம்."

இறங்கி மலை அடிவாரத்துப் பக்கமாக வந்தார்கள். முதலில் கிடைத்த சுல்தான்பேட்டையைப் பார்த்து அங்கே இருந்து நடந்து நந்தி கிராமத்திற்குப் போனார்கள். இருவருக்கும் பசி எடுத்தது. அந்த ஊரில் இருந்த ஹோட்டலுக்குப் போய், ஹோட்டல்காரர்கள் அலுமினியத் தட்டுகளில் கொடுத்த இரண்டிரண்டு இட்லிகளைத் சாப்பிட்டு விட்டு, அதிக அக்கறையாகத் தயாரித்துக் கொடுத்த காப்பியைப் பருகினார்கள். பிறகு போகநந்தீஷ்வரர் கோவிலைப்

பார்த்துவிட்டு, இருவரும் மலை அடிவாரத்திற்கு வரும் நேரம் ஒன்பதரை மணியாகி இருந்தது. மெல்லப் படிகளை ஏற ஆரம்பித்தார்கள். இடது பக்கத்திலிருந்து சூரிய வெயில் அடித்துக்கொண்டிருந்தது. நூறு அடி ஏறுவதற்குள் ராயருக்கு ஆயாசமாகி அவர் சிறிது உட்கார்ந்து ஓய்வெடுத்துக் கொண்டார். மீண்டும் எழுந்து புறப்பட்ட போது கருணா அவர் வலது கையைப் பிடித்துக் கொண்டாள். *‘Land Kindly hand in climbing up steep hill...’* என்று சிரித்துக்கொண்டே சொல்லி ராயர் மீண்டும் ஏறத் தொடங்கினார். ஆனால் பாதி மலை ஏறுவுதற்குள் அசதியானது. மீண்டும் சுதாரித்துக் கொண்டு புறப்பட்டு சுமார் நூறு படிகள் ஏறுவதற்குள் தலை சுற்றல் வந்தது. ‘நான் விழுந்து விடுவேன் பிடித்துக்கொள்’ என்று சொல்லிக்கொண்டே உட்கார்ந்து விட்டார். உட்கார்ந்தவர் படி மீது தலை வைத்து உடலைத் தளரவிட்டார். கருணா அதிர்ச்சியில் அருகே உட்கார்ந்து அவர் தலையைத் தன் மடி மீது தூக்கி வைத்துக் கொண்டு வியர்த்த முகம், கழுத்தை முந்தானையால் துடைத்தாள். சட்டை பொத்தான்களை கழற்றி தளர்த்தி விட்டு அவர் முகத்தின் மீது பரவிய வெயிலுக்கு எதிராக தன் முந்தானையை விரித்துப் பிடித்தாள். ராயர் நினைவை இழக்கவில்லை. இதயத் துடிப்பு மட்டும் அசாதரண வேகத்தில் துடித்தது. மூச்சிரைப்பு இன்னும் அடங்கவில்லை. ஐந்து நிமிடத்திற்குப் பிறகு கண் திறந்தவர், “அதிர்ச்சி அடைய வேண்டாம். கொஞ்சம் சங்கடமாக இருந்தது அவ்வளவுதான்” என்றார்.

வெயில் ஏறிக்கொண்டிருந்தது. கருணா மெல்ல அவரை அங்கே இருந்து எழுப்பிக் கை பிடித்துக் கொண்டு, அருகில் இருந்த ஒரு புதர் நிழலுக்கு அழைத்துச் சென்று உட்காரவைத்தாள். அங்கே குடிக்க ஒரு சொட்டுத் தண்ணீர் கூடக் கிடைக்கவில்லை. ‘பத்து நிமிடம் சுதாரித்துக்கொண்டு போகலாம்’ என்று ராயர் சொன்னாலும் அவள் கேட்கவில்லை. கீழே இறங்கிப் போனாள். ‘நீங்கள் இங்கேயே உட்கார்ந்திருங்கள். நான் கீழே போய் ஊரிலிருந்து டோலி சுமக்கும் ஆட்களை அழைத்து வருகிறேன்’ என்று சொல்லி, அவர் வேண்டாமென்றாலும் கீழே இறங்கிப் போனாள். தாங்கள் சாப்பிட்ட ஹோட்டலுக்குப் போய், தனக்குத் தெரிந்த கன்னடத்தில் விஷயத்தைச் சொன்னாள். இங்கிலிஷ் தெரிந்த ஆசிரியர் ஒருவர் அங்கே உட்கார்ந்து காப்பி அருந்திக்

கொண்டிருந்தார். அவர் உதவியுடன் அவள் வேலை எளிதானது. பதினைந்து நிமிடத்தில், பலசாலிகளான இரு ஆட்கள் இரண்டு தடித்த கனமான மர உருளைகளில் கட்டிய டோலியைச் சுமந்து வந்தார்கள். அவர்கள் கேட்ட பத்து ரூபாயைக் கொடுக்கச் சம்மதித்த பிறகு அவளுடன் புறப்பட்டார்கள்.

அவள் ராயருடன் மலை மீது தங்கள் அறையை வந்தடையும் போது பன்னிரெண்டரை மணியாகி இருந்தது. குளித்து உணவருந்திய பிறகு ராயர் ஓய்வெடுக்கப் படுத்தார். அவருக்கு எப்போதும் போலத் தூக்கம் வரவில்லை. அசதியால் படுக்கை மீது புரண்டுகொண்டே இருந்தார். வெய்யிலில் வந்ததால் தலை வலித்தது. மதியம் இறங்கி மாலை நெருங்கும் போது கொஞ்சமாக காய்ச்சல் அடித்தது. அதிர்ச்சியால் அவர் கையையும் நெற்றியையும் தொட்டுப் பார்த்த கருணாவிடம் ராயர், ‘அதிர்ச்சியடைய வேண்டாம். என் சக்திக்கு மீறிய மலை இது. எனக்கும் நாற்பத்தியேழு வயதாகிறது” என்றார்.

அவள் அத்துடன் நிற்கவில்லை. பணியாளை அழைத்து ஒரு மருத்துவரை அழைத்து வரச் சொன்னாள். மருத்துவர் வந்து சில மாத்திரிகளைக் கொடுத்துப் போனார். இரவு முழுதும் லேசாகக் காய்ச்சல் அடித்தது. அவருக்கு உறக்கம் வந்த போது விடிகாலை. அதுவரை கருணாவும் விழித்திருந்தாள். அவர் தூங்கிய பிறகு அவளும் படுக்கையில் படுத்துக் கொஞ்ச நேரம் தூங்கினாள். மறுநாள் ராயருக்கு இன்னும் தலைவலி இருந்தது. உடம்பு வலி இருந்தது. காய்ச்சல் இருக்கவில்லை.

அன்று மதியம் தபாலில் ஒரு கடிதம் வந்தது. மைசூர் விலாசத்திலிருந்து திருப்பி அனுப்பப்பட்டு வந்த அது லண்டனிலிருந்து வந்த கடிதம் என்று அதன் நிறமே சொன்னது. கருணா உரையைப் பிரித்துப் படித்தாள். பதிப்பகத்திலிருந்து வந்திருந்தது. ‘போர் முடிந்து இரண்டு ஆண்டுகள் ஆனாலும் இதுவரை எங்கள் அலுவல்களை மீண்டும் தொடங்க முடியவில்லை. எங்களுக்குத் தேவையான காகிதமும் தேவைக்கு தக்க அளவில் கிடைக்கவில்லை. இப்போது சூழ்நிலை நல்ல நிலைமைக்குத் திரும்பி இருப்பதால், கம்பனி வேலைகள் முன் போலவே நடக்கின்றன. கடவுள் அருளால் போர்க்காலத்தில் எங்கள் நிலவறைக்கு எந்த விபத்தும் ஏற்படவில்லை. இன்னும் பதினைந்து நாட்களில் உங்கள் மூன்றாம் தொகுப்பு அச்சுப் பணிகளை ஆரம்பித்து உங்களுக்கு

முறையாக ப்ரூஃப் அனுப்பி வைக்கிறோம். அதற்குள் உங்கள் நான்காம் தொகுப்பு வேலைகளிலும் முன்னேற்றம் இருக்கும் என்று கருதுகிறோம். நன்றி."

மகிழ்ச்சியான செய்தி வந்தது. சிரித்துக் கொண்டே அவர் சாப்பிட்டார். இன்னும் இருந்த தலைவலிக்கு அவருக்கு ஒரு மாத்திரை கொடுத்து, அவரைப் படுக்கச் சொல்லி கருணா பங்களாவின் வெளியே மரங்கள் நிழலில் வந்து உட்கார்ந்தாள். வெறுமையைக் கரைத்துக் கொண்ட வெளி எதிரே பரவிக் கிடந்தது. தினமும் தெரியும் குளங்கள், சின்னச் சின்ன மலைக் குன்றுகளின் வரிசைகள் தொலைவில் கண்டன. மதிய வெய்யிலுக்கு காய்ந்து கொண்டிருந்த வானம் வெறுமையாக இருந்தது. கருணாவின் மனம் சிறிது நேரம் உள்முகச் சிந்தனையில் ஆழ்ந்தது. பிறகு தன் அடுத்த வேலைகளைக் குறித்து யோசிக்கத் தொடங்கியது. இனி மூன்று வாரங்களில் லண்டனிலிருந்து ப்ரூஃப்கள் வரத் தொடங்கும். அவற்றைத் திருத்தும் பணியே தன் நேரத்தை விழுங்கிவிடும். பிறகு விவரமாக அட்டவணை தயார் செய்ய வேண்டும். கூடவே நான்காம் தொகுப்பிற்கான ஆயத்தம் நடக்க வேண்டும். இன்னும் ஓராண்டில் அதற்கான விஷயங்களை சேகரித்து முடித்து எழுத ஆரம்பிக்க வேண்டும். தாங்கள் இருவரும் முன்பே திட்டமிட்டது போல நூல்கள் ஐந்து தொகுப்புகளோடு நிறைவடைவதாகத் தெரியவில்லை. ஐரோப்பியர்கள் காலத்தை விவரிக்கும் முன்பே ஐந்து தொகுப்புகள் ஆகலாம். இவை எல்லாம் குறைந்தது என்றால் எட்டாண்டுகளை எடுத்துக் கொள்ளலாம்.

மனம் கணவர் உடல்நிலையைப் பற்றி சிந்திக்கத் தொடங்கியது. நேற்று அவர் மலை நடுப்பகுதியில் தலைச் சுற்று வந்து படுத்த போது அவளுக்கு பயமாக இருந்தது. ஓய்வில்லாமல் இப்படி உட்கார்ந்து கொண்டு அறிவுசார் பணிகளை செய்பவர்களின் உடல்நிலை அவளுக்குத் தெரியாதது அல்ல. அவள் ஆற்றலும் முன்னை விட இப்போது குறைந்து போயிருந்தது. ஆனால் பிறப்பிலிருந்தே அவளுக்கு வலுவான உடற்கட்டாக இருந்ததால் அது இவ்வளவு வேலைப் பளுவைத் தாங்கிக்கொண்டது. ஆனால் அவள் கணவர் உடல் வலு பலவீனமாக இருக்கிறது. இனி மீதமிருக்கும் வேலைகளை நிர்வகிக்கும் தெம்பு அவர் உடலுக்கு இருக்கிறதா? என்று அவள் மனம் சிந்தித்தது.

உடனே முந்தைய இரவு தாங்கள் பேசிய, தாயாக வேண்டும் என்ற தன் விருப்பம் நினைவிற்கு வந்தது. அந்தத் தருணத்தில் தான் கர்ப்பிணி ஆனால், பிரசவம் வரை இப்போது பார்க்கும் வேகத்தில் வேலை செய்ய முடியாது. பிள்ளைப்பேறு காலத்தில் எந்த வேலையையும் செய்யாமல் முழு ஓய்வுடன் இருக்க வேண்டும். குழந்தை ஒரு வயதாகும் வரை சிறப்பான கவனம் செலுத்த வேண்டும். பாசத்துடன் பார்த்துக் கொள்ளும் ஆயா கிடைத்தால் அதிகச் சிரமம் ஏற்படாது. ஆயா கிடைத்தாலும் அவள் அலட்சியமாக இருந்தால் தான் அமைதியாக இருக்க முடியுமா? அவள் ஆழ் மனதில் சிறு குரலொன்று சொன்னது: 'நீ தாயானால் உன் பங்கின் உழைப்புக் குறைந்து அந்த நூல் முழுமையடையும் முன்பே அவர் இறந்துவிடுவார்.' அந்தக் குரலுக்கு அவள் எந்த ஒரு சரியான ஆதாரத்தைக் கொடுக்க முடியாவிட்டாலும் அதன் எச்சரிக்கையை மறுக்க அவள் மனம் ஒத்துக் கொள்ளவில்லை. கணவரின் சாவுக் கவலை மனதைக் கலங்கடித்து முகம் துயரத்தில் உறைந்து போனது. நெற்றிச் சுருக்கம் இரு புருவங்களையும் நெருக்கியது. அவள் தன் மன ஆற்றலை நினைத்துக் கொண்டாள். தன் தாய்நாடு, தந்தை, தாய், எல்லோரையும் துறந்து இங்கே வந்த பிறகு எந்த நிந்தனைகளுக்கும் பயப்படாமல் அவருடன் தன்னை இணைத்த மன வலிமை தான் அவளுக்கு வழி காட்டியது. நான் அவரைத் திருமணம் செய்து கொண்ட நோக்கத்தை சாதிக்காமல் அவர் சாவு நடக்கக்கூடாது என்று முடிவெடுத்தாள். ஆனாலும் அவர் உடல்நிலை அவளை துணிச்சல் இழக்கச் செய்திருந்தது. அவர் உடலில் சதைப் பிடிப்பில்லை. இளம் பிள்ளை போல மெலிந்த உடல். நலிந்த அவர் உடல்வாகு, நாளுக்கு நாள் குறையும் பார்வை அவள் கண் முன் வந்தது. தன் காதல் வலு இனி இந்த நூல் முழுமை பெற மட்டுமே என்று முடிவெடுத்தாள். முடிவின் உறுதி முகத்தில் தென்படும் போதே கண்ணில் நீர் தழும்பி பார்வை மங்கியது. தன் வயிற்றில் பிறந்து வளரும் குழந்தையொன்றை தானே கொல்லும் தாய்க்கு ஏற்படும் சங்கடம் மௌனமாக நடந்தது. முகத்தை முழங்கால்களுக்கு இடையில் புதைத்துக் கொண்டு விசும்பி விசும்பி அழுதாள். இரண்டு நாட்களாகத் தன் ஆளுமையைப் புதியதொரு அழகான சூழ்நிலையில் கற்பனை செய்துகொண்டிருந்தாள். அதில் அவள் உடல் அங்கங்கள் வளர்ச்சியின் நவீன கட்டத்தில்

பக்குவமடைந்து புதிய பொலிவைப் பெற்றிருந்தன. ஒழுங்குடன் கூடிய அறிவுசார் வாழ்க்கையின் வெறுமையின் கூடவே ஒரு ஜீவநதி பாயும் கற்பனையும் இரண்டு நாட்களில் தெளிவான உருவமெடுத்து நடைமுறை உண்மையை விடவும் அதிக ஆழத்தில் வேர்விட்டது. இப்போது அதை அழித்துப் பழைய வாழ்க்கை முறையையே ஏற்கும் உறுதி ஏற்பட்டாலும் அது தன் மனத்தைப் பிழியும் வலி என்று அவளுக்குத் தோன்றியது.

★★★

படலம் : பதினேழு

1

எட்டு ஆண்டுகள் வாழ்க்கை காத்தியாயினியை மிகவும் மாற்றி இருந்தது. அவளுக்கு கணவன் அன்பும், நம்பிக்கையும் குறையவில்லை. நாகலட்சுமியுடன் எந்த மன வருத்தமும் ஏற்பட்டதில்லை. ஆனாலும் அவள் இப்போது முன் போல இல்லை. நஞ்சனக்கூடிலிருந்து திரும்பிய பிறகு, மனதை ஈடுபடுத்த வேலையொன்று தேவைப்பட்டது. ஆனர்ஸ் சேர்ந்து பிறகு எம்.ஏ. படிக்க ராஜா பரிந்துரை செய்தான். எம்.ஏ. படிக்க அவளுக்கும் விருப்பம் இருந்தது. ஆனால் மீண்டும் அதே கல்லூரியில், தனக்குத் தெரிந்த, அறிமுகமான மாணவ மாணவிகள், ஆசிரியர்கள் இருக்கும் இடத்தில் படிக்கக் கூச்சமாக இருந்தது. ஆனால் படிக்க வேண்டுமென்ற தவிப்பு இருந்தது. ராஜா வீட்டிலேயே பாடம் சொல்லிக் கொடுப்பது, அவள் பனாராஸ் இந்து பல்கலைக் கழகத்தில் வெளி மாணவியாக தேர்வு எழுதுவது என இருவரும் சேர்ந்து முடிவெடுத்தார்கள். படிப்பில் புத்திசாலியான அவளுக்கு அது சிரமமாகத் தோன்றவில்லை. இரண்டு ஆண்டுகளில் எம்.ஏ. பட்டமும் கிடைத்தது.

இரண்டாம் ஆண்டு ராஜாவுடன் பனாராஸ் போகும்போது நான்கு மாதக் கர்ப்பிணியாக இருந்தாள். தேர்வுக்குப் படிக்கும் மும்முரத்தில் தன் வயிற்றில் இருந்த குழந்தையைப் பற்றி அதிக

கவனம் செலுத்த முடியவில்லை. வீட்டு வெளி வேலைகளை பெண் பணியாள் செய்துகொண்டிருந்தாள். சமையல் வேலை நாகலட்சுமி பார்த்துக்கொண்டாள். காத்தியாயினி விடாமல் தொடர்ந்து படித்துக் கொண்டிருந்தாள். பனாராசில் கடைசித் தேர்வு எழுதி, அவர் இருவரும் ஊருக்குத் திரும்பும் போது அவள் மனம் தன் குழந்தையைப் பற்றி சிந்தித்தது. தங்கள் குழந்தையை பெறுவதற்கு ராஜாவும் உற்சாகமாக இருந்தான். அவனுக்கு முன்பிருந்தே குழந்தைகள் என்றால் அலாதி விருப்பம். இப்போது வீட்டில் இருந்த பிரித்வி எட்டு வயதுப் பையனாகி பள்ளிக்குப் போவதால், குழந்தைகளுடன் விளையாடும் மகிழ்ச்சி இப்போது அவனிடம் கிடைக்கவில்லை. மேலாக, தனக்கு ஒரு குழந்தை பிறக்கிறது என்ற இதமான உணர்வு அவனிடம் நிறைந்து இருந்தது. ஊருக்கு வந்த பிறகு மனைவியின் வயிற்றில் முத்தமிட்டு அவன் அவள் முகத்தைப் பார்ப்பான். அவன் உணர்வைப் பார்த்து அவள் அவனைக் குழந்தைபோலத் தழுவிக் கொள்வாள். காத்தியாயினி, மருத்துவர் பரிந்துரை செய்தது போலவும், நாகலட்சுமிக்கு அதிக சிரமம் கூடாது என்பதற்காகவும் இப்போது தானே அதிகமாக வீட்டு வேலைகளைச் செய்யத் தொடங்கினாள். தினமும் மாலை அவர் இருவரும் இரண்டு மைல்களுக்கும் அதிகமாக நடைபழகப் போவார்கள். ராஜா அவளுக்கு ஊட்டமான டானிக், பழங்களை வாங்கிக் கொடுப்பான்.

கருவில் குழந்தை வளர அவளுக்கு சீனியின் நினைவு வரும். இப்போது ஏழு வயது. கன்னடம் இரண்டாம் வகுப்பில் படிக்கிறான். அவன் தாத்தா பேரனுக்கு பாடம் சொல்லிக் கொடுக்கிறார். அப்போதே சமஸ்கிருத பயிற்சி நடந்து பல கீர்த்தனைகள், சுலோகங்கள் மனப்பாடமாகி இருக்கின்றன. அவனை ஒரு முறை பார்க்க வேண்டும். எப்படிப் பார்ப்பது? அவள் பெருமூச்சு விட்டு தன் கற்பனை ஓட்டத்தின் திசையை மாற்றுவாள். மனம், கருவில் வளரும் புதுக் குழந்தைப் பக்கம் புரளும். அது ஆணாக இருக்குமா, பெண்ணாக இருக்குமா என்ற ஆர்வம் உண்டாகும். ஒரு ஆண் ஆகிவிட்டது, இது பெண் ஆனால் நல்லது என்று மனம் விரும்பினால், உண்மை நிலை விழிப்படைந்து கூறும்: ‘இருக்கும் ஆண் தான் முன்பிருந்த குடும்பத்திற்குச் சேர்ந்தது. இந்தக் குடும்பத்திற்கும் தனக்கும் ஒரு ஆண் மகவு வேண்டும்.’

ஒரு நாள் இதே பேச்சு வந்த போது கணவரைக் கேட்டாள்: "நீங்கள் ஆண் குழந்தை பிறக்க வேண்டும் என்று விரும்புகிறீர்களா, பெண் பிறக்க வேண்டும் என்றா?"

"நான் விரும்புவதைப் பெறுவது உன் கையில் இருக்கிறதா?"

"உங்கள் குறும்புப் பேச்சு வேண்டாம். சொல்லுங்கள்."

"பெண் என்றால் கண்டவர் வீட்டுக்குப் போக வேண்டும். நம் பெயரைச் சொல்லும் ஆண் முதலில் ஆகட்டும்."

"திருமணமே வேண்டாம் என்றவர் இப்போது பெயரைக் காப்பாற்றும் கவலையில் இருக்கிறார். என்ன மாற்றம்!" என்று குறும்பு செய்ததற்கு அவன், "உன்னால் தான் இந்த மாற்றம்" என்று அவள் பார்வையுடன் தன் பார்வையை சேர்த்துச் சிரித்தான்.

காத்தியாயினிக்கு இப்போது ஆறு மாதம். முன்பே அழகான பெண். அவளுக்குள் வளரும் உயிர் அவள் அழகுக்கு புதுப் பொலிவைத் தந்தது. அவள் முன்னால் உட்கார்ந்திருந்த போது ராஜாவுக்கு அவளுடன் அவன் முன்பு ஒரு நாள் ஹுன்சூர் சாலை அருகே ஓடைப் பக்கத்தில் உட்கார்ந்திருந்தது நினைவிற்கு வந்தது. ஒரு முறை அவன் கனவில் கண்ட அழகான இளமையான, மென்மையான பூவையைப் போலவே அவள் இருந்தாள். சுற்றி வளர்ந்திருந்த மரங்கள் செழுமையான பசுமையில் அழகாக இருந்தன. அங்கேயே கலகல என்று ஓசை எழுப்பிக்கொண்டு ஒரு ஓடை ஓடியது. அந்தப் பின்னணியில் அவர் அவளை கூர்ந்து பார்த்தான். அவள் உடல் ஆரோக்கியம் பொலிவுடன் ஒளிர்ந்து கொண்டிருந்தது. நடந்தால் இரத்தம் தெறிக்கும் பாதங்கள் சிகப்பாக இருந்தன. நீண்ட கைவிரல்கள் ஓவியத்தில் மட்டுமே சித்தரிக்கக் கூடிய அழகான விரல்களாக இருந்தன. உடல் மீது ஒரு ஆபரணம் இல்லை. நீண்ட கரிய நிறத்தில் மின்னும் கூந்தலின் பின் பகுதி சுருள் சுருளாக இறங்கி இருந்தது. மிடுக்கான முகம்; மலர்ந்து அளவான அங்கங்களாக இருந்த பெண்மை. ராஜா இப்போதும் அவளை உன்னிப்பாகப் பார்த்துக் கொண்டிருந்தான். இப்போதும் அதே பொலிவுடன் இருக்கும் தேகம், அதே தெம்புடன் தெறிக்கும் அங்கங்கள். நடந்தால் இரத்தம் பீச்சுவது போலத் தெரியும் பாதங்கள். ஆனால் முன்பு இல்லாத புதுப் பொலிவு இப்போது துள்ளியது. அழகான மரத்தில் பழங்கள் நிறைந்து தொங்கும் போது தெரியும் புது அழகு தெரிந்தது.

“இதென்ன இப்படிக் கூர்ந்து என்னைப் பார்க்கிறீர்கள்?”

“இயற்கையான உன் அழகு புதுப் பொலிவுடன் பித்துப் பிடிக்க வைக்கும் நிலைக்கு உருமாறியிருக்கிறது” என்று ராஜா அவள் முகத்தை தன் கைகளில் ஏந்தி மெல்லிய குரலில் சொன்னான்.

“புருஷ அருகாமையின் விளைவு. இயற்கையாக மலரும் அனுபவத்தின் ஆனந்தத்தின் பலன்” என்று அவள் சிரித்தாள். ‘நிரந்தரப் புதுமையானவளும், நிரந்தர ஆற்றல் படைத்தவளும் ஆன இயற்கைக்கு பண்பாட்டுக் கட்டுப்பாடு விதிப்பது அநீதி’ என்ற வார்த்தை நினைவிற்கு வந்தாலும் அப்படிச் சொல்லவில்லை. தன் உடல் மீது அவள் பார்வை படிந்தது. தன் அழகில் தானே மெய்மறந்த அவள் முன்னால் இருந்த ராஜாவை நொடிப்பொழுது மறந்துபோனாள்.

காத்தியாயினி உடல் நலத்துடன் இருந்தாள். இன்னும் ஆறு மாதங்கள் தான் நடந்து கொண்டிருந்தது. ஒரு மதியம் ராஜா கல்லூரிக்குப் போயிருந்தார். கோடை விடுமுறை முடிந்து கல்லூரி ஆரம்பமாகி இருந்தது. ஆனி மாதத்து அடைசாரல் மழை தூறிக்கொண்டிருந்தது. அத்தருணங்களில் காத்தியாயினியின் மனம் அவளை அறியாமலேயே குழம்பி விடும். நிறைந்து ஓடும் கபிலை நதி. இரண்டு ஆண்டுகளுக்கு முன் அந்த நதிக் கரையில் உட்கார்ந்து உயிரைத் துறந்து விட வேண்டுமென்று தான் விரும்பியது, அதற்குள் ராஜா வந்து தன்னை அழைத்துக் கொண்டு வந்தது, போன்றவை மனப்படலத்தில் மங்கலாக வந்து போயின. திடீரென்று வயிற்றில் வலி தெரிந்தது. அரை மணி நேரத்தில் தாங்க முடியாத வலி உண்டானது. அதிர்ச்சி ஆனது. ஏழு ஆண்டுகளுக்கு முன் சீனி பிறக்கும் போது அனுபவித்த வலி போலவே இருந்தது இதுவும். உள்ளே போய், ராம நாமம் எழுதிக் கொண்டிருந்த நாகலட்சுமியிடம் செய்தியைச் சொன்ன போது அவளும் அதிர்ந்து போய் காத்தியாயினி வயிற்றின் மீது கை வைத்துப் பார்த்தாள். அவளுக்கு ஒன்றும் புரியவில்லை. பக்கத்து வீட்டுப் பெண்களை அழைத்தாள். உடனே மருத்துவமனைக்கு அழைத்துச் செல்வது நல்லது என்று அவர்கள் சொன்னார்கள். ராஜாவுக்கு செய்தி போனது. அவனும் வீட்டுக்கு விரைந்தான். டேக்சியில் அவளை அழைத்து கொண்டு நாகலட்சுமியுடன் செலுவாம்பா மருத்துவமனைக்கு வந்தான். கர்ப்பிணியைச்

சேர்த்துக் கொண்டு பரிசோதனை செய்த பெண் மருத்துவர் வெளியே வந்து ராஜாவிடம், 'பயப்பட வேண்டாம், கரு கலையும் அறிகுறிகள் தெரிகின்றன. எங்களால் முடிந்ததை செய்கிறோம்' என்றார். ராஜா வெளியே இருந்தான். நாகலட்சுமி உள்ளே காத்தியாயினியுடன் இருந்தாள்.

கர்ப்பிணியின் வலியைக் கண்டு நாகலட்சுமிக்கு வேதனையானது. உடல் விறைத்து வெயிலில் விழுந்த தவளை போல துடிதுடித்துக் கொண்டிருந்த காத்தியாயினியின் தோள் மீது இடது கையை வைத்துக் கொண்டு நாகலட்சுமி தன் வலது கையால் அவள் முதுகை வருடிக் கொடுத்தாள். இடுப்புப் பின் பகுதியை நன்றாகத் தேய்த்து விட்டாள். சீனி பிறக்கும் போதும் இது போன்ற மரண வேதனையை அனுபவித்ததில்லை. சிறிது நேரத்திலேயே இரத்தம் கசியத் தொடங்கியது. இரு செவிலியர்கள் அவளை லேபர் வார்டுக்கு அழைத்துச் சென்றார்கள். நாகலட்சுமி வெளியே இருந்தாள். ஒரு மணி நேரத்தில் கர்ப்பம் கலைந்து எல்லா வேலைகளும் முடிந்திருந்தன. நினைவை இழந்திருந்த காத்தியாயினிக்கு மருத்துவர் இரண்டு ஊசி போட்டார். நினைவு திரும்பிய பிறகு இரண்டு ஆட்கள் ஸ்ட்ரெச்சரில் படுக்க வைத்துக் கொண்டு வந்து படுக்கையில் படுக்க வைத்தார்கள். நாகலட்சுமி வெளியே வந்து ராஜாவிடம் செய்தியைத் தெரிவித்தாள். மருத்துவர் அனுமதி பெற்று ராஜா உள்ளே போய்ப் பார்த்தார். காத்தியாயினியின் உடல் பாதி மயக்கத்தில் படுக்கை மீது விழுந்து கிடந்தது. முகத்தின் மீது ஒளிர்ந்துகொண்டிருந்த பொலிவு இல்லை. அதிக ரத்தம் கசிந்ததால் ஆயாசமாகி, அன்று காலை கலகலப்பாக இருந்த முகம் இப்போது சோர்ந்து போயிருந்தது. பிடி தளர்ந்ததுபோல கைவிரல்கள் தொங்கிக் கிடந்தன. அவர்களுடைய மகிழ்ச்சியின் பலன் அவர்களுக்குக் கிடைக்கவில்லை. பழங்கள் நிறைந்த மரத்திற்கு நோய் வந்து உதிர்ந்த பிறகு கிளைகள் காய்ந்து போனது போல அவள் ஆகியிருந்தாள். 'உயிருக்கு ஒன்றும் அபாயமில்லை. டாக்டர் சொல்லி இருந்தார். அப்பாடா ஸ்ரீராமன் காப்பாத்தினானே என்று ஆறுதல் அடையனும்' என்று ராஜாவை சமாதானப்படுத்தி நாகலட்சுமி சொன்னாள். "நீ வீட்டிற்குப் போய் தர்மாஃபிளாஸ்க், இரண்டு டம்பளர், சர்க்கரை, ஸ்பூன், ஒரு துண்டு எடுத்து வா. அப்படியே எனக்கொரு ஜமக்காளம், போர்வையும் எடுத்து வா. அவளை வீட்டுக்கு அனுப்பும் வரை

நான் இங்கேயே படுத்துக் கொள்கிறேன். இனி மூணு நாள் பகல் நேரத்திலேயும் இங்கேயே இருக்கிறேன். நீயும் பிரித்வியும் ஹோட்டலல்ல இருந்து சாப்பாடு தருவிச்சுக்கங்க.”

நான்கு நாட்களில் காத்தியாயினி பலவீனமான குரலில் பேச ஆரம்பித்தாள். ஆனால் எழுந்து உட்கார இன்னும் பதினைந்து நாட்கள் ஆகும் என்று மருத்துவர் சொன்னார். நாகலட்சுமி அன்றிலிருந்து காலை வீட்டுக்கு வந்து சமையல் செய்து தானும் சாப்பிட்டு விட்டு, பன்னிரண்டு மணிக்கு மருத்துவமனைக்கு வருவாள். மீண்டும் அவள் வீட்டுக்குப் போவது மறுநாள் காலை.

தனக்குப் பிறக்கும் குழந்தை இன்னும் முழுமையாக வளர்வதற்கு முன்பே இல்லாமல் போன எட்டாவது நாள் ராஜா நூலகம் சென்று அண்ணனுக்கு செய்தியைத் தெரிவித்தான். ‘இத்தனை நாள் எனக்கு எதற்குச் சொல்லவில்லை?’ என்று கோபித்துக் கொண்டார். உடனே ஒரு வண்டியை அமர்த்திக்கொண்டு அவர் கருணாவுடன் மருத்துவமனைக்குப் புறப்பட்டார். வண்டிக்குப் பின்னால் சைக்கிள் மிதித்துக் கொண்டு ராஜாவும் வந்தான். நோயாளி படுக்கை அருகே பத்து நிமிடம் நின்றிருந்த ராயர். ‘எப்படி இருக்க தாயி? மனசுக்கு அதிகம் துயரத்தைக் கொடுக்க வேண்டாம். வாழ்க்கையில் இதெல்லாம் நடக்கக் கூடியது தான்’ என்று ஆறுதல் சொல்லி வெளியே வந்தார். கருணா சுமார் ஒரு மணி நேரம் காத்தியாயினி அருகிலேயே ஒரு ஸ்டூல் மீது உட்கார்ந்து பேசிக்கொண்டிருந்தாள். மருத்துவமனைக்கு வெளியே ஒரு மரத்தடியில் உட்கார்ந்து கொண்டு அண்ணன். தம்பியை சமாதானப் படுத்திக் கொண்டிருந்தார். கருணா வெளியே வந்த பிறகு இருவரும் வண்டியில் உட்கார்ந்த போது, ராயர் தம்பியிடம், ‘எங்கள் கூட வா. அங்கே இருந்து வீட்டுக்குப் போவயாம்’ என்று சொல்லி, அப்போது தாங்கள் இருந்த சரஸ்வதிபுரம் வீட்டுக்கு அழைத்துப் போனார். உள்ளே அறைக்குப் போய் இரண்டு நிமிடத்தில் திரும்பி வெளியே வந்து ராஜா கையில் வங்கிக் காசோலை ஒன்றை வைத்து, ‘மிகவும் நொடிந்து போயிட்டா. நன்றாகப் பார்த்துக் கொள்’ என்றார்.

ராஜா காசோலையை வாங்கிப் பார்த்தான். ஓராயிரம் ரூபாய் எழுதி இருந்தது. அதையே பார்த்துக்கொண்டு, ‘இவ்வளவு பணம் எதற்கு?’ என்று கேட்டான். ‘சாதரண பிரசவத்தை விட இது

போன்ற விஷயங்களில் அதிக கவனமாக இருக்க வேண்டும். நல்ல டானிக் வாங்கிக் கொடுக்கணும். பப்ளிஷர் கிட்ட இருந்து எனக்குப் பணம் வருது. நீ ஒண்ணும் கவலைப்பட வேண்டாம், போ' என்று ராயர் தம்பியை அனுப்பி வைத்தார்.

2

காத்தியாயினி மீண்டும் ஒருமுறை கர்ப்பிணியானாள். இந்த முறையும் மூன்றே மாதத்தில் ரத்தம் கசிந்தது. தம்பதிகளுக்கு இந்த இரண்டாம் விபத்தும் தீவிரமாக துயரத்தை அளித்தது. ஒரு ஆண்டில் அவள் உடல் நிலை தேறியது. முன்பிருந்த உடல் ஊட்டம் இல்லாவிட்டாலும் அவள் வடிவம், மிடுக்கு, அழகு அப்படியே இருந்தன. முன்பிருந்த வலிமை மட்டும் குறைந்திருந்தது. அதற்குள் ராஜாவுக்கு உதவிப் பேராசிரியர் வேலை கிடைத்து பெங்களூருக்கு மாற்றலானது. பெரிய பதவி கிடைத்தது மகிழ்ச்சியானாலும், மைசூரில் அவன் நடத்தி வளர்த்த நாடக சங்கத்தை விட்டுப்போவது அவனுக்கு வருத்தமாக இருந்தது. புதிய ஊருக்குப் போக காத்தியாயினி உற்சாகமாக இருந்தாள். நாகலட்சுமி வேண்டா வெறுப்பாக மாற்றத்தை ஒப்புக்கொண்டாள். அவளைப் பொறுத்த வரை இரண்டு ஊர்களுக்கும் இடையே எந்த வேறுபாடும் இருக்கவில்லை. எங்கே போனாலும் தான் வீட்டு வேலைகளைப் பார்த்துக் கொண்டு, மற்ற நேரங்களில் ஸ்ரீ ராம நாமம் எழுதுவதைத் தவிர அவளுக்கு வேறெந்த வேலைகளும் இருக்கவில்லை. சுமார் இரண்டு ஆண்டுகள் ராம நாமம் எழுதுவதில் மனதுக்கு ஒரு வகையில் நிம்மதி கிடைத்தது. கணவன் மீது முன்பிருந்த கோபம் குறைந்து இப்போது அவராகவே வீட்டுக்கு வந்து பேசினால் பேசத் தயாராக இருந்தாள். வீட்டில் ராஜா அவளை எப்போதும் போல அன்புடன் பார்த்துக் கொண்டான். அவளையே வீட்டு எஜமானி என்று காத்தியாயினி பார்த்தாள். அவள் மகன் பிரித்வியை ராஜா, காத்தியாயினி இருவரும் அக்கறையுடன் பார்த்துக் கொள்வது மட்டுமல்லாமல் அவன் கல்விக்கும் சிறப்பான கவனம் செலுத்தினார்கள். ஆனாலும் நாகலட்சுமியின் மனதில் குறை இருந்தது. 'என்ன இருந்தாலும் இது என் வீடல்ல. அவர் இருக்கும் இடம் தான் என்னுடையது. அவள் இருந்தாலும் சரி இங்கே செய்து போடும்

சமையலை அங்கேயே செய்து போடலாம்' என்று பலமுறை யோசித்தாள். ஆனால் வீட்டில் யாரிடமும் அதை வாய் விட்டுச் சொன்னதில்லை. குடும்பம் பெங்களூர் புறப்படும் நாள் நெருங்கும் போது, அவர் தன்னைப் பார்க்க இப்போதாவது வருவார் என்று அவள் எதிர்பார்த்தாள். அவர் வரவில்லை. இரவு ரயிலில் நான்கு பேரும் மைசூரை விட்டுப் புறப்பட்டு வந்தார்கள். பெங்களூர் வந்த பிறகு அவள் ராம நாமம் தொடர்ந்தது. கடந்த நான்கு ஆண்டுகளில் இருபது இலட்சம் ராம நாமம் எழுதி இருந்தாள். ஐம்பது நோட் புத்தகங்கள் நிரம்பிக் கிடந்தன. ராஜா மேலும் புதிய நோட் புத்தகங்கள், புதிய ஸ்டீல் எழுத்தாணி, மசிப் பொடிப் பொட்டணங்கள் வாங்கிக் கொடுத்தான். தான் எழுதிய ஒவ்வொரு புத்தகம் முடிந்த பிறகும், கடைசிப் பக்கத்தில்:

சர்வ கல்யாணதாதரம் I சர்வபத்கனமாருதம் II
அபார கருணாமூர்த்திம் I அஞ்சநேய நாமம்யஹம்II
அபதாமபஹர்தாரம் I தாதரம் சர்வசம்பாதாம் II
லோகாபிராம ஸ்ரீராமம்I புயோ புயோ நாமம்யஹம் II

என்று எழுதி, புத்தகத்திற்கு மஞ்சள், குங்குமம் வைத்து வணங்கி, மஞ்சள் கயிற்றால் அதைக் கட்டி பூஜை மாடத்திற்கு அருகில் சுத்தமான மர அடுக்கில் அடுக்கி வைப்பாள். 'ஐம்பது புத்தகம் ஆனால் மொத்தம் எவ்வளவு ஆகும்?' என்று காத்தியாயினியைக் கேட்பாள்.

"இருபது இலட்சம்."

"ஒரு கோடி ஆக இன்னும் எத்தனை ஆண்டுகள் ஆகும்?"

"நான்கு ஆண்டுகளில் இருபது இலட்சம் எழுதினீங்க. இப்படியே எழுதினா இன்னும் பதினாறு ஆண்டுகளில் ஒரு கோடியாகும்."

"என்ன ஆனாலும் சரி, ஒரு கோடி முடித்துவிட்டுத் தான் நான் சாக வேண்டும். ஸ்ரீராமசந்திரா எனக்கு இன்னும் பதினாறு வருஷம் ஆயுளைக் கொடுப்பா" என்று கடவுளை பிரார்த்தனை செய்தாள்.

ஒரு நாள் காத்தியாயினி கேட்டாள்: "நீங்கள் இப்படி சும்மா எழுதினால் என்ன கிடைக்கும்?"

"ஸ்ரீராமன் அடுத்த பிறவியிலாவது நல்லது செய்வான்."

காத்தியாயினி ஸ்ரீராமன் கதையைக் குறித்து யோசித்தாள். அவன் வீரம், தியாகம் போன்ற குணங்களைப் பாராட்டினாலும், முடிவில் உலக தூற்றலுக்கு பயந்து தன் அன்பு மனைவியைத் துறந்த அந்தச் செயல் அவளுக்குப் பிடிக்கவில்லை. நாகலட்சுமியிடம் கேட்டாள்: "நீங்க என்ன வேண்டுமென்றாலும் சொல்லுங்கள். சீதாதேவியை லோக அபவாதத்திற்கு பயந்து காட்டுக்கு அனுப்பிய ராமன் பெருமைக்குரிய வேலையைச் செய்யவில்லை."

"ச்சே, ச்சே, அப்படி சொல்லக்கூடாது. தப்புன்னு சொல்லு. ஸ்ரீ ராமசந்திரன் செய்த வேலையைத் தவறுன்னு சொல்ல நாம் யார்? அவன் என்ன இருந்தாலும் கடவுள். அவனுக்கு எல்லாம் தெரியும் அல்லவா?"

அன்று முழுதும் நாகலட்சுமிக்குத் தன் கணவன் நினைவு வந்தது. சீதாதேவியைப் போலவே தான் கைவிடப்பட்டாலும், தன் கணவர் மற்றொரு பெண்ணைத் திருமணம் செய்து கொண்டு தன்னிடமிருந்து விலகிப் போயிருந்தார். ஸ்ரீராமசந்திரன் அப்படிச் செய்யவில்லை என்று அவளுக்கு இராமன் மீது இன்னும் அதிக பக்தி உண்டானது.

பிரித்வி பன்னிரெண்டு வயதுப் பையன். இப்போது மல்லேஷ்வரம் உயர்நிலைப் பள்ளியில் சேர்ந்திருந்தான். பள்ளியில் நன்றாகப் படிப்பான். மகனைப் பார்க்கும் விருப்பமாவது அவருக்கு இருக்காதா என்று நாகலட்சுமி சில நேரம் தனக்குள் பொருமுவாள்.

ராஜா பெங்களூர் வந்த பிறகு அதே கல்லூரியில் ஒரு இங்கிலிஷ் விரிவுரையாளர் பணி காலியாக இருந்தது. "சும்மா வீட்டில் இருப்பதற்கு பதிலாக நீ அந்த வேலையைச் செய்கிறாயா?" என்று அவன் காத்தியாயினியிடம் கேட்டான். முதலில் பயமாக இருந்தாலும், அவனும் அதே கல்லூரியில், அதே பாடத்தில் உதவிப் பேராசிரியராக இருப்பது அவளுக்குத் துணிச்சலைக் கொடுத்தது. ராஜா முயற்சி செய்தான். அந்த வேலையை அவளுக்குக் கொடுக்க வைக்க முடிந்தால் முயற்சி செய்ய அண்ணனுக்கு ஒரு கடிதம் எழுதினான். அப்போது டாக்டர் ராயர் பேராசிரியராக இருந்தார். பல்கலைக்கழக உயர் அதிகாரிகள் அவர் வார்த்தைக்கு மதிப்புக் கொடுப்பவர்களாக இருந்தார்கள். காத்தியாயினிக்கு வேலை கிடைத்தது. புதிய வாழ்க்கையில் அவள், பழைய கவலைகளை எல்லாம் மறக்க முயன்றாள். தினமும் கணவருடன் கல்லூரிக்குப்

போவாள். மாலை அவனுடன் திரும்புவாள். பெங்களூரிலும் ராஜா ஒரு நாடக சங்கம் ஆரம்பித்தான். அங்கேயும் சங்கம் வேரூன்றி அவன் கல்லூரியில் பிரபலமானான். இப்போது வீட்டு வேலைகள் முன்னை விட சிறிது அதிகமாகி நாகலட்சுமி மீது விழுந்தது. ஒரு நாள் காத்தியாயினி, “அக்கா, இப்போது இருவருக்கும் ஊதியம் கிடைக்கிறது. உங்கள் ஒருவருக்கு வேலை அதிகமாகும். ஒரு சமையல்காரரை வைத்துக் கொள்ளலாம்” என்றாள். நாகலட்சுமி ஒத்துக்கொள்ளவில்லை. “திருமணமாகி நீ வருவதற்கு முன்பும் நான் தனியாக எல்லா வேலைகளையும் செய்து கொண்டிருக்கவில்லையா? இதென்ன பெரிய வேலை? சமையல்காரர் சமையலைச் சாப்பிட என்னால் முடியாது” என்றாள்.

காத்தியாயினி கல்லூரியில் வேலை செய்யத் தொடங்கி நான்கு ஆண்டுகள் கடந்தன. பாடம் சொல்லிக் கொடுப்பது இப்போது பழகிப்போனது. கல்லூரிக்குப் போனால் எளிதாக நேரம் போகும். வீட்டில் இருக்கும் போது மறுநாள் வகுப்பிற்குத் தயார் செய்து கொள்வது, நாகலட்சுமிக்கு சிறிது உதவியாக இருப்பது, பிரித்வி படிப்பை மேற்பார்வை பார்ப்பது போன்றவற்றில் நேரம் கழியும். தினமும் கணவருடன் போய் காய்கறி, பழங்கள், பூ வாங்கி வருவாள்.

ஆனால் சில நாட்களிலேயே அவளுக்கு வாழ்க்கை சலிப்பாகத் தோன்றியது. எதற்காகவோ இந்த வாழ்க்கையில் நான் தனிமை என்ற உணர்வு வரும். அடிக்கடி சீனி நினைவு வந்து அவனைப் பார்க்கும் ஏக்கம் வரும். அவன் தன்னை நினைவில் வைத்திருப்பானா என்ற ஆர்வம் ஏற்படும். இப்போது பதிமூன்று வயதுப் பையன். உயரமாக வளர்ந்திருக்கலாம். அவர் எட்டு வயதில் உபநயனம் (பூணூற்பூட்டு) செய்வார்கள். வேதோபநிஷத்துகளின் வெகு பாகம் மனப்பாடமாகி இருக்கும். சமஸ்கிருத கல்வி நன்றாக நடந்திருக்கும். தான் கற்றிருந்தால் கீதை உபநிஷத்துகளைக் கற்றிருக்கலாம். தன் அக்கறை அந்தப் பக்கம் இருக்கவில்லை. புத்தி வளர்வதற்கு முன்பே அவன் தாத்தா அதைச் சொல்லிக்கொடுத்திருப்பார். அவன் உயர்நிலைப் பள்ளியில் சேர்ந்திருக்கலாம்! தினம் ஒரு கேள்வியாக அவளுக்கு சீனியின் நினைவு வரும். அவன் உருவத்தை கற்பனை செய்துகொண்டு சில சமயம் தன் தனிமையின் உணர்வை மறப்பாள்.

அவள் மீண்டும் தாயாகும் அறிகுறிகள் கண்டன. அதை அறிந்து அதிக மகிழ்ச்சி அடைந்தவன் ராஜா. தம் திருமண வாழ்க்கையின் இரண்டாவது ஆண்டு நிறைவடையும் போது ஒரு முறை அவன் தந்தையாக வாய்ப்பிருந்தது. அது பாதியிலேயே நாசமாகி, எதிர்பார்ப்பு நசுங்கிப் போனது. இரண்டாம் முறை அதே ஆசை துளிர்விட்டுப் பலனளிக்காமல் போனது. இப்போது மீண்டும் அவன் மனைவி தாயாகப் போகிறாள். பொங்கி வந்த மகிழ்ச்சியில் மனைவியின் கையைப் பற்றிக்கொண்டு சொன்னான்: "வா, ஒரு லேடி டாக்டர்கிட்ட போகலாம். இந்த முறை நீ வாரத்திற்கு ஒரு முறை பரிசோதனை செய்துகொள்ள வேண்டும். மிகவும் எச்சரிக்கையாக நடந்துகொள்ள வேண்டும்."

பெண் மருத்துவர் காத்தியாயினியைப் பரிசோதித்துப் பார்த்தார். கால்சியம் சத்துக் குறைவை சரிப்படுத்த சில மாத்திரைகள், டானிக் எழுதிக் கொடுத்தார். அதிகமாகப் பால், பழங்களைச் சாப்பிடச் சொன்னார். மாதம் ஒரு முறை ரத்தப் பரிசோதனை, சிறுநீர் பரிசோதனை செய்ய வேண்டும், வாரம் ஒரு முறை அவரிடம் அழைத்து வருமாறு சொன்னார். அவர் பரிந்துரையைத் தவறாமல் அவள் கடைப்பிடித்தாள். நான்கு மாதம் நிறைவடைந்தது. உடம்பில் தெரிந்த பலவீனம், அசதியைத் தவிர உடல்நலத்துடன் இருந்தாள். இன்னும் இரண்டு மாதங்கள் நிறைவடைவதற்குள், காத்தியாயினியின் உடலில் பொலிவு கூடியது. சிவந்து பழுத்த பழங்களால் நிறைந்து சோபிக்கும் இளம் மாமரம் போல அவள் அழகு பொங்கிக் கிடந்தது. நடந்தால் காலில் ரத்தம் தெறிப்பது போல இருக்கும். தேகத்தில் உயிரைத் தாங்கும் வளர்ச்சியை அடைந்திருந்தது. ஒருமுறை கூர்ந்து பார்த்த போது ராஜாவுக்கு முன்பு ஒருமுறை இதுபோலவே இருந்தது நினைவுக்கு வந்தது. அவளை நிலைக்கண்ணாடி முன்னால் நிறுத்திக் கேட்டான்: "பார்த்தாயா?"

அவள் தன்னைத் தானே பார்த்துக்கொண்டாள். நிறைந்து பொங்கிய மகிழ்ச்சியில் அவளிடம் ஒரு வகையான பயம் கலந்திருந்தது. இன்னும் பழுத்துக்கொண்டிருந்த தன் வளர்ச்சியின் வடிவத்தை அவள் மனச்சோர்வால் பார்க்க முடியாமல் போனாள். கணவரைக் கேட்டாள்: "என்னைப் பார்த்தால் உங்களுக்கு என்ன தோன்றுகிறது?"

“புருஷ அருகாமையின் பலனாக பிரகிருதி தன் அனுபவத்தின் எல்லையை அடைகிறாள் என்று தோன்றுகிறது.”

“ச்சீ, அப்படிச் சொல்ல வேண்டாம்” அவர் வாய் மீது கைவைத்துச் சொன்னாள்: “முன்பு இரண்டு முறை அப்படி நடந்த பிறகு எனக்கு பிரகிருதி, புருஷ கற்பனையே பயத்தை உண்டு பண்ணுகிறது” அப்படிச் சொல்லும் போது அவள் குரல் அதிர்ந்தது. கவலை தெரிந்தது.

இந்த முறை என்ன குழந்தை பிறக்கும் என்ற ஆர்வம் அவர்களை வாட்டவில்லை. சுகப்பிரசவம் நடந்து குழந்தையுடன் வீடு வந்தால் போதும் என்று இருவரும் ஒருவருக்கொருவர் சொல்லிக் கொள்ளாமல் தமக்குள்ளேயே வேண்டிக்கொண்டார்கள். அவள் பிரசவத்திற்கு விடுமுறை விண்ணப்பம் போட்டிருந்தாள். ஒரு நாள் நாகலட்சுமி, “ஜனங்கள் கண் ஒரே மாதிரி இருக்காது. நீ இனி வெளியே போனால் பழைய சேலையை உடுத்திக் கொண்டு போ. நல்ல சேலையோடு போனால் யார் கண்ணாவது பட்டுவிடும்” என்றாள். காத்தியாயினி அதுபோலவே நடந்துகொண்டாள். ராஜாவுக்கும் அதில் நம்பிக்கை இருந்தது.

ஆறு மாதம் அப்போதுதான் நிறைவடைந்திருந்தது. ஒரு நாள் ராஜா தன் வகுப்பில் நின்று பாடம் நடத்திக்கொண்டிருந்தான். கல்லூரிப் பணியாள் அவன் கையில் ஒரு துண்டுச் சீட்டைக் கொடுத்தார். காத்தியாயினி எழுதி இருந்தாள். ‘ஆசிரியர்கள் அறையில் இருக்கிறேன். வயிற்று வலி. பயமாக இருக்கிறது. உடனே வரவும்.’ வகுப்பை அத்தோடு நிறுத்திவிட்டு அவன் அங்கே போனான். அவள் முகத்தைப் பார்த்து பயமானது. அவர் மாணவன் ஒருவன் தினமும் காரில் வருவான். அவனை அழைத்து காரில் அவளை அமர்த்திக்கொண்டு மருத்துவமனைக்குப் போனான். மருத்துவமனை நெருங்கும்போது அவளுக்கு அதிகமாக வலி எடுத்தது. சிறிதாக ரத்தமும் கசிவதுபோலத் தெரிந்தது. இந்த முறையும் கர்ப்பம் கலையும் என்று ராஜாவும், காத்தியாயினியும், மருத்துவர் பரிசோதிக்கும் முன்பே தெரிந்துகொண்டார்கள். அவளை மருத்துவமனையில் சேர்த்துக்கொண்டார்கள். ராஜா அங்கேயே தங்கிவிட்டான். மாணவன் வீட்டுக்குப் போய் நாகலட்சுமியை அழைத்து வந்தான். நாகலட்சுமி வருவதற்குள் காத்தியாயினியை லேபர் வார்டுக்கு அழைத்துப் போயிருந்தார்கள்.

அண்ணியைப் பார்த்த ராஜாவுக்குக் கண்ணீர் வந்தது. அவனுக்கு எப்போதும் இளகிய மனம். குழந்தைகளைக் கண்டால் மிகவும் அன்பு. இரண்டு முறை அவன் எதிர்பார்ப்பு குலைந்திருந்தது. மூன்றாம் முறையும் அதுவே நடக்கும் போல இருக்கிறது. ‘கடவுளே எதற்கு இப்படி?’ என்று தனக்குள்ளேயே கேட்டுக்கொண்டான்.

இரண்டு மணிக்குப் பிறகு மருத்துவமனை ஆயாக்கள் காத்தியாயினியை ஸ்ட்ரெச்சரில் கொண்டு வந்து கட்டில் மீது படுக்க வைத்தார்கள். நாளை காலை வரை யாரையும் அவள் அருகே போகக்கூடாது என்று செவிலி சொன்னார். காத்தியாயினிக்கு நன்றாக நினைவு வந்த போது ஒரு நாள் கழிந்திருந்தது. தான் அறியாத அந்த ஒரு நாளில் தனக்கு என்ன நடந்தது என்று புரிந்துகொள்ள அவளுக்கு அரை மணி நேரம் தேவைப்பட்டது. நடந்தவை எல்லாம் முழுமையாக அறிவுக்கு எட்டிய போது கண் நிரம்பி வந்தது. அழ சக்தி இல்லாவிட்டாலும் தேம்பித் தேம்பி அழுதாள். அருகில் இருந்த நாகலட்சுமி மௌனமாக அவள் தலையைத் தன் இரண்டு கைகளாலும் பிடித்துக்கொண்டாள். அழுகைச் சத்தம் கேட்டு செவிலி அருகில் வந்து “இப்படி அழுதால் உங்கள் நிலைமை இன்னும் மோசமாகும்” என்று காத்தியாயினியை எச்சரித்து, நாகலட்சுமியின் பக்கம் திரும்பி, “நீங்கள் அருகில் இருந்தால் அவருக்கு எல்லாம் ஞாபகம் வந்து அழுவார். நீங்கள் வெளியே போங்கள்” என்று. நாகலட்சுமி வேண்டிக்கொண்டாலும் வலுக்கட்டாயமாக வெளியே அனுப்பினார்.

அன்று மாலை ராஜா, மருத்துவமனை பெரிய டாக்டரைச் சந்தித்தான். மருத்துவர் அவனை அடையாளம் கண்டுகொண்டார். “என் மகள் உங்கள் இருவருக்கும் மாணவி. வணக்கம்” என்றார்.

“அவர் பெயர் என்ன?”

“சுதாராவ். போன ஆண்டு நீங்கள்தான் அவளை ஒஃபிலியா வேடத்தில் நடிக்க வைத்தீர்கள். உங்கள் மனைவியையும் அவள் மிகவும் பாராட்டினாள். அவருக்கு இப்படி நடந்தது எனக்கு வருத்தமாக இருக்கிறது.”

நோயாளியைப் பற்றி அவர் இரண்டு விஷயங்களைச் சொன்னார். “இது மூன்றாவது முறை இப்படி நடப்பது. ஒரு மாதம் அவர் மருத்துவமனையில் இருக்கட்டும். பிறகு வீட்டில் ஒரு ஆறு மாதம்

இருக்க வேண்டும். நாங்கள் கடிதம் கொடுக்கிறோம். அத்தனை நாள் அவர் விடுமுறை எடுத்துக் கொள்ளலாம்.”

“உயிருக்கு எதுவும் ஆபத்து இல்லையே?” ராஜா பயந்து கேட்டான்.

“இந்த முறை நீங்கள் உடனே அழைத்து வந்ததால் உயிர் தப்பியது. மீண்டும் கர்ப்பிணி ஆனால் இப்படி நடப்பதற்கு வாய்ப்பு அதிகம். இப்படி மீண்டும் நடந்தால் அவர் பிழைக்கும் சாத்தியம் இல்லை.” ராஜா மனம் தளர்ந்து போனான். டாக்டர் தொடர்ந்தார்: “இன்னொரு ஆண்டு அவர் கணவருடன் தொடர்பில்லாமல் இருக்க வேண்டும். மீண்டும் கர்ப்பிணி ஆகாமல் இருப்பது நல்லது. நீங்கள் அறுவைச் சிகிச்சை செய்துகொள்வது நல்லது.”

கனமான மனத்துடன் ராஜா வீடு வந்தான்.

பல்கலைக்கழகம் அவளுக்கு ஆறு மாதம் விடுமுறை அளிக்காது என்று அவனுக்கும் தெரிந்திருந்தது. ஆனாலும் மருத்துவமனையிலிருந்து சான்றிதழ் பெற்றுக்கொண்டு மனைவியின் சார்பாக அவனே விண்ணப்பம் எழுதிக்கொண்டு மைசூருக்குப் புறப்பட்டான். அவன் மைசூருக்குப் புறப்பட்ட போது நாகலட்சுமி அதிகம் பேசவில்லை. “போய் நல்லபடியாக வேலையை முடித்துக் கொண்டு வா. ஒரு நாள் அதிகமானாலும் கவலைப்படவேண்டாம். நான் மருத்துவமனையில் இருக்கிறேன். பக்கத்து வீட்டுக்காரர் வந்து பிரித்விக்குத் துணையாகப் படுத்துக் கொள்வார்” என்று மட்டுமே சொன்னாள். மைசூரில் அவன் நேராக நூலகத்திற்குச் சென்றான். ராயர் எழுத்தில் மூழ்கி இருந்தார். செய்தி கேட்டு அவருக்கு வருத்தமானது. “நீ முதலில் துணைவேந்தரைப் பார்த்து விண்ணப்பத்தைக் கொடுத்துவிட்டு வா. பிறகு நான் அவரிடம் பேசுகிறேன்.” அவர் சொன்னது போல ராஜா முதலில் துணைவேந்தரைப் பார்த்து வந்தான். கருணா, ராஜாவை வீட்டிற்கு அழைத்துப் போனாள். அவர் பிறகு துணைவேந்தரைச் சந்தித்து விட்டு வீட்டிற்கு வந்து சொன்னார்: ‘விடுமுறை கொடுக்கிறார்களாம். விடுமுறை காலத்து ஊதியம் கிடைக்காது. ஆனால் சர்வீஸ் தடங்கல் ஏற்படாது தொடரும் என்று சொன்னார்.’ அவர் உணவருந்திய பிறகு, அவர், “நீ ஷட்டல் வண்டிக்குப் புறப்படு. அங்கே நீ இல்லாமல் சிரமமாக இருக்கும்’ என்று சொல்லி அவன் கையில் ஆயிரத்து ஐநூறு ரூபாய்க்கு ஒரு காசோலை கொடுத்தார். “இப்போது மீண்டும் எதற்கு?”

என்று அவன் அதைத் திருப்பிக் கொடுக்கப் போனபோது அவர், “இன்னும் ஆறு மாதம் அவளுக்கு ஊதியம் கிடைக்காது. இந்த முறை மிகவும் எச்சரிக்கையுடன் அவளைக் கவனித்துக்கொள்ள வேண்டும். இருக்கட்டும். என்னிடம் பணம் இருக்கிறது. இடையில் தேவை என்றால் தெரியப்படுத்து. கவலைப் பட வேண்டாம்” என்று சொல்லி அனுப்பி வைத்தார்.

3

மருத்துவமனையிலிருந்து வீட்டிற்கு வந்து ஒரு மாதமானாலும் காத்தியாயினி படுக்கை மீதே படுத்துக்கொண்டு நாட்களைக் கழித்தாள். அவளுக்கு மருந்து, டானிக், பழச்சாறுகளைக் கொடுக்க வேண்டும். ஒரு பெண் மருத்துவர் மூன்று நாட்களுக்கு ஒரு முறை வீட்டிற்கு வந்து பார்த்துப் போவார். இப்போது அவள் முன் போல இருக்கவில்லை. பொலிவுடன் இருக்கும் அவள் முகம் இப்போது சாறு பிழிந்த மாம்பழம் போல ஆகியிருந்தது. அழகாக இருந்த கை விரல்கள் நீண்ட குச்சிபோலத் தோற்றமளித்தன. மோதிரம் விரலில் தங்கவில்லை. கண்ணொளி மங்கி முகத்தில் ஏமாற்றம் தாண்டவமாடியது. தலைமுடி உதிர்ந்துபோய் ஒரு பிடியளவு இருந்தது. உற்சாகத்தை வெளிப்படுத்தும் அந்த தேகம் சவம் போலப் படுக்கையில் விழுந்து கிடக்கும் என்று யாரும் எதிர்பார்க்கவில்லை. கல்லூரி நேரம் போக ராஜா எப்போதும் அவள் அருகிலேயே உட்கார்ந்திருப்பான். இப்போது அவன் தன் நாடக சங்கப் பணிகளுக்கு ஓய்வு கொடுத்திருந்தான். அவன் வீட்டில் இல்லாத போது நாகலட்சுமி அவள் அருகிலேயே இருப்பாள். சில நேரம் காத்தியாயினியிடம் தனக்குத் தெரிந்ததைப் பேசுவாள். நாகலட்சுமி ஒவ்வொரு சனிக்கிழமையும் ராமர் பூஜை செய்து கன்னடத்தில் ஸ்ரீராம கதையை முழுமையாக வாசிப்பாள். ஒவ்வொரு சனிக்கிழமையும் காத்தியாயினியின் விருப்பப்படி, அவள் படுத்திருக்கும் கட்டிலுக்கு அருகிலேயே மணை போட்டு உட்கார்ந்துகொண்டு ராம சரிதம் படிப்பாள். காத்தியாயினி அதை ஆர்வத்துடன் கேட்பாள். சில நிமிடங்கள் அவளுக்கும் பக்தி உணர்வு வரும்.

தான் தனியாகப் படுத்திருக்கும் போதும், இரவு தூக்கம் வராத போதும் அவள் மனம் ஆழ்ந்த சிந்தனையில் மூழ்கிவிடும். மூன்று

முறை தனக்கு இப்படி நடந்ததற்கான காரணத்தைத் தேடும். இந்த முறை அவர்கள் மனித முயற்சியால் முடிந்த எல்லா எச்சரிக்கைகளையும் எடுத்துக் கொண்டார்கள். நிபுணரான பெண் மருத்துவர் ஒருவர் பரிசோதித்துக்கொண்டிருந்தார். சீனி பிறந்த போது இதுபோன்ற எந்த மருத்துவ வசதிகளும் இருக்கவில்லை. பாகீரதம்மா ஐந்தாவது மாதத்தில் தமக்குத் தெரிந்த ஏதோ ஒரு மருந்தைத் கலக்கிக் காய்ச்சி வடிகட்டிக் குடிக்க வைப்பார். வீட்டில் தினமும் சாப்பாடு பலகாரங்கள் அல்லாமல் அதிகமாகக் கொஞ்சம் பால் நெய் கொடுப்பார்கள். எந்த டானிக்கும் இருக்கவில்லை. ஆனாலும் சீனியின் பிரசவம் நல்ல முறையில் நடந்தது. இந்த மூன்று முறையும் எதற்கு இப்படி ஆனது. மருத்துவமனையின் பெரிய டாக்டர் ராஜாவிடம் கூறியிருந்த செய்தியை அவன் இரண்டு நாட்களுக்கு முன் தெரிவித்திருந்தான். இனி அவள் கர்ப்பவதி ஆனாலும் இது போல நடக்கும் வாய்ப்புகள் அதிகம்; மீண்டும் இப்படி நடந்தால் தான் பிழைக்க மாட்டேன். இவற்றின் பொருள் என்ன, காரணம் என்ன? தன் மனதிற்குத் தோன்றிய காரணங்களைப் பொறுமையாகப் பரிசீலித்த பிறகு அவள் மனம் பாவ புண்ணியங்களை ஆராயத் தொடங்கியது. சீனியைக் கேட்க நஞ்சனக்கூடு போயிருந்தபோது பண்டிதர் சொன்ன வார்த்தைகள் இப்போதும் தெளிவாக அவள் நினைவில் இருந்தன. 'ஒரு வம்சத்தின் விதை தொடர்வதற்காகவே ஒரு சேத்திரத்தை மற்றொரு வம்சத்தார் தானம் செய்கிறார்கள். அந்த வம்சத்து விதையைத் தனக்குள் வளர்த்து விருட்சமாக்கிய பிறகு அந்தச் சேத்திரம் தன் பலனைப் பெறுகிறது.' அவள் பண்டிதர் வம்சத்து விதையைத் தன் வயிற்றில் முளைக்க வைத்து அந்த வம்சத்து மற்றொரு நுனியைத் துளிர வைத்தாள். தன் பெண்மையின் பலன் அத்தோடு நிறைவு பெற்று விட்டதா? புது வம்சம் ஒன்றின் தாயாகும் வலிமை தனக்கில்லையா?

ஆனால் புது வம்சத்தின் தாயாகும் நோக்கத்துடன் அவள் ராஜாவுடன் இணையவில்லை. அவனும் கூட, தன் வம்சத்தின் தாயாக வேண்டும் என்ற எண்ணத்தில் அவளை விரும்பவில்லை. அவர்கள் இருவரும் ஒருவரையொருவர் தீவிரமாகக் காதலித்திருந்தார்கள். ஒருவரை விட்டு மற்றொருவர் இருக்க முடியாது என்ற அளவிற்கு அவர்கள் காதல் வலிமையாக வளர்ந்தது. அவள் பித்தாக இருந்தாள். அவனும் பைத்தியமாகத்தான்

இருந்தான். வாழ்க்கையின் அறைகூவலுக்கு அவர்கள் ஒன்று சேர்ந்தார்கள் பிரகிருதி, புருஷனைப் போல. ஆனால் அவர்கள் தம் வாழ்க்கையின் அடுத்த கட்டத்தை விரும்புவது இயல்புதானே? தந்தையாகும் விருப்பம் அவனுக்குத் தீவிரமாக இருந்தது. அதே போல தனக்கும் தாயாகும் விருப்பம் இருந்தது. தான் தாயாகிக் கொண்டும் இருந்தாள். அதற்குள் மூன்று முறை இந்த விபத்து நடந்து விட்டது. இதற்கு என்ன காரணம்? புது வம்சத்துத் தாயாகும் தார்மீக, ஆன்மீக வல்லமையைத் தன் உதிரம் இழந்து விட்டதா? 'வம்சத்துத் தாய்' என்ற கற்பனையை அவள் நம்பவில்லை. 'புதுக் குழந்தையின் அம்மா' என்ற பார்வையிலேயே அவள் சிந்தித்தாலும், வம்சத்துப் பின்னணியை விட்டு தாய்மை, பிதிர் தன்மை இவை எதுவும் கிடையாது என்ற பண்டிதர் வார்த்தை நினைவிற்கு வரும். உடனே அவருடைய மற்றொரு பேச்சும் நினைவிற்கு வந்து அவளை சூலம் போலத் துளைக்கும். 'பரிமாணப் பாதையில் ஒருமுறை இழந்த கட்டத்தையே மீண்டும் அனுபவிக்க விரும்புவது பாவச் செயலாகும்.' கன்னியாக, மனைவியாக அவள் தன் முதல் கணவனுடன் மகிழ்ச்சியான அனுபவம் பெற்றிருந்தாள். பிறகு தாயும் ஆனாள். பிறகு மீண்டும் கன்னி போலக் காதலித்து, காதலை விரும்பி, மற்றொருவரின் மனைவியானாள். ஒரு முறை தாயானவள் என்றென்றும் தாய்தானா? அவள் மனைவியே அல்லவா? என்ற கேள்வி மனதில் பதிலில்லாமல் நிற்கிறது. கடவுளே, எங்களைச் சிறைபடுத்தி இருப்பது உண்மையான பாவமா, அல்லது பாவத்தின் கற்பனையா? என்று சோர்ந்து பெருமூச்சு விட்டாள்.

ஒரு நாள் நாகலட்சுமியிடம் கேட்டாள்: "அக்கா, பாவம் என்றால் என்ன?"

"எனக்கென்ன தெரியும்? படிச்சவ நீதான் சொல்லணும்."

"எனக்குத் தெரியாது. அதனால்தான் உங்களைக் கேட்கிறேன். உங்களுக்குத் தெரிந்ததைச் சொல்லுங்கள்."

அந்தக் கேள்விக்காக எதையும் சிறப்பாக யோசிக்காமல், ஆனால் தன் முழுச் சிரத்தை, நம்பிக்கைகளுடன் நாகலட்சுமி சொன்னாள். "மற்றவரை 'அய்யோ' என்று சொல்ல வைப்பது பாவம். நமக்குச் சொந்தமில்லாத ஒன்றின் மீது ஆசைப்படுவது பாவம். அல்லவா?"

"இந்த இரண்டைத் தவிர உலகத்தில் வேறெந்தப் பாவமும் இல்லையா?"

"அதெல்லாம் எனக்கென்ன தெரியும்?" நாகலட்சுமி அமைதியானாள்.

'நான் இதுவரை யாரை 'அய்யோ' என்று சொல்ல வைத்திருக்கிறேன்.' காத்தியாயினி யோசித்தாள். அவளுக்கு மூப்பான பண்டிதர், பாகீரதம்மா நினைவாகும். இந்த வயதில் அவர்கள் தங்கள் கைவிட்டுப் போன மருமகளை நினைத்துக் கொண்டு 'அய்யோ' என்று சொல்லிக்கொண்டிருக்கலாமா? ஆனால் பண்டிதர் தன்னிடம் சொல்லி இருந்தார்: 'குழந்தையை விட்டுப் போ என்று நான் எனக்காகவாகட்டும் அல்லது உள்ளே அழுதுகொண்டு உட்கார்ந்திருக்கும் மூதாட்டியின் சார்பாகவாகட்டும் பிச்சை கேட்க மாட்டேன். முதுமையில் அது என்னைக் காப்பாற்றட்டும் என்ற பேராசை எனக்கு எள்ளளவும் கிடையாது.' குழந்தையைப் பற்றி இப்படி ஆர்வமின்மையை வெளிப்படுத்தும் போது தன்னை அவர்கள் எதற்காக எதிர்பார்ப்பார்கள்? ஆனாலும் அவர்களுக்குத் தொண்டு செய்வது தன் கடமையாக இருந்ததா! நாகலட்சுமியின் மற்றொரு பதிலும் அவளைக் குத்தியது; 'நமக்குச் சொந்தமில்லாததை விரும்புவது பாவம்.' மீண்டும் குழந்தையைப் பெறுவது தனக்குச் சொந்தமற்ற ஒன்றாகுமா? கடவுளே, இதென்ன புரியாத புதிராக நீ என் வாழ்க்கையைச் சிக்கலாக்கி இருக்கிறாய்? எந்த நன்மைக்காக இவை எல்லாம் இருக்கலாம்? என்று மௌனமாக தனக்குத் தானே கேட்டுக்கொண்டாள்.

இரண்டு மாதத்தில் எழுந்து வீட்டிற்குள் நடமாடத் தொடங்கினாள். பகலில் உறங்கவில்லை. மாலை வெளியே போய் ஒரு ஃபர்லாங் நடைபழகி வருவாள். பிரித்வி இந்த ஆண்டு உயர்நிலைப் பள்ளி கடைசி ஆண்டுத் தேர்வு எழுதி இருந்தான். வீட்டில் அவளுக்கு சலிப்பாக இருக்கும் போது அவனுக்குப் பாடம் சொல்லிக் கொடுப்பாள். அப்படி ஒரு மாதம் கடப்பதற்குள் உடல்நிலை தேறியது. ஒரு மாதத்திற்குப் பிறகு கல்லூரிக்கு வேலைக்குப் போக வேண்டி இருந்தது. அவள் உடல் இப்போது முன்பிருந்த வடிவத்தைப் பெறத் தொடங்கி இருந்தது. நடைபழகி அசதியானாலும் உடல்வாகு எடுப்பாகத் தெரிந்தது. ஆரோக்கியப் பொலிவு மாயமாகி இருந்தாலும் மென்மையான சரும நிறம்

அவளுக்கு ஒரு விதமான சோபையைத் தந்தது. நடக்கும்போது பாதத்தில் ரத்தம் தெறிப்பது போலத் தெரிவது இல்லாமல் போனாலும் மென்மையான பாதங்கள் பால் வண்ணத்தில் கவர்ச்சியாகவே இருந்தன.

ஒரு நாள் ராஜா அவளுடன் தனிமையில் இருக்கும் போது கேட்டான்: “தற்போது உனக்கு வலிமை கூடுகிறதல்லவா?” தொனியையும், பேசும் தோரணையையும் புரிந்துகொண்டு அவள் அவன் கழுத்தைச் சுற்றிக் கையை வளைத்துக்கொண்டு சொன்னாள்: “இத்தனை நாள் சலிப்பாக இருந்ததா?”

“அப்படி ஒன்றும் இல்லை.”

‘எனக்குத் தெரியும், பொய் சொல்ல வேண்டாம்.” என்று அவன் கண்களைக் கூர்ந்து பார்த்துச் சொன்னாள். “என்னைப் போன்றவளைத் திருமணம் செய்துகொண்டு உங்களுக்கு இப்படி ஆனது?” சிறிது நேரம் யாரும் பேசவில்லை. பிறகு அவள் கேட்டாள்: “டாக்டர் சொன்னது உண்மையா?”

“என்ன?”

“உங்களை ஆபரேஷன் செய்து கொள்ளச் சொன்னது?”

“ஆம், எதற்கு?”

“உங்களுக்குப் பதிலாக நான் செய்துகொண்டால் என்ன?”

“இரண்டிலும் அதிக வேறுபாடு கிடையாது” என்று சொல்லும் போது அவன் குரலில் வருத்தம் இருந்தது.

மறுநாள் அவள் கணவருடன் மருத்துவமனைக்குப் போனாள். அவள் கருத்தைக் கேட்ட பெண் மருத்துவர் சொன்னார்: “என் கருத்து உங்கள் வீட்டுக்காரர் செய்துகொள்வதுதான் சரி. இந்த ஐந்து மாதமாக நீங்கள் பட்ட சிரமத்தால் இன்னும் உங்கள் உடல் தேர்ச்சியடையவில்லை. அறுவைச் சிகிச்சைக்குத் தேவையான ரத்த ஊட்டம் வர உங்களுக்கு இரண்டு மூன்று ஆண்டுகளாவது தேவை.”

வெளியே வந்து மருத்துவர் கருத்தை கணவரிடம் சொல்லும் போது அவன் ஒன்றும் பேசவில்லை. அவனை வருத்தத்திற்கு உள்ளாக்கியது, அறுவைச் சிகிச்சை செய்து கொள்ளாமல் அவளுடன் மீண்டும் உடலுறவு ஆரம்பிப்பது அபாயம் என்பதல்ல;

மூன்று முறை இப்படி நடந்த பிறகும் அவர்கள் வாழ்க்கை முழுதும் வாரிசு இல்லாமல் வாழவேண்டும் என்ற கவலை வாட்டியது. இந்தப் பத்து ஆண்டுகளுக்கு முன் யாராவது அவரிடம் குழந்தை இல்லாமல் வருத்தப்படும் கணவன் மனைவியைப் பற்றிப் பேசினால் சிரித்து விடுவான். அது ஒரு மிகையான உணர்வு என்பது அவன் கருத்தாக இருந்தது. இப்போதும் குழந்தை என்றால் அவனுக்கு மிகவும் பிடித்து இருந்தது. பிரித்வியுடன் விளையாடிக்கொண்டு மகிழ்ச்சியாக இருந்தான். ‘இந்த மகிழ்ச்சிக்குத் தம் குழந்தைகளாகவே இருக்க வேண்டுமா என்ன, எந்தக் குழந்தையாக இருந்தால் என்ன?’ என்று நினைத்தான். தன் மனைவி இனி பிள்ளை பெற முடியாது என்பதற்காக மனம் எதற்கு இப்படிச் சுருண்டு போகிறது? என்று யோசித்தாலும் பதில் தோன்றவில்லை. முயற்சியை மீறி அவனுக்கு வருத்தமாக இருந்தது. சில சமயம் மனைவியின் உறவு வேண்டும் என்று தோன்றும். ஆனால் விளைவிற்கு பயந்து விலகி இருப்பான்.

கணவரின் கவலைக்குக் காரணம் காத்தியாயினிக்கு நன்றாகத் தெரியும். ஆனால் அவள் இயலாமையில் இருந்தாள். ‘மருத்துவர் பேச்சை எப்போதும் நம்ப முடியாது. நீங்கள் பயப்பட வேண்டாம்’ என்று ஒரு நாள் சொன்னாள். ‘தெரிந்தே நான் உன்னை பலி கொடுக்க முடியாது’ என்று அவன் நிராகரித்தான். காத்தியாயினிக்கு பயமானது. தங்களுக்குக் குழந்தை இல்லை என்ற கவலையில் அவன் என்றாவது மற்றொரு திருமணத்தைப் பற்றி யோசித்தால்? என்ற சந்தேகம் மனதில் தோன்றும். தாய்மையின் உறுதியான அடிப்படை இல்லாமல் மனைவி என்ற அதிகாரத்தை எத்தனை நாள் நிறுவ முடியும்?’ என்று நிராசையுடன் தனக்குத் தானே சொல்லிக் கொள்வாள். அவர் ஒருவேளை அப்படிச் செய்தால் தன் கதி என்ன என்ற கவலை வந்து ஒரு நாள் அழுதுவிட்டாள்.

ராஜா தினமும் வெளியே பிரித்வியுடன் படுப்பான். தேர்வுக்குப் படித்துக்கொண்டிருந்த பையன் இரவு பதினொரு மணிவரை படித்து, படுத்த பிறகும் தூக்கத்தில் இயற்கணித சூத்திரங்களை உளறிக்கொண்டிருந்தான். ஒரு முறை ராஜா அவன் கன்னத்தின் மீது கை வைத்து, ‘சும்மா, படுப்பா’ என்றான். பையன் அமைதியானான். தூக்கம் கலையவில்லை. தன் படுக்கையில் இருந்து புரண்டு ராஜா அருகில் படுத்திருந்த அவனை அவன் வலதுகையால் அணைத்துக் கொண்டான். பையன் அமைதியாக உறங்கிக்கொண்டிருந்தான். முழு இரவும் ராஜா அவனை சிறிது

தழுவிக்கொண்டு படுத்திருந்தான். இரவு முழுதும் மனம் சிந்தித்தது. அண்ணன் மகனாகப் பிறந்தாலும் பிரித்வி தன்னிடம் தான் நெருக்கமாக இருக்கிறான். இனி தனக்குக் குழந்தை பிறக்க சாத்தியமில்லை. இனி பிரம்மச்சரியத்துடனும் இருக்க முடியாதா? எனக்கு இப்போது முப்பத்தியேழு வயதாகி விட்டது. இளமை கடந்து நடு வயது முடியும் காலம் கூட தொலைவில் இல்லை. இனி எத்தனை நாள் குடும்பச் சபலம் இருக்க வேண்டும்? குழந்தை பிறக்கும் சாத்தியக் கூறுகள் இல்லாத போது செயற்கை சிகிச்சையால் நடக்கும் உடலுறவால் என்ன ஆக வேண்டும்? எந்த சிகிச்சையும் வேண்டாம். பிரம்மச்சரியத்தை ஆரம்பிக்கிறேன். தினமும் வெளியே பிரித்வியுடன் படுக்கிறேன். இப்படி முடிவு செய்து அவன் அதைக் காத்தியாயினியிடம் சொன்னான். அவள் வாயடைத்துப் போய் அமைதியாக இருந்தாள்.

ஆனால் மீண்டும் இரண்டு நாட்களில் அவன் முடிவு தடுமாறியது. தன் இயல்பான குணத்தின் மீது அவனுக்கே நம்பிக்கை தவறியது. பிரம்மச்சரியம் தன்னால் முடியாது என்று முடிவு செய்து, மிகவும் சிரமத்துடன் கடைசியாக ஒரு தீர்மானத்திற்கு வந்தான்.

மறுநாள் மருத்துவமனைக்குப் போய், பெண் மருத்துவரிடம் தன் மனைவியைப் பற்றிய சான்றிதழை வாங்கிக்கொண்டு, ஆண்கள் மருத்துவமனையின் சர்ஜனைப் பார்க்கப் போனான். சர்ஜன் அறுவைச் சிகிச்சை செய்யும் போது வலி ஏற்படவில்லை. ஆனாலும் அவன் கண்ணில் கண்ணீர் வந்தது. தன் இருப்பின் அடிப்படை நோக்கம் ஒன்று கைகூடாமல் போகும் போது எந்த அறிவுசார் ஆறுதலும் மன வேதனையைப் போக்க சமார்த்தியமுடையதல்ல.

ராஜா மருத்துவமனையிலிருந்து வீட்டிற்கு வந்த பிறகு அவர்கள் இருவரும் தழுவிக்கொண்டு மௌனமாக இருந்தார்கள். காத்தியாயினி கண்களில் கண்ணீர் பெருகியது. அவளுக்கு ஆறுதல் சொல்லும் வலிமை அவனிடம் இருக்கவில்லை. கண்ணீர் சிந்தும் ஆற்றலும் போதாமல் கவலையில் மூழ்கிவிட்டான்.

★★★

படலம் : பதினெட்டு

1

எட்டு ஆண்டுகள் கடந்த வாழ்க்கையில் பண்டிதர் மனம் முன்னைவிட அதிகமாக உலக வாழ்க்கையிலிருந்து விலகி இருந்தது. எழுபது வயதை நெருங்கிக்கொண்டிருந்தார். அவருக்கு குடும்ப வாழ்க்கையில் எந்த ஆர்வமும் இல்லை. முன்பு மகனுக்குத் திருமணம் செய்து வைத்து அவனுக்குக் குடும்பப் பொறுப்பை வகிக்க ஆரம்பித்திருந்தார். அவரிடம் துறவு மனப்பான்மை வளர்ந்துகொண்டிருந்தது. மகன் இறந்தபோது மீண்டும் குடும்ப வாழ்க்கையில் ஈடுபட வேண்டியதானது. இரண்டு ஆண்டுகளுக்குப் பிறகு மருமகளுக்கு குடும்ப நடைமுறைகளை அறிமுகம் செய்து கொண்டே, சில ஆண்டுகளில் அலுவல்களை எல்லாம் அவள் பார்த்துக்கொள்வாள் என்ற எதிர்பார்ப்பில் இருந்தார். அவர் எதிர்பார்ப்பு ஈடேறாமல் இப்போது மீண்டும் பொறுப்பை அவர் சுமக்க வேண்டியதானது. இனி பேரன் பெரியவனாகி, அவனுக்குத் திருமணம் செய்து, அவன் பொறுப்பை ஏற்றுக்கொண்ட பிறகு அவருக்கு ஓய்வு என்று எண்ணி இருந்தாலும், மனம் மட்டும் எதற்கும் ஒட்டாமல் இருந்தது. எல்லாவற்றிலும் ஆர்வமின்மை, பற்றுதல் இல்லாமை வளர்ந்தது. அவர் துறவியாகும் விருப்பமும் சில சமயம் தலைதூக்கும். இத்தனை ஆண்டுகள் குடும்ப வாழ்க்கை வாழ்ந்து, குடும்பப் பொறுப்புகள் முழுமையடைந்த

பிறகு பந்த பாசங்களைத் துறந்து ஆண்டவன் தொண்டில் காலத்தைப் போக்கும் விருப்பம் வளர்ந்தது. சில நாட்களாகத் துறவி வாழ்க்கையை விளக்கும் அறநூல்களை அவர் அதிகமாக வாசித்தார். சன்னியாசோபநிஷத், வைகாசன சூத்திரம், தர்ம சிந்து, ஜீவன் முக்தி விகாசம் போன்ற நூல்களில் சொல்லி இருக்கும் துற வாழ்க்கையின் கோட்பாடுகள், துற வாழ்க்கை முறை, அற நுட்பம் போன்றவற்றை வாசித்தார்.

அவர் இருக்கும் நிலைமையிலிருந்து துறவை ஏற்று குடும்பத்தைத் துறந்து புறப்பட்டுவிடுவது அறமல்ல என்பது அவருக்குத் தெரியும். அவர் குடும்பத்தைச் சார்ந்தவர்களை ஒரு நிலைக்கு எடுத்துச் சென்று, அவர்கள் அனுமதி பெற்று, மனைவி உயிருடன் இருந்தால் அவள் அனுமதியையும் பெறுபவர்களுக்கு மட்டுமே துறவை ஏற்கும் அதிகாரம் உண்டு என்பது அவருக்குத் தெரியாதது அல்ல. பரம்பரைப் பெயரைச் சொல்லும் பேரன் இன்னும் பதின்மூன்று வயதுப் பையன். திருமணம் நடந்து தன் பொறுப்புகளை ஏற்றுக்கொள்ள குறைந்தது எட்டு ஆண்டுகளாவது வேண்டும். அறுபது வயது மனைவி இந்த நிலையில் தமக்கு அனுமதி தருவதை எதிர்பார்க்க முடியாது. அதனால் அவர் அமைதியாக இருந்தார். அவர் மனம் சந்நியாசத்திற்காக ஏங்கவில்லை. எல்லா விருப்பங்களைப்போல துறவியாகும் ஆசையும் பித்தாகி மனம் சீரான நிலைமையை இழந்தால் அது கேடு என்று அவர் அறிந்திருந்தார். துறவு என்பது அரூப, பற்றற்ற மனநிலை. அதை அடைவதில் மனம் விகாரமடைந்தால் துறவு வாழ்க்கைக்கு அருகதையற்றது என்று அந்த விருப்பத்தைக் கட்டுப்பாட்டில் வைத்திருக்க முயன்றார்.

மருமகள் வீட்டை விட்டுப் போன ஆண்டே பேரனை அரசாங்க ஆரம்பப் பள்ளியில் சேர்த்தார். அந்த ஆண்டு அவனுக்கு முடி இறக்கும் விழா நடந்தது. ஆடம்பரமாகச் செய்ய வேண்டும் என்று எண்ணி இருந்த பாகீரதம்மாவுக்கு மருமகள் இப்படிச் செய்த பிறகு உற்சாகம் குன்றிவிட்டது. ஆனால் சடங்கை விடமுடியாது என்று ஒரு நாள் செய்து முடித்தார்கள். எட்டாவது ஆண்டு உபநயனம் நடத்தினார்கள். இந்தச் சடங்கை பாகீரதம்மா உற்சாகமாகவே நடத்தினார். பண்டிதர் அவர் விருப்பத்திற்குக் குறுக்கே வரவில்லை. ஆனால் அவருக்கு ஆடம்பரத்தில் சிறிதும் விருப்பமிருக்கவில்லை. காயத்ரி ஜபம், மூன்று வேளையும்

சந்திவந்தனம், வேத அத்யயனங்கள் அவனுக்கு சரியான முறையில் கிடைக்க வேண்டும் என்பதே அவர் நோக்கமாக இருந்தது. ஒரு சுப லக்கினத்தில் பண்டிதர் பேரனை மடி மீது உட்கார வைத்துக் கொண்டு, அவன் தலையை மகுடத்தால் மறைத்து, காதில் காயத்திரி மந்திரத்தை உபதேசம் செய்தார். பாகீரதம்மா முதலில் வெள்ளிக் கிண்ணத்தில் பிட்சான்னம் கொடுத்தார். நெற்றிக்கு கோபிசந்தனமிட்டு நடுவில் மவுஞ்சிப் புல் கயிறு கட்டி, மஞ்சள் வேட்டியுடுத்தி, சீனி தாத்தாவின் வம்ச கோத்திர சூத்திரங்களைச் சொல்லி, சீனிவாச பண்டிதர் என்ற தன் பெயருடன் பரம்பரையைச் சொன்னான்: **'காஷ்யப கோத்ரோத்பன்னஹ காஷ்யபாவத்ஸார நைத்ரவ பிரவர த்ரயான்வித அஷ்வலாசூத்ர சமன்விதஹ ருக் ஷாகாத்யாயி ஸ்ரீ ஸ்ரீனிவாச ஷ்ரோத்ரியோஹம் அபிவாதயே...'** என்று பிச்சை கொடுத்த பெண்களை அவன் வணங்கும் போது பண்டிதருக்கு அவர் வம்சத்தை நினைத்துப் பெருமையாக இருந்தது. தங்கள் கோத்திரம், சூத்திரக் கிளை, பண்டிதர் வம்சம், முன்னோர்கள் பெயரை, குறிப்பாக தாத்தா பெயரைப் பேரனுக்கு வைக்கும் மரபை நினைத்து அவர் மனம் பெருமையால் பூரித்துப் போனது.

அடுத்த நாளிலிருந்து அவரே அவனுக்கு சந்திவந்தனம், அக்னி சடங்குகளைச் செய்து வைக்கத் தொடங்கினார். சமஸ்கிருத மொழியின் பழக்கம் இருந்த அவன் நாக்கு, மந்திரங்களைத் திருத்தமாகச் சொன்னது. தினமும் மாலை அவனுக்குச் சிறிது சிறிதாக வேத மந்திரங்களை மனப்பாடம் செய்து வைப்பதல்லாமல் அவற்றின் பொருள் விளக்கத்தையும் சொல்வார். அவர் வாயில் இப்போதும் தெளிவாக, இனிமையாக வேதமந்திரங்கள் வரும். சீனி புத்திசாலிப் பையன். பள்ளியிலும் நன்றாகப் படிப்பான்.

பாகீரதம்மா உடல்நிலை தற்சமயம் சரியில்லை. முன்பிருந்த உடல் வலிமை குன்றிப்போயிருந்தது. மருமகள் போன பிறகு மனம் ஆசைகள் இழந்து விட்டது. அவர் இப்போது கீழே கூடத்தில் படுத்துக் கொள்வார். அருகில் சீனி, அவன் அருகில் இலட்சுமி. அவர் தலைப் பகுதியில் கட்டில் மீது பண்டிதர். பாகீரதம்மாவின் மனம் மருமகளை நினைத்துக் கொள்ளும். தன் இந்த முதுமையில் அவள் வீட்டில் இருந்து எல்லாப் பொறுப்புகளையும் நிர்வகிக்க வேண்டும். இங்கிலிஷ் கற்கும் சீனிக்குப் பாடம் சொல்லிக்கொடுக்க வேண்டும். குடும்ப வரவு செலவு கணக்குகளைப் பார்த்துக்கொள்ள

வேண்டும். இவற்றை எல்லாம் துறந்துவிட்டுப்போன அவளுக்கு, கடவுள் நல்ல வாழ்வைக் கொடுப்பானா என்று அவர் மனம் கோபப்படும். அருகிலேயே படுத்திருக்கும் இலட்சுமியிடம் அதையே சொல்வார். ஆனால் அங்கேயே படுத்திருக்கும் கணவர் மட்டும் 'குழந்தை தூங்கி விட்டானா?' என்று கேட்பார்.

"ஊம், எதுக்கு?"

"நடந்தது நடந்து போனது. இனி அந்தப் பேச்சைப் பேசக்கூடாது என்று உனக்கு எத்தனை முறை சொல்ல வேண்டும்? கடவுள் மற்றவருக்குக் கொடுக்கும் நல்லது கெட்டதைப் பற்றி நாம் எதற்கு யோசிக்க வேண்டும்? நீங்கள் இப்படி அடிக்கடி பேசிக்கொண்டிருந்தால் வளரும் பையன் மனம் அவன் அம்மாவைப் பற்றி என்ன நினைக்கும்? பயனில்லாத பேச்சைக் கிளறிக் கிளறிப் பேசக்கூடாது."

பாகீரதம்மா அமைதியாவார். சீனப்பா பேச்சு இலட்சுமிக்கு ஒப்புதலாக இருந்தது. பாகீரதம்மாவுக்கு கணவர் பேச்சு சரி என்று தோன்றினாலும், மனதில் சில முறை ஏற்படும் சங்கடத்தைத் தாங்கிக்கொள்ள முடியாமல், இலட்சுமி தனியாக இருக்கும் போது இந்தப் பேச்சை எடுப்பார். இலட்சுமிக்கு அவர் வருத்தம் புரியும். அவர் பேச்சைக் கண்டிக்காமல், ஆனால் அதே சமயம் தான் பேச்சில் கலக்காமல், அவள் மௌனமாக 'ஊம்' போடுவாள். என்றாவது ஒரு அரை மணி நேரம் அதைப் பற்றி அவளிடம் பேசி விட்டால் பாகீரதம்மாவுக்கு ஆறுதலாக இருக்கும். பிறகு ஐந்தாறு நாட்கள் அந்த விஷயத்தையே மறந்துவிடுவார்.

2

பூணூற்பூட்டு முடிந்து ஐந்து ஆண்டுகளில் சீனி நடுநிலைப் பள்ளியை முடித்திருந்தான். நன்றாகப் படிப்பான். தினமும் பதினொரு மணிக்குப் பள்ளிக்குப் போகும் முன் அவன் தலையில் சும்மாடு வைத்துக்கொண்டு ஆற்றிலிருந்து இரண்டு குடம் தண்ணீர் கொண்டு வருவான். பாட்டிக்கு இப்போது முன் போல உடல்நிலை சரியாக இருப்பதில்லை. தாத்தா அவர் வயதிற்கு ஒப்பிட்டால் வலிமையாகவே இருந்தார். எழுபது வயதாகியிருந்தாலும் கண் பார்வை நன்றாகவே இருந்தது. கண்ணாடி போடாமல் படிப்பார்.

கைகால்கள் நடுக்கம் இல்லாமல் திடமாகவே நடப்பார். ஒரு பல் கூட உதிர்ந்திருக்கவில்லை.

சீனி பதின்மூன்று வயதாகி இருந்தாலும் பாட்டியுடன் படுப்பான். தன் பள்ளி நேரம், தாத்தாவிடம் சமஸ்கிருதம் கற்கும் நேரங்களைத் தவிர மற்ற நேரங்களை பாட்டியுடன் கழிப்பான். அவன் நட்பு, நெருக்கம் எல்லாம் அவருடன்தான் இருந்தது. பையன்களுக்கு உற்சாகமான விஷயங்களை எல்லாம் பாட்டி பேரனிடம் சொல்வார். “ஶ்ரீபாத ராயர் வீட்டு வாசந்தி எப்ப வந்தாலும் எனக்கு பிஸ்கட் வாங்கி வர்றாங்களே எதுக்கு பாட்டி?” என்று கேட்பான். உண்மை மனதில் தோன்றினாலும், பாட்டி, “முதல்ல இருந்து அவங்களுக்கு நம்ம மேலே பாசம், அக்கறை” என்று மட்டும் சொல்வார். “சக்ரபாணி வீட்டில பூஜை அறைக்குக் கீழே வெள்ளிக் காசுகளைப் புதைச்சு வைச்சிருக்காங்கலாம், உண்மையா பாட்டி?”, “பரசுராமர் கோவில் பக்கத்து நிலத்தில் ஏழு கொப்பரை தங்கக் காசு இருக்குதாம். அதை ஏழு தலை சர்ப்பம் பாதுகாக்குதாம், உண்மையா பாட்டி?”, “போன திங்கட்கிழமை நான் ஹெஜ்ஜிகே போயிருந்தப்ப பாபய்யா வீட்டில் சாப்பிடச் சொல்லி ஒரு உருண்டை வெண்ணெய், அரை அச்சு வெல்லம் கொடுத்தாங்க. அவங்க வீட்டில் எல்லோரும் தினமும் அவ்வளவு வெண்ணெய் திங்கறாங்களா?” போன்ற அவன் கேள்விகளுக்கு பாட்டி பொருத்தமான பதிலைக் கொடுப்பது மட்டுமல்லாமல் அவரும் உற்சாகமான பல விஷயங்களைச் சொல்வார். தன் அப்பா இறந்தது சீனிக்குத் தெரியும். ஏனென்றால் அவன் ஒவ்வொரு ஆண்டும் அவருக்கு சிரார்த்தம் செய்வான். தாத்தாவும் அவர் தந்தைக்கு சிரார்த்தம் செய்வார். தாத்தா அவர் அம்மாவுக்கும் திதி செய்வார். ஆனால் சீனி அப்பாவுக்கு மட்டும் செய்வான். தன் அம்மா எங்கே என்று ஒரு நாள் பாட்டியிடம் கேட்ட போது, அவர் ‘அவள் அம்மா வீட்டுக்குப் போய் விட்டாள்’ என்று சொல்லி இருந்தார். ‘எதற்கு?’ என்று கேட்டதற்கு, ‘என்னமோ தெரியாது. அந்த விஷயத்தைக் கேட்க வேண்டாம்’ என்று சலிப்பாகச் சொல்லி இருந்தார். தான் இன்னும் குடுமி விடுவதற்கு முன்பு அம்மா என்று அழைக்கப்பட்ட ஒரு பெண்ணைப் பார்த்த நினைவு நன்றாக இருந்தாலும், அவன் அதைப் பற்றி அதிக ஆர்வம் காட்டவில்லை. ஆனால் ஒரு நாள் பள்ளியில் மற்றொரு பையனுடன் தகராறு ஏற்பட்டபோது அந்தப் பையன்,

‘உங்க அம்மா எவனையோ கட்டிக்கிட்டு ஓடிப்போனாடா’ என்று ஏதோ கோபத்தில் வைதிருந்தான். வீட்டுக்கு வந்த சீனி பாட்டியிடம், ‘அக்கிரகாரத்து நாணி, உங்க அம்மா எவனையோ கட்டிக்கிட்டு ஓடிப்போனான்னு சொன்னான், உண்மையா பாட்டி?’ என்று கேட்ட போது, பாட்டி கோபமாக, ‘எவனோ சொன்னான்னு நீ அப்படிக் கேக்கறியா? அப்படிப் பேசக்கூடாது’ என்று மிரட்டி இருந்தார். அன்றிலிருந்து அவன் அதைப் பற்றி யாரிடமும் கேட்காதது மட்டுமல்ல, பாட்டி வையும் போது அதைப் பற்றி யோசிப்பதும் தவறு என்று பிறகு அதை மனதாலும் நினைக்கவில்லை.

அப்போதுதான் நடுநிலைப் பள்ளியின் ஐந்து ரூபாய்க் கட்டணத் தேர்வு முடிந்திருந்தது. அவன் முதல் வகுப்பில் தேர்ச்சி பெறுவான் என்று ஆசிரியர் சொல்லி இருந்தார். விடுமுறை முடிந்ததும் உயர்நிலைப் பள்ளியில் சேருவான். உயர்நிலைப் பள்ளி மாணவனாகும் மகிழ்ச்சியும் கொண்டாட்டமும் இருந்தது. அந்தத் தருணத்தில் பாட்டி நோய்வாய்ப்பட்டார். தற்போது அவர் ஒரு மாதம் இரண்டு மாதத்திற்கு ஒரு முறை இப்படிப் படுத்துவிடுவார்; ஓரிரு நாட்களில் எழுந்து விடுவார். அப்போது தாத்தா சமைப்பார். இந்த முறை படுத்த பாகீரதம்மாவுக்கு இரண்டு நாள் வீட்டில் கசாயம் குடிக்க வைத்தாலும் குணமடையவில்லை. மூன்றாம் நாள் வைத்தியரை அழைக்கப் போனால் அவர் ஊரில் இல்லை என்றும், வர ஒரு மாதம் ஆகுமென்றும் தெரிந்தது. பாட்டிக்குக் காய்ச்சல் அதிகமானது. உடல் முழுதுமாக வலித்தது. ஒரு நாள் பண்டிதர் தமக்குத் தெரிந்த மருந்தை உரசிக் கொடுத்தார். அவருக்கு உணர்வு நன்றாகவே இருந்தது. ஆரம்பத்தில் சன்னிவாதம் என்று முடிவு செய்த பண்டிதர் இப்போது காய்ச்சல் என்னவென்று தெரியாமல் போனார். மறுநாள் அவருக்குக் குடிக்க வைத்த பால் கூட வாந்தியானது. ‘வைத்தியர் இல்லை. அரசாங்க மருத்துவரையே அழைத்து வருகிறேன்’ என்று பண்டிதர் புறப்படும் போது, ‘இத்தனை நாளாச்சு, அதில என்ன கலந்திருப்பாங்களோ தெரியாது. இங்கிலிஷ் மருந்தை நான் குடிக்க மாட்டேன்’ என்று பாகீரதம்மா பிடிவாதம் பிடித்தார். அன்று அவர் கணவரை வெளியே போக விடவில்லை.

ஆனால் அன்று இரவு அவர் நினைவிழந்தார். பண்டிதர் பதற்றமடைந்தார். இலட்சுமி ஓடிப்போய் அரசாங்க டாக்டரை அழைத்து வந்தார். ‘நீங்க ரொம்ப தாமதம் செய்தீங்க’ என்று

சொன்ன டாக்டர் ஒரு ஊசி போட்டு, குடிக்க மருந்து வாங்கிவர யாரையாவது அனுப்பச் சொல்லிப் போனார். சீனி டாக்டர் பின்னால் போய் மருந்து வாங்கி வந்தான். ஆனால் மருந்தை சங்கடையில் நிரப்பி அதன் நுனியை வாயோரத்தில் வைத்தாலும் அவர் வாய் திறக்கவில்லை. நினைவிழந்த நிலையிலும் அவர் மருத்துவமனையின் மருந்தை நிராகரிப்பதைக் கண்டு பண்டிதர் அமைதியானார். மீண்டும் மூன்று நாட்கள் கடந்தன. ஒரு இரவு வீட்டில் மூவரும் விழித்திருந்தார்கள். ‘நீ படுத்துக்க குழந்தை’ என்று பண்டிதரும், இலட்சுமியும் சொன்னாலும் சீனி படுக்கவில்லை. அவன் முகம் மங்கிப்போயிருந்தது. இலட்சுமியின் முகத்தின் மீது பயம் தெரிந்தது. பண்டிதர் தம் வாழ்க்கையின் அடுத்த கட்டத்திற்குத் தன்னைத் தயார் செய்து கொள்வதைப்போல இருந்தார். சுமார் ஐம்பது ஆண்டுகளின் குடும்ப வாழ்க்கை அவர் நினைவில் வந்தது. திருமணமாகி அவர் வீட்டிற்கு வந்ததிலிருந்து, குழந்தைகள் இல்லாமல் அவர்கள் தவித்தது, பிறகு குழந்தை பிறந்தது, பிறகு தாங்கள் நடத்திய பிரம்மச்சரிய வாழ்க்கை, மருமகள் போன பிறகு மூதாட்டி பேரனைப் பாசத்துடன் வளர்த்தது எல்லாம் அவர் நினைவில் வரிசையாக வந்து போயின. பாகீரதம்மாவுக்கு நல்ல குணம். யாருக்கும் கேடு நினைப்பவர் அல்ல. தம் கையாலான பரோபகாரம் செய்யும் பெண்மணி. ஆனால் கோபதாபங்களை முழுமையாக வென்ற பெண்ணல்ல. எல்லோரும் அப்படி இருக்க முடியாது என்று பண்டிதர் மனதில் நினைத்துக்கொண்டார். நோய்வாய்ப்பட்டு படுக்கும் வரை கணவருக்கு பக்தியுடன் பணிவிடை செய்தவர். பண்டிதர் தார்மீக வாழ்க்கையில் மூன்றாகத் துணையாக இருந்தவர். இதுதானே குடும்ப வாழ்க்கையில் மனைவியின் கடமை? என்று பண்டிதர் சிந்தித்தார்.

நடு இரவில் பாகீரதம்மா நினைவிழந்த நிலையிலேயே தெளிவில்லாமல் பேசிக்கொண்டிருந்தார். ‘பிள்ளை கதி...’ ‘அவளாவது இருந்திருந்தால்...’ ‘சீனிக்குத் திருமணமாவது ஆகியிருந்தால்...’ நடு இரவில் முழுமையாக நினைவில்லாத நிலைமையில் பாட்டி இப்படிப் பிதற்றுவதைப் பார்த்து சீனிக்கு பயமானது. ஆனால் அந்த வார்த்தைகளின் முழுப் பொருள் அவனுக்குத் தெரியவில்லை. இலட்சுமி ஒரு முறை பண்டிதர் முகத்தைப் பார்த்தாள். அவரும் மௌனமாக அவள் முகத்தைப் பார்த்தார். தான் இறந்து விடுவேன் என்பதை நோயாளியின்

ஆழ்மனதிற்குத் தெரிந்திருக்கிறது என்பதை அவர் அறிந்து கொண்டார்.

மறுநாள் காலை டாக்டர் வந்து ஒரு ஊசி போட்டார். அதற்குள் நோயாளியின் மூச்சு தாறுமாறாக ஏறி இறங்கியது. “இப்போது எப்படி இருக்கிறது?” என்று பதற்றத்துடன் பண்டிதர் கேட்ட கேள்விக்கு டாக்டர். ‘என் கையாலான முயற்சியைச் செய்திருக்கிறேன்’ என்று சொன்னார்.

டாக்டர் முயற்சி பலிக்கவில்லை. மறுநாள் காலை ஐந்து மணி சுமாருக்கு உயிர் பிரிந்து விட்டது. இறக்கும் முன் நோயாளியின் சுவாசப் போக்கை பண்டிதர் அறிந்துகொண்டார். அக்கம் பக்கத்து வீடுகளுக்குச் சொல்லி அனுப்பவில்லை. அன்று இரவு தூக்கம் வந்து சீனி படுத்திருந்தான். பண்டிதர் எழுந்து போய் பூஜை அறையில் இருந்த கங்கையை எடுத்து வந்து வலுக்கட்டாயமாக அவர் வாயைத் திறந்து அரைப் பாலாடை குடிக்க வைத்தார். கங்கை உடலைச் சென்றடைந்தது. அரை மணி நேரத்தில் மூச்சு நின்றுவிட்டது. எந்திரம் முழுமையாக நின்று பண்டிதர் மூக்கருகே இருந்து அவர் விரல்களை எடுத்த போது இலட்சுமி வாய்விட்டு அழ ஆரம்பித்தார். சுமார் நாற்பத்தி ஐந்து ஆண்டுகள் பாகீரதம்மா அவளுக்குச் சோறு போட்டிருந்தார். தோழியைப் போல கஷ்ட சுகங்களை அவளிடம் சொல்லிக்கொண்டிருந்தார். ஒரு முறை அவரே விரும்பி இலட்சுமியிடம் தன் கணவருடன் கூடச்சொல்லி இருந்தார். பிறகு பண்டிதர் அவள் பெயரில் ஹெஜ்ஜிகே தோட்டத்தில் இரண்டு ஏக்கர் எழுதி வைத்த போதும் கூட மகிழ்ச்சியாகவே தன் ஒப்புதலை அளித்திருந்தார். இப்போது அவர் தன் வாழ்க்கையை முடித்துக் கொண்டார். பண்டிதர் குடும்பத்தில் இலட்சுமி நிர்வகித்துக் கொண்டிருந்த பொறுப்பு இப்போது இன்னும் அதிகமாகும். இலட்சுமி தேம்பித் தேம்பி அழுதார். அதைப் பார்த்து பண்டிதர், “இதென்ன இலட்சுமி இப்படி நடந்துகொள்கிறாய். இத்தனை நாள் தீர்த்தம் வாங்கி இருக்கிறாய், கோபூஜை செய்திருக்கிறாய். மனிதர்கள் ஒரு நாள் இல்லை ஒரு நாள் சாகத்தான் வேண்டும் என்பதை மறந்து போனாயே” என்றார். ஆனால் தம் பேச்சை முடிக்கும் முன்பே அவருக்கும் குரல் தழுதழுத்தது. அழுகை நிறைந்த குரலுடனேயே, “துயரம் என்பது யாரையும் விடாது. ஆனாலும் தாங்கிக்கொள்ள வேண்டும்” என்று சொல்லும் போதே அருகில் படுத்திருந்த

சீனிக்கு உடனே விழிப்பு வந்தது. தாத்தா முகத்தைப் பார்த்ததும் அவனுக்கு எல்லாம் புரிந்துவிட்டது. 'பாட்டி' என்று உரக்க அழுதுகொண்டே கண்மூடிப் படுத்திருந்த பாட்டி மார்பு மீது தலை வைத்துக் கதறினான். பாட்டி பேசவில்லை. இலட்சுமி அவனைத் தழுவிக்கொண்டார்.

அக்கம் பக்கத்து வீடுகளுக்கு பண்டிதர் செய்தியைத் தெரிவித்த போது அவர்கள் எல்லாம், 'நீங்கள் பெரியவர். நீங்கள் செய்வதைத் தவறு என்று சொல்லும் தகுதி எங்களுக்கு இல்லை. ஆனால் நாங்கள் எல்லாம் என்ன செத்தா போய்விட்டோம்? எங்களிடம் எதற்கு இதுவரை சொல்லவில்லை? நேற்று இரவே எங்களை அழைக்கக் கூடாதா?' என்று சொல்லிக்கொண்டே அங்கே வந்து நிறைந்தார்கள். பத்து நிமிடத்தில் வீட்டு முன் நெருப்பு எரிந்தது. யாரோ விறகு வாங்கப் போனார்கள். யாரோ பாடை ஏற்பாடு செய்தார்கள். ஊருக்கே செய்தி பரவியது. பண்டிதர் மனைவியைக் கடைசியாகப் பார்க்க பெண்கள், பிள்ளைகள் வந்தார்கள். ஆனால் பிணத்தை அதிக நேரம் வைக்காமல் காலை எட்டு மணிக்கே எடுத்துக் கொண்டு புறப்பட்டு விட்டார்கள். பாட்டிக்கு வாய்க்கரிசி போடும் சீனி தலை சுற்றி விழுந்து விட்டான். அங்கே நிரம்பி இருந்த ஆண் பெண்கள் எல்லாம் அந்தக் காட்சியைப் பார்த்துக் கண் துடைத்துக் கொண்டார்கள். இலட்சுமி மீண்டும் வந்து சீனியைத் தூக்கிக் கொண்டார்.

ஏழாவது நாளிலிருந்து தொடங்கி ஏராளமான தான தர்மங்களுடன் பாகீரதம்மாவின் இறுதிச் சடங்குகள் நடந்தேறின.

பண்டிதர் குடும்பச் செயல்பாடுகள் இப்போது முன்னை விட மாற்றமடைந்திருந்தன. அவர் தினம் எழும் நேரமே இப்போதும் எழுந்தாலும், முதிய பண்டிதர் முன்போல அதிக நேரம் பூஜை செய்வதில்லை. ஆறு மணிக்கே பூஜையை முடித்து விட்டு சமையலறை சேர்ந்து விடுவார். விடிகாலை எழும் சீனிக்கு குளியல், சந்திவந்தனம் முடியும் போது அவனுக்குக் குடிக்க பால் காய்ச்சிக் கொடுப்பார். இப்போது உயர்நிலைப் பள்ளியில் சேர்ந்திருந்த அவன் காலை அதிக நேரம் உட்கார்ந்து படிப்பான். ஒன்பதரை மணிக்கு பேரன் சாப்பாடு முடியும். அவன் பள்ளிக்குப் போன பிறகு இலட்சுமிக்குப் பரிமாறி பண்டிதர் சாப்பிடுவார். பாத்திரங்கள் அலம்பும் வேலைகள் எல்லாம் இலட்சுமி செய்வாள். வீட்டுப் பசு கன்றுகளைக் கவனித்துக் கொள்வதிலிருந்து, குப்பை

பெருக்கவும் மற்ற வெளி வேலைகளுக்கும் வேறொரு பணியாளை நியமனம் செய்துகொண்டார்கள். மாலை எப்போதும் போல சீனிக்கு வேத பாடம் நடக்கும். தாத்தா, பேரனை ஞாயிற்றுக்கிழமை ‘விளையாடப் போ’ என்று சொன்னாலும் அவன் தாத்தா வேலைகளில் உதவியாக இருப்பான்.

சில நேரம் சீனி பாட்டியை நினைத்துக்கொள்வான். பள்ளியிலிருந்து வீடு திரும்பியதும் பாட்டி இருப்பாள் என்ற பிரமையில் சமையலறைக்குள் நுழைவான். அங்கே யாரும் இல்லாததைக் கண்டு முகத்தைத் தொங்கப் போட்டுக்கொண்டு வெளியே வருவான். சில நாட்கள் இரண்டு நிமிடம் சமையல் அறையிலேயே உட்கார்ந்து அழுது, மனதை ஆறுதல் படுத்திக் கொள்வான். ஒரு இரவு படுத்திருக்கும் போது உளறிக்கொண்டு, ‘பாட்டி’ என்று அழத் தொடங்கினான். இலட்சுமியிடம் பேரனை இனி பக்கத்தில் படுக்க வைத்துக்கொள்ளச் சொன்னார். நாளடைவில் இலட்சுமியிடம் அதிகம் ஒட்டிக்கொண்டாலும் பாட்டி நினைவு அவனை தினமும் வாட்டியது. முன்பிருந்த சிரித்த முகம் அவனுக்குத் திரும்பி வரவே இல்லை. துயரக் களை வந்து விட்டது. இரவு படுத்து அவனுக்குத் தூக்கம் வந்த பிறகு இலட்சுமியிடம் பண்டிதர் ஏதாவது பேசுவார். சாதாரணமாக பேச்சு பாகீரதம்மாவை நினைத்துக் கொண்டு இருக்கும். பிறகு அது சீனி, அவன் எதிர்காலத்தைப் பற்றி இருக்கும். ஆனால் தம்மை விட்டுப்போன மருமகள் பற்றிப் பேசக்கூடாது என்று அவர்கள் இருவரும் ஒருவரிடம் ஒருவர் சொல்லிக்கொள்ளாமலேயே முடிவெடுத்திருந்தார்கள். “சீனிக்கு பதினான்கு வயது நடக்கிறது. இனி நான்கைந்து ஆண்டுகளில் பேத்தியைக் கொண்டு வரலாம். எல்லாம் சரியாகும்” என்று இலட்சுமி சொன்னார். “இந்தக் காலத்தில் அவ்வளவு சீக்கிரம் திருமணம் செய்யலாமா?” என்று பண்டிதர் கேட்டால். “நடக்காம என்ன? உன் திருமணம் நடந்தப்ப உனக்கு என்ன வயசு? காலம் மாறினாலும் நம்ம பையன் நம்ம சொன்ன மாதிரிக் கேட்பான்” இலட்சுமி பதில் சொல்வார். “அதுதான் சரி!” என்று பண்டிதர் ஒத்துக்கொள்வார்.

★★★

படலம்: பத்தொன்பது

1

தன் மனம் கலங்காமல் கட்டுப்பாட்டில் வைத்திருக்க காத்தியாயினி மிகவும் முயன்றாள். ஒரு நிமிடமும் அவள் காரணமின்றித் தனிமையில் இருப்பதில்லை. தினம் மாலை கணவருடன் நடைபழகப் போவாள். முன்பைவிட அதிகமாக சினிமாவிற்குப் போகிறார்கள். அவள் வீட்டு வேலைகளிலும் மிகுந்த அக்கறை எடுத்துக்கொண்டாள். நாகலட்சுமியிடமிருந்து கற்றுக்கொண்டு பழங்காலத்துத் திண்பண்டங்களைச் செய்வாள். ஒவ்வொரு சனிக்கிழமையும் நாகலட்சுமி நடத்தும் ராம பூஜையில் பங்கேற்பாள். மறக்க எவ்வளவு முயன்றாலும் முழுமையாகப் பிறக்காத தன் மூன்று குழந்தைகளின் நினைவாகும். பிறகு அவள் தாயாகும் சாத்தியக்கூறுகள் முழுமையாக இல்லாமல் போனதை நினைத்துக் கொண்டு மேலும் வருத்தமாகும். அந்த நேரங்களில் சீனியின் நினைவு வரும். இந்த ஆண்டு அவன் எந்த வகுப்பில் படித்துக் கொண்டிருக்கலாம்? நன்றாகப் படித்து அறிவு வளர்ந்த பிறகு தன் தாயைப் பற்றி யோசிப்பானா? தாயைப் பற்றி அவன் கேள்வி கேட்டால் பாட்டி, 'உங்க அம்மா கெட்டவ. யாரோடையோ ஓடிப்போயிட்டா' என்று சொன்னாலும் வியப்பில்லை. எப்போதாவது அவன் எதிரில் கிடைத்தால் என்னை அடையாளம் கண்டுகொள்வானா? ஐந்து வயதுப் பையனாக இருந்தபோது என்னைப் பார்த்தது. தாத்தா, பாட்டி

அன்பிற்குக் குறை இருக்காது. என்னை எப்படி அடையாளம் கண்டுகொள்வான்? ஒருவேளை என் அறிமுகமானால் எப்படி நடந்துகொள்வான்? அம்மா என்ற அன்பிற்கும், மதிப்பிற்கும் அவள் தகுதியற்றவள் என்ற உணர்வில் என்னைப் பார்த்தால்! அவள் மனம் துடிக்கும். அதைத் தாங்க முடியாமல் தவிப்பாள்.

இப்போது அவள் அதிகமாக பிரித்வி மீது பாசமாக இருந்தாள். அவன் முதல் ஆண்டு இண்டர்மீடியட் வகுப்பிற்குப் போகிறான். கணவனுடன் வெளியே போகும் போது அவள் அவனுக்குப் புதுத் துணிகள் வாங்கி வருவாள். விளையாட பேட், பந்து வாங்குவாள். தினமும் நல்ல ஆடை அணிந்து கல்லூரிக்குப் போகும்படி பார்த்துக்கொள்வாள். பாடம் சொல்லிக்கொடுப்பாள். பிரித்வி சித்தியுடன் அன்பு, பாசத்துடன் இருந்தான். ஆனால் ஒரு வகைக் கூச்சமும், பயம் கலந்த பக்தி உணர்வும் அவனிடம் இருந்தது. சில சமயம் காத்தியாயினி அவனுக்கு எண்ணெய் தேய்த்துக் குளிக்க வைக்கப் போவாள். அப்போது உடலைக் குறுக்கிக்கொண்டு குளியலறையில் உட்காருவான். முதுகைத் தேய்க்கும் போது இரண்டு அடி விலகிப் போவான். அவனை அவள் இழுத்துப் பிடித்து உட்காரவைத்து தேய்த்து விடுவாள்.

தனக்கு ஆபரேஷன் ஆன பிறகு ராஜாவின் அன்பு பிரித்வி மீது படிந்துவிட்டது. பணம் காசு வைக்கும் பீரோ சாவியைப் பிரித்வியிடம் கொடுத்து வைத்திருந்தான். தினமும் சாப்பிட அவனுடன் உட்காருவான். முன்போல 'பிரித்வி' என்று அழைப்பதை விட்டு 'குழந்தை' என்று அழைப்பான். கணவன் உணர்வு காத்தியாயினிக்குப் புரிந்தது. அவள் பொறாமைப் படவில்லை. தானும் அந்த உணர்வில் கலந்து விட முயற்சி செய்வாள். கணவனின் இயல்பான விருப்பம் நிறைவேறாததற்கு அவளும் வருத்தப்பட்டாள்.

முன்பு போல கல்லூரிக்குப் போய் வந்தாலும், தினமும் நடைபழகப் போனாலும், உடல்வாகு முன்போல ஆகவில்லை. சிவப்பு கலந்த வெள்ளை நிற உடல் நிறம் இப்போதும் பால் வெண்மையாகவே இருந்தது. பொலிவோடு தெரியும் உடல் அழகும் உற்சாகமும் இப்போது தெரியவில்லை. ராஜாவின் வற்புறுத்தலுக்காக மட்டுமே டாக்டர் சொல்லும் டானிக்குகளைத் தவறாமல் எடுத்துக்கொள்வாள். எங்காவது ஓரிரு மாதங்கள்

இடம் மாறி இருந்தால் நல்லது என்று டாக்டர் பரிந்துரை செய்து கொண்டே இருந்தார். இந்த முறை கோடை விடுமுறைக்கு எங்காவது போக அவர்கள் முடிவு செய்தார்கள். நந்திக்குப் போகலாமா என்று யோசனை வந்தது. இரண்டு மாதம் அங்கே இருப்பது சலிப்பாக இருக்குமென்று அதைக் கைவிட்டார்கள். கெம்மண்ணுகுண்டியையும் அதே காரணத்திற்காக வேண்டாம் என்றார்கள். ராஜா கல்லூரியில் உதகமண்டலத்து மாணவன் ஒருவன் இருந்தான். வீட்டில் எல்லோரும் வந்தால் இரண்டு மாதம் அவன் ஒரு வீட்டை வாடகைக்கு ஏற்பாடு செய்வதாகச் சொல்லிப் போயிருந்தான். ஊருக்குப் போனவன் கடிதம் எழுதினான். 'வாடகை வீடு எடுப்பது வேண்டாம். அவர் உறவினர் ஒருவர் ஒரு ஆண்டுக்கு வெளிநாடு போயிருக்கிறார். அந்த வீட்டுச் சாவி என்னிடம் இருக்கிறது. சமையல், உணவுக்குத் தேவையான பாத்திர பண்டங்களையும் நீங்கள் எடுத்து வருவது வேண்டாம். பால் தயிர் நன்றாகக் கிடைக்கும். நீங்கள் வரும் தேதியைச் சொல்லுங்கள். ரயில் நிலையம் வந்து அழைத்துக் கொள்கிறேன்' என்று எழுதி இருந்தான்.

'நீங்கள் போய் வாருங்கள். நான் இங்கேயே இருக்கிறேன்' என்று நாகலட்சுமி சொன்னாலும் அவர்கள் விடவில்லை. 'இரண்டு மாதம் தனியாக நீ எதற்கு இருக்க வேண்டும்? பையனையும் அழைத்துக் கொண்டு போகலாம். நான்கு ஊர் பார்த்தால் பையனுக்கு உலகம் புரியும். நீ வா. நீலகிரியைப் பார்த்தது போலவும் இருக்கும்.' என்று ராஜா வற்புறுத்தினான். இரண்டு மாதங்களுக்குத் தேவையான, சாம்பார் பொடி, புளிப் பொடி, சட்னிப்பொடி போன்ற எல்லாப் பொருட்களையும் நாகலட்சுமியும் காத்தியாயினியும் தயார் செய்தார்கள். தாங்கள் புறப்படும் நாளைத் தெரிவித்து ராஜா அவர் மாணவனுக்குக் கடிதம் எழுதினான். எல்லோர் துணிமணிகளை ஒரு டிரங்கில் வைத்து, படுக்கைகளைக் கட்டித் தயார் செய்தார்கள். இரவு வண்டிக்குப் போக ஏற்பாடுகளும் நடந்து முடிந்து, வீட்டைப் பார்த்துக்கொள்ள ஆளுக்கும் சொல்லியாகி விட்டது. அந்த மாலை ஐந்து மணிக்குக் கல்லூரிப் பணியாள் வீட்டிற்கு வந்தார். ராஜா வீட்டில் இருக்கவில்லை. காத்தியாயினி கையில் ஒரு தந்தியைக் கொடுத்து, "நேற்றே கல்லூரிக்கு வந்ததாம். ராஜாராவ் என்பதற்குப் பதிலாக வெறும் ராஜா என்று எழுதி இருந்தது. யாருக்கும்

தெரியவில்லை. இப்போது அக்கௌண்டன்ட் ராஜாராவுடையதாக இருக்கலாம், கொடுத்து வா என்று சொன்னார்” என்றார். உறை திறந்திருந்தது. காத்தியாயினி படித்தாள். விலாசம் தெளிவாக இருக்கவில்லை. விஷயம் மட்டும், ‘உங்கள் அண்ணன், அண்ணி இருவரும் சீரியஸ் ஆக இருக்கிறார்கள். கவனித்துக்கொள்ள யாரும் இல்லை. உடனே புறப்பட்டு வரவும், ராகப்பா’ என்றிருந்தது. கல்லூரிப் பணியாள் திரும்பிப் போனார். ராயருக்கும் கருணாவுக்கும் இப்படி நடந்திருக்கிறது என்று காத்தியாயினி யோசித்துக் கொண்டிருக்கும் போது ராஜா வீட்டிற்கு வந்தான். ராகப்பா என்றால் மைசூரில் அண்ணன் வீட்டில் இருக்கும் சமையல்காரர் என்பது ராஜாவுக்குத் தெரியும்.

“நீலகிரிக்கு பதிலாக எல்லோரும் இரவு மைசூர் வண்டிக்குப் போகலாம்” என்று ராஜா சொன்னதற்கு உடனே காத்தியாயினி ஒத்துக்கொண்டாள். நாகலட்சுமி “நீங்கள் இருவரும் போய் வாருங்கள்” என்றாள்.

“அவர் நிலைமை மிக மோசம் என்று எழுதி இருக்கிறது. அதுவும் நேற்றுக் கொடுத்த தந்தி. இப்போது நிலைமை என்ன ஆகி இருக்குமோ! நீ இப்போதும் இப்படிச் சொல்லக்கூடாது நாகு. அவர் உயிர் போன பிறகு, நீ வேண்டும் என்றாலும் பணிவிடை செய்ய முடியுமா?” என்று ராஜா சொன்னான். ஒரு நிமிடம் அவள் கலங்கிப் போனாள். கண்ணைத் துடைத்துக்கொண்டு, “சரி நானும் வர்றேன்” என்றாள்.

“இரவு ரயில் காலையில்தான் போய்ச் சேரும். கொஞ்சம் அதிகம் செலவானாலும் பரவாயில்லை. ஒரு டேக்சி கொண்டு வரவும். ஒன்பது மணிக்குள் போய் விடலாம்” என்று காத்தியாயினி பரிந்துரை செய்தாள். அது ராஜாவுக்கு சரி என்று தோன்றியது.

உதகமண்டலத்திற்கு என்று தயாராக இருந்த பெட்டி, படுக்கைகளையே டேக்சியில் ஏற்றிக்கொண்டு மைசூருக்குப் புறப்பட்டார்கள். டேக்சி வேகமாக ஓடிக்கொண்டிருந்த போது, பின்னால் உட்கார்ந்திருந்த நாகலட்சுமியின் மனம் விசித்திரமான உணர்வுகளில் சிக்கித் தவித்தது. படித்த புது மனைவியைத் திருமணம் செய்து கொண்டு, அவள் கணவர் அவளிடமிருந்து விலகி பத்து ஆண்டுகளுக்கும் மேலானது. அவளைக் கட்டிக்கொண்ட பிறகு அவர் தன்னிடம் பேச வந்தது,

தான் கோபித்துக் கொண்டு முகத்தைத் திருப்பிக் கொண்டது, பிறகு அவர் வருவதையே நிறுத்தி விட்டது எல்லாம் அவள் நினைவிற்கு வந்தது. தன் மீது எந்தத் தவறும் இல்லாமல் இருக்கும் போது அவர் வேறொரு திருமணம் செய்து கொண்டார் என்று அவள் ஆரம்பத்தில் நினைத்திருந்தாள். தொகுப்புகள் ஒவ்வொன்றாக வெளிவரும் போது அவர் ராஜாவுக்கு அனுப்பி வைப்பார். தடித்த கறுப்பு அட்டை மீது பொன்னிற எழுத்துக்களில் புத்தகத்துப் பெயருடன் அவர் பெயரும் அச்சடித்திருந்த மூன்று பெரிய தொகுப்புகளை ராஜா வரிசையாக அடுக்கி வைத்திருந்தான். வீட்டிற்கு வரும் நண்பர்களுக்கு அதை எடுத்துக் காட்டி, ‘இது எங்கள் அண்ணன்’ என்று பெருமையுடன் கூறுவான். அதைக் கேட்கும் போது நாகலட்சுமிக்கும் இது என் கணவர் என்ற உணர்வு வந்து பெருமையாக இருக்கும். அந்த நூல்களுக்கு அவர் புது மனைவியிடமிருந்து கிடைத்த உதவியை ராஜா சில சமயம் நாகலட்சுமியிடம் சொல்வான். காதில் விழுந்தாலும் ஆரம்பத்தில் அதைக் கவனத்தில் எடுத்துக்கொள்ளவில்லை. ஸ்ரீராம நாமம் எழுதுவதில் எல்லாவற்றையும் மறக்க முயன்றாள். சில நாட்கள், அவராக வந்து தன்னை அழைத்தாள் தான் போய் அவருடன் இருக்க விரும்பினாள். ஆனால் அவர் அழைக்க வரவில்லை. ஒரு முறை பார்த்துப் போகக் கூட அவர் அங்கே வரவில்லை. ராஜா மட்டும் அடிக்கடி மைசூர் போய் வருவான். அவர் புது மனைவி அவரை நன்றாகக் கவனித்துக் கொள்கிறாளாம். இப்போது அவர் எதற்கு நோய்வாய்ப்பட்டிருக்கிறார்? நானாக இருந்தால் சரியாகக் கவனித்துக்கொண்டிருப்பேன். வாரம் ஒரு முறை வற்புறுத்தி எண்ணெய்க் குளியல் போட வைத்திருப்பேன். அது போதும். இப்போது நாங்கள் போய்ச் சேருவதற்குள் ஏதாவது ஏறக்குறைய ஆனால்! நாகலட்சுமி இதயம் படபடத்தது. ஸ்ரீராமா, ஜானகி ரமணா, நீ அப்படி நடக்காமல் பார்த்துக்கொள், என்று மனதில் வேண்டிக்கொண்டாள்.

அப்பாவைப் பார்த்த நினைவு பிரித்விக்கு நன்றாக இருக்கிறது. தலைமுடி வெள்ளையாகி, கண்ணுக்கு சிவப்புச் சட்டம் போட்ட கண்ணாடி அணிவார் அவர். புத்தகம் எழுத அம்மாவை விட்டு வேறொருவரைத் திருமணம் செய்து கொண்டாராம். அவள் அவர் மாணவியாகவே இருந்தாளாம். அவர் அம்மாவை எதற்குக் கைவிட்டார்? அவன் மனம் தன் கல்லூரி ஆசிரியர்களை

நினைத்துக்கொண்டு அவர்களைத் தன் அப்பாவுடன் ஒப்பிட்டுப் பார்த்தது. தந்தை பெரிய மேதாவி. அவர் போலப் புலமை படைத்தவர் பல்கலைக்கழகத்திலேயே இல்லை என்று சித்தப்பா நண்பர்களிடம் சொல்வார். அப்படிப்பட்ட அறிஞர் எதற்கு இரண்டு திருமணம் செய்துகொண்டார்? ஆனாலும் சித்தப்பா அவர் மீது மிகவும் மதிப்பும், மரியாதையும் வைத்திருக்கிறார். அவர் நல்லவராகத்தான் இருக்க வேண்டும். நோய் அதிகமாவதற்கு முன் எங்களுக்கு எதற்குச் சொல்லி அனுப்பவில்லை? இப்போது நாங்கள் போகும் முன்னமே ஏதாவது நடந்தால்! அவனால் அந்த எண்ணத்தைத் தாங்கிக்கொள்ள முடியவில்லை. சோர்ந்து, ஊமை போல, இருட்டைப் பிளந்துகொண்டு ஒளியுடன் ஓடும் டேக்சி வேகத்தைப் பார்த்துக்கொண்டிருந்தான்.

இரவு ஒன்பதே கால் மணிக்கு டேக்சி பேராசிரியர் பங்களாவை வந்தடைந்த போது கதவுக்குப் பூட்டுப் போட்டிருந்தது தெரிந்தது. ராஜா போய் பக்கத்து பங்களாவில் விசாரிக்க இருந்தான். அப்போது ராகப்பா அங்கே வந்து அடையாளம் கண்டு சொன்னார்: “வாங்க சார், நான் இப்பத்தான் ஆஸ்பத்திரியில் இருந்து வர்றேன். அவர்கள் இருவரும் ஆஸ்பத்திரியில் இருக்கிறார்கள். இருவருக்கும் நினைவில்லை. எனக்கு பயமா இருக்கு.”

வீட்டுக் கதைவைத் திறந்து அவர்கள் சாமான்களை உள்ளே வைத்தார். வீட்டுக்குள் நுழையும் போது நாகலட்சுமியின் மனதை அந்நிய உணர்வு சூழ்ந்துகொண்டது. அவள் பார்த்திருக்காத பங்களா அது. உள்ளே நுழைந்தால் அவளுக்கு அறிமுகமில்லாத மேசை, நாற்காலிகள். அறைக் கதவுகள் எல்லாம் திறந்திருக்கின்றன. கண்ட இடங்களில் புத்தகங்கள். தரை மீது, மர அலமாரிகளில், பெஞ்சுகள் மீது, புத்தகங்களால் நிரம்பிய வீடு. சில இடங்களில் கைப்பிரதிகளின் குவியல். ஒரு பக்கத்து மேசை மீது டைப்ரைட்டர். மற்றொரு மேசை மீது அவர் தொகுப்புகள். வீட்டுச் சுவர்கள் மீது ஒரு படம் கிடையாது. வாசலுக்குக் கோலம் போட்ட சுவடு இல்லை. எந்த வாசல் கதவிற்கும் மாவிலைத் தோரணம் கட்டிய அறிகுறிகள் இல்லை.

ராஜா கேட்ட கேள்விக்கு ராகப்பா சொன்னார்: “ஸ்பெஷல் வார்டில் இருக்கிறார். அவரும் பெண்கள் ஸ்பெஷல் வார்டில் இருக்கிறார். இப்போது போனாலும் நம்மை விடுவார்கள்.

டாக்டர் வீட்டுக்கு வந்து போவார். வீட்டு நிலைமையைப் பார்த்து அவரே ஆசுபத்திரியில் சேர்க்கச் சொன்னார். நான்தான் பக்கத்து வீட்டு புரபசர் கிட்ட சொன்னேன். அவரும் ஆசுபத்திரிக்கு ஃபோன் செய்தார். அவர் வந்து காரில் ரெண்டு பேரையும் ஆசுபத்திரிக்குக் கூட்டிக்கிட்டுப் போய்ச் சேர்த்தார். நான் பகல் முழுக்க அங்கேதான் இருந்தேன். புரபசர் இப்பத்தான் வந்தாரு.”

டேக்சிக்காரர் இன்னும் புறப்பட்டிருக்கவில்லை. அதில் அமர்ந்து அவர்கள் மருத்துவமனைக்கு ராகப்பாவுடன் போனார்கள். ராஜா இரண்டு ஜமுக்காளம், இரண்டு போர்வையைக் கூட எடுத்துக் கொண்டான். மருத்துவமனைக்குப் போனபோது, இரவு பரிசோதனை முடிந்து, சிறப்பு வார்டில் செவிலி மட்டும் இருந்தார். டாக்டர் அனுமதி இல்லாமல் யாரையும் உள்ளே விடுவதில்லை என்று செவிலி சொன்னார். ராஜா போய் டியூட்டியில் இருந்த டாக்டரைக் கேட்டுத் தெரிந்துகொண்டு அவரிடம் தன் அறிமுகத்தைக் கூறினான். “நோயாளிகள் இருவருக்கும் நினைவு இல்லை. நீங்கள் எதுவும் பேசாமல் அமைதியாகப் பார்க்க வேண்டும், வாங்க” என்று அவர் ராஜாவை வார்டுக்கு அழைத்து வந்தார். ஆண்கள் சிறப்பு வார்ட் ஒன்றில் ராயரைக் கட்டில் மீது படுக்க வைத்திருந்தார்கள். வெள்ளை நிறப் படுக்கையில் படுத்திருந்த நோயாளிக்கு சிவப்பு நிறக் கம்பளியைப் போர்த்தி இருந்தார்கள். அருகில் மருந்து போன்றவற்றை வைக்கும் ஒரு ஸ்டேண்ட். ஸ்டேண்டில் பொருத்தி இருந்த நோயாளியின் கேஸ் ஹிஸ்டரித் தாள். கட்டிலுக்குக் கீழே ஒரு மூலையில் சிறுநீர் கழிக்க வைத்திருந்த ஒரு பெட்பேன். ஒரு அறைக்கு ஒருவர் மட்டுமே. அறைக் கதவருகே செவிலி உட்கார ஒரு நாற்காலி இருந்தது. ராயர் முகம் முழுதும் தாடி வளர்ந்திருந்தது. கண்ணாடி கழற்றி இருந்த, மூடிய கண் இமைகள் வெள்ளையாகப் பொலிவிழந்து பார்க்க பயமாகத் தெரிந்தன. நினைவை இழந்த நிலையில் இருந்தாலும் சுவாசம் சீராக இருந்தது. நாகலட்சுமி, பிரித்வியை அங்கே இருக்கச் சொல்லிவிட்டு ராஜா, காத்தியாயினியுடன் பெண்கள் சிறப்பு வார்டுக்குப் போனான்.

கணவர் நிலையைப் பார்த்த நாகலட்சுமி வருத்தப்பட்டாள். ராஜா அங்கே இருந்து போன பிறகு அவளுக்கு உள்ளிருந்து அழுகை பொங்கி வந்தது. தாங்க முடியாமல் உரக்க அழுதாள்.

செவிலி அருகே வந்து, "அப்படி அழக்கூடாதம்மா. அமைதியாக இருங்கள். கொஞ்ச நேரத்துக்கு முன்னாடி பெரிய டாக்டர் வந்து ஊசி போட்டிருக்கிறார். நாளை நினைவு திரும்பலாம்" என்றார். நாகலட்சுமி ஆறுதல் அடைந்த பிறகு, "நீங்கள் அவருக்கு என்னவாக வேண்டும் அம்மா?" என்றார்.

"அவர் என் கணவர்."

"இப்போ பெண்கள் வார்டில் இருப்பவரும் இவர் மனைவி தானே?"

"ஊம்"

"நீங்கள் இவர் தம்பி வீட்டில் இருக்கிறீர்கள் போல. இப்போது வந்தவர் உங்கள் கொழுந்தனார்தானே? நீங்கள் எல்லாம் பெங்களூரில் இருக்கிறீர்களா? நேற்று இவரைச் சேர்த்த புரஃபசர் மாலை வந்திருந்தார். 'தம்பி குடும்பம் பெங்களூரில் இருக்கிறது. டெலகிராம் கொடுத்திருக்காங்க. ஆனா இன்னும் ஏனோ வரவில்லை'ன்னு பெரிய டாக்டர் கிட்ட சொல்லிக்கிட்டு இருந்தாரு."

செவிலி நாகலட்சுமியிடம் மெல்லிய குரலில் பேசிக்கொண்டிருந்தார். பிரித்வி ஊமையாக நின்றிருந்தான்.

ராஜா, காத்தியாயினி போன போது அப்போதுதான் கருணாவுக்கு நினைவு திரும்பி இருந்தது. ஆனால் அவள் அவர்களை அடையாளம் காண முடியாமல் இருந்தாள். நோயாளியிடம் பேசக்கூடாது என்று டாக்டர் கட்டளையிட்டிருந்தார். ஆதங்கமாக இருந்த கருணா இப்போது குணமடையும் அறிகுறிகள் தெரிகின்றன. தீவிரக் காய்ச்சலால் அவள் கண்களில் இருந்த பொலிவு மங்கிப்போயிருந்தது. டாக்டர் சொன்னார்: "ஊர் முழுக்க ஃப்ளூ காய்ச்சல் பரவி இருந்தது; இப்போதும் இருக்கிறது. இவர்கள் இருவருக்கும் வந்திருக்கிறது. அவர் ஃபேமிலி டாக்டர் மருந்து கொடுத்து நலமாக இருந்தார்களாம். இந்த நோய்க்கு அதிக ஓய்வு தேவை. அவர் சொன்னது போல கேட்காமல் இவர்கள் மீண்டும் எழுதுவதைத் தொடங்கி இருக்கிறார்கள். மூன்று நாட்களுக்குப் பிறகு மீண்டும் காய்ச்சல் திரும்பி இருக்கிறது. டாக்டர் காலை வரும்போது இருவருக்கும் பாதி நினைவுதான் இருந்தது. பாலிடிக்ஸ் புரஃபசர் இவர்களைக் கொண்டு வந்து சேர்க்காவிட்டால்

நிலைமை மோசமாகி இருக்கும். இனி பயப்பட எதுவுமில்லை. உங்கள் அண்ணனுக்கு நினைவு திரும்பி விட்டால் நல்லது.”

ஒவ்வொரு ஜமுக்காளம் போர்வையைக் கொடுத்து காத்தியாயினியை அங்கேயே படுக்கச் சொல்லிவிட்டு ராஜா ஆண்கள் வார்டுக்கு வந்தான். நாகலட்சுமியிடம் மற்றொரு ஜமுக்காளம், போர்வையைக் கொடுத்து அவளை ராயர் வார்டில் படுக்கச் சொன்னான். அப்போதே இரவு சாப்பாட்டு நேரம் கடந்திருந்தது. ‘வீட்டிற்குப் போய் சோறு சமைத்து எடுத்து வரவா’ என்று கேட்ட ராகப்பாவிடம், எதுவும் வேண்டாம் என்று சொல்லி, பிரித்வியை அழைத்துக்கொண்டு ராகப்பாவுடன் ராஜா வீட்டிற்கு வந்தான்.

2

செவிலி சொன்னது போல மறுநாள் விடிகாலை ராயருக்கு நினைவு திரும்பியது. ஆனாலும் எதிரில் வருபவர்களைச் சரியாக அடையாளம் கண்டு பேசும் நிலைமைக்கு வர மூன்று நாட்கள் பிடித்தன. யாரும் அவருடன் அதிகம் பேசக்கூடாது என்று டாக்டர் சொல்லி இருந்தார். நாகலட்சுமியும் காத்தியாயினியும் பகல் குளிக்கவும், சாப்பிடவும் வீட்டுக்குப் போவார்கள். அவர் இரவு சாப்பாட்டை ராகப்பா அங்கேயே எடுத்து வருவார். பிரித்வி மருத்துமனைக்கும் வீட்டுக்கும் அலைந்துகொண்டிருந்தான். ராஜா இரண்டு நோயாளிகளுக்கும் தேவையானதைக் கவனித்துக் கொண்டான்.

நினைவு வந்த ஒரு நாளுக்குப் பிறகு ராயர் எதிரில் இருப்பவர்களை அடையாளம் காணும் நிலைமைக்கு வந்தார். ஆனால் பேசத் தெம்பு இருக்கவில்லை. தாம் படுத்திருந்த இடத்திலிருந்தே சுற்றி நோட்டமிடும்போது எதிரில் தரை மீது நாகலட்சுமி உட்கார்ந்திருந்தாள். நம்புவது கடினமாக இருந்தாலும், தாம் நினைவிழந்து படுத்திருக்கும் போது நடந்தவற்றைப் பற்றி ஊகித்துக்கொள்வது சிரமமாக இருக்கவில்லை. ராயர் தன்னைப் பார்ப்பதை நாகலட்சுமியும் அறிந்தாள். அறையில் மற்ற யாரும் இருக்கவில்லை. இப்போது செவிலி கூட ஏதாவது தேவை என்றால் தன்னை அழைக்குமாறு நாகலட்சுமியிடம் கூறிவிட்டு, பக்கத்து

அறை செவிலியுடன் பேசப் போயிருந்தார். நாகலட்சுமிக்குப் பேச எதுவும் தோன்றவில்லை. எழுந்து அவர் அருகில் போய் நிற்க வேண்டும் என்று உடனே தோன்றினாலும் தலைகுனிந்து உட்கார்ந்தே இருந்தாள். வாய் திறக்க முயன்றாலும், தெம்பில்லாமல் ராயரால் பேசமுடியவில்லை. நாகலட்சுமியின் மனதில் வெட்கம், ஆதுரம், கருணை, அன்பு, பழிவாங்கும் நுட்பமான உணர்வுகள் கூடிய சிக்கலான எண்ணங்கள் பொங்கி வந்தன. ஓர் உணர்வு அவளை ஒரு திசைக்கு இழுத்தால், அதே ஆற்றலுடன் கூடிய மற்றொரு உணர்வு எதிர் திசைக்கு இழுக்கும். எதிரும் புதிருமாக இழுக்கும் உணர்வுகளில் மாட்டிக்கொண்டு அவள் கையறு நிலையில் இருந்தாள். அரை மணி நேரம் தலைகுனிந்து கொண்டே இருந்த பிறகு, தன்னை ஆக்கிரமித்த உணர்வுகளை மீறும் உள்ளாற்றல் ஒன்று அவள் தலையை நிமிரச் செய்தது. அதற்குள் நோயாளி கண்மூடிப் படுத்திருந்தார். தூக்கக் கலக்கத்தில் இருந்தார்.

நாகலட்சுமி எழுந்து அவர் அருகில் போய் நின்றாள். அவர் தோள் மீது மெல்லக் கை வைத்து, குனிந்து, அவர் முகத்தைக் கூர்ந்து பார்த்துக்கொண்டே ஐந்து நிமிடம் இருந்தாள். தூக்கம் கலையவில்லை. இடையில் அவர் சுவாசத்தில் நுட்பமான மாற்றங்கள் ஏற்பட்டு, தூக்கத்தில் இருப்பவர்கள் விழிப்பது போலத் தோன்றியது. வேகமாகக் கையை எடுத்துத் தன் இடத்திற்கு வந்து அவள் மீண்டும் தலைகுனிந்து உட்கார்ந்தாள். அந்த நாளும், மறுநாளும் கண்ணைச் சுருக்கிக்கொண்டு அவர் முகத்தைப் பார்ப்பாள். அவர் கண் மூடி படுத்திருந்தால் அவள் தலைகுனிந்து உட்காருவாள்.

மறுநாள் இரவு அவள் படுத்திருந்தாள். அறையில் மங்கலாக விளக்கு எரிந்துகொண்டிருந்தது. பணி மீது இருந்த செவிலி வெளியே வராண்டாவில் ஒரு பெரிய நாற்காலியில் சாய்ந்து உறங்கிக்கொண்டிருந்தார். சரியாக உறக்கம் வராமல் நாகலட்சுமி நொடிக்கொரு முறை எழுந்து உட்கார்ந்தாள். ஒருமுறை அவள் தலைநிமிர்ந்து பார்த்தபோது, ராயர் அவளையே கண் கொட்டாமல் பார்த்துக் கொண்டிருப்பது தெரிந்தது. அவள் மீண்டும் தலைகுனிந்தாள். ஈனக் குரலில் தன் கணவர், 'நாகு...' என்று அழைத்தது அவளுக்குக் கேட்டது. இது தன் மனப் பிராந்தா, அல்லது உண்மையா என்ற எண்ணத்தில் அவள் மூளை

குழம்பினாலும் மனம் மகிழ்ச்சியால் நிறைந்துபோனது. ஆனால் கூச்சமும் ஆதுரமும் தலைகுனிந்தே இருக்க வைத்தது. ஐந்து நிமிடத்தில் அதே ஈனக் குரல் கேட்டது. 'நா... கு...' இப்போது அவளைச் சூழ்ந்திருந்த குழப்பமான எண்ணங்கள் எல்லாம் கரைந்துபோயின. தன்னை அறியாமல் எழுந்து போய் கட்டில் அருகில் நின்றாள். ராயர் மெல்லத் தம் கையை அசைத்தார். தன் வலது கையால் அவள் அவர் கையைப் பற்றிக்கொண்டாள். ராயர் கண்கள் ஓரத்தில் கண்ணீர் தளும்பியது. தாங்க முடியாமல் அவள் தேம்பித் தேம்பி அழுதாள். அவளுக்கு ஆறுதல் சொல்லுமளவிற்கு பேசும் வலிமை அவரிடம் இருக்கவில்லை. அவள் தன் துயரத்தை ஆசுவாசப்படுத்திக் கொண்டு, இரண்டு நிமிடம் கழித்து, குனிந்து தன் மார்பால் அவர் முகத்தை மறைத்தாள். பிறகு அவர் கையைப் பற்றிக்கொண்டு கட்டில் ஓரத்தில் உட்கார்ந்தாள். இருவரில் யார் ஒருவரும் பேசவில்லை. ஒருவருக்கு பேசும் வலிமை உடலில் இருக்கவில்லை. மற்றொருவள் தன் வாழ்க்கையின் பத்து ஆண்டுகளுக்குப் பிறகு, சொற்களை மீறிய உணர்வில் சிக்கிப் பேசும் ஆற்றலை இழந்திருந்தாள். விடிகாலை மூன்று மணிக்கு மருந்து குடிக்க வைக்க செவிலி வரும்வரை அவள் அப்படியே உட்கார்ந்திருந்தாள். ஆனால் நோயாளிக்கு உறக்கம் வந்திருந்தது.

நான்கு நாட்களில் சரியாகப் பேசக்கூடியவரானாலும், அவரைப் பேசவேண்டாம் என்று டாக்டர் தடுத்திருந்தார். அவருடன் பேசக்கூடாது என்று நாகலட்சுமியிடமும் சொல்லி இருந்தார். இப்போது நாகலட்சுமி நோயாளிக்கு பணிவிடை செய்து கொண்டிருந்தாள். செவிலி கொண்டு வரும் மருந்தை தன் கையால் வாங்கிக்கொண்டு அவளே குடிக்க வைப்பாள். வியர்வையால் அழுக்காகி இருந்த அவர் ஆடைகளைக் கழற்றி சுத்தமான ஆடைகளை உடுத்தி விட்டாள். சிறுநீர் கழிக்க தானே பேன் எடுத்துக் கொடுத்து, பிறகு சிறுநீரைக் கழிவறையில் ஊற்றிக் கழுவிக் கொண்டு வந்து வைப்பாள். பழத்தை உரித்துச் சாறு பிழிந்து அதற்கு குளுக்கோஸ் சேர்த்துக் குடிக்க வைப்பாள். யாரும் இல்லாத போது சிறிது நேரம் அவர் கையைப் பற்றிக்கொண்டு கட்டில் ஓரத்தில் உட்கார்ந்திருப்பாள். ராயர் பேச முயன்றால், 'டாக்டர் சொல்லி இருக்கிறார் பேச வேண்டாம். ஏதாவது பிசகாக நடந்து விட்டால்...' என்று அவர் வாய் மீது கை வைத்து மூடி அமைதியாகி விடுவாள். அவரைப் பரிசோதிக்க

வரும்போது டாக்டர் கருணாவின் நிலைமையை அவருக்குத் தெரிவிப்பார். “உங்களைவிட அவர் வேகமாக குணமடைகிறார். நீங்கள் கவலைப்பட வேண்டாம்” என்று சொல்லும்போது ராயர் மகிழ்ச்சியடைவார்.

ஒரு நாள் ராயர் நாகலட்சுமியின் கையைப் பற்றிக்கொண்டு உணர்ச்சிபூர்வமான குரலில், “இந்த நேரத்தில் நீ வந்தாயே!” என்றார்.

“வராமல், நான் என்ன உங்ககிட்ட தகராறு செய்திருந்தேனா? என்னமோ நம்ம தலை எழுத்து இப்படி நடந்துவிட்டது என்றால் நம் உறவு பொய்யாகிவிடுமா?” என்று சொல்லும் போது அவள் குரல் துயரத்தை வெளிப்படுத்தியது.

ஐந்து நிமிடம் மௌனமாக இருந்த பிறகு, ராயர் மீண்டும் ஈனக் குரலில் சொன்னார்: “ராஜாவின் மனைவியும் நல்லவள். உன்னையும், பிரித்வியையும் நன்றாகக் கவனித்துக் கொண்டிருக்கிறார். இல்லையா?”

“ஊம்.”

அத்துடன் அந்த நாள் பேச்சு நின்றுவிட்டது. மீண்டும் இரண்டு நாட்களுக்குப் பிறகு பிரித்வி அந்த அறைக்கு வந்த போது அவன் அப்பா அம்மா எதையோ பேசிக்கொண்டிருந்தார்கள். உள்ளே வந்த அவன் கூச்சத்தால் தலை குனிந்து நின்றான். “இங்கே வா பிரித்வி” என்று ராயர் அழைத்தார். அருகில் வந்த அவன் கையைப் பற்றிக்கொண்டு, “இப்போ எந்த கிளாஸ்?” என்று கேட்டார்.

“ஜூனியர் இண்டர் முடிந்தது.”

“இப்போ பெரியவனா வளர்ந்துட்டே, என் ஞாபகம் இருக்கா?”

“ஊம்.”

ஐந்து நிமிடம் அங்கே நின்றிருந்து விட்டு அவன் வெளியே போய் விட்டான். மற்றொரு நாள் அவர் கையைப் பற்றிக்கொண்டு நாகலட்சுமியிடம் சொன்னார்: “நாகு, என்னைக் கைப்பிடித்து நீ வாழ்க்கை முழுதும் கஷ்டப்பட்டு விட்டாய்.”

“ஒண்ணும் இல்லை...” அவள் சொன்னாள்.

“எனக்குத் தெரியும்” அவர் சொன்னார்.

“பிறகு எதற்கு என்னை அப்படி விட்டு விட்டீர்கள்” என்ற அவள் கேள்விக்கு அவர் பதில் சொல்லவில்லை. அவள் தொடர்ந்து, “எனக்கு அங்கே சிரமமாக இல்லை. ராஜா முன்போலவே அன்பு, பாசத்துடன் இருக்கிறான். காத்தியாயினியும் தங்கை போல நடந்துகொள்கிறாள். ஆனால், நான் உங்களுடன் இருப்பது போல ஆகுமா அது? நீங்க எப்படி இருந்தாலும், உங்களுக்கு சமைத்துப் போட்டு, பணிவிடை செய்வது போல மனசுக்கு நிம்மதியா இருக்குமா?”

ராயர் மௌனமாகப் படுத்திருந்தார். அவளே மீண்டும் தொடர்ந்து, “நீங்கள் என்னமோ அவளைத் திருமணம் செய்துகொண்டீர்கள். அது ஒரு வகையில் முன்பிறவிக் கொடுப்பினை. இப்போதும் அவள் கூட இருப்பதை நான் வேண்டாம் என்று சொல்லவில்லை. ஆனால் நான் கவனித்துக் கொள்வது போல உங்கள் உடல்நிலையைப் பார்த்துக்கொள்ள யாருக்குத் தெரியும்? உங்கள் கண் இப்போது முன்பை விட ஊதி இருக்கிறது. சல்லடைபோட்டுச் சலித்தாலும் உடம்பில் ஒரு சொட்டு ரத்தம் இல்லை. ஒரு பிடி சதை இல்லை. முதுக்குத் தண்டு கூனிப் போயிருக்கிறது, இந்த ராகப்பா சிரத்தை பக்தியோடு செய்தாலும், அவனுக்கு சமைக்கத் தெரியாது. பதினைந்து நாட்களாக நாங்க அதே சமையலைத்தான் சாப்பிடறமல்ல. ருசியா சாப்பாடு இருந்தாலாவது நீங்க வயிறு நிறையச் சாப்பிட்டு நல்லா இருந்திருப்பீங்க. நான் வாரத்துக்கு ஒருமுறை எண்ணெய்க் குளியலாவது போட வைத்திருப்பேன்” என்று புலம்பினாள்.

அவர் நாகலட்சுமியுடன் இருக்கும்போது அவள் அவர் உடல்நிலையைப் பற்றி எடுத்துக்கொண்ட அக்கறை ராயர் நினைவிற்கு வரத் தொடங்கியது. வலுக்கட்டாயமாகப் பிடித்து வாரத்திற்கு ஒருமுறை தலைக்கு எண்ணெய் தேய்த்துக் குளிக்க வைப்பாள். இரவு உணவுக்குப் பிறகு அவர் சாய்வு நாற்காலியில் உட்கார்ந்திருக்க தான் தரை மீது அமர்ந்துகொண்டு அவர் இரண்டு பாதங்களுக்கும் ஆமணக்கு எண்ணெய் தேய்த்து விடுவாள். தினம் ஒரு வகை புதிய புதிய குழம்பு, கூட்டு, அப்பளம், வத்தல் செய்து வற்புறுத்திச் சாப்பிட வைப்பாள். அப்போது அவர் உடல்நிலை இப்படி சீரழிந்திருக்கவில்லை.

“நான் இப்பவும் ஒண்ணு சொல்றேன் கேட்பீங்களா?”

“சொல்லு.”

“இப்பவும் நான் உங்க கூடவே இருக்கேன். அவளும் இருக்கட்டும். இத்தனை நாட்கள் கடந்த பிறகு நீங்கள் இருவரும் எப்படி இருந்தாலும் எனக்கு வருத்தமில்லை. அவளும் உங்களுக்குத் தேவையான உதவி செய்கிறாள் என்று ராஜா சொன்னான். ராகப்பா வெளி வேலைகளைச் செய்துகொண்டு இருக்கட்டும். நான் உங்க ரெண்டு பேருக்கும் சமைச்சுப் போட்டு வாரம் ஒரு முறை சொம்புத் தண்ணி ஊற்றிவிடுறேன். சரியா?” இவ்வளவு சொல்வதற்குள் அவளுக்கு அழுகை பொங்கி வந்தது. தன் ஆளுமையின் புதிய நிலைக்குத் தன்னிடம் இருக்கும் விலைமதிப்பற்ற தன்மானத்தை பலிகொடுக்கும் அந்த வார்த்தைகள் மனதைக் கலக்கின.

நாகலட்சுமி பேச்சைக் கேட்டு ராயர் மனம் கரைந்துவிட்டது. அவளை இத்தனை நாட்கள் மறந்து இருந்ததற்குத் தன்னைத்தானே சபித்துக் கொண்டார். தாம் அநாதையாக தாய்மாமன் வீட்டிற்குப் போனதிலிருந்து அவர் பால்ய வாழ்க்கையும் நினைவிற்கு வந்தது. இன்னும் பதின்மூன்று வயதுச் சிறுமி நாகலட்சுமி அவரைத் திருமணம் செய்துகொண்டு மிகவும் தன்னம்பிக்கையுடன் மைசூருக்கு வந்து குடும்பத்தைத் தொடங்கினாள்! சிரித்த முகத்துடன் வீட்டு வேலைகளைச் செய்துகொண்டு, அப்போது வந்த சிறிய ஊதியத்தில் தமக்கு புத்தகங்கள் வாங்கும் அளவிற்கு பணத்தை மிச்சப்படுத்திச் சிக்கனமாக குடும்பத்தை நடத்தினாள்! கடந்த பத்து ஆண்டுகளில், வாழ்க்கையின் ஏதோ அற்புதமான பொருள் ஒன்றை இழந்து விட்டது போல அவருக்குச் சில சமயம் தோன்றும். இப்போது அதே பொருள் தன்னைத் தேடித் தானாக வந்திருக்கிறது. மனம் நிறைந்த உணர்வில் அவள் கையைப் பற்றிக் கொண்டு அவர் சொன்னார்: “கண்டிப்பாக அப்படிச் செய். என் தவறு இருந்தால் மறந்து விடு. நீயும், பிரித்வியும் இங்கேயே இருங்கள்.”

அவர் கையைப் பாசத்துடன் அழுத்தி அவள் சொன்னாள்: “பிரித்வி அங்கேயே இருக்கட்டும். அவனை அழைத்து வந்தால் ராஜா, காத்தியாயினிக்கு மிகவும் வருத்தமாகும். அதைப்பற்றிப் பிறகு சொல்கிறேன்.”

3

மறுநாள் கருணாவுக்கு நினைவு வந்த போது, காத்தியாயினி எதிரில் ஒரு நாற்காலியில் உட்கார்ந்திருந்தாள். உடனே அவளுக்கு எதிரில் உட்கார்ந்திருப்பவர் அடையாளம் கிடைக்கவில்லை. புரியாத உணர்வில் காத்தியாயினியைப் பார்த்தாள். "என்னை அடையாளம் தெரியுமா?" காத்தியாயினி கேட்ட போது, "பார்த்த ஞாபகம் இருக்கு" என்று மெல்ல சொன்னாள்.

"காத்தியாயினி."

"ஊம்!" அடையாளம் கண்டு ரத்னே முகத்தில் சிரிப்பு வந்தது. இப்போது தெரிந்தது. ஐந்து ஆண்டுகளுக்கு முன்பு நீங்கள் பெங்களூர் போகும் போது பார்த்தது. எப்போது வந்தீர்கள்?"

அதற்குள் ஆயாசமாகி கண்ணை மூடினாள். மீண்டும் ஒரு மணி நேரம் கழித்துக் கண்ணைத் திறந்த போது, "அவர் எங்கே இருக்கிறார்? எப்படி இருக்கிறார்?" என்று கேட்டாள்.

"பெங்களூரில் இருந்து நாங்கள் எல்லோரும் வந்திருக்கிறோம். உங்கள், கொழுந்தனார், அக்காவும் வந்திருக்கிறார்கள். அவர் அருகில் அக்கா இருக்கிறார்."

'ஊம்' என்று மீண்டும் கருணா கண்ணை மூடினாள்.

மறுநாள் அவள் நன்றாகப் பேசும் அளவிற்குத் தெம்பு வந்திருந்தது. காலை ஒன்பது மணிக்கு காத்தியாயினியைக் குளிக்க வீட்டிற்கு அனுப்ப ராஜா வந்த போது கருணாவே ராஜாவிடம் பேசினாள்: "நீங்கள் வந்தீர்களே. இதுபோன்ற நேரங்களில் நீங்கள் அல்லாமல் வேறு யார் எங்களுக்குத் துணை! செய்தி எப்படித் தெரிந்தது?"

"ராகப்பா டெலிகிராம் அனுப்பி இருந்தார்."

காத்தியாயினி குளித்து, சாப்பிட்டுவிட்டு பன்னிரண்டு மணி சுமாருக்கு மீண்டும் வரும் வரை ராஜா கருணாவிடம் பேசிக்கொண்டு உட்கார்ந்திருந்தான். கருணா கேட்டாள்: "போன முறை பார்த்ததை விட இப்போது நீங்கள் மெலிந்து போயிருக்கிறீர்கள். காத்தியாயினி மெலிந்து போயிருப்பது புரிகிறது. நீங்கள் மிகவும் கவலைப்படுகிறீர்கள் என்று தெரிகிறது."

"அப்படி எதுவுமில்லை" என்று ராஜா அந்தப் பேச்சிலிருந்து நழுவிக்கொண்டான்.

மதியம் காத்தியாயினி வந்து ராஜா வீட்டிற்குப் போன பிறகு கருணா இரண்டு மணி நேரம் தூங்கினாள். விழிப்பு வந்த பிறகு காத்தியாயினி கொடுத்திருந்த அரைக் குவளை பழச்சாறைக் குடித்து விட்டுக் கேட்டாள்: "தலையணையைக் கொஞ்சம் உயர்த்தி வைக்கிறீர்களா? சாய்ந்து கொண்டு சிறிது நேரம் உட்காருகிறேன்." காத்தியாயினி அவள் தலையைத் தன் கையால் கொஞ்சம் மேலே தூக்கி இன்னொரு சிறிய தலையணையை முட்டுக் கொடுத்து, தோளைப்பிடித்து அதன் மீது வைத்த பிறகு வசதியாக சாய்ந்து கொண்டு கருணா கேட்டாள்: "இந்த நேரத்தில் நீங்கள் இப்படிப் பணிவிடை செய்கிறீர்கள். உங்கள் நல்ல மனதிற்கு நான் என்ன சொல்லவேண்டும் என்று தெரியவில்லை."

"நான் ஒன்றும் அடுத்தவங்களுக்குப் பணிவிடை செய்யவில்லையே. மாமா மனைவி அக்கா ஆகவேண்டும் தானே."

கருணாவுக்கு அந்தப் பேச்சைக் கேட்டு மகிழ்ச்சியானது. இந்த நாட்டில் தன்னை நெருக்கமாகக் காணும் பந்துக்கள் இருக்கிறார்கள் என்ற உணர்வில் நிம்மதியடைந்தாள். தன் நிம்மதியைத் தான் அனுபவித்துக்கொண்டு இரண்டு நிமிடம் அமைதியாக இருந்த பிறகு சொன்னாள்: "உங்களுக்கு உடல்நிலை சரியில்லாத போது, உங்கள் விடுமுறைக்கு அனுமதி பெற ராஜா இங்கே வந்திருந்தார். அப்போது நான் வந்து உங்களுக்குப் பணிவிடை செய்திருக்க வேண்டும். ஆனால் அந்த நேரம் நான்காவது தொகுப்பை டைப் செய்து கொண்டிருந்தேன். புத்தகம் வெளியிடும் மாதத்தை பதிப்பகத்தார் சொல்லி இருந்தார்கள். அது மட்டுமல்லாமல் நான் அங்கே வருவது சரியாக இருக்காது என்று அமைதியானேன்." காத்தியாயினி பேசாமல் அமைதியாக இருந்தாள். கருணா தொடர்ந்து: "ராஜா வந்திருந்த போது எல்லாம் சொல்லியிருந்தார். அப்படி நடந்திருக்கக் கூடாது. ஆரம்பத்திலிருந்தே எச்சரிக்கையுடன்தான் இருந்தோம் என்று சொல்லியிருந்தார். கைமீறி நடந்துவிடும் சங்கதிகள் பல இருக்கும். நீங்கள் வருத்தப்படாமல் இருக்க வேண்டும். நீங்களும் அடையாளம் தெரியாத அளவிற்கு நலிந்து போயிருக்கிறீர்கள்."

பிரித்வி அந்த அறைக்குள் நுழைந்தான். அவன் கையில் சாத்துக்குடிப் பழம் இருந்த காகிதப் பை இருந்தது. இரண்டு இஞ்சக்ஷன் டியூப்கள் இருந்தன. அதை காத்தியாயினி கையில்

கொடுத்துச் சொன்னான்: "சித்தி, டாக்டர் சொன்ன இஞ்சக்ஷன் டியூப் கிடைத்தது. மாத்திரை எந்தக் கடையிலும் இல்லை. நாளைக்கு வரும் என்று ஒரு கடையில் சொன்னாங்க. டாக்டர் வந்தா சொல்லுங்க."

அதைச் சொல்லி அவன் அங்கே இருந்து புறப்படுவதில் இருந்தான். கருணா அவனை "பாய், கம் ஹியர்" என்றாள். அவன் போகாமல் அங்கேயே நின்று கொண்டான். காத்தியாயினி, "இவன் தான் நம்ம எல்லோருடைய மகன் பிரித்வி" என்று சொன்னாள். பிரித்வி அந்த அறைக்கு வந்து போய்க் கொண்டிருந்தாலும், தன் அப்பாவின் இரண்டாம் மனைவி இதுபோல விழிப்புடன் இருந்ததைப் பார்த்ததில்லை. படுத்து உறங்கிக் கொண்டிருக்கும் போது அவர் முகத்தைப் பார்த்திருந்தான். அப்போது மனதில் அதிசயமான உணர்வு ஒன்றும் தோன்றும். அமைதியாகத் தன் வேலையை முடித்துக் கொண்டு போய் விடுவான். இப்போது அவர் தன்னை அழைத்துப் பேசுகிறார். அவனுக்குக் கூச்சமாக இருந்தது. சுவரைப் பார்த்துக் கொண்டு அமைதியாக இருந்தான். "கம் நியர் மீ", கருணா அழைத்தாள். அவன் நின்ற இடத்திலேயே நின்றிருந்தான். தான் அமர்ந்திருந்த நாற்காலியிலிருந்து எழுந்து வந்த காத்தியாயினி அவன் தோள்களைப் பற்றிக்கொண்டு கன்னடத்தில், "அருகே போ எதற்கு இப்படிக் கூச்சப்படுகிறாய்?' என்றாள். அது கருணாவுக்கு ஏறக்குறையப் புரிந்தது. ஆனால் அவளுக்கு கன்னடத்தில் அவனுடன் பேச முடியவில்லை. பிரித்வி போய் அவள் கட்டில் அருகே நின்று, கூச்சத்துடன் எதிர் சுவரைப் பார்த்துக் கொண்டிருந்தான். கருணா அவனைக் கூர்ந்து பார்த்தாள். அம்மாவின் உடல்வாகு, ஆனால் மிடுக்கு, கண்ணொளி, மூக்கு அப்பாவைப்போல. பையன் ஆரோக்கியமாக வாட்டசாட்டமாக வளர்ந்திருந்தான். அவன் சித்தப்பா கூட போடாத விலையுயர்ந்த சட்டை அணிந்து, உல்லன் பேண்ட் போட்டிருந்தான். காலுக்கு சிவப்பு ஷூ. இடது கையில் ஒளிரும் ஒரு கடிகாரம் கூட இருந்தது. பையனை நன்றாக வளர்க்கிறார்கள் போல என்று தெரிந்த கருணா இங்கிலிஷில் கேட்டாள்: "உன் பெயர் என்ன?"

"பிரித்வி."

"பிரித்வி! மிக அழகான பெயர். அந்தச் சொல் இந்திய இதிகாசத்தில் வரும்போதெல்லாம் எனக்கு மகிழ்ச்சியாக இருக்கும். முழுப்

பெயர் என்ன, பிரித்விராஜா, பிரித்விகுமாரா, பிரித்விபதியா?"

"பிரித்விராஜா."

"நல்லா இருக்கு! உனக்கு யார் பெயர் வைச்சது தெரியுமா?"

"எங்க சித்தப்பா."

காத்தியாயினி இடையில் பேசினாள்: "புகழ் பெற்ற நாடக நடிகர் பிரித்விராஜாவின் பெயர் என்று அவன் சித்தப்பா தேர்ந்தெடுத்தாராம். இந்திய வரலாறில் ஒரு வீரன் பெயர் என்று அவர் அப்பா சம்மதித்தாராம்."

"இருவர் மனதிற்கும் பிடித்த பெயர்" என்று கருணா அவன் கையைப் பிடித்து அருகில் உட்காரவைத்தாள். அவன் கூச்சத்தில் கட்டில் விளிம்பில் உட்கார்ந்தான். "எந்த கிளாஸ் படிக்கிறாய்?"

"இண்டர்மீடியட் முதலாம் ஆண்டு."

பிறகு பேசத் தெரியாமல் அவள் மௌனமானாள். ஆனால் தன் இடது கையை அவன் வலதுகை மீது வைத்துக்கொண்டு படுத்திருந்தாள். மனம் ஏதோ உணர்வில் சிக்கி ஊமையாக இருந்தது. நினைவு நந்திமலையை முன் நிறுத்தியது. தன் அருகில் நாற்காலியில் உட்கார்ந்திருந்த காத்தியாயினியாகட்டும், கட்டில் மீது உட்கார்ந்திருந்த பிரித்வியாகட்டும் அவள் நினைவில் இருக்கவில்லை. ஏதோ மற்றொரு கற்பனை உலகில் இருப்பதுபோல மௌனமாகப் படுத்துவிட்டாள். பிரித்வி சிறிது நேரம் அப்படியே உட்கார்ந்திருந்தான். கூச்சத்தால் அவனுக்கு சூழ்நிலை இறுக்கமாகத் தெரிந்தது. மெல்ல எழுந்து தன் கையை விடுவித்துக் கொண்டான். அதன் அறிவில்லாமல் கருணா படுத்திருந்தாள். மெல்ல அடியெடுத்து வைத்து அவன் அறையிலிருந்து வெளியே வந்தான். அரை மணி நேரமானாலும் அவள் அப்படியே படுத்திருந்தாள்.

இரண்டு நாட்களுக்குப் பிறகு அவள் காத்தியாயினியிடம் கேட்டாள்: "உங்களுக்கு நலமில்லாத போது ராஜா வந்திருந்தார், அப்போது அவர் அண்ணனிடம் சொல்லி இருந்தார், நீங்கள் மீண்டும் கர்ப்பிணி ஆனால் உயிருக்கு ஆபத்து என்று. உண்மையா?"

"ஊம்."

கருணா உடனே எதையும் பேசவில்லை. காத்தியாயினி இப்போது முன்பைவிட மெலிதாகி இருப்பதற்கான காரணத்தை ஊகித்தாள். தன் நிலைமையும் நினைவிற்கு வந்தது. தாயாக முடிந்த தான் தன்

சுயவிருப்பத்துடன் மற்றொரு லட்சிய சாதனைக்காக அதைத் தடுத்திருந்தாள். ஆனால் காத்தியாயினிக்கு வேறு இலட்சியம் இல்லாவிட்டாலும் உடலளவில் சாத்தியமில்லை. ராஜாவும் முன்போல உடல் தேறாமல் இருப்பது புரிந்தது. “தாயாகும் ஆழ்ந்த விருப்பம் ஒவ்வொரு பெண்ணுக்கும் இருப்பது அடிப்படை இயல்பு. அது சாத்தியப்படாத போது வேறு ஏதாவது செயலில் மனதை ஈடுபடுத்திக்கொண்டு அதில் நிறைவடையலாம். நீங்கள் இருவரும் ஏதாவது நூல் படைப்பதில் மனதை ஈடுபடுத்தி சாதனை செய்யுங்கள்” என்றாள் கருணா.

“நூல் படைப்பது எல்லோராலும் முடியாது. உங்களுக்கு இருப்பது போல ஆய்வுத் திறமை எங்கள் இருவரில் யாருக்கும் கிடையாது. எங்கள் மன நிலையே வேறு. அதன் விளைவாக வாழ்க்கை முறையும் மாறுபட்டிருக்கிறது.”

இத்தனை நாட்கள் ஆனாலும் யாரும் நாகலட்சுமியைப் பற்றிப் பேசவில்லை. கருணா தானாக அந்தப் பேச்சை எடுக்கவில்லை. காரணமில்லாமல் அவள் மனம் வருந்தும் என்று காத்தியாயினியும் அதைப்பற்றி ஒரு வார்த்தை கூடப் பேசவில்லை. தனக்கு பேசும் தெம்பு அதிகமாகும் போதெல்லாம் கருணா, தாங்கள் எழுதிக்கொண்டிருந்த நூல், அதை எழுத ராயர் கடைப்பிடிக்கும் முறை, தன் நூலின் அடிப்படை லட்சியம், இப்போது வேலை எந்த நிலையில் இருக்கிறது போன்றவற்றை பேசுவாள். ஒரு முறை மட்டும் தன் தாய், தந்தை, அண்ணனைப் பற்றிச் சொல்லி இருந்தாள். காத்தியாயினி தன் கடந்த கால வாழ்க்கையைப் பற்றி தப்பித் தவறியும் ஒரு வார்த்தையும் பேசவில்லை. அவளுக்கு ஒரு மகன் இருப்பது கருணாவுக்குத் தெரிந்த செய்தி. யாரும் அதைப் பற்றிப் பேசவில்லை.

4

ராயரும் கருணாவும் மருத்துவமனையிலிருந்து வீட்டுக்குத் திரும்பியிருந்தார்கள். ராயர் இன்னும் பலவீனமாக இருந்தார். கருணா சுமாராகத் தேறியிருந்தாள். அவர்கள் நோய்வாய்ப்பட்டுப் படுத்திருந்த போது நாலாவது தொகுப்புப் பிரதிகள் வீட்டிற்கு வந்திருந்தன. ராயர் ஒரு பிரதியைக் கையில் எடுத்துக்கொண்டு

சாய்வு நாற்காலியில் சாய்ந்துகொண்டு ஒவ்வொரு பக்கமாகப் புரட்டிக்கொண்டிருந்தார். புத்தகத்தைப் பார்ப்பதில் முழு கவனமாகட்டும், ஒரு நோக்கமாகட்டும் இருக்கவில்லை. எதையும் வாசிக்காமல் வெறுமனே இருக்க முடியாத பழக்கதோஷத்தில் அப்படிச் செய்துகொண்டிருந்தார். அவர் நூலின் மூன்றாவது தொகுப்பை மறைந்த மகாராஜாவுக்கு சமர்ப்பணம் செய்திருந்தார். இந்த நாலாவதை நஞ்சனக்கூடு சீனிவாச பாண்டிதருக்கு அர்ப்பணம் செய்திருந்தார். ஐந்தாவது நூலுக்கான திட்டம் மனதில் தெளிவாக இருந்தது. ஆனால் அதற்கு இன்னும் அதிக தகவல்களைச் சேகரிக்க வேண்டி இருந்தது.

பெங்களூரில் இருந்து வந்தவர்கள் எல்லாம் இங்கேயே இருந்தார்கள். சமையல்கார ராகப்பா வேலை செய்து கொண்டிருந்தார். நாகலட்சுமி சமையல் எல்லோருக்கும் பிடித்திருந்தது. நோயிலிருந்து குணமாகி எழுந்த ராயர் பல ஆண்டுகளுக்குப் பிறகு நாக்குக்கு ருசியாகச் சாப்பிட்டார். எல்லோரும் ஒன்றாகச் சாப்பிட உட்காருவார்கள். கருணாவும் அவர்களுடன் உட்காருவாள். ஆனால் கருணாவும் நாகலட்சுமியும் ஒருநாளும் பேசவில்லை. நாகலட்சுமி அடுக்களையை விட்டு வெளியே வருவதில்லை. கருணா சமயலறைக்குள் போவதில்லை. எப்போதும் முன் பகுதியில் படிக்கும் அறையில் இருப்பாள். ராஜா, காத்தியாயினி சில சமயம் அங்கே வந்து பேசுவார்கள். பிறகு அவள், தன் முன்பே தட்டச்சு செய்து வைத்த குறிப்புகளைச் சரிபார்ப்பாள். சில சமயம் ராயர் அந்த அறைக்கு வந்து உட்கார்ந்து கொள்வார். இருவரும் ஐந்தாவது தொகுப்பைப் பற்றிப் பேசுவார்கள். வீட்டிற்கு வந்த பிறகு நாகலட்சுமி, ராயர் தனியாக அமர்ந்து பேசுவதில்லை. அவராகவே சமயலறைக்கு வந்தால் ராயரிடம் பேசத் தயாராக இருந்தாள். ஆனால் உடல் தேறத்தேற அவர் கவனம் ஐந்தாவது தொகுப்பைப் பற்றியே சிந்தித்தது. பிரித்வி மைசூரில் பிருந்தாவனம், சாமுண்டி மலை, ஸ்ரீரங்கபட்டினம் போன்றவற்றைப் பார்ப்பதில் உற்சாகமாக இருந்தான். அதற்காகவே சித்தப்பா அவன் சட்டைப் பையை நிரப்பி இருந்தார்.

இந்த முறை நாகலட்சுமியும் கருணாவும் ஒருவரையொருவர் புரிந்துகொண்டு, நாகலட்சுமியை இங்கேயே விட்டுப் போக ராயர் சொல்வார் என்று ராஜா எதிர்பார்த்தான். அண்ணியை விட்டிருப்பது அவனுக்கும் சங்கடமாக இருக்கும். தன் புத்தி

தெளிந்த நாளிலிருந்து இன்றுவரை, இடையில் இரண்டு ஆண்டுகள் வெளிநாட்டில் இருந்ததைத் தவிர, அவன் என்றும் அவளிடமிருந்து விலகி இருந்ததில்லை. அவர் அழைத்தாலும் கணவருடன் மைசூரில் தங்கிவிட அவள் ஒத்துக்கொள்வாள் என்பதைப் பற்றி சந்தேகம் இருந்தது. ஆனாலும் அவள் கணவருடன் இருக்க வேண்டும் என்று ராஜா விரும்பினான். பிரித்வியை விட்டிருக்க அவரால் முடியாது. ஒரு நாள் தன் எண்ணத்தை காத்தியாயினியிடம் சொன்ன போது, 'நான் புரிந்துகொண்ட அளவிற்கு அவர் அப்படிக் கேட்பதாகட்டும் அக்கா அதற்கு ஒத்துக் கொள்வதாகட்டும் சாத்தியமில்லை' என்ற கருத்தைச் சொல்லியிருந்தாள்.

மருத்துவமனையில் தாம் மனைவியிடம் சொன்ன வார்த்தைகள் ராயருக்கு நினைவிருந்தன. அவர்கள் வீட்டிற்கு வந்து ஒரு மாத காலம் ஆகியிருந்தது. இன்னும் மூன்று நான்கு நாட்களில் அவர்கள் பெங்களூர் போக வேண்டும் என்று சொல்லி ராஜா நினைத்திருந்தான். ஒரு நாள் மாலை ராயர் கருணாவைத் தனியாக அழைத்துக் கொண்டு நடைபழகப் போனார். இப்படி வெளியே வந்து இரண்டு மாதங்கள் ஆகியிருந்தன. ராஜா, காத்தியாயினியைப் பற்றிப் பேசிக்கொண்டே இருவரும் கல்லூரிப் பின்பக்கத்து மைதானத்திற்கு வந்தார்கள். விடுமுறை இருந்ததால் மக்கள் நடமாட்டம் இருக்கவில்லை. இருவரும் ஒரு மரத்திற்குக் கீழே உட்கார்ந்த பிறகு, "முக்கியமான ஒன்றைக் கேட்க வேண்டும் என்று வந்தேன்" என்றார்.

"அதென்ன?" அவள் பாதி உற்சாகம், பாதி ஆதங்கத்துடன் கேட்டாள்.

"நாகலட்சுமியை இங்கே தங்கச் சொல்லலாமா?" கருணா பேசவில்லை முகத்தைத் தொங்கப் போட்டுக்கொண்டு அமைதியாக இருந்தாள். முகத்தைப் பார்த்து அவள் மனதில் இருக்கும் உணர்வை கவனிக்க முயன்றுகொண்டே ராயர் சொன்னார்: "இந்த முறை நாம் நோய்வாய்ப்பட்டிருந்தபோது அவள் நமக்கு பணிவிடை செய்தாள். அவள் இங்கே இருந்தாலும் உன் மீது எந்த விதமான அசமாதானத்தையும் காட்டமாட்டாள். ராகப்பாவின் ருசி கெட்ட சமையலை விட அவளே நமக்குச் சமைத்துப் போடுவாள். நம் இருவரின் உடல்நிலையை அவள் பொறுப்பில்

விட்டு விட்டு நாம் இருவரும் அதிகம் கவலைப்படாமல் நம் ஆராய்ச்சியைத் தொடங்கலாம். அதுமட்டுமல்லாமல் அவளை இப்படி விட்டிருப்பது என் தார்மீகக் குற்றமும் கூட. சிந்தித்துப் பார்."

கருணா யோசனையில் மூழ்கினாள். நாகலட்சுமி மீது அவளுக்குப் பொறாமை கிடையாது. இரக்கம் இருந்தது. நாகலட்சுமி தன் கணவரிடமிருந்து எந்தக் குடும்ப வாழ்க்கையை எதிர்பார்த்தாளோ அதிலிருந்து மாறுபட்ட வகையில் வேறொரு உறவைக் கருணா எதிர்பார்த்தாள். அவளுக்கு நிறைவாகவும் கிடைத்திருந்தது. தன் சிறுவயதிலேயே கைப் பிடித்த கணவனிடமிருந்து, எந்தத் தவறும் இல்லாமல் விலகி இருக்கும் அவளைக் கண்டால் பரிவு இருந்தது. நாகலட்சுமிக்கு ராயர் எந்த வகையில் உதவுவதாக இருந்தாலும் தனக்கு ஆட்சேபணை கிடையாது. ஆனால் ஒரே வீட்டில் ஒரே கணவருடன் இரண்டு மனைவிகள் வாழ்வது அவள் மனதிற்கு ஒவ்வாததாக இருந்தது. தான் ஆய்வு செய்துகொண்டிருந்த இந்திய இதிகாசம் முழுதுமாக அவள் இரு மனைவிகள், மூன்று மனைவிகள், பல மனைவிகள் இருந்ததை வாசித்திருந்தாள். பல காரணங்களுக்காக அரசர்கள் அல்லாத சாதாரண மக்களும் ஒருத்திக்கும் அதிகமாக மனைவிகளைத் திருமணம் செய்து கொண்டிருந்தார்கள். அந்த மனைவிகள் எப்படிப்பட்ட அனுசரணை குண முடையவர்களாக இருந்தாலும் மனித இயல்பிற்கு அப்பாற்பட்டவர்கள் அல்ல. அவர்கள் பொறாமை, துவேஷம், ஈடேறாத இச்சைகள் போன்ற பல விகாரங்களால் துயரப்பட்டிருக்கலாம் என்று யோசித்திருந்தாள். ஐரோப்பா குடும்ப வழக்கங்களை அவள் பார்த்திருந்தாள். மனைவி அல்லது கணவன், தனக்கு சரி இல்லை என்று உணர்ந்துகொண்ட பிறகு அவர்கள் திருமண வாழ்க்கையிலிருந்து விவாகரத்துப் பெற்று, தனக்கு ஏற்ற மற்றொருவரைத் திருமணம் செய்து கொள்கிறார்கள். இங்கிலாந்து நாட்டில் டாக்டர் ராயர் பிறந்திருந்தால் தன்னைத் திருமணம் செய்துகொள்ளும் முன் தமது முதல் மனைவியிடமிருந்து விவாகரத்துப் பெற்றே ஆக வேண்டும்.

அங்கே அது அரசாங்கச் சட்டம் மட்டுமல்லாமல், மக்களின் பண்பாடாகவும் இருக்கிறது. கருணாவை ராயர் திருமணம் செய்து கொண்ட போது இரு மனைவிகளுக்கு எதிரான சட்டம் இந்தியாவில் வந்திருக்கவில்லை.

“எதற்கு அமைதியாக இருக்கிறாய், பேசு” ராயர் சொன்னார்.

அதுவரை சிந்தனையில் ஆழ்ந்திருந்த கருணா மெல்லச் சொன்னாள்: “அவரை அலட்சியப்படுத்த நான் உங்களிடம் என்றும் சொல்லவில்லை. இப்போதும் நீங்கள் வேறொரு வீடு பார்த்து அவருடன் இருங்கள். அல்லது இந்த வீட்டில் இருந்து கொண்டு எனக்கு வேறொரு வீடு ஏற்பாடு செய்து கொடுங்கள். நீங்கள் அங்கேயே தங்குங்கள். எந்த நோக்கத்திற்காக நாம் இருவரும் திருமணம் செய்து கொண்டோமோ அந்தச் சாதனை நடந்து கொண்டிருந்தால் போதும். நீங்கள் தனியாக இருந்தாலும் நான் தாங்கிக்கொள்வேன்.”

“நாம் இருவரும் வேலை செய்வதைத் தவிர இணைந்து வாழாமல் உன்னால் இருக்க முடியுமா?”

“இருக்க முடியும்” என்று உடனே சொல்லிவிட்டாலும் அவள் குரல் அதிர்ந்தது. நடுங்கும் தன் கைகளால் அவர் வலதுகையைப் பற்றிக்கொண்டாள். கண்ணோரத்தில் கண்ணீர் கசிந்தது.

ராயர் கேட்டார் “உனக்கு எதற்கு இந்தப் பிடிவாதம்?”

“பிடிவாதமல்ல. முன்பிருந்து வளர்ந்து வந்த மனநிலையின் தாக்கம். இரு மனைவிகளை என் மனம் என்றும் ஏற்றுக்கொள்ளாது. ஆனால் நாம் ஒன்றாகச் சேர்ந்தது வேறொரு லட்சியத்திற்காக. அந்த லட்சியம் முழுமை பெறுவது எனக்கு நிறைவாக இருக்கிறது. அது என் வாழ்க்கையின் நற்பேறு. இத்தனை நாட்கள் இணைந்து வாழ்ந்ததில் ஆய்வு வாழ்க்கையைத் தவிர உணர்வுபூர்வமான வாழ்க்கையிலும் நாம் ஒன்றாக இருந்திருக்கிறோம். ஆனாலும் நான் அவர் வாழ்க்கையில் குறுக்கே வர மாட்டேன். நீங்கள் இரண்டு வீடு அமைத்துக்கொண்டு அங்கேயும் இருங்கள். இங்கேயும் வரவும். நான் பொறாமைப்படமாட்டேன்.”

கருணாவின் இயல்பு ராயருக்குத் தெரியும். அவள் மனவுறுதி வலுவானது. அவள் முடிவை மாற்றுவது சாத்தியப்படாது என்று அவர் அறிந்திருந்தார். ‘எழுந்திரு, போகலாம்” என்று மேலே எழுந்தார். வீட்டிற்குத் திரும்பிய போது இருட்டாகி இருந்தது. மைதானத்தில் வெளிச்சம் சரியாக இருக்கவில்லை. கருணா அவர் கையைப் பிடித்துக் கொண்டு அழைத்து வந்தாள். வழியில் அவள் கேட்டாள்: “என்ன முடிவு செய்திருக்கிறீர்கள்?”

“யோசிக்கிறேன்” என்பது அவர் பதிலாக இருந்தது.

அன்று இரவு முழுதும் ராயர் அதைப் பற்றியே யோசித்தார். இரண்டு குடும்ப ஏற்பாடு அவருக்குச் சரி என்று தோன்றவில்லை. நாகலட்சுமிக்காக அவர் ஒரு வீட்டை ஏற்பாடு செய்தாலும் தம் எழுத்துக்காக இரவு கருணாவுடன் இருக்க வேண்டும். பகல் முழுதும் நூலகத்தில் கழியும். தினம் இரண்டு வேலைச் சோற்றுக்கு நாகலட்சுமி வீட்டிற்குப் போவது, அங்கே அவள் தனியாக இருப்பது சரியல்ல. இதென்ன நிலைமை! என்று தனக்குள் வருத்தப்பட்டார். கருணாவின் குணம் சலிப்பாக இருந்தாலும் அவள் பண்பாட்டையும், கல்வியின் தாக்கத்தையும் அவர் அறிந்திருந்தார். இதென்ன இப்படி இருமுனையில் என் வாழ்க்கை சிக்கிக்கொண்டது! என்ற ஆதுரமான பெருமூச்சு அவரிடமிருந்து வெளிப்பட்டது.

எல்லோரும் பெங்களூர் புறப்பட இன்னும் மூன்றே நாட்கள் இருந்தன. அவர் இதைப் பற்றி தன்னுடன் இன்று அல்லது நாளையாவது பேசுவார் என்று நாகலட்சுமி ஆசையுடன் எதிர்பார்த்தாள். இத்தனை நாட்கள் கூடவே இருந்த ராஜா, காத்தியாயினி, பிரித்வி இல்லாமல் இங்கே தனியாக எப்படி இருப்பது! அவர் இருவரும் எழுத்து, வாசிப்பில் மூழ்கிப் போவார்கள் என்று அவள் கவலைப்பட்டாள். இங்கேயும் நான் ஸ்ரீராம நாமம் எழுதிக்கொண்டு அவர்களுக்கு பணிவிடை செய்து கொண்டு இருந்துவிடுகிறேன், என்று ஆறுதல் சொல்லிக் கொண்டாள். ஆனால் புறப்படும் நாள் கூட அதைப் பற்றி எந்தப் பேச்சும் எழவில்லை. தானே மீண்டும் கணவன் அருகே போய் கேட்க அவள் தன்மானம் தடையாக நின்றது. ராஜாவை உள்ளே அழைத்து. “உங்க அண்ணன் ஏதாவது சொன்னாரா?” என்று கேட்டாள்.

“எந்த விஷயமாக?”

“எதுவும் இல்லை” என்று அமைதியானாள். ராஜா மீண்டும் கேட்டாலும் அந்தப் பேச்சை அத்துடன் நிறுத்திக் கொண்டாள். புறப்படும் முதல் நாள் அவள் உறங்கவில்லை. அவ்வப்போது கண் நிரம்பி வழியும். பத்துப் பதினொரு ஆண்டுகள் தனியாக இருந்த தான் இப்போது எதற்கு அழ வேண்டும் என்று ஆறுதல் அடைய

முயன்றாலும் துயரத்தைத் தாங்கிக் கொள்ள முடியவில்லை. இரவு முழுதும் தூக்கமில்லாமல், விடிகாலையிலேயே எழுந்து, சிற்றுண்டி செய்து, காத்தியாயினியை அழைத்து எல்லோருக்கும் கொடுக்கச் சொன்னாள். விடிகாலை ரயிலுக்குப் போக வேண்டி இருந்தது. வீட்டு வாசலுக்கு ஒரு டேக்சி வந்து நின்றது. ராஜா சாமான்களை டேக்சியில் வைக்கச் செய்தான். ராஜா, காத்தியாயினி, பிரித்வி முதலில் டேக்சி அருகே போனார்கள். பிரித்வி திரும்பி வந்து அம்மாவை அழைத்தான். நாகலட்சுமி மெல்ல உள்ளே இருந்து வரும் போது ராயர் பங்களாவின் தோட்ட வாசல் அருகே நின்றிருந்தார். அவள் குனிந்து அவரை வணங்கினாள். எதுவும் பேசாமல் டேக்சியில் வந்து உட்கார்ந்தாள். ரயில் நிலையத்திற்கு ராயர், கருணா வரவில்லை. டேக்சி புறப்படும் போது ராயர் முகத்தைத் திருப்பிக்கொண்டு கண்ணோரத்தைத் துடைத்துக் கொண்டார். டேக்சி புறப்பட்டு அந்த வீடு பார்வையிலிருந்து மறையும்போது நாகலட்சுமி விசும்பி அழுதாள். அருகில் அமர்ந்திருந்த காத்தியாயினி அவள் கையைப் பிடித்துக்கொண்டு சொன்னாள்: “அக்கா சமாதானமாக இருங்க, நாம் வந்த வேலை முடிந்தது.”

“அவர் சொன்ன வார்த்தையையே மறந்துவிட்டாருடி!” என்று அவள் காத்தியாயினி தோளில் தன் முகத்தை வைத்துச் சொன்னாள்.

“என்ன விஷயம்?” ராஜா கேட்டான்.

“நான் நேற்றே கேட்டேனே? ரயிலில் சொல்கிறேன்” என்று நாகலட்சுமி ஆறுதல் அடைய முயன்றாள்.

★★★

படலம்: இருபது

1

நாற்பத்தி ஒன்பதாம் வயதில் தமது பெரும் லட்சிய நூலின் நான்கு தொகுப்புகள் முழுமையடைந்தது ராயருக்கு நிறைவைக் கொடுத்தது. இன்னும் ஒரு தொகுப்பு முடிந்தால் அவர் திட்டம் ஈடேறிவிடும். ஆனால் அந்தப் பணிகளைச் செய்யும் போது சேகரித்த தகவல்கள் அவர் மனதில் புதிய மூன்று நான்கு சிறிய நூல்களைப் படைப்பதற்கான சரக்கைக் கொடுத்தது. நான்காவது தொகுப்பிற்கு சேகரித்த தகவல்கள் இரண்டு தொகுப்புகளுக்குப் போதுமானதாக இருந்தன. பதிப்பாளர் கோரிக்கையின்படி அதில் சில பகுதிகளை நீக்கிவிட்டு நான்காவது தொகுப்பை பெரிதாகச் செய்திருந்தார். மற்ற விஷயங்களை உள்ளடக்கிய வேறொரு நூலை எழுதும் எண்ணத்தில் அவர் பதிப்பாளர் வேண்டுதலை ஏற்றுக்கொண்டார். தொள்ளாயிரம் பக்கத்து அந்தத் தொகுப்பை அவர் சீனிவாச பண்டிதருக்கு சமர்ப்பணம் செய்திருந்தார். பத்து ஆண்டுகளாகப் பண்டிதரைப் பார்க்காமல் இருந்தாலும், அவரிடமிருந்து பெற்ற உதவியையும், பெற்ற புலமையையும் அவர் மறக்கவில்லை. அதற்கு நன்றியாக நூலை அர்ப்பணம் செய்வதை விடச் சிறந்த வேறு எந்த வழியும் அவருக்குத் தெரியவில்லை. இப்போது அது கைக்கு வந்த பிறகு அவராகப் போய் பிந்தைய தொகுப்புகளையும் சேர்த்து ஒன்றாகப் பண்டிதருக்குக் கொடுத்து

நன்றியைத் தெரிவிக்க முடிவு செய்திருந்தார். அது மட்டுமல்லாமல், மூன்றாவது தொகுப்பை விமர்சித்து ஜெர்மன் அறிஞர் ஒருவர், தர்ம சாத்திரங்களைப் பற்றி ராயர் எழுதிய சில குறிப்புகளின் இதிகாச உண்மையைக் குறித்துக் கேள்வி எழுப்பியிருந்தார். அதைப் பற்றியும் பண்டிதரிடம் கலந்துரையாட வேண்டி இருந்தது.

ஆனால் அவர் மருமகளைத் தன் தம்பி காதலித்துத் திருமணம் செய்துகொண்டதால் அவர் மனம் தம்மைப் பற்றித் தவறான எண்ணம் கொண்டிருக்கலாம் என்ற சந்தேகமும் ராயருக்கு வந்தது. ராயர் பண்டிதரின் இயல்பு, மனநிலையைப் புரிந்துகொண்ட அளவிற்கு அவர் அப்படிப்பட்டவராக இருக்கமாட்டார் என்ற ஆறுதல் மனதில் தோன்றினாலும், இதுபோன்ற விஷயங்களில் ஒரு நபர் இப்படித்தான் எதிர்வினை செய்வார் என்று எப்படிச் சொல்வது என்ற சிந்தனையும் வந்தது. ராஜா, காத்தியாயினி திருமணம் அவருக்கு எள்ளளவும் தெரிந்திருக்கவில்லை. அவர் அவர்கள் இருவரின் திருமணம் நடந்த போது கருணாவுடன் கல்கத்தா போயிருந்தார். திரும்பி வந்த பிறகு செய்தி தெரிந்தது, தம்பியும் அவன் மனைவியும் அவர் காலில் விழுந்து வணங்கிய போது. முன்பே தெரிந்திருந்தால் தடுத்திருப்பேனா என்று அவர் தன்னைத் தானே கேட்டுக்கொண்டார். அதனால் வயதான பண்டிதர் குடும்பத்தின் மீது ஏற்படும் விளைவை மட்டும் கண்டிப்பாக ராஜாவுக்கு எடுத்துச் சொல்லி இருப்பேன். அதன் பிறகு அவரவர் விருப்பம் என்று எண்ணி அமைதியானார்.

நேராக நஞ்சனக்கூடு போவதற்கு மாறாக, முதலில் பண்டிதருக்கு ஒரு கடிதம் எழுதி, அவரிடமிருந்து வரும் பதில் தோரணையைப் பார்த்துப் பிறகு அடுத்த முடிவை எடுக்கலாம் என்று கருணா கூறினாள். பண்டிதரைப் பார்க்கும் ஆர்வம் அவளுக்கும் இருந்தது. தாங்கள் இருவரும் அங்கே மூன்று நான்கு நாட்களுக்கு வந்து தங்க வேண்டும் என்ற செய்தியைத் தெரிவித்து ராயர் எழுதிய கடிதத்திற்கு மூன்றாம் நாளே பதில் வந்தது. அவர் இயல்பான பணிவான குணம் அவர்கள் வரவை விரும்பியது. பண்டிதர் எழுதி இருந்தார்: “எனக்கும் வயதாகி விட்டது. இந்தக் காலத்தில் உங்களைப் போன்ற அறிஞர்கள் வந்து என்னுடன் நான்கு நாட்கள் இருப்பதைவிடப் பெரிய பேறு இருக்க முடியுமா? தயவு செய்து வரவும்.”

கடிதத்தைப் பார்த்தே ராயர் மனம் நிரம்பி வழிந்தது. இந்தியப் பண்பாட்டை வர்ணித்து எழுதும் அவர் மனதில், அந்தப் பண்பாட்டின் மறு உருவம் என்பதைப் போல பண்டிதர் தெரிந்தார். ஒரு நாள் மாலை நான்கு மணி வண்டியில் கருணாவுடன், நான்கு தொகுப்புகளை எடுத்துக்கொண்டு, தங்கள் ஹோல்டாலுடன் புறப்பட்டார்கள்.

நஞ்சனக்கூடு ரயில் நிலையத்தில் இறங்கி ஒரு கூலி ஆள் கையில் தங்கள் ஹோல்டால், நான்கு தொகுப்புக்கள் இருந்த பையையும் சுமக்க வைத்துக் கொண்டு அவர் போனபோது வீட்டுக் கதவு சாத்தி இருந்தது. இரண்டு முறை கதவைத் தட்டிய பிறகு பதினைந்து வயதுப் பையன் ஒருவன் வந்து கதவைத் திறந்தான். அவன்தான் பண்டிதரின் பேரன், ராஜா மனைவியின் முதல் குடும்பத்துப் பையன் என்று தெரிந்துகொள்வது அவருக்கு சிரமமாக இருக்கவில்லை. அவர்களை வரவேற்பறையில் உட்காரவைத்து விட்டுப் பையன் உள்ளே போன இரண்டு நிமிடத்தில் பண்டிதர் வந்து இருவரையும் வணங்கினார். இப்போது அவர் நெற்றி முடி உதிர்ந்து மொட்டையாக இருந்தது. முகத்தின் மீது வெள்ளைத் தாடி இருந்தது. முன்பு போலவே அவர் சிவப்புக் கரை போட்ட வெள்ளை வேட்டியை உடுத்திக் கொண்டு உடல் மீது ஒரு ஷால் போர்த்தி இருந்தார். பற்கள் உதிராமல் இருந்தாலும் நெற்றி முன்பைவிட அதிகம் சுருங்கி, முகத்தின் மீது கவலைக் கோடுகளைக் காட்டின. நடக்கும் போது கொஞ்சம் கூனினார். ராயரும், ரத்னேயும் எழுந்து நின்று அவரை வணங்கினார்கள். அவர் ‘சீனி’ என்று பேரனை அழைத்தார். அவன் வந்த பிறகு, “இந்தப் படுக்கை, பை இரண்டையும் மாடியில் கொண்டு போய் வைப்பா” என்றார். விருந்தாளிகள் கை கால்களை அலம்பிய பிறகு பண்டிதர் அவர்கள் இருவருக்கும் குடிக்கப் பால் கொடுத்தார்.

மாடியில் மூவரும் உட்கார்ந்த பிறகு ராயர் தம் பையைத் திறந்து நான்கு தொகுப்புகளையும் அவர் முன்னால் வைத்துச் சொன்னார்: “உங்கள் ஆசீர்வாதத்தின் பலன். இன்னும் ஒரு தொகுப்பு வரவேண்டும்.” பண்டிதர் ஒவ்வொன்றையும் கையில் எடுத்துக் கொண்டு பார்த்தார். பெயர், நூல் தலைப்பு, பதிப்பகம் போன்றவற்றைப் படித்துப் புரிந்துகொள்ளுமளவிற்கு இங்கிலிஷ் அவருக்குத் தெரியும். ஒவ்வொரு தொகுப்பின் முதல் பக்கத்தில் ராயர் கன்னடத்தில் –

மதிப்பிற்குரிய ஸ்ரீனிவாச பண்டிதருக்கு,
பக்தி பூர்வமாக –
சதாசிவராவ்

என்று எழுதி இருந்தார். நான்காவது தொகுப்பு இரண்டாவது தாளைப் புரட்டிய போது பண்டிதருக்கு வியப்பாக இருந்தது. இங்கிலிஷில் எழுதி இருந்த மூன்று நான்கு வார்த்தைகள் புரியாமல் இருந்தாலும், 'நஞ்சனக்கூடு ஸ்ரீனிவாச பண்டிதருக்கு இந்தத் தொகுப்பைப் பணிவுடன் சமர்ப்பிக்கிறேன்' என்ற தடித்த எழுத்துகள் அச்சாகி இருப்பது தெரிந்தது. அந்தத் தாள் மீது விரல் வைத்து அவர் சொன்னார்: "நீங்கள் இதைச் செய்திருக்கக் கூடாது."

"அப்படியல்ல, நீங்கள் இந்த நூல் படைக்க பொருளாதார உதவி செய்திருக்கிறீர்கள். உங்கள் புலமையால் என் அறிவுக்கு ஊட்டமூட்டினீர்கள். ஆசீர்வாதத்துடன் என் ஆற்றலை வலுப்படுத்தி இந்தப் பணி தொடரும்படி செய்தீர்கள். உங்களை அல்லாமல் வேறு யார் பெயரை நினைத்து இந்தத் தொகுப்பை அர்ப்பணிப்பது?"

"யாருக்கும் எதற்காக அர்ப்பணிக்க வேண்டும்?" அவர் மெல்லச் சொன்னார்: "இப்படி ஒரு நூலை எழுதிய உங்களுக்கு கடவுள் அனுக்கிரகம் இருந்தது. அதற்குத் தேவையான உதவிகள் கிடைக்க அதே ஆண்டவன் பல பத்துப் பேருக்கு ஊக்கமளித்தான். அப்படிப்பட்டவர்களில் என்னையும் ஒருவனாக ஆக்கியது என் நற்பேறு. பெரிய மகாராஜா இருந்த போது இதற்கு உதவி செய்தார் என்று கேள்விப்பட்டேன். நீங்கள் செய்யும் இந்த ஞான வழிபாட்டிற்கு நாங்களும் ஒவ்வொரு பூவை தெரிவு செய்து கொடுப்பது எங்கள் அறம் தானே? நம் பண்பாட்டிற்குச் செய்யும் பணிக்கு நன்றியும், சமர்ப்பணமும் எதற்கு?"

ராயர் பேசவில்லை. அமைதியாக இருந்தார். மீண்டும் பத்து நிமிடம் பண்டிதர் அந்த நூல்களின் தாள்களைப் புரட்டிப் பார்த்து, சில பக்கங்களில் இருந்த ஓவியங்களையும் பார்த்தார். பிறகு கருணாவின் பக்கம் திரும்பி சொன்னார்: "நாங்கள் பேசும் பேச்சு உங்களுக்கு நன்றாகப் புரிகிறதா?"

கருணாவின் விஷயம் பண்டிதருக்குத் தெரியும் என்று ராயருக்குத் தெரியும். அவராகவே, "நன்றாகப் புரியாது. பேச்சின் தோரணையை

பின்பற்றி உணர்வுகளை அவளால் புரிந்துகொள்ள முடியும். வீட்டுப் பணியாட்களிடம் அவசியமான நான்கைந்து வார்த்தைகளைப் பேசுவாள்" என்றார். மீண்டும் ஐந்து நிமிடங்கள் லௌகீகப் பேச்சுக்கள் முடிந்த பிறகு பண்டிதர், "கொஞ்சம் ஓய்வெடுத்துக் கொள்ளுங்கள். வருகிறேன்" என்று சொல்லி, மாடிப்படிகளை இறங்கி கீழே போனார். இது அவர் பூஜை நேரம் என்று தெரிந்த ராயர், அதுவரை தாங்கள் பேசிய பேச்சுக்களை கருணாவுக்கு இங்கிலிஷில் சொல்லத் தொடங்கினார். அந்தப் பேச்சுக்கள் முடிந்த பிறகு பண்டிதர் நூலகத்தில் இருந்த, நூல்களையும், ஓலைச்சுவடிகளை அவர்கள் இருவரும் பார்க்கத் தொடங்கினார்கள்.

இரவு எட்டு மணிக்கு பண்டிதர் மேலே வந்து அவரைச் சாப்பிட அழைத்தார். ராயர் முன்பு இங்கே வரும்போது பரிமாறும் இடத்திலேயே மூன்று இலைகள் போடப்பட்டிருந்தன. "நீயும் சாப்பிடு வாப்பா" என்று பண்டிதர் சொன்னதும் அவர் பேரனும் சாப்பிட உட்கார்ந்தான். "தாங்கள்?" என்று ராயர் கேட்ட கேள்விக்கு பண்டிதர், "நான் பரிமாறுகிறேன்" என்றார். ராயருக்கு அதுவரை விஷயம் தெரியாது. "வீட்டில்?" என்று அவர் எந்த முன் ஆலோசனையும் இல்லாமல் கேட்டார். "பிறகு சொல்கிறேன்" என்று சொன்ன பதிலால் ராயர் மனதிற்கு விடை தெரிந்து விட்டது. சுமார் பதினைந்து ஆண்டுகளுக்கு முன்பு அவர், "நஞ்சுண்ட பண்டிதர் எங்கே?" என்று கேட்ட கேள்விக்கும் இப்படித்தான் பதில் சொல்லி இருந்தார். உணவருந்தும் போது இதுபோன்ற அசுப சங்கதிகளைச் சொல்லக்கூடாது என்ற பண்பாட்டிற்காக அப்படிச் செய்திருந்தார். இப்போதும் அதே போன்ற நடத்தை. ஆனால் எழுபது வயது முதியவர் தங்கள் இருவருக்கும் சமைத்துப் பரிமாறுவது அவருக்குக் கூச்சமாக இருந்தது. அவர் எதுவும் பேசவில்லை. தம் மனைவி இருந்தால் எப்படி விருந்தாளிகள் கூச்சப்படாமல் சாப்பிடச் செய்வாரோ அது போலவே அவரும் கலகலப்பாகப் பேசிக்கொண்டு பரிமாறினார். சமையல் சூடாக இருந்தது மட்டுமல்லாமல் ருசியாகவும் இருந்தது.

சாப்பிட்டு முடித்த பிறகு சுமார் ஒரு மணி நேரத்திற்குப் பிறகு பண்டிதர் வரவேற்பறைக்கு வந்தார். அதற்குள் சீனி தாம்பூலத் தட்டை எடுத்து வந்து விருந்தாளிகள் முன்னால் வைத்திருந்தான். பண்டிதர் வந்த பிறகு ராயர், "தாங்கள் தாம்பூலம் போட மாட்டீர்களா?" என்று கேட்டதற்கு அவர், "இல்லை. அதை விட்டு

வெகு நாட்கள் ஆகிவிட்டன. இப்போது நான் முழுமையாக குடும்பஸ்தனும் அல்ல” என்றார்.

“எத்தனை நாட்கள் ஆயின? என்னவாகி இருந்தது?”

“இரண்டு ஆண்டுகள் ஆனது. முதுமை. அறுபது வயதாகி இருந்தது. இந்தக் காலத்தில் “ஷதமானம் பவதி” (நூறாண்டு வாழ்க) என்பது வெறுமனே மந்திரத்தில் இருக்கிறது” என்று சிரித்தார்.

ராயருக்கு வருத்தமாக இருந்தது. வேறு யாராவது மனைவியை இழந்திருந்தால் அவர் ஆறுதலாக ஏதாவது சொல்லி இருப்பார். ஆனால் எதிரே உட்கார்ந்திருக்கும் முதியவருக்கு ஆறுதல் வார்த்தைகள் சொல்லும் வயது, ஞானம், மனப்பக்குவம் தமக்கில்லை என்று அவர் அமைதியானார். ஆனால் ஒரு விஷயம் சொன்னார்: “ஒன்று சொல்கிறேன், தாங்கள் தவறாக எடுத்துக் கொள்ளக் கூடாது...”

“சொல்லுங்கள், அதனால் என்ன?”

“நாங்கள் மூன்று நான்கு நாட்கள் இருப்பவர்கள். எங்களுக்கு நீங்கள் சமையல் செய்து பரிமாறுவது மனதிற்கு வருத்தமாக இருக்கிறது. நாங்களே உங்களுக்கு சமைத்துப் பரிமாறுகிறோம். ஆனால் இவள் பிறந்த தர்மம் வேறு. இவள் மற்றொரு அறையில் நமக்குத் தேவையான சமையல் செய்து பரிமாறுவாள். ஒரு அடுப்பு; ஓரிரு பாத்திரங்கள், கொஞ்சம் அரிசி, பருப்பை ஒரு அறையில் வைத்து விடுங்கள், போதும்.”

“உங்கள் இருவருக்கென்று நான் தனியாகவா சமைக்கிறேன்? எங்கள் மூன்று பேருக்கும் செய்யும் சட்டியில் ஒரு பிடி அரிசி அதிகமாகப் போடப் போறேன். அதே குழம்புப் பாத்திரத்தில் இரண்டு பிடி பருப்பு, இரண்டு குவளைத் தண்ணீர் அதிகமாகப் விடப்போகிறேன். சமையல் முடிந்துவிடும்! இந்தக் கிழவனுக்கு அதனால் என்ன சிரமமாகிவிடும்? நீங்கள் கூச்சப்பட வேண்டாம்.”

இப்படிச் சில பேச்சுக்கள் நடந்து முடிந்த பிறகு அவர்கள் அறிவுசார் விஷயங்களைப் பேசினார்கள். இரவு பன்னிரண்டு மணிவரை அவர்கள் பேசிக்கொண்டிருந்தார்கள். பிறகு பண்டிதர் அவர்களை மாடிக்கு அழைத்துப் போனார். அங்கே அவர்கள் இருவருக்கும் படுக்கை விரித்துத் தயாராக இருந்தது. “இனி, படுங்கள், நாளை பேசலாம்” என்று சொல்லி அவர் கீழே இறங்கிப் போனார்.

ராயர் மனைவியுடன் நான்கு நாட்கள் இருந்தார். கருணாவிற்கு பண்டிதர் மீது பக்தி, மரியாதைகள் தோன்றின. மூப்பின் மாட்சிமையை அவள் பார்த்திருந்தாள். அவள் அப்பாவே தம் வயதான காலத்தில் மூப்பின் பக்குவத்தை அடைந்திருந்தார். இங்கிலாந்தில் சில மூத்த பேராசிரியர்களும் அப்படித்தான் இருந்தார்கள். ஆனால் பண்டிதர் அசாதாரண ஆளுமை என்பதை அவள் அறிந்துகொண்டாள். இந்தியப் புராணம், இலக்கியம் போன்ற நூல்களை வாசித்திருந்தாள். அவற்றில் வரும் பீஷ்மர், வசிஷ்டர், தருமன், ராமன் போன்ற பாத்திரங்களின் தெளிவான கற்பனை அவளுக்கு இருந்தது. ஏதாவது அதிசயமான சூழ்நிலையில் அந்தப் பாத்திரங்களை வைத்தால் அவர்கள் எப்படி நடந்து கொள்வார்கள் என்பதை அவள் தவறில்லாமல் சொல்லக் கூடியவளாக இருந்தாள். இப்போது பண்டிதரைப் பார்த்து அந்தப் பாத்திரங்கள் நினைவிற்கு வந்தன. அவர் மருமகள் தன் கணவரின் தம்பியைத் திருமணம் செய்துகொண்டு அந்தக் குடும்பத்திலிருந்து விலகி வந்திருக்கிறாள் என்பது அவளுக்குத் தெரியும். அண்ணனிடமிருந்து தம்பியின் அறிமுகமானது என்பதுவும் பண்டிதருக்குத் தெரிந்த செய்திதான். ஆனாலும் அவர் அண்ணன் மீது சிறிதும் வருத்தப்படவில்லை. எழுபதைத் தாண்டி இருந்தாலும் அவர் முகத்தின் மீது பிரகாசிக்கும் பொலிவு இருக்கிறது. ஒவ்வொரு பேச்சு, நடைகளிலும் உயர்ந்த பண்பாடு தெளிவாகத் தெரிகிறது. தினமும் காலை மூன்று மணிக்கே எழுந்து நதியில் நீராடி வந்து கடவுள் வழிபாட்டில் தொடங்குவார். அதை முடித்து விட்டு விருந்தாளிகளுக்கு ஏழு மணிக்குக் காப்பி கொண்டு வந்து கொடுக்கிறார். அவர்கள் வீட்டில் யாரும் காப்பி பருகாவிட்டாலும், விருந்தாளிகளுக்காகத் தயார் செய்கிறார். பத்து மணிக்கு உணவு. சாப்பிட்ட பிறகு மதியம் மூன்று மணிவரை அவருடன் அமர்ந்து வாதவிவாதம் செய்கிறார். மீண்டும் கீழே இறங்கிப் போய், காப்பி, பலகாரம் எடுத்து வந்து கொடுக்கிறார். தாம் மட்டும் மூன்று மணிக்கு எதுவும் எடுத்துக் கொள்வதில்லை. மாலை ஆறு மணிவரை கலந்துரையாடல். மீண்டும் இரவு சமையலுக்குக் கீழே இறங்குகிறார். உணவருந்திய பிறகு இரவு பன்னிரண்டு மணிவரை பேச்சில் பங்கேற்கிறார். ஒரே ஒரு கணம் கூட முகத்தில் சலிப்போ, அலுப்போ தெரிவதில்லை.

வாதம் செய்யும் போது அவர் வாயில் சமஸ்கிருத சுலோகங்கள் தாராளமாக வருகின்றன. சில சொற்களை அழுத்தி உச்சரித்து, சில

சொற்களின் மூலத்தை விவரித்து அவர் சொல்லும் முறையிலேயே ரத்னேக்குப் புரிந்துவிடும். கம்பீரமான விஷயங்களை ராயருடன் கன்னடத்தில் பேசினாலும், இடை இடையில் வரும் சமஸ்கிருத சுலோகங்களும், அவர் மொழியில் ஏகமாக வரும் சமஸ்கிருத சொற்களாலும் அவளுக்கு அவர் பேச்சு ஏறக்குறைய முழுமையாகப் புரிந்துவிடும். அவருக்கு சந்தேகம் ஏற்படும் இடங்களில் அதே அறையில் இருக்கும் நூல்களை எடுத்துப் பார்த்துக்கொண்டு சொல்வார். தர்மம், சாத்திரம், புராணம், தத்துவவியல், இலக்கியம் போன்ற நூல்களால் அறை நிரம்பிக் கிடந்தது. பலமுறை சமஸ்கிருதத்திலேயே பேச்சைத் தொடர்வார். அவர் ஞானத்தைக் கண்டு ரத்னேக்கு வியப்பாக இருக்கும். வாதங்கள் முடிந்து அவர் சமையலறைக்குப் போன பிறகு, தாங்கள் செய்த வாதத்தின் சுருக்கத்தை ராயர் ரத்னேயிடம் இங்கிலிஷில் சொல்வார். அதை அவள் சுருக்கெழுத்தில் எழுதிக்கொள்வாள். அவர் மூன்றாவது தொகுப்பில் எழுதி இருந்த தர்ம சாத்திர விஷயங்களைப் பற்றி ஜெர்மன் அறிஞர் ஒருவர் செய்தி விமர்சனங்களைக் கன்னடத்தில் விவரித்த போது பண்டிதர் அவற்றுக்குத் தகுந்த பதில்களைச் சொல்லி அவர் நூலகத்தில் இருந்த நூல்களிலிருந்து அவற்றின் மூலத்தை வாசித்துக் காண்பிப்பார். ராயர் அவற்றை விவரமாகக் குறித்துக்கொள்வார். விமர்சனங்களுக்கு ஒரு கட்டுரையைப் பதில் வடிவில் எழுதி வெளியிட வேண்டும் என்று அவர் முடிவெடுத்தார்.

ராயர் அங்கே வந்த நாளிலிருந்து அவர் மனதின் ஒரு மூலையில் ஒரு கவலை குடைந்துகொண்டிருந்தது. பண்டிதரின் மனைவி முதுமையால் இறந்து போனது இயல்பாக இருந்தாலும், மருமகள் கூட இருந்தால் இந்த வயதில் அதிகச் சிரமம் இருந்திருக்காது என்று ராயருக்குத் தோன்றியது. எதையும் அவர் சிரமம் என்று நினைப்பதில்லை. அது அவர் மனத் திண்மையின் அறிகுறி. ஆனால் இந்த வயதில் மருமகள் அந்தக் குடும்பத்தில் இருந்திருந்தால் நிம்மதியாக இருந்திருக்கும். பேரனுக்குத் துணையாக இருந்திருக்கும். ராயர் சீனியை நுட்பமாகக் கவனித்தார். சுமார் பதினைந்து வயது. அவர் தாத்தாவைப் போலவே உயரமான உடல்வாகு, அகலமான முகம், பொலிவுடன் கூடிய கண்கள் கொண்ட பையன் வாட்டசாட்டமாக வளர்ந்திருந்தான். ஆனால் தன் வயதுக்குப் பொருந்தாத மிடுக்கு அவனிடம் இருந்தது. அவன் தாத்தா பேரனுடன் வேடிக்கையாகப் பேசுவதையும் அவர் பார்த்திருந்தார்.

ஆனால் வீட்டு நிலவரமும் தாத்தாவின் வாழ்க்கையும் அவனுக்கு கம்பீரத்தைக் கொடுத்திருக்கின்றன. அவன் அம்மா வீட்டில் இருந்திருந்தால் நிலைமை இப்படி இருந்திருக்காது போல!

ராயர் யோசித்தார்: அந்த வீட்டு அறிமுகம் ராஜாக்கு இருக்கவில்லை. காத்தியாயினி எங்கள் வீட்டுக்கு வருவதும், ராஜாவுடன் உறவு ஏற்பட்டதும் தன் அறிமுகத்தால். முடிவில் இப்படி ஆகிவிட்டது. இதைப் பற்றியான தொடக்கம், வளர்ச்சி பற்றிய எந்த விவரமும் அவருக்குத் தெரியாது. என் இலட்சியத்தில் நான் தொடங்கி இருந்தேன். என் வாழ்க்கையே வேறொரு பாதையில் இயங்கி அந்த வீட்டையே நான் விட்டு விட்டேன். அவர்கள் திருமண நேரத்திலும் ஊரில் இருக்கவில்லை. இருந்திருந்தால் எதுவானாலும் சரி என்று ஒரு வார்த்தை அவர்களிடம் சொல்லிப் பார்த்திருக்கலாம்... இதைப் பற்றி பண்டிதரிடம் பேசி நானாவது ஒரு வார்த்தை மன்னிப்பு கேட்க வேண்டும்.

தாங்கள் மைசூருக்குத் திரும்பும் முதல் இரவு சாப்பிட்ட பிறகு கருணாவை மாடி மீது இருக்கச் சொல்லிக் கீழே இறங்கி வந்த ராயர் பண்டிதரிடம் கேட்டார்: "இன்று கலந்துரையாட எதுவும் கிடையாது. அப்படியே ஆற்றுப் பக்கம் போய் வரலாம். உங்களுக்கு அசதியாக இருக்கிறதா?"

"ஆயாசம் இல்லை" என்ற பண்டிதர் சால்வை போர்த்திக்கொண்டு புறப்பட்டார். ராயர் தனியாகப் புறப்பட்டதைப் பார்த்து பண்டிதர், "உங்கள் மனைவி வரவில்லையா?" என்று கேட்டார்.

"இல்லை, அவள் ஏதோ நூலை வாசித்துக் கொண்டிருக்கிறாள்" என்று ராயர் புறப்பட்டார். இருவரும் கோயில் முன் வாசல் வழியாக நடந்து மணிகர்னிகா படித்துறை அருகே வந்தார்கள்.

ஆனி ஆடி மாதங்களின் வெள்ளம் இறங்கி ஆறு அமைதியாக ஓடிக்கொண்டிருந்தது. அது வளர்பிறை அஷ்டமி அல்லது நவமி இருக்கலாம். வானில் நிலா பாதியை விட அதிகமாகத் தன் வெள்ளை முகத்தைக் காட்டியது. ஆற்றின் இரண்டு கரைகளுக்கு நடுவில் நிலவொளியில் அமைதியாகவும் மௌனமாகவும் தண்ணீர் ஓடிக்கொண்டிருந்தது. ராயர் பண்டிதருடன் தண்ணீர் அருகில் ஒரு படி மீது அமர்ந்தார். சிறிது நேரம் இருவரும் தண்ணீரைப் பார்த்துக் கொண்டே ராயர் பேச வாய் திறந்தார். எப்படி

ஆரம்பிப்பது என்பது தெரியவில்லை. பண்டிதர் கேட்டார்: "என்ன விஷயம் சொல்லுங்கள்."

"உங்கள் பார்வையில் மகத்துவமானதாக இல்லாமல் இருக்கலாம். ஒரு பழைய விஷயம் பேசவேண்டும் என்று நினைத்தேன்."

"சொல்லுங்கள்."

"என் தம்பியின் திருமணம் ஆனது, அதன் விவரம் எனக்கு எதுவும் தெரிந்திருக்கவில்லை. தெரிந்திருந்தால் ஏதாவது செய்திருப்பேன் என்று நினைக்கிறேன்! இந்தத் தருணத்தில் மருமகள் உங்கள் வீட்டில் இருக்க வேண்டும். என் தம்பி இயல்பில் நல்லவன். இந்தக் குடும்ப விஷயம் அவனுக்கும் தெரியாது. அவன் சார்பாக நான் உங்களிடம் மன்னிப்பு கேட்டுக் கொள்கிறேன்."

"இதென்ன இப்படிப் பேசுகிறீர்கள். மன்னிப்பு கேட்க யாரிடமிருந்து யாருக்குக் கேடு நடந்திருக்கிறது?"

"நீங்கள் எல்லாவற்றையும் நல்ல பார்வையிலேயே பார்க்கிறீர்கள். ஆனால் இந்த நிலைமையில் மருமகள் வீட்டில் இருந்தால் நன்றாக இருந்திருக்கும்."

"எல்லாம் நம் விருப்பம் போல நடந்தால் அதை வாழ்க்கை என்று எதற்கு அழைப்பார்கள்?" பண்டிதர் அமைதியான குரலில் சொன்னார்: "இனி என் மனைவி உயிரோடு இருந்தால் நன்றாக இருக்கும். மகன் பிழைத்திருந்தால் நன்றாக இருக்கும். எங்கள் அப்பா அம்மா இருந்திருந்தால் இன்னும் நன்றாகவே இருக்கும். ஆனால் எத்தனை நாள் கொடுப்பினையோ அத்தனை நாள் ஒவ்வொருவரும் நம்முடன் இருப்பார்கள். அது முடிந்த பிறகு விலகி விடுவார்கள். சிலர் இறந்து விட்டுப் பிரிந்தால், சிலர் வாழ்ந்திருக்கும் போதே விலகிப் போவார்கள். அதை நாம் என்றும் ஏற்றுக்கொள்ள வேண்டும். கவலைப் படக்கூடாது."

"மருமகளைப் பற்றி உங்களுக்கு வருத்தம், வெறுப்பு ஏற்படவில்லையா?"

"எதற்கு ஏற்பட வேண்டும்?" அவர் ஒரு முறை மென்மையாகச் சிரித்து அமைதியான குரலில் சொன்னார்: "என் மகனுக்கு என்னுடன் இருந்த கொடுப்பினை முடிந்த பிறகு அவன் ஆற்றில் மூழ்கி விலகிப் போனான். அதே கொடுப்பினை முடிந்த பிறகு,

என் மனைவி நோய்வாய்ப்பட்டு விட்டுப் போனாள். அவர்கள் மீது சலிப்பையோ, வெறுப்பையோ எப்படிக் காட்ட முடியும்? அவர்கள் இருவரும் இறந்து என்னை விட்டுப் போனது, மருமகள் உயிரோடு இருக்கும் போதே விலகிப் போனது, இரண்டுக்கும் என் பார்வையில் எந்த வேறுபாடு இல்லை. என்னுடன் இருக்கும் கொடுப்பினை தீர்ந்தது. அவள் புறப்பட்டுவிட்டாள். இதில் அவள் தவறென்ன?"

"குழந்தைக்காகவாவது...?" ராயர் சொல்ல இருந்தார்.

"பையனைப் பற்றி நினைக்கும் போது சில சமயம் நமக்கு வருத்தம் ஏற்படுவது உண்மை. ஆனால் தன் கருவில் பிறந்த மகனையும் விட்டுப் போகும் போது அவளுக்கு வருத்தம் ஏற்படவில்லையா? மிக அதிகமாக துயரம் உண்டாகி இருக்கும். அந்தத் துயரத்தையும் மீறிய இயல்பான இயற்கையின் ஆற்றல் ஒன்று அவளை ஈரத்திருக்கிறது. பிரகிருதியைத் தானே மாயை என்று அழைப்பது? இந்த உலகில் வாழ்ந்திருப்பது இயற்கையின் இயல்பான குண தர்மங்களால். இங்கே இருந்து கொண்டு இயற்கை குணங்களிலிருந்து விடுபட்டிருப்பது எளிதானதா? அவள் அதற்கு உறுதியாக நின்றது வியப்பல்ல. அதற்காக நாம் அவளை எதற்கு வெறுக்க வேண்டும்?"

இந்தத் தத்துவ ஞானப் பார்வை ராயருக்குத் தெரியாதது அல்ல. ஆனால் தன் சொந்த வாழ்க்கையின் மாற்றத்தையும் அதே பார்வையில் சிந்திக்கும் அந்த முதியவரைப் பார்த்து அவரைப் பற்றி ராயருக்கு இன்னும் அதிகமாக மரியாதை வளர்ந்தது. "நீங்கள் உங்கள் மருமகளைப் பற்றி என்றும் யோசிப்பதில்லையா?" என்று கேட்டார்.

"வாழ்க்கையில் மறைந்து போனவற்றை அசைபோடுவதால் என்ன பலன்? இறந்து போன மகன், மனைவியைப் பற்றி எப்போதும் கவலைப்படுவதால் மனவலிமை குன்றிவிடும். இப்போது வேலை என்ன குறைவாகவா இருக்கிறது? பேரனை வளர்த்து கல்வி பெறச் செய்ய வேண்டும். எனக்கு இப்போதே எழுபத்தி இரண்டு வயதாகிறது. பேரனை ஒரு நிலைமைக்குக் கொண்டு வந்த பிறகு வாழ்க்கையிலிருந்து விடுதலை பெற முயற்சிக்க வேண்டும். சில சமயம் துவண்டிருக்கும் போது மனம் நினைவில் மிதப்பது உண்மை. முடிந்த அளவிற்கு நான் இழந்தவற்றை நினைத்து

அசைபோடுவதில்லை.”

இதைச் சொல்லி அவர் அமைதியானார். ராயர் மனம் ஏனோ தன் வாழ்க்கையின் கடந்த காலத்தைப் பற்றி யோசிக்கத் தொடங்கியது: “பண்டிதர் என்றும் தம் வாழ்க்கையில் இரட்டை நிலை கொண்ட வேலைகளைச் செய்ததில்லை. அதனால் அவர் பார்வை எப்போதும் அடுத்த இலக்கை மட்டுமே நோக்க முடிகிறது. ஆனால் என் வாழ்க்கையில் இருக்கும் ஒரு துவந்துவம் என்னை அடிக்கடி பழைய நினைவுகளில் மூழ்கடித்து துணிச்சல் இழக்கச் செய்கிறது. இதற்குப் பரிகாரம் என்ன?

தம் பிரச்சினைக்கு பண்டிதர் பரிகாரம் சொல்லலாம் என்று எண்ணி ராயர் பேச்சை மீண்டும் தொடர்ந்து கேட்டார்: “என் இரண்டாம் திருமணம், அதன் சூழ்நிலை, காரணம் போன்றவை உங்களுக்குத் தெரியுமா?”

“தெரியும்.”

“அவள் இல்லாமல் என் லட்சியம் நிறைவேறி இருக்காது. நூலை முடிக்க அவள் தேவையாக இருந்தது. ஆனால் முதலாமவள் நிரபராதி. அந்தத் தருணத்தில் நான் எடுத்த முடிவு தவறு என்று சொல்கிறீர்களா?”

“உங்கள் காரியத்தைத் தவறு என்று எப்படிச் சொல்லட்டும்?”

“மற்றொருவர் நடத்தை மீது தீர்ப்புச் சொல்லும் மனநிலை உங்களுடையதல்ல என்று எனக்குத் தெரியும். அந்தப் பார்வையில் கேட்கவில்லை. என் நிலைமையில் தாங்கள் இருந்தால் என்ன செய்திருப்பீர்கள்?”

“உங்கள் நிலைமையில் நான் இருந்தாலும் இதைத்தான் செய்திருப்பேன் என்பது பொருந்தாத செயலாகும். நீங்கள் ஒரு நாள் வரலாறு வகுப்பில் சொல்லி இருந்தீர்களாம், என் மகன் வீட்டிற்கு வந்து அன்றே சொல்லி இருந்தான்: ‘நான் உன்னைப்போல பேரரசனாக இருந்திருந்தால் ரத்தக்களரி நடக்க விட்டிருக்க மாட்டேன் என்று ஒரு பிச்சைக்காரன் பேரரசரிடம் சொன்னானாம். நானும் உன்னைப்போல பிச்சைக்காரனாக இருந்தால் போர் சிந்தனையே என் மனதில் வந்திருக்காது என்று அவன் மறுபதிலளித்தானாம்.” ஒரு நிமிடம் அமைதியாக

இருந்து அவர் எதையோ சிந்தித்து மீண்டும் சொன்னார்: "நூல் படைப்பதற்காக இந்தத் திருமணத்தைச் செய்து கொண்டீர்கள் என்று நீங்கள் சொல்கிறீர்கள். நூல் படைப்பது அறிவாற்றலின் சாதனை. அறிவுத் தத்துவமும் இயற்கையின் ஒரு அவஸ்தை. அறிவுச் சாதனையில் சிக்கிக்கொண்டு, அந்தச் சாதனைக்காக செய்துகொண்ட வேறொரு திருமணமும் இயற்கையின் ஒரு கவர்ச்சி. வெறுமனே உடல் கவர்ச்சிக்காக சிலர் திருமணம் செய்து கொள்கிறார்கள். அதை விட இது சிறந்த கவர்ச்சியாக இருந்தாலும், அடிப்படையில் மாறுபட்டதல்ல. உண்மையாக ஞானச் சாதனை அறிவை மீறியது. அதற்கு யார் உதவியும் தேவை இல்லை. ஆன்மாவின் கூவல் வலுவாக இருந்தால் போதும்."

ராயர் இடையில் ஒரு கேள்வி கேட்டார். "மனித வாழ்க்கை எந்த இலட்சியத்தை சாதிப்பதற்காகத் தவிக்கிறதோ அந்த இலட்சியத்திற்குக் குறுக்கே நிற்கும் திருமணத்திற்கு என்ன மதிப்பு இருக்கப் போகிறது? வாழ்க்கை லட்சியம் ஈடேறச் செய்துகொண்ட திருமணத்தை இயற்கைத் தாக்கத்தால் ஏற்பட்டது என்று எப்படிச் சொல்வது?"

"உங்கள் பேச்சு ஒரு பார்வையில் உண்மை. மாற்றமடைந்து கொண்டிருக்கும் சமூக சட்டகத்தில் திருமண நோக்கமே மாறுவது போலத் தெரிகிறது. அது சரி, தவறு என்பது இங்கே தேவையற்றது. தெரிந்தோ தெரியாமலோ நாம் செய்துகொண்ட திருமணத்தை, அதற்குத் தொடர்புடைய வேறொரு ஜீவனின் எந்தத் தவறும் இல்லாமல் எப்படி லகுவாகப் பார்க்க முடியும்?" தம் திருமண வாழ்க்கையை நினைத்துக் கொண்டு பண்டிதர் தொடர்ந்தார்: "எனக்கும் சில முறை அப்படித்தான் தோன்றுகிறது. நான் எப்போதும் சமஸ்கிருத நூல்களை அத்யயனம் செய்து கொண்டிருப்பேன். எனக்குள் வேதாந்தம், தர்க்கம், மீமாம்சங்களை மனனம் செய்து கொண்டிருப்பேன். சமஸ்கிருத மணம் இல்லாத பெண் என் மனைவி. கன்னடத்தில் நான்கு பத்திக் கடிதம் எழுதக் கூடத் தெரியாது. ஆனாலும் பக்தியுடன் கணவன் பணிவிடை செய்து கொண்டிருந்தாள். வம்ச விருத்திக்கு ஒரு மகனையும் கொடுத்தாள். பூஜைக்கு சந்தனம், பூக்களை அணிசெய்வாள். அறிவு நிலையில் எனக்கும் அவளுக்கும் எந்தப் பொருத்தமும் கிடையாது. ஆனாலும் நல்ல மனைவியாகவே இருந்தாள்."

ராயர் மௌனமாக உட்கார்ந்திருந்தார். அமைதி அந்த இடத்தைச் சூழ்ந்திருந்தது. தாம் பேசிய பேச்சால் ராயருக்கு வருத்தம் ஏற்பட்டிருக்கலாம் என்பது பண்டிதருக்குப் புரிந்தது. "உங்கள் நிலைமையில் நான் இருந்தால் இப்படியே செய்வேன் என்பது எப்படிப் பொருந்தாதோ, அதுபோலவே அதன் எதிர்மறையும் பொருந்தாது. அவை எல்லாம் அவரவர் வாழ்க்கையின் பார்வையைப் பொறுத்தது. ஏதோ பாதையில் போவதால் வாழ்க்கையில் இரட்டை நிலை ஏற்படும். நடந்த பாதையிலிருந்து திரும்பி வர நினைத்தால் வேறொரு வகையில் இரட்டை நிலை ஏற்படலாம். இப்போது நீங்கள் நிகழ்த்தியிருக்கும் சாதனைகள் குறைவானதல்ல. இன்னும் அதை நீங்கள் முழுமையடையச் செய்ய வேண்டும். நீங்கள் இரண்டாம் திருமணம் செய்துகொண்ட தேவையை என்னால் புரிந்துகொள்ள முடியும். ஆனால் முதல் மனைவியை எதற்கு விலக்கி வைத்தீர்கள்?"

"இரு மனைவிகள் வழக்கத்தில் இரண்டாவது மனைவிக்கு வெறுப்பு இருக்கிறது. ஒரே வீட்டில் ஒருவனுக்கு இரு மனைவிகள் இருப்பது அவளுக்குச் சரிப்படவில்லை."

"இது நவீனத்தின் ஒரு முகம். அது முழுமையாகத் தவறல்ல. ஒரு மனைவி இருந்தாலும் உங்களைத் திருமணம் செய்துகொள்ள சம்மதித்தது ஒரு லட்சிய சாதனைக்காக. அதே லட்சிய சாதனைக்கு முழுமையாக முன்னுரிமை கொடுத்து முதலாமவருடன் இருக்க அவர் மானசீக எதிர்ப்பைக் குறைத்துக் கொண்டிருக்கலாம். தனி மனித வாழ்க்கையிலாகட்டும், சமூக வாழ்க்கையிலாகட்டும் ஒவ்வொரு வழக்கத்திற்கும் தனக்கே உரிய சிறப்புப் பயன் இருக்கும். ஆனால் சிறப்பான தருணங்களில் அந்த வழக்கத்திற்கு முன்னுரிமை கொடுக்கக் கூடாது. வாழ்க்கையின் அடிப்படை லட்சியம் தெளிவாகத் தெரிந்தால் மற்ற உபாதைகளை அதற்கு ஏற்றவாறு திருத்திக்கொள்வது சிரமமாகாது."

ராயர் மனம் சிந்தனையில் ஆழ்ந்தது. அவர் எதையும் பேசவில்லை. அவர்கள் இருவரும் சிறிது நேரம் மௌனமாகவே உட்கார்ந்திருந்தார்கள். பண்டிதர் "உறங்கும் நேரமானது, போகலாமா?" என்றபோது ராயர் மேலே எழுந்தார். பதினொரு மணிக்கு அவர் வீட்டிற்கு வந்தபோது வரவேற்பறையில் உட்கார்ந்திருந்த கருணா சீனியிடம் பேசிக்கொண்டிருந்தாள்.

அவர்கள் வந்த பிறகு சீனி எழுந்து போனான். "மிக புத்திசாலிப் பையன்" என்று அவள் ராயரிடம் சொன்னாள்.

மறுநாள் அவர்கள் காலை ரயிலுக்குப் புறப்பட்ட போது ராயர் பண்டிதர் பாதங்களைப் வணங்கப் போனார். பண்டிதர் கூச்சத்தால் பாதங்களை பின்னால் இழுத்துக்கொண்டார். "தாங்கள் அப்படிச் செய்யக் கூடாது. அவை எல்லாம் கடவுளுக்கு மட்டுமே" என்றார். கருணா குனிந்து கைகூப்பினாள். "அடிக்கடி வந்து போங்கள். எனக்கோ வயதாகிவிட்டது, எங்கேயும் வர இயலாது" என்று சொல்லி அவர் விருந்தாளிகளைக் கைகூப்பி அனுப்பி வைத்தார்.

2

ராயரும், கருணாவும் நஞ்சனக்கூடிலிருந்து மைசூர் வீடு வந்து சேரும் போது மணி பத்தே கால் ஆகியிருந்தது. வராண்டாவில் நாற்காலி மீது அமர்ந்துகொண்டு ராஜா காலுக்கு பூட் லேஸ் கட்டிக்கொண்டிருந்தான். அவனைப் பார்த்து ராயர் கேட்டார், "இதென்ன, நீ எப்போது வந்தாய்?"

"மூன்று நாட்கள் ஆனது. காத்தியாயினியும் வந்திருக்கிறாள். எங்கள் இருவருக்கும் இங்கேயே மாற்றலாகி இருக்கிறது."

"எப்போதும் போலவே?" என்று கேட்டுக்கொண்டே ராயர் மற்றொரு நாற்காலியில் அமர்ந்தார். கூலி ஆள் சுமந்து வந்த ஹோல்டால், பைகளை எடுத்துக்கொண்டு காத்தியாயினி உள்ளே போனாள்.

"நான்கு நாட்களில் இங்கே வரவேண்டும் என்று முந்தைய நாள் திங்கட்கிழமை ஆர்டர் வந்தது. நாங்கள் வரும் நாள் தெரிவித்து உங்களுக்குக் கடிதம் எழுதி இருந்தேன். நாங்கள் இருவரும் வந்த பிறகு எங்கள் கடிதத்தை வீட்டில் பார்த்தோம். அதற்கு முன்பே நீங்கள் நஞ்சனக்கூடு போய் விட்டீர்களாம்."

"ஊம்."

"அவர்கள் எல்லாம் நன்றாக இருக்கிறார்களா?" அப்படிக் கேட்கும் போது ராஜாவின் முகம் நுட்பமாக வருந்தியது. ஆனால் ராயர் அதைப் பார்க்கவில்லை.

“பண்டிதர் மனைவி இறந்து விட்டார். இரண்டு ஆண்டுகள் ஆனதாம்.”

அப்போது காத்தியாயினியும், கருணாவும் அங்கே வந்தார்கள். காத்தியாயினி கல்லூரிக்குப் போகத் தயாராக இருந்தாள். கையில் இரண்டு புத்தகங்கள், ஒரு நோட் புத்தகம் இருந்தது. மாமாவுக்கு மரியாதையுடன் வணக்கம் சொல்லிய பிறகு அவள் ராஜாவுடன் கல்லூரிக்குப் போனாள். அவர்களுக்கு பத்தரை மணிக்கு வகுப்பு இருந்தது.

நாகலட்சுமியும், பிரித்வியும் பெங்களூரில் இருந்தார்கள். வேறு வீடு கிடைத்த பிறகு இங்கே வர வேண்டும். மைசூருக்கு வர நாகலட்சுமிக்கு உற்சாகமில்லை. காத்தியாயினிக்கும் இந்த ஊர் விருப்பமில்லை. ஆனால் மாற்றலின் ஆணைக்கு எதிராக அவள் எதுவும் செய்ய முடியாது.

அவர்கள் இருவரும் பணியில் இருந்தாலும், இருவரையும் ஒன்றாக மாற்றல் செய்ய வேண்டும் என்ற நியமனம் இருக்கவில்லை. டாக்டர் ராயர் தம்பி என்பதால் அவர்கள் இருவருக்கும் தொல்லையாகாமல் ஒன்றாக ஒரே இடத்திற்கு மாற்றல் செய்திருந்தார்கள். இந்த முறை ராஜா மகாராஜா கல்லூரிக்கு வந்திருந்தான். காத்தியாயினியை அருகில் இளநிலை கல்லூரிக்கு மாற்றி இருந்தார்கள்.

கருணாவும் ராயரும் நஞ்சனக்கூடு போயிருந்தது தெரிந்து கருணாவிடம் நஞ்சனக்கூடு செய்திகளைக் கேட்க வேண்டுமென்று காத்தியாயினிக்கு ஆர்வமாக இருந்தது. அந்த ஊர்ச் செய்திகளை அறிய தற்போது ராஜாவுக்கும் ஆர்வமாக இருந்தது. காத்தியாயினிக்கு வெறும் ஆர்வம் மட்டுமல்ல, தன் கடந்த கால வீட்டைப் பற்றியும், தன் வயிற்றில் பிறந்த மகனைப் பற்றியும் அறிந்துகொள்ளும் தீவிர விருப்பம் இருந்தது. தனக்கு மூன்றாம் முறையும் கர்ப்பம் கலைந்த பிறகு அவள் மனம் சீனியைப் பார்க்கத் தவித்தது. இப்போது வளர்ந்த வயதில் எப்படித் தெரிவான் என்று அவள் மனதிலேயே கற்பனை செய்தாள். அம்மாவை நினைத்துக் கொள்கிறானா, தாத்தா, பாட்டியுடன் எப்படி இருக்கிறான் என்ற ஆர்வம் பலவகையில் வடிவெடுத்து எழுந்து நிற்கும். தன் அத்தை மாமாவைப் பற்றித் தெரிந்துகொள்ளவும் விருப்பம் இருந்தது. இப்போது வயதாகி இருக்கும், தான் அங்கே இருந்திருந்தால்

அவர்களுக்கு வசதியாக இருக்கும். குடும்பப் பொறுப்பைத் தான் சுமந்திருந்தால் மாமா நிம்மதியாக சந்திவந்தன, பூஜை, புனஸ்காரங்களில் காலத்தைக் கழித்திருப்பார் என்று சில சமயம் யோசிப்பாள்.

அன்று மதியம் மூன்று மணிக்கு கல்லூரியில் இருந்து வீட்டிற்கு வந்தாள். அதற்குள் ராஜாவும் வந்து எங்கேயோ வீடு தேடப் போயிருந்தான். திரும்புவது இரவாகலாம் என்று கருணாவிடம் சொல்லி இருந்தான். ராயர் நூலகம் சென்றிருந்தார். காத்தியாயினிக்கு சலிப்பாகும் என்று கருணா வீட்டிலேயே தங்கி, ராயர் நஞ்சனக்கூடில் சொல்லி எழுத வைத்திருந்த குறிப்புகளை தட்டச்சு செய்து கொண்டிருந்தாள். காத்தியாயினி வீட்டிற்கு வந்து சிற்றுண்டி சாப்பிட்டு விட்டு இருவரும் பேசினார்கள். ஒருவருக்கொருவர் உடல் நலத்தை விசாரித்த பிறகு காத்தியாயினி கேட்டாள்: “நஞ்சனக்கூடுக்குப் போயிருந்தீர்களாம். சொல்லுங்க, அந்தக் குடும்பத்து செய்திகள் என்ன?”

“நன்றாக இருக்கிறார்கள்.”

“வெறுமனே அதைச் சொன்னால் போதாது விவரமாகச் செய்திகளைத் தெரிந்துகொள்ள எனக்கு சிறப்பான ஆர்வம் இருப்பது உங்களுக்கும் தெரியும். உங்களுக்குக் கன்னடம் தெரியாது. ஆனாலும் உங்களுக்குத் தெரிந்த செய்திகளை எல்லாம் ஒன்று விடாமல் சொல்லவேண்டும்.”

“நல்ல மனிதர்கள் என்று தோன்றியது. அந்த முதியவர் என் மீது அதிகமான தாக்கத்தை ஏற்படுத்திவிட்டார்.”

‘மற்றவர்கள் எப்படி இருக்கிறார்கள்? என் மகன், அத்தை, இலட்சுமி?”

“அத்தை இறந்து இரண்டு ஆண்டுகளாகிவிட்டன.”

“உண்மையாகவா?” எதிர்பாராத செய்தியைக் கேட்டு காத்தியாயினிக்கு வருத்தமானது மட்டுமல்ல, அவள் பிரக்ஞையில் மனதிற்கு ஆறுதல் அளித்த தூண் ஒன்று முறிந்து விழுந்த அனுபவம் ஏற்பட்டது. “இப்போது வீட்டின் கதி என்ன? பையனைப் பார்த்துக் கொள்பவர் யார்?”

“எல்லாம் பெரியவரே பார்த்துக்கொள்கிறார். விடிகாலை மூன்று மணிக்கு எழுந்து ஆற்றில் குளித்துவிட்டு வருகிறார். ஆறு மணிக்கு

பூஜை முடியும். பையன் இந்த ஆண்டு எஸ்.எஸ்.எல்.சி. தேர்வு எழுதி இருக்கிறானாம். காலை எழுந்து குளித்து, சந்திவந்தனம் செய்து முடித்து படிக்க உட்காருகிறான். பத்து மணிக்கு தாத்தாவே சமைத்துப் பரிமாறுகிறார். பேரன் பள்ளிக்குப் போய், மாலை வீட்டுக்கு வந்த பிறகு அவனுக்கு வேத பாடம் நடக்கும். பிறகு இரவு சமையலை அவரே செய்கிறார்."

"அவன் எப்படி இருக்கிறான்? அம்மா நினைவிருக்கிறதா? பாட்டி இறந்ததைப் பற்றி மிகவும் வருந்துகிறானா?"

"நேற்று இரவு இவர் பெரியவருடன் வெளியே போயிருந்தார். அப்போது பையனுடன் இரண்டு மணி நேரம் நான் பேசினேன். என் இங்கிலிஷை நன்றாகப் புரிந்துகொள்ளக் கூடியவனானாலும், அதில் சரளமாகப் பேசக்கூடிய தேர்ச்சி இல்லை. ஆனால் சமஸ்கிருதத்தில் பதில் சொல்லிக்கொண்டிருந்தான். வேத பாடம் நன்றாக நடந்திருக்கிறது. பகவத்கீதையைச் சொல்கிறான். ராமாயணம், மகாபாரதத்தைத் தானே வாசித்துத் தவறில்லாமல் புரிந்துகொள்கிறான். மிகவும் புத்திசாலியான பையன் போலத் தெரிகிறான். தாத்தாவின் மறு வடிவம் போல. அவருடைய உயரம், அகலமான மார்பு, நல்ல உடற்கட்டு, அகலமான முகம், பொலிவுடன் கூடிய கண்கள், இரண்டு காதுகளிலும் ஒளிரும் கடுக்கன்கள்."

"அவனுக்கு அம்மாவின் நினைவிருக்கிறதா? அதைக் கேட்டீர்களா?" தன் ஆர்வத்தை எல்லாம் மையப்படுத்தி இதைக் கேள்வி வடிவில் கேட்டாள். உடனே பதில் சொல்ல கருணாவிற்குத் தோன்றவில்லை. குழம்பி யோசித்தாள். காத்தியாயினி, "நீங்கள் எந்தவிதமான கூச்சத்தாலும் பதில் சொல்ல வேண்டாம். என் மீது ஆணை. உங்களுக்குத் தோன்றியதை உண்மையாகச் சொல்லுங்கள்."

"உங்கள் அம்மா எங்கே, அவரைப் பார்த்த ஞாபகம் இருக்கிறதா என்று நானே கேட்டேன். அந்தக் கேள்வி அவனுக்குப் பிடிக்கவில்லை என்பது அவன் முகபாவத்தில் தெரிந்தது. அம்மா விஷயம் அவனுக்குத் தெரியும் என்பது என் எண்ணம். நான் அவன் அம்மாவின் உறவுக்காரி என்பது அவனுக்குத் தெரியுமோ, இல்லையோ எனக்குத் தெரியாது. பிறகு நான் அந்தப் பேச்சை திசை திருப்பி பாட்டியைப் பற்றிக் கேட்டேன். பாட்டியிடம் அவன் மிகவும் நெருக்கமாக இருந்தான் என்று தெரிகிறது; பேச்சில்

பொறுமை இருந்தாலும், குரலாலும், பேசும் போது அவன் முக உணர்வாலும் நான் அப்படிப் புரிந்துகொண்டேன். பாட்டியைப் பற்றி விவரமாகக் கேட்டேன். அவர் இறந்த காரணம், எத்தனை நாள் நோயால் படுத்திருந்தார், ஈமச்சடங்கு எங்கே எப்படி நடந்தது என்பவற்றைப் பற்றி ஆர்வமாகப் பேசினான். தாத்தாவின் மீது ஆழ்ந்த அன்பும், மரியாதையும் இருக்கிறது.”

“இளம் பையன்களைப்போல குறும்பாக இருக்கிறானா, இல்லை, எப்போதும் யோசித்துக் கொண்டே இருக்கிறானா?”

“பாட்டி இருந்த போது பிற பையன்களைப் போலக் குறும்பாக இருந்திருப்பான் என்று நான் கற்பனை செய்துகொள்கிறேன். இலட்சுமி என்று அவர் வீட்டில் ஒரு முதியவள் இருக்கிறாள் அல்லவா. அவளுடன் மிக நெருக்கமாக இருக்கிறான். இரவு அவள் அருகிலேயே படுக்கையை விரித்துக்கொண்டு படுக்கிறான். அவனைக் கண்டால் அவளுக்கும் மிகவும் அன்பாக இருக்கும் போல. இப்போது பையனின் முகம் அவன் வயதை மீறிய கம்பீரத்துடன் இருப்பது போலத் தெரிகிறது. இந்த வயதில் அவன் கல்வியில் சாதித்த அறிவின் வளர்ச்சியா, தன் குடும்ப நிலவரத்தால் ஏற்பட்ட விளைவா என்னால் சரியாகச் சொல்ல முடியாது.”

பண்டிதரைப் பற்றிப் பேசும் போது கருணா சொன்னாள்: “அப்பேர்ப்பட்டவர்களின் கற்பனை எனக்கு இருந்தது. அது ராமாயணம், பாரதம் போன்ற பழைமையான நூல்களைப் படித்ததால் வந்தது. அந்தக் கற்பனைக்கு ஏற்றாற்போல ஒரு உயிர்ப்பான வடிவத்தை நான் இந்த யுகத்தில், இங்கே இருந்து பதினைந்து மைல் தொலைவில் இருக்கும் ஊரில் பார்த்தேன். அவர் ஞானம் ஆழமானது, சித்தச் சமநிலை வியப்பானது, முகத்தின் மீது பொலிவு தெரியும். வெறும் வயதால் வந்த பக்குவமல்ல அது. கண்களில் ஏதோ உள்ளுணர்வு ஏற்படுத்தும் நம்பிக்கையால் மிளிர்வது. ஆனாலும் அந்த மென்மையான ஆளுமையின் ஒரு மூலையில், இனம் புரியாத கடுமையான உணர்வும் இருக்கிறது என்று தெரிகிறது.”

கருணா தன் பேச்சை முடித்த பிறகும் காத்தியாயினி மௌனமாக அமர்ந்தே இருந்தாள். அவள் முகத்தில் கம்பீரமான பல யோசனைகள் தெரிந்தன. ஒரு இனம் புரியாத வலி அந்தச்

சிந்தனையில் கலந்திருப்பது போலத் தெரிந்தது. இயல்பல்லாத அந்த உணர்வை புரிந்து கொண்ட கருணா சொன்னாள்: "எனக்குத் தோன்றியதை நான் சொன்னேன். எனக்குக் கன்னடம் சரியாகத் தெரியாது. என் புரிதல் பிசகி இருக்கலாம். இதற்கு நீங்கள் அதிகம் கவலைப்படவேண்டாம். வாழ்க்கையில் இவை எல்லாம் நடக்கக் கூடியவைகளே."

காத்தியாயினி அமைதியாக இருந்தாள். ராகப்பா இரவு சமையல் என்ன செய்திருக்கிறார் என்று விசாரிக்க கருணா எழுந்து உள்ளே போனாள். காத்தியாயினி மனம் முழுதும் சீனி, பண்டிதரின் முகங்கள் நிறைந்திருந்தன. அவர் முகத்து நினைவின் சுவடில் அவள் மனம் சீனியின் முகத்தைக் கற்பித்துக் கொண்டு பார்த்தது. கருணா சொன்ன விவரங்களால் அந்தக் கற்பனை வடிவம் மேலும் தெளிவானது. பாட்டியைப்பற்றி அவனுக்கு ஆழமான அன்பு இருந்தது. அவர் இறந்ததை அவன் விவரமாகச் சொன்னான். ஆனால் அம்மாவைப் பற்றிக் கேட்ட போது பிடிக்கவில்லை. என்னைப் பற்றி அவனுக்கு எதுவும் தெரியாதா? 'தெரிந்திருக்கும் என்பது என் எண்ணம்' என்று கருணா சொன்னாள். அப்படி என்றால் என்னைப் பற்றி அவனுக்கு எப்படிப்பட்ட துச்ச எண்ணம் இருக்கலாம். 'உன் அம்மா கெட்டவள். எவனோடவோ ஓடிப்போயிட்டா' போன்றவற்றை வீட்டில் சொல்லி இருக்கிறார்களா என்று அவள் கவலைப்பட்டாள். பண்டிதர் என்றும் அப்படிப் பேசக்கூடியவர் அல்ல என்ற நம்பிக்கை அவளுக்கு இருந்தது. இறக்கும் முன் அத்தை அப்படிச் சொல்லி இருக்கலாமா? அவருக்குக் கோபம் அதிகம். சொல்லியிருந்தாலும் வியப்பில்லை. நுட்பமான அறிவுள்ள பையன் அவன். யார் சொல்லாவிட்டாலும் எல்லாம் புரிந்து கொள்வான். அவன் மனதில் என்னைப் பற்றி வெறுப்பு ஏற்படுவது இயல்பு.

இப்படி அங்கே இருந்து விலகி வருவதற்கு மாறாக நான் இறந்திருந்தால் அவன் மனதில் வெறுப்பு வளர்ந்திருக்காது. தன் அப்பாவையும் பாட்டியையும் எப்படி மரியாதையுடன் நினைத்துக் கொள்கிறானோ, அதே மதிப்புடன், அநேகமாக இன்னும் அதிக அன்பாக என்னை நினைத்துக் கொண்டிருப்பான். தன் மகனே வெறுக்கும் தாயின் வாழ்வை விட இழிவானது இந்த உலகில்

மற்றொன்று இருக்காது. இந்த எல்லா சிந்தனைகளும் எனக்கு முன்பே ஏன் வரவில்லை? என்று அவள் கவலைப்பட்டாள். திருமணமான பிறகு அவனையும் என்னுடன் அழைத்து வந்திருந்தால் இப்படி நடந்திருக்காது. என்னை அன்புடன் பார்த்து மதித்திருப்பான். தன் மாற்றான் தகப்பனை மரியாதையுடன் பார்த்திருப்பான். அவனை அங்கே விட்டு வந்ததே தவறானதா? ‘அழைத்துப் போக வேண்டும் என்று உன் ஆன்மா சொன்னால் எடுத்துக் கொண்டு போய் விடு’ என்று மாமாவே என்னிடம் சொல்லி இருந்தாரல்லவா? மாடி ஏறிப்போன நான் குழந்தையை அழைத்துக் கொள்ளாமல் அப்படியே திரும்பி விட்டேனே! என்னை அப்படி நடத்திய ஆற்றல் எது? எந்த உணர்வுகளுக்குப் பணிந்து நான் அப்படிச் செய்தேன்? அந்தத் தருணத்தில் என் உள்ளுணர்வு என்னை ஒரு பாதையில் நடத்தியது. இப்போது அதே உள்ளுணர்வு மற்றொரு சுழியில் சிக்க வைத்திருக்கிறது. இந்த இருமையின் மூலம் எது? என்று அவள் சிந்தித்துக்கொண்டே இருந்தாள். விடை மட்டும் தோன்றவே இல்லை.

★★★

படலம்: இருபத்தியொன்று

1

பதினைந்து நாட்களில் வேறொரு வீடு கிடைத்து ராஜா, காத்தியாயினி அங்கே குடிபோனார்கள். ஒரு வாரத்தில் ராஜா பெங்களூர் போய், வீட்டு சாமான்களை லாரியில் போட்டுக் கொண்டு பிரித்வி, நாகலட்சுமியை அழைத்து வந்தான். இலட்சுமிபுரத்து வீடு விசாலமாகவும், சுற்றிச் சின்னத் தோட்டமும் இருந்தது.

அவர்கள் புதிய வீட்டிற்குப் போன பிறகு ராயருக்கும், கருணாவுக்கும் சிறிது சலிப்பாக இருந்தது. காலை எழுந்து குளித்து, சாப்பிடும் போது கூடவே ராஜாவும், காத்தியாயினியும் இருப்பார்கள். இரவு உணவிற்குப் பிறகு எல்லோரும் ஒன்றாக உட்கார்ந்து சிறிது நேரம் அரட்டை அடிப்பார்கள். சமையல்கார ராகப்பாவுக்குச் சொல்லிக்கொடுத்து புதுவகை சமையல்களை காத்தியாயினி செய்ய வைப்பாள். இப்போது ராயர் பங்களா பழைய வழக்கத்தையே மீண்டும் தொடர்ந்தது. வாசிப்பது, குறிப்பு எடுப்பது, நூலக வாழ்க்கை இப்படி ஒரே சுருதியில் நடந்தது. ஐந்தாவது தொகுப்பிற்குத் தகவல் சேகரிப்பு நடந்து கொண்டிருந்தது. நூல் படைப்பின் ஒரே வகையான பணிகளுக்கு இடையிலும் தற்போது ராயர் மனம் தன் வாழ்க்கை இரண்டாகப் பிரிந்திருக்கும் நிலைமையைக் குறித்து யோசித்தது.

அவருக்கு பண்டிதர் வார்த்தைகள் அடிக்கடி நினைவிற்கு வரும். “அறிவும் இயற்கையின் ஒரு வடிவம்தான். அறிவு சாதனையில் சிக்கி, அதை சாதிக்கவே செய்து கொண்ட மற்றொரு திருமணம் இயற்கையின் ஒரு வகைக் கவர்ச்சி. வெறுமனே உடல் கவர்ச்சிக்காகச் சிலர் திருமணம் செய்து கொள்கிறார்கள். அதை விட இது சிறந்த கவர்ச்சியானாலும் அடிப்படையில் வேறல்ல.” தாம் கருணாவை திருமணம் செய்துகொண்ட சூழ்நிலையை நினைத்துப் பார்த்தார். அவள் இல்லாமல் நூல் இத்தனை விரைவாக நிறைவு பெரும் நிலைக்கு வந்திருக்காது. அவளைப் போலவே உதவும் வேறு யாராவது உதவியாளர்கள் கிடைத்திருந்தால்? ஆனால் அப்படி யாரும் கிடைக்க மாட்டார்கள். இது தன்னுடையது என்ற சேவை உணர்வில் தமது வாழ்க்கையையே அர்ப்பணித்து உழைக்கும் நபர் யார் இருந்தார்கள்? ஆனாலும் அவருக்கு ஒன்று நினைவுக்கு வரும்: இப்போதும் அது அவர் அனுபவத்திற்கும் வந்தது: அவர் சாதனையைப் பற்றி கருணா பாராட்டிப் பேசும் போது நெஞ்சம் பொங்கிப் போகும். உலகத்து மற்ற பகுதிகளின் பிரபல அறிஞர்களின் பாராட்டுக் கடிதங்களை விடவும் அவள் வார்த்தைகள் அவருக்கு ஊக்கமாக இருந்தன. ‘இது நம் நூல்’ என்று அவள் சொல்லும் போது அவள் மனம் மகிழ்ச்சியால் நிரம்பி வழியும். இரவு உணவிற்குப் பிறகு நடைபழகப் போகும் போது ஏதாவது விஷயத்தை வாதம் செய்து அவர் உற்சாகத்துடன் பேசிய பிறகு அவள் அவர் கையைத் தன் கையால் பற்றிக்கொள்ளும் போதும், வீட்டுக்குத் திரும்பிய பிறகு அவர் சொன்ன வார்த்தைகளை அவள் குறிப்பு எடுத்துக் கொள்ளும் போதும், அவர் மனம் பல முறை ‘இவள்தான் என் வாழ்க்கையின் உண்மையான மனைவி’ என்று சொல்லும். ‘பெண் அல்லாமல் வேறொரு ஆண் என் உதவிக்குக் கிடைத்திருந்தால் நான் இது போன்ற உணர்வுகளை அனுபவித்திருப்பேனா? உதவியுடன் சேர்ந்து இந்த உணர்வுகளுடனும் நான் அவளோடு இணையவில்லையா?’ என்று அவர் மனம் கேட்கத் தொடங்கியது.

அது போலவே பண்டிதரின் திருமண வாழ்க்கையைப் பற்றியும் ராயர் மனம் சிந்தித்தது. அவர் எப்போதும் சமஸ்கிருத நூல்களை ஆராய்ந்து கொண்டிருப்பார். வேதாந்தம், தர்க்கம், மீமாம்சை, தர்ம சாத்திரம் போன்றவற்றை ஆழ்ந்து அத்யயனம் செய்வார். மனைவி நாகு அளவுக்கு அவர் மனைவி படித்தவர் அல்ல. ஆனால் எனக்கு

இருந்ததைப்போல மற்றொரு பெண்ணின் தேவை அவருக்கு இருக்கவில்லை. ஏனென்றால் அவர் என்னைப்போல எந்த நூல் படைப்பிலும் தொடங்கவில்லை. பண்டிதரே என் நிலையில் இருந்திருந்தால்! ஒப்பிட்டுப் பார்ப்பது சரியில்லாவிட்டாலும், அவர் தனியாகவே இந்தப் பணிகளைச் செய்து முடித்திருப்பார். ஊதியம் கொடுத்து ஒரு டைப்பிஸ்டை நியமனம் செய்து கொண்டிருப்பார். மற்ற வேலைகளை அவரே பார்த்திருப்பார். நான் போன பாதையில் அவர் என்றும் போயிருக்க மாட்டார்.

ராயர் மனம் இப்போது அதிகமாக நாகலட்சுமியை நினைத்துக் கொள்கிறது. அவள் மைசூரிலேயே அவர் பங்களாவிலிருந்து அரை மைல் தொலைவில் இருக்கிறாள். தம்முடன் இருக்கவும், பணிவிடை செய்யவும் எத்தனை அன்பு அக்கறையுடன் காத்திருக்கிறாள்! இதுவரை தனக்கு நேர்ந்த அநீதியைக் கவனிக்காமல், அவள் தம்முடன் வந்து தங்கும் விருப்பத்தைத் தெரிவித்தாள். தமக்கும் அவள் சக்களத்தி கருணாவுக்கும் நல்ல சமையல் செய்து பரிமாறவும், அவர் உடல் நலத்தைக் கவனித்துக் கொள்ளவும், அவளாகவே சம்மதம் தெரிவித்திருந்தாள். முன்பிருந்தே அவளிடம் இருக்கும் குடும்பப் பாங்கு ராயர் நினைவிற்கு வந்தது. கணவனுக்கு வயிறு நிறையச் சாப்பிட வைக்காமல் விடமாட்டாள். வாரம் ஒரு முறை அவர் சலிப்படைந்தாலும் தலைக்கு எண்ணெய் தேய்த்துக் குளிப்பாட்டுவாள். கல்வி இல்லாவிட்டாலும் அவள் ஆளுமை வலிமையானது. குடும்பத்தில் மற்ற எல்லோரும் அவள் சொற்படியே நடந்துகொள்ளவேண்டும். தன் அதிகாரத்தை நிலைநாட்ட முயற்சிக்காவிட்டாலும், அவள் தாக்கத்திற்கு ஆளானவர்கள் யாரும் அவள் உன்னதத் தன்மையைப் பாராட்டாமல் இருக்கமாட்டார்கள். வெறும் அன்பு, நம்பிக்கை, பணிவிடைகளால் அந்த வலுவைப் பெற்றிருக்கிறாள். யாருடன் இருந்தாலும் தாய்மையின் ஒரு அம்சம் அவளிடம் எப்போதும் உயிர்ப்புடன் இருக்கும். அந்த உயிர்ப்பான அம்சம்தான் அவள் ஆளுமைக்கு இந்த வலிமையைக் கொடுத்திருக்கிறது.

இப்படிக் கடைசி வரை அவளை விலக்கியே வைத்திருப்பதா? ராயர் மனம் மறுகும். தமக்கு நோய் இருந்த போது அவள் இங்கேயே இருக்க அவர் சொல்லி இருந்தார். அதனால் அவள் மகிழ்ச்சி அடைந்தாள் என்பதை அவள் முகத்தைப் பார்த்தே தெரிந்து

கொண்டார். மருத்துவமனையில் அவர் மிகவும் அணுக்கமாக அவளுடன் பேசிக்கொண்டிருந்தார். தான் அவருக்குச் செய்யும் பணிவிடைகளின் ஒவ்வொரு சின்ன விஷயங்களிலும் தன் மனதை முழுமையாக ஈடுபத்திச் செய்வாள். அங்கே இருந்து வீடு திரும்பியதும் அவர் மனம் மீண்டும் ஆய்வுப் பணிகளின் பக்கம் திரும்பியது. அவளுடன் அவர் அதிகம் பேசவில்லை. கருணா இருப்பதும் அதற்கான ஒரு மறைமுகமான காரணமாக இருக்கலாம்! என்று அவரே இப்போது யோசிக்கிறார். பிறகு மூவரும் சேர்ந்து இருக்க கருணா சம்மதிக்கவில்லை. அவர்கள் எல்லாம் பெங்களூர் போகும் போது நாகு அவரை வணங்கியபோது அவர் அவள் முகத்தைப் பார்த்திருந்தார்: துயரம் குடிபுகுந்திருந்தது. ஏமாற்றத்தால் கண்கள் மங்கி முகம் வாடி இருந்தது. ஆனாலும் அவள் அவரை வணங்கிப் போய் விட்டாள். அது அவருக்கும் வருத்தமாகத்தான் இருந்தது.

‘இந்த இருமையிலிருந்து விடுபட வழி என்ன? இந்த இரண்டு ஆற்றல்களில் எதைத் துறந்து எதைத் தெரிவு செய்வது? ஆய்வும், நூல் படைப்பதும் என் வாழ்க்கையின் மூச்சு. நாகுவின் நினைவு மனதைச் சுடும் நெருப்பாக இருக்கிறது. இந்த மூச்சுக் காற்றால் அந்தத் தீ மேலும் அதிகக் கொடூரமாக எரிகிறது. இதில் நான் பிழைப்பது எப்படி? நூல் படைப்பு, கருணா எல்லாம் துறந்து விட்டு நாகுவிடம் போய்விடவா? கருணா சொல்வது போல அவளுக்கு வேறொரு வீடு ஏற்பாடு செய்து அல்லது இந்த பங்களாவில் கருணாவை தங்க விட்டு, நான் நாகுவுடன் இருக்கட்டுமா?’ என்று அவர் மனம் பலமுறை சிந்தித்தது. ஆனால் தம் நூல் முழுமையடைய அவர் கருணாவுடன் இருப்பது தேவையாக இருந்தது. இந்த நூலையே கைவிட்டால்! என்ற சிந்தனை மனதில் தோன்றினால் பண்டிதரின் ஒரு வார்த்தை நினைவிற்கு வரும்: ‘எந்த வழியில் போனாலும் வாழ்க்கையில் கட்டாயமாக துவந்துவம் வரும். கடந்து போன பாதையிலிருந்து திரும்பி வர புறப்பட்டால் புதிதாக வேறொரு துவந்துவம் தொடங்கலாம்’ அவர் வார்த்தைகள் உண்மை என்று மனம் சொன்னது. நூல் படைப்பதைக் கைவிட்டால் அல்லது அதன் வேகத்தைக் குறைத்தால் தமக்கு அமைதி கிடைக்காது என்பது அவருக்குத் தெரிந்திருந்தது. தம் உடல் நிலையை உணரும் போது நூலை விரைவில் முடிப்பது நல்லது என்று மனம் தவிக்கும். என்னமோ, தான் இனி அதிக நாட்கள் உயிர் வாழ மாட்டேன்

என்று மனத்தாளத்தில் ஒரு குரல் சொல்லிக் கொண்டிருந்தது. இறக்கும் முன் கடைசித் தொகுப்பை முடித்தே ஆகவேண்டும் என்ற மன உறுதியுடன் வேலை செய்தார்.

நாளுக்கு நாள் அவர் மானசீக வேதனை அதிகரித்தது. உடல் வலிமை குறைந்தது.

2

அவருக்கு எந்த நோயும் இருக்கவில்லை. ஆனால் உடல் வலிமை குறைந்து ஆய்வுப் பணிகள் செய்வதிலும் வலிமை குறைந்திருந்தது. ஊன் உறக்கத்திலும் ஆர்வம் குறைந்தது. மதிய உணவு செரிமானம் ஆகாமல் பிரட் பாலை பயன்படுத்தத் தொடங்கினார். வாசித்துக் கொண்டு இருக்கும் போது புத்தகத்தில் இருக்கும் விஷயம் பலமுறை மனதில் பதியாது. மனம் நாகலட்சுமியை நினைத்துக் கொண்டு ஊமையாகிவிடும். சில தடவை நாகலட்சுமி, கருணா இருவரும் மனதில் புகுந்துகொண்டு சித்தத்தை கலங்கடிப்பார்கள்.

நலிவுறும் அவர் உடல் நிலையைக் கவனித்த கருணா டாக்டரிடம் அழைத்துச் சென்றாள். அவரை முழுமையாகப் பரிசோதனை செய்த மருத்துவர் சொன்னார்: "எந்த நோயும் இல்லை. இதயச் செயல்பாட்டில் சிறிது கோளாறு இருப்பதாகத் தெரிகிறது. ஆனால் அபாயம் எதுவுமில்லை. உடல்நிலை நன்றாக இருக்கும் பலருக்கும் கூட இதயம் இது போல இருக்கும். பருவநிலை மாற்றம் தேவை. ஓய்வு தேவை. டானிக் எழுதிக் கொடுக்கிறேன். கூடவே, நான் எழுதித் தரும் சில மாத்திரைகளையும் எடுத்துக் கொள்ளுங்கள்."

இப்போது நூலை விரைவாக முடிக்க வேண்டும். ஓய்வெடுக்க வெளியூர் போய் தங்கி நேரத்தை வீணடிக்க வேண்டாம் என்று சொன்னார். தாம் இனி அதிக நாட்கள் உயிரோடிருப்பது சிரமம் என்று அவர் ஆழ்மனம் சொல்லியது. ஐந்தாவது தொகுப்பை முடிந்த அளவிற்கு விரைவாக முடிக்க அவர் மனவுறுதியுடன் இருந்தார். ஆனால் உடல் வலு அதற்குத் துணை போகவில்லை. அவர் நிலைமையைப் பார்த்து கருணாவுக்கு எதுவும் தோன்றவில்லை. 'டாக்டர் சொன்னது போலக் கேட்கக்கூடாதா? இதென்ன பிடிவாதம்?' என்று சிடுசிடுத்தாள். இரண்டு நாள் தான் அவருடன் மதியம் சாப்பிடுவதை விட்டாள். எப்போதும் வருத்தமாகவே

தெரியும் அவர் முகத்தைப் பார்த்து, அவரை வதைக்கும் கவலைதான் என்ன என்று தெரிந்துகொள்ள முயன்றாள். ஒரு இரவு சாப்பாட்டிற்குப் பிறகு அவர்கள் இருவரும் நடைபழகப் போனார்கள். அப்படி நடந்துகொண்டு வரும் போது, அவர் முன்பு ஒரு நாள் நாகலட்சுமியை இங்கே தங்க வைப்பதைப் பற்றிப் பேசிய அதே இடத்திற்கு வந்தார்கள். அங்கே வந்தது மிகவும் எதிர்பாராமல். அங்கே உட்கார்ந்த பிறகு கருணாவின் மனம், தாங்கள் முன்பு ஒரு நாள் பேசிய பேச்சுப் பக்கம் திரும்பியது. அதை நினைத்துக் கொண்டு இவர் வருந்தி நலிந்து போகிறாரா என்ற சந்தேகம் அவளுக்கு வந்தது. அந்த இடத்தின் நினைவால் ராயர் மனம் நாகலட்சுமியை நினைத்துக் கொண்டது. கருணா கேட்டாள்: "எதையோ நினைத்துக்கொண்டு நீங்கள் இப்படிக் கவலைப்படுகிறீர்கள். அது என்ன என்று என்னிடம் சொல்லக்கூடாதா?"

"என்ன கவலை! எதுவும் இல்லை."

"எனக்குத் தெரியும், சொல்லுங்கள்."

மெல்ல தலையை நிமிர்த்தி ராயர் அவள் முகத்தைப் பார்த்தார். அவள் முகத்திலும் கவலை இருந்தது, தொலைவில் இருக்கும் கம்பத்து விளக்கின் மங்கிய ஒளியிலும் கூட அவருக்குத் தெரிந்தது. "உனக்குத் தெரிந்த செய்தியாகவே இருக்கும்போது, என்னை எதற்குக் கேட்கிறாய்? பிரச்சினை உனக்குத் தெரியும். பரிகாரம் உன் கையில் இருக்கிறது. என் கையில் எதுவுமில்லை."

கருணா அமைதியாக இருந்தாள். அவள் மனம் ஊமையானது. எந்த யோசனையும் அவளுக்குத் தோன்றவில்லை. ராயர் பேசினார்: "நான் நோய்வாய்ப்பட்டிருந்தபோது அவள் வந்து எனக்குப் பணிவிடை செய்தாள். வெறுமனே கடமை என்று செய்த பணிவிடை அல்ல அது. ஒரு இந்திய மனைவி தன் எல்லாப் பண்பாடுகளுடன் பக்தி உணர்வால் செய்யும் தொண்டு அது. அவளை அலட்சியப்படுத்தியதற்காக நான் மிகவும் பச்சாதாபப்பட்டேன். 'நடந்தது நடந்து விட்டது, இப்போதாவது உங்களுக்குப் பணிவிடை செய்யும் பாக்கியத்தைக் கொடுங்கள்' என்று கேட்டாள். நம் இருவருக்கும் சேர்த்துச் சமைத்துப் போடவும் தயாராக இருந்தாள். தான் ஒரு மனைவி என்ற பிரக்ஞையில் அவள் இன்னும் ஒருபடி மேலே போயிருந்தாள். நம் இருவருக்கும் தாயாகும் உயரத்தை எட்டிவிடுவாள் என்பது

என் உணர்வு. நம்முடன் அவளும் இருக்கட்டும் என்று கேட்ட போது நீ வேண்டாம் என்று சொல்லிவிட்டாய். இதைவிட வேறு கொடுமையான துயரம் எனக்கு வேண்டுமா?"

இவ்வளவு பேசி அவர் அமைதியானார். கருணா மௌனமாக அமர்ந்திருந்தாள். இறுக்கத்தைக் கலைத்து ராயர் தொடர்ந்தார்: "நஞ்சனக்கூடிலிருந்து புறப்படும் முன் இரவு தனியாகப் பண்டிதருடன் வெளியே போயிருந்தேன் அல்லவா? ஆற்றங்கரையில் உட்கார்ந்துகொண்டு நாங்கள் இதைத்தான் பேசினோம். என் மனதில் இருந்த துயரத்தை அவரிடம் சொல்லிக் கொண்டேன். அவர் சொன்னார்: "இரு மனைவி வழக்கத்தைப் பற்றி வெறுப்பை வளர்த்துக் கொண்டிருப்பது நவீனத்துவத்தின் ஒரு முகம். அது ஒன்றும் முற்றிலும் தவறல்ல. ஒரு மனைவி இருந்தாலும் அவர் உங்களைத் திருமணம் செய்து கொண்டது ஒரு லட்சிய சாதனைக்காக. அதே லட்சிய சாதனைக்கு முழுமையான முன்னுரிமை கொடுத்து அவர் முதல் மனைவியுடன் சேர்ந்திருக்க தன் எதிர்ப்பைக் குறைத்துக்கொள்ளலாம். தனி மனித வாழ்க்கையிலாகட்டும், சமூக வாழ்க்கையிலாகட்டும் ஒவ்வொரு வழக்கமும் தனக்கே உரிய சிறப்பான பலனுடன் இருக்கும். ஆனால் லட்சியத் தருணங்களிலும் அந்த வழக்கத்திற்கு முக்கியத்துவம் கொடுக்கக் கூடாது. வாழ்க்கையின் முக்கிய நோக்கம் தெளிவாகத் தெரிந்தால் மற்ற உபாதைகளை அதற்குத் தக்கவாறு திருத்திக்கொள்ள சிரமமாகாது."

ராயர் மீண்டும் கேட்டார்: "இப்போது சொல். உன் வாழ்க்கையின் அடிப்படை இலட்சியம் உனக்குத் தெளிவாகப் புரிந்திருக்கிறதா?"

கருணா பேசவில்லை. அவர் இருவரும் மீண்டும் மௌனமாக இருந்தார்கள். அரை மணி நேரம் கழிந்த பிறகு எழுந்து, "எழுந்திரு, போகலாம்" என்றார். மங்கிய இருளில் கருணா அவர் கையைப் பிடித்துக்கொண்டு நடந்தாள். இரவு எப்போதும் போல ராயர் படிக்கும் அறைக்குள் அடைந்துகொண்டார். கருணாவுக்கு தட்டச்சு செய்யும் வேலை இருந்தது. மற்றொரு அறையில் அவள் டைப்ரைட்டர் முன்னால் உட்கார்ந்தாள். ஆனால் மனம் சரியாக வேலை செய்யவில்லை. அரைப் பக்கம் டைப் செய்வதற்குள் எட்டுத் தப்புகளைச் செய்திருந்தாள். கீ போர்டில் இருந்து கையை எடுத்து அமைதியாக இருந்தாள். கணவர் சொன்ன

வார்த்தைகளை மனம் அசைபோட்டுக்கொண்டிருந்தது. ‘என் வாழ்க்கையின் அடிப்படை லட்சியம் எனக்குப் புரிந்திருக்கிறதா?’ என்று அவள் தன்னையே கேட்டுக்கொண்டாள். நாளுக்கு நாள் நலிந்து கொண்டே போகும் தன் கணவரின் உடல்நிலையைப் பற்றி கவனம் சென்றது. ஐந்தாவது தொகுப்பின் பணிகள் அவரால் வேகமாகச் செய்ய முடியவில்லை என்று அவளும் புரிந்து கொண்டிருந்தாள். மனம் நாகலட்சுமியின் குண இயல்புகளை அலசிப் பார்த்தது. தனக்குத் தெரிந்த அளவில் கெட்ட பெண் அல்ல. ஒரு மாதத்திற்கும் அதிகமாக இங்கே இருந்தபோது, அவள் வாழ்க்கை முறையை நான் கவனித்திருந்தேன். அவள் முகம் கவலையில் வாடிப்போயிருந்தது. முறையாகக் கைப்பிடித்த கணவன் வீட்டிலேயே அவள் சமையல்காரப் பெண் போல எப்போதும் அடுக்களையிலே கிடந்தாள். அவளுடைய தவறு தான் என்ன? ‘நம் இருவருக்கும் தாயாகும் உயரத்தை எட்டி இருக்கிறாள்’ என்ற ராயர் வார்த்தைகள் நினைவிற்கு வந்தன. பெண் வாழ்க்கை விகாசத்தில் அவள் தன்னை விட ஒரு படி மேலே ஏறி இருக்கிறாள் என்று நினைத்தாள். பிரித்வியின் நினைவும் கூடவே வந்தது.

மனதில் சிந்தனைகள் தீவிரமாகவே இருந்தன. சிந்தனைகளுக்கு ஏற்ற உணர்வுகளின் கொந்தளிப்பும் அதைவிடத் தீவிரமாக இருந்தது. தான் புதிய படியை ஏறும் மகிழ்வின் கூடவே தனக்குப் புரியாத மன வேதனைகளுடன் அவள் ஒரு வாரம் கழித்து ஒரு நாள் தன் கணவரிடம் சொன்னாள்: “நீங்கள் போய் அவரை அழைத்து வாருங்கள். மூவரும் ஒன்றாகவே இருப்போம்.”

அந்த வார்த்தைகளை நம்புவது ராயருக்குச் சிரமமாக இருந்தது. அவள் முகத்தைக் கூர்ந்து பார்த்தார். அவள் கண்கள் வெளிப்படுத்திய கம்பீரம் உண்மையையே சொல்கின்றன என்று அவர் அறிந்துகொண்டார்.

3

ஒருமுறை விழிப்படைந்த ஆசை பலனளிக்காமல் போனதால் நாகலட்சுமியின் மனம் குழம்பியது. மருத்துவமனையில் ராயர் மறுத்திருந்தால் அவள் விருப்பம் துளிர் விட்டிருக்காது. ஆனால்

அவரும் அவளுடன் உணர்ச்சிகரமாகப் பேசி இருந்தார். தன் கணவருடன் அந்த வார்த்தைகளைச் சொல்லும் முன்பு அவளுக்கும் தன்மானம் இருந்தது. கணவரின் பணிவிடைக்காகவும், அவர் உடல்நிலையைக் கவனித்துக்கொள்ளும் தன் விருப்பத்திற்காகவும், அவள் தன் தன்மானத்தை விட்டுக்கொடுத்து, அவருடன் தான் வந்து இருக்கும் பேச்சை எடுத்தாள். தான் அவரைத் திருமணம் செய்துகொண்ட பன்னிரண்டு ஆண்டுகளுக்குப் பிறகு வந்த சக்களத்தியுடன் வாழ்வது அவளுக்கும் விருப்பமானதல்ல. ஆனால் அதைப் பொருட்படுத்தாமல் கணவன் பணிவிடையே பெரிதென்று எண்ணினாள். மருத்துவமனையிலிருந்து பங்களாவுக்குத் திரும்பிய பிறகு ராயர் அந்தப் பேச்சை எடுக்காமல் போனது அவளுக்கு அதிக ஏமாற்றத்தை அளித்தது. அவர் வந்து தன்னுடன் பேசுவார் என்று, தாங்கள் புறப்படுவதற்கு முதல் நாள் வரையிலும் எதிர்பார்த்தாள். 'நாகுவை இங்கேயே விட்டுப் போ' என்று ராஜாவிடமாவது சொல்வார் என்று நினைத்தாள். அதுவும் நடக்காமல், கண்ணீர் சிந்திக்கொண்டே அவள் அந்த பங்களாவை விட்டு வரவேண்டியதானது.

பெங்களூர் வந்த பிறகு சில நாட்கள் அவளுக்கு வாழ்க்கையே வெறுத்துப் போனது. தன் வாழ்க்கை அவ்வளவு மலிவானதா என்ற கவலை வாட்டியது. சில நாட்கள் அவள் உணவை சரியாக எடுத்துக் கொள்ளவில்லை. மைசூரில் நடந்ததை அறிந்து ராஜா காத்தியாயினி இருவருக்கும் வருத்தமானது. அண்ணனை விட அண்ணனின் புது மனைவியின் புத்திசாலித்தனத்தால் இப்படி நடந்திருக்கலாம் என்று ராஜா சந்தேகப்பட்டான். ஆனால் அவனால் எதுவும் செய்ய முடியாது. அவன் மட்டும் அண்ணியை முன்னை விட அதிக அக்கறையுடன் கவனித்துக் கொள்ளத் தொடங்கினான். அக்காவின் மனநிலையை அறிந்து காத்தியாயினியின் மனம் கரைந்துபோனது. அவர் ஊன் உறக்கத்தையும் அலட்சியப்படுத்துவதைக் கண்டு அவள் ஒரு நாள் பேசத்தொடங்கினாள்: "அக்கா, இப்போது ராம நாமம் எழுதி எத்தனை புத்தகங்கள் ஆயின?"

"நான் எண்ணலை."

"மைசூருக்குப் போய் வந்த பிறகு நீங்கள் எதுவும் எழுதியதாகத் தெரியலை. எதுக்கு?"

“எந்தக் கடவுள் நாமம் எழுதி என்ன பலன். விடு” என்று நாகலட்சுமி சலித்துக்கொண்டாள்.

“நம் முன்பிறவி ஊழ்வினைக்கு நாம் கடவுளைக் குறை சொல்லக்கூடாது அக்கா. இதை நான் உங்களுக்குச் சொல்ல வேண்டுமா? முன் பிறவியின் ஏதோ அறம், ஊழ்வினைகளுக்கான பலனை இந்தப் பிறவியில் அனுபவிக்கிறோம். இந்தப் பிறவியில் கடவுளை நினைப்பதை அலட்சியப்படுத்தினால் எப்படி, அடுத்த பிறவியிலாவது நல்லது நடக்க வேண்டாமா? நீங்கள் ராம நாமம் எழுதி பக்தியுடன் வழிபட்டால் உங்கள் கொழுந்தனார், மற்றவர்களுக்கும் நலம் உண்டாகலாம். இனி வீட்டு வேலைகளைக் குறைத்துக்கொண்டு, எழுதுவதற்கு அதிக நேரம் ஒதுக்குங்கள். பிரித்வி கல்லூரியில் இருந்து வந்த பிறகு மசிப்பொடி வாங்கி வரச்சொல்லி, போத்தலை நிரப்பி வைக்கிறேன். எழுத இன்னும் எத்தனை புத்தகங்கள் இருக்கு?”

தான் இத்தனை நாள் கடவுள் நாமம் எழுத மறந்தது தவறென்று நாகலட்சுமிக்குத் தோன்றியது. தன் தவறை மன்னிக்கும்படி ஸ்ரீராமனை வேண்டிக்கொண்டாள். மறுநாளிலிருந்து எழுதத் தொடங்கினாள். காலை சமையல் அவள் செய்வாள். மதியம் சிற்றுண்டிக்கு அடுப்பைப் பற்றவைக்கும் போதே இரவு குழம்பிற்கு பருப்பை வேகப்போடுவாள். இரவு சமையலை காத்தியாயினி வகித்துக்கொண்டு, ‘நீங்கள் ஸ்ரீராம நாமம் எழுதுங்கள்’ என்று சொல்வாள். சில நாட்களில் நாகலட்சுமியின் மனம் ஒருநிலைக்கு வந்தது. ‘என்னை யார் கைவிட்டாலும் ஸ்ரீராம நாமம் கைவிடாது’ என்று அவள் மனமே ஆறுதல் சொல்லும். ‘எனக்கு அப்போதே நாற்பது வயதானது. இனி எனக்கு ஆகவேண்டியது என்ன இருக்கிறது? ராஜா, காத்தியாயினி, பிரத்விக்கு நல்லதானால் போதும். மைசூரில் அவரும் நன்றாக இருக்கட்டும்’ என்று வேண்டிக்கொள்வாள். முடிந்த அளவிற்கு மைசூர் நிகழ்வை மறக்க முயல்வாள். தன் கணவரைப் பற்றி ஒரு வகையான கடுமையான உணர்வு அவள் மனதில் வளர்ந்துகொண்டிருந்தது.

ராஜா, காத்தியாயினி இருவருக்கும் மைசூருக்கு மாற்றலான போது அங்கே போக நாகலட்சுமிக்கு உற்சாகமில்லை. காத்தியாயினியும் உற்சாகமில்லாமலேயே இருந்தாள். எதுவானாலும் சரி என்கிற குணம் கொண்ட ராஜா, பிரித்விக்கும் பெங்களூர் ஒத்துப்

போயிருந்தது. ஆனால் வேறு வழி இல்லை. எல்லோரும் மைசூர் வந்தார்கள். பிரித்வி கல்லூரியில் சேர்ந்தான். வந்த நான்கு நாட்களில் நாகலட்சுமியின் மனம் நிலைதவறியது. மருத்துவமனையும், பங்களாவும் அவள் நினைவில் வந்து சித்தம் தடுமாறியது. அவள் வலுக்கட்டாயமாக மனதை சமநிலைக்குக் கொண்டு வந்து எழுதுவதில் தொடங்குவாள். இப்போது நாற்பத்தியைந்து லட்சங்களுக்கும் அதிகமாக ராம நாமம் எழுதி இருந்தாள். மொத்தம் நூற்றிப் பத்து நோட் புத்தகங்கள் நிரம்பி விட்டன. முடிந்த அளவு விரைவாக, தான் இறப்பதற்கு முன்பு, ஒரு கோடி முடித்தே ஆக வேண்டும் என்ற உறுதியுடன் அதிக நேரம் ஓதுக்கத் தொடங்கினாள். சனிக்கிழமை பூஜை முன்னை விட அதிக விரிவாக நடக்க ஆரம்பித்தது.

ஒரு மதியம் ஒரு மணி இருக்கும். வீட்டு வராண்டாவில் உட்கார்ந்து எழுதுவதில் மெய்மறந்திருந்தாள். வீட்டில் மற்ற யாரும் இருக்கவில்லை; எல்லோரும் அவரவர் கல்லூரிக்குப் போயிருந்தார்கள். யாரோ மதில் சுவர் கதவைத் திறந்து கொண்டு வருவதைப் போல இருந்தது. தலைநிமிர்ந்து பார்த்தாள். கண்கள் நம்பவில்லை. ராயர் வாசல் அருகே வந்துகொண்டிருந்தார். எதிர்பாராத ஒன்றைப் புரிந்துகொள்வதற்குள் ராயர் வீட்டுக்குள் நுழைந்திருந்தார். நாகலட்சுமிக்கு ஒன்றும் புரியவில்லை. உடனே தான் எழுதிக்கொண்டிருந்த புத்தகம், மை போத்தல், எழுத்தாணிகளை எடுத்துக் கொண்டு உள்ளே போய்விட்டாள். ராயர் வீட்டு வராண்டாவில் வந்து ஒரு நாற்காலியில் அமர்ந்தார். அவள் மனம் பழைய நினைவுகளால் காயப்பட்டிருந்தது. சுமார் பத்து நிமிடம் அமைதியாக உட்கார்ந்திருந்து. ராயர், 'நாகூ' என்று அழைத்தார். அவள் பேசவில்லை. மீண்டும் அழைத்தார். உள்ளே இருந்து பதில் வரவில்லை. மீண்டும் கேட்டார்: "நான் பேசுவது கேட்கவில்லையா? உன்னை அழைத்துப் போக வந்திருக்கிறேன்."

இப்போதும் அவள் பேசவில்லை. ராயர் மீண்டும் அதே வார்த்தைகளைச் சொன்ன பிறகு உள்ளே இருந்து சொன்னாள்: "நான் சுகமாக இருக்கிறேன். யாரும் என்னை அழைத்துப் போகத் தேவை இல்லை."

"நீ கோபத்தில் அப்படிச் சொல்லாதே நாகு. நீ பெங்களூர் போன பிறகு நான் மிகவும் வருத்தப்பட்டேன். இப்போது அவள் ஒத்துக்கொண்டாள்."

“எவளோட ஒப்புதலுடனும் நான் அங்கே வரத் தேவை இல்லை. நான் எங்கேயும் வரப் போவதில்லை” குரல் அதிர்ந்தது மட்டுமல்ல, தன்னுணர்வின்றி வேகமாக வெளிப்பட்டது.

“அப்படிச் சொல்லாதே நாகூ. யோசித்துப் பேசு. நான் வந்திருக்கேன்...” என்ற அவர் பேச்சைப் பாதியில் தடுத்து உள்ளே இருந்து, “யார் வந்தாலும் சரி. நான் எல்லாம் யோசித்திருக்கேன்” என்றாள்.

ராயர் சுமார் ஐந்து நிமிடம் உட்கார்ந்திருந்தார். அவள் வெளியே வரவில்லை; எதையும் பேசவும் இல்லை. முடிவாக அவர் எழுந்து நின்று சொன்னார்: “நான் புறப்படுகிறேன். நீ யோசித்து வை. ராஜாவிடம் சொல்கிறேன். வேண்டுமென்றால் அழைக்க அவளையே அனுப்பி வைக்கிறேன்.”

“ராஜாவுக்கு எல்லாம் தெரியும். அவனல்ல, யார் சொன்னாலும் நான் வர மாட்டேன். அவனிடம் சொன்னால் உங்கள் பேச்சுக்கு மதிப்புக் குறையும். என்னை அழைக்க எவளும் வரத் தேவை இல்லை. யார் வீட்டு வேலை செய்துகொண்டிருந்தாலும் எனக்கு ஒரு வாய் சோறு கிடைக்கும். எனக்கும் மானம், மரியாதை இருக்கு. சும்மா போங்கள்.” என்ற வார்த்தைகள் உள்ளே இருந்து படபடவென்று வெடித்தன. ஒரு நிமிடம் நின்றிருந்த ராயர் மெல்ல வீட்டை விட்டு வெளியே போனார். மதில் சுவர் கதவைச் சாத்திய சத்தம் காதில் விழுந்த போது நாகலட்சுமி உள்ளே இருந்து விசும்பி அழுதுகொண்டிருந்தாள்.

அரை மணி நேரத்திற்குப் பிறகு காத்தியாயினி வீட்டிற்கு வந்து, “அக்கா, எதுக்கு, அழுத மாதிரி இருக்கீங்க?” என்று கேட்ட போது அவள் நடந்ததைச் சொல்லவில்லை. அழுவதால் என்ன பயன் என்று ஆறுதல் சொன்ன பிறகு காத்தியாயினி அமைதியானாள்.

தம்பி வீட்டில் இருந்து நேராக நூலகத்திற்குப் போன ராயரிடம் கருணா கேட்டாள்: “என்ன சொன்னார்கள்?”

“வர மாட்டேன் என்று கண்டிப்பாகச் சொன்னாள். இந்தப் பதிலை நான் எதிர்பார்க்கவில்லை.”

“நான் போய் வரட்டுமா?”

“வேண்டாம், பயனில்லை” என்று அவர் அமைதியானார்.

சுமார் ஒரு வாரம் ராயர் மனது அலைபாய்ந்து கொண்டிருந்தது. நாகலட்சுமி மீது அவர் கணவன் என்கிற அதிகாரம் இருக்கிறது என்ற எண்ணம் அதுவரை மனதில் இருந்தது. இப்போது அது உடைந்து போனது. ஏதோ விலைமதிப்பான பொருளை இழந்து விட்டது போல மனதிற்குத் தோன்றியது. திருமணத்திற்கு முன்பு அநாதை இல்லத்தில் மாணவனாக இருந்தது போலவே இப்போதும் அநாதை என்ற உணர்வு அவரைச் சூழ்ந்திருந்தது. இதுபோன்ற கையறு நிலையை, பலவீனத்தை அவர் முன்பு என்றும் அனுபவித்ததில்லை. இதுவரை அவர் வாழ்க்கையில் அடைந்த சாதனை, வெற்றி, ஞானம் எல்லாம் பயனற்றவை என்று மனம் சொல்லியது.

ஆனால் அந்த உணர்வுகள் மனதை அதிக நாட்கள் ஆட்டிப்படைக்க அவர் வாய்ப்பளிக்கவில்லை. ஐந்தாவது தொகுப்பு நினைவிற்கு வரும். தாம் அதிக நாட்கள் உயிரோடு இருக்க மாட்டேன் என்று ஆழ்மனம் சொல்லிக்கொண்டே இருந்தது. தொகுப்பை முடித்தே ஆக வேண்டும் என்று அவர் மனவுறுதியை எல்லாம் ஒன்று திரட்டிப் பணியில் தொடங்கிய அவர், ஒருநாள் கருணாவிடம் சொன்னார்: “இனி முன்பை விட அதிக வேகமாக வேலை செய்து இதை முடிக்க வேண்டும். இப்போது அதிக வேலை உன் மீது இருக்கிறது.”

அவளும் பணியில் மூழ்கிவிட்டாள்.

★★★

படலம்: இருபத்து இரண்டு

1

தன் வாழ்க்கையை இரண்டாகப் பிளந்து நிரந்தர இருமைக்குத் தள்ளிய சக்தியைப் பற்றி காத்தியாயினி கவலைப்பட்டாள். அது வெறுமனே எதிர்பார்ப்பில்லாத தத்துவச் சிந்தனைகளின் உரசலாக இல்லாமல் இதயம், உணர்வு, மனநிலைகளை இரு வகையாகப் பிளந்து அவள் வாழ்க்கையைச் சிதைத்துச் சின்னாபின்னமாக்கிய துவந்துவமாக இருந்தது. நஞ்சனக்கூடை விட்டு வரும் போது சரி என்று தோன்றியவை இப்போது தவறாகத் தோன்றின. ஆனால் தன் கணவர் ராஜா தனக்காகச் செய்த தியாகத்தை நினைக்கும் போது, 'நானொரு தகுதியற்ற மனிதனைக் காதலித்து ஓடி வரவில்லை' என்று மனதிற்கு சமாதானமாக இருக்கும். நஞ்சனக்கூடில் அத்தை இறந்து போய் இப்போது குடும்பம் இருக்கும் நிலைமையை கருணாவிடமிருந்து கேட்ட பிறகு, மனம் அமைதி இல்லாமல் தள்ளாடியாது. ஒரு பக்கம் தன் மகன் சீனியின் நினைவு வந்து அவனைப் பார்க்கும் விருப்பம் ஏற்பட்டால், மற்றொரு பக்கம் பண்டிதர் முகம் கண் முன் நிற்கும். மனைவியை இழந்த அவர் அந்த முதிய வயதிலும் பேரனுக்காக எப்படிக் கடமை உணர்வுடன் தன் வாழ்க்கையை நடத்துகிறார்! 'மனவுறுதியும், கடமை உணர்வும் அவர் வாழ்க்கையை நடத்துகின்றன' என்ற கருணாவின் வார்த்தைகள் அவள் நினைவிற்கு வந்தன. அவர் மனவுறுதி மிக வலிமையானதென்று அவளுக்கு முன்பே தெரியும். அவர் வாழ்க்கையின் நம்பிக்கையே அதுவாகத்தான்

இருந்தது. நம்மை நாம் சிறப்பான உணர்வுகளுடன் அறத்திற்கு அர்ப்பணித்துவிட்டால் அறமே நம்மைக் கைபிடித்து நடத்தும் என்ற நம்பிக்கையின் ஒளியில் அவர் வாழ்க்கையை நடத்திக் கொண்டிருந்தார். அந்தச் சிறப்பான எண்ணமே அவரிடம் கடமை உணர்வாக வெளிப்படுகிறது. அவர் வாழ்க்கையில் இரு நடை, இரு பார்வை, இரு லட்சியங்களுக்கு இடமே இல்லை. தம் வாழ்க்கைப் பாதையுடன் கலந்து ஓடாத எல்லா குணங்களையும் அவர் அடக்கி ஏகமனதுடன் இயங்குகிறார். அதுதான் அவர் மன நிம்மதியின் இரகசியம், என்று அவள் நினைத்தாள்.

'நிரந்தர இயக்கமும் நிரந்தர நூதனமானவளும் ஆன இயற்கையை அறத்தால் கட்டிப்போடுவது அறமின்மை' என்று அவள் தன் வாழ்க்கையின் ஒரு கட்டத்தில் நம்பி இருந்தாள். இயற்கையின் தாழ்வான அடிப்படை ஆற்றல் அவள் அறிவை மாற்றி இருந்தது. அறிவு இயற்கையின் அம்சம் என்பது அவளுக்குத் தெரிந்திருக்கவில்லை. அறிவுக்கு மீறிய அறத்திற்குத் தன் இயல்பை அர்ப்பணிக்க வேண்டும் என்று அவள் தற்போது சிந்திக்கிறாள். 'ஒரு வம்சம் வளர மற்றொரு வம்சத்து சேத்திரத்தை தானம் செய்து, அந்த வம்சத்து விதையைத் தன்னில் சுமந்து விருட்சமாக வளர்த்த பிறகு அந்த சேத்திரம் தன் நிறைவைப் பெறுகிறது' என்ற பண்டிதர் வார்த்தைகள் நினைவிற்கு வருகின்றன. புதிய வம்சத்தில் சேர்ந்த தான் பண்டிதர் குடும்பத்திற்குச் செய்ய வேண்டிய கடமைகளைச் செய்யவில்லை என்ற உணர்வு அவளை வாட்டியது. இறக்கும் போது அத்தைக்கும், இந்த வயதில் மாமாவுக்கும் பணிவிடை செய்து, மகனை வளர்த்திருந்தால் தன் வாழ்க்கையில் துவந்தத்திற்கு இடமிருந்திருக்காது என்று தோன்றியது.

இப்போது கோடை விடுமுறை கழிந்து கல்லூரி திறந்திருந்தது. மாணவர்கள் சேர்வது இன்னும் நிறைவடையாமல் வகுப்புகள் ஆரம்பித்திருக்கவில்லை. ஆனி மாதத்து அடைச்சாரல் மழை ஆரம்பமாகி இருந்தது. காத்தியாயினி குடை பிடித்துக்கொண்டு கல்லூரிக்குப் போய்க்கொண்டிருந்தாள். ராஜா மைசூருக்கு வந்த பிறகு அவர் இல்லாதபோது நின்று போன நாடக சங்கம் மீண்டும் தொடங்கியது. புது ஆண்டின் நாடகப் பயிற்சிக்காக அவர் முன்பே சைக்கிள் மீது போய்விடுவார். அடை மழையில் போகும் போது காத்தியாயினியின் மனம் நஞ்சனக்கூடையே நினைக்கும். கபிலை நிரம்பி வழிகிறாள். பதினாறு ஆண்டுகளுக்கு

முன்பு ஒருநாள் இதே பருவத்தில் அவள் முதல் கணவர் நஞ்சுண்ட பண்டிதர் அந்த நதியில் மூழ்கிப் போயிருந்தார். முதல் கணவரின் நினைவு வந்தவுடன் சீனியின் நினைவு வதைக்கத் தொடங்கியது. அதைத் தொடர்ந்து பண்டிதர் நினைவும் வாட்டியது. ஒரு நாள் தான் நஞ்சனக்கூடுக்குப் போய் சீனியைப் பார்த்து, தன் மனதிற்கு அமைதி கிடைக்க ஆசீர்வதிக்க வேண்டும் என்று பண்டிதர் கால்களில் விழுந்து வணங்கி வேண்டிக்கொள்ள வேண்டும் என்ற சிந்தனை அவள் மனதில் தோன்றியது. போக பயமாகவும் இருந்தது. போனால் அவர் கடுமையாகப் பேசமாட்டார்; பச்சாதாபத்துடன் வணங்கினால் கருணையுடன் தன் தலை மீது கை வைத்து ஆசீர்வதிப்பார். சீனியைப் பார்த்தது போலவும் ஆகும். அவ்வப்போது அங்கே போய் வந்தால் மனம் நிம்மதியாகவாவது இருக்கும் என்ற சிந்தனையில் மூன்று நான்கு நாட்களைக் கழித்தாள். ஆனால் போகத் துணிச்சல் வரவில்லை. கல்லூரியில் முறையாக வகுப்புகள் தொடங்கும் நாள் வந்தது. இனி வகுப்பிலாவது மனம் ஈடுபட்டு அந்தக் கவலைகள் குறையுமென்று எதிர்பார்த்து அவள் முதல் நாள் பாடத்தைத் தயார் செய்து கொண்டு பள்ளிக்குப் போனாள். முன்பு ஆசிரியராக இருந்தவர் ஒருவர் இறந்து போனாராம்; இறந்தவருக்கு அஞ்சலி செலுத்த அன்று கல்லூரிக்கு விடுமுறை என்று அறிவித்திருந்தார்கள். அது கல்லூரிக்குப் போன பிறகு தெரிந்தது. மாணவர்கள் எல்லாம் தங்கள் வீடுகளுக்குப் புறப்பட்டார்கள். ஆசிரியர் அறையிலும் யாரும் இருக்கவில்லை. வெளியே தூறல் அதிகமாகவே இருந்தது. அவள் அங்கேயே உட்கார்ந்தாள். அன்று நஞ்சனக்கூடுக்குப் போய்த்தான் ஆகவேண்டும் என்று மனம் விரும்பியது. அன்று போகாவிட்டால் அவளுக்குப் பைத்தியம் பிடிப்பது உறுதி என்ற அளவிற்கு சித்தம் கலங்கி இருந்தது. அதிகம் சிந்திக்காமல் எழுந்து, தன் கையில் இருந்த நோட் புத்தகங்களை அதே அறையில் தனக்கென்று கொடுத்திருந்த அலமாரியில் வைத்து விட்டு வெளியே வந்தாள். மழை தூறிக்கொண்டே இருந்தது. குடையை விரித்து நேராக சாமராஜபுரம் ரயில் நிலையத்திற்குப் போனாள். நஞ்சனக்கூடுக்குத் திரும்பிப் போகும் ஒரு மாணவர் கூட்டமே அங்கே இருந்தது. அறை மணி நேரத்தில் ஒரு வண்டியும் வந்தது. அவள் பெண்கள் பெட்டியில ஏறி உட்கார்ந்தாள்.

வண்டி ஓடிக்கொண்டிருந்தபோது அவளுக்குத் தன் மாணவ வாழ்க்கை நினைவிற்கு வந்தது. இரண்டு ஆண்டுகள் தானும்

அதே வண்டியில் திரிந்துகொண்டிருந்தேன். அந்தக் காலத்திலேயே தன் வாழ்க்கை மற்றொரு பாதையைப் பிடித்திருந்தது. தென் மைசூர் நிலையத்தைக் கடந்த பிறகு பார்வைக்கு சாமுண்டி மலை தெரிந்தது. வானில் படர்ந்திருந்த மேகங்களால் மலையின் ஆகிருதி அதிக எடுப்பாகவும் மிடுக்காகவும் தெரிந்தது. முன்பு ஒரு முறைதான் தனியாக மலையேறிப் போனது நினைவிற்கு வந்தது. மலை உச்சியில் உட்கார்ந்து தான் அன்று செய்து கொண்ட உறுதிமொழியைப் போல நடந்துகொண்டிருந்தால் தனக்கு இப்படி நிகழ்ந்திருக்காது என்று கவலைப்பட்டாள். மலையுடன் சேர்ந்து பண்டிதர் நினைவும் கண் முன் தோன்றியது. தொடர்ந்து ஓடிக்கொண்டிருந்த ரயில் கடகோளாவில் நின்று மீண்டும் புறப்பட்டு சிறிது நேரத்தில் கபிலை நதிப் பாலத்தின் மீது போய்க்கொண்டிருந்தது. சன்னல் வழியாக அவள் நதியை ஒரு முறை முழுமையாகப் பார்த்தாள். நதி அதே மிடுக்குடன் நிரம்பி ஓடிக்கொண்டிருந்தது. இரு பக்கங்களின் தோப்புகளும் முன் போலவே இருந்தன. தொலைவில் தெரியும் கோவில்கள், குளியல் படித்துறைகள், தங்கள் ஆயுளைப் பறைசாற்றிக்கொண்டு நின்றிருந்தன. நான்கு நிமிடங்களில் நஞ்சனக்கூடு வந்தது. காத்தியாயினியின் நெஞ்சம் படபடக்கத் தொடங்கியது. மற்ற மாணவர்களும், எல்லாப் பயணிகளும் இறங்கி வெளியே போகும் வரை அவள் அங்கேயே நின்றாள். ரயில் நிலையத்திலிருந்து வெளியே வர துணிச்சல் இருக்கவில்லை. சுமார் பதினைந்து நிமிடம் மனவுறுதி இல்லாமல் தவித்துக்கொண்டிருந்தபோது டிக்கெட் பரிசோதகர் அருகில் வந்து, ‘உங்கள் டிக்கட் கொடுங்கள், எங்கே போக வேண்டும்?’ என்று கேட்டார். தன் கையிலிருந்த டிக்கெட்டைக் கொடுத்துவிட்டு அவள் வெளியே வந்தாள். தெருவில் மற்றவர்கள் யாராவது பார்த்து விடுவார்கள் என்று அக்கம் பக்கத்து வீடுகளை ஓரக்கண்ணால் பார்த்துக் கொண்டே நடந்தாள். அந்த நேரத்தில் தெருவில் யாரும் இருக்கவில்லை. நேராக நடந்து முன்பு தன்னுடையதாக இருந்த வீட்டின் முன்னால் வந்து நின்றாள்.

வீட்டுக் கதவு சாத்தியிருந்தது. பூட்டுப் போட்டிருக்கவில்லை. சாதாரணமாக இந்த மழைக்காலத்தில் முன்பும் அந்தப் பெரிய வீட்டு முன் கதவு மூடியிருப்பது நினைவிற்கு வந்தது. இப்போது யாரோ பூட் அணிந்து கொண்டு வெளியே இருந்து உள்ளே

போயிருப்பது படிகள் மீது இருந்த காலடி அடையாளங்களால் தெரிந்தது. அதன் அருகிலேயே குடையிலிருந்து வடிந்த நீர் நீளமாக இழுத்த ஒரு கோடு ஒன்று தெரிந்தது. கதவைத் திறந்து உள்ளே போக அவள் மனம் விரும்பியது. ஆனால் மனதிலிருந்து புகை எழும்பியது போல பயம் பரவியது. அவள் தேகம் நடுங்கத் தொடங்கியது. தான் தன் கண்ணாலேயே பார்க்கக் கூடிய அளவிற்கு வேகமாக உடம்பு, கை கால்கள், பிடித்திருந்த குடை எல்லாம் அதிர்ந்து கொண்டிருந்தன. எதற்கு இப்படி! என்று சிந்திக்க முயன்றாலும் புத்தி செயல்படவில்லை. கதவைத் தட்ட கையை ஓங்கினாள். ஆனால் கையில் வலு இருக்கவில்லை. வீட்டிற்குள் யாரோ பேசும் குரல் கேட்டது. யாராவது ஒருவர் இப்போது வெளியே வரலாம். இனி என்ன கதவைத் திறக்கலாம். தன்னைப் பார்ப்பார்கள் என்பது அவள் அறிவிற்கு வந்தது. பயத்தால் அதிர்ந்து நின்றாள். தன்னையே அறியாமல் அவள் திரும்பிக் கொண்டிருந்தாள். அவள் கால்கள் தெருவின் மீது நடந்து கொண்டிருந்தன. தூறலில் குடையை விரித்துப் பிடிப்பதை மறந்து முன்னே நடந்தாள். தேகம் ரயில் நிலையம் அடையும் போது அவளுக்கு பிரக்ஞை வந்தது.

பிளாட்ஃபார்மில் ஒரு கூட்ஸ் வண்டி நின்றிருந்தது. அவள் தன் முன்னால் போய்க்கொண்டிருந்த ஒரு கூலியாளைக் கேட்டாள்: "மைசூருக்கு வண்டி எப்போது வரும்?"

"இந்த கூட்ஸ் வண்டியில் ஒரு பயணிகள் பெட்டி இருக்கிறது, போங்கள்" என்று அவர் சொன்னார்.

அவள் டிக்கெட் வாங்கிக் கொண்டு, வண்டிக்குப் பின்னால் இணைத்திருந்த பயணிகள் பெட்டியில் உட்கார்ந்தாள். சில கிராம மக்களை விட்டால் பயணிகள் இருக்கவில்லை. வண்டி புறப்பட்டு நதிப் பாலத்தைத் தாண்டினாலும் அவள் உடல் நடுங்கிக் கொண்டே இருந்தது.

2

மறுநாளும் மழை தூறிக்கொண்டிருந்தது. முன் இரவு தூக்கம் வராமல் மறுநாள் காத்தியாயினி பேயறைந்தது போல இருந்தாள். பத்தரை மணிக்கு அவளுக்கு கல்லூரியின் மாடியின் ஒரு அறையில் ஜூனியர் இண்டர்மீடியட் வகுப்பு இருந்தது. அவள்

அறைக்குள் நுழைந்தவுடன் மாணவர்கள் சத்தம் போடாமல் எழுந்து நின்றார்கள். அவர்களுக்கும் கல்லூரி வகுப்பு முதல் முதல் அனுபவம். தன் நாற்காலி மீது அமர்ந்து காத்தியாயினி அட்டென்டன்ஸ் எடுக்க ஆரம்பித்தாள். சுமார் நூற்றிப்பத்து மாணவர்கள் இருந்த அட்டென்டன்ஸ் ரெஜிஸ்டரில் முதல் ஐம்பது பெயர்களை மட்டும் அழைத்து, மற்ற பெயர்களைப் பார்க்காமல் வெறுமனே ஆஜர் குறியைப் போட்டாள். வகுப்பறை சன்னல் வழியாக சாமுண்டி மலை தெரிந்தது. நேற்று ரயிலில் போகும் போது கண்டது போலவே அன்றும் அதன் உச்சியை மேகம் மறைத்திருந்தது. ஆனாலும் அது மிடுக்கின் வடிவமாக நின்றிருந்தது. மலை மீது வளர்ந்திருந்த பச்சை மரங்கள் மேகப் பனியால் கருமை நிறம் அடைந்து அந்த நிறம் மலையின் உறுதிக்கு கம்பீர வடிவத்தைக் கொடுத்தது. அட்டன்டன்ஸ் புத்தகத்தை மூடி மேசை மீது வைத்து விட்டு அவள் மலையைப் பார்த்துக் கொண்டு நின்றாள். பாடத்தின் பக்கம் கவனம் செல்லவில்லை. ஐந்து நிமிடம் மௌனமாக உட்கார்ந்திருந்த மாணவர்கள் மெல்ல கிசுகிசுக்கத் தொடங்கினார்கள். பிறகு இரண்டு நிமிடத்தில் சத்தம் அதிகமாகத் தொடங்கியது. தன் பார்வையை மலையிலிருந்து விலக்கி அவள் எழுந்து நின்று சொன்னாள்: “மெயின்டய்ன் சைலன்ஸ்.”

மாணவர்கள் அமைதியானார்கள். தான் அந்த ஆண்டு சொல்லிக் கொடுக்க வேண்டிய கவிதைப் புத்தகத்தை எடுத்து அவள் ஆரம்பிப்பதில் இருந்தாள். அதற்குள் கதவருகே ஒரு பையன் கேட்டான்: ‘மே ஐ கம் இன்?’

‘கம் இன்’ என்று சொல்லி அவள் கதவுப் பக்கமாகத் திரும்பிப் பார்த்தாள். அவள் கண்கள் உள்ளே வரும் பையனைப் பார்த்துப் பதறியது. அகலமான முகம், விசாலமான கண்கள், உயரமான உடல்வாகு, கிராப் விட்டிருக்கிறான், நெற்றி மீது அட்சதைப் பொட்டு, சட்டை மீது பேண்ட் போட்டு காலுக்கு பூட் அணிந்திருக்கிறான். கையில் நனைந்த ஒரு குடை. அந்த வேடத்தில் நடந்து பழக்கம் இல்லை என்று அவன் நடை கூறியது. பண்டிதர் உடல்வாகு, மிடுக்கு, முகச்சாயல். தன் முதல் கணவரும் கூட ஏறத்தாழ இப்படித்தான் இருந்தார்.

பையன் சுவர் ஓரமாக நடந்து ஒரு பெஞ்சில் காலியாக இருந்த

இடத்தில் போய் உட்கார்ந்தான். அவள் கண்கள் அவனையே பார்த்துக் கொண்டிருந்தன. அதற்குள் மாணவர்கள் பேசத் தொடங்கினார்கள். அவள் புத்தகத்தை எடுத்து மீண்டும் பாடத்தை ஆரம்பித்தாள். அவள் இன்னும் இரண்டு வாக்கியங்களைக் கூட சொல்லி முடிக்கவில்லை. அந்தப் பையனிடம் பக்கத்தில் இருப்பவன் எதையோ சொன்னான். அந்தப் பையன் எழுந்து நின்று 'மேடம், என் அட்டென்டன்ஸ்' என்று கேட்டான்.

அவள் கவனம் மீண்டும் அவன் பக்கம் போனது. அவனையே பார்த்துக் கொண்டு அவள் மேசை மீது இருந்த அட்டென்டன்ஸ் ரெஜிஸ்டரைப் பார்த்துக் கொண்டே கேட்டாள்: "யுவர் நேம் பிளீஸ்."

"என். ஸ்ரீனிவாச பண்டிதன்."

காத்தியாயினியின் கை மெல்ல நடுங்கியது. முகம் வியர்த்து நெற்றி மீது சிறு துளிகள் மூண்டன. நிற்பது சிரமமாகி அவள் நாற்காலி மீது அமர்ந்தாள். எல்லோருக்கும் அவள் அட்டென்டன்ஸ் கொடுத்தாள். அடங்கிப்போன தன் குரலை மீட்டெடுத்து வந்து மீண்டும் பாடத்தைத் தொடர்ந்தாள். ஆனால் என்ன சொல்ல வேண்டும் என்பது மறந்து போனது. தலை சூனியமானது. எதையோ சொல்வதை விட பாடத்தை நிறுத்தி விடுவது நல்லது என்று நினைத்து, புத்தகத்தை மூடி வைத்து விட்டு, மாணவர்களிடம் அமைதியாக வெளியே போக வேண்டுமென்று சொல்லி, முதல் பெஞ்ச் மாணவர்கள் வெளியே வரும் முன் தான் வந்து கதவருகே நின்றாள். அந்த அறைக்கு இருந்தது அது ஒரு கதவுதான். மாணவர்கள் ஒவ்வொருவராக வெளியே போய்க் கொண்டிருந்தார்கள். கடைசி பெஞ்சில் உட்கார்ந்திருந்த சீனி தன் அருகில் வருவான்; அவன் தன்னிடம் பேசுவான்; அவனுக்கு தன் அடையாளம் தெரியும்; தான் யார் என்பது அவனுக்குத் தெரிந்தே இருக்கும் என்ற முழு நம்பிக்கையில் அங்கே நின்றாள். அந்த நம்பிக்கைக்கு எந்தக் காரணமும் இருக்கவில்லை. சுமார் முக்கால் பாகம் மாணவர்கள் வெளியே போயிருந்தார்கள். அவன் பின்னால் வருகிறான். பக்கத்துப் பையனிடம் எதையோ பேசுகிறான். இனி என்ன அவன் வந்துவிடுவான். தன்னிடம் கண்டிப்பாக பேசுவான். அதே முகம். குழந்தையாக இருந்த போது இருந்த முக அமைப்பு அப்படியே இருந்தது. அருகில்

வந்தான். ஆனால் ஆசிரியை அங்கே நின்றிருப்பதைக் கவனித்து அவன் தன்னுடன் இருந்த பையனுடன் பேசிக்கொண்டிருந்த பேச்சை நிறுத்தித் தலைகுனிந்து கொண்டு, இடது கையில் இருந்த புத்தகங்களை உயர்நிலைப் பள்ளி மாணவர்களைப்போல நெஞ்சோடு அணைத்துக் கொண்டு வெளியே போய்விட்டான். அவளிடம் பேசவில்லை. ஏமாற்றம் அவள் நெஞ்சைப் பிழிந்தது.

மெல்ல அவள் ஆசிரியர் அறைக்குப் போய் அமர்ந்தாள். மதியம் தனக்கிருந்த ஒரு வகுப்பை எடுத்துக்கொள்ளப்போவதில்லை என்று ஒரு தாளில் எழுதி, அதை நோட்டீஸ் போர்டில் பணியாளிடம் ஒட்டச்சொல்லிவிட்டு வீட்டிற்குப் போனாள். தாயான அவளை அடையாளம் கண்டு கொள்ளவில்லை என்ற வலி வருத்தினாலும், மாலை நேரம் அவளாகவே ஆறுதல் அடைந்தாள். அவன் யார் என்பது தனக்குத் தெரிந்தது. ஆனால் என் அடையாளம் அவனுக்குத் தெரிவதாவது எப்படி? ‘அம்மா விஷயம் அவனுக்குத் தெரியும் என்று எனக்குத் தோன்றுகிறது’ என்று கருணா சொன்னது நினைவிற்கு வந்தாலும் அவனுக்கு எப்படித் தெரியும்? இன்றுதான் வகுப்பிற்கு முதல் நாள். என் பெயராவது அவனுக்குத் தெரியுமோ இல்லையோ! பெயர் தெரிந்தால் பிறகு அவனே புரிந்துகொள்ளலாம், என்ற ஆறுதலில் இரவைக் கழித்தாள். மறுநாள் அவளுக்கு அந்த வகுப்பு இருக்கவில்லை; ஆனால் அடுத்த நாள் எப்போதும் போல பத்தரை மணிக்கு இருந்தது.

அடுத்த நாள் கையில் அடடென்டன்ஸ் புத்தகத்தையும் பாடப் புத்தகத்தையும் பிடித்துக்கொண்டு அவள் அறைக் கதவை நெருங்கும்போது எல்லா மாணவர்களும் வந்து உட்கார்ந்திருந்தார்கள். தன் நாற்காலி, மேசை அருகே போன உடன் கடைசி பெஞ்ச் பக்கம் பார்த்தாள். சீனி வந்திருந்தான். அதே பெஞ்சில் உட்கார்ந்திருந்தான். தன் பக்கம் பார்த்தான். அவனுக்குத் தன் அடையாளம் கிடைத்திருக்கிறது! அன்று பாடம் முடிந்ததும் அவனாகவே தன்னிடம் வந்து பேசுவான் என்ற ஆசை மூண்டது. ஆஜர் எடுக்கும் போது மறக்காமல் அவன் பெயரை அழைத்தாள். எழுந்து நின்று அவன் ‘பிரெசண்ட் மேடம்’ என்னும் போது முகத்தைப் பார்த்தான். புத்தகத்தை எடுத்துப் பாடத்தை ஆரம்பித்தாள். நடுவில் அவன் பக்கம் கவனத்தைச் செலுத்தினாள். ஆனால் அவன் கவனம் புத்தகத்தின் மீதிருந்தது. அவன் கையில்

இருந்த பேனாவால் புதிய சொற்களின் பொருளை எழுதிக் கொண்டான். அவளும் எப்படியோ பாடத்தை நடத்தி முடித்தாள். மாணவர்கள் அமைதியாகக் கேட்டுக்கொண்டிருந்தார்கள். மணி அடித்தது. அவள் புத்தகத்தை மூடி உற்சாகமாக அறைக் கதவருகே வந்து நின்றாள். அடுத்த வகுப்பு இருந்ததால் பையன்கள் யாரும் வெளியே வரவில்லை. சீனியும் வரவில்லை. தன்னிடம் பேசவாவது வருவான் என்று ஐந்து நிமிடம் காத்திருந்தாள். வகுப்பிற்கு மற்றொரு ஆசிரியர் தொலைவில் வருவதைப் பார்த்து அங்கே இருந்து புறப்பட்டு விட்டாள்.

தன்னைப் பற்றிய அறிமுகம் அவனுக்கு இருக்கிறதா என்பதைப் பற்றி அவளுக்கு சந்தேகம் வந்தது. தங்களுக்கு பாடம் எடுக்கும் ஆசிரியர், ஆசிரியைகளின் பெயர்களை மாணவர்கள் வந்த முதல் நாளே தெரிந்துகொள்வார்கள். ஆசிரியையான தன் பெயர் அவனுக்குத் தெரிந்திருக்கும். தன் அம்மாவின் பெயர், அவள் தற்போது என்ன செய்கிறாள் என்பதைப் பற்றி எதுவும் தெரியாதா? என்று அவள் மனம் கேள்வி எழுப்பியது. தாத்தாவுடன் மட்டுமே வாழ்ந்திருந்தால் இவை தெரியாமலேயே இருந்திருக்கலாம். இறக்கும் முன் பாட்டி எல்லாக் கதையையும் சொல்லி இருப்பாள். வீட்டில் இருக்கும் இலட்சுமியிடமிருந்தாவது சிலது தெரிந்தே இருக்கும், என்று தர்க்கம் செய்து பார்த்தாள். ‘அவன் என்னையும், என் அறிமுகத்தையும் நிராகரிக்கிறானா?’ என்ற கவலை மனதில் தோன்றியது. வயிற்றில் சூலம் ஏற்றியது போலானது. முழு விவரம் தெரியாமல் துயரப்படக் கூடாது என்ற ஒரே ஆறுதலில் நாட்களைக் கடத்தினாள். அன்று மதியம் மூன்று மணிக்கு அதே வகுப்பு இருந்தது. வகுப்பிற்குப் போய் பாடம் நடத்தினாள். மணியடித்த பிறகு வெளியே வந்து நின்றாள். எப்போதும் போல அவனும் மற்ற எல்லாப் பையன்களும் வெளியே வந்த பிறகு வருவான். அவள் அங்கே இருப்பது தெரிந்தாலும், தெரியாதது போல மடித்த குடையைப் பிடித்துக்கொண்டு போனான். அப்போது அவள் அவனை அழைத்து நிறுத்தினாள். “ஸ்ரீனிவாச பண்டிதன்.”

அவன் அங்கேயே நின்றான். மற்ற பையன்கள் முன்னே போனார்கள். அவனுடன் இருந்த பையன் பத்தடி முன்னால் போய் நின்றான். அதைக் கவனித்த காத்தியாயினி, “இவன் பிறகு வருவான், நீ போ” என்றாள். தன் நண்பன் முகத்தைப்

பார்த்துவிட்டு அந்தப் பையன் புறப்பட்டுப் போனான்.

ஸ்ரீனிவாச பண்டிதன் தலை குனிந்து நின்றிருந்தான். அவள் கேட்டாள்: "உனக்கு எந்த ஊர்?"

"நஞ்சனக்கூடு மேடம்."

"தினமும் போய் வந்து கொண்டிருக்கிறாயா?"

'ஊம்."

"ரயிலிலா?"

"ஊம்."

அவன் தலை குனிந்து கொண்டே பேசினான். அவனை நெருங்கி அவள் கேட்டாள்: "இன்று எங்கள் வீட்டிற்குப் போகலாம் வா."

அவன் எந்தப் பதிலையும் சொல்லவில்லை. "வாப்பா, போகலாம்" என்று அவள் மீண்டும் கேட்ட போது, "எனக்கு ரயிலுக்கு நேரமாகும் மேடம்" என்றான்.

"ரயில் ஐந்தரை மணிக்குத்தானே?" இப்போது நான்கு மணி."

பையன் ஒரு நிமிடம் பதிலில்லாமல் நின்றிருந்தான். பிறகு, "இல்லை மேடம். எனக்குத் தாமதமாகும்" என்று சொல்லி, அவள் பதிலுக்கும் காத்திருக்காமல் அவசரமாக அடி எடுத்து வைத்துக் கொண்டே அங்கே இருந்து புறப்பட்டுப் போய்விட்டான். "நான் யார் என்பது அவனுக்குத் தெரிந்திருக்கிறது" காத்தியாயினி மனதிற்கு உறுதியானது. வா என்று ஆசிரியை அழைத்தாலும் அதை நிராகரித்து பதிலுக்கும் காத்திருக்காமல் புறப்பட்டுப் போவது திமிர் என்று மனம் ஒரு நொடி கோபப்பட்டாலும், ஆசிரியை பார்வையில் அவன் நடத்தையைப் பார்த்து நிர்ணயிக்க அவளால் முடியவில்லை. அவன் நடத்தையை நான் நிர்ணயிப்பதற்கு மாறாக அவனே என் எண்ணத்தை அறிந்து அப்படி நடந்துகொண்டு தன் முடிவை முறையாக என்னிடம் வெளிப்படுத்துகிறானோ என்று அவள் மனம் சந்தேகப்பட்டது. மனம் மிருகமானது. தன் நிலை இழிவானதென்று தன் ஆன்மாவே நிராகரிக்கிறது என்று தோன்றியது. தன் கையிலிருந்த புத்தகத்தையும் அட்டன்டன்ஸ் ரெஜிஸ்டரையும் பிடித்துக்கொண்டு மெல்லக் கீழே இறங்கி ஆசிரியர் அறைக்கு வந்தாள். அட்டன்டன்ஸ் ரெஜிஸ்டரை

அலமாரியில் வைத்துவிட்டுத் தன் குடையை எடுத்துக் கொண்டு வீடு வந்து சேர்ந்தாள்.

அந்த நாள் முழுதும் மனதில் தாங்க முடியாத வேதனை இருந்தது. தான் அவன் அம்மா என்பதை அவன் தெரிந்தே இருக்கிறான் என்று அவள் ஆழ்மனம் கூறியது. தான் அழைத்த போது தன்னுடன் வந்து, 'நீ எதற்கு இப்படிச் செய்தாய்?' என்று கேட்டிருந்தால் பதில் சொல்லலாம். வெட்கத்தை விட்டாவது தான் அப்படிச் செய்த சூழ்நிலையை விவரித்து அவனிடம் மன்னிப்பு கேட்டிருக்கலாம். எதிரில் நின்று அவன் தன்னை வைதிருந்தால் அமைதியாகத் தாங்கிக்கொண்டிருக்கலாம். ஆனால் தன் அறிமுகமே தேவை இல்லாதவன் போல, தன் உறவே அவனுக்கு அவமானம் என்பதைப் போல நிராகரிக்கிறான். இதென்ன பழிவாங்கும் உணர்வா, அல்லது முன்பே திட்டமிட்ட மனதுடன் எனக்குக் கொடுத்த தண்டனையா என்று யோசித்தாள். மாலை ராஜா வீட்டிற்கு வந்த போதும் அவள் யோசனையில் ஆழ்ந்திருந்தாள். மாலை நேரம் கடக்க மண்டை சூடேறி வலி தெரிந்தது. இரவு உணவின் போது ராஜா அதைக் கவனித்தான். சாப்பிட்ட பிறகு பிரித்வி கடைக்குப் போய் தலைவலி மாத்திரையை வாங்கி வந்தான். இரவு படுத்த போது ராஜாவுக்கு விரைவில் தூக்கம் வந்தது. காத்தியாயினி புரண்டு கொண்டிருந்தாள். ஒரு நிமிடமும் ஓய்வில்லாமல் சீனியின் முகம் தன்னை நிராகரிப்பது போலத் தெரிந்தது. பாதி இரவில் கண் சொக்கியது. அரைத் தூக்கத்திலும் கனவு: 'இல்லை மேடம் எனக்குத் தாமதமாகும்' என்று சொல்லி அவள் பதிலுக்கும் காத்திருக்காமல் அவன் புறப்பட்டுப் போய்விடும் காட்சி கனவில் அடிக்கடி வந்தது. உடனே விழிப்பு வந்தது. உடம்பு முழுதுமாக வியர்த்தது. உடல் பாரமாகத் தோன்றியது. அந்தக் கவலையிலிருந்து தப்பித்துக் கொள்ள வழி தெரியவில்லை. அதே கட்டிலின் மீது படுத்திருந்த ராஜாவின் பக்கமாகப் புரண்டு தன் வலது கையால் அவனைத் தழுவிக்கொண்டாள். மனதிற்கு ஒரு வகையில் பாதுகாப்பாக இருந்தது. இன்னும் இறுக்கமாக அணைத்துக் கொண்டு அவனை அருகில் இழுத்தாள். அவனுக்கு விழிப்பு வந்தது. அவள் நெற்றி மீது கை வைத்துப் பார்த்து 'உனக்குக் காய்ச்சல் அடிக்கிறது. உடம்பு வியர்த்திருக்கிறது' என்று சொல்லிக்கொண்டே எழுந்து உட்கார்ந்தான். அவளுக்கு அழுகை வந்தது. அவன் மடி மீது தலை

வைத்து விசும்பி அழுதாள். அவனுக்கு எதுவும் புரியவில்லை. எவ்வளவு கேட்டாலும் அவள் சொல்லவில்லை.

3

காத்தியாயினி ஒரு வாரம் காய்ச்சலில் துவண்டாள். நோயிலிருந்து எழுந்து கல்லூரிக்குப் போன பிறகு தன் நாற்காலியின் மீது உட்கார்ந்து கொண்டே, தாழ்வான குரலில் பாடம் நடத்தினாள். ஸ்ரீனிவாச பண்டிதன் வகுப்பிற்கு வந்திருந்தான். அதே பெஞ்சில் உட்கார்ந்திருந்தான். மனதை அடக்கி வைத்திருக்க வேண்டுமென்று முயன்றாலும் முடியாமல் அவள் அவனை அடிக்கடி பார்த்தாள். அவன் தலையைக் குனிந்து புத்தகத்தைப் பார்த்துக்கொண்டு பாடத்தைக் கேட்டான். இடையில் புதுச் சொற்களுக்குப் பொருள் எழுதிக்கொண்டிருந்தான். அதைப் பார்த்த அவள், அவனுக்குத் தான் யார் என்பது தெரியாது என்று நினைத்து ஆறுதல் அடைய முயன்றாள். அவனை மீண்டும் அழைத்து ஒரு நாள் தான் யார் என்பதைச் சொல்ல வேண்டும் என்று தீர்மானித்தாள்.

ஒருநாள் பத்தரை மணிக்கு அவள் வகுப்பு இருந்தது. ஆசிரியர் அறையில் இருந்து அவள் பணியாளை அழைத்துச் சொன்னாள்: ‘ஜூனியர் இண்டர் சைன்ஸ் டி செக்ஷனில் என்.ஸ்ரீனிவாச பண்டிதன் என்ற ஒரு பையன் இருப்பான். நான் சொன்னேன் என்று அழைத்து வா. அப்படியே பையன்களிடம் இன்று வகுப்பை எடுப்பதில்லை என்று சொல்லி விடு.’

ஐந்து நிமிடத்தில் பணியாள் திரும்பி வந்தார். அவர் பின்னால் ஸ்ரீனிவாச பண்டிதனும் இருந்தான். அவன் இடது கையில் ஒரு கடிகாரம் இருந்தது. இடது கையில் புத்தகங்களையும் வலது கையில் குடையையும் பிடித்திருந்தான். அவன் வந்தவுடன் மேலே எழுந்து அவள் கேட்டாள்: ‘இன்றைக்கு ரயிலுக்குத் தாமதமாகாது, வாப்பா, எங்கள் வீட்டிற்குப் போகலாம். நான் அழைக்கும் போது முரண்டு பிடிக்கக் கூடாது.’

பையன் எந்தப் பதிலையும் சொல்லாமல் மேசையைப் பார்த்துக் கொண்டு நின்றான். அவனுக்குப் பேச வாய்ப்பளிக்காமல் அவள் அவன் கையைப் பிடித்துக்கொண்டு, ‘வா, போகலாம்’ என்றாள். அவன் அவளைப் பின்தொடர்ந்தான். அன்று

தூறல் இருக்கவில்லை. அவள் முன்னால் நடக்க, அவன் பின்தொடர்ந்தான். கல்லூரி மேட்டை இறங்கி ராமசாமி சதுக்கத்தைக் கடந்து முன்னால் வந்த பிறகு அவன் பக்கம் திரும்பி, ‘என்னுடன் சேர்ந்து நட. எதற்குக் கூச்சப்பட்டுக்கொண்டு பின்னால் வருகிறாய்?’ என்றாள். அவளே அவனுடன் சேர்ந்து நடக்கத் தொடங்கினாள். அன்று அவன் ஷூக்கு பதிலாக செருப்புப் போட்டிருந்தான். நடக்கும் போது பாதத்தைத் தூக்கும் போது ஷூ குதிகாலைக் கடித்திருந்த காயம் தெரிந்தது. வழியில் எதையும் பேச அவளுக்குத் தோன்றவில்லை. அவனும் கூட கடமை என்பதைப் போல அவள் பின்னால் நடந்தான்.

வீட்டில் நாகலட்சுமி தனியாக சமையலறையில் உட்கார்ந்து கொண்டு ராம நாமம் எழுதுவதில் மூழ்கி இருந்தாள். மற்ற இருவரும் கல்லூரிக்குப் போயிருந்தார்கள். ராஜா அல்லது காத்தியாயினியின் மாணவர்கள் அவ்வப்போது வருவது தெரிந்திருந்ததால் நாகலட்சுமி தலைநிமிராமல் தொடர்ந்து எழுதிக் கொண்டிருந்தாள். உள்ளே இருந்து ஒரு குவளை மோர் கலக்கிக் கொண்டு, ஒரு குவளைத் தண்ணீர், ஒரு குவளைப் பாலுடனும், பலகாரத்துடனும் காத்தியாயினி அறைக்கு வந்தாள். அதை மேசை மீது வைத்து அவனை அங்கே வரும்படி அழைத்தாள். செருப்பை வெளிவாசலில் விட்டுவிட்டு அவன் அறைக்குள் வந்து, அவள் காட்டிய நாற்காலி மீது அமர்ந்தான். அவன் முகம் கூச்சத்தாலும், பதற்றத்தாலும் சிவந்திருந்தது. சூழ்நிலை புரியாத உணர்வில் பார்வையைக் கீழே தொங்கப் போட்டுக் கொண்டிருந்தாலும் அவன் எதையோ யோசித்தான்.

“இதை எடுத்துக்க” என்று சொல்லி அவள் அறைக் கதவைச் சாத்தி வந்து அவன் எதிரில் நாற்காலி மீது அமர்ந்தாள்.

“இல்லை மேடம், நான் சாப்பிட்டு வந்திருக்கிறேன்.”

“இது ஒன்றும் சாப்பாடு அல்ல, கொஞ்சம் எடுத்துக்கொள். ஆசிரியை கொடுக்கும் போது வேண்டாம் என்று சொல்லக் கூடாது.”

தட்டைக் கையில் தொடாமல் “இது எனக்கு அதிகம்” என்றான்.

“தேவையான அளவு எடுத்துக்கொள். மிச்சத்தைத் தட்டிலேயே விட்டு விடு, எடுத்துக்கொள்.”

தட்டைக் கையில் எடுத்துக் கொண்டு அதில் இருக்கும் சிறு கரண்டியை ஓரமாக வைத்து விட்டு அவன் கையால் தின்னத் தொடங்கிய பிறகு அவள் கேட்டாள்: "நஞ்சனக்கூடு என்று சொன்னாய் இல்லையா?"

"ஊம்."

"உன் அப்பா பெயர் என்ன?"

"நஞ்சுண்ட பண்டிதர்."

"அம்மா, அப்பா இருவரும் இருக்கிறார்களா?"

"இல்லை."

"இருவரும் இல்லையா?"

"இல்லை." அவன் தலை குனிந்து கொண்டே சொன்னான். பலகாரம் அவனுக்கு உண்மையாகவும் வேண்டாமாக இருந்தது. அதைக் கவனித்த காத்தியாயினி, "அதிகமானால் விட்டு விடு. தட்டிலேயே கை அலம்பிக்கொள்" என்றாள். அவன் தட்டை தரை மீது வைத்து விட்டு குவளையை எடுத்துக் கொண்டு போய், சன்னல் சாளரங்களுக்கு நடுவில் கை நீட்டி அலம்பிக் கொண்டான். மீண்டும் நாற்காலி மீது அவன் உட்கார்ந்ததும் அவள் கேட்டாள்: "உன்னை வளர்ப்பவர்கள் யார்?"

"எங்கள் தாத்தா."

"அவர் பெயர்?"

"ஸ்ரீனிவாச பண்டிதர்."

"தாத்தா ஒருவரால் உன்னை வளர்க்கச் சிரமமாக இருக்கலாம், இல்லையா?" என்று சொன்னதற்கு அவன் எந்தப் பதிலையும் தரவில்லை. மீண்டும் பேச்சைத் தொடரும் வகை புரியாமல் ஐந்து நிமிடம் யோசித்துக்கொண்டு உட்கார்ந்த அவள் கேட்டாள்: "எங்கள் உறவுக்காரர் ஒருவருக்கு நஞ்சனக்கூடு நன்றாகத் தெரியும். அவர் சொன்னார்: நீ குழந்தையாக இருக்கும்போதே உன் அப்பா ஆற்று வெள்ளத்தில் சிக்கி இறந்துபோனாராம், உங்கள் அம்மா இருக்கிறாளாம்."

அவன் எதையும் பேசவில்லை. வெறுமனே தரையைப் பார்த்துக்

கொண்டு உட்கார்ந்திருந்தான். "உண்மையா?" என்று அவளே கேட்டாள். "எனக்குத் தெரியாது" என்றான். மீண்டும் ஐந்து நிமிடம் அவளுக்கு பேச்சுத் தோன்றவில்லை. மீண்டும் கேட்டாள்: "உன் அம்மாவைப் பார்த்த ஞாபகம் இருக்கா உனக்கு?"

"இல்லை."

"அவர் உயிரோடு இருக்கிறார் என்று நான் கேள்விப்பட்டிருக்கிறேன். அவரைப் பற்றி உங்கள் வீட்டில் யாரும் பேசுவதில்லையா?"

"இல்லை."

அவளுக்கு மீண்டும் எதுவும் தோன்றவில்லை. "உன் அம்மாவைப் பார்க்க வேண்டும் என்று உனக்கு விருப்பம் இல்லையா?"

அவன் பேசவில்லை. அசையாத கற்சிலையைப் போல தலை குனிந்து தரையையே பார்த்துக் கொண்டிருந்தான். அவள் மீண்டும் கேட்டாள்: "உன் அம்மாவைப் பார்க்க வேண்டுமென்று உனக்கு ஆசை இல்லையா? பதில் சொல்லுப்பா?"

அவன் அப்போதும் பேசவில்லை. அவள் மீண்டும் அதே கேள்வியைக் கேட்ட போது அவன் மெல்ல, ஆனால் நுட்பமாக அதிரும் குரலில் சொன்னான் "இல்லை."

காத்தியாயினி மார்பின் மீது பெரிய பாறாங்கல்லை வைத்தது போல இருந்தது. அந்தப் பதிலால் ஆசைகள் எல்லாம் நொடிப்பொழுதில் சாம்பலாகி முகம் வாடிப்போனது. தலை சுற்றுவது போலாகி தான் உட்கார்ந்திருந்த நாற்காலி மீது சாய்ந்துகொண்டாள். ஐந்து நிமிடம் நினைவில்லாதவள் போல அசையாமல் உட்கார்ந்திருந்து மீண்டும் சரியாக அமர்ந்து அவனைப் பார்த்தாள். அவன் தரையைக் கூர்ந்து பார்த்துக்கொண்டிருந்தான். கண், மூக்கு, முகம், மிடுக்கு, உடல் அமைப்பு எல்லாம் தாத்தாவுடன் பொருந்தி இருந்தது. கொஞ்சம் தடித்த கீழ் உதடும், உறுதியான பார்வையும் தாத்தாவுக்கே உரிய மனவுறுதியைக் காட்டியது. அவள் பேசிய அத்தனை பேச்சுக்களுக்கும் அவன் 'இல்லை, இல்லை' என்று எதிர்மறையான பதிலையே கொடுத்தான். அதைப் பற்றிப் பேசத் தனக்கு விருப்பமில்லை என்று குறிப்பாகச் சொன்னான். தன்னை அவனுக்குத் தெரியும் என்று அவள் ஆழ்மனம் சொல்லிக்கொண்டே இருந்தது. ஆனாலும் மற்றொரு கேள்வி கேட்டாள்: "உங்கள் அம்மா இங்கேயே இருக்கிறார்.

அவர் எனக்கு நெருங்கிய தோழி. உன்னைப் பார்க்க வேண்டும் என்று விரும்புகிறார். அவரை அழைக்கவா?”

அவன் பேசவில்லை. “பதில் சொல்லுப்பா” என்று மீண்டும் கேட்டாள். அவன் அப்போதும் பேசவில்லை.

“நீ பேசுவதே இல்லை. எதற்கு? அவரை அழைக்கிறேன் பொறு.”

“வேண்டாம், மேடம்.”

அவளுக்கு மீண்டும் பாதி நினைவிழந்தது போலானது. கண்களைப் பாதி மூடி நாற்காலியில் சாய்ந்து உட்கார்ந்தாள். “எனக்கு நேரமாகிறது, மேடம்” என்று சொல்லி அவன் மேலே எழுந்தான். அவள் மெல்லக் கண் திறந்து பார்த்தாள். எழுந்து சென்று அறைக் கதவைத் திறந்து கொண்டு அவன் தலைகுனிந்து கொண்டே போய் விட்டான். அவள் அதைப் பார்த்துக்கொண்டே இருந்தாள். எழுந்து அவன் கையைப் பிடித்து நிறுத்த பாதி மயக்கத்தில் இருந்த அவள் உடலில் திராணி இல்லை. “நில். போகவேண்டாம்” என்று சொல்ல நாக்கில் வலுவில்லை. வெளி வாசலில் இருந்த செருப்பை அணிந்துகொண்டு அவன் போன சத்தம் கேட்டது. அவள் சன்னல் பக்கம் பார்த்தாள். உடலை விட தலை பாரம் என்பதைப் போல அவன் தலையைக் குனிந்து கொண்டு தெருவில் நடப்பது தெரிந்தது. கபிலை வெள்ளத்தை விடவும் வேகமாக அழுகை இம்சையுடன் அவள் உள்ளிருந்து பாய்ந்து வந்தது. ‘சீனி நீ என் மகன். என் வயிற்றில் பிறந்தவன்; என்னை இப்படிக் கொல்லக்கூடாது’ என்று மனதில் சொல்லிக்கொண்டு நாற்காலியை விட்டுத் தரையில் உருண்டு கொண்டாள். உரக்க வந்த அழுகை நாகலட்சுமிக்குக் கேட்கக் கூடாது என்று சேலை முந்தானையை உருட்டி வாயை அடைத்துக் கொண்டாள்.

தரை மீது படுத்து யோசித்தாள். என் மீது அதென்ன கொடுமையான வெறுப்பு! தன் அம்மாவின் முன்னால் உட்கார்ந்து கொண்டே எவருக்கும் மனம் துடிக்கும் பேச்சுக்களை அவளிடமிருந்தே கேட்டுக் கொண்டிருந்தான். எல்லாவற்றுக்கும் பற்றின்றி, ஆர்வமின்றி பதில் சொன்னான். மற்ற யாராக இருந்தாலும் அத்தனை பேசுவதற்குள் கண்ணீர் சிந்தி இருப்பார்கள். அம்மா என்று அருகில் வந்து நின்றிருப்பார்கள். அவன் சிலை போல உட்கார்ந்திருந்தான். கடைசியில், ‘எனக்கு நேரமாகிறது மேடம்’ என்று ஒன்றும் தெரியாதவன்போல எழுந்து போய்விட்டான்.

இது என்ன இயல்பிலேயே இருக்கும் கடுமையா அல்லது தாத்தாவிடமிருந்து அந்த வயதில் பழகியிருக்கும் சித்தச் சமநிலையா? அவளுக்கு பண்டிதர் நினைவானது. மற்றவர் இதயம் நொருங்கிப் போகும் சூழ்நிலையிலும் அவர் அமைதியாக இருப்பார். தன் முன்னால் உட்கார்ந்திருக்கும் சீனியின் முகத்தின் மீது அமைதி இல்லாவிட்டாலும், கலங்கடிக்கும் சங்கதிகளைத் தாங்கிக்கொள்ளும் மன உறுதியையும், கடுமையான மனப்பாங்கையும் அவள் கண்டாள்.

மாலை ஐந்து மணிக்கு ராஜா வீட்டிற்கு வந்த போதும் அவள் தரை மீது படுத்து யோசித்துக் கொண்டிருந்தாள். “இதென்ன, இப்படிப் படுத்துக் கிடக்கிறாய்? அழுதது போலத் தெரிகிறது. எதற்கு?” முகத்தைப் பார்த்து அவர் கேட்டார்.

“ஒன்றுமில்லை” அவள் எழுந்து உட்கார்ந்தாள்.

“என்னிடம் சொல்ல மாட்டாயா? என்ன கவலை அது?”

“எதுவுமில்லை. முன்பு எப்போதோ ஆனது.”

மூன்று முறை கர்ப்பம் கலைந்த விஷயம் என்று அவன் நினைத்தான். அதை நினைத்து அவனுக்கும் துயரமானது. ‘நினைத்துக் கொண்டு என்ன பயன்?’ என்று ஆறுதல் சொன்னான். அன்று இரவு அவளுக்கு மீண்டும் காய்ச்சல் வந்தது. அவளுக்கு ஊசி போட வைத்து ராஜா கவனித்துக் கொண்டான். நாகலட்சுமி தனக்குத் தெரிந்த ஆறுதல் சொன்னாள். மூன்றாம் நாள் காய்ச்சல் நின்றது. நான்காம் நாள் ஜட்கா வண்டியில் உட்கார்ந்து கல்லூரிக்குப் போனாலும் பாடம் எடுக்கவில்லை. இரண்டு மூன்று நாட்களுக்குப் பிறகு பாடம் நடத்தினாள். சீனியின் வகுப்பிற்குப் போகும் போது அவளை ஒருவித தோல்வியுணர்வு ஆட்கொண்டது. அவன் பக்கம் பார்க்கவே கூடாது என்று வகுப்பிற்குப் போனாள். அவள் மனஉறுதியைக் குடைந்து துயரம் கசிந்தது. எந்தத் தடைகளும் இல்லை என்பதைப் போல மனம் கடைசி பெஞ்சைப் பார்த்தது. அவன் அங்கே இருக்கவில்லை. முழு வகுப்பையும் நோட்டமிட்டாள். அவன் முகம் தென்படவில்லை. ஆஜர் எடுக்கும் போது அவன் பெயரைத் தவறாமல் அழைத்தாள். பதில் வரவில்லை. அவள் முகம் பதறியது. நெஞ்சம் படபடத்தது. இப்படி இரண்டு வாரங்கள் கடந்தன. அவன் வகுப்பிற்கே வரவில்லை. ஒரு நாள் போய் கல்லூரி அலுவலகத்தில் கேட்டாள்.

மாணவர்கள் சேர்ந்த ஆவணத்தை எடுத்துப் பார்த்து அதற்குத் தொடர்புடைய குமாஸ்தா சொன்னார்: "என். ஸ்ரீனிவாச பண்டிதன் டிரான்ஸ்ஃபர் சர்ட்டிஃபிகட் வாங்கிக்கொண்டு போயிருக்கிறான். அப்போதே நான்கு நாட்கள் ஆயின. இந்த டெர்ம் கட்டணத்தை முழுமையாகக் கட்டி விட்டுத்தான் சர்ட்டிஃபிகட் வாங்கிக்கொண்டு போயிருக்கிறான்."

இது அவன் அவளுக்குக் காட்டிய கடைசி நிராகரிப்பு என்று அவள் நினைத்தாள். 'இங்கிருந்து எந்தக் கல்லூரிக்குப் போயிருக்கலாம்?' என்று யோசித்தாள். முயன்றால் தெரிந்துகொள்வது சிரமமல்ல. ஆனால் வளைக்க முடியாத இரும்பைத் தேடி என்ன பயன்? அப்போதே தன் மன நிலையைத் தெளிவாக வெளிப்படுத்தி இருக்கிறான், என்று அமைதியானாள். தேடும் யோசனையை என்னமோ கைவிட்டாள். ஆனால் அவன் காட்டிய வெறுப்பைத் தாங்கிக்கொள்ளும் வலிமை அவளிடமிருக்கவில்லை.

4

தன் அம்மாவைப் பற்றி சீனிக்குத் தெரியாமல் இல்லை. நடுநிலைப் பள்ளியில் படிக்கும் போது சகமாணவர்கள் சிலர் அவனிடம் அதைப் பற்றிப் பேசி இருந்தார்கள். தங்கள் வீட்டில் அம்மா அப்பா அதைப் பற்றிப் பேசிக்கொள்வதையும் கூட சகமாணவர்கள் கேட்டிருந்தார்கள். பாட்டி உயிருடன் இருக்கும் போது சீனி ஒருநாள் அவரிடம் இதைப் பற்றிக் கேட்டிருந்தான். அதிக விவரங்களைச் சொல்லாவிட்டாலும் அவர் முக்கியமானவற்றை நுட்பமாகச் சொல்லி, 'நாம் இதைப் பற்றிப் பேசக்கூடாது குழந்தை, உங்கள் தாத்தாவுக்கு அது விருப்பமில்லை. அவரவர் பாவ புண்ணியங்கள் அவரவருக்கு' என்று பேச்சை முடித்திருந்தார். இப்போது அவள் பெங்களூர் கல்லூரியில் விரிவுரையாளராக இருக்கிறாள் என்ற செய்தி ஜனங்கள் வழியாகப் பேரனுக்கும் தெரிந்திருந்தது. அவள் புதுக் கணவன் பெயரும் அவனுக்குத் தெரிந்திருந்தது. பாட்டியின் மரணத்திற்குப் பிறகு அந்த வீட்டில் இந்தச் செய்தியே இருக்கவில்லை. தாத்தா ஒருநாளும் இதைப் பற்றிப் பேசியவரல்ல. தாத்தாவுக்கு விருப்பமில்லை என்று தெரிந்த அவனும் அதைப் பற்றிக் கேட்கவில்லை. இலட்சுமியும் கூட பண்டிதரின் கருத்தை ஏற்றுக்கொண்டவளாகவே இருந்தார்.

அந்தக் குடும்பத்தில் இருந்த மூவரும் ஒருவருடன் ஒருவர் பேசிக்கொள்ளாமலேயே அதனுடன் அவர்களுக்கு எந்தத் தொடர்பும் இல்லை என்பதைப் போலவே இருந்தார்கள். பேரனின் தார்மீகக் கல்வி தாத்தாவிடமிருந்து நேரடியாகக் கிடைத்தது. வேதம், உபநிஷத்துகளை அவர் அவனுக்குக் கற்றுக் கொடுத்து அதற்கான பொருள் விளக்கமும் சொல்லுவார். அறம், ஊழ்வினை, கடமை, மனித வாழ்க்கையின் இலட்சியம் போன்றவைகளைப் பற்றி வியாக்கியானம் செய்வார். அவர் சொல்லிக் கொடுப்பது எல்லாம் புரியாவிட்டாலும், தாத்தாவின் வாழ்க்கையைப் பற்றி அவனிடம் பயம் கலந்த பக்தி வளர்ந்திருந்தது. அந்த வயதிலும் அவர் கடமை உணர்ச்சி, சுற்றி இருக்கும் மக்கள் அவருக்குக் கொடுக்கும் மதிப்பும் மரியாதையும், தனக்காக அவர் பெண்ணைப்போல சமையல் செய்து பரிமாறுவது போன்றவை பையனின் மனதில் பதிந்து விட்டன. வாரம் ஒருமுறை தலைக்கு எண்ணெய் தேய்த்து லட்சுமி அவனைக் குளிப்பாட்டுவாள். அப்பியங்கம் முடிந்ததும் அவள் அவன் நெற்றிக்கு அண்டாவின் கீழே இருந்து கரிமசியை எடுத்து வைத்து, ‘குழந்தை, முதலில் யக்னேசுவரனை வணங்கு. பிறகு தாத்தாவை வணங்கு’ என்பாள். ‘உனக்கு?’ என்று பையன் கேட்டால். ‘சீனப்பாவை வணங்கினால் போதும் எல்லாக் கடவுளுக்கும் கைகூப்பியது போல. என்னை வணங்க வேண்டிய அவசியம் இல்லை’ என்பாள். தாத்தாவின் ஆளுமைக்கு பேரன் மயங்கி இருந்தான்.

கல்லூரியில் வகுப்பு ஆரம்பமாக வேண்டிய முதல் நாளே அவன் வந்திருந்தான். அன்று விடுமுறை என்று தெரிந்த பிறகு மற்ற எல்லாப் பையன்களுடனும் பன்னிரண்டு மணி வண்டிக்கு நஞ்சனக்கூடு திரும்பி விட்டான். உயர்நிலைப் பள்ளியில் கூட்டாளிகளாக இருந்த ஸ்ரீகண்டேஷ்வரா புறநகரத்து வக்கீல் வெங்கடராயரின் மகன் சக்கரபாணி இப்போது அவன் தோழனாக இருந்தான். அவன் பெயர் சீனியின் பிரிவிலேயே இருந்தது. மறுநாள் சக்கரபாணி காலை வண்டியிலேயே வந்திருந்தான். பத்து மணி ரயிலில் வந்த சீனிக்காக அவன் பின்னால் பெஞ்சில் இடம் பிடித்து வைத்திருந்தான். காத்தியாயினி வகுப்பிற்கு உள்ளே வந்த சீனி நேராகப் போய் சக்கரபாணி அருகில் அமர்ந்த பிறகு, ‘மேடம் வகுப்பு’ என்று அவனுக்கும் வியப்பாக இருந்தது. பெண் ஆசிரியர் வகுப்பு எப்படி இருக்கும் என்ற ஆர்வத்தில் அவன்

ஆசிரியையைச் சிறிது நேரம் பார்த்தான். பிறகு தன் பாடத்தில் கவனம் செலுத்தினான். அந்த வகுப்பு முடிந்த பிறகு அந்தப் பிரிவின் மாணவர்கள் லேபரெட்டரிக்குப் போக வேண்டி இருந்தது. அவர்கள் அங்கே போனார்கள். ஆனால் அன்று அங்கே எதையும் செய்ய வைக்கவில்லை. எல்லா மாணவர்களும் வெளியே வந்த பிறகு சக்கரபாணி சீனியைக் கேட்டான்: 'இங்கிலிஷ் ஆசிரியை பெயர் தெரியுமா?'

"இல்லை, ஏன்?"

"மிஸஸ் காத்தியாயினி ராஜராவ் என்று."

"அப்படியானால் அவருக்குத் திருமணம் ஆகி இருக்கிறதா?"

"ஆமாம், அவர் கணவர் மகாராஜா கல்லூரியில் உதவிப் பேராசிரியராம்."

அவர் யார் என்பது உடனே சீனிக்குப் புரிந்துவிட்டது. ஆனாலும் சக்கரபாணியிடம் கேட்டான்: "இவர் முன்பிருந்தே இங்கே இருக்கிறாரா?"

"இல்லை. முன்பு பெங்களூரில் சென்ட்ரல் காலேஜில் இருவரும் இருந்தார்களாம். கடந்த ஆண்டு இங்கே மாற்றலாகி இருக்கிறதாம். இவர் கணவர் ராஜாராயர் மிக நன்றாக நாடகம் கற்றுக் கொடுப்பார். இன்று காலைதான் நான் வந்தேன், எங்கள் அத்தை வீட்டிற்குப் போயிருந்தேன். எங்கள் அத்தை மகள் மகாராஜா கல்லூரியில் பி.ஏ. படிக்கிறாள். அவள் எல்லாம் சொன்னாள்."

"எல்லாம் என்றால் என்னென்ன?"

'அவருடையது விடோ மேரேஜாம்" இதைச் சொன்ன சக்கரபாணி உடனே நாக்கை கடித்துக் கொண்டது போல பேச்சை அத்துடன் முடித்துக் கொண்டான். சீனியின் முகம் வாடிப் போனது. தங்கள் புது மேடம் யார் என்பது சக்கரபாணிக்கு முழுமையாகத் தெரிந்து விட்டது. தன் நண்பனின் மனதைத் துன்புறுத்த வேண்டுமென்று அவன் இதைச் சொல்லவில்லை. தன் நண்பனுக்கு தொடர்புடைய முக்கிய செய்தியைச் சொல்லும் ஆதுரத்தில் பேச்சைத் தொடங்கி இருந்தான்.

தன் அம்மாவான புதிய ஆசிரியை மீது ஓரிரு நாட்கள் தன்னை அறியாமலேயே அவன் கவரப்பட்டிருந்தான். வகுப்பில் இருந்த போது அவள் கண்ணைத் தவிர்த்து அவளைப் பார்த்தான். முதல்

முறையாக அவள் அவனை வீட்டிற்குக் கூப்பிட்ட போது அந்த எதிர்பாராத அழைப்பை கேட்டுத் தடுமாறிப் போயிருந்தான். உடனே மனதிற்குத் தோன்றிய பதிலைச் சொல்லி அங்கே இருந்து தப்பித்துக்கொண்டிருந்தான். பக்கத்துக் கல்லூரிக்குப் போய், அவர் கணவனைப் பார்க்கும் ஆர்வம் அவனுக்கு உண்டானது. ஒரு நாள் அங்கே போய், “இங்கிலிஷ் ராஜாராவ் இன்று வகுப்பு எடுக்கிறாரா?” என்று ஒரு மாணவனைக் கேட்டான்.

“சீனியர் பி. ஏ. ஹாலில் அவர் கிளாஸ் இருக்கு?”

“அது எங்கே இருக்கிறது?”

“நான் அங்கேதான் போகிறேன்.”

சீனி அவனுடன் போய் அந்தப் பெரிய கூடத்தில் அமர்ந்தான். ராஜாராயர் வந்தார். அவரை சீனி கூர்ந்து பார்த்தான். அவர் பர்னாட்ஷாவின் செயிண்ட் ஜோன் நாடகத்தைச் சொல்லிக் கொடுத்துக் கொண்டிருந்தார். சரியாகப் புரியாவிட்டாலும், அவர் நடிப்புடன் சேர்த்துப் பேசும் வகை, சரளமாக இங்கிலிஷை உச்சரிக்கும் வேகம் அவனுக்குக் கவர்ச்சியாகக் கண்டன. புதிய ஆசிரியை அவன் அம்மா என்று தெரிந்து, அவன் மனம் அதை நிராகரிக்க முடியாமல் ஏற்றுக்கொண்டாலும், ராஜாராயர் மீது அவனுக்கு எந்த நெருக்கமான உணர்வும் ஏற்படவில்லை. மாறாக தனக்கு அறியாத நுட்பமான வெறுப்பு மனதில் தோன்றியது. இடையில் அவனுக்கு அவன் அப்பா நினைவானது. அவன் தன் அப்பாவைப் பார்த்ததே கிடையாது. அவரது ஒரு போட்டோ கூட வீட்டில் இல்லை. மனம் கலங்கத் தொடங்கியது. வகுப்பில் பாடம் நடந்துகொண்டிருந்தது. உடனே எழுந்து வெளியே போகவேண்டும் என்று தோன்றினாலும், அப்படிச் செய்தால் அவர் என்ன சொல்வாரோ என்ற பயத்தில் மணியடிக்கும் வரை உட்கார்ந்திருந்து விட்டு பிறகு வெளியே வந்தான்.

அவன் மனம் தனக்கே புரியாத அதிசய உணர்வுகளில் சிக்கித் தவித்தது. தன் அம்மாவை சந்தித்துப் பேசும் விருப்பமும் மனதில் தோன்றியது. ‘அவர் புதுக் கணவனுடன் எதற்காகப் போனார்?’ என்று மனம் கேட்டது. அவரும் இந்த ராஜாராவிடம் கற்றவராம். ராஜாராயர் நன்றாக நாடகம் நடத்துவார் என்று பாட்டி சொன்னது நினைவிற்கு வந்தது. நன்றாக நாடகம் நடத்தும் ராஜாராயருக்கும் அவருக்கும் நட்பு வளர்ந்திருக்கலாம். அவர்

இவருடன்... தன்னையே அறியாமல் அவனுக்கு அசிங்கமாக இருந்தது. 'என் அம்மா எதற்கு இப்படிச் செய்தாள்?' என்று யோசித்தான். 'எதற்காக இப்படிச் செய்தீர்கள்?' என்று கேட்டு விடலாமா? என்று ஒருமுறை மனதில் தோன்றியது. 'அதைக் கேட்க நீ யார்?' என்று கேட்டு விட்டால்! என்ற கவலையில் அத்துடன் அதைக் கிள்ளிப்போட்டான். 'அவர் குடும்பத்தை விட்டுப் போய் மறுபடியும் திருமணம் செய்து கொள்ளாமல் இருந்தால் இந்த வயதில் தாத்தாவுக்கு உதவியாக இருந்திருக்கும். அதைப் பொருட்படுத்தாமல் அவர் போய் விட்டார். குழந்தையான என்னையாவது எப்படி விட்டுப்போனார்?' என்ற பல கேள்விகள் மனதை வாட்டின. சரியாக உணவு சேராமல், இரவு தூக்கம் வராமல் அவன் இரண்டு மூன்று நாட்களைக் கழித்தான். தன் மனதை வதைக்கும் கேள்விகளைத் தாத்தாவிடமாவது சொல்லலாம் என்ற எண்ணம் மனதில் தோன்றியது. அவருக்கு அந்தப் பேச்சுக்கள் விருப்பமாகாது; அது மட்டுமல்ல, அவரையும் வருந்தச் செய்யும், என்று அந்த எண்ணத்தைக் கைவிட்டான். தாத்தா எப்படி எல்லாக் கவலைகளையும் விழுங்கிக்கொண்டு சமாதானமாக இருக்கிறாரோ, அதுபோலவே தானும் இருக்க வேண்டுமென்று விரும்பினான். தினமும் சந்திவந்தனம் செய்யும் போது இன்னும் நூறு காயத்ரி மந்திரங்களை அதிகமாகச் சொல்ல ஆரம்பித்தான்.

'அவரவர் தர்ம, கருமங்கள் அவரவரைச் சார்ந்தது. நாம் மற்றொருவரின் நடத்தையைப் பற்றிச் சிந்திக்கக் கூடாது குழந்தை' என்று தாத்தா அடிக்கடி சொல்லும் வார்த்தைகள் நினைவிற்கு வரும். தன் அம்மாவின் நடத்தையைப் பற்றி யோசிப்பதை நிறுத்த முயன்றான். அவனிடம் அற்புதமான மனவுறுதி இருந்தது. எல்லா வகையிலும் தாத்தாவின் பேரனாக இருந்த அவன் அதில் அதிகமாக வெற்றியும் அடைந்திருந்தான். பிறகு ஏதாவது ஒருநாள் அவர் தன்னை அழைத்துப் பேசுவார். 'நான்தான் உன் அம்மா என்று சொல்வார். அப்போது என்ன செய்வது?' என்ற கேள்வி மனதில் தோன்றும். 'ஆம், நான்தான் உங்கள் மகன்' என்று ஒத்துக்கொள்வதா? என்ற சிந்தனையும் வந்தது. அப்படிச் செய்தால் பிறகு எங்கள் உறவு வளரும். எனக்கு அவர் மீது நம்பிக்கை வளர்ந்து அவருடன் இருப்பதை விரும்பலாம். அப்போது தாத்தாவின் கதி? தன் அம்மா செய்தது போலவே

தானும் தாத்தாவை விட்டுப்போகும் சிந்தனையே அவனை நெருப்பாகச் சுடத் தொடங்கியது. இரண்டு பக்கமும் நான் மகனாக இருப்பதா? சீனி அப்போதே போதுமான அளவிற்கு சாத்திரங்களை அறிந்திருந்தான். தான் தன் வம்சம், அந்த வம்சத்திற்குச் சேர்ந்த தன் அறம், ஊழ்வினைகள் போன்ற பிரக்ஞை அவனிடம் சுமாராக வளர்ந்திருந்தது. தினமும் சந்திவந்தனம் செய்து தன் பிரவரம் (மரபு) சொல்லி வணங்கும் போது அதன் பொருள் அவன் மனதில் நன்றாகப் பதிந்திருக்கும். ஒவ்வொருவரும் தங்கள் வம்சத்து மகத்துவத்தையும், மதிப்பையும் பாதுகாப்பது மட்டுமல்ல, அதை வளர்த்து, அதிக பிரகாசிக்கச் செய்ய வேண்டும் என்ற தாத்தாவின் வார்த்தைகள் நினைவிற்கு வரும். சந்திர வம்சம், சூரிய வம்சம் என்று எப்படித் தங்கள் வம்ச கௌரவத்தைப் பாதுகாத்தார்கள் என்பதை அவன் புராணங்களில் படித்திருந்தான். காஷ்யப கோத்திரத்தில் பிறந்த பண்டிதர் வம்சத்து மகனான நான் மற்றொரு குடும்பத்தில் எப்படி மகனாக நடந்துகொள்ள முடியும்? மூத்தவர்களுடன், அவர் யாராக இருந்தாலும், மகன் என்ற உணர்வில் நடந்துகொள்வது அவன் பண்பாட்டில் இருக்கிறது. ஆனால் தன் வம்சத்தைத் துறந்து வேறொரு வம்சத்திற்குச் சென்ற தாயுடன் உறவை ஏற்படுத்திக் கொண்டு அவர் வீட்டிற்குப் போய் வருவது எப்படிப்பட்ட முரண்! என்று மனம் சிந்தித்தது.

‘ஒருநாள் இல்லை ஒருநாள் அவர் என்னை அழைத்துத் தன் அடையாளத்தைச் சொன்னால் என்ன செய்வது? என்ன பதில் சொல்ல வேண்டும்?’ என்று அவன் யோசித்தான். அம்மாவுக்கு முன்னால் முரட்டு பதிலைச் சொல்லி அவர் மனதை நோகடிக்க அவனுக்கு விருப்பமில்லை. யாருடனும் கடுமையாகப் பேசி மனதைத் துன்புறுத்தக்கூடாது என்று தாத்தா அவனிடம் சொல்வார். தனக்கு எதுவும் தெரியாது என்பதைப் போல இந்தப் புதிய உறவிலிருந்து விலகி இருக்க வேண்டுமென்று அவன் முடிவெடுத்தான். காத்தியாயினி வீட்டிற்குப் போனபோது அதே முடிவுடன் நடந்து கொண்டாலும், அந்த வீட்டை விட்டு வெளியே வந்த பிறகு அவனுக்கு அழுகை வந்தது. தெருவோரத்து ஒரு மரத்தருகே நின்று தேம்பித் தேம்பி அழுது விட்டான். பையில் இருந்த கைக்குட்டையால் கண்களைத் துடைத்துக் கொண்டு கல்லூரிப் பின் பகுதியில் இருந்த விளையாட்டு மைதானத்து மரத்திற்குக் கீழே வந்து உட்கார்ந்தான்.

அவன் தினமும் கல்லூரிக்கு வருவான். ‘மீண்டும் அவர் என்னை அழைத்தால்? என் முன்னால் அழுதால்? அவர் முன்னால் எனக்கு அழுகை வந்தால்?’ என்று யோசித்தான். நான்கு நாட்கள் அவர்கள் விடுமுறையில் இருப்பதாகக் கல்லூரி அறிக்கைப் பலகையிலிருந்து தெரிந்தது. நான்கு நாட்களுக்குப் பிறகு அவர் கல்லூரிக்கு வருவார். அப்போது என்ன செய்வது? அவரை மீண்டும் ஒருமுறை பார்க்க அவனுக்கு ஆசையாக இருந்தது. ‘நான்தான் உங்கள் மகன். என் பெயர் சீனி’ என்று சொல்ல வேண்டுமென்று சில தடவை உணர்வு துடிக்கும். ஆனால் தாத்தா சொன்ன வார்த்தைகள் உடனே நினைவிற்கு வரும்: ‘எந்தப் பொருளுடன் தொடர்பு ஏற்பட்டாலும் அதன் மீது மோகம் பெருகும். மோகம் வளர்ந்த பிறகு அதிலிருந்து தப்பித்துக் கொள்வது எளிதல்ல. அதனால் கெட்ட பொருட்களின் மீதான தொடர்பையே விட்டுவிட வேண்டும்.’ இனி அவரைப் பார்ப்பது கூடாது. அந்தக் கல்லூரியையே விட்டுவிட வேண்டும். பிறகு நான்கைந்து நாட்களில் தன் மனம் கட்டுக்குள் வரும் என்று யோசித்தான்.

ஒரு இரவு தாத்தாவைக் கேட்டான்: “நான் இப்போது படித்துக் கொண்டிருப்பது அரசாங்கக் கல்லூரியில். வகுப்புகள் சரியாக நடப்பதில்லை. சாரதாவிலாஸ் கல்லூரியில் சேர்வது நல்லது என்று மைசூரில் சிலர் சொல்கிறார்கள். என் டிரான்ஸ்ஃபர் சர்டிஃபிகட் வாங்கிக்கொண்டு அங்கே சேரட்டுமா?”

தாத்தா அவன் யோசனையை முதலில் ஒத்துக்கொள்ளவில்லை. “புதிய கல்லூரியில் இடம் கிடைக்குமா?” என்று கேட்டார்.

மறுநாள் அவன் சாரதாவிலாஸ் கல்லூரிக்குப் போய் விசாரித்துக் கொண்டு வந்து தாத்தாவிடம் சொன்னான். “சீட் இருக்கிறது. சர்ட்டிஃபிகட் வாங்கி வா என்றார்கள். இப்போது இருக்கும் கல்லூரியில் இந்த டெர்ம் ஃபீஸ் முழுதும் கட்டாமல் சர்ட்டிஃபிகட் கொடுக்க மாட்டார்கள். புதிய காலேஜில் மீண்டும் பணம் கட்ட வேண்டும். அறுபது ரூபாய் தேவை. நான் இப்போது புதுக் கல்லூரியில் சேரவேண்டும்.”

“பணம் பெட்டியில் இருக்கிறது. எடுத்துக்கொள். விண்ணப்பத்தில் என்ன எழுத வேண்டும் சொல். பாடம் நன்றாகச் சொல்லிக் கொடுக்கும் காலேஜ் முக்கியம்” தாத்தா சொன்னார்.

மூன்று நாட்களில் சீனி புதுக் கல்லூரி மாணவனானான். ஆனாலும் சில நாட்கள் மனம் ஒரு நிலைப்பாட்டிற்கு வரவில்லை.

5

ஏமாற்றமடைந்த காத்தியாயினியின் உடல்நிலை அடிக்கடி கெட்டது. மீண்டும் காய்ச்சல் வரவில்லை, தலைவலி இல்லை, படுக்கையில் படுக்கவில்லை. ஆனால் நாளுக்கு நாள் நலிந்துகொண்டே போனாள். முன்பு ஒரு முறை உருண்டு திரண்டு ஆரோக்கியமாக இருந்த உடல், இப்போது புழு தின்று துளைகளான இலை போலாகி இருந்தது. ராஜா மருத்துவரிடம் காட்டினான். குறிப்பிட்ட எந்த நோயும் அவளிடம் இருக்கவில்லை. டானிக் எழுதிக் கொடுத்து, பழம் முட்டைகளைச் சாப்பிட பரிந்துரை செய்தார். தனக்குச் சேராவிட்டாலும் ராஜாவின் வற்புறுத்தலுக்காக தினமும் ஒரு முட்டை சாப்பிட்டாள். விலையுயர்ந்த பழங்கள் வீட்டிற்கு வந்தன. பால் முன்பை விட அதிகமானது. ஆனால் அவள் உடல் எடை குறைந்து கொண்டே போனது. அவள் இப்போது கணவருடனும் அதிகம் பேசுவதில்லை. கல்லூரி முடிந்து வீட்டிற்கு வந்து தனியாக அறையில் உட்கார்ந்து விடுவாள். மனம் சூனியமாக இருக்கும். எதிரில் இருக்கும் சுவரையோ, சன்னலுக்கு வெளியே தெருவில் தெரியும் மரத்தையோ வெறுமனே பார்த்துக்கொண்டு இருப்பாள். தன் ஆளுமைக்கான மதிப்பு என்னவென்று எப்போதும் நினைத்து வருந்துவாள். தன் வயிற்றிலிருந்து வந்த கிளையே வெறுக்கும் போது மரம் எவ்வளவு செழிப்பாக வளர்ந்து என்ன பயன்? என்று பெருமூச்சு விடுவாள். இன்னொரு நாள் நஞ்சனக்கூடு போகலாமா என்ற யோசனை வரும். அந்த யோசனை வரும் போது நலிந்து போன உடல் நுட்பமாக அதிர்ந்து இன்னும் அதிகமாக நொந்து போவாள். சமீப காலமாக இரவில் கனவு கண்டு, அர்த்தமில்லாத வார்த்தைகளை உளறிக்கொட்டுவாள். சில சமயம் தெளிவாகப் பேசுவாள். பக்கத்தில் ராஜா அவளை அசைத்து ‘எதற்கு இப்படி உளறுகிறாய்?’ என்று கேட்டால் அமைதியாக உறங்குவாள். ஒரு இரவு தூக்கத்தில், ‘அறம், ஊழ்வினைகளை நிர்ணயம் செய்யும் மூலத் தத்துவம் எது?’ என்று இங்கிலிஷில் கேட்டாள். விழிப்புடன் இருந்த ராஜா இங்கிலிஷில் ‘எல்லா உயிரினங்களின் நலமே அறத்தின் அடிப்படைக் கொள்கை’ என்றான்.

அவள் தூக்கக் கலக்கத்தில் கேட்டாள்: “வெறும் இன்பமே அறம் அல்ல. எந்த வகையான இன்பம்? உடல் இன்பமா? மானசீக இன்பமா? அறிவுசார் இன்பமா? அற வாழ்க்கை நிறைவில் கிடைக்கும் இன்பமா? இவற்றைப் பற்றி விளக்கங்கள் இல்லாத இன்பத் தத்துவம் அறத்தின் அடைப்படையாவதில்லை.”

ராஜா மீண்டும் பேசுவதற்குள் உளறுவது நின்று தூங்கிவிடுவாள். காலை எழுந்தவுடன் அவன் சொன்னதை அவளால் நம்ப முடியவில்லை. இப்படிப் பல இரவுகள் நடக்கும். மனநோய் மருத்துவரிடம் காட்டலாம் என்று ராஜா சொன்ன போது, “என் மனதை வேறு யாரும் பார்க்க வேண்டிய அவசியம் இல்லை. ‘உன்னை நீ அறிந்துகொள்’ என்ற சூத்திரமே மேல்” என்று அவன் வாயை அடைப்பாள்.

ஒரு நடு இரவு தூக்கத்தில் இருந்த ராஜாவுக்கு திடீர் என்று விழிப்பு வந்தது. கண் திறந்து பார்த்தால் அருகில் காத்தியாயினி இருக்கவில்லை. எழுந்து உட்கார்ந்து பார்த்தான். அறைக் கதவு திறந்திருந்தது. அவன் வெளியே வந்தான். வாசற்கதவும் திறந்திருந்தது. தெருவிற்கு வந்து பார்த்த போது ஒரு ஃபர்லாங் தொலைவில் பெண் வடிவம் ஒன்று மெல்ல நடந்து சாமுண்டிபுரம் நோக்கிப் போய்க்கொண்டிருப்பது தெரிந்தது. அவள் காத்தியாயினி என்று தெரிந்து அவர் பின்னால் ஓடினான். சிறிது தொலைவு போனதும், கிடைத்த அவளிடம் கேட்டான்: ‘எங்கே போகிறாய்?’ அவள் கண்கள் திறந்திருந்தன. ஆனால் முகபாவம் தூக்கத்தில் இருந்தது. தன் எதிரில் நிற்பவர் அடையாளம் அவளுக்குத் தெரியவில்லை. உளறுவது போலச் சொன்னாள்: ‘சாமுண்டி மலைக்கு’.

“எதற்குப் போகிறாய்?”

“எதற்கு? உயர ஏறாமல் வாழ்வது எப்படி? கனவில் இறங்கிக் கொண்டே இருந்தேன். இப்போது விழிப்பு வந்தது. ஏறப்போகிறேன்.”

“என்னுடன் வா. காலை இருவரும் போகலாம்.”

“நீங்கள் எவ்வளவு புத்திசாலி!” என்று அவள் அவன் முதுகைத் தட்டிக் கொடுத்தாள். அவன் அவள் கையைப் பிடித்துக் கொண்டு வீட்டிற்கு அழைத்து வந்தான். வாசல் கதவைச் சாத்தி, அவளை படுக்கை அறைக்கு அழைத்து வந்து, கட்டில் மீது படுக்க வைத்து,

அறைக் கதவை பத்திரமாக சாத்தினான். ஒரே நிமிடத்தில் கண் மூடித் தூங்கிவிட்டாள். அவர் சுமார் ஐந்து நிமிடம் பேயறைந்தவன் போல உட்கார்ந்திருந்து பிறகு அவளை அசைத்துக் கேட்டான்: 'தூங்கிவிட்டாயா?'

"இல்லை, எப்போதும் விழிப்புடன் இருப்பேன்." ஆனால் அவள் மூச்சு வேகத்திலும், முகத்தின் மீதும் உறக்கம் நன்றாகத் தெரிந்தது.

"இப்போது யாருடன் பேசுகிறாய் தெரிகிறதா?"

"ஊம்."

"நான் யார்?"

"புருஷன்."

"நீ யார்?"

"பிரகிருதி."

அவர் நெஞ்சம் சரிந்தது. நெற்றி வியர்த்தது. அந்த வார்த்தைகளை முழுமையாகத் தொடர்ந்து சோதிக்க வேண்டும் என்று கேட்டான்: "பிரகிருதி என்றும் புதுமையானவள் அல்லவா?"

"நிரந்தர நூதனமானவளும் அல்ல. நிரந்தர வல்லமை படைத்தவளும் அல்ல. அறப் பாதையை நிராகரித்தால் வாழ்க்கையே இல்லை."

சுமார் பத்து நிமிடம் ஆழ்ந்த யோசனையிலிருந்து பிறகு அவன் கேட்டான்: "பிரகுருதி என்னால் உனக்குக் கிடைக்கும் பலனாவது என்ன?"

காத்தியாயினி பேசவில்லை. அப்போதே ஆழ்ந்த உறக்கத்தில் இருந்தாள். புரண்டு படுக்க வைத்தாலும் விழிப்பு வரவில்லை. இப்போது ராஜாவுக்கு தூக்கம் கலைந்தது. முழு இரவும் அவன் கண் மூடவில்லை. படுக்கையில் இருந்து எழுந்து சன்னல் அருகே சாய்வு நாற்காலியில் மீது அமர்ந்து யோசிக்கத் தொடங்கினான். ஒரு காலத்தில் அவன் மனித வாழ்க்கை எந்தச் சங்கிலிகளும் இல்லாத நிலையைக் குறித்து சிந்தித்தது. தர்மத்தாலும், சடங்கு சம்பிரதாயங்களாலும் மனிதனின் சுதந்திர சுக வாழ்க்கைக்கு ஏற்படும் தடைகளைப் பற்றி யோசித்தான். அந்தப் பார்வையில் தனக்கான ஒரு ஆதர்ச சமூகத்தைக் கற்பித்துக்கொண்டிருந்தான். அவன் இயல்பிலேயே நல்லவன். யாரைப் பற்றியும் கெட்டதாக

யோசித்தவன் அல்ல. முடிந்த அளவு உதவக்கூடியவன். அவன் வாழ்க்கைப் பார்வை சிறிது மாறுபட்டதாக இருந்தது. அதே பார்வையில் காத்தியாயினிக்கு ஊக்கமளித்து அவளைத் திருமணம் செய்துகொண்டிருந்தான். இப்போது தன் வாழ்க்கை எதை நோக்கி நகர்கிறது? என்ற ஏமாற்றமான கேள்வியைப் பற்றி சிந்தித்துக் கொண்டே இரவு கழிந்தது. விடிகாலை ஐந்து மணிக்கு காத்தியாயினிக்கு விழிப்பு வந்த போது அவள் எழுந்து அவன் அருகே வந்து கேட்டாள்: "இதென்ன கண் சிகப்பாக இருக்கிறது? இரவு தூங்கினீர்களா இல்லையா? இங்கே எதற்கு உட்கார்ந்திருக்கிறீர்கள்?"

"உனக்கு எதுவும் நினைவில்லையா?"

அவளுக்கு எதுவும் புரியவில்லை. "நீங்கள் என்ன சொல்கிறீர்கள்? எந்த விஷயம்?"

அருகில் உட்கார வைத்துக்கொண்டு நடந்தவற்றை எல்லாம் விவரமாகச் சொன்னான். அவள் கண்களில் கண்ணீர் நிரம்பியது. "இங்கே வாங்க" என்று அவன் கையைப் பிடித்துக்கொண்டு கட்டிலுக்கு அழைத்துச் சென்றாள். தான் உட்கார்ந்துகொண்டு அவனை மடி மீது படுக்க வைத்துக்கொண்டு சொன்னாள்: "என்னால் உங்களுக்கு எவ்வளவு துயரம்! எனக்கு எதுவும் தெரியாது. இப்போது நீங்கள் என் மடி மீது படுத்துத் தூங்குங்கள். தூக்கம் வர உங்களைத் தட்டிக்கொடுக்கிறேன்."

அவன் எரியும் தன் கண்களை மூடினான். குழந்தையைத் தட்டிக்கொடுப்பது போல அவன் முதுகைத் தட்டிக் கொடுக்கும் போது அவள் கண்களில் கண்ணீர் நிறைந்து வந்து அவன் கன்னத்தில் விழுந்தது.

"நீ எதற்காக அழுகிறாய்?" கண்ணை மூடிக்கொண்டே அவன் கேட்டான்.

"என்னை அறியாமல் உங்களை நோகடித்ததற்குப் பிராயச்சித்தமாக. நீங்கள் பேசவேண்டாம். படுத்துத் தூங்குங்கள்" என்று குனிந்து தன் மார்பை அவன் மீது புதைத்துக்கொண்டாள்.

6

நாளுக்கு நாள் சீரழிந்துகொண்டிருந்த காத்தியாயினியின் உடல்நிலையால் ராஜா நொடிந்து போனான். அவளை எப்படி சுதாரிப்பது என்று அவனுக்குத் தெரியவில்லை. காத்தியாயினி மனநிலை அதிகம் கலக்கமுற அவள் அதிகமாகவே அவனிடமிருந்து அன்பை விரும்பினாள். அவன் அவளுடன் பேசாமல் ஏதாவது பணியில் ஈடுபட்டிருந்தால், அவனுக்குத் தன் மீதான காதல் குறைந்திருக்கலாம் என்று கவலைப்பட்டாள். அவன் ஏதாவது ஒன்றுக்கு கொஞ்சம் கோபப்பட்டாலும் அவனும் என்னைக் கைவிட்டு விடுவான் என்று பயந்தாள். ஒரு நாள் கட்டில் மீது உட்கார்ந்திருந்த அவன் பாதங்களைத் தொட்டுக் கேட்டாள்: 'நீங்கள் என்னிடமிருந்து இப்படி விலகி இருந்தால் என் கதி என்ன? என் மீது கருணை காட்டக் கூடாதா?"

"உனக்கு நான் என்ன செய்தேன்? வெறுமனே நீ ஏதோ பயப்படுகிறாய்" என்று ஆறுதல் சொல்லி: "உன் மீது எனக்கு எந்தச் சலிப்பும் இல்லை. கொஞ்சம் உடல் தேர்ந்து நன்றாக இருக்க வேண்டும் என்று நான் எவ்வளவு முயன்றாலும் நீ நலிந்துகொண்டே போகிறாய். எனக்காகவாவது உன் மனதை ஆசுவாசப்படுத்திக்கொள்ளக்கூடாதா நீ?"

"அதற்காக நான் எவ்வளவு முயற்சி செய்கிறேன் என்று உங்களுக்குத் தெரியாதா? என்னால் எத்தனை துயரம் உங்களுக்கு! நீங்கள் தங்கம் போல குணம் கொண்டவர். நான் உங்களுக்குத் தகுந்த சுகத்தைக் கொடுக்கவில்லை" என்று அவரைத் தழுவிக்கொண்டு மற்றொரு முறை கண்ணீர் சிந்தினாள்.

அவளைப் பிடித்திருக்கும் மனநோய் அவனுக்குப் புரிந்தது. வயிற்றில் வளர்ந்த பிள்ளைகளில் ஒன்றாவது உயிருடன் இருந்திருந்தால் மனதிற்கு ஆறுதல் அளிக்க ஒரு உயிர் இருந்திருக்கும். அந்த மூன்று குழந்தைகளும் இறந்தது தான் செய்த பாவத்தின் பலன் என்ற உணர்வு அவளிடம் தோன்றி இருப்பது அவனுக்குத் தெரியும். 'ஒரு வம்சத்து விதையை வைத்திருந்த சேத்திரம் மற்றொரு வம்சத்து விதையை ஏற்றுக்கொள்வது பாவம். அந்தப் பாவத்தின் பலன்தான் மூன்று சிசுக்கள் பிறக்கும் முன்பே கிடைக்காமல் போயின" என்ற பேச்சை அவள் ஒரு நாள் தூக்கத்தில் உளறி இருந்தாள். பாவ புண்ணிய பிரக்ஞைப் போராட்டத்தில் அவள் காயப்பட்டிருப்பது

அவனுக்கு முழுமையாகப் புரிந்தது. அவள் இயலாமையை அறியும் போதெல்லாம் அவன் அவளை அதிகமாகக் காதலித்தான். முடிந்த அளவு அவளுடன் அதிக நேரத்தைக் கழித்தான்.

ஒரு இரவு எட்டு மணிக்கு அவன் தன் அண்ணன் பங்களாவுக்குப் போனான். சமீப காலமாக ராயரின் உடல்நிலையும் சரியில்லை. அவர் வராண்டாவில் ஒரு சாய்வு நாற்காலியில் உட்கார்ந்திருந்தார். கருணா உள்ளே ஏதோ நூலைப் பார்த்துக்கொண்டிருந்தாள். இருவர் நலத்தையும் விசாரித்த பிறகு ராஜா அண்ணனிடம் காத்தியாயினி மனநிலையை விவரித்தான். நஞ்சனக்கூடு பண்டிதர் பற்றித் தெரிந்துகொள்ள அவருக்கும் ஆர்வம் இருந்தது. அதைப் பற்றி காத்தியாயினியிடம் கேட்டால் அவள் மனம் புண்படும் என்றும் கேட்கவில்லை. முதல் முதலாக அவன் அண்ணனிடம் அவரைப் பற்றிக் கேட்டான். தமக்குத் தெரிந்த எல்லாத் தகவல்களையும் சொல்லி மேலும் அவர் சொன்னார்: 'ஓராண்டுக்கு முன் நாங்கள் இருவரும் அங்கே போயிருந்தோம். அப்போது எங்களுக்கும், இந்த நிலைமையில் மருமகள் அவர் அருகில் இருந்தால் நல்லது என்று தோன்றியது."

ராஜா அமைதியாக யோசிக்கத் தொடங்கினான். சிறிது நேரத்திற்குப் பிறகு கேட்டான்: "இப்போதும் காத்தியாயினி போய் அவரிடம் மன்னிப்பு கேட்டால் அந்த முதியவருக்காவது ஆறுதலாக இருக்கும். இவள் மனமும் ஒரு நல்ல நிலைக்கு வரலாம், இல்லையா?"

'அதைப் பற்றி நான் அவரிடம் பேசினேன். அவர் இவை எதையும் மனதில் வைத்துக்கொள்ளவில்லை. அவருடன் உறவை இழந்த யாரைப் பற்றியும் அவர் யோசிப்பதில்லை. ஆர்வமின்றி முழுமையாக வாழ்ந்துகொண்டிருக்கிறார். அவரைப் பார்த்து மன்னிப்பு கேட்டால் அவளுக்கு மன அமைதி கிடைக்கும் என்றால் அப்படியே நடக்கட்டும். அது நல்லது."

ராஜா அந்த விஷயத்தைப் பற்றி தன்னுடன் பேச்சைத் தொடங்கிய போது அவளுக்கு அச்சம் ஏற்பட்டது. ஏதோ ஒரு சக்தி அவள் மனதை நடுங்க வைத்தது. அவள் ஆதுரமாகக் கேட்டாள்: "நீங்கள் இதைப் பற்றி மாமாவிடம் எதற்குப் பேசினீர்கள்? நான் என்றும் அங்கே போக முடியாது. அவர் முன்னால் மயங்கி விழுவதை விட இங்கேயே இறந்து போகலாம்."

ராஜா கையறு நிலையில் இருந்தான். "நாகுவைப்போல நீயும் எதற்கு ராமர் வழிபாடு செய்யக் கூடாது? ராம நாமம் எழுதவாவது தொடங்கு. மன அமைதி கிட்டும்" என்றான்.

'அதையும் முயன்று பார்த்து விட்டேன். என்னைப் போன்றவளுக்கு ராமனும் கருணை காட்டமாட்டான்."

ராஜா நாளுக்கு நாள் கவலைக்கு ஆளானான். சில நாட்களில் அவனும் தனிமையானான். தினமும் காலை, தன் கல்லூரியில் நாடகம் இருக்கிறது என்று வீட்டில் சொல்லி விட்டு சைக்கிள் ஏறி ஏதாவது சாலை வழியாக ஊருக்கு வெளியே போய் மரத்திற்குக் கீழே உட்காருவான். முன் போல சைக்கிள் மிதிக்க அவனிடம் தெம்பில்லை. அது டிசம்பர் மாதமாக இருந்தது. குளிர் கால விடுமுறையும் ஆரம்பமாகியிருந்தது. ஒருநாள் அரக்கப்பரக்க ஹுனசூர் சாலையைப் பிடித்துப் புறப்பட்டான். அந்தச் சாலையின் விவரங்கள் அவனுக்கு அப்போதே மறந்து போயிருந்தது. சுமார் ஏழெட்டு மைல்கள் போன பிறகு, முன்பு காத்தியாயினியுடன் அவன் வந்திருந்த சிற்றாறு கண்ணில் பட்டது. சைக்கிளிலிருந்து இறங்கி அதைத் தள்ளிக் கொண்டு சிற்றாற்றுக் கரை மீது நடந்து அவர்கள் இருவரும் முன்பு உட்கார்ந்திருந்த பசுமையான இடத்திற்கு வந்த போது அவனுக்கு வியப்பாக இருந்தது. கிராமத்தார்கள் அங்கே இருந்த மரம் செடிகளை வெட்டிப் போட்டிருந்தார்கள். அதே பகுதியில் உற்சாகமாக ஓடிக்கொண்டிருந்த சிற்றாறுக்கு அருகில் ஒரு ஏரி கட்டி அந்தத் தண்ணீரை வயல் பக்கம் திருப்பி இருந்தார்கள். பிரகிருதி தன் சுதந்திரத்தை இழந்து மனிதத் திட்டத்திற்கு அடிமையானாள். ராஜா அந்த ஏரியை ஏறிப் பார்த்தார். சேகரித்த தண்ணீர் அலுங்காமல் குலுங்காமல் கண்ணாடி போல இருந்தது. தண்ணீர் முன் குனிந்து தன் முகத்தைப் பார்த்து அதிர்ச்சியடைந்தான். தான் முதியவனைப் போலத் தெரிகிறேன். கன்னத்தில் குழி விழுந்திருந்தது. தலை முடி நரைத்து இரண்டு பக்கங்களும் வெள்ளையாகி இருப்பது தண்ணீரில் தெரிந்தது. நெற்றி மீது தெளிவாகச் சுருக்கங்கள் தெரிந்தன. 'எனக்கு நாற்பத்தியொரு வயதாகி விட்டது' என்று அவன் நினைத்தான்.

★★★

படலம்: இருபத்தி மூன்று

1

ஐந்தாவது தொகுப்பிற்காக இருவரும் மும்முரமாக உழைத்தார்கள். ஆங்கிலேயர்கள் இந்தியாவிற்கு வந்த பிறகு இன்றுவரை இந்தியாவில் ஏற்பட்ட பண்பாட்டு மாற்றங்களை அந்தத் தொகுப்பில் விவரிக்க வேண்டி இருந்தது. அதற்கான தகவல்களும் அதிகமாக இருந்தன. உலகத்தின் இந்தப் பகுதியில் ஆங்கிலேயர்கள் ஆட்சி அமைப்பதற்கும், நலிந்துகொண்டிருந்த இந்த நாட்டுப் பண்பாட்டு வாழ்க்கைக்கும் இருக்கும் தொடர்பை அவர் சுட்டிக் காட்ட வேண்டி இருந்தது. தொகுப்பின் கடைசி இரண்டு அத்தியாயங்களில், 'தொன்மையான இந்தியப் பண்பாடு இனியும் வாழுமா?' என்ற கேள்வியை எழுப்பி வாதம் செய்து அவர் நூலை முடிக்கவேண்டும் என்று திட்டம் போட்டிருந்தார். முடிந்த அளவு ராயருக்கு சிரமம் ஏற்படக்கூடாது என்று கருணா ஆய்வுப் பணிகளை தானே செய்தாள். விளக்கத்தின் அடிப்படைப் பார்வையையும், தன் கருத்துக் கோணத்தையும் ராயர் விவரிப்பார். அந்தக் கோணத்திற்கு அனுகூலமான மற்றும் எதிரான கருத்தை வெளிப்படுத்தும் நூல்களை கருணா தேடி, வாசித்து அவற்றில் முக்கியமான அத்தியாயங்களையும், பக்கங்களையும் அவர் கவனத்திற்குக் கொண்டு வருவாள். அவர் உடல்நிலை மீது அதிக அக்கறை கொண்டு தினமும் தவறாமல்

இரவு நடைபழக அழைத்துச் செல்வாள். இரவு அதிக நேரம் வாசிக்காமல் விரைவாகப் படுக்கச் சொல்வாள்.

ஒரு இரவு சுமார் பதினொரு மணி. ராயர் அவர் அறையின் நாற்காலி மீது அமர்ந்து மேசை மீது இருந்த சில தாள்களில் சில குறிப்புகளை எழுதிக்கொண்டிருந்தார். கருணா அவருக்குப் பின்னால் இருந்த சாய்வு நாற்காலியில் சாய்ந்து ஒரு புத்தகத்தை வாசித்துக் கொண்டிருந்தாள். அவள் கையில் ஒரு பென்சில் இருந்தது. குறிப்பு எடுத்துக் கொண்டிருந்த ராயருக்கு திடீரென்று கண்கள் இருண்டன. கண் இமைகளை இரண்டு மூன்று முறை அசைத்தாலும் அவர் கையில் இருந்த பேனா தெரியவில்லை. மெல்ல இடது கையால் அவர் கண்ணாடியைக் கழற்றி மேசை மீது வைப்பதற்குள் பாதி மயக்கத்தில் கண்கள் மேலும் இருண்டன. அசைந்து கொடுக்கத் தெம்பிருக்கவில்லை. ஆனால் தனக்கு என்ன நடக்கிறது என்று சொல்லும் பிரக்ஞை இருந்தது. அவர் ஈனக் குரலில் ‘கருணா’ என்று அழைத்தார். பின்னால் இருந்த அவள் தலைநிமிர்ந்து பார்த்தாள். திடீரென்று ராயர் மார்பின் இடது பாகத்தில் வலி வந்து மரண வேதனை தெரிந்தது. சுவாசம் பிடித்தது போலாகி, மூச்சுவிட சிரமமாகி நெஞ்சில் இறுக்கம் தெரிந்தது. கண்ணை மூடி, வலியைத் தாங்கிக்கொள்ள பல்லை இடுக்கி அவர் இடது கையை மேலே தூக்க முயன்றாலும் முடியவில்லை. வலது கையை எடுத்து இதயத்தின் மீது வைத்துக் கொள்வதற்குள் கருணா எழுந்து வந்து, தொங்கி இருந்த அவர் தலையைத் தூக்கி மார்பின் மீது சாய்த்துக்கொண்டாள். ஒரு நிமிடம் அவர் முகத்தின் மீது மரண வேதனை தெரிந்தது. அந்த வேதனை மெல்லக் குறைந்தது போலாகி அவர் அவள் மார்பில் சாயந்தே இருந்தார்.

கருணாவுக்கு அதிர்ச்சியானது. இது மாரடைப்பென்று அவளுக்குப் புரிய இரண்டு நிமிடமானது. துணிச்சலை வரவழைத்துக் கொண்டு அவர் மூக்கு துவாரத்தில் கைவைத்துப் பார்த்தாள். மூச்சு மெல்ல இயங்கிக் கொண்டிருந்தது. உடனே ‘ராகப்பா’ என்று இரண்டு முறை அழைத்தாள். உள் கூடத்தில் படுத்திருந்த ராகப்பா, தான் போர்த்தியிருந்த போர்வையை இழுத்துக்கொண்டே ஓடிவந்தார். “பக்கத்து வீட்டு புரஃபசரை அழைத்து வா, ரன் அப். இவர் சாகக் கிடக்கிறார்” என்று தனக்குத் தெரிந்த கன்னடத்தில் சொன்னாள். ராகப்பா வாசல் கதவைத் திறந்துகொண்டு ஓடினார். இரண்டே

நிமிடத்தில் பக்கத்து பங்களாவின் அரசியலியல் பேராசிரியர் அங்கே விரைந்தார். நுட்பமாக ராயர் முகத்தைப் பார்த்த அவர், 'இப்போது அட்டாக் இல்லை. உயிருக்கு ஆபத்தில்லை. நீங்கள் அப்படியே இவரைப் பிடித்திருங்கள்' என்று கருணாவிடம் சொல்லிவிட்டு, "உடனே அந்த நாற்காலிக்கு அருகில் ஒரு கட்டிலைக் கொண்டு வந்து படுக்கையை விரி. கட்டில் எடுத்து வரும்போது சத்தம் வரக்கூடாது. நானும் வர்றேன் பொறு" என்று அவரே போய், படுக்கை அறையில் இருந்த ஒரு கட்டிலை ராகப்பாவின் உதவியுடன் தூக்கி வந்து, ராயர் உட்கார்ந்திருந்த நாற்காலிக்கு அருகே போட்டார். அதன் மீது தலையணையைச் சரியாக வைத்த பிறகு, கருணாவின் உதவியுடன் அவரை மெல்லத் தூக்கி, படுக்கை மீது படுக்க வைத்து பிறகு கருணாவிடம் சொன்னார்: "நான் இது போல கேஸ்களைப் பார்த்திருக்கிறேன். இங்கே அதிக வெளிச்சம் இருக்கக்கூடாது. நீங்கள் இந்த அறை விளக்கை அணைத்துவிட்டு இங்கேயே உட்கார்ந்திருங்கள். நான் விரைவாக என் காரில் போய் ஹார்ட் ஸ்பெஷலிஸ்ட் டாக்டர் ஆனந்தராயரை அழைத்து வருகிறேன்."

பேராசிரியர் புறப்பட்டார். இரண்டு நிமிடத்தில் அவர் கார் ஸ்டார்ட் ஆகும் சத்தம் கேட்டது. கருணா அறை விளக்கை அணைத்தாள். ராகப்பா அங்கேயே நின்றிருந்தார். அவள் கட்டில் அருகே வந்து நின்றாள். அவளுக்கு கை கால் ஓடவில்லை. ராயர் உடல்நிலை நலிவடைகிறது என்பது அவளுக்குத் தெரியும். தம் முதல் மனைவி விஷயத்தில் அவர் அதிகமாக கவலைப்படுகிறார் என்பதைப் புரிந்து கொண்டிருந்தாள். அதற்கு ஒரு முடிவு கட்டத் தானே போய் நாகலட்சுமியை அழைத்து வரத் தயாரானாள். அது பலனளிக்காது என்று ராயர் அவளைத் தடுத்தார். அவர் உடல்நிலை நலிவடைந்து கொண்டிருந்தாலும் அது திடீரென்று ஆபத்தான நிலையை அடையும் என்று அவள் கனவிலும் நினைக்கவில்லை. பக்கத்து அறை விளக்கு ஒளியின் கசிவில், ராயர் உடல் மங்கலாகத் தெரிந்தது. அவள் தன் விரலை அவர் மூக்கருக்கே வைத்துப் பார்த்தாள். மூச்சு மெல்ல வந்து கொண்டிருந்தது. 'இப்போது அட்டாக் கடந்து விட்டது. உயிருக்கு ஆபத்தில்லை' என்று பக்கத்து வீட்டுப் பேராசிரியர் சொன்னது நினைவிற்கு வந்து, நீண்ட பெருமூச்சு ஒன்றை விட்டாள். ஆனாலும் அவளை ஒரு வகை சூனியம் சூழ்ந்திருந்தது. ஆபத்தின் தெளிவற்ற

காட்சி தொலைவில் தெரிந்தது. ஆரம்பத்திலிருந்து புலமை, கலை, ஆராய்ச்சி போன்றவற்றுக்கு தங்கள் வாழ்க்கையை முழுமையாக அர்ப்பணிக்கும் மனிதர்களுக்கு சாதாரணமாக ஏற்படும் முடிவும் இதுபோலத்தான் இருக்கும் என்று அவளுக்குத் தோன்றியது.

வெளியே கார் சத்தம் கேட்டது. அவள் அந்த அறையை விட்டு வெளியே வருவதற்குள் பேராசிரியர் மருத்துவருடன் உள்ளே வந்தார். டாக்டர் நோயாளியைப் பரிசோதனை செய்து விட்டு வெளியே வந்து சொன்னார்: "இப்போது இரண்டு மாத்திரை கொடுக்கிறேன். தேய்த்துக் கொடுக்கவும். நாளை வந்து விரிவாக பரிசோதிக்கிறேன். சுமார் ஒரு வாரத்திற்குப் பிறகு மருத்துமனைக்கு அழைத்துச் சென்று அதிகப் பரிசோதனைகள் செய்யலாம். நடுவில் அவர் கேட்டால், பால், பழச்சாறு குடிக்க வைக்கவும். உயிருக்கு ஆபத்தில்லை. கவலைப்பட வேண்டாம். நாளை நான் வரத் தாமதமானால் அறைச் சன்னலுக்குத் திரை போடுங்கள் வேகமாகக் காற்று வீசக்கூடாது."

மாத்திரையைக் கொடுத்து டாக்டர் போகும்போது கருணாவும் வெளியே வந்தாள். பேராசிரியர் அவளிடம் கேட்டார்: "இவரை வீட்டில் விட்டு விட்டு வரும்போது உங்கள் கொழுந்தனார் ராஜாராவ் அவர்களை அழைத்து வரவா?"

"ஊம், அப்படியே அவர் முதல் மனைவியையும் அழைத்து வாருங்கள்."

ஒரு நிமிடம் தயங்கிய பேராசிரியர், "அவர் வருவது சரியல்ல என்று தோன்றுகிறது. எந்த விதமான உணர்ச்சிப் பெருக்கையும் நோயாளிக்கு ஏற்படுத்தக்கூடாது' என்று, டாக்டர் பக்கம் திரும்பிக் கேட்டார்: 'நான் சொல்லி இருந்தேனல்ல, முதல் மனைவிக்கும் இவருக்கும் ஏதோ மனவருத்தம் இருக்கிறது?" அவரை அழைத்து வருவது சரியா?'

"கண்டிப்பாகக் கூடாது" டாக்டர் சொன்னார்.

டாக்டர் போன பிறகு, அவர் கொடுத்த மாத்திரையைத் தேய்த்து கருணா ராயருக்குக் கொடுத்தாள். அவருக்கு நன்றாக நினைவிருந்தது. 'பால், பழச்சாறு ஏதாவது குடிக்கிறீர்களா? என்று கேட்ட போது வேண்டாம் என்று தலையசைத்தார். கட்டிலுக்கு அருகில் இருந்த நாற்காலி மீது கருணா உட்கார்ந்தாள்.

டாக்டர் நம்பிக்கை அளித்தது சிறிது ஆறுதல் அளித்தாலும் மனதைச் சூழ்ந்திருந்த இருள் குறையவில்லை. இப்போது தேர்ச்சி அடைந்தாலும் அவர் இனி முன்போல வேலை செய்ய முடியாது என்று அவள் மனம் சொன்னது. ஒருமுறை வந்த மாரடைப்பு மீண்டும் வந்தால் நோயாளி பிழைப்பது எளிதல்ல என்பது அவளுக்குத் தெரிந்திருந்தது. சூனியமான மனம் எதிர்காலத்தைப் பற்றி சிந்திக்கவில்லை. அவள் அசந்து நாற்காலியில் சாய்ந்து உட்கார்ந்திருந்தாள். வெளியே ராகப்பா சுவரில் சாய்ந்து உட்கார்ந்திருந்தார். அவருக்கும் திக்குத் தெரியாமல் இருந்தது.

பக்கத்து வீட்டுப் பேராசிரியர் மனைவி, அவருடைய இரண்டு பெண்கள், மூத்த மகன் அங்கே வந்தார்கள். இரண்டு நாட்கள் பேசியதைத் தவிர கருணாவுக்கு அவர்கள் அறிமுகம் அதிகமாக இல்லை. எப்போதும் வேலையில் தொடங்கி இருக்கும் அவளிடம் அவர்கள் அதிகம் பேசியதில்லை. உரக்கப் பேசாமல் அவர்கள் அமைதியாக வெளிவாசலில் நின்றார்கள். ராகப்பா உள்ளே வந்து, அவர்கள் வந்திருப்பதைச் சொன்னார். கருணா வெளியே வந்தாள். பேராசிரியர் மனைவி இங்கிலிஷ் நன்றாக அறிந்தவர். எம்.ஏ. படித்த பெண். இரு பெண்களும் கல்லூரியில் படித்துக் கொண்டிருந்தார்கள். மூத்த மகன் கடைசி ஆண்டு மருத்துவத் தேர்வு எழுதி இருந்தான். 'எப்படி இருக்கிறார்?' பேராசிரியர் மனைவி கேட்டார்.

"அட்டாக் கடந்து விட்டது என்று டாக்டர் சொன்னார். உயிருக்கு ஆபத்தில்லை. உங்கள் வீட்டுக்காரரும் அதைத்தான் சொன்னார்."

"கவலைப்பட வேண்டாம். ஹார்ட் அட்டாக் ஒரு முறை வந்த பிறகும், தினசரி வேலைகளைச் செய்து கொண்டு பல ஆண்டுகள் நன்றாக வாழ்ந்த மக்கள் இருக்கிறார்கள். அப்படிப்பட்டவர்கள் டாக்டர் பரிந்துரையின்படி வாழ்க்கை முறையை ஒழுங்குபடுத்திக் கொண்டால் போதும். இவருக்கு மிகையான வேலைகளால் அப்படி நடந்திருக்கும்" என்று பேராசிரியர் மகன் சொல்லும் போது பங்களா முன்னால் கார் வந்து நின்றது. பேராசிரியருடன் காரில் இருந்து இறங்கிய ராஜா முகத்தில் பதட்டம் தெரிந்தது. அருகில் வந்தவன் கருணாவிடம் "எப்படி இருக்கிறார்?" என்று கேட்டான். "மாத்திரை கொடுத்திருக்கிறேன்" என்று அவள் சொன்னாள். தன் செருப்பை அங்கேயே விட்டுவிட்டு ஓசை இல்லாமல்

பேராசிரியர் உள்ளே போனார். ராஜா வெறும் காலுடனே வந்திருந்தான். ராஜா அவரைப் பின்தொடர்ந்தான். அதற்குள் ராயருக்கு தூக்கம் வந்திருந்தது. பேராசிரியர் வெளியே வந்து, ‘கொஞ்சம் தூக்கம் வந்திருக்கிறது. நீங்கள் எழுப்ப வேண்டாம். கொஞ்சமும் சத்தம் வராமல் பார்த்துக் கொள்ளுங்கள்’ என்று மனைவியின் பக்கம் திரும்பி, “பழச்சாறு தேவைப்படலாம். வீட்டில் பழங்கள் இருந்தால் எடுத்து வா” என்றார். ‘வீட்டில் பழங்கள் இருக்கின்றன’ என்று கருணா சொன்னாலும், “இருக்கட்டும், எங்களிடம் இருப்பதையும் எடுத்து வரட்டும். சாத்துக்குடி சாறு கொடுங்கள். இரவு எப்படியும் சாப்பிட்டிருக்கிறார். நடுவில் நீங்களாக வற்புறுத்தி எதையும் கொடுக்க வேண்டாம். எங்கள் வீட்டில் குளுக்கோஸ் இருக்கிறது, இரண்டு கரண்டி சேர்க்கவும்” அவர் சொன்னார்.

பழம், குளுக்கோஸ் கொண்டு வந்து கொடுத்து பேராசிரியர் வீட்டார்கள் மீண்டும் கருணாவுக்கு ஆறுதல் சொல்லிவிட்டுப் போனார்கள். “எதற்கும் கவலைப்பட வேண்டாம். ராஜாராவ் இருப்பார். நாளை காலை வருகிறேன்” என்று சொல்லி பேராசிரியர் அவர்களைப் பின்தொடர்ந்தார். ராயர் உறங்கிக்கொண்டிருந்தார். அவர் அருகிலேயே இருக்க ராகப்பாவிடம் சொல்லி, கருணாவை சமையலறைக்கு அழைத்துப் போய் ராஜா, “அண்ணாவுக்கு என்ன ஆனது? விவரமாகச் சொல்லுங்கள்” என்று மெல்லிய குரலில் கேட்டான்.

கருணா நடந்தவற்றைச் சொல்லி, கேட்டாள்: “வீட்டில் என்ன சொன்னீர்கள்? நாகலட்சுமிக்கு செய்தி தெரியுமா?”

“இல்லை, என்னைத் தனியாக அழைத்து பேராசிரியர் விஷயத்தைச் சொல்லி, வீட்டில் சொல்ல வேண்டாம் என்றார். இங்கே பக்கத்தில் மண்ட்யா போய் காலை திரும்பி விடுவோம் என்று சொல்லி வந்தேன்.”

‘அவருக்கு நாளை செய்தியைத் தெரிவிக்கிறீர்களா?”

“அவள் வந்தால் நோயாளியைக் கவனித்துக்கொள்ள வசதியாக இருக்கும்.”

“வேண்டாம், அதன் பின்னணி உங்களுக்கு அனேகமாகத் தெரியாது” என்று ராயர் நாகலட்சுமியை அழைக்க வந்தபோது நடந்ததை கருணா விவரித்தார்.

ராஜா கேட்டான்: “என்னிடம் நீங்களாகட்டும், அண்ணனாகட்டும் ஏன் இதைச் சொல்லவில்லை?”

“சொல்லிப் பயனில்லை. அவள் மனம் இப்போது கடுமையாக இருக்கிறது என்று அவர் சும்மா இருந்து விட்டார்.”

“தற்போது அவளுக்குத் தெரிவிப்பது வேண்டாம். நாளையில் இருந்து சில நாட்கள் காத்தியாயினியை இங்கே அனுப்பி வைக்கிறேன். நாகுவிடம் ஏதாவது காரணத்தைச் சொல்லலாம். நான் முடிந்த அளவு இங்கேயே இருக்கிறேன். இரவு வீட்டிற்குப் போனால் போதும்.”

அவர் இருவரும் ராயர் படுத்திருந்த அறைக்கு வந்தார்கள். கட்டிலின் இரண்டு பக்கத்திலும் நாற்காலிகளைப் போட்டுக்கொண்டு இருவரும் அமைதியாக உட்கார்ந்தார்கள். படுத்துக்கொள்ள சொன்னாலும், ராகப்பா படுக்கவில்லை.

மறுநாள் காலை மருத்துவர் வந்து நோயாளியைப் பரிசோதித்துச் சொன்னார்: “தற்போது பரிசோதனைக்கு மருத்துவமனைக்கு அழைத்துப் போவது வேண்டாம். ஒரு வாரம் போகட்டும். பிறகு சில நாட்கள் மருத்துமனையில் இருக்கட்டும். மருத்துவமனையிலிருந்து திரும்பிய பிறகு இரண்டு மாதம் அவர் ஓய்வில் இருக்க வேண்டும். உணர்ச்சிவசப்படக்கூடிய சூழ்நிலை ஏற்படாமல் பார்த்துக் கொள்ளுங்கள். அடிக்கடி அவரைப் பார்க்க யாரும் வரக்கூடாது. நான் சொன்னது போல மருந்துகளைக் கொடுத்தால், மூன்று மாதத்தில் எழுந்து நடக்க முடியும். நான் ஒருநாள் விட்டு ஒருநாள் வந்து பார்த்துப் போகிறேன்.” ராஜா அவரை காரில் ஏற்றிவிட்டு வந்தான்.

அன்று காலை பத்து மணிக்கு வீட்டிற்குப் போன போது ராஜா, காத்தியாயினியை அறையில் உட்கார வைத்துக் கொண்டு விஷயத்தைச் சொன்னான். அவள் செய்தியைக் கேட்டு வருந்தினாள். நாகலட்சுமியிடம் போய் அவன், “நாகு கருணாவுக்கு உடம்பு சரியில்லை. சில நாட்கள் காத்தியாயினியை அங்கே அனுப்பலாமா?” என்று கேட்ட போது அவள் ‘ஊம்’ என்றாள். அன்றிலிருந்து தினமும் இரண்டு மணி நேரம் அருகில் இருந்த கல்லூரிக்குப் போய் வருவதைத் தவிர, மற்ற நேரங்களில் காத்தியாயினி கருணாவுடன் இருந்தாள். உடல் நலிவுற்ற அவள்

தானாக நோயாளிக்குப் பணிவிடை செய்ய முடியாவிட்டாலும், அவள் அங்கே இருப்பதால் கருணாவின் மனம் ஆறுதலாக உணர்ந்தது.

ஒரு வாரத்திற்குப் பிறகு ராயரை மருத்துவமனையில் சேர்த்த பிறகு கருணா அங்கேயே இருந்தாள். காத்தியாயினி மீண்டும் வீட்டிற்கு வந்தாள்.

2

ராயர் ஒரு மாதம் மருத்துவமனையில் இருந்தார். மீண்டும் இரண்டு மாதங்கள் வீட்டிலேயே கட்டுப்பாடான சிகிச்சைகள் நடந்த பிறகு அவர் வெளியே நடமாட மருத்துவர் அனுமதித்திருந்தார். அந்த நாட்களில் அவருக்குப் பல்கலைக்கழகம் மருத்துவ விடுமுறை அளித்திருந்தது. அவர் தினமும் இரண்டு முறை நடைபழகப் போவார். காலை கையில் கைத்தடியைப் பிடித்துக்கொண்டு அவர் தனியாக குக்கரஹள்ளிகெரே பின் பகுதியில் மெல்ல நடந்துகொண்டு போவார். ஏற்ற இறக்கப் பாதைகளில் நடக்கக்கூடாது என்று டாக்டர் சொல்லி இருந்தார். மதியம் அவர் நூலகம் போவதில்லை. கல்லூரிக்குப் போய் எம்.ஏ. வகுப்பு மாணவர்களுக்குப் பாடம் நடத்திவிட்டு வீட்டிற்கு வருவார். கருணா நூலகம் போவாள். இரண்டு மாதங்கள் ஓய்வு எடுத்து முடித்த பிறகு, முழுமையாக பரிசோதனை செய்து டாக்டர் சொன்னார்: "உங்கள் இதயம் பலவீனமாக இருக்கிறது. நூல் இயற்றுவது, வாசிப்பு, எழுத்து போன்றவற்றை நீங்கள் முழுமையாக நிறுத்திக்கொள்ளவேண்டும். தினம் கல்லூரிக்குப் போய் ஒரு மணி நேரம் மெல்லப் பாடம் நடத்தி வந்தால் போதும். மாதம் ஒரு முறை வந்து என்னிடம் பரிசோதனை செய்துகொண்டு மருந்தைத் தொடரவேண்டும். பேருந்து, கார்கள் அதிகமாக இயங்கும் இடங்களுக்குப் போகக்கூடாது. என்றும் மறந்தும் கூட ஓடக்கூடாது. அப்படி இருந்தால் நீங்கள் இன்னும் பத்து ஆண்டுகள் வாழலாம். இந்தக் கட்டளைகளை மீறி நடந்தால் எப்போது என்ன ஆகுமோ நான் உத்தரவாதம் கொடுக்க முடியாது."

மருத்துவரின் எச்சரிக்கை கருணாவை நடுங்க வைத்தது. ராயர் ஒரு பத்தியைக் கூட படித்து எழுத முடியாமல் அவள்

கட்டுப்பாட்டுக்குள் வைத்திருந்தாள். ஐந்தாவது தொகுப்பின் திட்டம் அவளுக்குத் தெரிந்திருந்தது. அவள் அதற்குத் தேவையான தகவல் சேகரிப்பில் தொடங்கினாள். 'தான் எல்லாப் பணிகளையும் செய்து கடைசிப் பிரதியை எழுதி முடிப்பது, அதை அவருக்கு ஒரு முறை படித்துக்காட்டி, அவர் வழிகாட்டுதலின் பேரில் அதைத் திருத்துவது. சுயமாக அவரே எழுதுவதற்குப் பதிலாக தான் எழுதுவது' என்று முடிவெடுத்தாள். அவள் அன்பான கட்டளைக்கு ராயர் பணிந்தார். கருணாவுக்கு இப்போது தன் எதிர்காலத்தைப் பற்றிய கற்பனை வந்தது. ஊரில் அப்பா, அம்மா இறந்து பல ஆண்டுகளாகி இருந்தன. இருக்கும் ஒரு அண்ணனிடம் கடிதப் போக்குவரத்தும் நின்று போய் விட்டது. அவருடன் மன வருத்தம் இருந்தது என்றல்ல. தன் கணவரின் நூல் இயற்றுவதைத் தவிர வேறு எதையும் முறையாகச் செய்ய அவளால் இயலவில்லை. அவள் வாழ்க்கையில் இதுவரையிலும், அவர் இறந்து விட்டால் பிறகு தன் கதி என்ன என்று யோசித்ததில்லை. வாழ்க்கையை ஓட்ட கணவரை எதிர்பார்ப்பதில் அவளுக்கு உடன்பாடு இல்லை. இப்போதும் ராயர் இறந்தாலும் அவள் சோறு தண்ணிக்காகக் கவலைப்படவில்லை. ஆனால் அவருக்குப் பிறகு தன் வாழ்க்கையில் என்ன இருக்கிறது? குழந்தையா குட்டிகளா? யாரைத் தன் சொந்தம் என்று நம்பி வாழ்வது? பொருளற்ற கொடூரமான எதிர்காலம் கண் முன்னால் தெரிந்தது. தன் கணவரை எப்படியாவது காப்பாற்றிக்கொள்ள வேண்டும் என்ற பிடிவாதத்துடன் அவரை எச்சரிக்கையாகப் பார்த்துக்கொள்ளத் தொடங்கினாள்.

ராயர் முதல் சில நாட்கள் மருத்துவர் அறிவுரைப்படியே நடந்து கொண்டார். ஆனால் நாட்கள் கடக்க அவருக்கு அலுப்புத் தட்டியது. உடம்பை சும்மா இருக்க வைப்பது அவர் கையில் இருந்தது. ஆனால் மனதை செயலற்ற நிலையில் வைக்க அவரால் முடியவில்லை. பண்டிதர் சொன்ன வார்த்தைகள் நினைவிற்கு வந்தன: 'அறிவும் பிரகிருதியின் ஒரு வடிவம்தான்.' ராயர் யோசித்தார்: 'படைப்பு என்பது இயற்கையின் அடிப்படை குணமானால் அறிவு எப்படிச் செயலிழந்து இருக்க முடியும்? அறிவு செயலற்ற நிலையை சாதித்தால் மனிதனுக்கு முக்தியே கிடைக்கும்'. பல முறை அவர் மனம் முக்தியைப் பற்றி சிந்தித்தது. இந்திய தரிசன சாத்திரத்தின்படி முக்தி என்றால் என்ன என்ற பிரச்சினையை

அவர் அறிந்திருந்தார். இப்போது அந்தக் கேள்வியைத் தனி மனித அக்கறையுடன் சிந்தித்தார். 'முக்தியடைந்தவன் அறிவாற்றலால் சாதிக்க வேண்டியது எதுவும் இல்லை. ஆன்மாவின் அடிப்படைக் குணமான ஞானமாகவே அவன் இருக்கும் போது அறிவை உழைக்க வைப்பதால் அவனுக்கு ஆகவேண்டியது என்ன? தனக்கு அந்தப் பொருளில் முக்தி கிட்டுமா?' என்று யோசித்தார். அதற்காகச் செய்ய வேண்டிய சாதனைகள், அஷ்டாங்க யோகங்கள் மனதில் தோன்றும். 'நான் நடந்து வந்த பாதையே வேறு. இந்த வயதில், அந்த நிலையில் என்னால் சாத்தியமாகக் கூடிய இலக்கல்ல அது' என்று அமைதியடைவார். சில சமயம் கண்ணாடியில் அவர் முகம் பார்த்துக்கொள்ளும்போது கவலை வரும்: 'ஐம்பத்தி மூன்று வயதானது. தலைமுடி உதிர்ந்து வழுக்கை விழுந்த பிறகு அரிதாகப் பத்து முடிகள் மட்டுமே மீதமிருக்கின்றன. இதுவரை நடந்து வந்த பாதையில் போனால் கையில் எடுத்த வேலையாவது முடிந்திருக்கும். அதைத் தவிர்த்து, நோக்கம் சாதனையாகும் முன்பே மற்றொரு இலக்கைப் பிடித்து நடந்தால் இரண்டில் எதுவும் கிடைக்காது. நூலை முடிப்பது தான் தற்போது என் வாழ்க்கையின் ஒரே இலக்கு.'

கருணா சேகரித்த தகவல்களை, அவள் பேச்சை மீறி அவர் பார்த்தார். முதல் முறையாக மாரடைப்பு வரும் முன், தொகுப்பிற்காக சேகரித்து வைத்திருந்த எல்லாத் தகவல்கள்களையும் அவர் மனப்பாடம் செய்து வைத்திருந்தார். 'இந்தத் தொகுப்பை தனக்குப் பதிலாக அவள் எழுதி முடிப்பாளா?' என்ற சந்தேகம் அவருக்கு வந்தது. அவள் அறிவு, விஷயத்தின் மீது அவளுக்கு இருந்த புலமையைப் பற்றி அவருக்கு சந்தேகமில்லை. ஆனால் நூல் என்பது அதைப் படைப்பவரின் உள்ளுணர்வின் ஆற்றல் வடிவம் என்பது அவர் நினைவிற்கு வந்தது. 'முதல் நான்கு தொகுப்புகளை எழுதிய கைதான் ஐந்தாவதையும் எழுத வேண்டும். கருணா எவ்வளவு முயன்று எழுதினாலும், ஐந்தாவது முன்பு எழுதியவைகளின் உள்ளுணர்வு ஆற்றலின் வடிவமாக முடியாது. அதை நான்தான் எழுதியாக வேண்டும்' என்று மனதிலேயே முடிவெடுத்தார். அந்த மாதம் இதயப் பரிசோதனைக்கு மருத்துவரிடம் போன போது அந்த விஷயத்தைச் சொன்னார். ராயர் புலமையின் முழு விவரமும் அந்த மருத்துவ நிபுணருக்குத் தெரிந்திருந்ததால் ராயர் மீது அதிகமான மதிப்பை வளர்த்துக்

கொண்டிருந்தார். ராயர் யோசனையைக் கேட்டு அவர் சொன்னார், "அஃப் கோர்ஸ், உங்கள் எண்ணம் எனக்கு நன்றாகப் புரிகிறது. இந்த விஷயத்தில் இப்படித்தான் நடக்கும் என்று எந்த மருத்துவ நிபுணராலும் சொல்ல முடியாது. ஆனால் நீங்கள் எந்த வேலையும் செய்யாமல் இருந்தால் பத்து ஆண்டுகள் வாழும் சாத்தியக்கூறுகள் அதிகம். நீங்கள் சொல்லும் தொகுப்பு சுமார் அறுநூறு பக்கங்களுக்கும் அதிகமாக இருக்கும் அல்லவா?"

"ஆம்."

"எழுத்து சூடு பிடித்த பிறகு தினம் இத்தனை பக்கங்களுக்கு மேல் எழுத மாட்டேன் என்ற கட்டுப்பாட்டை கடைப்பிடிக்க முடியுமா?"

"முடியாது. சாதாரணமாக எந்த எழுத்தும் ஆரம்பித்த ஒரு வாரத்தில் அந்தப் படைப்பு என்னைத் தன் பிடியில் எடுத்துக் கொள்ளும். பிறகு நான் சுதந்திரமானவன் அல்ல. அது தனக்கே உரிய வேகத்தில் பேனாவை ஓட்டிக்கொண்டுபோகும். அது முடியும் வரை என் மனம் சோர்வடையாது. ஆனால் அறிவுச் செயல் வேகத்திற்குப் பொருந்திக்கொள்ள முடியாமல் பல சமயம் உடல் சோர்ந்து போகும். ஆனாலும் எழுதி முடிக்கும் வரை உடல் சோர்வும் எனக்குத் தெரிவதில்லை."

பாராட்டும் கண்களுடன் அவரைப் பார்த்துக் கொண்டு மருத்துவர் தலையசைத்தார். "என்னை என்ன செய்யச் சொல்கிறீர்கள்?"

"எழுத்தைத் தொடராவிட்டால் நான் உயிரோடு இருக்க மாட்டேன். அறிவு செயல்படாமல் இந்த இருப்பிற்கு எந்த மதிப்பும் இல்லை. சாதாசிவராவ் என்ற எழுத்தாளர் மாரடைப்பு வந்து சாகப் பயந்து எத்தனை ஆண்டுகள் வாழ்ந்தான் என்பது மேதாவிகள் உலகிற்குத் தேவையில்லை. 'நான்கு தொகுப்புகளை படைத்த அவன் ஐந்தாவது தொகுப்பை வெளியிட்டானா?' என்று மேதாவிகள் அக்கறையுடன் எதிர்பார்ப்பார்கள். அதை எழுதாவிட்டால் என் வாழ்க்கைக்கு ஒரு சல்லிக்காசு கூட மதிப்பிருக்காது. முடித்து விட்டு இறந்தால் வாழ்க்கையின் இலக்கு முழுமையடையும். நான் எழுத ஆரம்பிக்கிறேன். சுமார் நான்கு மாதங்களில் முதல் கைப்பிரதியை முடித்தால் போதும். பிறகு நான் இறந்தாலும் என் மனைவி அதைச் சரிபார்த்துத் திருத்துவாள். ஒரு முறை

தொடங்கினால் அது முடியும் வரை நான் இறக்காமல் நீங்கள் பார்த்துக்கொள்ள முடியுமா?"

அந்த வார்த்தைகளைச் சொன்னது அவர் நாக்கு மட்டுமல்ல, அவர் முழு ஆளுமையும் தன் எல்லா பெரும் ஆசைகளை அந்த வார்த்தைகளில் அடக்கிச் சொன்னது. மருத்துவர் ஆழ்ந்து யோசித்தார். ஒரு முறை அவர் உதட்டில் சிறு நகை வந்தது. அதை ராயர் பார்க்கவில்லை. மருத்துவ ஆராய்ச்சியில் ஈடுபட்டு வாழ்க்கையை இழந்த பல விஞ்ஞானிகளின் வாழ்க்கையை மருத்துவர் அறிந்திருந்தார். 'இப்படி ஞான வளர்ச்சிச் சாதனையில் யாரும் இறக்காவிட்டால் மனித குல நாகரிகம் இன்னும் எவ்வளவு தாழ்ந்த நிலையில் இருந்திருக்கும்!' என்று அவர் சிந்தித்தார். 'இதய நோய் நிபுணரான என் வார்த்தைகள் அவருக்கு நம்பிக்கை ஏற்படுத்துமே ஆனால், அதனால் அவருக்கு லாபமானால் நான் எதற்கு ஒரு பெரும் நூல் முழுமையடைய குறுக்கே நிற்க வேண்டும்' என்ற சிந்தனை அவர் மனதில் தோன்றியது. அவர் ராயர் கையைப் பிடித்துக்கொண்டு சொன்னார்: "நீங்கள் கவலைப்பட வேண்டாம். எனக்குத் தெரிந்த அளவு முயன்று உங்களைக் கவனித்துக்கொள்கிறேன். இடையில் உங்களுக்கு எதுவும் ஆகாது என்று உறுதியளிக்கிறேன்."

ராயர் மனம் மகிழ்ச்சியடைந்தது. டாக்டருக்கு நன்றி சொல்ல அவரிடம் வார்த்தைகளே இல்லை. டாக்டர் அவரைத் தன் காரில் அமர்த்திக்கொண்டு வந்து பங்களாவில் சேர்த்தார். அன்று இரவு ராயர் தன் முடிவையும், மருத்துவர் கொடுத்த நம்பிக்கையையும் சொன்ன போது கருணா திகைத்துப் போனாள். உடனே அவள் கண்கள் பனித்தன. "மற்ற சாதாரணப் பெண்கள் போல நீயும் அழலாமா?" அந்தக் கண்ணீரைக் கண்ட ராயர் சொன்னார்.

"நானும் மனுஷிதானே? மேதாவிகளின் உலகிற்கு மட்டும் உங்கள் கடமை இருக்கிறது. கட்டிய மனைவிக்காக எந்தக் கடமையும் இல்லை. அவளுக்கும் உங்களுக்கும் எந்த உறவும் கிடையாது இல்லையா?"

ராயர் பதில் இல்லாமல் தலையைத் தொங்கப்போட்டார். கருணாவின் கேள்வி அவர் உள்ளுணர்வைத் தொட்டது. 'எனக்காக, என் சாதனைக்காக, தன் குடும்பத்தை விட்டு வந்து, வாழ்க்கையையே அர்ப்பணம் செய்து உழைக்கும் இவளுக்கு நான்

கொடுத்தது என்ன?' என்ற கேள்வி முதல் முறையாக அவர் மனதில் எழுந்தது. அவள் என்னிடமிருந்து எதையும் எதிர்பார்க்கவில்லை. இன்னும் சில நாட்கள் நான் உயிரோடு இருப்பதுதான் நான் அவளுக்குச் செய்யும் கைமாறு என்று கருதினார். 'தான் இறந்தால் கருணாவின் கதி என்ன?' என்ற கேள்வி மனதில் தோன்றி அந்தக் கேள்வியால் அவர் துயரப்பட்டார். ஒரு இரவு எல்லாம் யோசித்து மறுநாள் சொன்னார்: "நான் எழுதுவதில்லை. நீயே விரைவில் எழுதத் தொடங்கு. நான் அதை வாசித்துத் திருத்துகிறேன்."

கருணா மகிழ்ச்சியில் பூரித்துப்போனாள். அவர் கையைப் பற்றிக் கொண்டு அன்பாக அழுத்தினாள். ஒரு வாரத்தில் எழுத்தை ஆரம்பித்து, பத்து நாட்களில் ஐம்பது பக்கங்களை முடித்தாள். கைப்பிரதியைப் படிப்பது அவருக்கு சிரமமாகலாம் என்று, தட்டச்சு செய்து அவர் முன்வைத்து, "ஒரேடியாக வாசிக்க வேண்டாம். தினம் நான்கு பக்கங்கள் வாசித்துச் சொல்லுங்கள்" என்றாள். ராயர் பார்த்தார். அவள் இங்கிலிஷ் தோரணை, கருத்துச்செறிவு, எழுத்தில் எடுப்பாகத் தெரியும் சிரத்தைக்கு அவர் தலை வணங்கினார். அது அவருக்குத் தெரிந்த சங்கதிகள் தான். ஆனால் மற்ற நான்கு தொகுப்புகளில் இருந்த உள்ளார்ந்த சாரம் இந்த எழுத்தில் இருக்கவில்லை. கருணாவே அதை ஒத்துக்கொண்டாள்.

ராயர் வாழ்க்கை எப்போதும் போல நடந்தது. நடைபழகப் போவார். ஏராளமாக பழங்களை உண்டார். ஆனால் லட்சிய சாதனை இல்லாத வாழ்க்கையை சகிக்க முடியவில்லை. எப்போதும் சுறுசுறுப்பான வாழ்க்கையை நடத்திய அவருக்கு தற்போது இயங்காமல் இருப்பதை விட சாவே மேல் என்று தோன்றியது. இரண்டு வாரங்களில் சலிப்பும், சோர்வும் அவர் உடல்நலத்தைப் பாதித்தது. அது கருணாவுக்கும் புரிந்தது. ஒரு நாள் இரவு ராயர் அவளிடம் சொன்னார்: "கருணா, இந்தச் செயலிழந்த உடலை நம்பி நீ என்னைத் திருமணம் செய்து கொள்ளவில்லை. எந்த நோக்கத்துடன் நீ என்னைக் கைப்பற்றினாயோ அதை முழுமையடையச் செய். கணவன் இறந்தால் என் கதி என்ன என்று சாதரணப் பெண் போல நீ சிந்திக்க வேண்டாம். நீ பத்தோடு பதினொன்று என்ற வகையான எளிய பெண்ணல்ல.'

கருணாவின் முகம் சோர்ந்தது. ஐந்து நிமிடத்தில் அவள் கண்கள் ஒளிர்ந்தன. அவள் முழு இரவும் யோசித்தாள். மறுநாள் ஒரு முடிவிற்கு வந்தவள் போலத் தெரிந்தாள். இப்போது ராயர் காலை விரைவாக எழுந்து நடக்கப் போவார். அவர் அன்று திரும்பும் வேளையில், கருணா ஆறு மாதங்களாகப் பயன்படுத்தாமல் கிடந்த அவர் பேனாவை அலம்பி மசி ஊற்றி வைத்தாள். அவர் மேசை மீது காகிதம் போன்ற எழுதும் பொருட்களை அணிசெய்து வைத்தாள். நடைபழகி விட்டுத் திரும்பிய அவர் குளித்து, சிற்றுண்டியை முடித்த பிறகு அவள் அவர் கையைப் பிடித்துக்கொண்டு படிப்பு அறைக்கு அழைத்துக் கொண்டு போய்ச் சொன்னாள்: “இத்தனை நாள் எனக்கு புத்தி பேதலித்துப் போயிருந்தது. நீங்கள் எழுதுங்கள் ஆனால் அதிக ஆயாசம் செய்துகொள்ளாமல் ஒரு அளவுடன் எழுதுங்கள். முடிந்த இடங்களில் என்னிடம் சொல்லிக்கொண்டு போங்கள், நான் சுருக்கெழுத்தில் எழுதிக்கொள்கிறேன். நான் எப்போதும் இதே அறையில் உங்களுக்குப் பின்னால் மற்றொரு நாற்காலியில் உட்கார்ந்து வேலை செய்து கொண்டிருப்பேன்.”

ராயர் அவள் முகத்தைப் பார்த்தார். அவள் கண்கள் அன்புடனும் பொலிவுடனும் ஒளிர்ந்துகொண்டிருந்தன.

★★★

படலம்: இருபத்தி நான்கு

1

கல்லூரியில் சேர்ந்த பிறகு சீனியின் சமஸ்கிருதம், வேதம், உபநிஷத்துகள் கற்பது முன்போல வேகமாக நடக்கவில்லை. காலை எட்டே முக்காலுக்கு வீட்டை விட்டால் பிறகு வீடு திரும்ப மாலை ஆறரை மணியாகும். கை கால் முகம் அலம்பி சந்திவந்தனம் செய்து இரவு உணவருந்திய பிறகு பண்டிதர் சுமார் இரண்டு மணி நேரம் வேத மந்திரங்களை சுரம் சேர்த்து மனப்பாடம் செய்ய வைப்பார். விடுமுறை நாட்களில் மதிய நேரமும் பயிற்சி நடக்கும். தினமும் ரயிலில் திரியும் பையனுக்கு தாத்தா முன்பிருந்தே அதிக அளவில் பாலும் நெய்யும் கொடுப்பார். அவனாக சமையல் வேலைகளுக்கு உதவ வந்தாலும், 'நீ படி போப்பா' என்று அனுப்பி விடுவார். ஒரு ஆண்டு கழிந்து ஜூனியர் இண்டர்மீடியட் தேர்ச்சியடைந்து அவன் இப்போது சீனியர் வகுப்பிற்குச் சேர்ந்திருந்தான்.

ஐப்பசி மாதம் கழிந்து கார்த்திகை பஹுல சதுர்த்தி* நாளன்று (*தாய்மார்கள் மகனைக் காக்கக் கடைப்பிடிக்கும் விரதம் அன்று) பண்டிதர் தந்தையின் சிரார்த்தம் இருந்தது. சடங்குகள் முடியும் வரை உபவாசம் இருந்து சிரார்த்தச் சமையலைச் செய்ய ஆயாசமாக இருப்பதால் சமையல்காரக் குப்பய்யாவை அழைப்பார். அவர் முதல் நாளே வந்து சமையலறையைப் பெருக்கி, மெழுகி, மடியில்

தண்ணீர் கொண்டு வந்து வைத்து, மிளகாய்ப் பொடி போன்ற பொடிகளை அரைத்து வைத்துவிட்டுப் போவார். சமையல் செய்ய சுப்பா சாஸ்திரிகள் வருவார். பண்டிதர் அவர் தந்தை தாயாருக்கு சிரார்த்தத்தை மிக பய பக்தியுடன் செய்வார். தெய்வ காரியங்கள், பித்ரு காரியங்கள் இரண்டிலும் அவருக்கு சமமான பக்தி இருந்தது. வம்சத்து மூதாதையர்கள் மனநிறைவடையா விட்டால், எந்த வம்சமும் செழிக்காது என்பது அவருடைய அசையாத நம்பிக்கையாக இருந்தது. சடங்கு சம்பிரதாயங்களை முறையாகவும், கடுமையாகவும் கடைப்பிடிக்கும் முதல் பந்தியில் அமர வரும் பிராமணர்களுக்கு சொல்லி அனுப்புவார். (சிரார்த்த காரியங்களில் சில பிராமணர்களைச் முதல் பந்தியில் அமர்த்தும் வழக்கம் உண்டு) முதல் பந்தியில் அமர அவர்கள் தினசரி சந்திவந்தனம் செய்து காயத்ரி மந்திரங்களை ஜபிப்பவர்களாகவும், சாத்வீக வாழ்க்கையை நடத்துபவராகவும் இருக்க வேண்டும். சிரார்த்தம் செய்யும் மூதாதையர் மனநிறைவு பெரும் வகையில் உண்ணும் உடல்வாகு இருந்து, இன்னும் பற்கள் விழாத வயதாக இருக்க வேண்டும். தெளிவாக வேத மந்திரங்களை உச்சரிக்கக் கூடிய ஆற்றல் இருக்க வேண்டும். பண்டிதர் தன் வீட்டில் செய்யும் எல்லா சிராத்தங்களுக்கும் தாராளமாக தானம் செய்வார். ஒவ்வொரு பிரமாணர்களுக்கும் தாமிரா ருத்ரணி, பஞ்சபாத்திரம், ஒரு ஜோடிப் புது வேட்டி, இரண்டு வெள்ளி ரூபாய்களை பக்தியுடன் கொடுத்து நெடுஞ்சாண்கிடையாக வணங்குவார். சிரார்த்த நாளுக்கு முன் இரவு உபவாசம் இருப்பார். மறுநாள் விடிகாலை ஆயிரத்தியெட்டு காயத்ரி மந்திரம் ஜபிப்பார்.

நாளை சிரார்த்தம் இருக்கும்போது குப்பய்யா வந்து எல்லா வேலைகளையும் செய்து கொடுப்பார். பண்டிதர் மற்றொரு அறையில் கரி அடுப்பில் அன்றைய சமையலைச் செய்வார். பிராமணர்களுக்குச் சொல்லி அனுப்பி இருந்தார். மதியம் மூன்று மணிக்கு பண்டிதர் மாடி மீது தம் படிப்பு அறையில் ஏதோ புத்தகத்தைத் தேடிக்கொண்டிருந்தார். சிராத்தத்திற்குத் தொடர்புடைய ஒரு கேள்வி அவர் மனதில் எழுந்திருந்தது. கோபிலஸ்மிரிதியில் அதற்கான விடை இருப்பதாக அவருக்கு மந்தமான நினைவு. பதில் இருந்த ஸ்லோகங்கள் அவர் என்ன முயன்றாலும் நினைவிற்கு வரவில்லை. அந்த நூலின் அச்சுப் பிரதி அவரிடமில்லை. தாள்களை ஜோடித்து அவராக தைத்த

நோட் புத்தகம் ஒன்றில் எழுதி வைத்த ஞாபகம். கையெழுத்துப் பிரதிகளை நிரப்பி வைத்திருந்த பெரிய பெட்டியொன்றைத் திறந்து தேடிப் பார்த்தார். அதில் கையெழுத்துப் பிரதிகள், பழைய கடிதங்கள், பாதி கிழிந்து போன அச்சான புத்தகங்கள் நிரம்பிக் கிடந்தன; ஒரு மணி நேரம் தேடினாலும் அவருக்குத் தேவையான புத்தகம் கிடைக்கவில்லை. இனி பெட்டியை மூடவேண்டும் என்னும் போது அவர் பார்வை எதிர்பாராமல் ஏதோ ஒரு தாள் பக்கம் போனது. காகிதம் சிதிலமடைந்திருந்ததாலும், கிறுக்கெழுத்தாக இருந்ததாலும் அவருக்குப் புரியவில்லை. வணக்கம் என்று எழுதி இருந்த தொடக்க வார்த்தை மீது அவர் கண் போனது. முன்பு எனக்கு யாராவது இப்படி எழுதி இருந்தார்களா? என்று அதைக் கையில் எடுத்துப் பார்த்தார். படிக்கப் படிக்க வியப்பானது மட்டுமல்ல, மனம் அதிசயமான பிரச்சனையிலும் சிக்கிக் கொண்டது.

'திரு நஞ்சுண்டனுக்கு கிருஷ்ணப்பாவின் வணக்கங்கள். இங்கு எல்லாம் நலம். அங்கும் நலம்தானே. பதினைந்து ஆண்டுகளுக்குப் பிறகு நானாக இந்தக் கடிதத்தை உனக்கு எழுத வேண்டும் என்று மனம் வந்தது. மிகத் துயரத்துடன் இந்தக் கடிதத்தை எழுத வேண்டி இருக்கிறது. தம்பியை ஏமாற்றிய நீசன் நீ. பலரை ஏமாற்றி இருக்கிறாய். ஆனால் தம்பி மீது துவேஷம் சாதிக்க நீ தில்லுமுல்லு செய்து அபகரித்துக்கொண்ட சொத்து தம்பிக்கு எங்கே போய்ச் சேர்ந்துவிடுமோ என்ற எண்ணத்தில் நீங்கள் இருவரும் இப்படிப்பட்ட செயலைச் செய்திருக்கக் கூடாது. ஹரிகதை ஷாமதாசரின் கதை எங்களுக்கு எல்லாம் தெரியும். புனிதமான பண்டிதர் வம்சத்து முன்னேழு தலைமுறை பித்ருக்கள் உன் செயலால் நரகத்திற்குப் போக வேண்டி இருக்கிறது. உன் சொத்தை நாய் நரிகள் தின்று போயிருந்தாலும் நானாகட்டும் என் பிள்ளைகளாகட்டும் ஆசைப்பட்டிருக்க மாட்டோம். உங்கள் பாவ புண்ணியங்களைக் கடவுள் பார்த்துக்கொள்வார். இப்படிக்கு வணக்கம். கிட்டப்பா, எடத்துறை, தபால் நிலையம்.'

கிட்டப்பா என்ற பெயரை பண்டிதர் சிறுவயதில் கேட்டிருந்தார். அவர் அப்பாவின் தம்பி அவர். அண்ணன் தம்பிகளுக்கு இடையே பெரும் பகை இருந்ததாக வீட்டில் பேசும் பேச்சுக்களால் தெரியும். புனிதமான பண்டிதர் வம்சத்துப் பித்ருக்களுக்கு நரகம் கிடைக்க எதை என் தாய் தந்தையர் செய்தார்கள்? சொத்து தம்பிக்குப்

போய்விடும் என்ற பேராசையால் அவர் செய்த பாவச் செயலாவது என்ன? இந்த ஷாமதாசர் யார்? நாளை சிரார்த்த நாளானதால் அந்த நாள் முழுதும் பண்டிதர் மனம் தெய்வப் பித்ருக்களை நினைத்தே சிந்தித்தது. பித்ருக்கள் நரகத்திற்குப் போகும் இந்தச் செய்தி இருக்கும் கடிதத்தால் அவருக்கு வருத்தமானது. அந்த விவரங்களைப் பரிசோதிக்க வேண்டுமென்று நினைத்தார். ஆனால் அதைப் பற்றித் தெரிவிப்பவர் யார்? இப்போது அவருக்கு எழுபத்தி மூன்று வயதாகிறது. தேதி, ஆண்டு இல்லாத இந்தக் கடிதம் அதற்கு எத்தனை நாட்கள் முன்னையதோ! அந்தக் காலத்தில் நடந்தவைகளை அறிந்தவர் யார்? உடனே அவருக்கு இலட்சுமியின் நினைவானது. அவள் இதே வீட்டில் பிறந்தவள். பெண்கள் அக்கம்பக்கத்துப் பெண்களிடமிருந்து ஆண்களுக்கே தெரியாத பல விஷயங்களைத் தெரிந்து வைத்திருப்பார்கள். அவளுக்கு ஏதாவது தெரிந்திருந்தால் மட்டுமே இது எனக்குத் தெரிய வரும் என்று அவர் கீழே இறங்கி வந்தார். இலட்சுமி நடு வீட்டில் உட்கார்ந்து கொண்டு மறுநாளுக்குத் தேவையான காய்கறிகளை எடுத்து வைத்துக் கொண்டிருந்தாள். அவள் அருகே வந்து பண்டிதர், “நீ ஷாமதாசர் என்ற பெயரைக் கேட்டிருக்கிறாயா?” என்று கேட்டார்.

இலட்சுமிக்கு எதுவும் புரியவில்லை. அவள் முகபாவத்தை கவனித்த பண்டிதர், “நான் பிறப்பதற்கும் முந்தைய சங்கதியாக இருந்தாலும் இருக்கலாம். நம் குடும்பத்திற்குத் தொடர்புடைய செய்தி” என்றார்.

“ஆமாம், கேட்டிருக்கிறேன்” என்று சொன்ன இலட்சுமி, ஏதோ தவறு செய்தவள் போல அமைதியானார்.

அவர் கையில் இருந்த கடிதத்தை வாசித்துக் காட்டி அவர், “பித்ருக்கள் நரகத்திற்குப் போகும் விஷயம் என்ன? ஹரிகதை ஷாமதாசர் கதை என்ன, சொல்” என்றார்.

“எனக்கு எதுவும் தெரியாது சீனப்பா. அவர் ஹரிகதை நடத்த இங்கே வருவார் என்று கேள்விப்பட்டிருக்கிறேன், அதுதான் தெரியும்.”

பண்டிதர் மீண்டும் மாடிக்குப் போனார். யார் மீதும் சந்தேகப் படுவது அவர் இயல்பல்ல. ஆனால் அன்று அவர் ஆர்வம் முடிவில்லாமல் சந்தேகத்தை நோக்கிச் சென்றது. ‘ஆமாம்,

கேட்டிருக்கிறேன்' என்று சொன்ன உடன் இலட்சுமி ஏதோ தவறு செய்தவள் போல அமைதியானது அவருக்கு நினைவானது. மீண்டும் மாடியில் இருந்து இறங்கி வந்து இலட்சுமியின் முன்னால் நின்று அவர் கையை நீட்டிக் கேட்டார்: "இலட்சுமி என் கையைப் பிடித்துக் கொள்."

அவளுக்குப் புரியவில்லை. "எதற்கு?" என்றார்.

"நான் சொல்வது போலச் செய்" என்று அவரே அவள் வலதுகையைப் பிடித்துச் சொன்னார். "என் கையைத் தொட்டுச் சொல்கிறாய். பொய் சொன்னால் நீ இறந்த பிறகு நரகம்தான் உனக்கு கதி. இந்தக் கடித விஷயம் உனக்கு எதுவும் தெரியாதா?"

இலட்சுமி தலையைத் தொங்கப் போட்டார். மீண்டும் பண்டிதர் அதே கேள்வியைக் கேட்ட பிறகு, "என்னை எதுக்கு இந்தச் சங்கடத் தில் சிக்க வைக்கிறாய் சீனப்பா?" என்று வலி நிறைந்த குரலில் கேட்டார். ஆனால் பண்டிதர் விடவில்லை. கடைசியில் வழி இல்லாமல் "இரவு சீனி தூங்கிய பிறகு சொல்கிறேன்" என்றார்.

இரவு உணவுக்குப் பிறகு சீனிக்கு தூக்கம் வந்த பிறகு பண்டிதர் மீண்டும் அவரைக் கேட்டார். "இங்கே வேண்டாம், மேலே வா" என்று அவராகவே அவரை மாடிக்கு அவர் படிக்கும் அறைக்கு அழைத்து வந்து, அந்த அறைக் கதவை சாத்திச் சொன்னார். 'அதைக் கேட்டு உனக்கு ஆகவேண்டியது என்ன? சும்மா எதற்குப் பிடிவாதம் பிடிக்கிறாய்?'

"பிடிவாதம் அல்ல. எனக்கு என்னமோ மிகவும் ஆர்வமாக இருக்கிறது. அதென்ன கெட்ட செய்தியாக இருந்தாலும் சொல். ஏற்றுக்கொள்ளும் மன வலிமை எனக்கு இருக்கிறது. என் மீது நீ வைத்திருக்கும் மதிப்பின் மீது ஆணை. உனக்குத் தெரிந்த எதையும் நீ மறைக்கக் கூடாது."

"ஆகட்டும், உட்கார். உன்னைவிடப் பெரியது என்ன இருக்கிறது?" என்று அவர் ஜமுக்காளத்தின் மீது உட்கார்ந்தார். அவர் எதிரில் விரித்திருந்த புலித் தோல் மீது பண்டிதர் அமர்ந்தார். எந்தச் சூழ்நிலையிலும் அமைதியாக இருக்கும் அவர் மனம் இப்போது தவித்தது. தான் கேட்ட செய்திகளை நினைத்துக் கொள்ளும் போது இலட்சுமியின் கண்கள் கடந்த காலத்தைப் பார்ப்பது போலத் தெரிந்தன.

2

சிறுவயதிலிருந்தே பேராசை குணம் கொண்டவரான நஞ்சுண்ட பண்டிதர், அவர் தந்தை இறைவனடி சேர்ந்ததும் குடும்பத் தலைவராகி விட்டார். இருபத்தியெட்டு வயதான அவர் கைக்கு குடும்பத்து முழு அதிகாரமும் வந்த போது தம்பி கிட்டப்பா பண்டிதருக்கு வயது இருபத்தி நான்கு. அண்ணனுக்கு பேராசை குணமிருந்தால் தம்பிக்குத் தாராள குணம். அண்ணன் ஆற அமர வியாபார நோக்கத்துடன் இருந்தால், தம்பி உணர்ச்சிவசப்படக்கூடிய இயல்புடையவர். அண்ணனை விட தம்பிக்கு கடவுள், தர்மம் போன்றவற்றில் நம்பிக்கை அதிகம். குள்ளமான அண்ணனை விட தம்பி வாட்டசாட்டமாக இருந்தார். அவர் மனைவியும் குணத்தில் அவருக்கு ஏற்றவளாக இருந்தாள் ஆனால் நஞ்சுண்ட பண்டிதரின் மனைவி கணவனுக்குத் தக்கவளாகவே இருந்தாள். அண்ணன் தம்பிகள் ஒத்துப்போகாமல் இருக்கும் போது ஓரகத்திகள் எப்படி நட்பாக இருக்க முடியும்? முதலிரவு முடிந்து வீட்டிற்கு வந்த ஒரே ஆண்டில் கிட்டப்பாவின் மனைவி கர்ப்பமாகி ஆண் மகவு பெற்றாள். இருபத்தி நான்கு வயதானாலும் அண்ணன் மனைவி அச்சம்மா கர்ப்பமாகவில்லை. ஒரு முறை ஓரகத்திகளுக்குள் சண்டை வந்த போது கிட்டப்பாவின் மனைவி, ‘அவரவர் பாவ புண்ணியங்களுக்கு ஏற்றாற் போல கடவுள் வயிற்றில் பிள்ளையைக் கொடுப்பான்’ என்று நேரடியாகவே கிண்டல் செய்தாள்.

அப்பாவின் சிரார்த்தம் வரும்போது அண்ணன் தம்பிகளுக்கு இடையே தகராறு முற்றிப்போகும். பிராமணர்களுக்கு வெள்ளி நாணயம் தட்சிணை கொடுக்க வேண்டும் என்று தம்பி சொன்னால், ‘நீ சம்பாதிக்கும் போது கொடுப்பயாம்’ என்று அண்ணன் குரங்குப்பிடி பிடிப்பார். நீ, உங்கப்பன், உன் பாட்டன் போன்ற வாய்த் தகராறுகள் அண்ணன் தம்பிகளுக்கு நடுவில் பலமுறை நடந்தன. ஒருமுறை வாய்த் தகராறு கைகலப்பாகி சண்டையாக மாறிய போது கிட்டப்பா, அண்ணனை நான்கு சாத்து சாத்தியும் விட்டார். அச்சம்மாவும் சண்டையில் சேர்ந்துகொண்டாள். இருவருடன் தனியாக அடிதடி நடத்திக்கொண்டிருந்த கணவன் பக்கம் நேரம் பார்த்து கிட்டப்பாவின் மனைவியும் சேர்ந்து கொண்டாள். சண்டை நடந்து ஒரு மாதம் ஆனாலும் கிட்டப்பா முகம் கோணிக் கொண்டிருக்கும். ஆனால், நஞ்சுண்ட பண்டிதர்

மறுநாளே சிரித்த முகத்துடன் தம்பியிடம் பேசிவிடுவார். 'உதட்டில ஒண்ணு, உள்ளத்தில ஒண்ணு வைச்சிருக்கிற கயவாளிப் பைய, வெட்கமா இல்லை' என்று தம்பி அவரை நக்கலடிப்பார். அண்ணன், தம்பி மனக் கசப்புகள் எல்லை மீறி பங்கு போட்டுக்கொள்வது என்று முடிவு செய்தார்கள். பங்கு பிரிக்க நான்கு பஞ்சாயத்து மனிதர்களுடன் கிட்டப்பாவின் மாமனாரும் வந்தார். நஞ்சுண்ட பண்டிதரின் மாமாவும் வந்தார். பஞ்சாயத்து முன்னால் குடும்பச் சொத்துக்களைப் பற்றிச் சொல்லும் போது நஞ்சுண்ட பண்டிதர் நிலபுலன்களை அடகு வைத்து வாங்கிய இருபதாயிரம் ரூபாய்க் கடனைக் காட்டினார். அவர் மாமாவின் தம்பி பெயரில் கடன் பத்திரம் இருந்தது. இது பொய்க் கடன் என்று கிட்டப்பா கத்தினார். கோர்ட்டுக்கும் போனார். ஆனால் அவரும் கையொப்பம் போட்டிருந்த பத்திரங்ளை நஞ்சுண்ட பண்டிதர் கோர்ட்டில் ஆஜர்படுத்தினார். பத்திரத்தில் இருக்கும் விவரங்களைச் சொல்லாமல் நம்பிக்கையின் பேரில் அவர் முன்பே தம்பியின் கையொப்பத்தைப் பெற்றிருந்தார். எல்லாம் கழித்து தன் பெயருக்கு வந்த இரண்டு ஏக்கர் நிலத்தை விற்று விட்டு, கிட்டப்பா தன் மூன்று பிள்ளைகளுடன் ஊர் விட்டு எடத்துறை அருகே ஒரு கிராமத்துக் கோயில் அர்ச்சகராக அவர் புது வாழ்க்கையைத் தொடங்கினார். ஆனால் அண்ணன் மீதான கோபம் மட்டும் தணியவில்லை.

நஞ்சுண்ட பண்டிதருக்கு இரவு மூன்று முறை ஆற்றுப் பக்கம் போகும் பழக்கம் இருந்தது. ஒரு இரவு பின்கட்டுக் கதவைத் திறந்து கொண்டு வீட்டிற்குப் பின்னால் இருந்த குண்டல ஆற்றங்கரையின் நீர்நொச்சிச் செடிக்கு அருகில் உட்கார்ந்தார். பின்னாலிருந்து முதுகு மீது யாரோ 'தப்' என்று குத்தினார்கள். பண்டிதர் 'ஆ' என்பதற்குள் யாரோ வாயில் துணியைத் திணித்தார்கள். முதலில் குத்தியவன் நஞ்சுண்ட பண்டிதரின் வேட்டியை உருவி, கைகால்களைக் கட்டிப்போட்டான். வெற்று உடம்போடு கட்டிப் போட்டுக் கிடந்த உடம்பெல்லாம் வீங்கும் வரை நீர்நொச்சிக் குச்சியால் அடித்து நொறுக்கினான். மற்றொருவன் அவர் எதிரில் நின்று, 'நீ என்னை ஏமாற்றியதற்கு அனுபவி' என்று சொல்லி ஓடிப்போனான். அது கிட்டப்பாவின் குரல் என்று தெரிந்தாலும் அவரால் எதுவும் செய்ய முடியாது. அவர் வாயில் துணி திணித்திருந்தது.

எதுவும் தெரியாத அச்சம்மா வீட்டில் தூங்கிக்கொண்டிருந்தாள். காலை எழுந்த போது கணவர் தோட்டத்துப் பக்கம் போயிருக்கலாம் என்று வீட்டு வேலைகளில் இருந்தாள். காலை ஏழு மணிக்கு ஆற்றுப் பக்கம் வந்த பெண்ணொருத்தி, கைகால்கள் கட்டிப்போட்டு வெற்றுடம்புடன் கிடந்த நஞ்சுண்ட பண்டிதரைப் பார்த்து வெட்கத்தால் ஓடிப்போய் அச்சம்மாவிடம் செய்தியைச் சொன்னாள். அக்கம்பக்கத்து ஆண்கள் வந்து அந்த துரியோதனனின் முடிச்சுக்களை அவிழ்த்த பிறகு, அவரைக் கட்டிப்போட்டவன் கந்தர்வன் அல்ல அவர் தம்பி கிட்டப்பா என்று தெரிந்து மனதிற்குள்ளேயே சிரித்தார்கள். பதினைந்து நாட்கள் பண்டிதர் உடம்பிற்கு ரோசா இதழ்ச்சாறை தேய்த்துக்கொண்டார். தம்பி மீது புகார் கொடுத்து கோர்ட்டுக்குப் போனாலும் சாட்சி ஆதாரங்கள் இல்லாமல் வழக்கு தள்ளுபடியானது.

தம்பியுடன் பங்கு பிரித்த பிறகு சில நாட்களில் பண்டிதர் வரவு பெருகத் தொடங்கியது. தேவரசன் கிராமத்து அருகேயும் அவர் புதிய நிலத்தை வாங்கினார். தங்கம் வெள்ளிகளை அடகு வைத்துக் கொண்டு கடன் கொடுப்பதால் நன்றாக வட்டியும் வந்தது. முக்கால்வாசி அலுவல்களில் கூட்டு வட்டி கணக்கு அடகு வைத்த நகைகளின் விலைக்கும் அதிகமாகி, அவை இவருக்கே கிடைக்கும். சுமார் பத்து ஆண்டுகளில் வீட்டில் பணம் சேர்ந்தது. பின்னால் சின்னதாக இருந்த வீட்டை இடித்து, இப்போது அதே இடத்தில் மாடி இருக்கும் புது வீடு கட்டினார். தங்கம் வெள்ளிகள் நிறையவே நிறைந்தன. அச்சம்மாவின் தலையிலிருந்து கைவரை, கழுத்திலிருந்து மார்பு வரை தங்க ஆபரணங்கள் ஜொலித்தன. ஆனால் நாட்கள் கடக்க தம்பதிகளை ஒரு கவலை வாட்டியது. இந்த எல்லா சொத்துக்கும் வாரிசு யார்? பிறகு சொத்து யாருக்குச் சேர வேண்டும்? தானம், தர்மம் யோசனைகள் அவர் கனவிலும் வராது. வாரிசு இல்லாமல் இறந்தால் சட்டப்படி இந்த எல்லாச் சொத்தும் தம்பி, தம்பி பிள்ளைகளுக்குப் போய்ச் சேர்ந்துவிடும் என்பதே நெருப்பைப் போல மனதை எரித்தது. கிட்டப்பா அவரை அடித்ததும் அல்லாமல் அம்மணமாகக் கட்டிப்போட்டுப் போனது நினைவுக்கு தினம் தினம் வந்து அவரிடமிருந்த பகையை காற்றுக்குச் சிக்கிய தீ போலப் பரவிச் சீண்டியது. ஆனால் அவருக்கு அப்போதே முப்பத்தியெட்டு வயது; அச்சம்மாவுக்கு முப்பத்தி நான்கு. என்றும் தான, தர்மம் செய்யாத அவர்

இப்போது தரம்ஸ்தலா மஞ்சுநாதனுக்கு வேண்டிக்கொண்டார். குழந்தை பிறந்து ஐந்து ஆண்டு ஆகும்போது அதன் எடைக்கு வெள்ளி கொடுப்பதாக நேர்ந்துகொண்டு, மஞ்சள் துணியில் ஒரு வெள்ளிக் காலணாவைக் கட்டி வைத்தார். லலிதா சகஸ்ரநாமம் ஓதி, பிராமணர் இருவருக்கு தினமும் மூன்று காசுகளுடன் தாம்பூலம் கொடுக்க ஆரம்பித்தார். நாக பிரதிஷ்டை செய்தால் குழந்தை பிறக்கும் என்று யாரோ சொன்னார்கள். பதினைந்து ரூபாய் செலவு செய்து நதிக் கரையில் அந்தச் சடங்கை நடத்தி இரண்டு பிராமணர்களுக்கு ஆபோசனம் கொடுத்தார். ஆனாலும் பிறக்கவில்லை.

அதே தருணத்தில் அவருக்கு ஷாமதாசரின் அறிமுகமானது. உயரமான, ஆஜானுபாகு ஆள் அவர். விசாலமான முகம், அகலமான கண்கள், நீண்ட மூக்கு. ஹரிகதை நடத்திக்கொண்டு ஊரூராகத் திரியும் அவருக்கு கொள்ளேகாலில் குடும்பம் இருந்தது. இனிமையான குரலில் பாடும் அவர் சங்கீதம், தாராளமாக சுத்தமான உச்சரிப்புடன் சொல்லும் சமஸ்கிருத ஸ்லோகங்கள் அவர் ஹரிகதைக்கு மெருகேற்றின. சமஸ்கிருத ஞானம் நன்றாக இருந்த அவரை நஞ்சுண்ட பண்டிதர் வீட்டிற்கு அழைத்து, குழந்தை பிறப்பதற்கு என்ன செய்ய வேண்டும் என்று கேட்டார். அவர் பரிந்துரையின்படி திருப்பதி போய் வந்தாலும் பலனில்லை. ஒரு முறை நஞ்சுண்ட பண்டிதர் மைசூர் போய் உடல் பரிசோதனையும் செய்து கொண்டார். மனதை உறுதிப்படுத்திக் கொண்டு மருத்துவர் கருத்தைக் கேட்ட போது, அவரிடம் குழந்தை பிறப்பதற்குப் பிரதிகூலமாக குறை இருப்பதாகத் தெரியவந்தது. அதனால் எந்தக் கடவுளாலும் பயனில்லை என்று அமைதியானார். தத்து எடுத்துக் கொள்ளும் ஆசை வந்து அக்கம்பக்கத்தில் சிலரை விசாரித்தார். தங்கள் பிள்ளைகளை அவர் வீட்டிற்குக் கொடுக்க யாரும் சம்மதிக்கவில்லை. இடையில் ஒரு செய்தி அவர் காதில் விழுந்தது: எடத்துறையில் இருக்கும் கிட்டப்பா ‘குழந்தை இல்லாத அவன் இறந்த பிறகு சொத்து முழுவதும் தன் பிள்ளைகளுக்குத்தான் சேரும்’ என்று சொல்லிக்கொண்டு திரிகிறாராம். அதைக் கேட்ட நஞ்சுண்ட பண்டிதர் உடம்பெல்லாம் எரிந்தது. ‘என் பித்ருக்கள் நரகத்தில் விழுந்தாலும் பரவாயில்லை. அந்தக் கபோதிப் பயல்களுக்கு என் வீட்டிலிருந்து செல்லாக்காசைக் கூடக் கிடைக்க விடமாட்டேன்’ என்று கர்ஜித்தார். குழந்தை

இல்லாத ஏமாற்றம், பெற முடியாத அவர் இயலாமை, தம்பி மீதான பகை அவரை ஒன்றாகச் சுட்டு எரித்தன. ஆனால் சட்டப்படி இந்த முழுச் சொத்தும் கிட்டப்பாவின் பிள்ளைகளுக்குத் தான் போய்ச்சேரும். அந்தத் தருணத்தில் அவருக்கு ஷாமதாசரின் நினைவு வந்தது. ஆரம்பத்தில் அசிங்கம் என்று தோன்றினாலும் தம்பியின் பேச்சுக்கள் காதில் விழுந்ததும் மனம் ஒரு முடிவிற்கு வந்தது.

தொடக்கத்தில் அச்சம்மா ஒத்துக்கொள்ளவில்லை. நாற்பது வயதிலும் பேராசை, சுயநலம், கபடம், வஞ்சனை போன்ற எத்தனை இழிவான குணங்கள் இருந்தாலும், அவர் பத்தினியாகவே இருந்தார். அவருக்கு பதி பக்தி இல்லாமல் இல்லை. ஆனாலும் திருமணமான இரண்டு ஆண்டுகளிலிருந்து இதுவரை தாயாக வேண்டுமென்ற தீவிரமான ஆசையிலும், உறுதியிலும் வெந்துகொண்டிருந்தார். இப்போது கணவனின் திட்டம் அவளுக்கு வெறுப்பைத் தந்தது. ஆனால் பிறகு தங்கள் சொத்து ஓரகத்திப் பிள்ளைகளுக்குக் கிடைப்பதைத் தாங்கிக் கொள்ள முடியவில்லை. தாயாகும் விருப்பம் மீண்டும் துளிர்த்தது. அவள் சம வயதோ அல்லது அவரை விடச் சின்னவரோ ஆனா ஷாமதாசர் ஆண்டுக்கு இரண்டு முறை நஞ்சனக்கூடுக்கு வருவார். ஹரிகதையைச் சுற்றி இருக்கும் கிராமங்களில் நடத்தினாலும் அவர் நஞ்சனக்கூடு பண்டிதர் வீட்டில்தான் வந்து தங்குவார். இந்த முறை அவர் வந்த போது வீட்டில் அவரை விட்டு விட்டு நஞ்சுண்ட பண்டிதர் வயலுக்குப் போனார். சுமார் ஒரு மாதத்திற்குப் பிறகு அச்சம்மாவுக்கு காலை நேரம் வாந்தியாகத் தொடங்கியது. இந்தச் செய்தியை தாசர் யாரிடமாவது சொல்லிவிட்டால் என்ன கதி என்ற கவலை நஞ்சுண்ட பண்டிதரை வாட்டியது. ஒரு நாள் அவர் தாசரை வீட்டில் அடைத்து வைத்து, நான்கு அடி அடித்து, ‘நீ யோக்கியமானவன் என்று வீட்டுக்குள் சேர்த்துச் சோறு போட்டால், உண்ட வீட்டுக்கே துரோகம் செய்கிறாயா? பிறகு என்றாவது நஞ்சனக்கூடு சுற்றுவட்டாரத்திலே முகத்தைக் காட்டினே நீ உயிரோடு போகமாட்டே. நான் திரும்பி வருவதற்குள் நீ ஊரை விட்டுப் போயிருக்கணும்’ என்று சொல்லி அவர் வயல் பக்கம் போனார். அதிர்ச்சியுடன் உள்ளே போன தாசர் கையில் ஐநூறு வெள்ளி ரூபாய்கள் நிரப்பிய பையைக் கொடுத்த அச்சம்மா, ‘அவர் குணம் உங்களுக்குத் தெரியாதா. இனி எப்போதும் இந்தப்

பக்கம் தலை காட்ட வேண்டாம். கண்டிப்பாக உங்களைக் கொலை செய்து விடுவார்' என்றார்.

தாசருக்கு அதிகத் துயரம் ஏற்படவில்லை. அவர் பிறகு அந்தப் பக்கம் தலைகாட்டவில்லை.

ஒன்பது மாதங்கள் நிரம்பிய பிறகு அச்சம்மா பொலிவான உடல்வாகுடன், விசாலமான நெற்றி, அகலமான முகம் கொண்ட ஆண் மகவைப் பெற்றெடுத்தார். நஞ்சுண்ட பண்டிதர் அவர் அப்பா ஸ்ரீனிவாச பண்டிதரின் பெயரைச் சூட்டி ஆடம்பரமாகப் பெயர் சூட்டு விழா நடத்தினார். அங்கே சுற்றுப்புறத்தில் இருக்கும் மக்கள் எல்லோரும் ஒரு நாள் இல்லை ஒரு நாள் தங்கள் வீட்டுத் தங்கத்தை எடுத்துக் கொண்டு நஞ்சுண்ட பண்டிதர் வீட்டிற்குப் போயாக வேண்டும். ஆதலால் அரசல் புரசலாகத் தெரிந்தாலும் வாயடைந்திருந்தார்கள்.

அதி நுட்ப புத்தி கொண்ட அவர் மகன் ஸ்ரீனிவாச பண்டிதனுக்கு எட்டாவது வயதில் பிரம்மோபதேச விழா நடத்தி நஞ்சுண்ட பண்டிதர் தன் மரபு வழியைச் சொல்லிக் கொடுத்தார்.

“காஷ்யப கோத்ரோத்பன்னஹ காஷ்யபவத்சார நைத்ரவ ப்ரவத்ரயான்வித ஆஷ்வலாயன ஸூத்ர சமன்விதஹ ருக் ஷாகாத்யாயி ஶ்ரீ ஸ்ரீனிவாச ஷ்ரோத்ரியோஹம்...”

3

...**சு**மார் அரை மணி நேரத்தில் இலட்சுமி தனக்குத் தெரிந்த செய்திகளைச் சொல்லி முடிக்கும்போது பண்டிதர் மனம் சுருங்கிப் போயிருந்தது. ‘இதெல்லாம் உண்மையா இலட்சுமி?’ அவர் கேட்டார்.

“நான் என்ன கண்ணால் பார்த்தேனா? உன்னை விட ஐந்து வயது சின்னவள்தானே நான்? நான் சிறியவளாக இருந்தபோது என் அப்பா யாரிடமோ இப்படிப் பேசிக்கொண்டிருந்தார். நான் கேட்ட நினைவு.”

பண்டிதர் அமைதியானார். அவர் மனம் நஞ்சுண்ட பண்டிதரையும், தன்னைப் பெற்ற தாயையும் நினைத்துக் கொண்டது. நஞ்சுண்ட

பண்டிதர் குள்ளமான ஆள். கறுப்பு நிறம். சப்பை மூக்கு. பெரிய சட்டி மீது பூசணிக்காயை வைத்தது போல அவர் தலை தெரியும். அவர் அம்மாவும் அழகான பெண் அல்ல. தன் கணவர் உயரம். ஆனால் அதிக தொப்பை வளர்ந்திருக்கவில்லை. கொஞ்சம் குண்டாக இருந்தாலும் சிறிய முகம்.

எழுபத்திநான்கு வயதில் கூட உயரமான, நிறைந்த தேகம். எடுப்பாகத் தெரியும் அகலமான முகத்தில் விசாலமான கண்கள். நீண்ட மூக்கு. அகலமான நெற்றி. உடனே தன் உடல் மீது அவருக்கு வெறுப்பு வந்தது. அவர் தன் உடல் மீது சிறப்பான மோகம் காட்டாவிட்டாலும், தன் ஆரோக்கியமான வலிமையான உடல் மீது அக்கறை இருந்தது. உடல் நலம் மனிதனின் பாக்கியங்களில் ஒன்று என்று நம்பி இருந்தார். ஆனால் அந்த ஆரோக்கியமான சரீரம் அவருக்கு அந்த நொடி பாக்கியமாகத் தெரியவில்லை.

“எழுந்திரு, போய் படுக்கலாம். நாளை காரியங்கள் முடியும் வரை உபவாசம். வேலையும் நிறைய இருக்கும்” என்று இலட்சுமி மேலே எழுந்தாள். பண்டிதர் கீழே இறங்கி வந்து சீனி தலைக்கு அருகில் இருந்த அவர் கட்டில் மீது படுத்தார். அவர் சித்தம் அல்லோலகல்லோலமாக இருந்தது. அவர் தந்தை, தாயின் பேராசை பிடித்த வாழ்க்கை அவருக்குத் தெரிந்திருந்தது. அப்பா அடகு வைத்துக்கொண்டு வட்டி வியாபாரம் செய்ததுவும் அவருக்குத் தெரிந்தது தான். அப்பா இறந்து வீட்டு அதிகாரம் தன் கைக்கு வந்த பிறகு பண்டிதர் அந்தத் தொழிலை முழுமையாக நிறுத்தி விட்டார். அப்பா சம்பாதித்திருந்த பணம், தங்க நகைகளில் முக்காலுக்கும் அதிகமானதை நல்லவர்களுக்குத் தானம் செய்து விட்டார். ஆனால் அப்பா, அம்மாவின் வாழ்க்கை முறையைப் பற்றித் தீர்ப்புச் சொல்ல அவர் மனம் சம்மதிக்கவில்லை. அடுத்தவர் சரி, தவறுகளை நிர்ணயிக்கும் அதிகாரம் தமக்கில்லை என்று அவர் உறுதியாக நம்பி இருந்தார். அதிலும் தாய், தந்தையரின் பாவ புண்ணியங்களை விமர்சிக்க அவர் என்றும் போனதில்லை. அப்படி விமர்சனம் செய்வது அகம்பாவம் என்று நினைத்தார். ஆனால் இன்று அவர் வாழ்க்கையின் ஆழமான நம்பிக்கை வேரைக் கோடாலியால் வெட்டியது போல இருக்கிறது. அவர் வம்சத்தின் மீது அவருக்கு அபாரமான பெருமை இருந்தது. வம்சத்து புனிதத்தைப் பாதுகாத்துத் தொடருவது ஒவ்வொருவரும்

ஆற்ற வேண்டிய முதல் நன்றிக்கடன் என்று அவர் நம்பி இருந்தார். திருமணம் போன்ற பண்பாட்டுச் சடங்குகள், குடும்ப வாழ்க்கை இவை எல்லாம் வம்சத்து புனித நோக்கத்தை முழுமையடையச் செய்ய ஏற்படுத்திய நிபந்தனைகள் என்று நம்பி அவர் அது போலவே நடந்து கொண்டார். காஷ்யப ரிஷி தொடங்கிய கோத்திரப் பரம்பரையைச் சேர்ந்த பண்டிதர் என்ற பெயர் பெற்ற அவர் வம்சத்தைப் பற்றி இருந்த நம்பிக்கையின் அடித்தளம் அவர் கண் முன்னால் சரிந்தது.

அவர் பண்டிதர் வம்சமல்லாமல் மற்றொரு வம்சத்து தாய், தந்தையருக்குப் பிறந்து, இந்த வம்சத்திற்குத் தத்தாக வந்த சிசு என்று தெரிந்திருந்தால் அவர் மனதிற்கு இப்படி இம்சை ஏற்பட்டிருக்காது. நஞ்சுண்ட பண்டிதர் நிர்க்கதியான தம்பதிகளின் குழந்தை ஒன்றை மூன்று முறம் கேழ்வரகு கொடுத்து வாங்கித் தங்கள் பிள்ளை என்று வளர்த்திருந்தாலும் அவர் நம்பிக்கை இழந்திருக்க மாட்டார். குழந்தைப்பேறு இல்லாதவர்களுக்கு வம்சத்தைத் தொடர தத்து எடுத்துப் பலனடைய இந்த வழக்கம் தொடங்கியது என்பது அவருக்குத் தெரியாததா! ஆனால் வம்சம் வளர வேண்டுமென்றோ, அவர் திதிக்கு பிண்டம் பிடித்து வைக்க மகன் வேண்டுமென்ற விருப்பத்தாலோ, நஞ்சுண்ட பண்டிதர் அப்படிச் செய்யவில்லை. பேராசையால், அவர் ஏமாற்றிச் சம்பாதித்த செல்வம் தம்பிக்குச் சேரக்கூடாது என்ற ஒரே பகை நோக்கத்தில் இந்தப் பாவச் செயலைச் செய்தார். ‘அதன் பலனாக, அந்தப் பகையைச் சாதிக்கும் பிடிவாதத்தைக் காப்பாற்ற ஆதாரமாகப் பிறந்த சிசு நான். என் வம்சம் எது? என் பிறப்பில் புனிதம் எங்கே இருக்கிறது?’ பண்டிதர் அவர் தாய், தந்தையரை நிராகரிப்பதற்கு மாறாக, அவர் பிறப்பை அவரே சபித்துக் கொண்டார். தூக்கம் பறந்து போயிருந்தது.

சீனிக்கு அருகில் படுக்கையை விரித்துப் படுத்திருந்த இலட்சுமிக்கும் உறக்கம் வரவில்லை. இது சீனப்பாவின் மனதை அதிகமாகத் தாக்கும் என்று அவர் எதிர்பார்த்தார். அத்தனை ஆண்டுகள் ஆனாலும் இலட்சுமி மனதில் ஒரு கேள்வி இருந்தது. ‘இது போன்ற தாய், தந்தைகள் வயிற்றில் பிறந்து, இப்படிப்பட்ட வீட்டில் வளர்ந்தாலும் சீனப்பாவுக்கு தருமன் புத்தி எங்கே இருந்து வந்தது?’ இந்தக் கேள்விக்கு இதுவரை அவருக்கு விடை

கிடைக்கவில்லை. இலட்சுமி தனக்குத் தெரிந்த இந்தச் செய்தியை மற்றவரிடம் சொன்னதில்லை. இதைத் தெரிந்தவர்கள் ஊரில் அநேகமாக யாரும் இல்லை. இருந்தாலும் அதை மற்றவரிடம் சொல்லும் நாக்கு யாருக்கும் இல்லை. சீனப்பா என்றால் துறவிக்கு சமம். அவரைப் பற்றிப் பேச இந்தச் சுற்று வட்டாரத்தில் யார் இருக்கிறார்கள்? தன் குணம், நடத்தைகளால் மனிதன் உயர்ந்தவன் அல்லது தாழ்ந்தவன் ஆகிறான் என்பது இலட்சுமி தன் வாழ்க்கை அனுபவத்தில் அறிந்திருந்தார். சீனப்பா கடவுளுக்கு சமானம் என்று அவர் மனம் நம்பி இருந்தது. அன்று அவர் தன் மீது சத்தியம் வாங்காமல் இருந்தால் இலட்சுமி அவருக்கு இதைச் சொல்லி இருக்க மாட்டார்.

படுக்கை மீது புரண்டு கொண்டிருந்த சீனப்பாவுக்கு அவர் சொன்னார்: “இதை எல்லாம் பெரிசா எடுத்துக்கிட்டு கவலைப் படவேண்டாம். நாம் எல்லாம் அப்பா அம்மாவுக்குப் பிறந்தோம் என்று நம்பிக்கொண்டிருக்கிறோம். உண்மை யாருக்குத் தெரியும்? இவை எல்லாம் பொய் என்று நான் எப்போதோ தெரிந்து கொண்டிருக்கிறேன். அவரவர் செய்த பாவ புண்ணியங்களின் மீது கடவுள் சத்கதி கொடுக்கிறான். நான் பார்த்த நாளிலிருந்து நீ தருமன் போலவே இருக்கிறாய். எப்படிப்பட்ட யமன் வந்து உன்னை எடை போட்டாலும் சொர்க்கத்தில்தான் கொண்டு போய்ப் போடுவான்.”

பண்டிதர் பேசவில்லை. அவர் பேசுவது காதில் விழுந்தது. ஆனால் எதுவும் புரியாமல் மனம் அலைபாய்ந்தது. அவரைத் தாங்கி நின்ற ஆதாரம் ஒன்று திடீரென்று கழன்று அவர் முடிவில்லாத அதலபாதாளத்தில் விழுவதுபோலத் தோன்றியது. பூமியின் ஆழம் அறியாத கர்ப்பத்தில் பிறந்து முகில் வரை வளர்ந்து நின்ற விருட்சமொன்றில் தானொரு நுனி; இப்போது யாரோ அந்த நுனியை வெட்டிப் போட்டார்கள். அது வானிலிருந்து விழுகிறது. அப்படிப்பட்ட கனமான, துய்யமான அந்த விருட்சம் அந்த நுனிக்கும் தனக்கும் எந்த உறவும் இல்லை என்பதைப் போல அலட்சியமாக, கொடூரமாக அமைதியாக நின்றிருக்கிறது. நானொரு திக்குத் தெரியாத அநாதை; தீய நோக்கத்திற்காக பாவ வழியில் பிறந்த சிசு. கடவுளே, எந்தப் பிறவியின் பாவத்திற்காக இப்படி என்னைப் படைத்தாய்!

அவருக்குத் தன் தந்தை தாய் நினைவானது. அவர் தன்னை அன்புடன் வளர்த்தார்கள். நஞ்சுண்ட பண்டிதரின் பிறவி குணமான கஞ்சத்தனத்தை விட்டால் அவர் நன்றாகவே தன்னை வளர்த்திருந்தார். பணம், தங்கம், வெள்ளி புதைத்து வைத்த இடங்களைக் காட்டிவிட்டு இறந்தார். அம்மாவோ வாழ்ந்திருக்கும் வரை மகன் என்றால் உயிரையே விடுவார். மகன் உணவு, துணி மணி போன்றவற்றில் எல்லாம் அவர்கள் மகிழ்ச்சியைக் கண்டார்கள். அப்பா, அம்மா இந்த உலகைத் துறந்து பல ஆண்டுகள் ஆன பிறகும் பண்டிதர் அவர்களை நினைத்துக் கொள்வார். ஒவ்வொரு ஆண்டும் சிரார்த்தம் செய்யும் நாள் அவர்களின் மகன் மீதான அன்பு நினைவிற்கு வரும். இப்போது மகன் என்ற புனித அடிப்படையே இல்லாமல் போனதே! இதென்ன முரண்! என்று வருந்தி, புரண்டு படுத்தார்.

அவருக்கு மகாபாரதம் நினைவிற்கு வந்தது. அந்தக் காலத்தில் பிள்ளை பெற சாமர்த்தியம் இல்லாத குடும்பஸ்தர்கள், வம்ச வளர்ச்சியின் ஒரே நோக்கத்துடன் சில சடங்கு, சம்பிரதாயங்களுடன் மற்றொருவரைத் தன் மனைவியிடம் அனுப்புவார்கள். ஆனால் அந்த மற்றொருவர் துறவி மன நிலை படைத்த மகானாக இருக்க வேண்டும். உடலின் சிற்றின்ப விருப்பங்களை வென்ற அவன், தானம் செய்யும் ஒரே நல்லெண்ணத்தில் அந்தக் குடும்பப் பெண்ணிற்கு வீரிய தானம் செய்ய வேண்டும். அதுவும் ஒரு வேள்வியைப் போலத்தான். நியோகம் என்பார்கள். கலியுகமான தற்போது அந்த வழக்கம் இல்லை. இந்தக் கால நீதி நியமனங்கள் வேறு, பழக்க வழக்கங்களே வேறு. நியோகத்தில், தங்கள் செல்வ மோகத்திற்காகக் குழந்தை அடையும் இழிவான நோக்கம் இருக்கக்கூடாது. ஆனால் என் அம்மாவும், நஞ்சுண்ட பண்டிதரும் செய்ததாவது என்ன? என்று இருட்டிலேயே பாரமான பெருமூச்சை விட்டார்.

பெருமூச்சைக் கேட்ட இலட்சுமி மீண்டும் ஆறுதல் சொன்னார். “சீனப்பா, இத்தனை நாட்கள் நீ ஏதேதோ சிரமங்களைத் தாங்கிக்கொண்டு உறுதியாக இருந்தாய். இப்போது சொக்கத் தங்கமான பிறகு இது ஒன்றுக்கு இப்படிப் பெருமூச்சு விடுகிறாயே? இப்படி நீ பெருமூச்சு விட்டதை நான் என்றும் பார்த்ததில்லை. அமைதியாகப் படுத்து உறங்கு. யாரோ செய்த வேலைக்கு நாம்

கவலைப்படக்கூடாது. இன்னும் சீனியை வளர்த்தணும். இப்பப் படு, நாளைக்கு நிறைய வேலை இருக்கு.”

நாளையே, தன் தந்தையான நஞ்சுண்ட பண்டிதருக்கு மகனாகத் தான் சிராத்தம் செய்ய வேண்டும் என்று அவர் அறிவுக்கு எட்டியது. அதொரு முரண் என்று திடீரென்று தோன்றியது. ‘யார் உதிரத்தில் பிறக்கவில்லையோ, எந்த வம்சத்திற்கு அற வழியில் தரப்படவில்லையோ, யார் தான் கைப்பிடித்த மனைவியின் கர்ப்பத்தைப் பகை தீர்க்கும் சாதனமாக அவர் பிறப்பிற்குத் தவறான வழியில் ஊக்குவித்தாரோ அவரை அப்பா என்று நம்பி இதுவரை ஆண்டுக்கொரு முறை சிரத்தை, பக்தியுடன் பிண்டம் பிடித்து வைத்தேனே. இப்போது உண்மை வெளிவந்த பிறகு நம்பிக்கை, நேர்மை அழிந்த பிறகு, சாரம் இழந்த நாடகம் ஆடுவதில் என்ன பொருள் இருக்கிறது? இது தர்மத்தின் பரிகாசம்.’ விருப்பச் சிரார்த்தம் என்ற வகையைப் பற்றி பண்டிதருக்குத் தெரியும். தங்களுக்கு வேண்டியவர் குழந்தைகள் இல்லாமல் இறந்தால், உயிருடன் இருக்கும் நண்பர்கள் அவருக்கு சிரார்த்தம் செய்யலாம். ஆனால் இது அது போன்றதும் அல்ல. அவர் இலட்சுமியை அழைத்தார். அவருக்கும் உறக்கம் வரவில்லை. இன்னும் தூங்கவில்லையா? என்று அவர் கேட்ட பிறகு சொன்னார்: “உண்மை தெரிந்த பிறகு நாளை சிரார்த்தம் செய்வதில் பொருளில்லை. காலை எழுந்தவுடன் முதல் பந்தி பிராமணர்கள் வீட்டிற்குப் போய். ‘நீங்கள் சிரார்த்தத்திற்கு வரவேண்டாம். அதை நிறுத்திவிட்டோம்’ என்று சொல்லி வருகிறேன்.”

“ஆனால் இத்தனை ஆண்டுகள் நடந்தது...” என்று இலட்சுமி பேசுவதைப் பாதியில் தடுத்துச் சொன்னார்: “உண்மை தெரியாத போது ஒரு பரம்பரை ஏதோ நம்பிக்கையில் எத்தனை ஆண்டுகள் வேண்டுமென்றாலும் நடக்கலாம். அதற்காக அது வணக்கத்திற்குரியதல்ல. இப்போது நான் வேறு மனிதன்: வெறும் சீனிவாசன்; ஸ்ரீனிவாச பண்டிதர் அல்ல.”

இலட்சுமி அமைதியானார். பண்டிதர் யோசித்துக்கொண்டே இருந்தார். அரை மணி நேரத்திற்குப் பிறகு இலட்சுமி, “நீதான் சொல்வாயே, எதையும் ஆதுரத்துடன் செய்யக் கூடாது, ‘தர்மத்தின் இழை மிகவும் மென்மையானது, ஆழமாகச் சிந்திக்காமல் அது புரியாது’ என்று. அவசரப்பட வேண்டாம். நாளைய காரியங்கள்

நடக்கட்டும். உன்னைவிடத் தெரிந்தவர்கள் யார் இருக்கிறார்கள்? நிதானமாகப் பிறகு யோசிப்பாயாம்.”

பண்டிதர் அமைதியானார்.

இருவரில் யாரும் அந்த இரவு தூங்கவில்லை. உறக்கம் வராவிட்டாலும் பண்டிதர் தமது நித்ய நியமங்களுக்கு மாறாக அன்று காலை ஆறு மணியானாலும் கவலை தோய்ந்த மனதுடன் படுக்கையில் படுத்திருந்தார். இலட்சுமியும், சீனியும் எழுந்து தங்கள் பணிகளில் தொடங்கி இருந்தார்கள். அன்று சீனி கல்லூரிக்குப் போகவில்லை. காலை எட்டு மணிக்கு முன்பே குப்பய்யா வந்தார். வீட்டுப் பின்கட்டுக் கிணற்றிலிருந்து தண்ணீர் சேந்தி உடம்பின் மீது ஊற்றிக்கொண்டார். முதல் நாள் இலட்சுமி எடுத்து வைத்திருந்த காய்கறிகளுக்குத் தண்ணீர் தெளித்து மடி செய்து சமையலறைக்குள் போனார். ஈரத் துண்டை கச்சை கட்டி முழங்காலுக்கு மேலே உடுத்திக் கொண்டு குப்பய்யா உதவிக்குப் போனார். எல்லாப் பட்சணங்களையும் சுத்தமான நெய்யில் வறுக்கும் சமையல் ஜோராக நடந்தது. பண்டிதர் இன்னும் குளித்திருக்கவில்லை. வீட்டுப் பின்புறத் தொழுவத்தில் உட்கார்ந்து கொண்டு பசுவின் கழுத்தை வருடிக்கொண்டிருந்தார். கால்நடைகளுக்கும் உயிருண்டு தானே? அவற்றுக்குத் தங்கள் வம்சத்துப் பிரக்ஞை உண்டா? மாதா பித்ருக்களுக்கு சிரார்த்தம் செய்ய வேண்டும் என்ற கற்பனை கூட அவற்றுக்குக் கிடையாது. கணவன் மனைவி கடமையை நிர்ணயிக்கும் சமுதாய அமைப்பே இல்லாமல் இருக்கும் போது, இறந்த தாய் தந்தையர் மீது இருக்க வேண்டிய கடமையைப் பற்றிய முடிவை எப்படி எடுக்க முடியும்? அவருக்குப் புரியாத சிந்தனைகள் மனதில் தோன்றி, அறுதியற்ற வேகத்தில் மிதக்கும் மேகங்களைப் போல அசைந்தாடின. பன்னிரண்டு மணிக்கு சுப்பய்யா சாஸ்த்திரிகள் வந்தார். முதல் பந்தி பிராமணர்கள் மடியுடுத்தி நெற்றிக்கு விபூதி பூசி, தாமிர பஞ்சபாத்திரம், ருத்ரணிகளைக் கையில் பிடித்துக்கொண்டு வந்தார்கள். இன்னும் குளிக்காமல் இருந்த பண்டிதரைப் பார்த்து முதல் பந்திக்கு வந்திருந்த அனந்தராம ஆசிரியர் கேட்டார், ‘இதென்ன வியப்பாக இருக்கிறது? எதற்கு உடல்நிலை சரியில்லையா? கண் சிவந்திருக்கிறதே?’ என்ற கேள்விகளுக்கு எந்தப் பதிலையும் சொல்லாமல் பண்டிதர் எந்திரம் போல குளியலறைப் பக்கம் போனார்.

மதியத்திற்குப் பிறகு சடங்குகள் ஆரம்பமாயின. மந்திரங்களின் பொருளில் மிகச் சிறந்த புலமை இருந்த பண்டிதருக்கு அன்று சாஸ்த்திரிகள் சொல்வது புரியவே இல்லை. தர்ப்பையை ஆள்காட்டி விரலில் அணிந்து கொள்வதற்கு பதிலாக நடு விரலில் மாட்டி இருந்தார். கைக்கரணங்கள் மறந்து போய் ஒவ்வொன்றையும் ஞாபகப்படுத்திக்கொள்ள வேண்டி இருந்தது. அன்று பண்டிதருக்கு உடல்நிலை சரியில்லை என்று சாஸ்த்திரிகள் மெல்ல மந்திரங்களைச் சொல்லிக்கொண்டே செய்ய வைத்தார். பிராமணர்களின் பாதபூஜை முடிந்து அந்த நீரை தலை மீது தெளித்துக் கொண்டும் ஆனது. போஜனம் ஆரம்பமானது. சீனி பரிமாறிக் கொண்டிருந்தான். வெறுமனே ஓய்வாக அமர்ந்திருந்த சாஸ்திரிகள், 'எதற்கு, உடம்பு சரியில்லையா?' என்று மீண்டும் கேட்ட போது, 'அப்படி எதுவும் இல்லை, ஒரு மாதிரி இருக்கு' என்று பண்டிதர் பதில் சொன்னார். அவருக்குப் பேச விருப்பமில்லை என்று சாஸ்திரிகள் அமைதியானார். சாப்பாடு நடந்து கொண்டிருந்தது. சீனி முறையாகப் பரிமாறிக்கொண்டிருந்தான். பண்டிதர் மனம் அவருக்கே அறியாத அறிமுகமில்லாத திசைகளில் அலைந்து கொண்டிருந்தது. முடிவில் சாஸ்திரிகள், 'பிராமணர்கள் போஜனத்திற்குப் பிறகு 'திலோதக பிண்டப் பிரதானே கரிஷ்யே' என்று சொன்னது அவர் காதில் கேட்டது. பிராமணர்கள் உணவருந்தி அவர்கள் கை அலம்பியும் முடிந்தது.

கடைசியாக தெற்கு நோக்கி தர்ப்பையைப் போட்டு அதற்கு நீர் தெளித்து அரிக்கன் சட்டியில் கட்டி வைத்த பிண்டங்களில் ஒன்றை எடுத்துக்கொள்ளுமாறு சாஸ்த்திரிகள் சொன்னார். அதைப் பண்டிதர் கையில் பிடித்துக்கொண்டு உட்கார்ந்த பிறகு, சாஸ்திரிகள் சொன்னார்: **'ஏதத்தே அஸ்மத்பிதிதுஹ I நஞ்சுண்டதேவ ஷர்மாணஹ காஷ்யபகோத்ரஸ்ய வசுரூபஸ்ய காஷ்யபகோத்ராய வசுரூபாய அயம் பிண்ட ஸ்வதானமம நமம I தேப்யட்ச கயாயா ஸ்ரீருத்ர பாதேஷு⁻ தத்த...'** அதை தர்ப்பை மீது வைத்து இன்னொரு பிண்டத்தை எடுத்துக் கொள்ளுங்கள். 'பிதாமஹ...' சாஸ்திரிகள் மந்திரம் ஏறிய சுரத்தில் வந்துகொண்டிருந்தது.

அந்த மந்திரம் காதுகளில் விழுந்ததும் பண்டிதருக்கு தலைசுற்றி கண் இருண்டது. சுதாரித்துக்கொள்ள என்ன முயன்றாலும் முடியவில்லை; சோர்ந்து அங்கேயே தரை மீது உருண்டு விட்டார். கையில் இருந்த பித்ருப் பிண்டம் கீழே உருண்டு உடைந்து

சிதறிப்போனது. உணவருந்தி உட்கார்ந்திருந்த அனந்தராம ஆசிரியர் திகைத்து எழுந்து வந்து அருகில் உட்கார்ந்து பண்டிதர் தலையை எடுத்து மடியில் வைத்துக் கொண்டார். மற்றொரு பிராமணர் அவர் தலைக்கு தண்ணீர் தெளித்துத் தட்டத் தொடங்கினார். சாஸ்திரிகள் சமையல் அறையில் இருந்த சீனியை அழைத்து, 'சீனன்னா தாத்தா மயங்கி விழுந்து விட்டார், விசிறி எடுத்து வந்து காற்று வீசு' என்றார். சீனி பயந்து ஓடிப்போய் விசிறியை எடுத்து வந்தான். நன்றாக தண்ணி தட்டி, காற்று வீசிய பத்து நிமிடத்திற்குப் பிறகு மயக்கம் தெளிந்தது. மேலே எழ முயன்றால் முடியவில்லை. அவர் தலைக்குக் கீழே ஒரு மடி வேட்டியை சுற்றி வைத்து, சாஸ்திரிகள் சமையல்கார குப்பய்யாவிடம், 'நீயே வா, பூணூல் போட்டுக்கொண்டு அடுத்த வேலைகளைக் கவனி, நடக்கட்டும்' என்றார். குப்பய்யா வந்து இடுப்பில் வேட்டியைச் சுற்றிக்கொண்டு உட்கார்ந்தார். பண்டிதர் கண் மூடிப் படுத்திருந்தார். சீனி அவருக்குக் காற்று வீசிக்கொண்டு இருந்தான். உடைந்து போன பிண்டத்திற்குப் பதிலாக மற்றொரு பிண்டத்தை உருண்டை கட்டி சாஸ்திரிகள் தொடக்கத்திலிருந்து, **'அஸ்மத்பிதிதுஹ...'** என்ற மந்திரத்திலிருந்தே தொடங்கி **'பித்ரு பிதாமஹ பிரபிதாமஹேப்யஹ I கன்தான் சமர்ப்பயாமி I திலாக்ஷதா யவாக்ஷதான் சமர்ப்பயாமி I ஸ்ரீதுளசிபத்ராணி சமர்ப்பயாமி I தர்ப்பான் சமர்ப்பயாமி...'** என்ற மந்திரங்களுடன் முடித்தார்.

சிரார்த்தம் முடிந்து எப்போதும் போல பிராமணர்களுக்கு வேட்டி, பஞ்சபாத்திரம், ருத்ரணி, வெள்ளி ரூபாய் தட்சிணைகள் கொடுக்கப்பட்டன. அதற்குள் பண்டிதர் கண் திறந்து பேச முடிந்தது. ஆனால் பித்ருவுக்குப் பிடித்த பிண்டம் உடைந்து போனது பண்டிதர் குடும்பத்திற்கு ஏற்படக்கூடிய ஏதோ தீமையின் அறிகுறி என்று சாஸ்திரிகள் கவலைப்பட்டார்.

4

ஒருநாள் பண்டிதர் சொன்னார்: "சீனி ரெண்டு நாள் கல்லூரிக்கு விடுமுறை சொல். எடத்துறைக்குப் போய் வரணும்."

இலட்சுமியை வீட்டில் விட்டு விட்டு அவர் இருவரும் ரயிலில் மைசூர் வந்தார்கள். எடத்துறைக்குப் போகும் ஒரு ஷட்டல் ரயிலில் உட்கார்ந்த பிறகு பேரனிடம் சொன்னார்: "எங்கள் அப்பாவின்

தம்பி கிட்டப்பா பண்டிதர் இருந்தார். நான் பார்த்ததில்லை. தம்பிக்குச் சேரவேண்டிய சம பங்குச் சொத்தைக் கொடுக்காமல் ஏமாற்றிவிட்டாராம். இப்போது எங்கள் சித்தப்பா வாரிசுகளான பேரன்களோ, கொள்ளுப் பேரன்களோ இருந்தால் தேடி அவர்களுக்கு நம் சொத்தில் பாதியைக் கொடுக்க வேண்டும் என்று நினைக்கிறேன். அப்படிச் செய்வது அறம். நீயும் ஒத்துக்கொள்வாய் தானே?"

"என்னை எதுக்குக் கேக்கறீங்க? உங்களுக்குத் தோன்றுவது போலச் செய்யுங்க."

"ஆனாலும், அப்படி அவர்களுக்குப் பாதி சொத்து கொடுக்க வேண்டுமென்றால் பத்திரங்களில் உன் கையொப்பமும் வேண்டும். எனக்கென்ன, எப்போது செத்தாலும் சரி. பிறகு அதற்கு வாரிசு நீ மகிழ்ச்சியுடன் ஒத்துக்கொள்ளவேண்டும்."

"நீங்கள் சொன்னால் சரி" பேரன் மிக நம்பிக்கையுடன் பேசினான்: "அவருக்குக் கொடுக்க வேண்டியது அறம் என்ற பிறகு மகிழ்ச்சியாக ஒத்துக்கொள்கிறேன். நீங்கள் சொல்லும் பேச்சு எப்போதும் நியாயமானதுதான்."

பண்டிதருக்கு மகிழ்ச்சியானது. மதியம் இரண்டு மணிக்கு எடத்துறை ரயில் நிலையம் சேர்ந்து அவர்கள் ஒரு குதிரை வண்டியில், புதிதாகக் கட்டிய நகரத்திற்கு வந்து அறிமுகமானவர் ஒருவர் வீட்டில் தங்கினார்கள். இப்போது எழுபத்தி ஐந்து வயது. நாற்பது வயதாக இருந்த போது வந்த கிட்டப்பா வம்சத்தாரை விசாரிக்க ஆரம்பித்தபோது, அந்த ஊரில் பண்டிதர் என்ற குடும்பப் பெயர் கொண்டவர்கள் யாரும் இல்லை என்று தெரிய வந்தது. நஞ்சனக்கூடிலிருந்து புலம் பெயர்ந்து வந்த முன்னோர்கள் எந்தக் குடும்பமும் அங்கே இருக்கவில்லை. கோயிலில் பூஜை செய்துகொண்டிருந்த யார் தாத்தாவும் கிட்டப்பா என்ற பெயரில் இல்லை. கடைசியில் எழுபத்தைந்து வயது முதியவர் ஒருவர் கிடைத்தார். வீட்டிற்கு வந்த நஞ்சனக்கூடு விருந்தாளிகளை அன்புடன் வரவேற்று அவர் சொன்னார்: "நான் சுமார் இருபது வயதுப் பையனாக இருந்தபோது இந்த ஊரில் கிட்டப்பா என்பவர் ஒருவர் இருந்தார். நஞ்சனக்கூடு நகரத்தைச் சேர்ந்தவர். மூன்று ஆண் பிள்ளைகள் இருந்தார்கள். நாற்பது, நாற்பத்தைந்து வயதிருக்கும். ஒரு முறை கோயில் தர்மகர்த்தாவுக்கும்

அவருக்கும் தகராறு நடந்தது. அவர் தர்மகர்த்தாவை அடித்து நொறுக்கிவிட்டாராம். தவறு செய்தது தர்மகர்த்தா. ஆனாலும் அவர் பணக்காரர். கிட்டப்பாவை ஊரைவிட்டு விரட்டிவிட்டார். கைக்கு வந்த மகன்களை அழைத்துக் கொண்டு அவர் எந்த ஊருக்குப் போனாரோ தெரியாது.”

அவர் முயற்சி வீணானது என்று ஏமாற்றத்துடன் பண்டிதர் பேரனுடன் நஞ்சனக்கூடு திரும்பினார். செய்தி அறிந்த இலட்சுமி, “இனி அந்தக் குடும்பத்து ஆட்களைத் தேட முடியாது. அந்தத் திட்டத்தைக் கைவிடு” என்றார்.

நாட்கள் கடந்தன. சீனி கல்லூரிக்குப் போய் வந்துகொண்டிருந்தான். தற்போது அவனுக்கு நடந்துகொண்டிருந்த வேத பாடங்களில் தாத்தாவுக்கு உற்சாகம் குறைந்தது. சில நாட்கள் சொல்லிக் கொடுக்கும் போது மனம் எங்கேயோ அலையும். பாடம் அத்துடன் முடிந்துவிடும். பண்டிதர் மனதில் கவலை தோன்றும், ‘இந்த வீடு, இந்த நிலம், வயல், பணம் காசு எதுவும் என்னுடையதல்ல. கிட்டப்பா பண்டிதர் குடும்பத்தார்கள் கிடைத்தால், இந்த முழுச் சொத்தையும் அவர்களிடம் சேர்த்து விடுவது தர்மம். ஆனால் அவர்களை எங்கே தேடுவது?’ பல நாட்கள் சரியாக உணவு செல்லவில்லை. இலை மீது பரிமாறிய சோறு நியாயமாகத் தனக்குச் சேர்ந்த வயலில் விளைந்தது அல்ல; அல்லது யாராவது மனப்பூர்வமாக தானமாகக் கொடுத்ததும் அல்ல. இதை எப்படி உண்பது? என்று கவலைப்படுவார். அன்று அத்துடன் எழுந்து கை அலம்பிவிடுவார்.

நஞ்சனக்கூடுக்கு யாசகர்கள், ஹரிகதைக்காரர்கள், தேசாந்தரி பிராமணர்கள், திருமணம், பூணூல் சடங்குகளுக்கு நன்கொடை வாங்குபவர்கள் வந்துகொண்டே இருப்பார்கள். யார் வந்தாலும் பண்டிதர் வீட்டிற்கு வராமல் இருக்க மாட்டார்கள். வந்தவர்களுக்குத் தாம்பூலத் தட்டில் வைத்து தாராளமாக உதவாமல் பண்டிதர் அனுப்ப மாட்டார். சமீபகாலமாக அது போல வீட்டிற்கு வருபவர்களிடம், ‘நீங்கள் ஊர் ஊராகச் சுற்றும் போது பண்டிதர் என்ற வம்சத்து ஜனங்களை எங்கேயாவது பார்த்திருக்கிறீர்களா?’ என்று கேட்பார். இல்லை என்று எல்லோரும் சொல்வார்கள். ‘ஒருவேளை உங்களுக்குத் தெரிந்தால் எனக்கு ஒரு கார்ட் எழுதுங்கள்’ என்று அவர் விலாசத்தைக்

கொடுத்துச் சொல்வார்: 'வெறுமனே பண்டிதர் என்று இருந்தால் போதாது. அவர் வம்சத்தில் பாட்டன் அல்லது முப்பாட்டன் பெயர் கிட்டப்பா பண்டிதர் என்று இருக்க வேண்டும். இந்த கிட்டப்பா பண்டிதர் நஞ்சனக்கூடில் இருந்து புலம் பெயர்ந்தவர். இவ்வளவையும் விசாரித்த பிறகு எனக்குத் தெரிவியுங்கள். இந்த வயதானவனுக்கு உதவியாக இருக்கும்.'

பண்டிதர் என்ற குடும்பப் பெயரை உள்ளவராக இருந்து, நஞ்சனக்கூடிலிருந்து புலம் பெயர்ந்த குடும்பத்தார் யாராவது இருந்தால் கண்டிப்பாகத் தனக்குத் தெரிவிக்க வேண்டும் என்றும் அவர் குடும்பத்திற்குத் தன்னிடமிருந்து கொஞ்சம் சொத்து சேரவேண்டும் என்றும் பத்திரிகையில் விளம்பரம் கொடுத்தார். ஆனால் யாரும் பதில் கொடுக்கவில்லை.

பண்டிதருக்கு தற்போது காத்தியாயினி நினைவு வரும். தன் இளமைப் பருவத்தில் அவள் கைம்பெண் நியமனங்களை நிராகரித்து புதுக் கணவனைத் தேடிக்கொண்டு போய்விட்டாள். ஒரு வம்சத்து சிசுவைப் பெற்றவள் மற்றொரு வம்சத்து மனைவியானாள். அவர் மனம் அவருடைய பெயரளவிலான தந்தை நஞ்சுண்ட பண்டிதர் மற்றும் அவர் அம்மாவின் செயலை காத்தியாயினியின் நடத்தையுடன் ஒப்பிட்டுப் பார்க்கும். காத்தியாயினி அப்படி நடந்து கொண்டது இழிவான செயல் அல்ல. ஏமாற்ற, பழிவாங்க, தவறான வழிகளில் சென்ற, எந்தத் தீய செயல்களையும் அவள் செய்யவில்லை. நவீன சிந்தனைகளின் காற்று அவளிடம் வீசியது. மேலாக தன் இளமையின் தாகத்தை அடக்க முடியாத இயலாமையே அவளிடம் இருந்த குறை. அதை அறிந்துகொண்டு துணிச்சலாக மற்றொருவரின் மனைவியானாள். அவள் செயலை ஒருவகையில் பாராட்ட வேண்டும். அவர் அப்பா, அம்மாவின் நடத்தையை நினைத்தால் வெறுப்பில் உடம்பு பற்றி எரியும். இரண்டு மூன்று மணி நேரம் மனம் வெறுப்பாலும், கோபத்தாலும் நிறைந்திருக்கும். பிறகு அவராகவே ஆறுதல் அடைந்து தன்னிரக்கத்தில் மூழ்கிவிடுவார். 'இத்தனை நாட்கள் சாதனை செய்து பெற்ற மன அமைதியை இப்போது எதற்கு இழக்க வேண்டும்? மனதில் வெறுப்பு போன்ற ராஜச, தாமச உணர்வுகளுக்கு ஏன் இடம் கொடுக்க வேண்டும்? என் பிறப்பு இப்படித்தான் இருக்க வேண்டும் என்று தெய்வ சங்கல்பம்

இருந்தால் என்ன செய்யமுடியும்? அப்பா, அம்மாவின் மீது கோபம் கொண்டு, அவர் பாவ புண்ணியங்களை நிறுத்துப் பார்க்கும் அதிகாரம் எனக்கு எங்கே இருக்கிறது? கடவுளே, இதுவரை இருந்தது போலவே இனியும் மற்றவர்களின் பாவ புண்ணியங்களை அளக்காமல் இருக்கும் மனதைக் கொடு.' கண் மூடி மனதில் பிரார்த்தனை செய்தார்.

★★★

படலம்: இருபத்து ஐந்து
25

ஐந்து மாதங்கள் நிரந்தரமாக உட்கார்ந்து கடைசித் தொகுப்பை எழுதி முடித்த பிறகு ராயர் ஆறுதலாகப் பெருமூச்சு விட்டார். கடைசிப் பத்தி முடிய இரவு பத்து மணியாகி இருந்தது. அவர் பின்னால் ஒரு நாற்காலியில் உட்கார்ந்து கருணா கைப்பிரதியின் முற்பகுதிகளை வாசித்துக்கொண்டிருந்தாள். பேனாவைக் கீழே வைத்த ராயர், "கருணா" என்று அழைத்தார். உட்கார்ந்த இடத்திலிருந்து எழுந்து வந்து அவர் கையைப் பிடித்துக் கொண்டு உணர்ச்சிகரமாக "முடிந்தது" என்றார். அவள் நெஞ்சம் நிறைந்து வந்தது. மெதுவாக அவர் கைகளை அழுத்தி, நெருங்கி, அவர் தலையைத் தன் மார்பில் சாய்த்துக்கொண்டு சொன்னாள்: "உங்கள் பணி முடிந்தது. கடவுள் அருள் பாலித்திருக்கிறார். இனி நீங்கள் மருத்துவர் அறிவுரை போல நடந்துகொள்ளவேண்டும். அடுத்த வேலைகளைப் பற்றிக் கிஞ்சித்தும் கவலைப்படக்கூடாது."

அந்த நாளிலிருந்து ராயர் வாழ்க்கையில் ஒரு வகையான இனம் புரியாத நிம்மதி நிறைந்தது. இருபது ஆண்டுகள் நிரந்தர உழைப்பின், தவத்தின் பலனாக, கருணாவின் ஆன்ம பக்தியின் வடிவமாக அவர் நூல் முழுமையடைந்தது. 'ஒவ்வொரு மனிதனும் தனக்கே உரிய பாதையில் வாழ்க்கையைப் பயனுள்ளதாக அமைத்துக்கொள்ள வேண்டும். என் வழியில் நான் அதில் ஒரு படி ஏறி இருக்கிறேன்.

இந்த நூல் படைப்பின் காலத்தில் சேகரித்த தகவல்களை வைத்துக் கொண்டு நாலைந்து சிறு நூல்களைப் படைக்கலாம். பல பத்துக் கட்டுரைகளை வெளியிடலாம். ஆனால் அந்தப் பணிகளைச் செய்ய என்னிடம் வலிமை இல்லை. அதைக் கருணா தனியாகச் செய்யட்டும். ஆயுள் இருந்தால் நான் அவள் எழுத்தை ஆங்காங்கே திருத்துகிறேன்' என்று நினைத்தார். இப்போது அவர் தினமும் நடைபழகப் போவார். ஒவ்வொரு நாள் விடிகாலை கருணாவை இழுத்துக் கொண்டு போவார். ‘வந்த பிறகு உன் வேலையைச் செய்வாயாம்' என்று அவளைப் புறப்பட வைப்பார். கருணாவுக்கு வேலை அதிகமாகவே இருந்தது. நூலகம் சென்று மேற்கோள் காட்டிய நூல்களை ஒப்பிட்டுப் பார்க்க வேண்டும். எழுத்து தோரணையைச் சில இடங்களில் திருத்த வேண்டும். சில இடங்களில் வாக்கிய அமைப்பு முன்பின்னாக இருந்தால் அவற்றை முறைப்படுத்தி, திருத்தி எழுதி பிறகு தட்டச்சு செய்து பதிப்பாளருக்கு அனுப்பி வைக்க வேண்டும். கடைசித் தொகுப்பைத் தன் மனைவி கருணாவிற்கு சமர்ப்பிக்க வேண்டும் என்பது ராயர் விருப்பமாக இருந்தது. அதற்கு அவள் சம்மதிக்கவில்லை. தன் குழந்தையை எந்தத் தகப்பனும் அதைப் பெற்ற தாய்க்கு சமர்ப்பணம் செய்வதில்லை என்றாள்.

கருணா தன் பணியில் ஈடுபட்டிருந்தாள். ராயர் தினம் ஒரு மணி நேரம் கல்லூரிக்குப் போய் வந்த பிறகு படுத்து உறங்குவார். சில சமயம் பொழுதைக் கழிக்க பக்கத்துப் பேராசிரியர் வீட்டிற்குப் போவார். ‘எப்படியோ, முடிவில் டாக்டர் ராவ் மனிதரானார்' என்று அந்தப் பேராசிரியர் இவரைக் கேலி செய்தார். ராயர் சில நாட்கள் அவர் மாணவர்களை வீட்டிற்கு அழைத்து பழம், காப்பி கொடுத்து சிரித்துப் பேசி அனுப்புவார். தன் பாரத்தை மழை வடிவில் பொழிந்து மற்ற மெல்லிய மேகங்கள் குளிர் காற்றில் மிதப்பது போல லேசானது அவர் மனம். ஒருநாள் நாகலட்சுமியின் நினைவானது. ‘தனக்கு இதய நோய் இருக்கும் செய்தி அவளுக்குத் தெரிந்திருக்காது. தெரிந்திருந்தால் தனக்கு என்ன கோபம் இருந்தாலும் விழுங்கிக்கொண்டு ஓடி வந்திருப்பாள். தம் நோயை அவர் அவளிடமிருந்து மூடி மறைப்பது ஒரு வகையில் அவளுக்குச் செய்யும் அநீதி' என்று அவருக்குத் தோன்றியது. முன்பு அவர் போய் அழைத்தபோது கடுமையாகப் பேசியது நினைவிருந்தாலும், தம் நோயிலிருந்து குணமாகி, நூல் இயற்றுவது முழுமையடைந்த

பிறகு அவள் மீது புதிய உணர்வொன்று தோன்றியது. 'இனி எத்தனை நாள் உயிரோடிருப்பேன்! அவளை அழைத்துக் கொண்டு வந்து கூடவே இருக்க வேண்டும்' என்று மனம் விரும்பியது. அவளை அழைப்பதைப் பற்றி கருணாவிடம் சொன்ன போது அவள், 'முன்பு நடந்து கொண்டது போலவே அவர் பேசினால்? எந்த வகையிலும் நீங்கள் உணர்ச்சிவசப்படக்கூடாது என்று டாக்டர் எச்சரித்திருக்கிறார்' என்றாள்.

"இந்த முறை அதுபோல நடக்காது என்பது என் நம்பிக்கை."

"நானும் வரட்டுமா?"

"வேண்டாம். நான் தனியாகப் போய் வருகிறேன். ராஜா வீட்டில் இருப்பான்" என்று அவர் அன்று காலை நடைபழகுவதை இலட்சுமிபுரத்தின் பக்கமாகத் திருப்பினார். ராஜா வீட்டில் இருந்தான். அவன் தான் முதலில் வெளியே வந்து அண்ணனை உள்ளே அழைத்துப் போனான். காத்தியாயினி அவருக்கு ஒரு குவளை பால் கொண்டு வந்து கொடுத்தாள். அவள் இப்போது வாடிப்போன வெள்ளைக் கரப்பான் போல இருந்தாள். கிள்ளினாலும் உடம்பில் ஒரு சொட்டு ரத்தம் இருக்காது. விஷயம் தெரிந்திருந்த ராயர் அதைப் பற்றி ஒரு வார்த்தையும் பேசவில்லை. ராஜாவிடம் சொன்னார்: "நூல் பணிகள் முடிந்தன. நாகுவை அழைக்கலாம் என்று வந்தேன். இப்போதாவது அவள் வந்தால் அழைத்துச் செல்கிறேன்." ராஜா உள்ளே போனான். அதற்குள் காத்தியாயினி பிரித்வியை வெளியே அனுப்பி வைத்தாள். அவன் வந்து அப்பாவின் பாதங்களைத் தொட்டு வணங்கினான். அவன் தலையைத் தொட்டு ஆசீர்வதித்துக் கேட்டார்: "இப்போது எந்த வகுப்பு?"

"இந்த ஆண்டு பி. எஸ்சி தேர்வு எழுதுகிறேன்."

"அந்த வீட்டுப் பக்கம் வா. மாலை நேரம் வா, வாக்கிங் போகலாம்."

"ஊம்."

ராஜா உள்ளே போய் செய்தியைச் சொன்ன போது, "யார் வீட்டிற்கும் போக மாட்டேன்" என்று நாகலட்சுமி கடுமையான குரலில் சொன்னாள். ராஜா மெல்ல அவர் நோயைப் பற்றி அவளிடம் தெரிவித்தான். மருத்துவர் வேண்டாம் என்றாலும்,

நூல் எழுதிய செய்தியைத் தெரிவித்து, "அநேகமாக உன்னால் தான் அவருக்கு முதல் முறை மாரடைப்பு வந்தது. இப்போதும் அவர் நிலைமை மோசமாகத்தான் இருக்கிறது. இப்போது நீ மீண்டும் பிடிவாதம் பிடித்தால் மனம் நொந்து எந்த நேரத்திலும் எதுவும் நடக்கலாம். சொல்ல முடியாது. அதற்குத் தயாராக இருக்கிறாயா?" என்றான்.

இரண்டே நிமிடத்தில் நாகலட்சுமி கரைந்து போனாள். 'கெட்டதாக எதற்கு யோசிக்கிறாய்? ஒரு மணி நேரத்தில் சமையல் முடியும். அவரையும் இருக்கச் சொல். உங்களுக்கு எல்லாம் பரிமாறி நானும் சாப்பிட்டு விட்டுப் போகிறேன். இங்கே இவள் உடல் நிலை இப்படி இருக்கிறது. நீங்கள் என்ன செய்யப் போகிறீர்கள்?"

"நாங்கள் எப்படியாவது இருப்போம். சமையல் செய்ய நான் கொஞ்சம் உதவியாக இருப்பேன். பிரித்வி இருக்கிறான். தேவை என்றால் சமையல்கார ராகப்பாவை இங்கே அழைத்துக் கொள்ளலாம். மற்ற வேலைகளை அவர் செய்து கொடுத்தால், இவள் சோறு குழம்பு செய்வாள்."

ராஜா வெளியே வந்து அண்ணனிடம் செய்தியைத் தெரிவித்தான். 'நீயும் சாப்பிட்டு விட்டே போ' என்றான். ராயர் தம்பியுடன் பேசிக்கொண்டு உட்கார்ந்தார். ஒன்பதரை மணி சுமாருக்கு ராயர் அங்கேயே குளித்துச் சாப்பிட உட்கார இருந்தார். அதற்குள் கருணா வந்தாள். தன்னை எதிர்கொண்ட ராஜாவிடம் சொன்னாள்: "அவர் நிலைமை மோசமாக இருக்கிறது. இத்தனை நேரமானாலும் வரவில்லை என்று அதிர்ச்சியாக இருந்தது, வந்தேன்."

"வாங்க, மூவரும் சாப்பிட்டுவிட்டுப் போகலாம்."

கருணா உள்ளே வந்தாள். கை கால்களை அலம்பி சாப்பிட உட்காரும் முன், கருணா தானே உள்ளே சென்று குனிந்து நாகலட்சுமியை வணங்கினாள். நாகலட்சுமிக்குக் கூச்சமாக இருந்தது. அவளிடம் என்ன சொல்வது என்று நாகலட்சுமிக்குத் தெரியவில்லை. அமைதியாக நின்றாள். ஆனால் அவர் மனம் மகிழ்ச்சியால் நிரம்பி வழிந்தது. எல்லோரையும் உட்கார வைத்து உணவு பரிமாறினாள். அவளும் சாப்பிட்ட பிறகு ராஜா போய் ஒரு ஜட்கா கூட்டி வந்தான். புறப்படும் போது ராயர் காத்தியாயினியிடம் சொன்னார்: "இனி மீண்டும் இரண்டிரண்டு

இடத்தில் குடும்பம் நடத்துவது வேண்டாம். எனக்கு இப்போது உங்கள் எல்லோருடனும் ஒன்றாக இருந்தால் நல்லது என்று தோன்றுகிறது.”

வண்டியில் உட்கார்ந்து போகும் போது மூவர் மனமும் தங்களுக்கே புரியாத மகிழ்ச்சியில் மூழ்கிக் கிடந்தன. ஒரு வகையான உன்னத உணர்வை கருணா அனுபவித்தாள். வாழ்க்கையில் கொடுமையாக உரசிக்கொண்டிருந்த இருமைக்கு ஒரு தீர்வு பிறந்து தானாகவே ஒரு சமநிலையை அடைந்தது போல ராயருக்குத் தோன்றியது. நாகலட்சுமியின் மனம் ஸ்ரீராமனை நினைத்துக் கொண்டது. ‘உன்னை நம்பிய யாரையும் நீ கைவிட்டதில்லை. ஸ்ரீராமா, ஜெயராமா ஜெயஜெயராமா ஸ்ரீராமம் சரணம் மமா’ என்று சொல்லிக்கொண்டாள்.

நாகலட்சுமி வீட்டிற்கு வந்த அந்த நொடியிலிருந்தே வீட்டிற்குப் புதிய பொலிவு வந்தது. சமையலறைக்குப் போய் அவள் ராகப்பாவின் பதார்த்தங்களைப் பார்த்தாள். மிளகாய்ப் பொடி டப்பாவை எடுத்து முகர்ந்து பார்த்தாள். அன்று மதியமே ராகப்பாவைக் கடைக்கு அனுப்பி புதிதாக மிளகாய்ப் பொடிக்குத் தேவையான பொருட்களை வாங்கி வரச் சொன்னாள். தானே வறுத்து மணமணக்கும் புதிய பொடியை இடித்து வைத்தாள். மாலை ராகப்பாவை மார்கெட்டுக்கு அனுப்பி எலுமிச்சை, இஞ்சி, பூ, பழம், வெற்றிலை, காய்கறிகளைத் தருவித்தாள். புதிய சுண்ணாம்பு டப்பி, பொடிப் பாக்கு வந்தன. மாலை அங்கே வந்த பிரித்வியிடம் சொல்லி வீட்டிலிருந்து ஸ்ரீராமர் படம், ராம நாமம் எழுதும் நோட் புத்தகம், மசிப்புட்டி, எழுத்தாணிகளைத் தருவித்துக் கொண்டாள். இரவு அவளே சமையல் செய்து ராயருக்கும் கருணாவுக்கும் பரிமாறினாள். ராகப்பா கூச்சத்துடன் நாகலட்சுமி உணவருந்திய பிறகு சாப்பிட்டார். தனக்குத் தெரிந்த அளவு கருணா நாகலட்சுமியுடன் கன்னடத்தில் பேசினாள். நாகலட்சுமியை ‘சிஸ்டர்’ என்று கருணா அழைத்த போது ராயர் அதற்குக் கன்னடச் சொல்லான ‘அக்கா’ வைச் சொல்லிக் கொடுத்தார்.

2

மறுநாள் காலை நாகலட்சுமி நான்கு மணிக்கே எழுந்து அடுப்பைப் பற்ற வைத்தாள். ஐந்து மணிக்கு கருணாவுக்கும், ராயருக்கும் பால் காய்ச்சிக் கொடுத்தாள். ராயர் கையில் ஊன்றுகோலை எடுத்துக் கொண்டு நடைபழகப் போனார். கருணா உள்ளே வந்து, 'அக்கா, குக்கிங் செய்ய நானும் ஹெல்ப் செய்யட்டுமா?' என்றாள். நாகலட்சுமி "வேண்டாம், நீ வாசிப்பு, எழுதுவதை கவனி. எனக்கு நன்றாகத் தெரியும் வேலையை நான் செய்கிறேன். உனக்கு நன்றாகத் தெரியும் வேலையை நீ செய்" என்ற போது கருணா மென்மையாகச் சிரித்தாள். இதுவரை இல்லாத புது பாக்கியம் தனக்குக் கிடைத்த அனுபவம் அவளுக்கு ஆனது. அவள் மகிழ்ச்சியாகப் படிக்கும் அறைக்குப் போய் கைப்பிரதிகளைப் பார்க்க உட்கார்ந்தாள். ராயர் நடந்து முடிந்து எட்டரை மணிக்கு வீடு வந்த போது நாகலட்சுமி தானே வந்து அவர் கையைப் பிடித்துக்கொண்டு குளியலறைக்கு அழைத்துச் சென்றாள். தன் கையால் வெந்நீர் முகர்ந்து அவர் உடலைத் தேய்த்துக் குளிப்பாட்டினாள். "நான் என்ன குழந்தையாடி" என்று கேட்ட அவரிடம், "பிறகென்ன. சரியாக உடம்பைப் பார்த்துக்க முடியாவிட்டால்?" என்று பொய்க் கோபம் காட்டும் போது அவள் மனம் பெருமைப்பட்டது. பத்து மணிக்குச் சாப்பிட உட்காரும் முன் கருணா, ராயர் இருவரையும் வரச்சொல்லி முதலில் ராமனை வணங்கிய பிறகு தான் சாப்பாடு என்றபோது அவர் இருவரும் பக்தியுடன் ராமனை வணங்கினார்கள். கருணா ராயரை சுட்டிக் காட்டி, நாகலட்சுமியிடம், "நம் வீட்டு ஸ்ரீராமர் இவர், ஈஸ் இட் நாட்?" என்று கேட்ட போது ராயர், "ஆனால் இந்த ராமனுக்கு இரண்டு மனைவிகள்" என்றார். இருவரும் வயிறு குலுங்கச் சிரித்தார்கள். சாப்பிடும் போது அன்று உணவின் ருசியே வேறு மாதிரி இருந்தது. அதுபோன்ற ருசியான சமையலை முன்பு நாகலட்சுமி மட்டுமே இந்த பங்களாவில் சமைத்திருந்தாள். அது ராயருக்கு நினைவுக்கு வந்தது. குழம்பு, கூட்டு, பொரியல் போன்றவற்றில் முதலில் எதைச் சாப்பிடுவது, எதை விடுவது என்பதைப்போல எல்லாம் ருசியாகவே இருந்தன. சமையல் கருணாவிற்கு வியப்பளித்தது. அவள் தினம் உண்பதை விடவும் ஒன்றரைப் பங்கு அதிகமாகவே சாப்பிட்டாள். ராயர் சிறிது அதிகமாகவே உண்டார்.

உணவருந்திய பிறகு கருணா கைப்பிரதிகளை அடுக்கிக்கொண்டு நூலகம் சென்றாள். நாகலட்சுமி சாப்பிடும்போது ராயர் சமையலறைக்கு வந்து அவரே பரிமாறினார். “நாகு இத்தனை நாட்கள் இப்படி நடந்து விட்டன. இனி தினமும் நீ என் கையால் பரிமாறிக்கொள்ள வேண்டும்” என்று அவள் ‘போதும்’ என்றாலும் அதிகமாகப் பரிமாறினார். “காத்தியாயினி எப்படி இருக்கிறாள்?’ அவள் சம்மதித்தால் நாம் எல்லாம் ஒன்றாக இருக்கலாம். இவ்வளவு பெரிய பங்களா இருக்கிறது. இதற்கும் வாடகை கொடுக்க வேண்டும். அங்கே வேறு தனியாக வாடகை கொடுக்க வேண்டும். அவள் உடல்நிலையும் சரியில்லை. நீ இல்லாமல் ராஜாவுக்கும் சலிப்பாக இருக்கும். பிரித்வியும் நம்முடன் இருந்தது போல இருக்கும்.”

அவள் சாப்பிட்ட பிறகு ராகப்பா சாப்பிட உட்கார்ந்தார். “அம்மா, நீங்கள் இனியாவது வெளியே போங்கள். நீங்கள் வேலை செய்துகொண்டு நான் சும்மா இருக்கக் கூச்சமாக இருக்கிறது. உங்களைப் போல சமைக்கக் கற்க சரஸ்வதி அருள் வேண்டும” என்று சொன்னார். கையில் தாம்பூலத்தை எடுத்துக்கொண்டு நாகலட்சுமி வெளி அறைக்கு வந்தாள். ராயர் அவர் கட்டில் மீது உட்கார்ந்திருந்தார். உள்ளே வந்து அறைக் கதவை சாத்தி கட்டில் அருகே நாற்காலி மீது அமர்ந்து கேட்டாள்: “வெற்றிலை மடித்துக் கொடுக்கவா?”

“வேண்டாம். டாக்டர் கூடாது என்று சொல்லி இருக்கிறார்.”

அவளும் வெற்றிலை போடவில்லை. நாற்பத்தி நான்கு வயதான அவள் முடி அதிகமாக நரைத்திருந்தது. சீவிப் பின்னிய வெள்ளை முடி மின்னியது. தலைக் கொண்டையில், மார்க்கெட்டில் இருந்து தருவித்த சாமந்திப் பூ சோபித்தது. பெரிய நெற்றியின் மீது அகலமான குங்குமமும் எடுப்பாகத் தெரிந்தது. அதற்குக் கீழே சிறிதாக சந்திரப் பொட்டு. சாத்வீகப் பொலிவும் அவள் முகத்தின் மீது முன்பிருந்த வெகுளித்தனமான அழகும் இப்போதும் இருந்தது. முன் போலவே அவள் இரண்டு கைகளிலும் வளையல்கள் நிரம்பிக்கிடந்தன. கன்னம், முன் கை, முன் கால்களுக்குப் பூசியிருந்த மஞ்சள் எடுப்பாகத் தெரிந்தது. அவளை இரண்டு நிமிடம் கண் கொட்டாமல் பார்த்த ராயர், “நாகு, இத்தனை நாள் உன்னை விட்டிருந்தேன். உன்னுடன் இருந்திருந்தால் நான்

இன்னும் வலிமையுடன் இருந்திருப்பேன்” என்றார். நாகலட்சுமி தலை குனிந்து கொண்டாள். கண்ணில் கண்ணீர் நிரம்பியது. அதைப் பார்த்த ராயர், “அருகே வா” என்று கையைப் பற்றிக் கொண்டு அழைத்தார். கட்டில் மீது அவருக்கு அருகிலேயே அமர்த்திக் கொண்டு, அவள் கையை அழுத்தி, “அழ வேண்டாம். இனி எப்போதும் உன்னை விட்டு விட்டு இருக்க மாட்டேன்.” என்றார்.

“உங்களுக்கு சோர்வாக இருக்கும். இங்கே படுங்கள்’ என்று அவள் அவரைத் தன் மடி மீது படுக்க வைத்துக்கொண்டாள். காலை நீட்டி மனைவியின் மடி மீது தலைவைத்து ஓய்வெடுத்த ராயர் மனம் முன்பு என்றும் அனுபவிக்காத மகிழ்ச்சி வெள்ளத்தில் மிதந்தது. அவர் முகத்தைத் தன் கையில் ஏந்தி அவள் கேட்டாள்: “உடம்பு சரியில்லாத போது என்னை எதற்கு அழைக்கவில்லை? அப்போது நீங்கள் என்னை அழைக்க வந்த போது நான் கோபமாக இருந்தேன். ஆனால் உடல் நலம் இல்லாத போது வந்து பணிவிடை செய்ய முடியாத பாவியா நான்?”

“அப்படிச் சொல்லாதே நாகு. நீ உண்மையாகவும் புண்ணியசாலி. இத்தனை நாள் உன்னை அப்படி நடத்திக்கொண்ட நான்தான் பாவி” என்று அவர் சொல்லும் போது, “ச்சீ, நீங்கள் அப்படி சொல்லக் கூடாது” என்று அவர் வாய் மீது கை வைத்தாள். அவள் கையை வாயிலிருந்து எடுத்து அவர் சொன்னார்: “பாவ புண்ணிய விமர்சனத்தை நான் செய்யவில்லை. உனக்குத் தெரியும். எந்த இழிவான எண்ணத்திலும் நான் கருணாவைத் திருமணம் செய்து கொள்ளவில்லை. அவள் இருக்காவிட்டால், நூல் இயற்றுவது இன்னும் பத்து ஆண்டுகள் ஆனாலும் முடிந்திருக்காது. நாம் மூவரும் முன்பிருந்தே இதுபோலவே இருந்திருக்கலாம். ஆனால் முற்போக்கு எண்ணங்கள் கொண்ட அவள் சம்மதிக்கவில்லை. எப்போதும் அவளுடன் இருக்காமல் என் நூல் முழுமையடைந்திருக்காது. எப்படியோ இப்போது நாம் ஒன்றாகச் சேர்ந்தோமே! இதைவிடப் பெரிது வேறென்ன இருக்கப் போகிறது?”

ராயர் மகிழ்ச்சி எல்லையில்லாமல் நீண்டது. அவர் வாழ்க்கையின் இருநிலை கலைந்து நிம்மதியை அடைந்த இந்த நிலை புளகாங்கிதமாக இருந்தது. அவர் உரத்த குரலில் சொன்னார்:

"இந்தப் பெரும் தேசத்தின் இதிகாசம் எழுதி இருக்கிறேன். எப்படிப்பட்ட உன்னத தரிசனம், கலை, தர்மங்களை உலகிற்குக் கொடுத்த பண்பாடு இது! இந்த மகா பிரவாகத்திற்குத் தங்கள் கங்கை நீரை பங்களித்த பெரும் மகான்களின் வாழ்க்கைகளை வர்ணிக்க முயன்றிருக்கிறேன்! வெறுமனே ஆன முயற்சியல்ல. எனக்கு நிறைவு தந்ததே இந்தப் படைப்புதான். பெரும் செயலைச் சாதிக்கும் போது சிறு சிறு தவறுகள் நடக்கலாம். நாகு, நீ இத்தனை ஆண்டுகள் விலகி இருந்தது, இப்படித் துயரப்பட்டது இவை எல்லாம் இந்தக் காரிய சாதனைக்குத் தேவையான நிலையாக இருந்தனவோ! அதுவும் கடவுள் விருப்பமாக இருந்திருக்கலாம். இப்போது எல்லாம் கடந்து முடிவில் மங்களம் பாடுவது போல நாம் ஒன்றாகச் சேர்ந்து, நான் உன் மடி மீது மீண்டும் தலை வைத்துப் படுக்கும் சூழ்நிலை அமைந்திருக்கிறது. நாகு, எனக்கு இப்போது எவ்வளவு மகிழ்ச்சியாக இருக்கிறது தெரியுமா? குனிந்து என் முகத்தின் மீது உன் மார்பைப் புதைத்துக்கொள், என்னைத் தழுவிக்கொள். "உனக்கு மகிழ்ச்சியாக இல்லையா?" என்று அவள் இடுப்பைத் தன் இரண்டு கைகளாலும் சுற்றி வளைத்துக் கொண்டார். நாகலட்சுமி கண்களில் ஆனந்தக் கண்ணீர் நிரம்பி வழிந்தது. குனிந்து அவள் அவரைத் தன் மார்போடு அணைத்துக் கொண்டாள். "நாகூ, இந்த மகிழ்ச்சியை, இந்த ஆனந்தத்தை..." ராயர் பேசத் திணறினார். "என்னால் தாங்க முடியவில்லை" என்று தடுமாறிக்கொண்டே சொன்னார். மூச்சு முட்டி, உடல் வியர்த்தது. மார்பின் இடது பாகத்தில் தாங்க முடியாத வலி தெரிந்தது. மேலே பேச முடியவில்லை. மெல்லத் தன் கையை மார்பருகே கொண்டு வந்தார். நாகலட்சுமிக்கு அதிர்ச்சியாக இருந்தது. தன் மார்போடு அணைத்துக் கொண்ட முகத்தை விலக்கி தன் மடி மீது சாய்த்து வைத்துக் கொண்டாள். அவர் முகத்தின் மீது அரை நொடி அதீத வேதனை தெரிந்தது. என்ன செய்வது என்று தெரியாமல் அவள் பதட்டத்துடன் "ராகப்பா" என்று கத்தினாள். ராகப்பா ஓடி வருவதற்குள் அவர் முகத்தின் மீதான வலி குறைந்தது போலத் தெரிந்தது. அவர் கண்கள் மூடி இருந்தன. கை கால்கள் செயலிழந்திருந்தன. அறைக்குள் வந்த ராகப்பா ராயர் கையைப் பிடித்துக் கொண்டு, மூக்கருகே தன் கையை வைத்துப் பார்த்தான். அவனுக்கு தெரிந்து விட்டாலும், உடனே சொல்லாமல், "புரபசரை அழைக்கிறேன்" என்று வெளியே ஓடினான். நாகலட்சுமிக்கு சந்தேகமானது. உரக்க

அழத் தொடங்கினாள். ஒரு நொடிக்கு முன்பு ஆனந்தக் கண்ணீர் வடித்த அவள் கண்கள் இப்போது துயர வெள்ளத்தில் மூழ்கின.

பேராசிரியர் வீட்டில் இருக்கவில்லை. அவர் மனைவி ஓடி வந்தார். அவர் வரும் வேளை நாகலட்சுமிக்குத் தெரிந்துவிட்டது. அவர் அவள் கையைப் பற்றிக்கொண்டார். அவள் வேதனை மேலும் அதிகமானது. ஐந்து நிமிடத்தில் கருணா ராகப்பாவுடன் ஓடி வீட்டிற்கு வந்தாள். அறையில் அந்தக் காட்சியைக் கண்டவுடன், 'உங்களுடன் உணர்ச்சிவசப்பட்டதால் அவருக்கு மீண்டு மாரடைப்பு வந்தது' என்ற சொற்கள் நாக்கின் மீது வந்தாலும் அவள் அப்படிச் சொல்லவில்லை. இதுவரை தனக்குத் துணையாக இருந்த ராயர் உடல் மீது கருணா சரிந்தாள்.

3

முனைவர் ராயரின் மரணச்செய்தி தெரிந்தவுடன் கல்லூரி ஆசிரியர்கள் முதற்கொண்டு மாணவர்கள் அனைவரும் அவர் பங்களா முன் வந்து கூடினார்கள். அன்று விடுமுறை என்று கல்லூரி முதல்வர் அறிவித்தார். மறுநாள் கல்லூரியில் நடந்த இரங்கல் கூட்டத்தில் எல்லோர் பார்வைக்கும் தெரிய உயரத்தில் போட்டிருந்த ஒரு மேசை மீது, வெளிவந்திருந்த அவருடைய புத்தகத்தின் பிரதிகளை அடுக்கி வைத்து அதன் அருகில் ஒரு நாற்காலி மீது அவர் படத்தை வைத்துப் பெரிய மாலை போட்டிருந்தார்கள். அஞ்சலி செலுத்தும் கூட்டத்தில் பேசிய துணைவேந்தர், "ஒரு பல்கலைக்கழகத்தின் மரியாதையும், பெருமையும் இருப்பது இதுபோன்ற மேதாவிகளாலும், அவர் படைப்புக்களாலுமே தவிர நிர்வாக வர்க்கத்தால் அல்ல" என்று வெளிப்படையாகவே பேசினார். "மற்ற மூன்று புரஃபசர்களுக்கும் அவர் ஆசிரியராக இருந்தவர். வாழ்க்கையை ஞானத்திற்காக அர்ப்பணித்த அவர் சரணங்களை நாம் வணங்க வேண்டும்" என்று சொல்லும் போது, அவர் இருவருக்கும் உண்மையாகவும் கண்ணில் நீர் வந்தது.

பங்களாவைப் பூட்டி விட்டு ராஜா மாலையே கருணாவையும், நாகலட்சுமியையும் அழைத்துக்கொண்டு வந்தான். சனாதன சடங்குகளுக்கு ஏற்றவாறு ஈமக் காரியங்களை பிரித்வி செய்ய வேண்டி இருந்தாலும், அவனுக்கு இன்னும் பூணூல் சடங்கு

ஆகி இருக்கவில்லை. ஏழாவது நாளிலிருந்து ஆரம்பமான அந்தக் காரியங்களை அவனுக்குப் பதிலாக ராஜாவே செய்தான்.

நாகலட்சுமி வாழ்க்கையில் நிரம்பி இருந்த ஏமாற்றம் ஒருநாள் காலை விலகி அவள் காலை பதினொரு மணிக்கு தன் கணவருடன் வண்டியில் அமர்ந்து அவர் வீட்டிற்கு வந்தாள். மறுநாள் அதே நேரத்திற்கு சரியாக அவள் கணவர் அவள் மடி மீது தலை வைத்து தன் கடைசி மூச்சை விட்டார். 'என் முன் பிறவியின் ஊழ்வினை இதுபோல இருக்கிறதோ, நான் சேர்த்து வைத்த பாவங்களால் அவருக்கு இப்படி நடந்ததா?' என்று அவள் வருந்தினாள். இத்தனை நாட்கள் கணவர் உயிரோடு இருந்தும் அவள் தனியாக இருந்தாள். இப்போது அவரே இல்லாமல் போனார். அவளுக்கு கணவனிடமிருந்து விலகி இருந்ததை விடவும் கைம்பெண் நிலை கொடூரமாகத் தெரிந்தது. ராஜா, காத்தியாயினி, கடைசியாக கருணா சொன்னாலும் அவள் அழுகை நிற்கவில்லை. அப்பாவுடன் நேரடி உறவு இல்லாவிட்டாலும் பிரித்வி அழுது கொண்டிருந்தான். மாமாவைப் பற்றி காத்தியாயினிக்கும் மிக மரியாதை இருந்தது. அவர் புலமையை அவள் பக்தியுடன் பார்த்தாள். அவளும் இரண்டு நாள் கண்ணீர் சிந்தினாள். கருணாவுக்கு ஆறுதல் சொன்னவளும் அவள்தான். அண்ணனின் மரணம் ராஜா எதிர்பாராதது. மகன் இடத்தில் நின்று ராஜாதான் ஈமச் சடங்குகளைச் செய்தான்.

கணவர் இறந்து பத்து நாட்கள் வரை நாகலட்சுமி சுமங்கலிதான். வீட்டு சமையல் வேலைக்கு வந்திருந்த பெண்கள் அவளுக்குப் பூச்சூடி, நெற்றியில் பெரிய குங்குமம் வைத்தார்கள். கைக்குப் புதிய வளையல்களை அணிவித்து கன்னத்தில் மஞ்சள் பூசினார்கள். பத்தாவது நாள் நெருங்க தன் மஞ்சள் குங்கும பாக்கியம் இழந்து போகும் என்ற துயரத்தில் அவள் இரவு பகல் முழுதும் அழுதாள். முன்பு தலை வாரிக்கொள்ளும் போது மட்டும் ஒருமுறை கண்ணாடியைப் பார்க்கும் அவள் இப்போது அடிக்கடி கண்ணாடியில் தன் மஞ்சள் குங்கும முகத்தைப் பார்த்தாள். கூடவே பொங்கி வரும் அழுகையைத் தாங்க முடியாமல் தரை மீது படுத்துப் புறளுவாள். பத்தாவது நாளுக்கு முதல் நாள் அவளுக்கும் ராஜாவுக்கும் சூடான வாக்குவாதம் நடந்தது.

"ராஜா, உயிரே போன பிறகு அழுகிய உடலை வைத்துக்கொண்டு என்ன பலன்? நாளை இந்த முடி, இந்தச் சேலை எல்லாம் போய்விடும். வேறு சேலை தருவி."

“பத்தாம்பசலிப் பெண் போலப் பேசவேண்டாம், அங்கே நடக்கும் சடங்குகள் நடக்கட்டும். தலைமுடி அப்படியே இருக்கட்டும். இனி வெறும் வெள்ளைச் சேலையை உடுத்திக் கொள்.”

“நான் என்ன அலுவலகம் போய் வேலை செய்ய வேண்டுமா, வெள்ளைச் சேலை உடுத்திக்கொள்ள? எனக்கு அது எதுவும் வேண்டாம்! என்று பிடிவாதம் பிடித்தாள். அதற்குள் காத்தியாயினி அங்கே வந்து நின்றாள். அவளைப் பார்த்த நாகலட்சுமி, “நீயாவது இவனுக்குச் சொல். நான் மடி ஆக வேண்டுமென்று” என்று அழுது புலம்பினாள்.

காத்தியாயினி மனம் மிகவும் வருந்தியது. இத்தனை நாட்கள் தன்னுடன் இருந்த அக்கா நாகலட்சுமியை சிகப்பு நார் மடிச் சேலை, மொட்டைத்தலை உருவமாக அவளால் கற்பனை செய்துகொள்ள முடியவில்லை. அவள் நினைவு திடீரென்று அவள் கடந்த காலத்தை நோக்கிச் சென்றது. இப்போது இருபது ஆண்டுகளுக்கு முன் அவள் முதல் கணவன் இறந்த போது அவளும் பத்து நாட்கள் சுமங்கலி ஆடை அணிகளுடன் இருந்தாள். பத்தாவது நாள் தலைப் பூ, கழுத்துத் தாலி, கை வளையல்களைக் கழற்றி, நெற்றிக் குங்குமத்தை அழித்து, வண்ணச் சேலையை எறிந்து, வெள்ளைச் சேலை உடுத்திக் கொண்ட போது அவளுக்கு மயக்கம் வந்திருந்தது. அவள் தலையை மழித்துச் சிகப்புச் சேலை உடுத்த வேண்டும் என்று அத்தை பாகீரதம்மா சொன்னார். புதுக் காலத்து இளம் வயது மருமகள் மனதை நோகடிக்கக்கூடாது என்று பண்டிதர் மறுத்தார். ஆனால் நாட்கள் கடக்க அவள் வாழ்க்கை மாறியது. மீண்டும் பூச்சூடி, வளையல் அணிந்து, குங்குமம் வைக்கக் கூடியவளானாள். மறுபடி கிடைத்த பாக்கியத்திற்காக அவள் மகிழ்ச்சியும் அடைந்தாள். ஆனால் இப்போது அவள் சிந்தனைப் போக்கு வேறு வகையாக இருந்தது. இரண்டு நிமிடம் தனக்குள் யோசித்து, ராஜாவிடம் சொன்னாள்: “அக்கா சொல்வதும் சரி, நீங்கள் அதுபோலவே செய்யுங்கள்.”

“ஆனாலும் நாகு, சிகப்புச் சேலை உடுத்திக்கொண்டு உட்காருவதை என் மனம் ஒத்துக்கொள்ளாது” என்று ராஜா தழுதழுத்த குரலில் சொன்னான்.

“துயரத்தைத் தாங்கிக்கொள்ளவேண்டும். அந்த விஷயத்தில் உங்களை விடவும் அக்காவின் அறிவு அதிகப் பக்குவமாக இருக்கிறது. புது நிலைமையை சங்கேத அறிகுறியாக ஏற்க அவர்

தயாராக இருக்கிறார். உண்மை நிலையை உங்களால் மாற்ற முடியாது. அதன் சங்கேதத்தை எதற்கு எதிர்க்கிறீர்கள்? இது போன்ற விஷயங்களில் ஆணின் சிந்தனைத் தர்க்கத்தை விட பெண்ணின் மன உணர்வே அதிக விவேகமானது.”

ராஜா அமைதியானார். மறுநாள் நாகலட்சுமி வீட்டிலிருந்து புறப்பட்டாள். தன் சௌபாக்கியச் சின்னங்களை எல்லாம் அழிக்கும் போது அழக்கூடாது என்ற பிடிவாதத்துடன் பல்லை இடுக்கிக்கொண்டு உட்கார்ந்தாள். எல்லாம் முடிந்து சடங்கு முறையாக நடக்க வீட்டுப் பின் கதவுக் கூரைக்குக் கீழே உட்கார்ந்தாள். தலைக்கு ஒரு குடம் தண்ணீர் ஊற்றிக்கொண்டு வீட்டிற்குள் நுழையும் போது தலை சுற்றி மயங்கி விழுந்து விட்டாள். நினைவு திரும்ப காத்தியாயினி ஐந்து நிமிடம் பணிவிடை செய்ய வேண்டி இருந்தது. சடங்குகள் முடிந்த மறுநாளே அவள் ராமர் படத்தின் முன் நின்று சொன்னாள்: ‘ஸ்ரீராமா உன்னை நம்பிக் கொண்டிருந்தேன். நீயே இப்படிச் செய்து விட்டாய். ஆனாலும் உன்னை வழிபடுகிறேன். அடுத்த பிறவியலாவது அவரே எனக்குக் கணவராக வரவேண்டும். சுமங்கலிச் சாவை தலையில் எழுதுவதை மறக்க வேண்டாம்.’

அன்றிலிருந்து அவள் முன்னை விட அதிக நேரம் ஸ்ரீராம நாமம் எழுத ஆரம்பித்தாள்.

வீட்டில் நடந்த குழப்பங்களால் காத்தியாயினி மேற்பார்வை பார்க்க வேண்டியதானது. அவள் உடல் வலிமை அந்த ஆயாசத்தைத் தாங்கிக்கொள்ள முடியவில்லை. ஓரிரு நாளில் காய்ச்சல் வந்தது. அவளுக்கு பணிவிடை செய்ய நாகலட்சுமியைத் தவிர வேறு யாரும் இருக்கவில்லை.

4

சடங்குக் காரியங்கள் முடியும் முன்பே புறப்பட்டால் ராஜா காத்தியாயினி மனம் நோகுமென்று கருணா பதின்மூன்று நாட்கள் வரை தங்கி இருந்தாள். ராயர் மனைவியான பிறகு அவளும் தினசரி நெற்றியில் குங்குமம் வைத்துக் கொள்வாள். அவள் எப்போதும் உடுத்துவது சாதாரண வெள்ளைச் சேலைதான். பத்தாவது நாள் வீட்டில் இருந்தபடியே தன் சுய விருப்பத்துடன் நெற்றிக் குங்குமத்தை அழித்துக்கொண்டாள்.

வைகுண்ட சமாராதனை நடந்து முடிந்த மறுநாள் ராஜாவிடம் தெரிவித்தாள்: "இனி நான் அங்கே புறப்படுகிறேன்."

ராஜாவுக்கு வியப்பாக இருந்தது. "அந்த பங்களாவுக்குத் தனியாக எதற்குப் போகிறீர்கள்? அது மட்டுமல்லாமல் பல்கலைக்கழகம் தன் நியமங்களுக்கு ஏற்றவாறு அதைத் தன் வசப்படுத்திக்கொள்ளும். அங்கே இருக்கும் புத்தகங்கள் மற்ற பொருட்களை இங்கே எடுத்து வரலாம். ஒரு அறையில் உட்கார்ந்து மீதமிருக்கும் பணிகளை நிறைவு செய்யுங்கள். நீங்களும் எனக்கு அண்ணிதானே?"

"உங்களுக்குப் பெரிய மனசு. மற்ற வேலைகளை நான் அங்கேயே இருந்து முடிக்கிறேன். அங்கே இருந்தால் எனக்கு மன நிம்மதி கிடைக்கும்" என்று அவள் புறப்பட்டுப் போய்விட்டாள். யார் என்ன சொன்னாலும் கேட்கவில்லை.

"நீங்கள் கூச்சப்பட வேண்டாம். செலவுக்கு நான் ஒவ்வொரு மாதமும் பணம் கொடுக்கிறேன்" ராஜா சொன்னான்.

"என்னிடம் பணம் இருக்கிறது. இவருக்கு முதல் முறை மாரடைப்பு வந்த நாளிலிருந்து வங்கிக் கணக்கை என் பெயருக்கு மாற்றிவிட்டார். ஏழெட்டாயிரம் ரூபாய்கள் இருக்கின்றன. சில நாட்களுக்கு முன்தான் பதிப்பகத்திலிருந்து பணம் வந்தது. நீங்கள் கவலைப்பட வேண்டாம். கூடவே ராகப்பா இருக்கிறார். நீங்கள் அடிக்கடி வந்து போவதை மறக்க வேண்டாம்" என்று சொல்லி அவள் புறப்பட்டாள். நாகலட்சுமியிடம் சொல்லிக்கொண்டும், காத்தியாயினியிடம் விடைபெற்றுக்கொண்டும் ராகப்பாவுடன் ஜட்கா வண்டியில் உட்காரும் போது அவள் கண்கள் பனித்தன.

அதே நாள் பக்கத்து பங்களாவின் புரஃபசருடன் பல்கலைக் கழகத்துத் துணைவேந்தர் அவளைப் பார்க்க வந்தார்கள். ராயர் இறந்த அதே அறையில் உட்கார்ந்து கொண்டு இறந்தவரின் பெருமைகளை நினைத்துக் கொண்டு பிறகு அவர் சொன்னார்: "நீங்கள் ராஜாராவுடன் இருக்கலாமே?"

"அவரும் அதைத்தான் சொன்னார். ஆனால் ஏனோ மனம் இங்கே இருக்க விரும்புகிறது."

"அப்படியே செய்யுங்கள். ராயர் மரணச் செய்தியை ஐரோப்பா, அமெரிக்கப் பத்திரிகைகள் வெளியிட்டிருக்கின்றன. பி.பி.சி.யில் செய்தி பிரசாரமானதை நான் பார்த்தேன். இறந்தவரின்

மேதைமையைப் புகழ்ந்து, பாராட்டி அவர் குடும்பத்திற்குத் தங்கள் இரங்கல் செய்தியைத் தெரிவிக்க வெளிநாட்டுப் பேராசிரியர்கள் எங்கள் அலுவலகத்திற்குக் கடிதம் எழுதி இருக்கிறார்கள். ராயர் போன்ற புகழ்வாய்ந்தவர்களால் பல்கலைக்கழகத்தின் மதிப்பு அதிகரிக்க வேண்டும். ஐந்தாவது தொகுப்பு எந்த நிலையில் இருக்கிறது?"

"இன்னும் மூன்று நான்கு மாதங்களில் அச்சுக்கு அனுப்பி வைப்பேன்."

'ஆகட்டும், நீங்கள் அல்லாமல் அதை மற்ற யார் செய்வார்கள்? உங்களுக்குத் தேவையான நாட்கள் பங்களாவில் தங்கிக் கொள்ளுங்கள். வாடகை வாங்காமல் இருக்க நான் கட்டளையிடுகிறேன். இறந்தவர் நூலை ஆராய்ந்து வெளியிட ஏற்பாடு செய்வதற்காக உங்களுக்கு இரண்டு மூன்றாயிரம் உதவித்தொகை அளிக்கவும் ஏற்பாடு செய்கிறேன். நீங்கள் எதற்கும் கவலைப்படவேண்டாம்.

"மிகவும் நன்றி. தற்போது இந்த பங்களாவின் அவசியம் ஒன்றுதான் எனக்கு இருந்தது. பணம் தேவை இல்லை. போதுமான அளவு இருக்கிறது."

மறுநாள் அவளுக்கு பதிப்பகத்திலிருந்து கடிதம் வந்தது. தொகுப்பை ராயர் எழுதி முடித்த பிறகு இறந்தார் என்றும், இன்னும் மூன்று நான்கு மாதங்களில் அதை அச்சுக்கு ஏற்பாடு செய்வதாகவும் அவள் பதில் எழுதிப் போட்டாள். அன்றிலிருந்து பணி தொடங்கியது. சுமார் ஒரு மாதம் அவள் நூலகத்திலிருந்து சில நாட்கள் பல நூல்களை ஒப்பிட்டுப் பார்த்தாள். பிறகு கைப்பிரதியைத் தட்டச்சு செய்ய உட்கார்ந்தாள். சிறிதும் ஓய்வெடுத்துக் கொள்ளவில்லை. வேலை செய்து ஆயாசமாகும். ஆனால், ஓய்வெடுக்க உட்கார்ந்தால் பழைய நினைவுகள் முற்றுகையிட்டு மனம் துயரப்படும். தன் வேலையைத் தவிர மற்ற எதையும் பேசாத ராகப்பா அமைதியாக இருப்பார். அடுத்து தன் வாழ்க்கையின் கதி என்னவென்று கவலை ஏற்பட்டாலும் அதைப் பற்றி அவளிடம் கேட்காமல் அவர் வேலைகளைச் செய்து கொண்டிருப்பார். எஜமானர் மரணத்தால் அவரும் வருத்தமாக இருந்தார்.

நான்கு மாதங்களுக்குப் பிறகு ஒரு மாலை கருணா தன் பணிகளை

முடித்தாள். பதினைந்து நாட்களுக்கு முன்பே தட்டச்சு வேலை முடிந்திருந்தது. அது முடிந்த நாளிலிருந்தே டைப் ஆகி இருந்த பிரதிகளை வாசித்துத் தவறுகளைத் திருத்தினாள். சுமார் இருபது தாள்களை மீண்டும் டைப் செய்தாள். அவற்றை முறையாக அடுக்கிய வேலைகளும் முடிந்தன. தொகுப்பிற்கு முன்னுரையாக டாக்டர் ராயர் பற்றியும் அவர் புலமையைப் பற்றியும் ஒரு வாழ்க்கைக் குறிப்பை ரத்னே எழுதி அனுப்ப வேண்டுமென்று பதிப்பகத்தார் கேட்டிருந்தார்கள். அவள் எழுதிய தன் கணவரின் புலமையின் வர்ணனை ஓவியனின் கைவண்ணங்களை விடவும் அதிகத் தெளிவாகவும், அழகாகவும் இருந்தது. மனதைத் தொடுவது போல இருந்தது. எல்லாவற்றையும் அடுக்கி, பொட்டணம் கட்டி, அரக்கு அழுத்தி, சீல் வைத்து விலாசம் எழுதி அடுத்த நாள் அஞ்சலில் அனுப்ப அணிசெய்து வைத்த போது இரவு பத்து மணி ஆனது. தொகுப்பு வேலைகளை முடித்து சாய்வு நாற்காலியில் சாய்ந்து உட்கார்ந்தாள். தன்னை அறியாமல் அழுகை வந்தது. வேலை ஆரம்பித்து நான்கு மாதங்களில் ஒரு நாளும் அழுததில்லை. கணவர் தன்னுடன் இருந்துகொண்டே வேலை செய்கிறார் என்ற உணர்வில் அவள் வாழ்ந்தாள். தான் டைப் செய்யும் போது அவர் குரல் தன் காதுகளில் குறிப்புகளைச் சொல்வது போல இருந்தது. முன்னுரை எழுதும் போது அவர் முன்னால் உட்கார்ந்து கொண்டு எழுத வைப்பது போலவும் தான் சுருக்கெழுத்தில் எழுதிக் கொள்வது போலவும் அனுபவம் ஏற்பட்டது. இப்போது எல்லாப் பணிகளும் முடிந்தன. அவள் பங்கிற்கு உலகம் சூனியமானது. பொங்கி வந்த அழுகையை அவள் தடுக்கவில்லை. சுமார் ஒரு மணி நேரத்திற்கும் அதிகமாகவே கேவிக் கேவி அழுது கொண்டிருந்தாள். பிறகு எதிரே இருந்த சன்னல் அருகே போய் நின்றாள். வெளியே இருள் சூழ்ந்திருந்தது.

மெல்ல அறையிலிருந்து வெளியே நடந்து முன் வாசலுக்கு வந்தாள். ராகப்பா கூடத்தில் படுத்திருந்தார். அவரை எழுப்பக் கூடாது என்று வெளிவாசலைப் பூட்டி தெருவுக்கு வந்தாள். வீடுகள் அரிதாக இருந்த அந்தப் புறநகரில் வெகு தூர தூரமாக விளக்குக் கம்பங்கள் இருந்தன. அவற்றின் மங்கிய ஒளியில் நடந்தாள். தன்னை அறியாமல் குக்கரஹள்ளிகெரே ஏரி மீது வந்து இடது பக்கம் ஒரு கல் மண்டபத்தில் கல் பெஞ்சில் உட்கார்ந்தாள். உடனே நினைவிற்கு வந்தது: முன்பு, தன் ஆய்வுக்

கட்டுரையை முடித்து விட்டு, சொந்த நாட்டிற்குப் புறப்படும் நாள் விடிகாலை அவள் ராயருடன் இங்கே வந்திருந்தாள். அவரை விட்டு தாய்நாடு திரும்ப வேண்டுமே என்ற துயரத்தில் அவர் மடி மீது தலைவைத்துக் கண்ணீர் சிந்தி இருந்தாள். ராயர் அவளைக் கட்டித் தழுவி இருந்தார். ஒரு நொடி அந்த நினைவு இனிமையாக இருந்தது. நினைவில் மூழ்கித் தன்னைத் தான் மறந்தாள். ஆனால் ஐந்து நிமிடங்களுக்குப் பிறகு தன் தற்போதைய நிலைமை அறிவுக்கு வந்து மீண்டும் அழுகை முட்டிக்கொண்டு வந்தது. அவளால் அங்கே உட்கார முடியவில்லை. அங்கே இருந்து எழுந்து கல்லூரிப் பக்கம் போனாள். ஏரி கடந்த பிறகு விளையாட்டு மைதானம். மைதானத்தைச் சுற்றி மரங்கள். இரவு உணவிற்குப் பிறகு அவர் இருவரும் நடைபழக வரும்போது ஏதாவது ஒரு மரத்திற்குக் கீழே உட்கார்ந்து கொண்டு தங்கள் நூல்களைப் பற்றிப் பேசுவார்கள். பேச்சு முடிந்த பிறகு சிறிது நேரம் மௌனமாக உட்கார்ந்திருப்பார்கள். புறப்படும் போது சரியான வெளிச்சம் இல்லாவிட்டால் அவள் அவர் கையைப் பிடித்துக் கொள்வாள். அது நினைவிற்கு வந்து கருணா மரங்களைப் பார்க்காமல் கல்லூரிப் பக்கம் திரும்பினாள். கல்லூரி நிலையாக நின்றிருந்தது. சுமார் முப்பது ஆண்டுகள் ராயர் ஆசிரியராகப் பணி புரிந்திருந்தார். அவர் மேதைமை ஆற்றல், அந்தக் கல்லூரியில் வீசும் காற்றிலும் இருந்தது. அவள் இன்னும் முன்னால் நடந்தாள். இடது பக்கம் நூலகக் கட்டிடம் இருண்ட இருட்டிலும் தன் ஒளிமயமான இருப்பை நிலைநாட்டிக் கொண்டு நின்றிருந்தது. கருணா போய் அந்தக் கட்டிடத்தின் முன் நின்றாள். அதே கட்டிடத்திற்குள் அவர்கள் இருவரும் பதினாறு ஆண்டுகளுக்கும் அதிகமாக உழைத்து நூல்களை இயற்றி இருந்தார்கள். அவர் இருவரும் பணியாற்றிய முறை, ராயர் நாற்காலி மீது அமர்ந்து கொண்டு தன்னிடம் சொல்லி எழுத வைக்கும் தோரணை எல்லாம் கண் முன்னே உண்மை அனுபவத்தை விடவும் அதிகத் தெளிவாகத் தெரிந்தன. அந்த நினைவுகளைத் தாங்க முடியாதவளாகப் போனாள். அங்கே இருந்து தொடர்ந்து நடக்கும் போது சோர்வாக இருந்தது. நேராக பங்களாவுக்குப் போய் தன் அறைக்குள் நுழைந்தாள். படுத்தால் உறக்கம் வரவில்லை. ராயர் அதே அறையில் உயிர் நீத்திருந்தார். ‘நாகலட்சுமி வராமல் தான் ஒருவள் மட்டுமே இருந்திருந்தால் அவர் உணர்ச்சிவசப்படாமல் பார்த்துக் கொண்டு இன்னும் பத்து ஆண்டுகளாவது உயிர் வாழ

வைத்திருப்பேனோ!' என்ற கற்பனையில் மனம் மிதந்தது.

இரவு முழுதும் தூக்கம் வரவில்லை.

விடிகாலை படுக்கையில் இருந்து எழுந்து குளித்துவிட்டு காப்பி குடித்தாள். எட்டு மணிவரை அறையில் உட்கார்ந்திருந்து விட்டு, இரவு தயாராக வைத்திருந்த டைப் பிரதிக் கட்டுகளை எடுத்துக் கொண்டு தபால் நிலையத்திற்குப் புறப்பட்டாள். தன் காம்பவுண்டில் நின்றிருந்த பக்கத்து வீட்டுப் புரஃபசர் அவளைப் பார்த்து, "என்ன போஸ்ட் ஆபீசுக்கா? இங்கே கொடுங்கள் எங்கள் வேலையாள் போய் அனுப்பி வருவார்' என்றார்.

"இல்லை நானே போய் வருகிறேன்" என்று சொல்லிவிட்டு முன்னே நடந்தாள்.

5

தட்டச்சுப் பிரதிக் கட்டினை தபால் அலுவலகத்தில் கொடுத்து ரசீது பெற்றுக்கொண்டு திரும்பும் போது மனம் வெறுமையானது. இனி தன் அடுத்த பணி என்ன? முக்கியமான வேலை முடிந்து விட்டது. இப்போது சேகரித்து வைத்திருக்கும் விஷயங்களை வைத்துக் கொண்டு சுதந்திரமாக சில சிறிய நூல்களையும், கட்டுரைகளையும் எழுத வேண்டும். அவை எல்லாம் பொறுமையாக நடக்க வேண்டிய பணிகள். இப்போது அவள் மனதில் பயத்தை ஏற்படுத்தும் சூனியம் சூழ்ந்திருந்தது. உலகத்தில் அவள் திக்குத் திசை இல்லாத, சொந்த பந்தங்கள் இல்லாத தனி ஆளாக இருந்தாள். எனக்கென்று நெருக்கமானவர்கள் யார் இருக்கிறார்கள்! காலை இழுத்துக் கொண்டு வீடு திரும்பும் போது ராமசாமி ரவுண்டானா அருகே பிரித்வி போய்க்கொண்டிருந்தது தெரிந்தது. பேசவேண்டுமென்று தோன்றி அவள் அவனைக் கூவி அழைத்து நிறுத்தினாள். "எங்கே போகிறாய், மணி இன்னும் ஒன்பதே கால்?"

"காலேஜுக்கு, ஸ்பெஷல் கிளாஸ் இருக்கிறது."

"இன்றைக்கு ஸ்பெஷக் கிளாஸ் போனால் போகட்டும். என்னுடன் வா" என்று அருகில் வந்து கையைப் பற்றிக் கொண்டாள். அவன் கூச்சத்தில் தலைகுனிந்து நின்றான். வீட்டிற்குப் போகும்போது

ராகப்பாவின் சமையல் தயாராகிக்கொண்டிருந்தது. “நீ இன்னும் சாப்பிடவில்லை. என்னோடு சாப்பிடு” என்று சொல்லி சமையல் தயாராகும் வரை பேசிக்கொண்டு உட்கார்ந்தாள். “சித்தி எப்படி இருக்கிறார்?”

“சில நாட்களாகக் காய்ச்சல் வந்து கொண்டே இருக்கிறது. உடலில் தெம்பில்லாமல் சிக் லீவ் போட்டிருக்கிறார்.”

“சித்தப்பா?”

“ஓரிரு மணி நேரம் காலேஜுக்குப் போய் வருகிறார். மீதி நேரம் எப்போதும் சித்தியுடன் இருக்கிறார்.”

“அதற்காகத்தான் அவர் இப்போது இந்தப் பக்கம் வருவதில்லையா. எனக்கும் ஓய்வில்லாமல் அந்தப் பக்கம் வர முடியவில்லை” என்று அவள் சொல்லும் போது ராகப்பா சாப்பிட அழைத்தார். அவள் முதலில் உள்ளே போய் தங்கள் இருவருக்கும் தட்டுகளை ஒன்றாக எடுத்து வைத்தாள். பிரித்வியைத் தன் அருகில் அமர்த்திக்கொண்டு அவனுடன் சாப்பிட்டாள். சாப்பிட்ட பிறகு அறைக்கு வந்து, அவனை அவன் அப்பா படுக்கும் கட்டில் மீது உட்கார்த்திக் கொண்டு கேட்டாள்: “இந்த மேசை மீது இருக்கும் உன் அப்பா புத்தகங்களை வாசித்திருக்கிறாயா?”

“இல்லை.”

“எதற்கு?”

“நான் சைன்ஸ் மாணவன். இந்த ஆண்டு பி.எஸ்சி தேர்வு எழுத இருக்கிறேன்.”

அவள் வருத்தமாகத் தனக்குள்ளேயே சிரித்தாள். கல்வி உலகிற்குக் காணிக்கை அளித்து அவர் தன் முழு வாழ்க்கையையும் தாரை வார்த்துப் படைத்த தன் தந்தையின் நூல்களை வாசிக்க மகனுக்கு ஆர்வம் இல்லை! அவன் கல்வி விஷயம் வேறு. நம் பணி அடுத்த தலைமுறைக்கு என்கிறோம். அந்த நம் அடுத்த தலைமுறை எது? என்று தன்னைத் தானே கேட்டுக்கொண்டாள். இந்திய வரலாறு கற்கும் அடுத்த தலைமுறைகளுக்கு இந்த நூல்; வயிற்றில் பிறந்ததற்காக மட்டும் பிள்ளைகளுக்குப் போய்ச் சேருவதில்லை என்று அவள் மனமே பதில் சொன்னது. தலை நிமிர்ந்து பிரித்வியின் முகத்தைப் பார்த்தாள். அவன் முகம்

நாகலட்சுமி முகம் போல இருந்தது. ஆனால் கண், மூக்கு வடிவம் அப்பாவைப்போல இருந்தது. அப்பாவை விட மகன் உடம்பு வாகாக இருந்தது. அப்பாவுக்கு இருந்த அறிவு தாகம் இருக்காது. அவன் உட்கார்ந்திருந்த தோரணையும் பேசும் வகையும் அப்பாவுடன் பொருந்தி இருந்தது. கருணா அவன் அருகே நகர்ந்து, "வா, என் மடி மீது தலை வைத்துப் படுத்துக்கொள்" என்றாள். அவன் கூச்சத்தால் தலையைக் குனிந்துகொண்டு உட்கார்ந்தான். "வெட்கப்பட வேண்டாம். நானும் உன் அம்மாதான்" என்று அவன் தோளைப் பற்றி, தலையைத் தன் மடி மீது வைத்துப் படுக்க வைத்தாள். முகத்தைத் தன் இரண்டு கைகளால் பற்றிக்கொண்டு சொன்னாள்: 'குழந்தை, உங்களிடமிருந்து உங்கள் அப்பா விலகி இருந்ததற்கு மிகவும் வருத்தப்பட்டார். அதற்காக நீ என்னை வெறுக்கிறாயா?'

"இல்லை."

"என்னால்தான் உங்கள் அப்பா அப்படிச் செய்தார்."

"ஆனால் உங்களால் தான் அவர் இவ்வளவையும் எழுதினாராம். சித்தப்பா, சித்தி என்னிடம் எல்லாம் சொல்லி இருக்கிறார்கள்."

கருணாவின் மனம் நிறைந்து வந்தது. குனிந்து அவனைத் தழுவிக்கொண்டாள். பத்து நிமிடம் விவரிக்க முடியாத ஆனந்தத்தில் அவள் தன் தற்போதைய நிலையை மறந்தாள்.

பிரித்வி அங்கே இருந்து புறப்பட்ட போது அவன் கையைப் பற்றிக் கொண்டு, "வீட்டிற்கு நான் வருகிறேன் என்று சித்தப்பாவிடம் சொல். நீ அடிக்கடி வந்து என்னைப் பார்த்துப் போ" என்று சொல்லி அனுப்பினாள். பிரித்விக்கும் இப்போது கூச்சம் குறைந்தது. 'ஊம் வருகிறேன்' என்று சொல்லிப் போனான். கண்ணில் இருந்து மறையும் வரை அவனையே பார்த்துக்கொண்டு நின்று, பிறகு உள்ளே வந்தாள். முதல் நாள் இரவு இல்லாத தூக்கம் இப்போது வந்தது. கட்டில் மீது இருந்த படுக்கையை உருட்டி விட்டுப் படுத்த பத்து நிமிடத்தில் ஆழ்ந்த உறக்கம் வந்தது.

மாலை ஐந்து மணிக்கு விழிப்பு வந்த போது மனம் பயப்படும் அளவிற்கு சூனியமாக இருந்தது. முந்தைய நினைவுகள் வந்தன. தான் தாயாக இருந்தால் இப்போது தனக்கு ஒரு ஆதரவு இருந்திருக்கும். தாயாகும் விருப்பம் தன்னிடம் முளை

விட்டிருந்தது. நந்தி மலைக்குப் போயிருந்த போது அது வளர்ந்து மரமாகி இருந்தது. அப்போது ஆகி இருந்தால் இப்போது எட்டு ஒன்பது வயதுப் பிள்ளை இருந்திருக்கும். சூனிய மனதிற்கு ஒரு உணர்வு பூர்வமான ஆதரவு கிடைத்திருக்கும். வாழ்க்கை இத்தனை கொடுமையாக இருந்திருக்காது. தாயாகும் விருப்பத்தை அடக்கித் தவறு செய்தேன்–என்று இப்போது தோன்றியது. இரவு சாப்பிட்டு விட்டுப் படுத்த போது உறக்கம் வரவில்லை. இந்த எல்லா ஆண்டுகளும் வேலையில் ஈடுபட்டிருந்த மனதிற்கு இப்போது பணி இல்லாமல் வெறுமனே இருப்பது இயல்பாகத் தெரியவில்லை. 'தாயாகி இருந்தால், இவ்வளவு விரைவாக நூல்கள் முடிந்திருக்காது. நான்காவது தொகுப்பு பாதி முடிவதற்குள்ளேயே அவர் இறந்திருப்பார். நாங்கள் ஒன்றாக இணைந்த லட்சிய சிசு பிறந்து வளர்ந்து இப்போது புகழுடன் நூல்களாக இருக்கின்றன. அதற்கு அவர்தான் தந்தை, நான்தான் தாய். எல்லாம் நிறைவு பெற்று முழுமையடைவது அல்ல வாழ்க்கை' என்று அவளே ஆறுதல் செய்துகொண்டாள்.

இரவு மீண்டும் நடைபழகப் போனாள். ஆனால் அவள் போன ஒவ்வொரு இடமும் முந்தைய நினைவுகளைக் கொண்டு வந்தன. தன் முந்தைய நிலையுடன் ஒப்பிட்டுப் பார்த்த அளவிற்குத் தன் தற்போதைய நிலைமை அதிக பயங்கரமாகத் தெரியத் தொடங்கியது. அரை மணி நேரத்தில் வீடு திரும்பினாள். இந்த ஊரில் வாழ்வது எப்படி? 'யார் துணைக்காக வாழ்ந்திருந்தேனோ அவர் வாழ்க்கை முடிந்து விட்டது. எந்த நோக்கத்திற்காக இங்கே வந்தேனோ அது நிறைவடைந்து விட்டது. இந்த இரண்டைத் தவிர எனக்கு இந்த ஊரில் யார் அறிமுகமும், சமூக உறவு, நம்பிக்கைகள் எதுவும் தேவை இருக்கவில்லை. அவற்றுக்கு என்னிடம் நேரமும் இருக்கவில்லை. இப்போது நான் தனி. இந்த ஊரில் எனக்குத் துணை யார் இருக்கிறார்கள்? யார் இருக்கிறார்கள்?' திடீரென்று அவளுக்குத் தன் ஊர் நினைவு வந்தது. தந்தை தாய் இருவரும் இறந்திருந்தாலும் அண்ணன் உயிரோடு இருக்கலாம். அவனுக்கு இப்போது ஐம்பது வயதாகி இருக்கும். பிள்ளை குட்டிகள் பெரியவராகி இருப்பார்கள். அவர்கள் என்னை அடையாளம் காண முடியாது. அண்ணனுடன் கடிதப் போக்குவரத்தும் இருக்கவில்லை. அவள் மனம் அண்ணனை நினைத்துக் கொண்டு வருந்தியது. முன்பு எப்போதும் இல்லாத அன்பு, பாசத்துடன்

நினைவிற்கு வந்தார். அவருக்காவது செய்தியைத் தெரிவிப்போம் என்று எழுந்து மேசை முன் உட்கார்ந்து ஒரு கடிதம் எழுதினாள். அவளை அறியாமல் கடிதம் ஐந்து பக்கங்களுக்கு நீண்டது. எழுத்து அதிகமாக உணர்ச்சிவசப்பட்டாள். முடிவில், 'வாழ்க்கையில் தோன்றிய லட்சியம் ஒன்றை நான் சாதித்துவிட்டேன். ஆனால் தற்போதைய பயங்கர சூனியத்தில் உங்கள் அருகாமையாவது எனக்குக் கிட்டுமா என்று தோன்றுகிறது. உங்கள் கடிதத்தைப் பார்த்து விட்டு நான் அங்கே வருகிறேன். அங்கேயே ஏதாவது ஒரு பல்கலைக்கழகத்தில் ஆசிரியையாகச் சேர்ந்தால் போதும்' என்று எழுதி இருந்தாள்.

ராஜாவின் வீட்டிற்குப் போக வேண்டும் என்று இரண்டு மூன்று நாட்களாக நினைத்தாலும், அவளுக்கு வீட்டிலிருந்து வெளியே போக மனம் வரவில்லை. படுத்த படுக்கையைச் சுருட்டி வைக்காமல் வெறுமனே உருண்டு கிடந்தாள். நான்காவது நாள் காலை பதினொரு மணிக்கு ராஜா அங்கே வந்தான். அவன் மெலிந்து போய் முக எலும்புகள் தெரிந்தன.

"வீட்டிற்கு வருகிறேன் என்று பிரித்வியிடம் சொல்லி இருந்தீர்களாம். நீங்கள் வரவில்லை. நன்றாக இருக்கிறீர்களா இல்லையா என்று கவலையாக இருந்தது" என்றார்.

"உட்காருங்கள். எதற்கோ எனக்குத் தெம்பே இல்லை. ஆறு நாட்களுக்கு முன் டைப் செய்த பிரதியைப் பதிப்பகத்திற்கு அனுப்பி வைத்தேன். மூன்று நாட்களாக வரவேண்டும் என்று புறப்பட்டேன். ஆனால் காலில் வலுவில்லை. மனம் பாரமாக இருந்தது. கட்டில் மீது விழுந்து கிடந்தேன். காத்தியாயினி எப்படி இருக்கிறார்?"

"ஏதோ இருக்கிறாள்" என்று சொல்லும்போது அவர் முகத்தில் ஏமாற்றம் தெரிந்தது. "பேசுகிறாள். ஒரு நிமிடம் நான் அருகில் இல்லாவிட்டாலும் கண்ணீர் சிந்துகிறாள். இரவு உறக்கத்திலும் என் தோளை இறுகப் பற்றிக்கொண்டே படுக்கிறாள். காய்ச்சல் வரும் போது 'என்னைவிட்டுப் போய்விடாதீர்கள்" என்று உளறுகிறாள்."

அவர் இருவரும் அந்த விஷயத்தை மெல்லப் பேசிக் கொண்டிருந்தார்கள். பிறகு கருணா, தான் தன் அண்ணனுக்குக் கடிதம் எழுதிய செய்தியைத் தெரிவித்தாள். 'என் மனநிலையை

நீங்கள் ஊகித்துக்கொள்ள முடியும். என் அண்ணன் உயிரோடு இருந்து வரச்சொல்லி பதில் எழுதினால் புறப்பட்டுவிடுவேன். எல்லாம் யோசித்தேன். வங்கியில் ஆறேழாயிரம் இருக்கலாம். அதை நாகலட்சுமி பெயருக்கு மாற்றிவிடுகிறேன். நூல் உரிமைத் தொகை பிரித்விக்குச் சேரவேண்டும் என்று எழுதிவிடுகிறேன். இந்த வீட்டில் இருக்கும் நாற்காலி, மேசை, பண்ட பாத்திரங்கள் நீங்கள் எடுத்துக் கொண்டு போகவும். ராகப்பாவிற்கு ஓராயிரம் ரூபாய் கொடுத்து, அவர் எங்கே போகிறாரோ அங்கே அனுப்பி வைக்கலாம். அல்லது அவனை நீங்களே வைத்துக் கொள்ளுங்கள். இந்த வீட்டில் இருக்கும் புத்தகங்கள், கைப்பிரதிகள் இந்த டைப்ரைட்டர் போன்ற பொருட்களை சரியாக பேக் செய்து எனக்கு அனுப்பி வைக்கவும். அவர் உயிரோடு இருந்தால் செய்யும் ஆய்வுப் பணிகளை நான் அங்கேயே தொடர்ந்து என் மீதி வாழ்க்கையைக் கழிக்கிறேன்.'

"உங்கள் அண்ணனைப் பார்த்துவிட்டு வாருங்கள். ஆனால் அந்த எல்லாப் பணிகளையும் நீங்கள் எங்களுடன் இருந்து செய்ய முடியாதா?" என்று ராஜா கேட்கும் போது வீட்டு முன் டேக்சி வந்து நின்ற சத்தம் கேட்டது. கருணா மேலே எழுந்து வெளியே வந்தாள். கறுப்பு நிறத்து, குள்ளமான, தடித்த மனிதர் ஒருவர் உள்ளே வந்தார். அவர் கையில் சிறிய தோல் பை மட்டுமே இருந்தது. யார் என்பது கருணாவிற்குத் தெரியவில்லை. ஆனால் அவரே அருகில் வந்து சிங்கள மொழியில், "என்னை அடையாளம் தெரியவில்லையா?" என்று கேட்டவுடன் அருகே சென்று அவர் கையைப் பற்றிக் கொண்டாள். அவர் அவள் அண்ணன். "உன் கடிதம் கிடைத்தது. மனம் தாங்க முடியவில்லை. உடனே விமானத்தில் இடம் கிடைத்தது. புறப்பட்டுவிட்டேன். நாளை இரவு மதராஸ் விமான நிலையத்திலிருந்து கொழும்புக்கு இரண்டு டிக்கட் புக் செய்திருக்கிறேன். புறப்படு. இன்று இரவு நாம் இங்கே இருந்து புறப்பட வேண்டும்."

கருணா அவரை ராஜாவுக்கு அறிமுகப்படுத்தி, "இவர்தான் என் கொழுந்தனார்" என்று சொன்னாள். விமானப் பயணத்திற்கு அவள் அதிகப் பொருட்களை எடுத்துக்கொள்ள முடியாது. ராகப்பா விருந்தாளிக்கு சமைக்கத் தொடங்கினார். அண்ணனை வீட்டில் விட்டு விட்டு, வீட்டு முன்னால் இன்னும் நின்றிருந்த டேக்சியில் ராஜாவுடன் வங்கிக்குப் போனாள். ராஜா

ஒத்துக்கொள்ளாவிட்டாலும் ஓராயிரம் ரூபாயை கையில் எடுத்துக் கொண்டு, மற்ற பணத்தை அவள் நாகலட்சுமி பெயருக்கு எழுதினாள். அதே டேக்சியில் உட்கார்ந்துகொண்டு அவர்கள் இருவரும் ராஜா வீட்டிற்கு வந்தார்கள்.

காத்தியாயினியின் நிலைமை தான் அறிந்ததை விடவும் மோசமாக இருந்தது. உடல் பொலிவு இழந்து இப்போது அவள் உடல் வறண்டு சோகை பிடித்த வெள்ளைத் தோலாகத் தெரிந்தாள். ஆனாலும் அவள் பேசிக்கொண்டிருந்தாள். கருணா ஒரு மணி நேரத்திற்கும் அதிகமாக அவளுடன் பேசிவிட்டு உள்ளே போனாள். நாகலட்சுமி முன்னால் நின்றுகொண்டு சொன்னாள்: “இப்போது நாம் இருவரும் துயரத்தில் இருக்கிறோம். என் தவறு ஏதுவாக இருந்தாலும் நீங்கள் மன்னிக்க வேண்டும்.” நாகலட்சுமிக்கு என்ன பேசுவது என்று தெரியவில்லை. அவளும் அமைதியாகக் கண்ணைத் துடைத்துக் கொண்டாள்.

ஓராயிரம் ரூபாய் கொடுத்தபோது ராகப்பாவின் மனம் நன்றியால் நிரம்பி வந்தது. பக்கத்து வீட்டு புரஃபசரிடமும் அவர் மனைவியிடமும் சொல்லிக்கொண்டு அவள் புறப்படும் நேரம் ராஜா டேக்சியில் வந்தான். அவனுடன் பிரித்வியும் இருந்தான்.

வண்டி புறப்படும் முன், “இடையில் ஒருமுறையாவது இங்கே வருவதை மறக்க வேண்டாம்” என்று ராஜா சொன்னான். பிரித்வியின் முகத்தைத் தன் கையில் ஏந்தி அவன் நெற்றி மீது முத்தமிட்டு அவள், “அறிவியல் மாணவனாக இருந்தாலும் ஒரு முறையாவது உன் அப்பாவின் நூல்களைப் படி” என்றாள்.

வண்டி நகரும்போது கருணா கண்ணைத் துடைத்துக் கொண்டாள். ராஜாவும் கண்ணைத் துடைத்துக் கொண்டான். பிரித்வி ஊமையாக நின்று பார்த்துக்கொண்டிருந்தான். பிளாட்ஃபாரத்திலிருந்து வெளியே வந்த பிறகு ராஜாவின் மனம், கருணா இங்கே வந்ததிலிருந்து நடந்த நிகழ்வுகளை நினைத்துப் பார்த்தது.

★★★

படலம்: இருபத்து ஆறு

1

கிட்டப்பா பண்டிதர் வம்சத்தைப் பற்றி எந்தத் தகவலும் தெரியாத பிறகு பண்டிதர் அவரைத் தேடும் முயற்சியை நிறுத்திக் கொண்டார். அவர் மனம் இப்போது மற்றொரு திசையில் யோசித்தது. சுமார் எட்டு நாட்களில் அந்த யோசனை அவர் மனதிற்கு ஏற்புடையதானது. இலட்சுமியிடம் அதைச் சொன்னபோது அவர், உனக்குப் பித்து அதிகமாகி விட்டது, சீனப்பா! இந்த உலகில் யாரும் உன்னைப்போல ஆடமாட்டார்கள்' என்று கோபித்துக் கொண்டார். 'தர்மத்து இழை மிக நுட்பமானது இலட்சுமி. மக்கள் கடைப்பிடிப்பதை வைத்து அதை அறிந்துகொள்ள முடியாது' என்று அவர் பதில் சொன்ன போதும் இலட்சுமியின் கோபம் அடங்கவில்லை.

ஒரு ஞாயிறு மாலை மாடி மீதிருந்த படிக்கும் அறையில் சீனிக்கு வேத பாடம் சொல்லிக் கொடுக்கும் போது அவர் சொன்னார்: 'என் மனதை ஆட்டிப்படைக்கும் கவலை என்னவென்று நீ பல முறை கேட்டிருக்கிறாய். அதற்கு நானொரு பரிகாரம் கண்டு பிடித்திருக்கிறேன்: தர்ம நுட்பத்திற்குத் தொடர்புடைய சங்கதி. நீ மனப்பூர்வமாக ஒத்துக்கொள்ள முடியாவிட்டால் என்னால் எதுவும் செய்ய முடியாது.'

“உங்கள் எந்தப் பேச்சுக்கு நான் மறுப்புத் தெரிவித்திருக்கிறேன், தாத்தா? என்ன விஷயம் சொல்லுங்கள்.”

பண்டிதர் ஒரு நிமிடம் சொல்ல யோசித்தாலும் கடைசியில் தன் பிறப்புச் செய்தியை அவனிடம் விவரமாகச் சொன்னார். சீனி அதைக் கேட்டு ஊமையானன். “பார், எடைத்துறையிலாகட்டும் வேறு எங்காவது ஆகட்டும் கிட்டப்பா பண்டிதர் வம்சத்தார் கிடைத்தால் அவர்களுக்கு பாதி சொத்தைக் கொடுத்து விடவேண்டும் என்று முதலில் யோசித்தேன். ஆனால் இப்போது தோன்றுகிறது. அந்த சொத்தின் ஒரு பித்தலைக் குவளை மீதும் எனக்கு அதிகாரம் கிடையாது. யார் ரத்தத்திலிருந்து நாம் பிறக்கவில்லையோ அவர் சொத்தை அனுபவிக்கும் அதிகாரம் நமக்கு எங்கே இருக்கிறது? நானே எனதல்லாத கூட்டில் வந்து உரிமை இல்லாமல் வசிக்கும் போது என் பேரனான நீயும் அந்தக் கூட்டிற்கு அதிகாரியல்ல. பண்டிதர் என்ற வம்சத்துப் பெயர் நமக்குச் சேராதது. பிரம்மோபதேசம் செய்ய ஒரு கோத்திரம் தேவை காஷ்யப கோத்திரப் பெயரில் நமக்கு பிரம்மோபதேசம் நடந்தது. அதை நாம் அக்கறை, நம்பிக்கையுடன் கடைப்பிடித்தோம். கிட்டப்பா பண்டிதர் வாரிசுகள் கிடைக்காத பிறகு, இப்போது இந்தச் சொத்தை எல்லாம் தகுந்தவர்களுக்கு தானம் செய்து விடுவது ஒன்றுதான் நமக்குத் தற்போது இருக்கும் ஒரே வழி.”

சீனி இரண்டு நிமிடம் மற்றும் யோசித்தான். முழுச் சொத்தையும் தானமாகக் கொடுத்தால் பிறகு தங்கள் கதி என்னவாகும் என்பதை அவன் புரிந்துகொண்டான். ஆனாலும் தாத்தா சொன்ன பிறகு அவனுக்கு தர்ம நுட்பத்தைப் பற்றி நம்பிக்கை பிறந்தது. “நீங்கள் சொல்வது சரி. நமதல்லாத சொத்தை நான் விட்டுக்கொடுக்க ஒத்துக்கொள்கிறேன். எனக்கு பதினேழு நிரம்பிவிட்டது. எங்கேயாவது வேலைக்குச் சேர்ந்தால் நம் மூவரின் வாழ்க்கையை ஓட்டலாம்.”

அவன் பேச்சைக் கேட்டு தாத்தாவுக்கு மகிழ்ச்சியானது. ‘வேதம் கற்றவனுக்கு ஏற்ற பேச்சு இது. நம்மிடம் இருக்கும் சொத்து நமக்குச் சேர்ந்ததல்ல என்று தெரிந்த பிறகு நாம் துறந்துவிடவேண்டும். இல்லை என்றால் நம் வம்சத்தில் யாராவது அதைத் தீய வழியில் இழந்துவிடுவார்கள். அவர்கள் சொத்தை இழப்பது உணர்வு பூர்வமான நட்டமல்ல. ஆனால் அதை இழக்கும் போது அறமற்ற

பாதையிலும் நடப்பார்கள். பாவத்தைச் சேர்த்துக் கொள்வதைவிட பெரிய நட்டம் வேறெதுவும் இல்லை. நம் பாவ புண்ணியங்கள் காத்திருந்து நம் வாரிசுகளின் ஏதாவது ஒரு தலைமுறையில் தென்படும் என்பதை நான் இப்போதும் நம்புகிறேன். அந்த விஷயம் இருக்கட்டும். என் இரண்டாவது திட்டத்தையும் நீ கேள்."

அவர் தன் வாழ்க்கையில் இறுதி சங்கல்பத்தை விவரித்தார்: "உன் அப்பா திருமணம் செய்து கொண்ட போதே நான் ஓய்வு வாழ்க்கையை ஆரம்பித்தேன். அவன் இறந்த பிறகு மீண்டும் அலுவல்களை நடத்த வேண்டி இருந்தது. சந்நியாசம் சுவீகரிக்க வேண்டும் என்று இந்த ஏழெட்டு ஆண்டுகளாக மனதில் தோன்றி வளர்ந்தது. என் பிறப்பைப் பற்றித் தெரிந்த பிறகு அது மிகவும் உறுதியானது. வம்சத்து ஒளிமயமான பரம்பரைக்காக மனிதன் பாடுபடவேண்டும் என்ற கற்பனையை என்னளவில் இழந்து விட்டாலும் அந்தக் கற்பனையைப் பற்றி எனக்கு இன்னும் மதிப்பு இருக்கிறது. எனக்கு எழுபத்தியைந்து வயதாகி விட்டது. உனக்குப் பதினெட்டு ஆக இருக்கிறது. நான் ஓய்வு பெற அனுமதி கொடு."

சீனியின் கண்ணில் கண்ணீர் நிரம்பியது. "தாத்தா, உங்கள் முதல் யோசனைக்கு நான் உடனே ஒத்துக்கொண்டேன். ஆனால் நீங்கள் என்னை விட்டுப் போவதற்கு நான் என்ன செய்தேன்? இந்தச் சொத்தின் மீது உங்களுக்கு வெறுப்பு ஏற்படுவது இயல்பு. ஆனால் உங்கள் பேரனான என்னிடமிருந்து எதற்கு விலக வேண்டும்?"

"உன் மீது எனக்கு சலிப்பு இல்லையப்பா! இத்தனை நாட்கள் நான் குடும்ப வாழ்க்கையிலிருந்து விலகி இருந்தேன். கடைசி காலத்தில் அதற்குத் தக்கவாறு முழுமையாகவும் ஓய்வு பெற்று, எப்போது பரம்பொருளின் தியானத்தில் மூழ்கி விடவேண்டும். கடந்து கொண்டே போகும் நம் வாழ்க்கைக் கட்டங்களுக்கு ஏற்றவாறு நம் இலட்சியம், பார்வை, வாழ்க்கை முறைகளை அமைத்துக் கொள்வது பாவமா. குடும்ப வாழ்க்கையின் கடமைகள் முடிந்து விட்டன. நீ ஒத்துக்கொள்வது ஒன்றுதான் பாக்கி. என் பிறப்பைப் பற்றித் தெரிந்திருக்காவிட்டாலும் நான் துறவி வாழ்க்கையை ஏற்றிருப்பேன்."

சீனிக்கு பதில் தெரியவில்லை. தாத்தாவின் வார்த்தைகளை அவன் அறிவு கிரகித்துக்கொண்டது. ஆனால் மனம் ஒத்துக்கொள்ள வில்லை. துயரம் நிறைந்த மனதுடன் அவன் அமைதியாக

இருந்தான். அவர் தன் பேச்சைத் தொடர்ந்தார். "உன்னைப் பற்றிய என் கடமை இன்னும் முடியவில்லை. முதலில் நல்ல குடும்பத்துப் பெண்ணை உனக்குத் திருமணம் செய்து, உன்னை அடுத்த கட்டத்தில் அமர்த்த வேண்டும். அதைச் செய்கிறேன். இந்த ஆண்டு உன் இண்டர்மீடியட் தேர்வு முடியும். இன்னும் அடுத்த இரண்டு ஆண்டுகள் படிக்கும் வரை உன் வாழ்க்கைக்கு என்று சுமார் ஐந்தாயிரம் ரூபாய் வங்கியில் வைத்துக்கொள். அது பண்டிதர் வம்சத்திற்குச் சேர்ந்த பணம் ஆனாலும் இத்தனை காலம் அந்தச் சொத்தை மேற்பார்வை பார்த்து நான் அதற்காக உழைத்திருக்கிறேன். அடுத்த இரண்டு ஆண்டுகள் படித்து, உன் மனைவியுடன் அற வாழ்க்கையை நடத்துவது நீ எனக்குச் செய்ய வேண்டிய நன்றிக்கடன். ஹெஜ்ஜிகே அருகில் இலட்சுமியின் பெயரில் இரண்டு ஏக்கர் நிலம் இருக்கிறது. அது அவளுக்குச் சேர்ந்தது. அவள் உயிர் வாழும் வரை அதைப் பாதுகாப்பது உன் பொறுப்பு. அவள் சாகும் முன், தனக்குத் தோன்றுவது போல அந்த நிலத்தை ஏதாவது அறச்செயலுக்குக் கொடுத்து விடட்டும்."

பேரன் பேசவில்லை. "இத்தனை நாட்கள் என்னிடமிருந்து வேத பாடங்களைக் கற்றிருக்கிறாய். நீயும் சிந்தித்துப் பார். எதற்கும் ஆதுரப் படவேண்டாம்" என்று சொல்லி தன் பேச்சை முடித்தார்.

2

ஒருநாள் சீனி, தாத்தா சமீப காலமாக வாசிக்கும் நூல்களைக் கவனித்தான். அவர் சந்நியசோபநிஷத், வைகாசனா சூத்திரம், தர்மசிந்து, ஜீவன்முக்தி விவேகம் போன்றவற்றை அதிகமாக வாசித்தார். சில தாள்களுக்கு நடுவில் அடையாளத்திற்கென்று மயில் இறகை வைத்திருந்தார். சில ஸ்லோகங்களை மசியால் அடிக்கோடிட்டிருந்தார். சீனி அவற்றைப் பார்த்தான். அருகிலேயே இருந்த பிருகதாரண்யக உபநிஷத்தைக் குறித்து சங்கராச்சாரியர் பாஷ்யத்தின் ஒரு பக்கத்தில் மயிலிறகை வைத்திருந்தார். அவர் குறியிட்டிருந்த ஸ்லோகம் இதுபோல இருந்தது.

'அத பரிவ்ராட் விவர்ண வாஸாமுன்டோபரிகிரஹஹ ।
ஷுசிரத்ரோஹீ பைக்ஷநோ பிரம்ம பூயாய பவதீத ॥'

சமஸ்கிருத ஸ்லோகங்கள் எல்லாம் சீனிக்கு அத்துப்படி. ஒரு பக்கம், 'துறவியாக தகுதி பெற பிராஜாபதி வேள்வி நடத்தித் தன் சகல சொத்துக்களையும் பிராமணர்களுக்கும் ஏழைகளுக்கும், ஆதரவற்றவர்களுக்கும் தானம் செய்து விடவேண்டும்' என்று இருந்தது. மற்றொரு பக்கம் இப்படி இருந்தது. 'மனைவி மக்களை விட்டுப் போன பிறகு அவன் கிராமத்திற்கு வெளியே வசிக்க வேண்டும். குடும்பம் இல்லாமல் மரத்திற்குக் கீழேயோ, மக்கள் புழங்காத வீடுகளிலோ, அல்லது சூரியன் மறைந்த பிறகு தான் எங்கே இருக்கிறானோ அங்கேயே தங்கி விடவேண்டும். மழைக் காலத்தில் மட்டும் ஓரிடத்தில் தங்கலாம்.' எழுபத்தியைந்து வயதான தன் தாத்தா குடும்பத்தை விட்டு மரங்களுக்குக் கீழ் இரவைக் கழிக்கும் காட்சி கண் முன் தோன்றியபோது சீனி பெருமூச்சு விட்டான்.

'துறவி, முன்பே முடிவு செய்யாத ஏழு வீடுகளில் மட்டுமே பிச்சை எடுக்க வேண்டும். அவனுக்கு சோறு கொடுக்கும் போது முதலில் அவன் கைக்கு தண்ணீர் விடவேண்டும். பிறகு அன்னம் கொடுக்க வேண்டும். பிறகு மீண்டும் தண்ணீர் விட வேண்டும்.' அவன் என்றும் வயிறு நிறைய சாப்பிடக் கூடாது. உயிர் வாழப் போதுமான அளவு மட்டுமே உண்ண வேண்டும். சோறு கிடைத்த நாள் மகிழ்ச்சியடையக் கூடாது. எதுவும் கிடைக்காத நாட்கள் வருத்தப்படக்கூடாது. அவனிடம் ஒரு கமண்டலம், கசக்கிப் பிழிந்து உடுத்த ஒரு துணி, பாதுகை, ஆசனம், ஒரு தோள் பை மட்டுமே இருக்க வேண்டும்.'

மற்றொரு பக்கத்தை வாசிக்கும் போது சீனியின் மனம் துயரத்தில் தோய்ந்தது. 'துறவி உயரமான நிலப்பகுதியில் உறங்க வேண்டும்; நோய் வந்தால் கவலைப்படக்கூடாது; மரணத்தை வரவேற்கவும் கூடாது; வாழ்க்கையை விரும்பவும் கூடாது. சேவகன் தன் அடிமைக் காலம் முடிவதற்குக் காத்திருப்பதைப் போல தன் கடைசி நாட்களை எதிர்பார்க்க வேண்டும்.'

மகாபாரத அனுசாசன பருவத்து ஒரு பாகத்தை அவர் அடிக்கோடிட்டிருந்தார். அங்கே குடீசக, பகுதக, ஹம்ச, பரமஹம்ச என்ற நான்கு வகையான துற வாழ்க்கையை வர்ணிக்கிறது. பரமஹம்சர் குண லட்சணங்களை விளக்கும் ஸ்லோகத்தை தாத்தா கோடிட்டிருந்தார். 'பரமஹம்சர் மரத்தடியில், புழங்காத

வீடுகளில், அல்லது மயானத்தில் இருப்பார்கள். அவர்கள் ஆடையை அணியலாம். அல்லது நிர்வாணமாக இருக்கலாம். அறம் அறமின்மை, உண்மை பொய், சுத்தம் அசுத்தம் போன்ற துவந்தங்களிலிருந்து அவர்கள் விலகி இருப்பவர்கள். பொன், மண் போன்ற எல்லாவற்றையும் அவர்கள் ஆன்மா என்று கருதுபவர்கள். எல்லா வர்ணத்தார்களிடமிருந்தும் அவர்கள் பிச்சையை ஏற்பார்கள். சாத்திரத்தில் சொல்லி இருக்கும் விதித் தடைகளின் கட்டுப்பாடுகள் அவர்களுக்குக் கிடையாது.'

தன் தாத்தா கடைப்பிடிக்க வேண்டும் என்று முடிவு செய்த வாழ்க்கையின் ஒவ்வொரு நியமனங்களை வாசிக்கும் போதும் அவன் மனம் வருந்தியது. இதுவரை அவனும் துறவி வாழ்க்கையைப் பற்றி படித்துத் தெரிந்துகொண்டிருந்தான். அந்த வாழ்க்கையின் லட்சிய நோக்கங்களைப் பற்றியும் வாழ்க்கை முறையைப் பற்றியும் முழுமையாகத் தெரியாமல் இல்லை. ஆனால் தன்னை அன்புடன் வளர்த்த தாத்தா தன் உடலை இதுபோன்ற கடின வாழ்க்கைக்கு எடுத்துச் செல்வதை அவன் மனம் தாங்கிக்கொள்ள முடியவில்லை. அவரும் விட்டுச் சென்றால் தன் கதி என்ன என்று கவலைப்பட்டான். ஆனால் அவர் இந்த வயதில் இப்படி ஒரு வாழ்க்கையை ஏற்றுக்கொள்வது அவனுக்கு இதமாக இருக்கவில்லை.

ஒருநாள் இலட்சுமியைத் தனியாக வீட்டுப் பின்கட்டு மல்லிகைக் கொடி அருகே உட்காரவைத்துக் கொண்டு, தான் வாசித்த துறவு வாழ்க்கையை விவரமாக அவருக்கு விளக்கிச் சொல்லிக் கொண்டிருந்தான். 'நீயாவது இது வேண்டாம் என்று அவரிடம் சொல். நான் ஒருத்தன் வேலைக்குச் சேர்ந்தால், மூன்று பேர் சுகமாக இருக்கலாம்.'

சீனி சொன்ன விளக்கத்தைக் கேட்டு இலட்சுமி மனம் கலங்கியது. 'என்னையாவது துணைக்கு அழைத்துக் கொண்டு போனால் சீனப்பாவிற்குப் பணிவிடை செய்து கொண்டிருப்பேன். ஆனால் அவன் தனியாகப் புறப்பட்டு விட்டான். அவனே கடவுளுக்குச் சமம். தன் வாழ்க்கையில் பாவம் என்ற ஒன்றைச் செய்தவனில்லை. இப்போது அடைந்திருக்கும் புண்ணியம் போதாதா? மீண்டும் எதற்கு இந்த புத்தி?' என்று அவள் கவலைப்பட்டாள். 'ஆனால் எல்லாம் தெரிந்தவன் அவன். அவனுக்கு புத்திசொல்லும்

தகுதி நமக்கில்லை. ஆனால் நம் மனம் கேட்பதில்லை' என்று புலம்பினாள்.

சீனி கல்லூரிக்குப் போவான்; மாலை திரும்புவான். இப்போதும் தாத்தா அவனுக்கு எந்த வேலையும் கொடுக்காமல் தானே சமைப்பார். இப்போது தினமும் இரவு உணவு முடிந்ததும் அவனுக்கு அற நீதிகளை போதிப்பார். பல துறவிகள், பிரம்ம ரிஷிகள், புராண ஆளுமைகள் வாழ்க்கை நிகழ்வுகளைச் சொல்வார். பல சமஸ்கிருத நூல்களை எடுத்துக் கொண்டு, 'இவற்றை என்றாவது வாசி' என்று சொல்வார். அவர் முன்னால் உட்கார்ந்து, சிரத்தையுடன் அவர் வெளிப்படுத்தும் குரலைக் கேட்டால் அவன் அறிவு அவர் கருத்தை ஒத்துக்கொள்ளும். ஆனால் வீட்டிலிருந்து கல்லூரிக்கு வந்த பிறகு தாத்தாவை நினைத்துக்கொண்டு தவிப்பான்.

3

பண்டிதர் அவர் சொத்து முழுவதையும் தானம் செய்து துறவறம் ஏற்க இருக்கிறார் என்ற செய்தி நஞ்சனக்கூடு முழுதும் பரவியது. அவர் நலம் விரும்பிகள் எல்லோரும் வந்து, 'என்ன விஷயம்? எதற்கு இந்த முடிவு?' என்று கேட்டார்கள். 'வயதாகி விட்டது. துறவரம் ஏற்பது என் தர்மம். இந்தச் சொத்து எனக்கு வேண்டாம் என்று பேரன் சொல்கிறான். தானம் செய்கிறேன்' என்று அவர் சாதாரணமாக பதில் சொன்னார். பலர் தானம் பெற தாங்கள் தான் தகுதியுள்ளவர்கள் என்பதைப்போல அவர் முன்னால் பேச ஆரம்பித்தார்கள். பண்டிதர் வீட்டில் இப்போது யாராவது ஒருவர் எப்போதும் இருப்பார்கள். தாத்தாவின் இறுதி முடிவில் அவருக்கு எந்தச் சந்தேகமும் இருக்கவில்லை. அவர் அடுத்த வாழ்க்கைக் கட்டத்தை தன் அன்பால் தடுத்து நிறுத்துவது சரியல்ல என்று அவன் மனம் சொன்னது. இலட்சுமிக்கு பண்டிதர் தர்ம நுட்பங்களைச் சொல்வார்.

சித்திரை மாதத்து ஒரு நன்னாளில் பண்டிதர் அனந்தராம ஆசிரியரை அழைத்து வர சீனியிடம் சொல்லி அனுப்பினார். ஆசிரியர் சாமராஜநகரத்துக்காரர். பத்து ஆண்டுகளாக நஞ்சனக்கூடில் இருக்கிறார். மூன்று நான்கு ஆண்டுகள்

நஞ்சனக்கூடில் பணியாற்றுவார். பிறகு மேலதிகாரிகளைப் பிடித்து அருகில் ஏதாவது கிராமத்திற்கு மாற்றல் வாங்கிக்கொள்வார். ஓரிரு ஆண்டுகள் நஞ்சனக்கூடில் இருந்துகொண்டே அங்கே போய் வருவார். பிறகு மீண்டும் நஞ்சனக்கூடுக்கே மாற்றல் வாங்கிக் கொள்வார். ஐம்பது வயதான அவர் பணியிலிருந்து ஓய்வு பெற இன்னும் ஐந்து ஆண்டுகள் இருந்தன. நஞ்சனக்கூடு சுற்றளவிற்குள் வீடு கட்டிக்கொண்டு ஹுல்லஹள்ளிபைல் என்ற கிராமத்தில் மூன்று ஏக்கர் வயல் வாங்கி இருந்தார். பண்டிதற்கு ஆசிரியருடன் நட்பு வளர ஒரு சிறப்பான காரணம் இருந்தது. ஆசிரியரும் கூட சமஸ்கிருதம் ஓரளவிற்குத் தெரிந்து வைத்திருந்தார். சாத்வீகரும், கருமமே கண்ணாக இருப்பவருமான அவர் தர்ம சாத்திரங்களைப் பற்றித் தமக்கு வரும் சந்தேகங்களை நிவர்த்தி செய்துகொள்ள பண்டிதரிடம் வருவார். அவர் பணியையும் சாத்வீக வாழ்க்கையையும் பார்த்த பண்டிதர் தம் வீட்டு சிரார்த்தங்களில் அவரை முதல் பந்திக்கு அழைப்பார்.

இரவு எட்டு மணிக்கு வீட்டிற்கு வந்த ஆசிரியரை வரவேற்று பண்டிதர் பேரனிடம், 'சீனி நாங்கள் இருவரும் இங்கேயே சிறிது தொலைவு நடந்து விட்டு வருகிறோம்' என்று சொல்லி ஆசிரியருடன் வெளியே போனார். இருவரும் மெல்ல அடியெடுத்து வைத்துக் கொண்டு கோயில் முன் பகுதியைக் கடந்து ஆற்றுப் படித்துறை மீது வந்து உட்கார்ந்தார்கள். பண்டிதர் எடுத்த முடிவு ஆசிரியருக்குத் தெரிந்திருந்தது. அவரும் கூட, 'நீங்கள் எங்களை விட்டுப் போகக்கூடாது' என்று பணிவுடனும், மனப் பூர்வமாகவும் வேண்டிக்கொண்டார். தர்ம சாத்திரங்களை அறிந்த அவர் கடைசியில் பண்டிதர் வார்த்தையை ஏற்றார். ஆனால் இருக்கும் சொத்தை தானம் செய்யும் காரணம் அவருக்குத் தெரியவில்லை.

இரண்டு நிமிடம் மௌனமாக உட்கார்ந்திருந்த பிறகு பண்டிதர் பேச்சைத் தொடங்கினார்: "சொத்தை தானம் செய்யும் காரணம் எங்கள் வீட்டு இலட்சுமி, சீனியைத் தவிர யாருக்கும் தெரியாது. இன்று உங்களிடம் மட்டும் சொல்கிறேன். உங்களுக்கும் சொல்லத் தேவையில்லை. ஆனால் உங்களால் எனக்குப் பெரிய உதவியாக வேண்டும்."

"என்னிடமிருந்து உதவியா? பெரிய வார்த்தை! நீங்கள்

அப்படிச் சொன்னால் எனக்கு நல்லதல்ல” ஆசிரியர் கைகூப்பி வணங்கினார்.

“சொல்வதைக் கேளுங்கள்” என்று தொடங்கி தன் பிறப்பின் கதை, அவர் கிட்டப்பா பண்டிதர் குடும்பத்தைத் தேட முயன்றது, தற்போது அவர் எடுத்த முடிவு போன்றவற்றை விவரமாகத் தெரிவித்த பிறகு ஆசிரியர் மௌனமாக உட்கார்ந்திருந்தார். கடைசியில் அவராகவே “தர்ம சூத்திரங்களை இப்படி நுணுக்கமாக யோசித்து நடப்பவர்களை இந்தக் காலத்தில் நான் எங்கேயும் கேள்விப்பட்டதில்லை. உங்கள் முடிவு சரியல்ல என்று சொல்லும் அருகதை எனக்கில்லை” என்றார்.

“என் மற்றொரு விருப்பத்தையும் உங்களிடம் சொல்கிறேன். பேரன் குடும்ப வாழ்க்கையைத் தொடங்காமல் நான் இங்கே இருந்து போக முடியாது. எல்லா வகையிலும் நீங்கள் எனக்கு மிகவும் நம்பிக்கையானவர். உங்கள் கடைசிப் பெண் பிள்ளை இருக்கிறாளே பன்னிரண்டு பதின்மூன்று வயதிருக்கலாம், அவளை பெரிய மனது வைத்து என் பேரனுக்குத் திருமணம் செய்து கொடுங்கள். அவன் இந்த ஆண்டு இண்டர்மீடியட் தேர்வு எழுதி இருக்கிறான். அவன் தொடர்ந்து கல்வி கற்க ஐயாயிரம் ரூபாய் கொடுக்கிறேன். பண்டிதர் வம்சத்து சொத்தில் இந்தப் பணத்தைக் கூட எதற்கு என் பேரனுக்குக் கொடுக்க வேண்டும் என்று சில சமயம் நினைக்கிறேன். ஆனால் அவனுக்கு அதையும் கொடுக்காமல் போனால், பண்டிதர் வம்சத்து சொத்தை வெறுப்புடனும், துச்ச உணர்வுடனும் மதிப்பது போலாகும். அந்த துச்ச எண்ணத்திற்கு நான் ஏன் இடம் கொடுக்க வேண்டும்? அதுமட்டுமல்லாமல் சீனியை நடு ஆற்றில் விடுவதும் அறமல்ல. அவன் பி.எஸ்.சி., முடித்துவிட்டால் போதும். எல்லா வகையிலும் எனக்கு ஆறுதலாக இருக்கும். மருமகன் பி.எஸ்.சி., வரை படித்து நல்ல வழியில் வாழச் செய்வது உங்கள் பொறுப்பு. உங்களிடமிருந்து நான் எதையும் மூடி மறைக்கவில்லை.”

ஆசிரியர் பத்து நிமிடம் மௌனமாக இருந்து யோசித்தார். பிறகு கேட்டார்: “உங்களுடையது காஷ்யப கோத்திரம்தானே?”

“சொன்னேன்தானே நாங்கள் பண்டிதர் வம்சமல்ல என்று. காஷ்யப கோத்திரம் என்று எனக்கு பிரம்மோபதேசம் ஆகியிருக்கிறது.”

“எழுந்திருங்கள், நேரமாகிவிட்டது. வீட்டிற்குப் போகலாம். இதற்கு என் சம்மதம் இருக்கிறது. தாத்தாவின் பண்பட்ட குணம் பேரனுக்கும் வந்திருக்கிறது. இப்படி ஒரு மருமகன் கிடைப்பது என் புண்ணியம். வீட்டில் ஒரு வார்த்தை சொன்னால் போதும்” என்று அவர் மேலே எழுந்தார். பண்டிதருக்கு ஆறுதலாக இருந்தது.

மறுநாள் காலை ஆசிரியர் பண்டிதர் வீட்டிற்கு வந்து தம் மகள் மற்றும் சீனியின் ஜாதகத்தைப் பார்த்தார். இரண்டும் நன்றாகப் பொருந்தின. அவர் சீனியிடம், ‘எங்கள் பெண் லலிதாவைப் பார்த்திருக்கிறாயாப்பா?’ என்று கேட்டார். அவனுக்கு எதுவும் தெரியாது. ‘ஊம்’ என்றான். ‘உங்கள் தாத்தா சொல்கிறார். எங்களுக்கு எல்லாம் மகிழ்ச்சி. நீ அவளைத் திருமணம் செய்து கொள்கிறாயா?’ என்று கேட்ட போது பண்டிதர் அங்கே இருந்தார். சீனி முகம் வெட்கத்தால் சிவந்தது.

லலிதா அழகான பெண். பதின்மூன்று வயதில் உயர்நிலைப் பள்ளியில் சேர்ந்திருந்தாள். இந்தக் காலத்திற்கு ஒப்பிட்டுப் பார்த்தால் இன்னும் சிறு வயது என்பதைத் தவிர அவர் இருவருக்கும் நல்ல பொருத்தமாக இருந்தது. இப்போது திருமணமானாலும் சீனி பி.எஸ்.சி., முடிக்கும்வரை சாந்தி முகூர்த்தம் செய்வது வேண்டாமென்று பண்டிதர் சொன்னார். அதற்குள் பெண் உயர்நிலைக் கல்வியை முடித்து விடலாம். வைசாக மாத ஒரு நன்னாளில் சுப லக்கினத்தில் திருமணம் பண்டிதர் விருப்பப்படி ஸ்ரீகண்டேசுவரர் கோவிலில் எளிதாக நடந்தது. சீனி குடும்பஸ்தனானான்.

பண்டிதர் தம் நிலபுலன்களை ஒரு முறை பார்த்து, அதைக் கவனித்துக்கொண்டிருந்த விவசாயிகளின் நிலைமையை விவரமாக விசாரித்தார். அவர்களில் முக்கால் வாசிப்பேர் வேறு வழி இல்லாதவர்கள். அவர்களிடமிருந்து நிலத்தைப் பெற்றுக்கொள்வது சரியல்ல, மனைவி மக்கள் உண்ணக் கதி இல்லாமல் இருப்பவர்கள் தான் அதிகம். இவர்களை விட தகுந்தவர்கள் யாரும் இல்லை என்று பண்டிதர் முடிவெடுத்தார். நிலங்களை உழும் விவசாயிகளுக்குத் தானமாகக் கொடுத்துத் துறவியாகிறேன் என்று சொன்ன போது விவசாயிகள் காலில் விழுந்து சொன்னார்கள்: “அய்யா, உங்களைப் போன்ற கடவுள் சொத்து எங்களுக்கு வேண்டாம். நீங்கள் எஜமானராக இருங்கள். நாங்கள் எங்களால் ஆனதை

உழைத்து உங்களுக்கும் கொடுத்து உண்கிறோம்." அவர்களுக்கு ஏற்ற ஆறுதல் சொல்லி ஊருக்கு வந்தார் பண்டிதர். சீனியுடன் நிலங்களை விவசாயிகளின் பெயரில் எழுதினார். மீதமிருந்த ஆறு ஏக்கர் மைசூர் அநாதை இல்லத்திற்குச் சேரவேண்டும் என்று முடிவானது. தாங்கள் வசித்த வீடு யாத்திரிகளுக்கு சத்திரமாக இருக்கட்டும் என்று தீர்மானித்தார். இவற்றை எல்லாம் ஒரு வக்கீல் மூலமாக பத்திரங்களில் எழுதிப் பேரனுடன் அவரும் கையொப்பமிட்டு, சப்-ரெஜிஸ்டார் அலுவலகம் போய் பதிவு செய்து வீட்டிற்கு வந்த போது அவர் மனம் லேசானது. அவர் நெஞ்சின் மீது சுமையாக இருந்த பாரம் ஒன்று இறங்கியது போல நிம்மதியாக இருந்தது.

இனி அவர் தம் அடுத்த கட்டத்திற்கான நாளைக் குறிக்க வேண்டி இருந்தது. துறவறம் ஏற்க ஒரு குரு வேண்டும். அந்தச் சடங்கு எந்த ஊரில் நடக்க வேண்டும் என்பது உறுதியாகவில்லை. அதைப் பற்றி சிந்தித்த பண்டிதர் ஒரு முடிவிற்கு வந்தார். ஒரு நல்ல நாள் இந்த ஊரை விட்டு ஹரித்துவாரம் அல்லது பதரிக்குப் போவது. தகுந்த குருவைத் தேடி அங்கேயே விதிப்படி கிரகஸ்த்தாசிரமத்தை முடித்துக் கொள்வது.

அனந்தராம ஆசிரியருக்கு மூன்று பெண் பிள்ளைகள். இரண்டு ஆண் பிள்ளைகள். மூத்த இரண்டு பெண்கள் தங்கள் கணவன் வீட்டில் இருந்தார்கள். மூத்த மகன் சீனி வயதை ஒத்தவன். அவனும் தினமும் மைசூர் கல்லூரிக்குப் போய்க்கொண்டிருந்தான். இரண்டாமவன் அடுத்த ஆண்டு உயர்நிலைத் தேர்வு எழுத இருந்தான். ஆசிரியர் பண்டிதரிடம் சொன்னார்: "நீங்கள் கவலைப்பட வேண்டாம். மருமகனும் மகனுக்கு நிகர். என் மூத்த மகனும், சீனிவாசனும் கல்லூரிக்குப் போய் வரட்டும். அவன் படிப்பு முடிந்து ஒரு நிலைக்கு வரும்வரை இலட்சுமியும் அவனும் எங்கள் வீட்டில் இருக்கட்டும். அவர்கள் மனம் கோணாமல் நாங்கள் பார்த்துக்கொள்கிறோம்."

இந்தப் பரிந்துரை பண்டிதருக்கு சரி என்று தோன்றி சம்மதித்தார். வீட்டு தங்கம், வெள்ளிகளை எல்லாம் விற்று, வந்த பணத்தை கோவில் நிதிக்குக் கொடுத்து விட்டார். வீட்டுப் பாத்திர பண்டங்கள் எல்லாம் கோவிலுக்குச் சேர்ந்தன.

பண்டிதர் அவரிடமிருந்த சமஸ்கிருத நூல்களை சீனியிடம்

கொடுத்துச் சொன்னார். "தாத்தாவிடமிருந்து உனக்குக் கிடைத்த அரிதான சொத்து என்று நினைத்துக் கொள். இத்தனை நாட்கள் முடிந்த அளவு உனக்குக் கல்வியைக் கற்றுக் கொடுத்திருக்கிறேன். அடுத்து சுயமாகக் கற்பதாலும், மற்றவர்களிடம் இருந்து கேட்டு அறிவதாலும் நீ அந்த ஞானத்தை வளர்த்துக் கொள். நாளை இந்த வீட்டை விட்டுவிட வேண்டும். இன்று இரவே இந்த எல்லா நூல்களையும் உங்கள் மாமா வீட்டில் சேர்த்து விடு."

ஆனி மாதம் பஞ்சமி நாள் அவர் நஞ்சனக்கூடை விடுவது என்று முடிவானது. மனதை கெட்டிப்படுத்திக் கொண்டாலும் சீனிக்கும், இலட்சுமிக்கும் தவிப்பை அடக்க முடியவில்லை. சீனப்பா முன் அழக்கூடாது என்று இலட்சுமி முடிவெடுத்தார். அவர் கடைசிப் பயணத்தின் தருணம் கண்ணீர் சிந்தி தாத்தா மனதை வருத்தப்பட வைக்கக் கூடாது என்று சீனி முயன்றான். ஆனால் ஒருவரையொருவர் தனிமையில் சந்திக்கும் போது இலட்சுமியும் சீனியும் மௌனமாக கண்ணீர் சிந்துவார்கள். பண்டிதர் அமைதியாக அவர் பயண நாளை எதிர்பார்த்துக் கொண்டிருந்தார். புறப்படும் முன் தங்கள் வீடுகளுக்கு வந்து தாம்பூலம் பெறவேண்டும் என்று நஞ்சனக்கூடில் பலர் அவரை அழைத்தார்கள். தங்கள் ஊருக்கு வந்து பால் பழம் அருந்திப்போக வேண்டுமென்று கிராமத்து விவசாயிகள் வண்டியைப் பூட்டி வந்தார்கள். சிரித்துக்கொண்டே பண்டிதர் எல்லோருடைய அழைப்பையும் ஏற்றுக்கொண்டார்.

புறப்படும் முன் மதியம் சம்பந்தி வீட்டில் பாயச விருந்து நடந்தது. உடுத்த ஆடையுடன் சேர்த்து கூட இரண்டு வேட்டி, ஒரு சொம்பை ஒரு துணியில் கட்டி ஒரு மூங்கில் தடியில் சிக்கவைத்துக் கொண்டு, ஹரித்துவாரம் வரை வழிச் செலவிற்கு என்று ஒரு நூறு ரூபாயுடன் அவர் சம்பந்தி வீட்டை விட்டுப் புறப்பட்டபோது சம்பந்தி அம்மா, ஆசிரியர் பிள்ளைகள், சீனியின் மனைவி எல்லோரும் உரக்க அழத் தொடங்கினார்கள். பண்டிதர் அமைதியாக எல்லோருக்கும் ஆறுதல் சொல்லி வீட்டை விட்டு வெளியே நடந்தார். அன்று காலையிலிருந்து ஆனி மாத அடைமழை பொழிந்துகொண்டிருந்தது. மாலை ஐந்து மணி வண்டிக்கு ரயில் நிலையம் வந்த போது அந்த அடை மழையிலும் மக்கள் கூட்டமாகக் கூடி இருந்தார்கள். மக்கள் பண்டிதரைச் சூழ்ந்து கொண்டார்கள். ஒவ்வொருவரும் தரையில்

விழுந்து அவரைக் கும்பிட்டார்கள். ரயில் பிளாட்ஃபாரமிற்கு வந்து அவர் வண்டி ஏறும் முன் அவர் பாதங்களைத் தொட்டு வணங்கிய ஆசிரியர். "எனக்கு ஆசானாக இருந்தீர்கள். கடைசியில் கடமையைச் சுமக்க வைத்து விட்டுப் புறப்பட்டுவிட்டீர்கள். உறவை ஏற்படுத்தி என் மதிப்பை உயர்த்தினீர்கள். நீங்கள் சுமத்திய பொறுப்பை மனப்பூர்வமாக ஏற்று நடத்துகிறேன். ஆசீர்வதிக்கவும்" என்று கேட்டுக்கொண்டார்.

சீனி, லலிதா, இலட்சுமி அவர் பாதங்களில் தலை வைத்து வணங்கினார்கள். **'அஸதோ மா சத்கமய, தமஸோமா ஜோதிர்கமய, மிருத்யோர்மா அம்ருதங்கமய, ஓம் சாந்தி சாந்தி சாந்தி ஹீ'** என்று மனதில் பண்டிதர் சொல்லிக்கொண்டு அமைதியான மனநிலையில் வண்டியில் ஏறினார். ரயில் புறப்படத் தொடங்கிய போது மக்கள் கூட்டம் சிவனே போற்றி, சித்தனே போற்றி' என்று கூவியது. தாத்தாவின் முகம் தெரியாமல் வண்டி முன்னால் போன போது சீனிக்கு கண்கள் இருண்டன. தன் அருகில் இருந்த இலட்சுமியின் கையைப் பிடித்துக்கொண்டு தரை மீது சாய்ந்தான். அருகில் இருந்த ஆசிரியர் அதிர்ந்து அவனைத் தாங்கிக்கொண்டார்.

4

ரயில் தளவாய் பாலம் வந்தடையும் போது அடைமழை வேகமானது. சன்னல் வழியாக பண்டிதர் ஆற்றுப் பக்கம் பார்த்தார். இரண்டு பக்கங்களுக்கும் வளர்ந்திருந்த மரங்களுக்கு நடுவில் ஆறு ஓடிக்கொண்டிருந்தது. அவருக்கு விவரம் தெரிந்த நாளிலிருந்து இதுவரை அவர் அந்த ஆற்றில் குளித்திருந்தார். பல முறை சலிப்பாக இருக்கும் போது கரையில் அமர்ந்து ஆறுதல் அடைந்திருந்தார். இந்த நதிதான் தன் மகனை ஆகுதி எடுத்துக் கொண்டது. ஆனால் அந்த நதி நீர் விளைத்த சோற்றைத்தான் அவர் இத்தனை நாட்கள் உண்டார். பண்டிதருக்கு அவர் வாழ்க்கையின் பழைய நினைவுகள் எல்லாம் நினைவிற்கு வந்தன. அவர் அம்மாவும் நஞ்சுண்ட பண்டிதரும் நினைவிற்கு வந்தார்கள். அவர் காணாத ஷாமதாசரை அவர் கற்பனை செய்து பார்த்தார். அவர் மனைவி பாகீரதம்மா, இலட்சுமி, மகன் நஞ்சுண்ட பண்டிதன், சீனி, மருமகள் காத்தியாயினி எல்லோரும் மனப்

படலத்தின் மீது ஒவ்வொருவராக வந்தார்கள். காத்தியாயினி நினைவு வந்ததும் அவர் மனம் அங்கேயே நின்றது. பதினான்கு ஆண்டுகள் ஆனதே அவளைப் பார்த்து! இப்போது எங்கே இருக்கலாம்? பெங்களூரில் இருக்கிறாள் என்று சதாசிவராயர் சொல்லி இருந்தார். லௌகீக வாழ்க்கையை விடுமுன் அவளை ஒருமுறை பார்க்க வேண்டும் என்று தோன்றியது. மைசூரில் இறங்கி சதாசிவராயரைப் பார்ப்பது, அவரிடமிருந்து காத்தியாயினி விலாசம் பெற்று பெங்களூருக்குப் போய் அங்கே இருந்து ஹரித்துவாரம் நோக்கிப் பயணிப்பது என்று முடிவெடுத்தார். எப்படியும் பெங்களூர் வழியாகத்தான் போக வேண்டும் என்று நினைக்கும் போதே சாமராஜபுரம் ரயில் நிலையம் வந்தது. அவர் கையில் இருந்த மூங்கில் தடியில் துணிக்கட்டை சிக்கவைத்துக் கொண்டு அவர் அங்கே இறங்கினார். மழை தூறிக்கொண்டே இருந்தது. சதாசிவராயர் புரஃபசர் பங்களாவில் இருப்பார் என்று தெரிந்து, அவர் யாரோ ஒருவரிடம் வழி கேட்டு அந்த இடத்திற்கு வந்து பங்களா முன்னால் நின்று. 'டாக்டர் சதாசிவராவ் வீடு எது?' என்று கேட்டார்.

உள் கதவருகே மூங்கில் நாற்காலியில் உட்கார்ந்திருந்த ஒருவர் வந்து சொன்னார்: "அவர் இப்போது இல்லை. இறந்து எட்டு மாதங்கள் ஆயின."

பண்டிதர் அதைக் கேட்டு வருந்தினார். "அவர் குடும்பம் எங்கே இருக்கிறது? அவர் தம்பி எங்கே இருக்கிறார் உங்களுக்குத் தெரியுமா?"

"அவர் முதல் மனைவி அவர் தம்பியுடன் இருக்கிறார். இரண்டாம் மனைவி அவர் நாட்டுக்குத் திரும்பி விட்டார். அவர் தம்பி இந்த ஊரில்தான் இருக்கிறார். லட்சுமிபுரத்தில் வீடு."

அவர் சொன்ன அடையாளத்தை வைத்துக்கொண்டு பண்டிதர் லட்சுமிபுரத்தை நோக்கி நடந்தார். தூறல் தூறிக்கொண்டே இருந்தது. அவர் உடுத்தி இருந்த வேட்டி நனைந்து அதிலிருந்து தண்ணீர் சொட்டியது. அவர் தடியில் சிக்க வைத்திருந்த கட்டை அவிழ்த்து அதிலிருந்து மற்றொரு வேட்டியை எடுத்துத் தலை மீது போர்த்திக் கொண்டார். 'இன்னும் சில நாட்கள்தான். பிறகு இப்படி அதிக துணிகளை வைத்துக்கொள்ள முடியாது' என்று அவருக்கு நினைவானது. தெருவின் ஒரு ஓரமாக நடந்து

லட்சுமிபுரம் வந்து ஒருவரிடம் விசாரித்து அவர் ராஜாராயர் வீட்டு முன் வந்து நின்ற போது இரவு ஏழரை மணியாகி இருந்தது. அவர் கதைவைத் தட்டிய போது சிகப்புச் சேலை உடுத்திய சுமார் நாற்பத்தைந்து வயதுக் கைம்பெண் கதவருகே வந்து 'யார் வேண்டும்?' என்று கேட்டாள்.

"நஞ்சனக்கூடு ஸ்ரீனிவாச பண்டிதர் என்று சொல்லுங்கள். காத்தியாயினி என்பவர் இங்கே இருக்கிறார்தானே?"

அந்தக் குரலைக் கேட்டு ராஜா உள்ளே இருந்து ஓடி வந்தான். காலைத் தொட்டு வணங்கிக் கேட்டான்: "தனியாக வந்திருக்கிறீர்களா? உங்கள் பேரன் வரவில்லையா? டேக்சி எங்கே?"

பண்டிதருக்கு எதுவும் புரியவில்லை. "எனக்கு எதுவும் தெரியாது. உங்களைப் பார்த்துப் போகலாம் என்று வந்தேன்" என்று சாதாரணமாகச் சொன்னார்.

அவரை ராஜா உள்ளே இருந்த ஒரு அறைக்கு அழைத்துக் கொண்டு போனான். கட்டில் மீது, உயிர் போகும் நிலையில் நலிந்த பெண்ணொருத்தி படுத்திருந்தாள். 'இவள்தான் காத்தியாயினி' ராஜா சொன்ன போது அவருக்கு தன் கண்களை நம்ப முடியவில்லை. 'என்ன ஆகி இருக்கிறது?' என்று கேட்டார். 'முதலில் நீங்கள் குளியலறைக்கு வாருங்கள். ஆடை நனைந்திருக்கிறது. ஆடை மாற்றிய பிறகு பேசலாம்' என்று அவன் சொன்னான். குளியலறைக்குப் போய் ஈரத்துணியைப் பிழிந்து, இருந்த அரை ஈரமான வேட்டியை உடுத்திக் கொண்டு அவர் வெளியே வந்தார். 'காய்ந்த வேட்டி கொடுக்கிறேன்' என்று ராஜா சொன்ன போது, 'வேண்டாம், இதே போதும்' என்று சொல்லி மீண்டும் காத்தியாயினி இருந்த அறைக்கு வந்தார்.

கட்டில் மீது படுத்திருந்த காத்தியாயினிக்கு நன்றாகப் போர்த்தி இருந்தார்கள். அவள் உடல் எலும்பும் தோலுமாக இருந்தது. கண்கள் மூடி இருந்தன. முகம் எலும்புக் கூடாகி மூச்சு மெல்ல இயங்கிக் கொண்டிருந்தது. 'என்ன நோய்?' பண்டிதர் மீண்டும் கேட்டார்.

டாக்டர்களால் குணமாகும் நோயல்ல. மீண்டும் திருமணம் செய்து கொள்ளாமல் அவள் உங்களுடன் இருந்திருக்க வேண்டும். ஆனால் அப்படி நடக்கவில்லை. அவள் மனதில் தர்மம், கர்மம் , கடமை

போன்ற உரசல்கள் நடக்கின்றன. நாங்கள் என்ன செய்தாலும் அது அடங்கவில்லை. விவரங்களை மெல்லச் சொல்கிறேன். இன்று இரவு அவள் இறந்துவிடுவாள் என்று மருத்துவர் சொல்லி இருக்கிறார். மாலை உங்களையும், மகனையும் பார்த்து விட்டு இறக்க விரும்பினாள். உடனே டேக்சி அனுப்பி வைத்தேன். அவள் மகன் வருவானா இல்லையா எனக்குத் தெரியாது. நீங்கள் வந்தது எங்கள் புண்ணியம்."

"இல்லை, கண்டிப்பாக வருவான் என்று எனக்குத் தோன்றுகிறது."

"அவன் குணம் வேறு மாதிரி என்று நான் கேள்விப்பட்டிருக்கிறேன். முன்பு அவன் அரசாங்கக் கல்லூரியில் படித்துக்கொண்டிருந்த போது இவள் அவன் அம்மா என்று அவனுக்குத் தெரிய வந்தது. இவள் அவனை வீட்டிற்கு அழைத்து வந்திருந்தாள். இவளுடன் உறவு வேண்டாம் என்று வெறுப்புடன் அவன் அந்தக் கல்லூரியை விட்டு வேறு கல்லூரியில் சேர்ந்த தகவல் உங்களுக்கும் தெரிந்திருக்கலாம்."

பண்டிதருக்கு வியப்பாக இருந்தது. சீனி கல்லூரியை விட்ட காரணம் இதுவாக இருக்கலாம் என்பதை அவரால் நம்ப முடியவில்லை. "நிச்சயமாக இது எனக்குத் தெரியாது... அரசாங்கக் கல்லூரியில் சரியாக பாடம் நடத்த மாட்டார்கள் என்று என்னிடம் சொல்லி வேறு கல்லூரியில் சேர என் ஒப்புதல் பெற்றான்."

"இவளுக்கு இடையில் மூன்று முறை கர்ப்பச் சிதைவு ஏற்பட்டது. தான் செய்த பாவத்தால் அப்படி நடந்தது என்று அவள் நினைத்தாள். முடிவில் மகனும் வெறுத்த பிறகு முழுமையாக ஏமாற்றமடைந்தாள். அப்போதிலிருந்து அவள் ஆழ்மனம் முடிவு செய்து விட்டது! அவன் வருவான் என்று தோன்றவில்லை. நீங்கள் வந்தீர்களே அது போதும்" என்று சொல்லும் போதே ராஜாவின் கண்ணில் கண்ணீர் வடிந்தது. "உங்களுக்கு என்னிடமிருந்து மிகவும் தீங்கு ஏற்பட்டுவிட்டது. உங்கள் அறிமுகமிருந்து, உங்கள் ஆளுமை தெரிந்திருந்தால் நான் அவளைத் திருமணம் செய்து கொண்டிருக்க மாட்டேன். மன்னிக்க வேண்டும்" என்று அவர் பாதங்களைப் பற்றிக்கொண்டான்.

"இவை எல்லாம் பிரம்மன் முடிவு. உங்கள் தவறென்ன?" என்று அவனை மேலே தூக்கினார் பண்டிதர். ராஜா, காத்தியாயினியின்

காதருகில் குனிந்து, உரக்க, 'உங்கள் மாமா பண்டிதர் வந்திருக்கிறார். பார்' என்று இரண்டு முறை கூவிச் சொன்னான். அந்தப் பேச்சு புரிந்தது போல எதிர்வினை அவள் முகத்தில் தெரிந்தது. கண்ணைத் திறக்க அவள் முயன்றாலும் அது முழுமையாக முடியவில்லை. 'நாற்காலி மீது அமர்ந்து கொண்டே உங்கள் காலை அவள் பக்கம் நீட்டுங்கள்' என்று ராஜா அவரிடம் சொல்லி, காத்தியாயினியை குப்புறப்படுக்க வைத்து அவள் கைகளை அவர் பாதங்கள் மீது வைத்தான். அது காத்தியாயினிக்குத் தெரிந்திருக்கலாம். அவள் கண்களில் நுட்பமாகத் தெரியும் அளவு கண்ணீர் நிறைந்தது.

அதற்குள் வெளியே டேக்சி வந்து நின்ற சத்தம் கேட்டது. அறைக்கு வெளியே நின்றிருந்த நாகலட்சுமி கதவருகே ஓடி வந்தாள். டேக்சியிலிருந்து இறங்கி பிரித்வியுடன் சீனி உள்ளே வந்தான். பிரித்வியைத் தொடர்ந்து சீனி அறைக்குள் நுழைந்தான். நாற்காலி மீது உட்கார்ந்திருந்த தாத்தாவைப் பார்த்து அவனுக்கு வியப்பாக இருந்தது.

"வாப்பா, உன் அம்மாவுக்கு நீ இப்போதாவது பணிவிடை செய்ய வேண்டும்" பண்டிதர் சொன்னார். சீனி கட்டில் அருகே நின்றான். "கட்டில் மீது உட்கார்ந்து உங்கள் அம்மா கையைப் பிடித்துக் கொள்" அவர் சொன்னார். அவன் அது போலவே செய்தான். காத்தியாயினிக்கு இப்போது மேல் மூச்சு வாங்கியது. தான் இப்போது அவளைக் குப்புறப்படுக்க வைத்ததற்கு அப்படி ஆகி இருக்கும் என்று ராஜா சொன்னான். அவள் கண்களை பண்டிதர் தன் கைகளால் திறந்து பார்த்து, நாடி பிடித்து சோதித்துச் சொன்னார்: "ஆயாசத்திற்காக ஆனதல்ல, முடிவு காலம் நெருங்கி விட்டது. மருத்துவரை அழைக்க வேண்டாமா?"

"மருத்துவர் வந்து பலனில்லை. வாழும் எண்ணம் அவளுக்கு இல்லை. மூன்று நாட்களுக்கு முன் வர வேண்டாம் என்று அவளே டாக்டரிடம் சொன்னாள்" ராஜா சொன்னான்.

"ஒரு ருத்ரணி கங்கையை எடுத்து வரவும். இல்லை என்றால் சுத்தமான தண்ணீராக இருந்தாலும் சரி" பண்டிதர் சொன்னார். நாகலட்சுமி ஒரு வெள்ளிக் கிண்ணத்தில் சுத்தமான தண்ணீரையும் ஒரு வெள்ளி ருத்ரணியையும் எடுத்து வந்தாள். "சீனி உன் அம்மாவுக்கு இதைக் குடிக்க வை" பண்டிதர் சொன்னார். சீனி கண்கள் நிரம்பி வழிந்தன. அவன் கைகள் நடுங்கின. பண்டிதர்

காத்தியாயினி வாயைத் திறந்தார். சீனி விட்ட தண்ணீர் உள்ளே போனது.

மீண்டும் பத்து நிமிடம் மூச்சு இரைத்தது. பிறகு அவரோக கதிக்குத் திரும்பியது. மெல்ல அமைதியானது; அமைதியானது அவள் மூச்சு. அவள் வாழ்க்கையில் நுழைந்து அவளை வழியில் சிக்க வைத்துத் துடிக்க வைத்த இருநிலை இப்போது மரணத்துடன் முடிந்தது.

5

ராஜா கண்ணீர் சிந்தினான். பிரித்வியும் நாகலட்சுமியும் ஒரு மூலையில் அழுதுகொண்டு உட்கார்ந்தார்கள். அவர்களுக்கு பண்டிதர் ஆறுதல் சொன்னார். அந்த நேரத்தில் அடுத்த வேலைகளைச் செய்ய முடியாது. காலைவரை வெளியே யாருக்கும் தெரிவிக்கக் கூடாது என்று எல்லோரும் முடிவெடுத்தது போல இருந்தது. சவத்தின் கைகால்களை மடித்து, அதன் அருகில் ஒரு கத்தியை வைத்து விட்டு, பண்டிதர் ராஜாவின் கையைப் பற்றிக்கொண்டு அறையிலிருந்து வெளியே அழைத்து வந்து அமர்த்திக் கொண்டார். நாகலட்சுமி அறை வாசலில் துயரமாக உட்கார்ந்திருந்தாள். பிரித்வி அழுதுகொண்டிருந்தான். சீனி ஒரு பக்கம் உட்கார்ந்து ஆழ்ந்த கவலையில் மூழ்கி இருந்தான். முகத்தில் வருத்தம் தெரிந்தாலும் அவன் அழவில்லை.

ராஜாவுக்கு ஆறுதல் சொல்லிக்கொண்டு, அவன் மனதைத் திசை திருப்ப பண்டிதர் பேசினார். அவன் அண்ணன் சதாசிவராயரின் மரண விவரத்தைக் கேட்டார். அவர் நூல்கள், இரண்டாம் மனைவியைப் பற்றியும் விசாரித்தார். அண்ணனைப் பற்றி சொல்லிய பிறகு "தாங்கள் இப்படி எங்கே புறப்பட்டீர்கள்?" என்று கேட்டான். "துறவறம் ஏற்க ஹரித்துவாரமோ, பதரிக்கோ போகிறேன்" என்று அவர் சொல்லும் போது அவரால் நம்ப முடியவில்லை. துறவற அறத்தைப் பற்றி பண்டிதர் சிறிது நேரம் பேசினார். அதற்குள் இரவு இரண்டு மணியாகி இருந்தது. அழுகையின் தீவிரம் குறைந்து மற்றவர்கள் அவர் பேச்சைக் கேட்டுக் கொண்டிருந்தார்கள். பிறகு பேச எதுவும் தோன்றாமல் பண்டிதர், "உங்கள் ஊர் எது?" என்று கேட்டார்.

"பெள்ளூர், ஆனால் வளர்ந்தது குணிகல்லில். தாய்மாமன் வீட்டில்."

பண்டிதர் மனதில் திடீர் என்று ஒரு கேள்வி எழுந்தது. அவர் கேட்டார்: 'சரி, உங்கள் பக்கம் யாராவது பண்டிதர் என்ற வம்சத்து பெயர் உள்ளவர்கள் இருக்கிறார்களா?"

"எதற்கு?"

"எங்களுக்கு உறவாக வேண்டும். எங்கள் அப்பாவின் தம்பி கிட்டப்பா பண்டிதர் என்பவர் என்று நான் கேள்விப்பட்டிருக்கிறேன். இப்போது எண்பது, தொண்ணூறு ஆண்டுகளுக்கு முந்தைய விஷயம், பிறகு அவர் தகவல் இல்லை."

"கிட்டப்பா பண்டிதர் என்றா?" ஞாபகம் வந்த ராஜா, எங்கள் தாத்தாவின் பெயர் கிட்டப்பா என்று நான் கேள்விப்பட்டிருக்கிறேன். அவர் நஞ்சனக்கூடு பக்கத்துக்காரர். ஆனால் பண்டிதர் என்ற பெயர் எனக்குத் தெரியாது" என்று சொல்லும் போது, அறை வாசலில் உட்கார்ந்திருந்த நாகலட்சுமி, "ஆமாம், கிட்டப்பா பண்டிதர் என்று அவரை அழைப்பார்களாம். என் அப்பா அப்படிச் சொல்வதை நான் கேட்டிருக்கிறேன்" என்றாள்.

பண்டிதருக்கு வியப்பாக இருந்தது. உடனே கேட்டார்: "உங்கள் கோத்திரம் என்ன?"

"காஷ்யப கோத்திரம்."

அவர் மனதில் சந்தேகமே இல்லை. வியந்து உட்கார்ந்துவிட்டார். நாகலட்சுமி சொன்னாள்: "கிட்டப்பா பண்டிதருக்கு நான்கு பிள்ளைகள். எல்லோரும் இறந்து இரண்டாமவர் உயிரோடு இருந்தாராம். அவருக்கு எங்கள் அத்தையைக் கொடுத்திருந்தோம். அவர்கள் பிள்ளைகள்தான் இவர்கள் இருவரும்."

பண்டிதர் மௌனமாக உட்கார்ந்துவிட்டார். அவர் மனம் தமக்கும் இந்தக் குடும்பத்திற்கும் இருக்கும் உறவை கற்பித்துக்கொள்ள முயன்றது. ஆனால் அந்தச் சூழ்நிலையில் அவருக்கு எதுவும் புரியவில்லை. அவரையே அறியாமல் அவர் வாயில், "அவசரப்பட்டு விட்டேன்" என்ற பேச்சு வெளிவந்தது.

"எதற்கு? என்ன ஆனது?" ராஜா கேட்டான்.

“ஒன்றுமில்லை.”

“அவசரப்பட்டு விட்டேன்- என்று சொன்னீர்களே?”

“அப்படிச் சொன்னேனா? எங்களுக்கு இருந்த சொத்து எல்லாம் கிட்டப்பா பண்டிதருக்குச் சேரவேண்டும். எங்கள் அப்பா ஏமாற்றி அவரை வீட்டை விட்டு விரட்டி விட்டாராம். அது எனக்கு இப்போது எட்டு மாதங்களுக்கு முன்புதான் தெரியவந்தது. பிறகு அவர் குடும்பத்தாரைத் தேட முயன்றேன். யாரும் கிடைக்கவில்லை. அநியாயச் சொத்தால் எங்களுக்கு மேன்மையும், நன்மையும் கிடையாது என்று தெரிந்தபோது, இந்தப் பதினைந்து நாட்களில் வீட்டையும் சேர்த்து எல்லாச் சொத்துக்களையும், நானும் என் பேரனும் தானம் செய்து விட்டோம். முன்பே தெரிந்திருந்தால் அவை எல்லாம் உங்கள் பெயரில் எழுதியிருப்போம்.”

பண்டிதரின் மேன்மையான ஆளுமையைப் பற்றி ராஜா அண்ணனிடமிருந்து தெரிந்திருந்தான். கனவில் காத்தியாயினி உளறுவதையும் கேட்டிருந்தான். அவர் அற நியமனங்கள் இந்த உயரத்தை எட்டியதென்று அவர் கற்பனை செய்து கொண்டதில்லை. தன் எதிரில் உட்கார்ந்திருந்த மனிதரை அவன் ஒருமுறை கண்கொட்டாமல் பார்த்தான். அவனையே அறியாமல் அவனுக்கு ஒருவித பயமானது. அமைதியாக இருந்தான்.

காக்கைகள் கரைத்தன. பண்டிதர் எழுந்து கதவைத் திறந்து வெளியே வந்து வானைப் பார்த்து வந்தார்: “நான்கு மணி. தூறல் நின்றிருக்கிறது. இனி அடுத்த வேலைகளைப் பாருங்கள். நான் பயணத்தைத் தொடர்கிறேன்.”

“இப்போது எங்களை விட்டுப் போகிறீர்களா? புதிய உறவைச் சொன்னீர்கள். நீங்கள் எனக்கு அப்பா உறவு” என்று ராஜா சொன்னான்.

“உறவை அப்படித்தான் எண்ண வேண்டும். ஆனால் துறவறம் ஏற்கப் புறப்பட்டவனுக்கு எந்த உறவும் கிடையாது. இந்த நிலையில் உங்களை விட்டுப்போக வருத்தமாக இருக்கிறது. ஆனால் இன்னும் நான்கைந்து நாட்களில் ஹரித்துவாரில் சங்கல்பம் எடுக்க வேண்டும்” என்று அவர் வேட்டியைத் துணியில் கட்டி, அதைத் தடியில் மாட்டிக்கொண்டு புறப்பட்டு நின்றார். ராஜா வணங்க அருகில் வந்தான். “இப்போது வணங்கக்கூடாது” என்று அவரிடம்

சொல்லி, நாகலட்சுமியைப் பார்த்து, "புறப்படுகிறேன் அம்மா" என்று சொல்லிப் புறப்பட்டுவிட்டார். சீனி தூக்கக் கலக்கத்தில் இருந்தான். அவர் வெளிவாசலைத் தாண்டி தெருவில் இறங்கினார். ராஜா வாசல் அருகே அவரையே பார்த்துக் கொண்டு நின்றான்.

அவர் சுமார் ஒரு ஃபர்லாங் நடந்திருந்தார். மழைக்கால இடைஞ்சலால் தெரு விளக்குகள் அணைந்திருந்தன. இருட்டில் அவர் தெருவின் தெளிவற்ற நிறத்தைப் பார்த்துக்கொண்டே ரயில் நிலையம் நோக்கி நடந்தார். பின்னாலிருந்து 'தாத்தா' என்று சீனி அழைத்த குரல் கேட்டது. அவர் அங்கேயே நின்றார். மூச்சிரைத்துக்கொண்டு ஓடி வந்த சீனி சொன்னான்: "மீண்டும் உங்கள் முன்னால் அழமாட்டேன். ஒரு செய்தி சொல்ல வேண்டும் என்று வந்தேன்"

"என்ன சொல்?"

"இப்போது இறந்திருப்பது என் அம்மா. அவர் வாழ்க்கை எப்படியோ தொடங்கி எப்படியோ முடிந்தது விட்டது. அவர் ஈமச்சடங்குகளை நான் செய்ய வேண்டுமா? அதை மட்டும் சொல்லுங்கள்."

பண்டிதர் இரண்டு நிமிடம் கண் மூடி நின்று சிந்தித்தார். பிறகு சொன்னார்: "பாருப்பா, மற்றவர்கள் பாவ புண்ணியத்தை முடிவு செய்யும் அதிகாரம் நமக்கில்லை. அதிலும் தாய் தந்தையரின் வாழ்க்கையை அளப்பது பெரும் பாவம். நம் கர்மங்களைச் செய்வது மட்டுமே நம் கடமை. நீ சிரத்தை பக்தியுடன் உன் அம்மாவின் இறுதிச் சடங்குகளை நடத்து. நான் இப்படிச் சொன்னேன் என்று உன் மாமாவிடமும் சொல். கபிலைக் கரையிலேயே செய்."

சீனி அங்கேயே நின்றிருந்தான்.

"நீ இனி போ. சவ அடக்கம் செய்ய வேண்டியது உன்னைச் சார்ந்தது" என்று சொல்லி அவர் முன்னால் நடந்தார்.

★★★

www.ingramcontent.com/pod-product-compliance
Ingram Content Group UK Ltd.
Pitfield, Milton Keynes, MK11 3LW, UK
UKHW042138021026
15589UKWH00003B/918

9 788196 760106